आत्तापर्यंत मुंबईतल्या माफियांवर लिहिलेल्या पुस्तकांपैकी सर्वोत्कृष्ट पुस्तक.

– अनिल कपूर, अभिनेता

कथा सांगण्याची हातोटी व कौशल्य यांवरचे झैदी यांचे प्रभुत्व वादातीत आहे.

– जॉन इब्राहिम, अभिनेता

जर हे पुस्तक नसते, तर 'शूटआउट ॲट वडाला' नसता.

– संजय गुप्ता, दिग्दर्शक-लेखक

या पुस्तकातले तपशील, या पुस्तकाकरता झैदी यांनी केलेल्या विपुल संशोधनाची व मेहनतीची साक्ष देतात.

– बिझनेस स्टॅन्डर्ड

दाऊद मध्य मुंबईमध्ये कसा वाढला, तेव्हाची परिस्थिती, वेगवेगळे समूह या सगळ्याचे तपशील सांगत झैदी मुंबई शहराच्या वेगवेगळ्या छटा बारकाईने रेखाटतात....

'डोंगरी टू दुबई'ची शैली अत्यंत नाट्यमय आहे. ही शैली झैदींच्या वर्तमानपत्रातील वृत्तान्तासारखी आहे. यात त्यांनी उभे केलेले काही प्रसंग त्यांच्या सर्जनशीलतेचा पुरावा आहेत.

– टाइम आउट मुंबई

डोंगरीतील दाऊदचे आयुष्य, त्याचे बालपण, त्याच्या पोलीस असलेल्या वडिलांना मिळणारा मान, त्याचा पहिला गुन्हा, प्रेमप्रकरण, स्थानिक गुंड म्हणून ओळख आणि त्यानंतर 'जागतिक दहशतवादी' अशी ओळख, असा त्याचा प्रवास अत्यंत तपशीलवारपणे रेखाटला आहे.

– इंडियन एक्स्प्रेस

मुंबईतील गुन्हेगारी विश्वाचे डॉक्युमेंटेशन

लोकप्रभा, जून २०१४

गुन्हेगारीचा वाचनीय थरारपट

महाराष्ट्र टाइम्स संवाद २० ऑक्टोबर २०१३

डोंगरी ते दुबई

मुंबईतील माफियांची साठ वर्षे

लेखक

एस. हुसेन झैदी

अनुवाद

अशोक पाध्ये

मेहता पब्लिशिंग हाऊस

A Marathi Translation of S. Hussain Zaidi's
DONGRI TO DUBAI
First Published in English in 2012 by Lotus Collection, Roli Books.
M-75, Greater Kailash II,N. Delhi - 48

Translated into Marathi Language by Ashok Padhye
In case of doubts and disputes only original English version will prevail.
या पुस्तकातील मजकुराबाबत काही शंका आणि वाद उपस्थित झाल्यास मूळचा इंग्रजीमधील मजकूर ग्राह्य धरला जाईल.

डोंगरी ते दुबई / चरित्र

अनुवाद : अशोक पाध्ये
Email : author@mehtapublishinghouse.com

संस्थापक : सुनील अनिल मेहता

प्रकाशक : मेहता पब्लिशिंग हाऊस प्रा. लि.,
१९४१, सदाशिव पेठ, माडीवाले कॉलनी, पुणे - ४११०३०.

मुद्रक : श्री मुद्रा

मुखपृष्ठ : रोली बुक्स यांच्या सौजन्याने

प्रकाशनकाल : जानेवारी, २०१३ / मार्च, २०१३ / जून, २०१३ /
सप्टेंबर, २०१३ / जानेवारी, २०१४ / सप्टेंबर, २०१४ /
जुलै, २०१५ / जुलै, २०१६ / सप्टेंबर, २०१८ /
पुनर्मुद्रण : ऑगस्ट, २०२३

किंमत : ₹ ४९५

P Book ISBN 9788184984491
E Book ISBN 9789386175946
E Books available on : amazonkindle Apple Books Google Play Books

माझे स्नेही

डॉ. शबीब रिझवी
चंद्रमोहन पुप्पाला
मीर रिझवान अली

यांना अर्पण

प्रस्तावना

१९९७च्या हिवाळ्यात मी प्रथम एस. हुसेन झैदी यांना भेटलो. त्या वेळी मुंबईतील गुन्हेगारी जगावरती मी एक कादंबरी लिहिण्यास नुकतीच सुरुवात केली होती. त्यासाठी मला या संदर्भात मदतीची नितांत गरज होती. माझे नशीब असे थोर की, माझी बहीण हुसेन यांना ओळखत होती. कारण त्या दोघांचा पत्रकारिता हाच व्यवसाय होता. तिने हुसेन यांची माझ्याशी भेट घडवून आणली. मुंबईतील फोर्ट विभागातील 'बहार' या रेस्टॉरन्टमध्ये मी हुसेन यांना आनंदाने भेटलो. मी त्यांना अनेक प्रश्न विचारले व ते त्या प्रश्नांना उत्तरे देत गेले. हुसेन यांनी मला गुन्हेगारी जगातील लोभ, भ्रष्टाचार यांवरील कथा सांगितल्या; गोळ्या घालणारी मारेकरी मंडळी, त्यांची लक्ष्ये वगैरेबद्दलच्याही कथा त्यांनी मला सांगितल्या. त्या ऐकून माझ्या अंगावर काटे उभे राहिले. परंतु लिखाणासाठी आपल्याला यातून झकास मालमसाला मिळतो आहे, म्हणून मी खूष होत गेलो. हुसेन हा माणूस खूप चांगला आहे, खरोखरच खूप चांगला.

एस. हुसेन झैदी ही व्यक्ती पुढे आपला एक जिवश्चकंठश्च मित्र बनेल याची कल्पना मला त्या दिवशी आली नाही. गुन्हेगारी जगातील गुन्हे, शोध, प्रतिशोध यांची खात्रीशीर अंत:स्थ माहिती जणूकाही मला एका असामान्य खबऱ्याकडून मिळत होती. हा माझा मित्र या जगातील माझा मार्गदर्शक ठरेल, असे मला वाटले. अन् अगदी तसेच पुढे घडले. नंतरच्या काही वर्षांत मी माझी कादंबरी लिहून पूर्ण केली. त्यासाठी हुसेनने उदारपणे आपल्याजवळील अफाट माहिती, त्याचे स्वत:चे विलक्षण अनुभव आणि गुन्हेगारी जगातील आपल्या ओळखी सांगितल्या. त्याच्या या तत्पर मदतीशिवाय व सल्ल्याशिवाय मी माझे पुस्तक कधीच पुरे करू शकलो नसतो, हे मी खात्रीने सांगतो.

अशा या हुसेन याने लिहिलेली 'डोंगरी टू दुबई' (मूळ इंग्रजी पुस्तकाचे नाव) ही महान कलाकृती पूर्ण झाल्याने मला आज आनंद होतो आहे. या पुस्तकाने वाचकांना एका तज्ज्ञाने लिहिलेल्या कलाकृतीचा आनंद मिळेल, याची मला खात्री आहे. दाऊदसारख्या एका गुन्हेगाराची भरभराट कशी होत गेली; एवढेच यातून कळत नाही, तर यापेक्षाही बरेचकाही या पुस्तकातून समजते व वाचकांचे प्रबोधन होते. भारतात गेल्या अर्धशतकात गुन्हेगारी संस्कृती कशी उदयास आली व फोफावत गेली याचे संपूर्ण चित्रण यात केले आहे. या गुन्हेगारी जगापासून आपण स्वत:ला कितीही दूर ठेवले, त्याकडे काणाडोळा केला, तरी हे जग खुद्द आपल्या पायाखालीच अस्तित्वात आहे व आपला रोज त्याच्याशी संबंध येतो, हे एक वास्तव आहे. आपल्या देशाचे अर्थकारण, राजकारण आणि नागरिकांचे दैनंदिन जीवन यांवरती संघटित गुन्हेगारीचा प्रभाव पडतो आहे. अन् तरीही कायदापालनाच्या सर्व बाजू व त्यामागचे हेतू यांबद्दलचे ज्ञान हे केवळ तर्क व दंतकथा यांवरती आधारित असते. या गुन्हेगारी जगातील इतिहास काही नावांनी सुरू होतो. ती नावे अशी : हाजी मस्तान, वरदराजन, करीम लाला इत्यादी. त्यांनी एके काळी जबरदस्त दहशत निर्माण केली होती. तशीच दहशत अजूनही आहे आणि ते काम दाऊद, छोटा राजन, अबू सालेम या नावांनी होते आहे. या नावांभोवती एक आकर्षक वलयही निर्माण झाले आहे. या सर्वांबद्दलच्या तपशीलवार हकिगती नीट सांगितल्या जात नाहीत. त्या माहितीमध्ये तपशील नसतो की हवा तो दृष्टिकोन प्रकट झालेला नसतो. ते कळले तरच सत्तेच्या अभिलाषेच्या, वर्चस्वाच्या लालसेच्या, पैशाच्या व खुनांच्या रक्तरंजित कथांचा नीट उलगडा होईल.

हे पुस्तक जनतेसमोर यायलाच हवे, इतके महत्त्वाचे आहे; किंबहुना त्याहीपेक्षा अधिक काही घडवणारे आहे, असे म्हटले तरी चालेल. या पुस्तकात घेतलेला गुन्हेगारी जगाचा आढावा हा मुळातच विस्तृत आहे; पण तरीही या मागचा हेतू, इच्छा व कळकळ ही वाचकाला वैयक्तिकरीत्या स्पर्शून जाणारी आहे. स्वातंत्र्य मिळाल्यावर भारतात गुन्हेगारांच्या छोट्या-छोट्या टोळ्या होत्या. त्यापासून आत्ताच्या मोठ्या म्हणजे १९८०-९० या काळातील टोळ्यांपर्यंत लेखक आपल्याला प्रवास घडवीत नेतो. मग १९९० नंतरची रस्त्यावरील टोळीयुद्धेही वर्णन करून सांगतो. यावरून आपल्याला आताची गुन्हेगारी जगाची सद्य:स्थिती समजायला मदत होते. त्यात लपलेल्या दहशतीच्या प्रवाहाची जाणीव होते. शेवटी त्या गुन्हेगारातील एक जण कराचीत जाऊन सुरक्षित आश्रय कसा घेतो, आपल्या कन्येचा विवाह एका राष्ट्रीय पातळीवरील प्रख्यात व्यक्तीशी कसा करतो, मग त्याला आर्थिक मदत करणारी मंडळी मुंबईतील चित्रपटांची बनावट सीडी पाकिस्तानात विकून कसा अधिक पैसा मिळवतात, हे सारेकाही पुस्तकातून कळून येते.

मानववंशशास्त्रज्ञांना एखाद्याचे वर्तन खुलासेवार सांगायचे असेल, तर ते त्यासाठी 'थिक डिस्क्रिप्शन' हा शब्दप्रयोग वापरतात. त्यामुळे ऐकणाऱ्याला ते सारे वर्णन अत्यंत उच्च बौद्धिक पातळीवरचे भासते. या पुस्तकातील वर्णने वाचून बहुतेक वाचकांना एक परकीय जगात प्रवेश केल्यासारखे वाटेल. त्यासाठी लेखकासारखा एक विश्वासू मार्गदर्शक लाभला आहे, असेही वाटेल. अर्थात ते खरेच आहे म्हणा; परंतु जरी लेखकाने आपल्याला गुन्हेगारी जगातील खाचाखोचा समजावून देण्यासाठी मदत केली असली, तसेच ते परकीय वाटणारे जग आपलेच आहे, हे आपल्याला कळले; तरीही त्या जगातील व्यक्तींना उगाच क्षमा करू नका.

मी पुस्तकाबद्दल कृतज्ञ आहे. हुसेन यांनी जे लिखाण केले ते चित्रण एवढे हुबेहूब झाले आहे की, कधीकधी ते धोकादायक वाटते. भयानक गुप्त कारस्थाने व त्यात सापडलेल्या व्यक्ती यांच्याबद्दलचे कथन हे केवळ तुमच्या हृदयाला धडकी भरवण्यासाठी नसून, हे गुन्हेगारी जगाचे जाळे तुमच्या घराजवळील कोपऱ्यावरच्या पानवाल्याच्या दुकानापासून जिथे उंच इमारतीत बसून मोठमोठी कारस्थाने रचली जातात व त्यांची सूत्रे हलवली जातात तेथपर्यंत पोहोचलेले आहे. या जाळ्यात अनेकांचे बळी गेलेले आहेत. हुसेन यांच्या धाडसी संशोधनातून वाचकाला बराच काही बोध होतो व लाभही होतो.

मुंबई, डिसेंबर २०११ — **विक्रम चंद्र**

अनुक्रमणिका

भाग २

उपोद्घात

'डोंगरी टू दुबई' हे माझे पुस्तक म्हणजे मुंबईतील एका गुन्हेगारी दादाची – 'डॉन'ची सहा दशके या कालखंडावरती आहे. माझा हा लिखाणाचा प्रकल्प फार अवघड व क्लिष्ट होता. मी १९९५मध्ये पुन्हा गुन्हेगारी या विषयावरती पत्रकारिता सुरू केली होती. त्यानंतरचा हा प्रकल्प होता. गुन्हेगारीवर सामान्य माणसाला रंजक वाटेल, अशा भाषेत वृत्तान्त लिहिणे आणि योग्य त्या घटना निवडून त्याला सांगणे, हे माझ्यासाठी एक मोठे आव्हान होते.

असे काहीतरी लिहिण्यासाठी माझ्या एका मित्राने मला १९९७मध्ये सुचवले. त्या वेळी गुन्हेगारी जगातील बातम्या लिहिण्याचा एक-दोन वर्षांचा मला अनुभव होता. तसा तो कमीच होता. मुंबईतील गुन्हेगारी जगातील दादा आणि त्यांची कृत्ये यांवरचा इतिहास लिहिण्यास मला माझ्या मित्राने सुचवले होते. 'जो गूल्ड' या लेखकाने असे लिखाण इंग्रजीत 'सिक्रेट' या मथळ्याखाली केले होते. परंतु प्रामाणिकपणे सांगायचे, तर मी ते पुस्तक कधी वाचले नव्हते की कधी त्याचे नावही ऐकले नव्हते. या विषयात मी नुकताच प्रवेश करून लिहायला लागलो असल्याने मी तसा बालबुद्धीचा होतो, असे म्हणावयास हरकत नाही.

परंतु जसजसा माझ्या 'ब्लॅक फ्रायडे' पुस्तकासाठी मी या गुन्हेगारी जगाचा कानोसा घेऊ लागलो, जसजसे मला या जगातील माहिती, घटना इत्यादी ठाऊक होत गेले तसतसा मी समोर असलेल्या या लेखनाच्या आव्हानाला तोंड देण्यास तयार होत गेलो. मुंबईमधील अनेक मुस्लीम तरुण या गुन्हेगारी जगाकडे का ओढले जातात, असा मला प्रश्न पडला होता. यामागे दाऊदच्या भोवतालचे वलय कारणीभूत होते, का त्या तरुणांची आर्थिक गरज होती, अशा प्रश्नांपासून मी माझ्या प्रकल्पाच्या कामाला सुरुवात केली. पुढे प्रगती करीत जाता-जाता मी शेवटी अशा

गोष्टीपाशी येऊन ठेपलो की, जी गोष्ट माझ्या मित्राने सुरुवातीलाच सुचवली होती.

जेव्हा मी डोंगरीची कथा पूर्ण केली, तेव्हाही माझ्या मित्राची सूचना माझ्यापुढे तशीच मला आव्हान देत उभी होती. एका विशिष्ट धर्माच्या व्यक्तींचा संबंध या गुन्हेगारी जगाशी जोडण्याचा दोष माझ्याकडे येतो आहे का? धर्म व गुन्हे यांच्या परपस्पर संबंधावरती अमेरिकेमध्ये भरपूर संशोधन व अभ्यास झालेला आहे. आपल्याकडे मात्र या विषयावर गांभीर्याने चर्चा झाली नाही की अभ्यास केला गेला नाही. त्यामुळे गेल्या ५० वर्षांत मुस्लीम तरुण गुन्ह्याकडे का वळत गेले, हे सांगणे कठीण आहे.

जेव्हा मी 'डोंगरी' या स्थळाचा उल्लेख करतो, तेव्हा फक्त झकेरिया मशिदीपासून निघणाऱ्या मांडवीचा उल्लेख मला करायचा नसतो, तर क्रॉफर्ड मार्केटपासून जे.जे. हॉस्पिटलचे टोक मला म्हणायचे असते. यामध्ये वाटेतला नळ बाजार, उमरखाडा, चोरबाजार, कामाठीपुरा आणि कापडमाग उद्योग, किरकोळ बाजार व वाटेतील सर्व मशिदी अंतर्भूत होतात.

मुंबईचा इतिहास मागेमागे जात पहाताना इतिहासतज्ज्ञ व संशोधक शारदा द्विवेदी असे लिहिते की, हा वर उल्लेखलेला मुंबईचा भाग एकेकाळी एक सपाट भूमी होती आणि येथे एक टेकडी होती. त्या टेकडीवर पोर्तुगीजांचा एक किल्ला होता. तो पुढे ब्रिटीशांनी घेतला व त्याची डागडुजी करून अधिक भक्कम केला. परंतु ब्रिटीशांनी मुंबईच्या सर्व भागांची दुरुस्ती करण्यापूर्वी व ते भाग वापरात आणण्यापूर्वी फोर्ट भाग हा एक सखल प्रदेश होता. तो डोंगरीच्या पायथ्याशी होता. या सखल भागातून समुद्राकडे जाणे सोपे होते. चकला मार्केटच्या जवळ असलेल्या वरच्या जमिनीवर आणि डोंगरीमध्येही मुस्लीम वसाहती निर्माण झालेल्या होत्या. या वसाहती पार चौदाव्या शतकापासून तिथे नांदत होत्या.

मुंबई बेटाच्या काही भागात दीर्घ काळ मुस्लीम लोक बहुसंख्य होते. अजूनही तशीच परिस्थिती आहे. मुंबईची सातही बेटे एकमेकांना जोडली गेल्यानंतर डोंगरी विभागाला खऱ्या अर्थाने स्वत:चे जीवन प्राप्त झाले. हळूहळू या विभागाभोवती अंदाधुंदपणे वस्ती वाढत गेली. ती वाटेल तशी वाढत गेली. नवीन बाजार निर्माण झाले, व्यापारी उलाढाली होऊ लागल्या. अन् यामुळे येथील लोकसंख्याही वाढत गेली. येथील रहदारी गुंतागुतीची होत गेली. इथल्या फुटपाथचा ताबा फेरीवाल्यांनी घेतला. मग पादचारी रस्त्यावरून चालू लागले. अशा रितीने ह्या जागेतील वर्दळ व उलाढाल वाढत ही जागा गजबजली गेली. डोंगरीच्या पश्चिमेकडे 'चोर बाजार' भरत असतो. या बाजारात तुम्हाला हवे ते मिळू शकते. पारशी लोकांनी टाकून दिलेले जुने वॉडरोब किंवा तत्सम साहित्य, ग्रामोफोन आणि चित्रविचित्र जुन्या वस्तू येथे उपलब्ध असतात.

पूर्वीचा डोंगरी विभाग हा असा होता. मग दाऊदने या विभागाचे स्वरूप बदलून

टाकले. अन्य गुन्हेगारांनीसुद्धा यात भर घातली. त्यांची नावे – चिंका दादा, इब्राहिम दादा, हाजी मस्तान, करीम लाला आणि बाशू दादा.

त्या काळात गुन्हेगारीचा सोपा मार्ग हा वाटमारीचा होता. रात्रीच्या वेळी एकट्या-दुकट्या पादचाऱ्याला गाठून त्याच्या जवळील सर्वकाही लुटणे हा उद्योग त्या वेळी चाले. खिसे कापण्याची कला अजून उदयास यायची होती. परंतु त्या वेळच्या गुन्हेगारांजवळील चाकू, खंजीर व तलवारी यांची चकचकीत पाती पाहून मुंबईतील शांतताप्रिय नागरिकांचा थरकाप होई व त्यांच्या पाठीवरून घामाचे ओघळ वाहू लागत. प्रत्येक लहानसहान गुन्ह्याची नोंद ब्रिटीशांच्या काळातील पत्रकार करीत. यामुळे त्यांच्या पत्रकारितेची भरभराट होत जाई. त्या पत्रकारांमध्ये आल्फ्रेड डब्ल्यू. डोव्हीस उर्फ 'गनमॅन' हा एक होता. तो गुन्ह्यांचे वार्तांकन 'ब्लिट्झ' या वृत्तपत्रासाठी करे. त्या काळात अशा पत्रकारिकेत तो एक्का समजला जायचा. त्याच्या तालमीत वाढलेला उस्मान गनी मुकादम हा पत्रकार पुढे नावाजला. बातम्यांचा शोध घेणे व त्या गोळा करणे यांमध्ये तो तरबेज झाला होता. उस्मान गनी याच्या प्रदीर्घ मुलाखती व त्याच्या समकालीन बातमीदारांच्या मुलाखती आणि माझे स्वत:चे संशोधन या सर्वांमधून मला कळून आले की, मुंबईतील गुन्हेगारीचा केंद्रबिंदू हा नेहमीच डोंगरी भाग होता.

१९४७ सालातील पहिल्या पंधरवड्यात मुंबईत गुन्ह्यांचा पूर आला होता. त्यातील चार गुन्हे हे 'टाइम्स ऑफ इंडिया' वृत्तपत्रात छापून आले. लालबाग, आग्रीपाडा आणि डोंगरी भागांत बरीच भोसकाभोसकी झाली. या संदर्भात पोलिसांनी नऊ जणांना पकडले आणि गुन्हेगारांची पाळेमुळे उखडण्याची मोहीम सुरू केली. जानेवारीच्या पहिल्या आठवड्यात पोलिसांच्या 'ॲन्टि करप्शन ब्युरो'ने ४०० कोरीव कामे करणारे चाकू मरीन ड्राइव्हवरील एका फ्लॅटमधून जप्त केले. पण या संदर्भात कोणालाही अटक केली नाही. त्याच दिवशी, म्हणजे ८ जानेवारी १९४७ रोजी एका समाजसेवकाला परळमध्ये भोसकले गेले. त्या वेळी नगरसेवक बी.जे. देवरूखकर यांचाही खून करण्यात आला. यामुळे मात्र सारी मुंबई हादरून गेली व खूप खळबळ माजली.

यातून पोलीस खाते थोडासा श्वास घेते न घेते तोच, आणखी एक गुन्हा घडला. म्हणजे गुन्हेगारांनीही आपली चपळाई दाखवून दिली. ११ जानेवारी रोजी पोलिसांनी दोन पठाण व्यक्तींना अटक केली. त्यांनी एक बँक लुटली होती. हा गुन्हा घडल्यानंतर अवघ्या ९० मिनिटांत पोलिसांनी त्या पठाणांना पकडले होते. दक्षिण मुंबईतील एका बँकेत या गुन्हेगारांनी प्रवेश करून आतली रोकड लुटून बाहेर उभ्या असलेल्या आपल्या मोटारीतून झटपट पळ काढला. त्या मोटारीच्या नंबर प्लेटवर BMX 1221 असा नंबर होता. पण मागची नंबर प्लेट त्यांनी एका तांबड्या

फडक्याने झाकून टाकली होती. बँकेतून ते गेट वे ऑफ इंडियाच्या दिशेने सुसाट निघाले. त्या मोटारीला 'एस्प्लनेड पोलीस स्टेशन'च्या एका कॉन्स्टेबलने पाहिले. त्या पोलीस स्टेशनचे नाव आता 'आझाद मैदान पोलीस स्टेशन' असे झाले आहे. त्या कॉन्स्टेबलने त्या मोटारीला हटकले व त्यांना घेऊन तो पोलीस स्टेशनला आला. मग त्या दोन्ही पठाणांना अटक करण्यात आली. एका कॉन्स्टेबलने हे सारे केले, यावरून त्या काळात कॉन्स्टेबल मंडळीचा गुन्हेगारांना केवढा धाक होता, हे समजून येईल. मुंबईतील पोलीस खात्याचा कणा म्हणजे त्या वेळचे कॉन्स्टेबल समजले जात.

नंतरच्या दोन दिवसांत, १४ जानेवारी रोजी, पोलिसांनी गुंडांची एक टोळी उद्ध्वस्त केली. ही टोळी व्ही.टी. स्टेशनच्या पार्सल बुकिंग ऑफीसपाशी कार्यरत होती. (आता व्ही.टी. स्टेशनचे नामकरण 'छत्रपती शिवाजी टर्मिनस' असे झाले आहे.) या टोळीतील माणसे पार्सल करायला आलेल्या लोकांना गाठून त्यांच्याकडे पैशांची मागणी करीत. या मोबदल्यात ते त्या लोकांची पार्सले वेगळ्या मार्गाने पाठवून लवकर पोहोचतील, याची ग्वाही देत. ती पार्सले अपेक्षित ठिकाणी कधीच पोहोचत नसत. या संदर्भात नाझीर अब्दुल कादर, सय्यद बशीर नझीर आणि फखरूद्दीन कादरभाई अशा तीन व्यक्तींना पोलिसांनी अटक केली.

डोंगरी भागातील गुन्हेगार आता अधिकाधिक धाडसी बनू लागले. त्यांचे गुन्हे अजूनही उघडकीस येत नव्हते. डोंगरी भागाच्या भोवतालचे गुन्हेगारही हळूहळू यात सामील होऊ लागले. कारण त्यांना कळून चुकले की, आत्ताच पैसे करण्याची संधी चालून आली. कारण आत्ताच्या काळात पकडले जाण्याची शक्यता खूपच कमी आहे. मग डोंगरी भागातील गुन्हेगार आपल्या 'कर्तृत्वा'चा ठसा या गुन्हेगारी जगावर उमटवू लागले.

परंतु दाऊद इब्राहिममुळे डोंगरी भाग खरा कुविख्यात झाला. त्याने डोंगरीपासून दुबईपर्यंत जशी प्रगती केली, तशी दुसऱ्या कोणीच केली नाही. या पुस्तकात दाऊदच्या पूर्वजांपासून झालेल्या त्याच्या संदर्भातील घटनांचा आढावा घेतला आहे; पण महत्त्वाचे म्हणजे दाऊदच्या प्रवासाचा माग काढला आहे. त्यावरून डोंगरीमधील एका साध्याशा मुलाने आपले गुन्हेगारी जीवन कसे विशेष रितीने विस्तारत नेले, ते समजावून घेता येईल. डोंगरीतील हा मुलगा शेवटी आपल्या खुराड्यांतून निसटून विमानाने देशाबाहेर गेला. देशाच्या शत्रूच्या जमिनीवर त्याने आश्रय घेतला. पण तरीही तो मुंबईतील आपले गुन्हेगारी राज्य चालवत राहिला, आपल्या कारवाया तो त्या परक्या देशातून करीत राहिला. डोंगरीतील हा मुलगा आता दुबईमध्ये राहून एक 'दादा' बनला आहे, 'डॉन' झाला आहे.

दाऊदचा परिचय : थेट मुलाखत

१९९०नंतरच्या दशकात भारतात दोन घटना घडल्या. त्यामुळे मुंबईतील टोळीवाल्यांच्या दादांचे दैवच बदलून गेले. जेव्हा मी मुंबईतील गुन्हेगारी जगातील या टोळीवाल्यांच्या दादांवरती लिहीत होतो, त्या वेळी दाऊदने भारत सोडून सुमारे दहा वर्षे झाली होती. माझ्या लिहिण्याआधी तीन वर्षांपूर्वी मार्च १९९३मध्ये मुंबईत झालेल्या स्फोटामागचा मुख्य सूत्रधार म्हणून दाऊदचे नाव प्रसिद्धीस आले. त्या वेळचे पंतप्रधान नरसिंह राव यांनी भारताला 'लायसेन्स राज'मधून मुक्त करण्याचे ठरवले आणि भारतीय अर्थकारण मुक्त होण्याची क्रिया सुरू झाली. जेव्हा भारतात अशा प्रकारच्या सुधारणा सुरू झाल्या, तेव्हा विविध आर्थिक संधीचा नुसता महापूर आला. या संधीतून होणारा लाभ प्रथम अचूक जोखला तो निरनिराळ्या टोळ्यांच्या दादांनी! त्या वेळी ते बॉलिवूडमधील जगात गुंतले होते.

मग एकदम जागांच्या व्यवहारात अफाट पैसा निर्माण होण्याची क्षमता निर्माण झाली. आता मुंबईतील बंद पडलेल्या गिरण्यांच्या जागा विकण्यासंदर्भात लोक बोलू लागले. त्या वेळी मुंबईतील गिरण्या एकामागोमाग एकेक बंद पडत होत्या. यातून नवीन इमारतींना भरपूर जागा उपलब्ध होऊ शकत होती. या जागांच्या आधारे जमिनीचे खरेदी-विक्री व्यवहार, बिल्डरांच्या इमारतींच्या योजना असे उद्योग पुढे येणार होते. त्याभोवती आता हालचाली सुरू झाल्या. त्या वेळी मुंबईत निरनिराळ्या टोळ्यांचे दादा अस्तित्वात होते. त्यात अरुण गवळी होता. त्याने बराच काळ तुरुंगात काढला होता. आश्विन नाईक हा दादा फरारी झाला होता. दाऊद हा दुबईला जाऊन तेथून आपला मुंबईतील व्यवसाय रिमोट कंट्रोलद्वारे चालवत होता. अनीस इब्राहिम हा दाऊदचा भाऊही व्यवसायाला हातभार लावत होता. अबू सालेम पळून गेलेला होता. दाऊदच्या टोळीतून छोटा राजन हा फुटून निघाला होता आणि तो

स्वत:ला 'एक हिंदू डॉन' असे म्हणवून घेत होता. ते दोघेही एकमेंकाविरुद्ध सूडाची भाषा बोलत होते. त्यांच्या भांडणाच्या दरम्यान ते एकमेकांच्या व्यवसायातील साथीदारांवरती भर दिवसा तुटून पडत होते. त्या वेळी 'ईस्ट वेस्ट एअरलाइन्स' नावाची विमान कंपनी होती. आता ती अस्तित्वात नाही. त्या विमान कंपनीचा प्रमुख थकियुद्दीन वाहिद याचा खून या भांडणात केला गेला, तर ओमप्रकाश कुकरेजा या बिल्डरचा खून नंतर केला गेला. ज्या पद्धतीने धडाधड खुनांची संख्या वाढत होती, ते पाहून पोलीस शरमिंदे होत होते. ही परिस्थिती पाहून पोलीस कमिशनरने तर असे सुचवले की, आता लोकांनी सरळ हॉकी स्टिक्स हातात घेऊन आपले संरक्षण करावे. गुन्हेगारी जगातल्या बातम्या या काळात देणे ही एक फार मोठी व महत्त्वाची गोष्ट होऊन बसली होती.

माझ्या आधीच्या पिढीने दाऊदचा 'डॉन' म्हणून उदय होताना पाहिला होता. मी फक्त मुंबईतील अशा डॉन मंडळीचा बीमोड होताना पाहिले. त्याबद्दलच्या कथा लिहिताना मी माझ्या लिखाणात त्या दादांवरती तुटून पडत होतो, त्यांच्या रहाण्याच्या जागांचे उल्लेख करीत होतो आणि त्यांच्या पसरलेल्या जाळ्यांचे वर्णन करीत होतो. त्यांच्या आवडीनिवडी, त्यांनी ठेवलेल्या बायका, त्यांचे भडक पद्धतीने जगणे, त्यांचे बॉलिवूडवर असलेले नियंत्रण आणि स्थावर जंगम, प्रॉपर्टीच्या व्यवहारात होणारी त्यांची लुडबूड, असे मी सर्वकाही उघड करीत होतो. अशा दादा मंडळींना मी अनेकदा स्वत: जाऊन भेटत होतो व त्यांच्या तोंडून विविध कथा ऐकत होतो आणि त्या प्रसिद्धही करीत होतो. दगडी चाळीत राहणारा दादा अरुण गवळी याची औरंगाबादच्या हर्सुल तुरुंगात जाऊन मी भेट घेतली होती. मी छोटा राजनशीही बोललो होतो. छोटा राजन हा एके काळी दाऊदच्या टोळीत होता. नंतर तो आग्नेय आशियातील एका देशात जाऊन लपून बसला होता. नंतर मी दाऊदच्या छोटा शकीलचीही गाठ घेतली होती. अन् अबू सालेम व आश्विन नाईक यांनाही मी भेटलो होतो. परंतु जो मुंबई सोडून परदेशात गेला व तरीही आपल्या कृत्यांनी मुंबईवर दूरवरून वर्चस्व ठेवू पहात होता, अशा दाऊदची मुलाखत घेतल्याशिवाय माझे गुन्हेगारी जगावरील लिखाण पुरे होऊ शकणार नव्हते.

तोपर्यंत अनेक जण दाऊदवर लिहू लागले होते; पण ते सर्व जण दाऊदशी थेट संपर्क साधू शकत नव्हते. दाऊदने १९९३पूर्वी पत्रकारांना जरी मुलाखती दिल्या होत्या, तरी १९९५नंतर दाऊदचा प्रसारमाध्यमांशी संपर्क राहिला नव्हता. जणूकाही प्रसारमाध्यमांच्या रडारावरून दाऊद अदृश्य झाला होता. एव्हाना दाऊद कराचीत स्थायिक झाल्याचे समजले होते; पण त्याच्याशी फोनवरचा संपर्क होणे हे जवळजवळ अशक्य होऊन बसले होते.

मग मी दुसरा एक मार्ग अवलंबायचे ठरवले. मुंबईतील छोटा शकीलच्या

जाळ्याजवळ जाण्याचा प्रयत्न मी करू लागलो. हे जाळे हवाला ऑपरेटर, गँग मॅनेजर्स आणि अन्य कोणी संपर्कातील व्यक्ती यांनी बनवलेले होते. काही महिन्यांतच माझ्या प्रयत्नांना यश आले आणि मी छोटा शकीलशी हाय लाइनवरून थेट संपर्क साधणारा पहिला पत्रकार ठरलो.

दाऊदशी थेट मुलाखत मला मिळवून द्या, म्हणून मी शकीलला गळ घातली. 'टी-सीरीज'च्या म्युझिक कॅसेट्स काढणारा प्रसिद्ध गुलशन कुमार याची हत्या अबू सालेमकडून झाली. त्या वेळी तो स्वत:ची टोळी स्वतंत्रपणे चालवीत होता; पण या हत्येचा दोष दाऊदकडे जाऊ नये, असे छोटा शकीलला वाटले. कारण यात दाऊदचा हात नव्हता, फक्त सालेमच त्या हत्येला जबाबदार होता. म्हणून शेवटी दाऊद इब्राहिम मला मुलाखत देण्यास तयार झाला. मग मुलाखतीसाठी काही अटी त्याच्याकडूनच पुढे करण्यात आल्या. पहिली अट म्हणजे ती मुलाखत जशीच्या तशी प्रसिद्ध करायची. त्यात कोणतीही काटछाट किंवा बदल करायचा नाही. दुसरी अट ही, जो कोणी मला दाऊदशी संपर्क साधून देईल त्याच्याशी मी नंतर कधीही संपर्क ठेवता कामा नये. मुलाखतीची एवढी किंमत मला चुकवायलाच हवी होती.

कसे काय ते घडले याची हकिगत अशी आहे. मला दिलेल्या सूचनांनुसार मी निरोप येईपर्यंत शांतपणे वाट पहात बसायला हवे होते. जेव्हा दाऊदला सोयीचे वाटेल तेव्हाच तो आपण होऊन मला निरोप पाठवणार होता. त्यानंतर बरेच दिवस उलटले. पण 'आउटलुक' या मासिकाने दाऊद हा जनतेचा शत्रू क्र.१ कसा आहे, यावर एक लेख प्रसिद्ध केला. हा लेख दाऊदला चांगलाच झोंबला. इतका की, त्याने आपली माणसे आउटलुकच्या ऑफिसात राडा करण्यासाठी सोडली. त्यांनी तेथे जाऊन विध्वंसक कृत्ये केली व पार धुमाकूळ घातला. परंतु कोणाही व्यक्तीला किंचितही दुखापत केली नाही.

मग एक-दोन दिवसांतच माझा पेजर वाजला. मला त्यावर निरोप दिला गेला की, अमुक एका स्थानिक फोन नंबरवरती संपर्क साधावा. त्या वेळी मी एका रिक्षात बसून कलिना येथे चाललो होतो. मी रिक्षा थांबवून जवळच्या एका रेस्टॉरन्टमध्ये गेलो व तिथल्या फोनवरून तो स्थानिक नंबर फिरवला. पलीकडून कोणीतरी मला फोन खाली ठेवून दोन मिनिटे थांबण्यास सांगितले. थोड्याच कालावधीत त्या क्रमांकावर माझ्यासाठी फोन आला.

जो कोणी पलीकडून बोलत होता तो अत्यंत सभ्यपणे व अदबशीरपणे बोलत होता. जसे काही एखादा उच्चभ्रू लखनवी माणूस बोलावा, तसे त्याचे बोलणे होते. मला याचे आश्चर्य वाटले. याचा अर्थ या दादाने – डॉनने शेवटी कोणीतरी सुसंस्कृत माणूस फोन घेण्यासाठी ठेवला होता. एवढे त्याला आदबशीरपणाचे व मॅनर्सचे महत्त्व कळले असावे. बोलणारी व्यक्ती खानदानी उर्दूमध्ये बोलत

असल्याने मीही उर्दूतच बोलणे सुरू केले. मी विचारले, ''जनाब, आपका इसमे गेरामी?''

त्यानंतर पलीकडून जे शब्द आलेले ते ऐकून मी अवाक झालो. पलीकडून आवाज आला, ''मैं दाऊद बोल रहा हूँ। आप मुझसे बात करना चाहते है ना?''

नंतर आम्ही पंधरा मिनिटे बोललो. तेवढ्या वेळात दाऊदने मोठ्या कळकळीने मला सांगितले की, आपण जनतेचे एक नंबरचे शत्रू बिलकूल नाही आणि मुंबईतील बॉम्बस्फोट मालिकेमध्ये आपले नाव कसे गोवले गेले, याचे आपल्याला आश्चर्य वाटते! त्यावर मी म्हणालो, ''ठीक आहे. मी याची नोंद करून घेतो; पण तुम्ही मला एक मोठी मुलाखत देणार का?''

मग दाऊदची मुलाखत फोन आणि फॅक्स यांवरून झाली. जर फोनवरचा माझा एखादा प्रश्न त्याला आवडला नाही, तर मी तो प्रश्न फॅक्सवरून परत त्याला विचारू नये, असे ठरले.

मग त्याने मला एक तारीख व वेळ दिली. एका सार्वजनिक फोन बूथचा नंबर दिला. त्या बूथपाशी त्या दिवशी जाऊन थांबून त्याच्या फोनची वाट पहावी असे ठरले. ठरलेल्या वेळी अगदी अचूकपणे त्याने फोन केला. ती वेळ सकाळची १०.४०ची होती. नंतर दाऊदची मुलाखत मी सुमारे पन्नास मिनिटे घेत होतो.

मुलाखत घेतल्यानंतर मी 'इंडियन एक्स्प्रेस'मधील माझी संपादिका मीनल बाघेल हिला फोन करून माहिती दिली. नेहमीप्रमाणेच ती अत्यंत खूष झालेली होती. कारण मी तिला नेहमी अशा मोठ्या व खळबळजनक बातम्यांचे अहवाल देत असे. तिने माझे अभिनंदन करीत म्हटले, ''तुम्ही आता रितू सरीनच्या पातळीवरती पोहोचला आहात.'' रितू सरीन हा इंडियन एक्स्प्रेसमध्ये काम करणारा ख्यातनाम पत्रकार दिल्लीतील ऑफिसमध्ये होता.

मी घेतलेली दाऊदची मुलाखत ही पत्रकारितेच्या इतिहासात महत्त्वाची ठरणार होती. कारण दाऊदने भारत सोडल्यावर प्रथमच ही मुलाखत दिली होती.

त्या मुलाखतीचा गोषवारा मी येथे खाली देत आहे. इंडियन एक्स्प्रेसच्या सप्टेंबर १९९७च्या एका अंकात पहिल्या पानावर ती मुलाखत प्रसिद्ध झाली.

- **''चित्रपट उद्योगाने उगाच माझे भय बाळगू नये.''**

ज्याच्याबद्दल गेली चार वर्षे काहीही ऐकिवात नव्हते, त्या भारताच्या गुन्हेगारी जगातील डॉन दाऊद इब्राहिम कासकर याने एस. हुसेन झैदी यांच्याशी नुकतीच बातचीत केली. टेलिफोनवरून सलग ४५ मिनिटे एका गुप्त ठिकाणावरून विचारलेल्या प्रश्नांना उत्तरे दिली. परंतु दाऊदने पाकिस्तानच्या 'आयएसआय'संबंधी विचारलेल्या प्रश्नांना उत्तरे देणे टाळले. तसेच मुंबईत झालेल्या बॉम्बच्या स्फोटमालिका आपण रचल्याचेही नाकारले. या मुलाखतीमधील वेचक वृत्त व

शेरे खालीलप्रमाणे :

- **तुम्ही सध्या जगाच्या कोणत्या भागात आहात?**

मला जगात कुठेही जाण्यात कसलीही अडचण येत नाही. याला अपवाद फक्त भारताची भूमी आहे. तिथे माझ्यावरती राजकीय हेतूंनी घातलेल्या खोट्या केसेस माझी वाट पहात आहेत.

- **परंतु बातम्या अशा आहेत की, तुम्ही कराचीत दडी मारून बसला आहात आणि तुमच्या हालचालींवरती पाकिस्तानच्या 'इन्टर सर्व्हिसेस इंटेलिजन्स' (आयएसआय) यांची सतत नजर असते.**

हंऽऽऽ! माझ्यावर कोण नजर ठेवते आहे, हे तुम्हाला कसे काय कळणार? ते काही तसे तुम्हाला थोडेच सांगतील? सांगतील का?

- **अशाही बातम्या आहेत की, तुम्ही कराचीत स्थावर जंगम मालमत्तेच्या व्यवसायात भरपूर गुंतवणूक केलेली असून आत्ता तुम्ही काही शॉपिंग प्लाझा बांधीत आहात?**

काय? हा सारा मूर्खपणा आहे!

- **त्या देशाबद्दल तुम्हाला काय वाटते?**

पाकिस्तान हे एक इस्लामी राष्ट्र आहे आणि त्यांचा जवळचा शेजारी हा भारत आहे; पण त्याबद्दल मला फारसे काही ज्ञान नाही.

- **तुम्ही तुमच्या टोळीच्या कार्यामधून निवृत्त झालात का? आता तुमची टोळी कोण चालवते?**

मुंबईतील अंडरवर्ल्डशी माझा थोडाच संबंध आला होता. मी कोणत्याही टोळीच्या कार्यात कधीच सामील झालो नव्हतो. तेव्हा टोळी चालवण्याचा प्रश्न उद्‌भवतोच कसा?

- **धमकावून खंडणी उकळणे इत्यादीबद्दल आणि तुमचे सध्या विस्तारत जाणारे अमली पदार्थांचे जाळे याबद्दल तुम्ही काय सांगू शकाल?**

नॉन्सेन्स! मी कधीच कोणाची पिळवणूक करून पैसा गोळा केला नाही. माझ्यावरचे हे सारे आरोप निरर्थक आहेत.

- **आणि तुमच्या अमली पदार्थांच्या व्यवसायाबद्दल काय म्हणाल?**

झैदी साहेब, मी तुमचा आदर करीत असल्याने असल्या असंबद्ध प्रश्नाबद्दल आपल्याला माफ करतो. उलट, अशा व्यवसायात जे कोणी आहेत त्यांच्याशी मी चुकूनही संबंध ठेवीत नाही. ते अमली पदार्थ आणि त्यांचा धंदा करणारे, अशा दोन्हींचा मला तिटकारा आहे.

- **एजाझ पठाण हा तुमच्यातर्फे अमली पदार्थांचे व्यवहार बघतो हे खरे आहे काय?**

रबिश! एजाझ पठाण हा माझा माणूस नाही. तो माझ्यातर्फे कोणताही व्यवसाय करीत नाही.

- **असे आहे तर मग तुमच्याविरुद्ध बरेच आरोप कसे व का केले जातात?**

मी सध्या भारतात नाही, हे तुम्हाला ठाऊक आहेच. कोणते सुसंस्कृत राष्ट्र हे आपल्या देशात आश्रय घेतलेल्या माणसाला अमली पदार्थांच्या व्यवसायात भाग घेऊ देईल? माझ्यावर एवढे अनेक आरोप असताना आणि सतत माझा द्वेष करताना भारतातील कायदा व न्यायव्यवस्थेला माझ्यावर अद्याप अमली पदार्थांच्या व्यवसायाबद्दल एकही आरोप ठेवता आला नाही. हे कसे काय? अगदी अलीकडेच माझ्यावर ठेवलेले आरोप हे राजकीय हेतूने प्रेरीत होऊन झालेले आहेत. परंतु माझ्याविरुद्ध दुष्ट प्रचार करणाऱ्यांना अमली पदार्थांविरुद्ध कारवाई करणाऱ्या आंतरराष्ट्रीय न्यायसंस्थांना फसवता आले नाही, हे लक्षात घ्या.

- **तुम्ही अजूनही स्वतःला एक देशभक्त भारतीय समजता काय?**

ज्या देशात एखाद्याचा जन्म झाला, जिथे त्याचे कुटुंबीय व आई रहात आहेत, त्या देशाबद्दल त्याला काय वाटत असेल, याचा जरा विचार करा. मी नुसताच भारतात जन्मलो व वाढलो असे नाही, तर भारतातील अनेक लोकांना मी त्यांचा एक 'भाई' आहे असे वाटते.

- **असे आहे तर मग मुंबईत स्फोटमालिका घडवून सुमारे ३०० जणांचे प्राण घेण्याचे कारस्थान तुम्ही का रचलेत?**

माझे जे भारतीय चाहते आहेत त्यांच्यात व माझ्यात दुरावा निर्माण करण्यासाठी अशा बॉम्बस्फोटांचे कारस्थान केले गेले आहे. मी सुरुवातीलाच तुम्हाला सांगितले की, मुंबईतील स्फोटमालिकांशी माझा बिलकूल संबंध नाही. दररोज कोणत्या ना कोणत्यातरी वृत्तपत्रात त्या बॉम्बस्फोटांचा उल्लेख केला जातो; पण ज्यांनी बाबरी मशीद पाडली आणि १४ कोटी भारतीय मुस्लिमांचे भारतातील भवितव्य डागाळले, त्यांचा मात्र धिक्कार केला जात नाही.

- **ठीक आहे! पण मग मला सांगा की, तुम्ही चित्रपट उद्योगातील लोकांना जीवे मारण्याच्या धमक्या का देता?**

हे चमत्कारिकच आहे! चित्रपट उद्योगातील लोकांना मी हे सांगतो की, त्यांनी उगाच माझी भीती बाळगू नये. तसेच जे कोणी माझ्या नावाने घाबरवून सोडतात ती माझी माणसे नाहीत.

- **चित्रपट उद्योगामध्ये तुमचे कोणकोण मित्र आहेत?**

परस्परांबद्दल आदरभाव ठेवण्याच्या आधारावरती मी त्या व्यवसायातील अनेकांशी मैत्री ठेवली आहे. आताच्या संशयखोर वातावरणात मी त्यांची नावे सांगणे हे

उचित ठरणार नाही.

- **गुलशन कुमार यांच्या हत्येची तुम्हाला जाणीव असेलच.**

मुंबईमधून 'रॉयटर' वृत्तसंस्थेने त्याबद्दलची हकिगत प्रसिद्ध केल्यानंतरच मला ते समजले.

- **अबू सालेमने ती हत्या तुम्हाला न कळवता केली, हे खरे आहे काय?**

तुम्ही काय बोलता ते मला समजत नाही. वृत्तपत्रे आणि मुंबईतील पोलीस यांनी याबद्दल लोकांपुढे जाहीर वाच्यता केली पाहिजे. कारण त्यांनाच या प्रकाराची संपूर्ण माहिती आहे. हीच महत्त्वाची माणसे संपूर्ण हत्येचे गूढ उकलू शकतात. मुंबईत होणाऱ्या प्रत्येक मृत्युबद्दल मलाच जबाबदार धरायचा उद्योग पोलिसांनी आता थांबवावा. बरे झाले, मी १९४७ साली भारतात नव्हतो. नाहीतर त्या वेळी झालेल्या फाळणीबद्दलही मलाच दोष दिला असता!

- **तुम्ही चित्रपटांना भांडवल पुरवता का?**

नाही.

- **नदीमबद्दल आपल्याला काय वाटते? तो निष्पाप आहे, का दोषी आहे?**

मुंबई पोलिसांचा ऱ्हास होत चालला आहे. माझ्या आठवणीप्रमाणे मी त्याला कधीही भेटलो नाही. कोणीतरी मुंबई पोलिसांना सुनावले पाहिजे की, त्यांनी भ्रामक गोष्टींचा मागोवा घेण्याचे सोडून द्यावे.

- **मुंबईच्या पोलिसांबद्दल आपण काय सांगाल? एन्काउंटरमध्ये ठार करणे हा प्रकार तुम्हाला मान्य आहे का?**

मुंबई पोलिसांचा ऱ्हास होत चालला आहे. एके काळी हेच पोलीस खाते देशातील सर्वश्रेष्ठ मानले जायचे. आता ते खोट्या केसेस तयार करतात आणि खोट्या चकमकीत निष्पाप माणसांना ठार करतात. मुंबईतील नागरिकांचा पोलिसांबद्दलचा आदर वेगाने संपत चालला आहे.

- **कोणता राजकीय पक्ष तुम्हाला जवळचा वाटतो?**

यावर दिलखुलासपणे सांगायचे झाल्यास बाबरी मशीद पाडण्याआधी माझे राजकीय दृष्टिकोन हे उदार होते. त्या वेळी दोन राजकीय पक्षांबद्दल मी आदर बाळगीत होतो, त्यांची भलावण करीत होतो. पण बाबरी मशीद पाडल्यावरती माझे राजकीय मत असे कठोर बनले आहे की, भारतातील मुस्लिमांनी 'मुस्लीम लीग' या पक्षासोबतच रहावे.

- **गवळी आणि राजन यांच्याबद्दल काय म्हणाल?**

कोण म्हणालात?

- **अरुण गवळी आणि छोटा राजन. तुमचे व्यावसायिक स्पर्धक, जे तुमच्या जिवावर उठले होते.**

सर्वसामान्य मुंबईकरांची त्यांच्याबद्दल जी मते आहेत तीच माझीही आहेत. कारण माझ्या मते ते दोघे फक्त रस्त्यावरचे मवाली आहेत. त्यांनी मला कितीही आव्हान दिले तरी मी त्यांच्याकडे लक्ष देत नाही. हत्ती कधी भुंकणाऱ्या कुत्र्यांना किंमत देतो का?

- **तुमचा आश्विन नाईकला पाठिंबा आहे का?**

  नाही!

- **तुम्हाला तुमच्या क्षेत्रातला दादा किंवा डॉन म्हटले तर आवडेल काय? तसेच सर्वसामान्य माणसांना जे सांसारिक सुख आपल्या पत्नीबरोबर व मुलांबरोबर मिळते ते तुम्ही गमावले आहे काय?**

  मी एक बिझनेसमन आहे; दादा किंवा डॉन नाही. माझ्या कौटुंबिक जीवनाबद्दल म्हणाल, तर मी त्यात सुखी आहे आणि कशापासूनही मी वंचित नाही.

- **परत भारतात येण्याबद्दल तुम्ही कधी विचार केला आहे काय?**

  अनेकवार तसा विचार केला. जर भारत सरकारने माझ्यावरील, माझ्या मित्रांवरील आणि कुटुंबावरील खोट्या केसेस काढून घेतल्या तर मी लगेच पहिले विमान पकडून मुंबईला येईन! मग मी जामा मशिदीत जाऊन प्रार्थना करून आभार प्रकट करेन.

दाऊदने दिलेली ही शेवटची मुलाखत. त्यानंतर त्याने अद्याप कोणालाही मुलाखत दिली नाही. कदाचित यानंतर त्याने काही पत्रकारांशी बोलणी केली असेल; पण ती त्याने प्रसिद्ध करू दिली नाहीत. त्याच्याशी मी अनेकवार संभाषण केले. त्यावरून माझे असे मत झाले की, तो एक बुद्धिमान, कोट्या करणारा आणि मृदू बोलणारा माणूस आहे. त्याच्या बोलण्यात मला शांतपणा, एक मूळचा सौम्य स्वभावाचा पाया दिसून आला. बोलताना तो कोठेही तोल जाऊ देत नाही की चिडून बोलत नाही. त्याच्या बोलण्यात एका दादाचा उद्धटपणा, सामर्थ्याचा गर्व प्रकट होत नाही. त्याचे जे पोलीस खात्यातील खबऱ्यांचे जाळे आहे, त्याबद्दलचा विषय तो टाळतो. तसेच त्याचे जे स्वत:चे हेरखाते आहे, त्याबद्दल चुकूनही तो उच्चारीत नाही.

आपली कोणीही खोटी निंदा केलेली दाऊदला आवडत नाही. कोणीही आपली नकारात्मक प्रतिमा रंगवू नये, असे त्याला वाटते. आउटलुक मासिकाने तयार केलेली त्याची प्रतिमा त्याला आवडली नाही. त्याला आपल्या साम्राज्याचा बादशहा, डॉन व्हायचे होते. कारण मुंबईतील डोंगरी भागातून वाढलेल्या या मुलाने पुढे; मोठेपणी हाजी मस्तान, करीम लाला आणि बाशू दादा यांना आणि धिप्पाड पठाण मंडळींनाही मागे सारले. आपल्या कौशल्याने आणि काही प्रमाणात नशिबाने तो त्याच्या विश्वात एकमेव असा बनला, एक्का बनला. बाकी कथा ही व्यक्तींची आणि त्यांनी उभ्या केलेल्या विश्वाची आहे.

भाग एक

१
बडा दादा

ताकद ही बंदुकीच्या नळीतून उगम पावते. याबद्दल तुम्ही दाऊद हसन इब्राहिम कासकर याला विचारा. तो केवळ अशी ताकद बाळगून नव्हता, तर अशी ताकद सर्वत्र अस्तित्व दाखवून देणारी असते, याचा तो स्वत:च एक जिवंत पुरावा बनला होता. असा हा आपल्या टोळीचा दादा – डॉन शेवटी देशाबाहेर गेला व पाकिस्तानात कुठेतरी लपून रहात जगू लागला. गुन्हेगारी जगाचे नेतृत्व करणारा दाऊद इब्राहिम हा आता या ग्रहावरचा 'मोस्ट वॉन्टेड' माणूस बनला आहे. कुविख्यात गुन्हेगारी जगातील एक अस्त्र बनला आहे. २००४मध्ये तर अमेरिकेच्या सरकारी 'ट्रेझरी डिपार्टमेंट'ने त्याला 'एक दहशतवादी' म्हणून घोषित केले. जगभर पसरलेल्या दाऊदच्या हस्तकांच्या भुवया कधीही प्रश्नार्थक होत नाहीत. एवढे ते याबाबतीत आज्ञाधारक आहेत. असे म्हटले जाते की, परत एकदा अमेरिकेने त्याची 'गुन्हेगारी जगातील एक्का' अशी संभावना केल्याने, त्याला पार अमेरिकेच्या राष्ट्राध्यक्षांच्या बरोबर नेऊन ठेवले आहे.

आजवर दाऊदने बांधलेली आपली सर्व निवासस्थाने ही 'व्हाइट हाउस' या नावाने बांधली आहेत. १९९४पर्यंत असे त्याचे एक 'व्हाइट हाउस' दुबईमध्ये होते. जेव्हा त्याने आपला मुक्काम कराचीला हलविला, तेव्हाही त्याने तिथल्या आपल्या निवासस्थानाला हेच नाव दिले. हे त्याचे नवीन मुख्यालय होते. असेच त्याचे आणखी एक 'व्हाइट हाउस' लंडनमध्ये आहे. त्याच्या पहिल्या व्हाइट हाउसमध्ये दाऊद अनेक देशांशी व्यवहार करायचा, सौदेबाजी करायचा. तो ज्या व्यक्तीशी व्यवहार करायचा, त्या नेहमीच संशयास्पद असायच्या. आणि बहुतेक देशातील काळ्या पैशात भर टाकणाऱ्या असायच्या. विविध गुन्ह्यांसाठी भारताला दाऊद हवा आहे. त्या गुन्ह्यांत १९९३मध्ये मुंबईत झालेली स्फोटमालिका त्याने रचून घडविली,

हाही एक गुन्हा आहे. त्या स्फोटमालिकांमध्ये २५७ व्यक्ती मृत्यू पावल्या आणि अन्य ७०० जण जखमी झाले. मुंबईत २६ नोव्हेंबरच्या ताज हॉटेलवर झालेल्या हल्ल्यालाही त्याने आपले साहाय्य दिले, असाही त्याच्यावर आरोप ठेवलेला आहे.

१९८६मध्ये दाऊदने भारत सोडला. त्यानंतरच्या वर्षांत या दादाने पुन्हा आपल्या देशात येण्याचा प्रयत्न अनेकदा केला. नाइलाजाने दुबईला गेल्यावर त्याने तिथे आणि शारजामध्ये आपल्याभोवती भारत निर्माण करण्याचा प्रयत्न केला. त्यासाठी तो बॉलिवूडच्या नटनट्यांना करमणुकीसाठी तिथे आणायचा. तसेच क्रिकेटर मंडळींनाही पार्टीला बोलावयाचा. त्यांच्याबरोबर त्याचे नेहमी विचारविनिमय चाले. पैशाच्या साहाय्याने तो त्यांना आज्ञा देई.

दाऊदने आपली जीवनशैली अत्यंत आकर्षक अशी ठेवली होती. आपले घर त्याने मूळच्या घरासारखे सुशोभित केलेले होते. भारतात परत येण्यासाठी तो नेहमी काही जणांकडे चाचपून पहायचा. त्या काही जणात त्याच्या मर्जीतले राजकीय नेते होते. त्यांच्यामार्फत त्याचे परतीचे प्रयत्न व्हायचे. एक प्रयत्न फसल्यावर तो दुसरा प्रयत्न करायचा. असे सतत चालत राहिले होते.

१९९३मध्ये मुंबईत स्फोटमालिका घडली. तेव्हा दाऊदला कळून चुकले की, आता आपण परत आपल्या मायदेशात – भारतात परतू शकत नाही. शेवटी त्याने आपल्या मायदेशाची नाळ कापून टाकली. स्फोटमालिकेतील आरोपीपैकी एक आरोपी म्हणून दाऊदचे नाव घेतले गेल्यावर त्याची खात्रीच पटली की, आता आपले मागचे दोर कापले गेले आहेत. १९९२नंतर दाऊद आंतरराष्ट्रीय पातळीवर प्रसिद्धीस येऊ लागला. तेव्हापासून स्थावर जंगम मालमत्तेचा व्यवसाय, सोने, चांदी आणि इलेक्ट्रॉनिक्स वस्तूंची तस्करी आणि अमली पदार्थांचा व्यापार यांत प्रामुख्याने त्याचे नाव घेतले जाऊ लागले.

दाऊदचे मुंबईवरती प्रेम होते. मुंबई शहर त्याला खूप आवडायचे. कारण तो लहानपणापासून या शहरात वाढला होता. या शहरातील जगण्याच्या धडपडीत प्रतिकूल परिस्थितीवरती मात करण्यातला आनंद त्याने घेतला होता. त्या उलट पाकिस्तान त्याला खुणावून बोलवत होते, त्याला आश्रय देण्याचे वचन देत होते. एक नवीन नाव, नवीन ओळख, नवीन पासपोर्ट व नवीन आयुष्य असे बरेचकाही त्याला मिळत होते; पण यात एक गोम अशी होती की, या बदल्यात त्याला पाकिस्तानच्या हातातील बाहुले बनून रहावे लागणार होते; पण अखेर तो दाऊद होता. निदान त्याला तसे त्या वेळी वाटले असावे म्हणून आपली प्रिय मुंबई सोडून त्याने आंतरराष्ट्रीय सरहद्दी ओलांडण्याचा मार्ग निवडला.

अशा रीतीने भारताचा कट्टर शत्रू पाकिस्तानबरोबर दाऊदचा नवीन प्रवास सुरू झाला. पाकिस्तान व भारत यांच्या संबंधातील समीकरणे गेल्या चाळीस वर्षांत दोन

व्यक्तींमुळे बदलली गेली. त्यातला एक दाऊद इब्राहिम हा आहे आणि दुसरी व्यक्ती पाकिस्तानचा माजी अध्यक्ष जनरल झिया उल हक ही आहे. जनरल झियाने काश्मीरला 'सलाफी इस्लाम'ची देणगी दिली आणि भारतातील काश्मीरला, सूफी काश्मिरींना अधिक दहशतवादी बनवले. तर दाऊदमुळे दोन देशातील संबंध एवढे ताणून बिघडले की, आता त्यात तडजोड होणे अशक्यप्राय झाले आहे.

अशी ही परिस्थिती म्हणजे एक नेहमीचा विनोद झाला आहे. भारत सरकार दाऊदला अटक करून तुरुंगात टाका, असे पाकिस्तानला नेहमी ओरडून सांगते, तर पाकिस्तान मात्र "आमच्याकडे दाऊद नाही" असे त्यावर प्रत्युत्तर देते. पण त्याचबरोबर पाकिस्तान दाऊदचा उपयोग हा आपल्या हातातील एक हुकूमाचे पान म्हणूनही करून घेते आहे आणि वेळप्रसंगी ते पान भारताविरुद्ध वापरते. दोन्ही देशांना हे ठाऊक आहे की, दोन्ही देशांच्या संबंधात शांतता निर्माण होण्यासाठी 'दाऊद' ही किल्ली काम करू शकेल.

कराचीमध्ये दाऊद प्रथम क्लिफ्टन भागातील एका बंगल्यात राहू लागला. ते त्याचे स्थानिक 'व्हाइट हाउस' होते. परंतु दाऊदच्या कुटुंबात मोईन हा मुलगा आणि त्याआधीच्या महरूख, महरीन आणि माझिया अशा तीन मुली असल्याने दाऊदने सर्वांसाठी एक मोठी वास्तू बांधली. ही वास्तू पूर्वीच्याच बंगल्याजवळ त्याने बांधली. आपला मुलगा मोईन या वारसाचा गौरव करण्यासाठी त्याने 'मोईन पॅलेस' हे नाव नवीन बंगल्याला दिले. शिवाय बऱ्याच वर्षांनी त्याला हे पुत्ररत्न प्राप्त झाल्याने त्याला आनंद होणे साहजिकच होते. आजमितीस 'मोईन पॅलेस' हा एक अत्यंत कडक सुरक्षा व्यवस्था असलेला बंगला आहे. तिथे 'कराची रेंजर्स'मधील तुकडी चोवीस तास पहारा देत असते. त्या बंगल्यात स्वरोव्हस्की स्फटिकापासून बनवलेल्या अनेक शोभेच्या वस्तू विपुल प्रमाणात आहेत. बागेत एक धबधबा बांधलेला आहे, एक टेनिस कोर्ट आहे, एक बिलिअर्ड कोर्ट आहे आणि जॉगिंग करण्यासाठी एक मार्गही तयार केलेला आहे. अशा त्या आलिशान 'मोईन पॅलेस' बंगल्यात दाऊदचे फक्त खास पाहुणेच उतरू शकतात. बाकीच्या कमी महत्त्वाच्या पाहुण्यांना बंगल्याजवळ बांधलेल्या गेस्ट हाउसमध्ये उतरवले जाते.

दाऊद एखाद्या राजासारखा रहातो आहे, हे यावरून उघडच दिसते आहे. त्याच्या अंगावरचे सूट हे त्याने लंडनमधील महागड्या 'सॅव्हाइल रो' या दुकानातून खरेदी केलेले असतात. विविध प्रकारच्या घड्याळांचा संग्रह करण्याचा त्याला छंद आहे. त्याच्या हातातील मनगटी घड्याळ हे खास 'पाटेक फिलीप रिस्टवॉच' आहे. कधीकधी तो हिरे जडवलेले 'कार्टिअर' कंपनीचे घड्याळ वापरतो. तशा मनगटी घड्याळांची किंमत ही अर्थातच काही लाखात असते. दाऊद 'ट्रेझर' कंपनीच्या उंची सिगारेट ओढतो आणि 'मेसराटा' कंपनीचे गॉगल्स लावतो. त्याचे पायातील बूट हे

'बाली' कंपनीने बनवलेले स्पोर्ट्स शूज आहेत. त्याच्या पेनावरतीही हिऱ्याचे खडे बसवलेले आहेत. त्याची किंमत पाच लाख रुपयांच्या पुढे आहे. त्याच्याकडे मोटार गाड्यांचा एक मोठा ताफा आहे; पण तो फक्त काळ्या रंगाच्या व बॉम्बस्फोटाला दाद न देणाऱ्या मर्सिडिझ गाडीत बसून फिरतो. जेव्हा तो हालचाली करतो किंवा कुठे जायला निघतो, तेव्हा त्याच्याभोवती पाक रेन्जर्सनी कडे केलेले असते. खरोखर त्याची सुरक्षा व्यवस्था ही पाकिस्तानच्या अध्यक्षाला लाजवेल अशी आहे.

परंतु जगातील सर्व संपत्ती जरी तुमच्याकडे एकवटली, तरी रात्रीची शांत झोप लागणे, हे त्यावर अवलंबून नसते. दाऊदला निद्रानाशाचा विकार आहे. दिवसातील थोडा वेळ सोबत कोणी नसताना तो मोठ्या कष्टाने घरी येऊन झोप काढतो. आणि संध्याकाळी कामे करायला लागतो. तो नेहमी आपल्या पाकिस्तानी राजकारणी लोकांसाठी, सरकारी अधिकाऱ्यांसाठी आणि एका माजी पाकिस्तानच्या पंतप्रधानासाठी 'मुजरा' हा नाचाचा करमणुकीचा कार्यक्रम ठेवतो. या पंतप्रधानाने पूर्वी दाऊदची खूप काळजी घेतली होती.

त्याच्या या भक्कम बंगल्यात जे कोणी त्याला भेटले ते सांगतात की, सर्व पाकिस्तानी प्रांतांचे मुख्यमंत्री दाऊदच्या भेटीसाठी त्याच्या वेटिंग हॉलमध्ये ताटकळत नंबर लावून बसलेले असतात. ज्यांना कोणाला त्याची काही तास वाट पहावी लागते, ते त्याविरूद्ध थोडीशीही कुरकुर करीत नाहीत. कारण दाऊदबरोबर आपली एक भेट झाली, तर आपले दैव पालटू शकते, याची त्यांना खात्री असते.

पाकिस्तानात विविध स्थळी दाऊदने आपली स्थावर जंगम मालमत्ता करून ठेवली आहे. 'खवयाबाने शमशीर एरिया' आणि कराचीतील हमरस्त्यावरील 'शाह राहे फैजल' येथे त्याच्या वास्तू आहेत. शिवाय लाहोरमध्ये 'मदिना मार्केट' येथेही एक इमारत आहे. पेशावर जवळील 'ओर्कझाई' येथेही त्याचे एक घर आहे. पाकिस्तानातील नटनट्यांकडे तर दाऊद जातीने लक्ष देतो आणि त्यांचे नको तितके मनोरंजन करू पहातो.

जरी दाऊद पाकिस्तानात रहात असला, तरी तो भारतातील आपल्या माणसांना नेहमी फोन करीत असतो. काही दिवसांपूर्वी भारतीय चित्रपट सृष्टीतील बडी मंडळी व काही गुटखा उत्पादक यांनी आपल्या वादात निकाल देण्यासाठी दाऊदला लवादाची भूमिका पार पाडण्याची गळ घातली होती. मुंबईतील इस्टेट व्यवसायापासून विमानकंपन्या चालवणाऱ्यापर्यंत अनेक जण दाऊदचे चिन्ह जणूकाही अदृश्यपणे मिरवीत असतात. त्यामुळे दाऊदने मुंबईवरील आपली पकड सैल केली नाही, असेच म्हणावे लागेल. तो स्थावर इस्टेट व्यवसायातील अनेक प्रकल्प आणि मुंबईतील अनेक कंपन्या आपल्या रिमोट कंट्रोलद्वारे चालवीत असतो. भारतातील पोलीस अधिकारी व राजकारणी व्यक्ती ह्या दाऊदच्या संपर्कात अजूनही आहेत.

दाऊदच्या टोळीशी असलेले संबंध उघड झाल्याने अनेक पोलीस अधिकाऱ्यांना आपल्या नोकऱ्या गमवाव्या लागल्या आहेत.

दाऊदची उंची ५ फूट ११ इंच असून त्याची नजर भेदक आहे, धडकी भरवणारी आहे. दाऊदचा प्रभाव पडून लोक त्याचे अंकित कसे होतात, त्याचे व्यक्तिमत्त्व, त्याचे बोलणे, आपले म्हणणे पटवून देण्याची त्याची मोहक हातोटी हे सारे एखाद्या चित्रपटातील हीरोसारखे असते.

दाऊदचा जन्म २६ डिसेंबर १९५५ रोजी झाला असल्याने आजमितीस तो ५७ वर्षांचा आहे. त्याची चेहरेपट्टी आता पार बदलून गेली आहे. त्याच्या डोक्यावरचे बरेच केस गळून पडले आहेत. तसेच, पूर्वीसारखा तो आपल्या ओठांवर जाडजूड मिशा आता ठेवीत नाही. कारण त्याच्या पूर्वीच्या वैशिष्ट्यपूर्ण मिशांमुळे तो ओळखू यायचा व त्याला आता सतत जीवघेण्या धमक्या येऊ लागल्याने, त्याने मिशांमध्ये बदल करून आपला चेहरा बराच बदलला. त्याच्या त्या जाडजूड मिशांमुळे पूर्वी त्याला 'मुछ्छड' म्हणून मुंबईच्या गुन्हेगारी जगात संबोधले जायचे. सुबत्ता व वय वाढल्याने त्याची कंबर आता वाढली आहे. तसेच त्याचे पोटही सुटलेले आहे. ते जरी कळून येत असले, तरी फार सुटलेले नाही, हेही तितकेच खरे. ५७ वर्षे वयाचा दाऊद अजूनही प्रकृतीच्या दृष्टीने दिसायला ठीकच वाटतो.

'डी कंपनी'चा हा मालक कित्येक पटीने अब्जाधीश आहे. असे म्हटले जाते की, त्याची समांतर अर्थव्यवस्था ही पाकिस्तानला तगवून धरते आहे. असेही म्हटले जाते की, इ.स.२०००मध्ये दाऊदने पाकिस्तानच्या 'सेंट्रल बँके'ला आर्थिक संकटात बुडण्यामधून वाचवले. दाऊदचा आर्थिक व्याप किंवा पसारा हा काही अब्ज रुपयांचा असावा असा अंदाज केला गेला आहे.

दाऊदचे गुन्हेगारी जगातील लागेबांधे हे अफाट पसरलेले आहेत. त्याचे उद्योग-व्यापार हे भारत, नेपाळ, पाकिस्तान, थायलंड, दक्षिण आफ्रिका, इंडोनेशिया, मलेशिया, इंग्लंड, युएई, सिंगापूर, श्रीलंका, जर्मनी, फ्रान्स अशा अनेक देशांत विस्तारलेले आहेत. शिवाय अमली पदार्थांचा व्यापार व वितरण यांसाठी आणि जुगाराच्या अड्ड्यांकरिताही त्याने 'फ्रँचायजीस' दिलेल्या आहेत. त्यातून मिळणारे उत्पन्न वेगळेच आहे.

कराचीमध्ये दाऊद इब्राहिम हा एक अनभिषिक्त राजा आहे. शहरातील बंदुका व तत्सम शस्त्रास्त्रे यांचे उद्योग, स्टॉक एक्स्चेंज, समांतर पतसंस्था आणि अनेक स्थावर जंगम मालमत्तेचे व्यवहार करणाऱ्या कंपन्या यांमध्ये दाऊदचा हात असतो व त्यावर त्याचे नियंत्रण असते. परदेशी चलनाचे मार्केट आणि हवाला पद्धत यांमध्येही त्याच्या व्यापारी उलाढाली चालत असतात. पाकिस्तानातील 'सेहगल ग्रुप'च्या उद्योगात त्याने फार मोठ्या प्रमाणात गुंतवणूक केलेली आहे. आणि सेहगल

बंधूंपैकी एका बंधूंचा जावई जावेद मियाँदाद हा दाऊदच्या निकटवर्तीयांपैकी समजला जातो. जावेद मियाँदादचा मुलगा जुनैद याच्याशी दाऊदने आपली कन्या महरूख हिचे लग्न लावून दिले आहे.

दाऊद तेरा अन्य नावांनी ओळखला जातो. त्यातले एक नाव 'शेख दाऊद हसन' हे आहे. पाकिस्तानात तो याच नावाने ओळखला जातो. काही जण त्याला 'डेव्हिड' किंवा 'भाई' या नावानेही संबोधतात. तो मुंबईत किंवा दिल्लीत असल्यावर आपल्या मित्रांशी संपर्क साधीत असे, तेव्हा ते मित्र दाऊदला 'हाजी साहेब' किंवा 'अमिरसाहेब' या नावांनी संबोधीत.

दाऊद टोळीचे मुंबईत अनेक व्यवसाय आहेत. अन् असे समजले जाते की, एकट्या मुंबईत या व्यवसायांत अब्जावधी डॉलर्सची उलाढाल केली जाते. त्यातले बरेचसे व्यवहार बॉलिवूडमधील आहेत आणि स्थावर जंगम इस्टेटीबाबतचे आहेत. असेही मानले जाते की, हवाला यंत्रणेवर दाऊदचे बरेचसे नियंत्रण असते. त्यामुळे अनधिकृत मार्गाने परदेशात पैसे पाठवणे, आणणे ही कामे केली जातात. अधिकृत यंत्रणांना याचा पत्ताही नसतो. या मार्गाने होणाऱ्या उलाढाली एवढ्या प्रचंड आहेत की, या व्यवसायातील 'वेस्टर्न युनियन' आणि 'मनीग्राम' या संस्थांचे एकत्रित व्यवहारही कमी पडतील.

एकविसाव्या शतकातील व्यावसायिकांमध्ये दाऊद हा सर्वोच्च स्थानावरचा आहे. तो आपल्या स्पर्धकांबाबत अत्यंत क्रूर असतो, तर त्याच्याशी निष्ठा दाखवणाऱ्याबाबत तो अंत्यत उदारपणे वागतो. आपल्या स्वत:च्या टोळीतील अधिकाऱ्यांशी, इतर टोळ्यांच्या दादांशी, दहशतवाद्यांचे जाळे, पाकिस्तान सरकारमधील उच्चपदस्थ आणि आयएसआय अशा सर्वांशी कसे संबध ठेवायचे हे त्याला चांगले समजते व जमतेही.

मागे वळून पहाता, दाऊद हा फरारी व एक गुन्हेगार होता; पण तरीही भारतीय कायदा यंत्रणेच्या बाहेर रहात आलेला आहे. त्याची भारतातील बरीचशी घरेही त्याने भारतीय कायद्याच्या कचाट्यातून वाचवलेली आहेत. जर त्याला पकडून भारतात आणले, तर त्याच्या पैशावर उभी राहिलेली साम्राज्ये ही धडाधड कोसळतील आणि अनेक दुष्कृत्ये उजेडात येतील, अनेक भानगडींवर प्रकाश पडेल. आत्ता दाऊदला एवढी सत्ता प्राप्त झाली आहे की, त्यामुळे तो पाकिस्तानलाच चिकटून राहील. अन् दाऊदची वृत्ती ही सतत पुढे अनंत काळपर्यंत चालत राहील. त्याच्या जाडजूड मिशा आणि ओठात खोचलेली सिगार हे त्याचे वैशिष्ट्यपूर्ण रूप चित्रपटात नेहमी वापरले जाईल. दाऊद हा नेहमीच भारत व पाकिस्तान यांच्यात एक चर्चेचा विषय राहील. हा माणूस नेहमीच सरकारच्या हातावर तुरी देऊन निसटणारा राहील. खरा दाऊद ही नेहमीच एक कथा रहाणार आहे. हे पुस्तक दाऊदबद्दल आणि त्याच्या विश्वाबद्दल शक्य तितकी माहिती देणारे आहे.

२

सुरुवातीची मुंबई : १९५०-१९६०

ज्योतीकडे किडे आकर्षित व्हावेत, तसे १९५०नंतर संबंध भारतातून मुंबईकडे लोक आकर्षित होऊन स्थायिक होण्यासाठी येऊ लागले. तुमच्यातील सुप्त गुणांना वाव देणारे शहर म्हणून मुंबईची ख्याती होती. ज्यांना येथेच राहून मोठे व्हायचे होते, त्यांचेही ही नगरी स्वागत करीत होती. येथे साधनसंपत्ती कमी पडत नव्हती, मग कितीही माणसांचे लोंढे येवोत, ते रिचवून घेतले जात होते. मुंबईची समृद्धी वाढत होती, सत्ता वाढत होती व तिचे महत्त्वही वाढत गेले. न्यू यॉर्क शहराकडे जसे विविध देशातील गरीब वर्गातील तरुण खेचले जायचे व ते त्या शहराला जसे कवटाळायचे, तसेच मुंबईच्या बाबतीत होत होते. माणसांच्या झुंडीच्या झुंडी येत होत्या. मध्य प्रदेशातील, उत्तर प्रदेशातील ग्रामीण भागातील तरुण वर्ग या शहरात येत राहिले. त्या वेळी मुंबईत बिहारी लोकांची संख्या कमी होती. कारण तोपर्यंत बिहारी लोक पोट भरण्यासाठी कलकत्त्याकडे (सध्याचे कोलकाता) जात असत. त्या वेळी कलकत्त्याला समाजवादी पद्धतीची रचना अधिक प्रभावी होती. त्यामुळे तेथे उद्योजकांच्या भरभराटीसाठी पोषक वातावरण कमी होते. मुंबईत तसे नव्हते. शिवाय मुंबई प्रथमपासून भारताची आर्थिक राजधानी होती. या शहराला पूर्वीपासून 'संधी देणारी भूमी' म्हणून संबोधले जात होते. शेतात नांगर धरण्यासारखी नेहमीची कामे सोडून येथे आलेल्या उत्तर भारतीयांनी आपली मुळे येथे रुजवली. ती तरुण माणसे मुख्यत्वेकरून अलाहाबाद, कानपूर, रामपूर आणि जौनपूर या उत्तर प्रदेशातील शहरांमधील होती. त्या काळात दक्षिण मुंबईची लोकसंख्या ही अवघी दोन लाख होती.

उत्तर भारतीय लोक मुंबईत स्थलांतरित झाल्यावर ते आपापल्या झोपडपट्ट्या बांधून राहू लागले. या झोपडपट्ट्या ते जेथून आले ती गावे, खेडेगावे व शहरे

यांच्यानुसार निर्माण होत होत्या. हळूहळू त्या तरुणांच्या लक्षात आले की, येथे शिकल्याखेरीज आपला निभाव लागणार नाही. या सोनेरी शहरात प्रगती करायची असेल, तर शिक्षण घेतलेच पाहिजे. पण जो दुसरा एक निराश झालेला तरुणवर्ग होता तो एकदम जास्त पैसा मिळवून देणाऱ्या मार्गाकडे वळला. नेपोलियन हिल या संदर्भात म्हणतो, ''गरज ही शोधाची जननी असेल; पण ती गुन्हेगारीची जनकही आहे.''

त्या दिवसांत करण्यासाठी सर्वांत सोपे गुन्हे म्हणजे रात्री उशिरा आलेल्या प्रवाशांच्या किंवा कुटुंबांच्या किमती वस्तू लुटणे. खिसे कापण्याची कला अजून उदयास यायची होती, शिकली जायची होती व पूर्णत्वास पावायची होती. एखादे चमकदार पाते, मग ते चाकूचे असो; तलवारीचे असो किंवा खंजिराचे असो ते दाखवून मुंबईच्या नागरिकांना सहज घाबरवून सोडता येत असे. असे पाते पाहिल्यावर मुंबईकरांच्या पाठीवरून भीतीने घामाचे ओहोळ वाहू लागत. जेव्हा पहिले काही गुन्हे पचतात, तेव्हा मग ते गुन्हेगार अधिक धाडसी बनतात. त्यांचे ते यश पाहून मग अन्य तरुणही या धंद्यात उडी घेतात.

भायखळा पोलीस स्टेशनमध्ये त्या वेळच्या अशा गुन्ह्यांच्या नोंदी ठेवलेल्या आहेत. त्यामध्ये नन्हे खान हा अलाहाबादहून आलेला माणूस पहिला गुन्हेगार होता; तो 'हिस्ट्री शीटर' होता. तो एक लांबलचक सुरा दाखवून लोकांना लुबाडत असे.

लवकरच, म्हणजे १९५०नंतर अलाहाबादहून बरीच माणसे मुंबईत आली व तीही अखेर नन्हे खानच्या पावलावर पाऊल टाकून लूटमार करू लागली. त्यांच्या गटाला 'अलाहाबादी गँग' असे लोक म्हणू लागले. नन्हे खानच्या टोळीत वहाब पहिलवान व चिंका दादा हे त्याचे डावे-उजवे हात होते. चिंका दादाला तंत्रवैज्ञानिकदृष्ट्या बरेच काही कळत होते आणि त्याच्या टोळीच्या दादाला ज्याची स्वप्नातही कल्पना करता येणार नाही ते त्याला सहज सुचायचे. ते दोघे दोन-दोन गावठी पिस्तुले आपापल्या पट्ट्यात डावीकडे व उजवीकडे खोचून ठेवू लागले.

त्या काळात भायखळा हे मुंबईतील गुन्हेगारीचे केंद्र बनले होते. त्या काळातही भायखळ्यातील रहिवासी हे ख्रिश्चन किंवा मुस्लीम असत. भायखळा पोलीस स्टेशनने या दोघांच्या वस्त्यांचे दोन भाग करून टाकले होते. एक डावा भाग म्हणजे पूर्वेकडचा भाग. त्यात भायखळ्यातील प्राणिसंग्रहालय व रेल्वे स्टेशन मोडत होते. या भागात ख्रिश्चनांची संख्या जास्त होती, तर भायखळा पोलीस स्टेशनच्या उजव्या भागात, आत्ताचा साखळी स्ट्रीट हा भायखळा रेल्वे स्टेशनपर्यंत जायचा आणि त्यात नागपाडा हे भाग मोडत होते. नागपाड्यात मुस्लीम वस्ती जास्त होती.

दुसरी एखादी प्रतिस्पर्धी गँग अथवा टोळी असल्याखेरीज तुम्ही तुमची गँग बनवू शकत नाही. भायखळ्यातील टोळ्यांचे दादा नन्हे खान व वहाब पहिलवान

यांची नावे जणूकाही पोलिसांच्या रोस्टरमध्ये कायमची चिकटलेली होती. त्या वेळी तीन ख्रिश्चन बंधू भायखळ्यातील ख्रिश्चन लोकवस्तीतून नव्याने उदयास आले व ते लोकांच्या झोपा उडवू लागले. त्यांच्या टोळीच्या दादाचे नाव जॉनी होते व तो 'बडा जॉनी' या नावाने ओळखला जाई. बाकीच्या दोघांची नावे ही 'छोटा जॉनी' व 'चिकना जॉनी' अशी पडली. सर्वांत तरुण जो होता तो गोरटेलासा असल्याने त्याला 'चिकना' हे विशेषण चिकटले. अलाहाबादी गँग आणि जॉनी गँग यांच्यात नेहमी संघर्ष होत असे आणि मग कधी यांच्यात एक छोटे युद्धही होई.

पण जेव्हा गँग अशा रस्त्यातील मारामारींपासून पठाणांच्या साहाय्याने अमली पदार्थांच्या व्यापारापर्यंत मजल मारू लागली, तेव्हा रस्त्यावरच्या मारामाऱ्या संपल्या व त्या पातळीवरती काही काळ भायखळ्यात एक पोकळी निर्माण झाली. मग त्या भागात दोन नवीन गँग उदयास आल्या. कारण फार काळ पोकळी कुठे रहात नाही. त्या गँगना 'कानपुरी गँग' व 'रामपुरी गँग' अशी नावे पडली. या गँग फारशा मोठ्या होऊ शकल्या नाहीत. कारण वर जाण्यासाठी आवश्यक ती परिस्थिती तेथे नव्हती. पोलिसांनी लवकरच या दोन्ही गँगना झटपट अटक करून निष्प्रभ करून टाकले. रामपुरी गँगने मुंबईच्या गुन्हेगारी जगातून झटपट माघार घेण्यापूर्वी आपला एक अवशेष मागे सोडून दिला. तो होता एक लांब पात्याचा रामपुरी चाकू. खरे म्हणजे तो चाकू नव्हता, ती एक घडीची सुरी होती. त्याची एक बाजू अत्यंत धारदार होती. घडी करून तो चाकू विजारीच्या खिशात ठेवता येई. वेळ पडल्यास बाहेर काढून तो झटकन छातीत अथवा पोटात खुपसता येत असे व शरीर फाडता येऊन दोन भाग करता येई. आजमितीसही त्याचे नाव 'रामपुरी चाकू' असेच आहे. ते बदलले गेले नाही. मुंबईतील नवख्या गँगस्टरचे ते पहिले शस्त्र असे.

परंतु ह्या टोळीयुद्धांनी कधीही हिडीस स्वरूप धारण केले नाही किंवा जातीयवादी स्वरूपही त्यातून निर्माण झाले नाही. सरतेशेवटी १९५५नंतर ती जॉनी गँग जातीय उन्मादामुळे दुसऱ्या गँगमध्ये, इब्राहिम गँगमध्ये विलीन झाली. जेव्हा अलाहाबादी गँगने किरकोळ गुन्ह्यांमधून आपले अंग काढून घेतले, तेव्हा ती जागा इब्राहिम दादाने घेतली व तो नवीन गँगना केवळ आपल्या प्रभावामुळे जबरदस्ती करीत दडपू लागला. तो वर येऊ देईना. प्रतिस्पर्धी गँग म्हणजे कानपुरी, जौनपुरी व रामपुरी या गँगमध्ये काही शिकलेले तरुण होते. तर इब्राहिम दादा हा त्याच्या गँगमधला पहिला मॅट्रिक झालेला माणूस होता. तो चांगले कपडे घाली व इंग्रजीत बोलू शके.

जे गँगस्टर लोकप्रिय असतात त्यांच्याभोवती नेहमी एक आकर्षक वलय असते. लोकांवर त्या वलयाची भुरळ पडते. इब्राहिम दादाचेही असेच होते. तो एकदा पेडर रोडवरच्या अमेरिकन दूतावासात एका मित्राला भेटायला गेला होता. तिथे त्याची तिथल्या स्वागतिकेशी गाठ पडली. तिचे नाव मारिया होते. ती गोरी

होती व तिला इब्राहिमच्या रांगड्या वागण्याचे आकर्षण वाटले. त्याचा तो उंच, रांगडा व पीळदार देह तिला आवडला. ती त्याच्यावर बघताक्षणीच भाळली. ते तिचे 'लव्ह ॲट फर्स्ट साइट' असे होते. लवकरच मारिया साखळी स्ट्रीटवरील इब्राहिमच्या घराला वारंवार भेटी देऊ लागली.

बडा जॉनीच्या हेरांनी मारिया व इब्राहिम या दोघांच्या प्रेमप्रकरणाची बातमी बडा जॉनीच्या कानावर घातली. ती बातमी ऐकताच तो भडकला. त्याने ताबडतोब इब्राहिमची गाठ घेऊन त्याला बजावले, "तुम एक ख्रिश्चन लडकीको लेकर क्यूं बाहर जाते हो? तिला भेटणे ताबडतोब थांबव."

पण या दमदाटीचा इब्राहिमवरती काहीही परिणाम झाला नाही. तो उलट 'मुघले आझम' या चित्रपटातील गाणे शांतपणे म्हणू लागला, "जब प्यार किया तो डरना क्या, प्यार किया तो चोरी नही की, घुट घुट कर यू मरना क्या!" त्याचा असा प्रतिसाद पाहून जॉनी भयंकर चिडला व निराशही झाला. त्याने मग मारियाला दम भरून तिला घाबरवण्याचा प्रयत्न केला. तिच्या धार्मिक भावनांना आवाहन करून पाहिले. पण त्याचा काहीही उपयोग झाला नाही.

लवकर इब्राहिम व मारिया यांनी विवाह केला आणि तिने मग इस्लाम धर्म कवटाळला. हे कळताच जॉनी आणखीनच खवळला. त्या दोघांचे मीलन व तिचे नंतरचे धर्मांतर याने तो वैयक्तिकरीत्या दुखावला गेल्यासारखा झाला. त्याच्या अशा वागण्यामुळे त्याचा अध:पात होत गेला. कारण तोपर्यंत मुंबईतील गुन्हेगारांचे दादा हे आपल्या व्यवसायात कोणतीही जातीय भावना येऊ देत नव्हते.

जॉनीच्या टोळीतील मुस्लीम मुले टोळी सोडून इब्राहिमच्या गँगमध्ये सामील होऊ लागले. त्यामुळे जॉनीची टोळी कमकुवत होत गेली. शारीरिक बळात कमी पडू लागली. जॉनीच्या या अशा वागण्याची प्रसिद्धी होत गेल्याने त्याचे जे दलाल, एजन्ट्स मुस्लीम होते, ते आता त्याला आपल्यातला ठरलेला हिस्सा देईनासे झाले. ते मग सरळ इब्राहिमच्या टोळीच्या आश्रयाला गेले.

आता जॉनीने स्वत:च परिस्थिती हातात घेण्याचे ठरवले. एके दिवशी जेव्हा इब्राहिम एकटा होता, तेव्हा त्याने एका गटाच्या साहाय्याने बॉम्बे सेंट्रलपाशी त्याला एका कोपऱ्यात अडवले आणि त्याच्यावर लाठ्या, लोखंडी कांबी व चाकू यांनी हल्ला चढवला. इब्राहिमने सुरुवातीला खूप मार खाल्ला; पण लवकरच काही दिवसांत त्याने आपली राखीव ताकद बाहेर काढली व आपल्या माणसांना घेऊन जॉनीवर हल्ला चढवला. जरी जॉनी व जॉनीची माणसे त्या हल्ल्यातून निसटून गेली, तरी त्यांच्यापैकी काही जणांना जबरदस्त दुखापत झाली होती.

जॉनीला आता धडा शिकवायलाच पाहिजे, अशा ईर्षेने इब्राहिमने जॉनीला कामाठीपुऱ्यात एके दिवशी अडवले आणि एकट्याने आपल्याशी मारामारी करण्याचे

आव्हान दिले. त्या मारामारीत इब्राहिमने जॉनीला वाटेल तसे बेदम चोपले, शिवीगाळ केली आणि अक्षरश: मरणोन्मुख अवस्थेत सोडून दिले. इब्राहिमचा हा उलट वार चांगलाच परिणामकारक ठरला. जॉनी त्यानंतर कोणालाच दिसला नाही.

जॉनीच्या दोन्ही भावांचा असाच दुर्दैवी अंत झाला. छोटा जॉनी हा दुकानदारांना धमकावून संध्याकाळी त्यांच्याकडील गल्ल्यातून पैसे काढून घेत असे. हताश झालेले ते दुकानदार व्यवसायाने फक्त व्यापारी होते. प्रतिकार करण्यासाठी त्यांच्याजवळ पुरेसे बळ नव्हते की अधिक पैसा नव्हता. त्या दुकानदारांमध्ये एक बोहरा जातीचा दुकानदार होता. त्याने शेवटी वैतागून छोटा जॉनीला इंगा दाखवण्याचे ठरवले. त्यामध्ये आपला जीव गेला तरी बेहेत्तर अशी आपल्या मनाची तयारी त्याने केली होती. मग त्याने एक ओबडधोबड हत्यार तयार केले. एका काठीच्या टोकाला त्याने काही खिळे मारून ठेवले. छोटा जॉनी नेहमीप्रमाणे पैसे न्यायला आला होता. त्याचा आत्मविश्वास एवढा होता की, त्याने बरोबर कोणतेही शस्त्र बाळगले नव्हते. जॉनी आला तोच दारू पिऊन झिंगत-झिंगत अडखळत चालत. मग त्या दुकानदाराने आपल्या खिळ्यांच्या काठीने त्याला कठोरपणे तडाखे देण्यास सुरुवात केली. शेवटी छोटा जॉनी जमिनीवर कोसळला; तरीही तो तडाखे देतच राहिला होता. छोटा जॉनी रक्ताच्या थारोळ्यात निपचित पडला होता. शेवटी तो तिथेच मेला. नंतर साक्षीदारांनी सांगितले की, छोटा जॉनी मेला; तरीही तो दुकानदार त्याला तडाखे देत राहिला होता. हे पाहून बाकीचे दुकानदार आश्चर्यचकित झाले. बोहरा जमात ही गुजराती मुस्लिमांची जमात. ते बहुतेक सर्व जण जगाच्या कानाकोपऱ्यात जाऊन व्यापार करीत असतात. त्यांचा व्यवसाय अत्यंत शांतपणे ते करीत असतात. साधेसुधे असलेले हे व्यापारी क्वचितच हिंसक बनतात; पण हा दुकानदार आतमध्ये कुठेतरी मोडून पडला होता. त्या लूटमारीमुळे तो जबरदस्त दुखावला होता. पोलिसांनी त्याच्यावर मनुष्यवधाची केस केली; पण ती केस एवढी दुबळी करून ठेवली की, शेवटी त्याला सोडून द्यावे लागले.

चिकना जॉनी हा त्याच्या कुटुंबातला एक कॅसानोव्हा होता. तो शेवटी त्या अननुभवी टोळीचा प्रमुख झाला. तो आपल्या मैत्रिणींबरोबर एके ठिकाणी सहलीला गेला होता. तिथून तो कधीच परत आला नाही व त्याची जीवनकथा येथेच संपली. तो आपल्या मैत्रिणींना घेऊन गोराई बीचवर गेला होता. तिथे पोहताना बुडून त्याचा मृत्यू झाला. संपूर्ण जॉनी कुटुंबाचा असा विनाश झाल्याने त्यांची टोळी आपोआपच संपून गेली. मग त्या टोळीतील लोक दुसऱ्या टोळीत सामील झाले. आपली निष्ठा त्यांनी त्या-त्या टोळीशी ठेवली. त्या दुसऱ्या टोळ्या ह्या जौनपुरी गँग, काश्मिरी गँग आणि अशा काही किरकोळ टोळ्या होत्या.

दरम्यान इब्राहिम दादाला अन्य कोण्या एकाच्या खुनावरून अटक करून

पोलिसांनी त्याच्यावर खटला भरला. त्या खटल्यात त्याला जन्मठेपेची शिक्षा झाली. तरीही साखळी स्ट्रीटवरील त्याच्या घरात मारिया राहू लागली. तिने त्याच्या एका मुलालाही जन्म दिला. इब्राहिम दादा तुरुंगात, जॉनी दादा गायब झालेला आणि बाकी टोळ्यांची ताकद संपलेली, अशा परिस्थितीत नन्हे खानची अलाहाबादी टोळी पुन्हा डोके वर काढू लागली. त्या टोळीचा आकार वाढला, त्यातली माणसांची संख्या वाढली, पैसा वाढला, हालचालीही वाढल्या. आता ही टोळी नजरेत भरू लागली.

कामाठीपुरा हा मुंबईतला भाग टोळीवाल्यांना आपल्या व्यवसायासाठी आणि तात्पुरते शरीरसुख मिळविण्यासाठी आकर्षित करणारा होता. तिथल्या वेश्यावस्तीत एक काश्मिरी जुगाराचा क्लब होता. तो क्लब सुमतीलाल शाह हा चालवीत होता. तो हबीब काश्मिरी याचा सेक्रेटरी होता. हबीब हा काश्मिरी टोळीचा प्रमुख होता. अहमद काश्मिरी, अयूब लाला आणि फेरोझ लाला हे त्या टोळीतील साथीदार होते. ही टोळी कामाठीपुऱ्याच्या बाहेर आपली कामे करीत असे.

अयूब हा पोलिसांचाही खबऱ्या होता. ही गोष्ट त्याच्या टोळीतील बाकीच्यांना आवडत नसे. एकदा हबीबचा आणि अयूबचा झगडा झाला. त्या वेळी हबीबने आपल्या टोळीतील बाहेर फुटणाऱ्या बातम्या इतर टोळ्यांत जात असल्याबद्दल अयूबला जबाबदार धरून त्याला तंबी दिली. आपण केवळ पोलिसांची आपल्यावर मेहेरनजर राहावी म्हणून त्यांच्या खबऱ्याचे काम करतो, असे अयूब सांगू लागला. पण त्यामुळे हबीबचे समाधान झाले नाही. यावरून त्यांच्यात वितुष्ट आले व ती टोळी फुटली. दोघांच्या वेगवेगळ्या दोन टोळ्या झाल्या.

यानंतर सतत त्या दोन्ही नवीन टोळ्यांत श्रेष्ठ कोण यावरून संघर्ष उडे. याचा परिणाम म्हणून अहमद काश्मिरी याने अयूबची प्रेयसी पळवून नेली आणि अयूबने त्याचा बदला अहमदला ठार मारून घेतला. या दोन्ही टोळ्यांचा बराचसा वेळ हा अंतर्गत स्पर्धेत खर्च होत राहिल्याने मुंबईतील अन्यत्र असलेल्या टोळ्यांकडून शहरावर कब्जा मिळवणे चालू झाले.

३

मुंबईचा मिडास राजा

मस्तान हैदर मिर्झा हा १ मार्च १९२६ रोजी जन्माला आला. तामिळनाडूत कुड्डालोर गावापासून २० किलोमीटर अंतरावरती पननकुलम हे छोटे गाव आहे. तिथे मस्तानचा जन्म झाला. त्याचे वडील हैदर मिर्झा हे तेथे एक कष्टाळू शेतकरी म्हणून राबत होते. त्या खेड्यात त्यांची रोजच्या जेवणाची भ्रांत पडायला लागली. तेथे फारसे भागेना. म्हणून १९३४मध्ये ते आपल्या मुलाला घेऊन मुंबईत आले व पोटासाठी विविध व्यवसाय करून पाहू लागले. शेवटी त्यांनी एक सायकल दुरुस्तीचे छोटेसे दुकान टाकले व त्यात बापलेक दोघेही राबू लागले. क्रॉफर्ड मार्केटच्या शेजारी बेंगालीपुरा म्हणून एक वस्ती आहे. तिथे ते दुकान होते. सायकलबरोबर अन्य दुचाकी गाड्याही ते दुरुस्त करीत. सकाळपासून रात्री उशीरापर्यंत बापलेक कष्ट उपसत असत. पण आठ वर्षांच्या मस्तानला लवकरच कळून चुकले की, दिवसभर एवढे राबूनही शेवटी आपल्या हातात दिवसाला अवघे पाच रुपयेच पडतात.

दुकानातून निघून घरी जाताना तो क्रॉफर्ड मार्केटवरून जाई, तेव्हा त्याला दक्षिण मुंबईतील ग्रॅन्ट रोड भागातील अनेक झकपक मोटरगाड्या दिसत. त्या भागात दोन अलिशान थिएटर्स होती. त्यांची नावे 'आल्फ्रेड' व 'नॉव्हेल्टी' अशी होती. प्रत्येक वेळी त्याला आपल्या जवळून मोठमोठ्या व चकचकीत गाड्या भर्रर्दिशी गेलेल्या दिसत किंवा मलबार हिल भागातून जाताना तिथले राजेशाही बंगले दिसत. अशा वेळी तो आपल्या घाणेरड्या मळलेल्या हातांकडे पाही व अशी कल्पना करे की, एके दिवशी आपलीही अशीच झकास गाडी असेल, बंगला असेल, एवढी आपली ऐपत येईल. अशा कल्पना करण्यामुळे पैसे मिळवायचे निरनिराळे मार्ग व उपाय त्याला सुचायचे. अशा मार्गाने आपण मोठे श्रीमंत, अधिक

श्रीमंत आणि आणखी आणखी श्रीमंत होत जाऊ का, यावर तो विचार करे. पण तो शिकलेला नसल्याने आणि त्याच्या अंगी कोणतेच कौशल्य नसल्याने, तसेच त्याच्यावरती कुटंबाला पोसायचीही जबाबदारी पडत असल्याने त्याच्यापुढे एकच एक अंधूक पर्याय असलेला रस्ता त्याला दिसे.

जेव्हा हा पोरगा १८ वर्षांचा झाला, तेव्हा त्याने धाडसाने आपला सायकलदुरुस्तीचा धंदा सोडून दिला. तो आता दुसरे काहीतरी करू पहात होता. मस्तानचे वडील हैदर हे एक धार्मिक गृहस्थ होते. माणसाने नेहमी प्रामाणिक व उद्योगी राहावे असे, ते त्याच्या मनावर बिंबवत होते. मुंबई बंदरावरील गोदीमध्ये इतर कामगारांबरोबर काम करण्यास त्यांनी मस्तानला परवानगी दिली; पण त्याला बजावले, ''आतापर्यंत मी तुला वाढवले आहे; पण मी कायम तुझ्यावर लक्ष ठेवू शकत नाही, तेव्हा आता तू चोरी, मारामारी यांपासून स्वत:ला दूर ठेवले पाहिजेस. तसेच स्वत:च्या सुखासाठी कोणतीही अप्रामाणिक गोष्ट करता कामा नये.''

१९४४मध्ये मस्तानने बंदरावरती एक हमाल म्हणून कामाला सुरुवात केली. एडन, दुबई, हाँगकाँग व अन्य शहरांकडून येणाऱ्या जहाजांमधील मोठमोठे पेटारे खाली उतरवून घेण्याचे काम तो करू लागला. त्या काळात मुंबईची गोदी एवढी मोठी नव्हती; पण तरीही तिथे सतत कामाची गजबज चालू असे.

१९४७मध्ये भारताला स्वातंत्र्य मिळाले. हमाल म्हणून मस्तानने एव्हाना तिथे माझगाव डॉकमध्ये तीन वर्षे पुरी केली होती. त्या तीन वर्षांत मस्तानने पाहिले की, आयात होणाऱ्या मालावरती ब्रिटीश 'इम्पोर्ट ड्युटी' बसवायचे. जर ती ड्युटी बसली नाही किंवा बसू दिली नाही, तर तो माल विकल्यावर चांगला नफा होऊ शकत होता. त्या काळात 'फिलिप्स' कंपनीचे ट्रॅन्झिस्टर्स व परदेशी मनगटी घड्याळे मुंबईत खूप लोकप्रिय होती.

मस्तानच्या असे लक्षात आले की, उतरवून घेतलेला माल जर कस्टम्समधून गेलाच नाही, तर त्यावर ड्युटी लावण्याचा प्रश्नच उद्‌भवणार नाही. आपण जर तसे करून तो माल आयात करणाऱ्याकडे पोहोचवला, तर या व्यवहारात आपल्याला बऱ्यापैकी वाटा मिळवता येईल. तिथे येणारा माल एवढ्या मोठ्या प्रमाणात येत होता की, या उलाढालीत खूप पैसा प्राप्त करून घेण्याची ही संधी होती. येथे प्रामाणिक रहाण्याचा थोडाच प्रश्न आहे, असे त्याला वाटे. कारण कस्टम्स ड्युटी ही ब्रिटीशांनी लावली आहे. त्यामुळे त्या परक्या लोकांची ड्युटी चुकवण्यात काहीही गैर नाही. आपणच जर ते ट्रॅन्झिस्टर्स व ती मनगटी घड्याळे आयात केली व 'इम्पोर्ट ड्युटी' चुकवली, तर आपल्या दरमहा १५ रुपयांच्या तुटपुंज्या पगाराला हे जोड उत्पन्नाचे साधन ठरेल. शांतपणे ही अवैध योजना बनवल्यानंतर तो एका व्यक्तीला भेटला. ती एक अरब व्यक्ती होती. त्याचे नाव होते शेख मोहंमद अल

घालिब. तोही मस्तानसारख्या एखाद्या उत्साही तरुणाच्या शोधात होता. त्याच्याही मनात इम्पोर्ट ड्युटी चुकवून मालाची आयात करायची होती.

त्या काळात फारशी तस्करी सुरू झाली नव्हती. तस्करीमध्ये किती प्रचंड प्रमाणात पैसा मिळतो, याची लोकांना फारशी कल्पना आली नव्हती. जी काही थोडीफार तस्करी व्हायची, ती काही काळ चालायची व फक्त जमेल तेवढाच माल ड्युटी चुकवून आणला जायचा. म्हणजे सहा घड्याळे, दोन सोन्याची बिस्किटे, चार फिलिप्सचे ट्रॅन्झिस्टर्स अशी किरकोळ तस्करी चालायची.

घालिबने मस्तानला समाजवून सांगितले की, आपल्या डोक्यावरच्या पट्ट्यातून सोन्याची काही बिस्किटे, अंतर्वस्त्रात काही मनगटी घड्याळे, फेट्यामधून एखादा छोटा ट्रॅन्झिस्टर सहज लपवून आणता येतो. मस्तान हा एक बंदरावर काम करणारा हमाल असल्याने त्याला हे सहज शक्य होईल. मग मस्तानने या कामाबद्दल आपल्याला काय मोबदला मिळेल, हे विचारले. त्यावर घालिबने त्याला आपण एक चांगले बक्षीस देऊ असे वचन दिले. मग दोघांनी हातमिळवणी केली व आपल्या कामाला सुरुवात केली.

काही महिन्यांतच मस्तानला कळले की, आपले दरमहा १५ रुपयांचे उत्पन्न आता ५० रुपयांवरती गेले आहे. लवकरच तो अशा कामात रमून गेला. त्या अरबाचा तो एक लाडका मुलगा ठरला. आता तो नुसता हमाल नव्हता, तर सावधगिरीने टेहळणी करणाराही बनला होता. परंतु त्याचबरोबर काही गुंडांच्या हे ध्यान्यात आले की, हा अरब या पोरावर नको तितकी मर्जी दाखवीत आहे.

मग असाच एक शेरखान पठाण नावाचा स्थानिक दादा होता. तो नेहमी माझगाव डॉकमध्ये यायचा. तो नेहमी हमालांच्याकडून जबरदस्तीने पैसे उकळायचा आणि कोणी नकार दिल्यास त्याला आपल्या माणसांकडून चोप द्यायचा.

मस्तानवरती बरेच दिवस लक्ष ठेवले गेले. मस्तानला कळेना की, हा शेरखान पठाण येथे कामाला नाही, तो हमाल नाही की कोणी सरकारी अधिकारी नाही. मग असे असताना त्याला येथे आत कसे सोडले जाते? अन् तो बेधडक दमदाटी करून कष्ट करणाऱ्या हमालांचे पैसे कसे लुटू शकतो? मग ह्या उद्योगी पोराने आपला मोर्चा शेरखानकडे वळवायचे ठरवले.

मस्तानने अशीच काही दणकट माणसे गोळा केली व त्यांच्या बरोबर बसून गप्पा करताना म्हटले की, शेरखान हा आपल्यासारखाच माणूस आहे. जर शेरखान आपल्याला त्याच्या हातांनी मारू शकतो, तर आपलेही हात मजुरीमुळे अधिक बळकट बनलेले आहेत. आपणही त्याला सहज मारू शकू. पठाण व त्या गुंड मंडळींना आपण अधिक संख्येने जमून सहज तोंड देऊ शकू. म्हणजे सगळ्याच हमालांची त्यांच्या तावडीतून मुक्तता होईल.

नंतरच्या शुक्रवारी जेव्हा पठाण त्याच्या साप्ताहिक वसुलीसाठी आला तेव्हा त्याला समजले की, पैसे देण्यासाठी आलेल्यांच्या हमालांच्या लांबलचक रांगेतून दहा जण गायब झाले आहेत. काय परिस्थिती आहे याचा तो अंदाज घेण्यापूर्वीच मस्तान व त्याची दहा माणसे पठाणवर चालून गेली. तशीच त्याच्या चार साथीदारांवरतीही चालून गेली. पठाणजवळ एक रामपुरी चाकू होता व एक गुप्तीही होती; तर मस्तान व त्याच्या माणसांजवळ लाठ्या व सळया होत्या. पठाणकडे चाकू व गुप्ती असला; तरीही मस्तानने त्याच्यावर मात केली. शेवटी रक्ताळलेल्या व मार खाल्लेल्या पठाणाला व त्याच्या साथीदारांना जीव मुठीत घेऊन पळावे लागले. या विजयामुळे हमालांमध्ये मस्तानची कीर्ती व प्रतिष्ठा वाढली.

घालिबही आता मस्तानचे अधिक कौतुक करू लागला. त्याचा मस्तानबद्दलचा आदरही वाढला. मस्तान आता घालिबचा दहा टक्क्यांचा भागीदार बनला. मग तो अरब मस्तानला सोने किती मोलाचे आहे, ते कसे ठरवावे, त्याची चाचणी कशी करावी आणि ते आयात कसे करावे किंवा स्थानिक बाजारात कसे विकावे, याचे धडे देऊ लागला.

१९५०नंतर मुंबई प्रांताचे मुख्यमंत्री मोरारजी देसाई यांनी दारूबंदी आणली आणि इतर काही चोरट्या मार्गाने येणाऱ्या मालावर राज्यात भरपूर वाढ होण्याची संधी निर्माण झाली. अवैध मार्गाने आलेला माल ते गिऱ्हाइकांना देईनात किंवा त्यांनी विकलाच, तर भरमसाठ दराने ते विकू लागले.

याच काळात घालिब व मस्तान हे एकदम त्यांच्या अवैध व्यवसायात जोरात पुढे आले. सरकारने बंदी लागू करताच काही महिन्यांतच त्यांनी खोऱ्यांनी पैसा ओढायला सुरुवात केली. मस्तानने आता स्वतःसाठी एक सायकल खरेदी केली. लवकरच त्याला स्वतःचे एक घर विकत घेणे जमले. १९५०नंतरच्या काही वर्षांत तो हमालांचा नेता बनला; पण त्याचा हा आनंद फार काळ टिकला नाही. घालिबला पोलिसांनी अटक केली. कस्टम्सच्या अधिकाऱ्यांनी त्याच्यावर तस्करीचे व ड्युटी चुकवायचे आरोप ठेवले. मग मात्र मस्तानची स्वप्ने भंग पावली. आता कुठे त्याची भरभराट सुरू झाली होती, ती आता थांबली.

घालिबच्या अटकेनंतर काही वर्षांनी मस्तानच्या झालेल्या उदयाबद्दल एक कथा सांगितली जाते. घालिबला अटक होत असताना मस्तानने नुकताच तस्करीच्या मार्गाने आलेला माल स्वीकारला होता. त्याने सोन्याच्या बिस्किटांची एक पेटी घालिबच्या वतीने स्वीकारली होती. ती बिस्किटे विकून सर्व पैसा आपल्याच खिशात घालण्याची कल्पना त्याच्या मनात आली होती. एडनहून अधिक माल आयात करण्यासाठी पैशांची जरुरी होती. त्यासाठी ते पैसे वापरावेत, अशी एक कल्पना त्याच्या मनात होती किंवा ती पेटी जपून ठेवून जेव्हा घालिब सुटून परत येईल तेव्हा

त्याची त्याला परत करावी, अशी दुसरी कल्पनाही त्याला सुचली. काय करावे ते त्याला कळेना. शेवटी त्याच्या वडिलांचा नेहमीचा उपदेश त्याच्या कामी आला. त्याने ती पेटी आहे तशीच आपल्या घरात लपवून ठेवली. तिला त्याने नंतर हातही लावला नाही.

घालिबला तीन वर्षांची कैद झाली. मग मस्तान पुन्हा थोड्या काळासाठी कामावर घेतलेल्या हमाल बांधवांना मदत करू लागला. घालिब शिक्षा भोगून परतला, तेव्हा तो मनाने पार खचून गेला होता. तीन वर्षांत आपली केस लढविण्यात त्याचा खूप पैसा खर्च झाला होता. त्याच्या कुटुंबातही काही त्रास सुरू झाले होते. आता तो डर्बी रेससाठी घोडे पाळण्यात पैसा गुंतवावा का, याचा विचार करू लागला किंवा एखादे हॉटेल चालवावे अथवा काहीच जमले नाही, तर सरळ आपल्या मूळ गावी म्हणजे दुबईला निघून जावे, असेही त्याला वाटू लागले. कोणता मार्ग स्वीकारावा हे त्याला समजेनासे झाले. तो गोंधळून गेला होता.

अनेक दिवस घालिबच्या डोक्यात गोंधळ माजला होता. पण शेवटी जगण्यासाठी तो स्वत: जवळचे सामान विकू लागला. अशा गोंधळलेल्या मन:स्थितीत असताना एके दिवशी त्याला जुना नोकर भेटला. मस्तानने त्याला ओळखून त्याचा हात पकडला व त्याला मदनपुरा झोपडपट्टीतील एका जुन्या घरात नेले. मस्तानने त्याला तिथे ती सोन्याच्या बिस्किटांनी भरलेली लाकडी पेटी दाखवली. ती पेटी तिथे जशीच्या तशी होती. तिचे झाकणही उघडलेले नव्हते. अनेक जुन्या कपड्यांच्या लक्तरांखाली ती पेटी लपवून ठेवली होती.

"अल्हामदोलिल्ला, देवाची लीला अजब आहे! काय कमाल आहे. तीन वर्षे तू कशी काय ही पेटी लपवू शकलास?'' घालिब आश्चर्यचकित होत म्हणाला. त्या पेटीतील झगमगणारी सोन्याची बिस्किटे पाहून त्याचे डोळे आश्चर्याने बाहेर पडू पहात होते. मस्तान त्यावर म्हणाला, "एखाद्या कुलूप लावलेल्या ट्रंकेत तुम्ही किमती गोष्टी ठेवल्यात, तर चोर व सरकारी अधिकारी यांची नजर हटकून त्या ट्रंकेकडे वळते; पण ते घाणेरड्या व वाटेल तशा टाकून दिलेल्या कपड्यांच्या ढिगाकडे ढुंकूनही पहाणार नाहीत की ते उचलून खाली काय आहे ते तपासणारही नाहीत.'' मस्तानने एक विजयी स्मितहास्य करीत म्हटले.

मग घालिब त्याला म्हणाला, "अरे, हे सोने घेऊन तू मुंबईतून पळून गेला असतास, तरी ते कोणाच्याही लक्षात आले नसते. मग तू मुंबईचा एक 'बडा बदमाश' सहज बनला असतास, एवढा श्रीमंत झाला असतास.'' असे म्हणून घालिब आपले डोळे सारखे चोळून-चोळून समोरचे सोने पहात होता. समोरच्या दृश्याचा मेंदूत अर्थ लावू पहात होता.

मस्तानने त्यावर त्याला शांतपणे म्हटले, "माझे वडील मला नेहमी शिकवत

आले होते की, तू कोणापासूनही निसटून जाऊ शकशील; पण ज्याने तुला निर्माण केले, त्या देवापासून तू कधीच निसटून जाऊ शकणार नाहीस. माझा अजूनही विश्वास आहे की, मी कधी ना कधीतरी 'बंबईका बादशाह' वाटेल एवढा श्रीमंत होईन.''

मस्तानने आपले शब्द मोठ्या आत्मविश्वासाने व श्रद्धेने उच्चारले की, त्यामुळे घालिबच्या डोळ्यांत पाणी आले. त्याला कळून चुकले की, सर्वत्र अविश्वास व फसवणूक यांनी भरलेल्या या जगात अशीही काही माणसे अजून आहेत की, जी प्रामाणिक आहेत व ज्यांच्यावर विश्वास ठेवता येतो. अशी माणसे अगदी कमी असतील; पण तरीही आहेत. कितीही मोह पडला, भुरळ पडली तरी ती माणसे आपली प्रामाणिक वृत्ती सोडत नाहीत. घालिब त्याला म्हणाला, ''मी हे सोने एकाच अटीवर घेतो. ती अट म्हणजे तू माझा भागीदार व्हावेस आणि आपली भागीदारी ही पन्नास-पन्नास टक्के अशी सारखी असेल.'' घालिबने कृतज्ञतेने त्याला म्हटले.

मस्तान हसून म्हणाला, ''आत्ताच्या या क्षणापेक्षा अधिक आनंदाचा दुसरा कोणताही क्षण नाही. मी तुमचा मित्र व शेवटपर्यंतचा भागीदारही बनतो.'' एवढे म्हणून त्याने आपले हात पुढे केले. मग त्या दोन्ही भागीदारांनी एकमेकांशी हस्तांदोलन केले.

धंदे, व्यवसाय व गुन्हेगारी या क्षेत्रांमध्ये सर्वांना ठाऊक असते की, कोणत्याही स्वरूपातील सोन्यात हिणकस ही असतेच. फक्त सोन्याची बिस्किटे ही अत्यंत शुद्ध स्वरूपात असतात. त्या लाकडी पेटीत सोन्याची बिस्किटे ठिच्चून भरली होती. त्या पेटीमुळे मस्तानचे आयुष्य बदलून गेले. तो एका रात्रीत लक्षाधीश बनला.

१९५५मध्ये मस्तानची श्रीमंती पाच लाख रुपयांनी वाढली. तो आता पूर्वीसारखी हमाली करत नव्हता की डॉक यॉर्डमध्ये मजुरी करीत नव्हता. त्याने तिथले काम केव्हाच सोडून दिले होते व सर्व वेळ तस्करीच्याच व्यवसायाला त्याने वाहून घेतले होते. घालिब आणि तो असे दोघे मिळून सोने आयात करण्याची योजना राबवू लागले. त्यात त्या दोघांची ठरल्याप्रमाणे समान भागीदारी होती. घालिब नंतर एडन, दुबई आणि अन्य आफ्रिकी देशात गेला व तो तेथून सोने, घड्याळे व किमती वस्तू मुंबईला पाठवू लागला.

मस्तानने दाखवलेल्या प्रामाणिकपणामुळे तो तस्करांच्या दुनियेत खूपच लोकप्रिय बनला. त्याची संपत्ती वाढत गेली व तो अधिकाधिक श्रीमंत बनत गेला.

१९५६मध्ये मस्तान हा सुकूर नारायण बाखिया याच्या सहवासात आला. बाखिया हा दमण गावचा होता. तो गुजरातमधील सर्वांत मोठा तस्कर होता. मग बाखिया व मस्तान हे दोघे भागीदार बनले आणि त्यांनी आपापसात काही क्षेत्रे वाटून घेतली. मस्तान हा मुंबई बंदरातील क्षेत्रात आपली तस्करी करू लागला, तर

बाखिया दमण बंदरात तस्करी करू लागला. युनायटेड अरब अमिरातीमधून जो तस्करीचा माल येई, तो दमण बंदरात उतरवला जाई. तर एडनहून आलेला तस्करीचा माल मुंबई बंदरात उतरवला जाई. बाखिया व मस्तान हे दोघे एकमेकांना असे संभाळून घेत होते.

आयुष्यात सुरुवातीलाच मस्तानच्या लक्षात आले की, सामर्थ्यवान म्हणून रहायचे असेल, तर नुसता पैसा उपयोगाचा नाही. आपला दबाव जर मुंबईवर ठेवायचा असेल, तर आपल्याजवळ तेवढेच शारीरिक बळही हवे. तरच आपल्यापेक्षा वरचढ कोणी होणार नाही. तो तशा शरीरबळाच्या शोधात असताना त्याची कालांतराने शहरातील दोन पहिलवानांशी गाठ पडली. पुढे त्याचे दोस्तीत रूपांतर झाले. ती दोन बलदंड माणसे होती पठाण करीम लाला आणि मध्य मुंबईतील टोळीचा दादा वरदराजन मुदलियार उर्फ वरदाभाई.

४

मद्रासी गुंडांच्या टोळीचा दादा

भर दुपारच्या त्या रणरणत्या उन्हात तामिळनाडूतला एक कष्टाळू मुलगा प्रसिद्ध व्हिक्टोरिया टर्मिनस या स्टेशनापाशी काम करीत होता. साधारणपणे त्याच काळात मस्तान हाही मुंबईच्या पोर्ट ट्रस्टमधील डॉकयार्डमध्ये आयुष्यात वर येण्याची धडपड करीत होता, तर वरदराजन हा हमाल त्या प्रसिद्ध रेल्वे स्टेशनपाशी जगण्याची धडपड करीत होता.

आपल्या दोघांची पुढची भवितव्ये एकमेकांत गुंफली जातील, याची त्या दोघांनाही कल्पना नव्हती. तसेच आपली पुढची आयुष्ये ही गुन्हे, पैसा व ताकद यांच्या मिश्रणाने व्यापून गेलेली असतील, याचीही त्यांना बिलकूल कल्पना नव्हती.

एक गोष्ट तर 'मद्रासी गुंडांच्या टोळीचा दादा' या कथेला मागे टाकणारी होती. मद्रासी टोळीचा दादा उर्फ 'काला बाबू' हे नाव कसे पडले ते पहाणेही मनोरंजक आहे. त्या दादाने तर एक संकल्पना पूर्णपणे बदलून टाकली होती. याच काळात मुंबईतील गुन्हेगारीच्या इतिहासातला अंगातील थंडी घालवण्यासाठी मिळणारा कटिंगचा चहा निर्माण झाला होता अन् जर त्या चहात दूध नसेल तर तो काळा द्रव हा 'काला पानी' या नावाने शहरातील सर्व पोलीस स्टेशनमध्ये ओळखला जाई. चहासाठी तो काळा द्रव हा एका हमालामुळे ओळखला जाऊ लागला होता. त्या मागच्या कथा वेळोवेळी सांगितल्या गेल्या आहेत. मध्य मुंबईतील बहुतेक सर्व पोलीस स्टेशनांमध्ये चायवाला पोऱ्या हा दिवसातून ठराविक वेळा काही ग्लासेस भरून चहा घेऊन यायचा. पण जर तो ठराविक वेळी न येता, त्याने बिनदुधाच्या काळ्या चहाने भरलेले ग्लासेस, सरळ आत येऊन पोलीस अधिकाऱ्यांच्या टेबलावर ठेवले आणि त्या चहाचे कसलेही पैसे न घेता तो निघून गेला, तर तक्रारी दाखल करायला आलेल्या लोकांनाही त्या खोलीतून बाहेर काढले जाई. मग ते सीनिअर

पोलीस अधिकारी आपापल्या हातातील कामे थांबवत. तो काळा चहा तिथे आला की, त्या पोलीस अधिकाऱ्यांना निरोप मिळे की, 'काला बाबू येतो आहे.' नाव न सांगण्याच्या अटीवर एका पोलिसाने मला म्हटले, ''त्या काळात असे काळा चहा पाठवून आपण येतो आहोत, असे सांगण्याची ती पद्धत त्या काला बाबूने पाडली होती. त्याचा आणखी अर्थ असा की, 'मी आता येतो आहे तेव्हा हातातली कामे थांबवा. योग्य ती व्यवस्था करा.' त्याच्यासाठी सारी पोलीस यंत्रणा त्या वेळी झटत होती.''

तोपर्यंत अशा पद्धतीने कोणत्याही टोळीच्या दादाची वागणूक पोलिसांशी नव्हती. त्या काला बाबूच्या हातात नेहमी हुकूमाचे पान असे. विशेषत: पोलिसांच्या माणसांची अंडीपिली त्याला ठाऊक असायची. तो नेहमी म्हणायचा, ''नेहमी लोकांची पोटे भरलेली ठेवा व त्यांच्या अन्य लालसा भागवा.''

या सांगण्यात जर काही तथ्य असेल, तर नक्कीच ती व्यक्ती दारिद्र्यातून श्रीमंतीमध्ये पोहोचल्याचा तो एक पुरावा होता. याच काला बाबूने मुंबईच्या व्हिक्टोरिया टर्मिनस स्टेशनवर हमाली काम करून आपल्या जीवनाची सुरुवात केली होती. त्याचा शेवट तो शहारातील एका टोळीचा जबरदस्त हिंदू दादा बनण्यात झाला होता.

वरदराजन मुनीस्वामी मुदलियार हा एक सनातनी मुदलियार कुटुंबात जन्माला आला होता. तामिळनाडूतील वेल्लोर या छोट्या गावात त्याचे कुटुंब कसाबसा उदरनिर्वाह करीत होते. तो काळ १९२६चा होता. वयाच्या सातव्या वर्षी त्याने कामाला सुरुवात केली होती. एका फोटोग्राफीच्या दुकानात तो हरकाम्या म्हणून कामे करू लागला होता. ते दुकान मद्रासमधील माउन्ट रोडवरती होते. त्याने आपले शालेय शिक्षण कधीच पूर्ण केले नाही; पण त्याच्या कुटुंबामध्ये फक्त त्यालाच इंग्लिश व तमिळ या भाषा लिहिता-वाचता यायच्या.

केवळ आपल्या महत्त्वाकांक्षेच्या जोरावर वरदराजन हा सोनेरी स्वप्ने दाखवणाऱ्या मुंबई स्टेशनला लागून असलेल्या एका गल्लीत राहू लागला. त्याच्या अत्यंत कष्टाळू स्वभावामुळे तो त्याच्या मालकाच्या नजरेत भरला. मग त्यानंतर त्याचे नाव 'कामावर हृदयापासून प्रेम करणारा' अशा अर्थी सर्वत्र झाले. त्याला सगळे जण 'विशाल हृदयाचा' असेही संबोधू लागले. त्याला असे नाव पडण्याचे कारण आपले काम झाल्यावर तो जवळच्या दर्ग्याला जायचा व तेथील भक्तांना नियाझ (नैवेद्य) वाटायचा.

तो दर्गा बिस्मिल्लाशाह बाबा याचा होता. २६० वर्षांपूर्वीचा तो दर्गा जुन्या काळातील होता. व्हीटी स्टेशनच्या लांबलचक इमारतीमागेच तो दर्गा आहे. त्याने सुरुवातीला गरीब लोकांना थोडेसेच अन्न रोज वाटण्यास सुरुवात केली; पण नंतर

जेव्हा त्याची भरभराट होत गेली, तेव्हा तो मोठ्या प्रमाणात अन्नदान करू लागला.

एका हरकाम्या मुलापासून ते हमालापर्यंत व सरतेशेवटी मुंबईच्या एका कुख्यात टोळीच्या दादापर्यंत वरदराजनची प्रगती होत गेली, तरी दर्ग्यापाशी जाऊन अन्नदान करण्याची प्रथा त्याने सोडली नाही. हे अन्नदान करताना तो स्वत: इतर हमालांच्या बरोबर खांद्याला खांदा लावून कामे करी. याच हमाल लोकांबराबेर त्याने आपल्या जीवनाला सुरुवात केली होती. वरदराजनची कन्या गोमतीही सांगते, ''त्या दर्ग्याचे आपण काहीतरी देणे लागतो अशी वडिलांची भावना होती. कारण मुंबईत त्यांना त्या दर्ग्याच्या बाबांचा पहिला आश्रय मिळाला होता.'' आजही वरदराजनच्या कुटुंबातून दरवर्षी जून महिन्यात सुमारे दहा हजार लोकांसाठी नियाझचे अन्नदान केले जाते.

परंतु पोलिसांच्या वर्तुळात वरदराजनचा हा संतवृत्तीचा इतिहास मानला जात नाही. पोलीस फक्त 'चोरी' आणि 'पातळ करणे' या शब्दांच्या आधारे त्याच्या औदार्याच्या घटना सांगतात. पोलिसांनी कधीही वरदराजनच्या मदत करण्याच्या स्वभावाबद्दल कुठेही कागदावर नोंद करून ठेवली नाही. त्यांच्या मते तो फक्त एक लुच्चा माणूस होता. त्याची सकारात्मक वृत्ती फक्त दोन चित्रपटांत व्यक्त केली आहे. कमल हासन याने भूमिका केलेल्या 'नायकन' चित्रपट आणि विनोद खन्नाने काम केलेला 'दयावान' हा चित्रपट.

वेल्लोरचा हा निर्व्याज मुलगा जवळ काहीही न घेता, फक्त आकांक्षा घेऊन त्याच्या वेळेआधीच मुंबईत आला आणि खडतर गल्लीत राहू लागला. रोज ज्या हमालांबरोबर तो काम करायचा त्यांच्याही पलीकडे त्याचे मित्रमंडळ होते. त्यात स्थानिक चोरमंडळीही होती. विनाकष्ट पैसा कसा करायचा त्याच्या युक्त्या तो त्यांच्याकडून शिकला. रोजच्या कष्टातून त्याला त्या काळी काही आण्यांचे उत्पन्न आणि प्रवाशांचे शिव्याशाप मिळायचे. पण हा जो गट त्याला लाभला त्यांच्याशी त्याची घट्ट मैत्री जमली. ती मैत्री एकाकी व निराधार वाटणाऱ्या शहरात मोलाची होती.

१९५२ साली मोरारजी देसाई यांनी दारूबंदी केली व राज्यात अन्य काही मालांवर बंदी घातली. दारूबंदीमुळे फक्त हातभट्टीच्या दारूचा प्रसार मात्र वाढला. या धंद्यात बलवान माणसांची गरज होती. मग वरदराज मुदलियार याच्या आयुष्याला एकदम वळण मिळाले.

त्याचे स्थानिक संपर्कजाळे होते. त्यामुळे त्याला हवी तशी माणसे सापडली. ती आधीच व्यवसायात गुंतली होती. एकदा एका पोलिसाने वरदा याला रात्रीच्या दाट काळोखात पकडले होते. त्याची आठवण सांगताना तो पोलीस म्हणाला, ''तो खरोखरीच बोलण्यात पटाईत असणारा एक बोलघेवडा माणूस होता. त्याच्या ह्या

गुणामुळेच तो हातभट्टीवाल्यांच्या दादांच्या मर्जीस पात्र ठरला होता. त्यांना अशीच माणसे हवी होती की, जी बोलून आपले काम साधतील. वरदा असे करू शकणारा होता. आपण कसे बरोबर आहोत, हे तो कोणालाही सहज पटवून देऊ शकत होता. त्याने जरी एखाद्या संपूर्ण सैन्याचा नाश केला, तरी तो नंतर आपले ते कृत्य कसे योग्य होते ते पटवून देऊ शकत होता.'' मध्य मुंबईत अ‍ॅन्टॉप हिल येथे आपले बस्तान बसवण्यास त्याला फक्त काही दिवस लागले. याच भागात मग 'वरदा' याचे पुढे 'वरदाभाई'मध्ये रूपांतर झाले. तिथल्या छोट्या वस्तीने या भाबड्या २० वर्षांच्या तमिळ तरुण पोराची उत्क्रांती होत, त्याचे रूपांतर एका अनाकलनीय गुंडात कसे झाले ते जवळून पाहिले.

हातभट्टीच्या दारूच्या व्यापारासाठी धारावी, शीव, कोळीवाडा व अ‍ॅन्टॉप हिल येथला भूगोलही अनुकूल होता. कारण येथे झोपडपट्ट्यांखेरीज दुसरे काही फारसे नव्हते. जिकडे पहावे तिकडे अशाच वस्त्या होत्या. अशा ठिकाणी प्रवेश करून गस्त घालणे, हे पोलिसांनाही कठीण जायचे. त्या काळात जी माणसे गरीब होती व बेकायदा स्थलांतरित झाली होती, त्यांचे पत्ते नेहमी अ‍ॅन्टॉप हिंल व धारावी येथले असायचे. तिथलाच एक पोलीस याबद्दल सांगतो, ''त्या काळात पोलिसांच्या चार्ज शीटवर आपले नाव असणे ही येथल्या लोकांची एक अभिमानाची बाब असायची. कोणाविरुद्ध जर एफआयआर दाखल झाला, तर ती व्यक्ती आपल्याला जणूकाही एखादा पुरस्कार मिळाल्यासारखी वागायची. कोणी जर भुरट्या आरोपाखाली धरला गेला, तर त्याला तुच्छ लेखले जायचे.'' त्या भागातील बहुतेक सर्व झोपड्यांत हातभट्ट्या लागलेल्या असत व दारूचे उत्पादन होत असे. स्थानिक संपर्कजाळे वापरून व पोलिसांना लाच देऊन हा धंदा सुरळीत चालला होता व तो हळूहळू पसरत हातभट्टीची दारू मुंबईच्या बारमध्ये पोहोचली. अशा त्या धंद्याच्या सुरुवातीच्या काळात वरदराजन त्या व्यवसायात शिरला. तर अशा त्या वस्तीमध्ये बहुसंख्य लोक हे अब्राह्मण तमिळ होते. ते या हातभट्ट्या दलदलीच्या जागी किंवा खाडीमध्ये लावीत. अशा भट्ट्या त्या वेळी शेकडो होत्या. प्रत्येक भट्टीची क्षमता रात्रभरात १२० लीटर कडक दारू बनवण्याची होती.

पोलिसांच्या फायलीत वरदराजनच्या व्यवसायाबद्दल जो तपशील लिहिला त्यात असे म्हटले आहे की, फक्त तोच एकटा तिथला असा माणूस होता की दारू गाळण्यात झालेला नफा तो पुन्हा त्यातच घालून आपला धंदा वाढवू पहात होता. त्याला आपल्या व्यवसायाचा व्याप व क्षेत्र वाढवायचे होते. याउलट बाकीचे लोक तिथल्या स्थानिक गरजेपुरताच आपला हातभट्टीचा व्यवसाय करीत होते. वरदराजनने आपण दक्षिणी हिंदुस्तानी असल्याचा फायदा उठवला आणि या व्यवसायात तमिळी लोकांना कामे देऊन तामिळनाडूचे छोटे-छोटे सुभे निर्माण केले आणि हातभट्टीची

हाजी मस्तान
(छायाचित्र – 'प्रेस ट्रस्ट ऑफ इंडिया'च्या सौजन्याने)

हाजी मस्तान (डावीकडे) आणि त्याचा दत्तकपुत्र सुंदर शेखर (उजवीकडे)
(छायाचित्र – माजी असिस्टंट कमिशनर ऑफ मुंबई पोलीस इशाक बागवान यांच्या सौजन्याने)

करीम लाला (डावीकडे), वरदराजन मुदलियार (मध्ये) आणि जेनाबाई दारूवाली (उजवीकडे)
(छायाचित्र – 'द टाइम्स ऑफ इंडिया ग्रुप'च्या सौजन्याने) © बीसीसीएल. सर्व हक्क सुरक्षित.

अमिरझादा

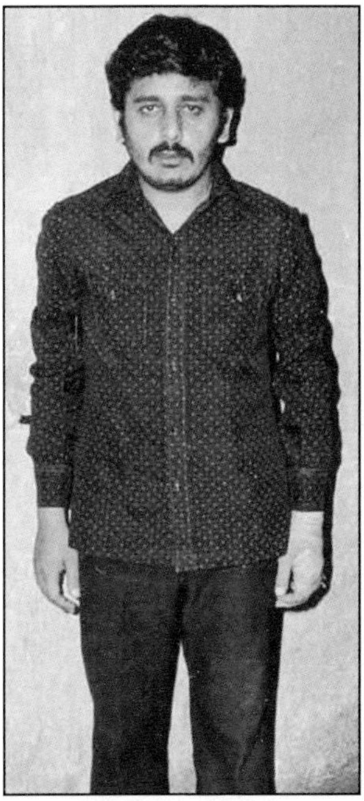

आलमझेब

(छायाचित्रे – माजी असिस्टंट कमिशनर ऑफ मुंबई पोलीस इशाक बागवान यांच्या सौजन्याने)

१९८० नंतरच्या दशकात पठाणांशी समेट झाल्यावर, त्यांच्या समवेत दाऊद इब्राहिम.
(छायाचित्र – माजी असिस्टंट कमिशनर ऑफ मुंबई पोलीस इशाक बागवान यांच्या सौजन्याने)

उत्तर वर्षांमधला दाऊद इब्राहिम
(छायाचित्र – 'प्रेस ट्रस्ट ऑफ इंडिया'च्या सौजन्याने)

बाबू रेशीम
(छायाचित्र – माजी असिस्टंट कमिशनर ऑफ मुंबई पोलीस इशाक बागवान यांच्या सौजन्याने)

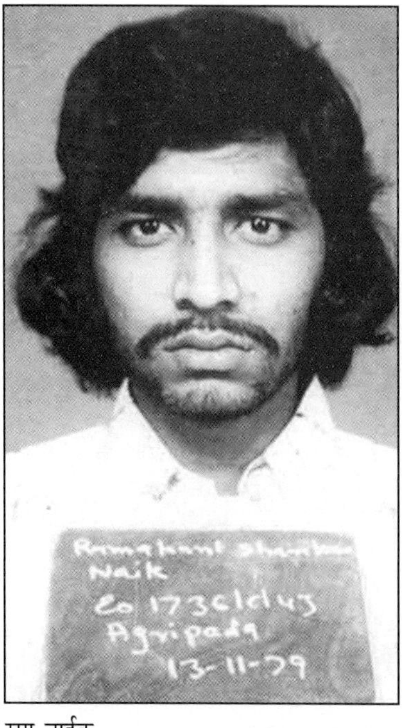

रमा नाईक

अरुण गवळी

(छायाचित्रे – माजी असिस्टंट कमिशनर ऑफ मुंबई पोलीस इशाक बागवान यांच्या सौजन्याने)

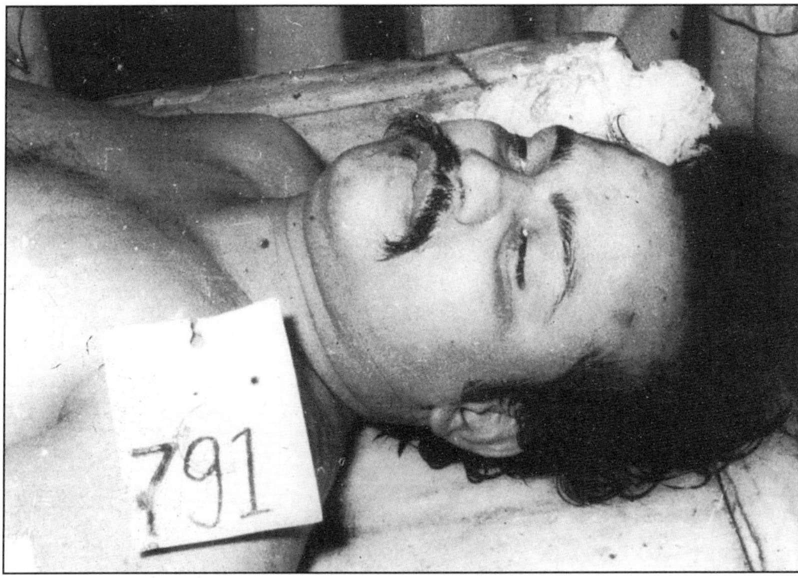

१२ फेब्रुवारी १९८१ रोजी दाऊदचा थोरला भाऊ साबीर याची हत्या झाली. त्यानंतरचे त्याचे छायाचित्र.
(छायाचित्र – माजी असिस्टंट कमिशनर ऑफ मुंबई पोलीस इशाक बागवान यांच्या सौजन्याने)

दाऊद इब्राहिमचा धाकटा भाऊ अनीस इब्राहिम
(छायाचित्र – 'प्रेस ट्रस्ट ऑफ इंडिया'च्या सौजन्याने)

दाऊदच्या भावाच्या हत्येमागचा सूत्रधार मन्या सुर्वे
(छायाचित्र – माजी असिस्टंट कमिशनर ऑफ मुंबई पोलीस इशाक बागवान यांच्या सौजन्याने)

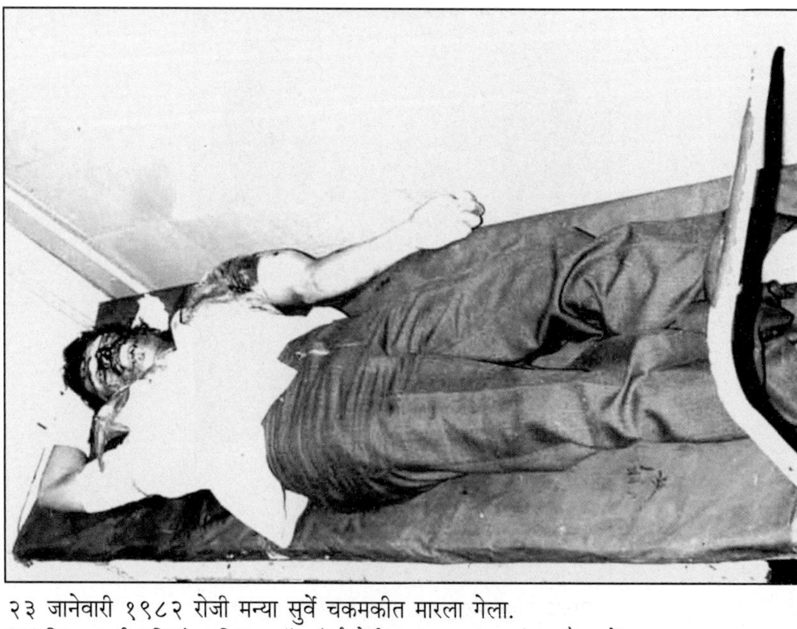

२३ जानेवारी १९८२ रोजी मन्या सुर्वे चकमकीत मारला गेला.
(छायाचित्र – माजी असिस्टंट कमिशनर ऑफ मुंबई पोलीस इशाक बागवान यांच्या सौजन्याने)

अमिरझादा याची हत्या करणारा डेव्हिड परदेशी
(छायाचित्र – माजी असिस्टंट कमिशनर ऑफ मुंबई पोलीस इशाक बागवान यांच्या सौजन्याने)

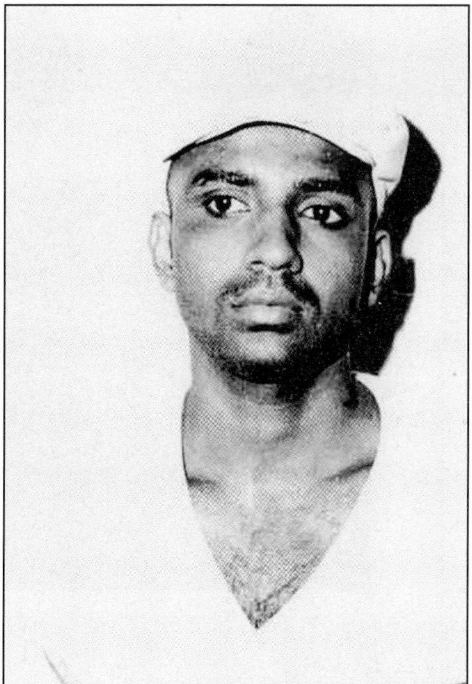

बडा राजनचा खुनी अब्दुल कुंजू
(छायाचित्र – माजी असि. कमिशनर ऑफ मुंबई पोलीस इशाक बागवान यांच्या सौजन्याने)

फूट पडण्याआधी, छोटा राजन आणि दाऊद.
(छायाचित्र – 'मिड-डे'च्या सौजन्याने)

छोटा शकील
(छायाचित्र – 'प्रेस ट्रस्ट ऑफ इंडिया'च्या सौजन्याने)

डी-कंपनीतील महत्त्वाचे सदस्य – छोटा शकील (वर), सुनील सावंत उर्फ सौत्या (डावीकडे) आणि अबू सालेम (उजवीकडे)
(छायाचित्रे – माजी असिस्टंट कमिशनर ऑफ मुंबई पोलीस इशाक बागवान यांच्या सौजन्याने)

दारू गाळण्याचा उद्योग शीव-कोळीवाडा, धारावी, चेंबूर, माटुंगा आणि अन्य काही जागी वाढवला. त्यांचे एक भक्कम व घट्ट जाळे निर्माण केले. वरदराजनच्या चिकाटीबद्दल सर्वत्र ख्याती पसरू लागली. मग जी माणसे तामिळनाडूहून काम शोधत मुंबईत येत ती साहजिकच वरदराजनला भेटत व त्याच्या आकर्षक व्यवसायात गुरफटून जात.

त्या काळातील त्याच्या व्यवसायातील उलाढाली व धोरणे ही अगदी वाजवी अशी होती. त्याचा हातभट्टीचा व्यवसाय किंवा दारूविक्रीचा व्यवसाय हा रात्री बारा वाजल्यानंतर सुरू होई. ज्यांना तयार झालेल्या दारूत काय-काय मिसळायचे असते, हे माहीत असे ती माणसे थोडी होती. बाकीची माणसे सुरक्षिततेवरती लक्ष ठेवीत व सर्वत्र पहारा करीत. आणखी इतर जे पायदळ होते ते निवृत्त झालेले पोलीस होते. ते आठवडाभर रात्री गस्त घालीत व अनेक छोट्या दुकानांना दारू पुरवीत. मात्र मुंबईतील त्या दुकानांपर्यंत सहज पोहोचता येईल, अशा जागी ती असायला हवीत, हे पाहिले जाई.

पत्रकार प्रदीप शिंदे याने या व्यवसायाचे अगदी जवळून निरीक्षण केले. वरदाभाईचे संपूर्ण राज्य हे दारूचे वितरण व पैशांची वसुली यांवर अवलंबून होते. जी दारू कडक असे किंवा मद्यार्क असे, त्याबद्दल तो सांगतो, "असा मद्यार्क ट्रकच्या टायरमधल्या ट्यूबमध्ये भरला जाई. अन् त्या ट्यूबच्या चळती धारावीमधल्या निर्मनुष्य रस्त्यावरती रचून ठेवल्या जात. मग त्या चळती चक्कीवाल्यांकडून म्हणजे वाहनातून येणाऱ्या वितरकांकडून उचलल्या जात. असे हे चक्कीवाले किंवा वितरक मुख्यत्वेकरून पोलीस खात्यातील निवृत्त माणसे किंवा खात्यातून निलंबित केलेली माणसे असत. त्या ट्यूब गोणपाटाच्या पोत्यातून मोटारीच्या डिकीमधून आणि समजणार नाही अशा वाहनातील जागेत ठेवून नेल्या जायच्या.

"मुंबईत अशी दारू वाहून नेणारी वाहने ओळखणे अगदीच सोपे होते. ज्या गाड्यातील मागची आसने गायब झाली असतील; त्या गाड्यात माल ठेवायला भरपूर जागा उपलब्ध होई. जे मुंबईचे भाग 'गरम सेक्शन' समजले जायचे, म्हणजे जिथे 'आपल्या' पोलिसांचा राबता नसे आणि जिथे पकडले जाण्याची भीती होती तिथे जाताना एक संरक्षण देणारे वाहन दारू वाहून नेणाऱ्या वाहनाबरोबर जायचे. त्या वाहनाचे काम हे समोरून येणाऱ्या पोलिसांच्या वाहनाला आडवे जाऊन एकदम थांबवायचे. गाडीचे इग्निशन अचानक बंद पडले, असा बहाणा केला जायचा. हे असे साधेसुधे दारू वितरणाचे जाळे होते. मग वरिष्ठ पोलीस अधिकाऱ्यांना लवकरच ही वितरणपद्धत ठाऊक झाली. हा व्यवसाय कळत गेला आणि हा खात्यापुढे केवढा मोठा धोका उभा राहिला आहे, याची कल्पना आली. मग सावकाश; पण वरदाभाईचे रूपांतर 'हातभट्टी गाळणारा' यापासून एका मोठ्या दादामध्ये होत गेले."

वरदाभाईची खरी ताकद केव्हा कळून आली, तर त्याची माणसे कोणालाही जेव्हा रेशनकार्ड, बेकायदा विजेचे कनेक्शन, नळाचे कनेक्शन आणून देणे अशी काम करू लागले तेव्हा. या गोष्टी मिळाल्यावर माणूस आपोआप मुंबईचा एक अधिकृत रहिवासी बनतो. मग ही माणसे स्थानिक प्रशासनावर भार पडल्याने डोईजड होऊ लागतात. एकदा त्या गोष्टी मिळणे आवाक्यात आल्यावर बाहेरच्या प्रांतातून विशेषत: दक्षिण हिंदुस्थानातून मुंबईत लोकांचे लोंढेच्या लोंढे घुसू लागले. विशेषत: कर्नाटक तामिळनाडू, आंध्र प्रदेश, केरळ येथून असे लोंढे येत गेले. मग दररोज मध्य मुंबईच्या बाजूने नवनवीन झोपडपट्ट्या उठू लागल्या व त्या वाढत जाऊ लागल्या. वरदराजनमुळेच धारावीची छोटी झोपडपट्टी ही अखेर आशियातील सर्वांत मोठी झोपडपट्टी झाली, असे म्हटले तर ते वावगे ठरू नये. वरदराजनच्या सामर्थ्यांचे आकर्षण लोकांना होते. मग लोक तो सांगेल ते काम आंधळ्याने करू लागले. १९६०नंतरच्या दशकातील वृत्तपत्रातील अहवाल वाचले तर कळेल की, वरदराजनच्या बेकायदा हातभट्टीच्या धंद्यात सुमारे वर्षाला १२ कोटी रुपयांची उलाढाल होई. तेव्हा वर्षात एवढी रक्कम ही दचकवून टाकण्याइतपत मोठी होती. त्यावरून त्या अवैध धंद्याचे विक्राळ स्वरूप लक्षात यावे.

वरदराजनच्या सामर्थ्याच्या वलयाला नुसता त्याचा व्यवसाय कारणीभूत नव्हता, तर त्याच्या भोवतालच्या लोकांची मानसिकताही तेवढीच जबाबदार होती. ॲन्टॉप हिल पोलीस स्टेशनमधील डायरीतील नोंदी पाहिल्या तर त्यात उत्तर प्रदेशातून आलेल्या एका माणसाच्या गायब होण्याची नोंद आहे. तो माणूस आपली बायको व दोन मुले यांच्यासह ॲन्टॉप हिलवरील कॉरिडॉर हाउसेसमधील दुसऱ्या मजल्यावर रहात होता. रोज रात्री जेव्हा वरदराजनची माणसे दारू तयार करण्यासाठी गोळा होत, तेव्हा त्यांच्या दारूच्या भांड्यांचा मोठा आवाज होत असे. त्यामुळे त्या माणसाची झोप उडे. शेवटी त्याने कंटाळून या संदर्भात पोलीस चौकीवर तक्रार केली; पण तिथल्या पोलिसांनी त्याच्या तक्रारीकडे काणाडोळा केला. जेव्हा वरदाच्या माणसांना त्या तक्रारीची माहिती कळली तेव्हा ते चिडले. एकदा तो माणूस रात्री खाली येऊन ओरडून तक्रार करू लागला. तेव्हा त्यांनी त्या माणसाला कायमचा झोपवण्याचे ठरवले. त्या माणसाचे नाव ॲन्टॉप हिल पोलीस स्टेशनमध्ये हरवलेल्या माणसांच्या यादीत आहे. ही बातमी त्या वेळी मुंबईच्या बहुतेक सर्व वृत्तपत्रांत छापून आली होती. त्याच्या पत्नीने आणखी एक गोष्ट वृत्तपत्रांना सांगितली. तिने स्पष्टपणे आरोप केला की, त्या पोलीस स्टेशनमधील पोलिसांनी संपूर्ण घटनेबद्दल गप्प रहाण्यासाठी भरपूर पैसे घेतले होते. अखेर ती बाई मुंबई सोडून निघून गेली.

आपल्या नावाने जे दारू गाळण्याचे जाळे काम करीत आहे, ते नीट हाताळले पाहिजे हे वरदाच्या दूरदृष्टीला जाणवले होते. आपल्या धंद्याच्या समाधानकारक

सुरक्षिततेसाठी जरी तो गल्लीबोळातील खबऱ्यांना पैसे देऊन खूष ठेवत असला; तरीही त्याचे हेरखाते तेवढेसे प्रभावी नव्हते. फक्त पोलिसांच्या बाजूला त्यांचे हात वेळोवेळी ओले करत ठेवणे पाहिजे, एवढेच तो करीत होता. १९६०नंतरच्या दशकात एका वृत्तपत्रातील अहवालानुसार वरदराजनने 'हातभट्टीच्या मार्गावर गस्त घालणारे कॉन्स्टेबल चांगलाच पैसा कमावतात,' असे विधान बिनदिक्कत केले होते. त्याच अहवालात म्हटले होते, "हातभट्टीच्या अड्ड्याला पोलिसांकडून काही त्रास होऊ नये, म्हणून जो पैसा मोजावा लागतो तो दर अड्ड्यामागे दर महिना रु. ५,००० एवढा असतो. प्रत्येक पोलीस स्टेशनच्या क्षेत्रात असे सरासरी ७५ ते १३० अड्डे असतात. म्हणजे अशा पोलीस स्टेशनचे दरमहा उत्पन्न हे अर्थातच रु. ३,७५,००० ते रु. ६,५०,००० इतके असू शकते. अड्ड्याच्या मालकांची प्रत्येक उपनगरातील दर अड्ड्यामागे मासिक आर्थिक उलाढाल ही रु. ५०,००० एवढी असते." अहवाल लिहिणाऱ्या अर्थतज्ज्ञाने गणित करून लिहिले होते की, हातभट्टीचा प्रत्येक ग्लास हा १० रुपयांना दिला जातो. मात्र त्यात कडक मद्यार्क नसतो. त्यात पाणी घालून ती दारू सौम्य केलेली असते. यामुळे कुठेही गेलात तरी या धंद्यातून अड्ड्याच्या मालकाला दर महिन्याला सुमारे एक कोटी रुपयांचे उत्पन्न सहज मिळते.

हे उत्पन्न प्रत्येक क्षेत्रानुसार भागले गेले तर व्यवसाय चालवणाऱ्या प्रत्येक व्यक्तीला, जर काही अडथळे आले नाही तर, आणखी पैसा सहज मिळू शकतो. परंतु हे सारे दोन क्षेत्रांमधील अड्डेवाल्यांनी आपापसातली स्पर्धा टाळली, दुसऱ्याची गिऱ्हाइके पळवली नाहीत तरचे आहे. आपल्या भट्टीत तयार झालेली दारू दुसऱ्या हद्दीतील अड्ड्यांना त्यांनी पुरवता कामा नये. आपला हा दारूचा व्यवसाय सुरळीतपणे चालण्यासाठी दोन विश्वासू व तामिळनाडूतून आलेल्या माणसांवरच ती कामे वरदराजनने सोपवली होती. त्यांची नावे अशी : थॉमस कुरी एन. याला 'खाजाभाई' असे म्हटले जायचे. दुसरा होता तो तामिळनाडूतून आलेला मोहिंदर सिंग विग. त्याला लोक 'बडा सामा' असे म्हणायचे.

वरदाने आपल्या व्यवसायातील एकेक स्पर्धक हळूच बाजूला सारत नेला व सरतेशेवटी या धंद्यावर आपले एकट्याचेच वर्चस्व ठेवले. याच काळात त्याला मुंबईत स्थलांतरित झालेल्या लोकांमधून स्वस्त मजूर मिळू लागले. हळूहळू या स्थलांतरितांनी सरकारी जमिनी बळकवण्यास सुरुवात केली. मग त्या जागेत ते नवीन येणाऱ्यांना जागा भाड्याने देऊ लागले. अशा रितीने मुंबईत 'साउथ इंडियन' लोकांच्या वस्त्या वाढत गेल्या. मग त्यांनी मध्य मुंबईतील दादर, शीव-माटुंगा हे भाग, तसेच धारावी व वडाळा हेही भाग व्यापून टाकले.

अशा ह्या यशस्वी झालेल्या हातभट्टीच्या व्यवसायाबरोबर आणखी एका व्यवसायामुळे वरदराजनच्या नफ्यावर नियंत्रण येऊ लागले. तो व्यवसाय वेश्याव्यवसायाचा

होता. त्या व्यवसायात वरदा हा कधी थेटपणे सहभागी झाला नव्हता, तरी त्याला ठाऊक झाले होते की, त्याची माणसे त्या व्यवसायाच्या साहाय्याने अफाट नफा कमवू लागली आहेत. एका माजी असिस्टंट पोलीस कमिशनरने या बाबतीत म्हटले होते की, "वरदराजनने आपल्या माणसांना असा वेश्याव्यवसाय वाढवण्यापासून कधीही परावृत्त केले नाही. याचाच अर्थ तोही या धंद्यात अप्रत्यक्षपणे सामील झालेला होता." त्या वेश्याव्यवसायाची एक वैशिष्ट्यपूर्ण पद्धत अशी होती की, त्या धंद्याचे नियंत्रण हे तृतीयपंथी लोकांच्या हातात दिलेले असे. आजवर समाजाने या लोकांना तुच्छतेने वागवलेले असल्याने ही माणसे वरदाने आपल्यावर उपकार केले आहेत, असे समजून त्याच्या या व्यवसायाशी कृतज्ञ रहात व कामे करीत. परिणामी वरदाच्या सामर्थ्यात भर पडत जाई.

या व्यवसायात वेश्यांची भूमिका करण्यासाठी कर्नाटकातील व तामिळनाडूतील निष्पाप मुलींना पळवून आणले जाई आणि त्यांना काही दिवस तृतीयपंथीयांच्या ताब्यात दिले जाई. मग ते तृतीयपंथीय आपली खास पद्धत वापरून त्या मुलींना वेश्याव्यवसायासाठी प्रवृत्त करू पहात. प्रथम ते त्यांना पैशांची आमिषे दाखवीत. देहविक्रय करून किती अफाट पैसा मिळू शकतो, हे त्यांना पटवू पहात. पण जर त्यांच्या या गोड बोलण्याचा उपयोग झाला नाही तर त्या मुलींवरती जबरदस्ती केली जायची. धारावी आणि ॲन्टॉप हिल येथली घरे देहविक्रयाचे अड्डे बनले होते. या व्यवसायात जरी वरदा कधीही सकृद्दर्शनी आढळला नाही, तरी यातून त्याला लाभ होत होता हे नक्की.

वरदाचा व्यवसाय दहापटीने वाढत गेला. पण १९६०नंतरच्या दशकात 'तस्करी' हा प्रमुख गुन्हा समजला जात होता. तस्करीमध्येही सोन्याची तस्करी ही जास्त व्हायची. हा धंदा पुढे मुस्लीम दादांकडे झुकत गेला. कारण त्यांचे अरबस्तानशी थेट संबंध होते. त्या दादांपैकी हाजी मस्तान हा एक होता.

५

तामिळी युती

हाजी मस्तानचा व्यवसाय काही वर्षांतच खूप वरती गेला. परंतु 'आणखी', 'आणखी' अशी हाव त्याला स्वस्थ बसू देत नव्हती. एकदा तो आपला भागीदार बाखियाशी बोलताना म्हणाला, ''मला 'बंबई का बादशाह' बनायचे आहे. मग मी आणखी व्यावसायिक धाडस करायला गुजरातकडे वळेन.'' मस्तानला त्याच्या महत्त्वाकांक्षांचा जणूकाही एक तीव्र डंख झाला होता. नव्याने तस्करीच्या धंद्यात उतरू पहाणाऱ्यांना त्याने असे म्हणून एक चपराक मारली होती. त्याला संपूर्ण मुंबईतील तस्करी ताब्यात घ्यायची होती. त्या विश्वावर त्याला फक्त आपलीच सत्ता गाजवायची होती; पण त्यासाठी त्याला आवश्यक त्या पहिलवान मंडळींची गरज होती. अन् वरद त्यासाठी अचूक काम करू शकणारा होता. कारण वरद आता मध्य मुंबईत एक दादा बनला होता, डॉन झाला होता. संबंध शहरभर त्याच्या व्यवसायाचे जाळे पसरले होते. त्याची नंदू साटमसारखी माणसे अगदी दूरवरचे वर्सोवा, वसई, विरार आणि पालघरपर्यंतच्या किनाऱ्यापर्यंत कोणतेही काम करून दाखवणारी होती; एवढा त्याचा प्रभाव वाढलेला होता.

वरदाशी मैत्री संबंध जोडण्यासाठी मस्तान अनुकूल संधीची वाट पहात होता. पण दैवाची गती किती विचित्र असते पहा : जणूकाही नियतीनेच त्या दोघांना एकत्र आणण्याचे कारस्थान केले, असे वाटणारी घटना पुढे घडली.

कस्टम्स डॉक एरियामधून एका ॲन्टेनाची कन्साइन्मेंट चोरून नेण्यासंदर्भात वरदाला अटक झाली. ती कन्साइन्मेंट ही केंद्र सरकारच्या मंत्रिमंडळातील एका वरिष्ठ राजकारण्याच्या नावे आली होती. सुरुवातीला या चोरीमागे कोण असावे, याचा सुगावा कस्टम्सचे अधिकारी व पोलीस यांना लागत नव्हाता. या चोरीमागे कोण असू शकेल, याचा ते केवळ तर्क करीत राहिले. तथापि त्यांना एक सूचक

बातमी धारावीमधून मिळाली.

मग वरदाला त्याआधारे पोलिसांनी ताब्यात घेतले व ती कन्साइन्मेंट कुठे आहे, ते त्याला विचारू लागले. जर त्याने ती माहिती दिली नाही, तर त्याच्यावर पोलीस 'थर्ड डिग्री'चा प्रयोग करतील अशीही धमकी त्याला दिली. कारण हा गुन्हा पोलिसांच्या गळ्याशी भिडला होता.

वरदा आता पोलीस कोठडीत बसून त्या धमकीवर विचार करीत, चिंतेत पडला. रात्रभर तो आझाद मैदान पोलीस स्टेशनच्या लॉक-अपमध्ये विचार करीत होता. पुढे असे सांगितले जाते की, जेव्हा तो रात्री त्या धमकीवर विचार करीत बसला होता, तेव्हा अचानक त्या पोलीस स्टेशनमध्ये एक झकपक पोशाख केलेला माणूस शिरला. त्याचे कपडे पांढरे होते. दिसायला तो अत्यंत श्रीमंत वाटत होता. महागडे असे ५५५ ब्रॅन्डचे सिगारेट्सचे पाकीट त्याच्या हातात होते. तो सरळ वरदाच्या कोठडीकडे गेला. त्याला कोणाही पोलिसाने अडवले नाही. त्याच्या चेहऱ्यावर शांत भाव होते. तो माणूस वरदाच्या कोठडीच्या लोखंडी गजापाशी येऊन थांबला. त्याला एकाही पोलिसाने अडवले नाही, ही गोष्ट वरदाच्या लक्षात आली. बरीच वर्षे तस्करी करीत असल्याने हाजी मस्तानचे पोलिसात खूप लागेबांधे होते, बरेच मित्र होते. काही जणांना तर तो दर महिना आपल्याकडून वेगळा पगार देत असे. जर वरदाने ती ॲन्टेना मिळवून दिली, तर त्याचा छळ करणार नाहीत याची हमी हाजी मस्तान त्याला देणार होता.

मुंबईतील टोळीवाल्यांच्या दादांच्या इतिहासात फक्त वरदा व मस्तान हे दोघेच तामिळनाडूमधले होते. पण त्या दोघांत खडू व दुधाचे चीज या दोन पदार्थांइतकेही साम्य नव्हते. ते पूर्णपणे भिन्न होते. मस्तान हा सामोपचाराने घेणारा माणूस होता, तर वरदाराजन हा एक क्रूरपणे वागणारा गुन्हेगार असल्याची ख्याती होती. मस्तान हा वरदाच्या अगदी जवळ सरकला व त्याला तमिळ भाषेत म्हणाला, "वनक्कम थलैवार" मस्तानने वरदाला अभिवादन केले होते.

क्षणभर वरदा अचंब्यात पडला. मग ते दोघे एकमेकांशी नमस्कार-चमत्कार तमिळ भाषेत करू लागले. 'थलैवार' हा तमिळ शब्द एखाद्या प्रमुखाला उद्देशून आदरार्थी वापरला जातो. वरदाला चौकीवर डांबल्यावर प्रथमच कोणीतरी त्याच्याशी सुसंस्कृत नागरी भाषेत बोलत होते. त्यामुळे तो मनापासून बोलू लागला. मस्तान तमिळ भाषेत बोलत असल्याने तो काय बोलतो आहे, याचा थांगपत्ता पोलिसांना लागणे शक्य नव्हते. मस्तानने वरदाला एक व्यावसायिक संधीही देऊ केली होती. आपल्या धंद्यासाठी एक प्रकारे मदत त्याने मागितली होती. पोलिसांना या आपल्या युतीचा पत्ता लागू नये म्हणून तो बोलताना पुरेपूर काळजी घेत होता.

बोलणे सुरू करून वरदा जरासा विसावला आहे, हे पाहून मग मस्तानने

त्याच्याशी थेट धंद्याच्या गोष्टी बोलायला सुरुवात केली. "ती ॲन्टेना तू पोलिसांना परत कर. तसे केलेस तर तुला खूप पैसे करता येतील, याची मी खात्री देतो." हे ऐकताच वरदाला आणखी एक धक्का बसून तो अक्षरश: सुन्न झाला. असे काही घडेल, याची त्याला बिलकूल कल्पना नव्हती. मस्तान त्याच्याशी कस्टम्स व पोलीस यांच्यातर्फेही बोलत होता. वरदराजन यावर चटकन बोलून गेला, "पण जर ती ॲन्टेना माझ्याकडे नसेलच तर आणि समजा असली व ती मला द्यायची नसेल तर?"

यावर मस्तानने कसलीही प्रतिक्रिया व्यक्त केली नाही. तो शांत राहिला. मग तो शांतपणे बोलू लागला, "तसे तू करण्यात माझे स्वत:चे काहीच नुकसान होणार नाही; पण ती तुझी चूक ठरेल. मी फक्त सोने व चांदी यांचे व्यवहार करतो. यापेक्षा कमी किमतीच्या वस्तूंकडे मी ढुंकूनही पहात नाही. तेव्हा तुला तसल्या हलक्या किमतीच्या वस्तू चोर बाजारात विकाव्या लागणार नाहीत. मी तुला एक संधी दिली आहे. अशी संधी कोणताही शहाणा माणूस नाकारणार नाही. ती ॲन्टेना पोलिसांना परत कर आणि माझ्या सोन्याच्या धंद्यात भागीदारी घे."

वरदाला पुन्हा एकदा धक्का बसला. मस्तानने अनेक अर्थ कमीतकमी शब्दांत व्यक्त केले होते. त्याने वरदावर नुसतीच मात केली नव्हती आणि त्याचा संशयखोर चेहरा लहान केला नव्हता, तर त्याने आपला वट ठेवून, पत राखून त्याला आपल्या धंद्यात भागीदारीही देऊ केली होती. मस्तानची मागणी झिडकारणे वरदाला शक्यच नव्हते.

"तुमचा यातून काय फायदा होईल?" वरदाने विचारले.

त्यावर मस्तान उत्तरला, "मला तुझ्या सारख्यांशी दोस्ती करून तुझ्या माणसांची ताकद आणि धंद्याचे शहरातील जाळे वापरता येईल."

आजवर वरदाने आयुष्यात भरपूर संघर्ष केला होता. त्याने पाहिले की, पोलिसांच्या छळातून निसटून जाण्याचा हाच एकमेव मार्ग आपल्यापुढे आता उरला आहे. त्याने मस्तानची मागणी स्वीकारली आणि आपण ती कन्साइन्मेंट कुठे लपवून ठेवली आहे, ते सांगून टाकले. मग त्या दोघांनी एकमेकांशी हस्तांदोलन केलेले पोलिसांनी पाहिले. एक झकपक सुटाबुटातील व महागडी सिगारेट ओढणारा माणूस पांढरा कुर्ता, पांढरी लुंगी व पायात स्लीपर घातलेल्या माणसाशी हस्तांदोलन करतो आहे, हे पाहून त्यांना आश्चर्य वाटले.

कस्टम्स अधिकाऱ्यांना त्यांची कन्साइनमेंट परत मिळाली. त्यांच्या नोकऱ्या जाणार होत्या त्या गेल्या नाहीत. मस्तानला आपल्या व्यवसायाला आता मदत झाली होती. तो आपली नवी स्वप्ने पुरी करू शकणार होता. पोलिसांनीही मस्तानला दिलेला शब्द पाळला व वरदाला सोडून दिले.

✠

वरदा आपल्या वस्तीत परत आल्यानंतर त्याच्या लोकांना वाटले की, त्याचा मूड आता बिघडलेला असेल, तो चिडलेला असेल अन् तो आता सर्वांना हादरवून, घाबरवून टाकेल असा थयथयाट करेल आणि आपणच या धंद्यावर अजूनही राज्य करतो आहोत हे भासवेल. आपल्याला पोलिसांनी अडकवून ठेवले, याचा अर्थ आपली ताकद व महत्त्व कमी झालेले आहे, असे नाही हे दाखवण्याचा तो प्रयत्न करेल; पण असे काहीही झाले नाही. वरदा परतला तो एक आनंदी माणूस म्हणून. त्याने ताबडतोब आनंद साजरा करण्याचा हुकूम आपल्या लोकांना दिला. वरदाच्या निकटच्या मदतनिसांनाही त्याच्या या चमत्कारिक वागणुकीचे आश्चर्य वाटले व ते गोंधळून गेले. त्यातून वरदाने ती पळवून आणलेली कन्साइन्मेंट पुन्हा कस्टम्स अधिकाऱ्यांना देण्याचा हुकूम सोडल्यावर, तर त्यांचा गोंधळ अधिकच वाढला. यामध्ये आर्थिक नुकसान तर होतेच, शिवाय आपली पत आपण गमावणार आहोत, असे त्यांना वाटले. परंतु तरीही वरदा आनंदात राहून आपल्या माणसांसाठी एका जंगी मेजवानीची तयारी करीत होता.

प्रत्यक्षात वरदाने खूप काही साध्य केले होते. ते त्याच्या माणसांना अद्याप ठाऊक झाले नव्हते. एक कन्साइन्मेंट गमावली तरी काही बिघडले नव्हते; पण एक मोठा करार हातात पडला होता. त्याला या मुस्लीम दादाबरोबर युती करण्याची नेहमीच इच्छा होती. पण आज ती इच्छा अचानक फलद्रूप झाली होती. अन् तेही त्यासाठी कसलाही प्रयत्न न करता.

लॉक-अपमध्ये असताना वरदा व मस्तान यांनी जो भागीदारीचा प्रस्ताव आपसात ठरवून मान्य केला, तो अवघ्या काही तमिळ शब्दांच्या साहाय्याने केला आणि बाकी बहुतेक सारे संभाषण नजरेनेच केले. हा एकूण संपर्क खूपच प्रभावी ठरला. लॉक-अपमधून सुटल्यावर वरदाने एक-दोन आठवडे फारशी काही हालचाल केली नाही. जे काही घडले त्यावर त्याने नीट विचार केला. एका छोट्या गुन्हेगाराचा तो आता एक ताकदवान दादा झाला होता व हाजी मस्तानसारखा माणूस त्याच्या खांद्याला खांदा लावू पहात होता. तो त्या आठवड्यात हे सत्य पचवीत होता.

आपण तस्करीच्या धंद्यात कधीही घुसू शकणार नाही, हे वरदाला ठाऊक होते. कारण त्या धंद्यात किती नफा सुटणार व तस्करीचे कोणते क्षेत्र रहाणार हे आधीच ठरलेले असते. परंतु आत्ताच्या नवीन युतीमुळे तो नफा देणाऱ्या तस्करी व्यवसायाच्या खूप जवळ पोहोचला होता. वरदाने पूर्वी अशी संधी साधली होती. कायदेशीरपणे आयात केलेल्या मालाची चोरी करून तो माल 'स्मगल्ड' म्हणून विकायचा. त्यासाठी त्याला बॉम्बे पोर्ट ट्रस्टच्या डॉकमधील त्याच्या संपर्कातील माणसांचे साहाय्य घ्यावे लागले होते. पुढे १९६०नंतरच्या दशकात, शेवटी-शेवटी क्राइम ब्रँचच्या अधिकाऱ्यांनी शोधून काढले की, वरदा जेव्हा हमाल म्हणून काम करीत

होता, तेव्हाचे त्याचे काही दोस्त आता पोर्ट ट्रस्टमध्ये कामे करू लागले होते. त्यांच्या जुन्या ओळखीचा उपयोग तो करून घेऊ पहात होता. तो एक चोरून केलेला कट होता व तो हळूहळू आकारास येत होता. तिरुनेलवेली येथून आलेल्या, कमी पैशांवर काम करण्यास तयार असलेल्या मजुरांना डॉकमध्ये कामे मिळाली होती. त्यांच्या साहाय्याने वरदा आपले जाळे बनवून ते बळकट करणार होता.

मग वरदाने आपले मजूर, कस्टम्स कर्मचारी आणि मुंबई पोर्ट ट्रस्टचे अधिकारी या सर्वांना आपल्या बोलण्याने पटवून एकत्र आणून त्यांची मोट बांधली. मग कालांतराने त्यातून एक आकृतिबंध तयार झाला. तो असा : एकदा डॉकमध्ये ५३ शेडमध्ये माल उतरवला की, तो ३०,००० चौरस फुटांची जागा व्यापून टाकतो. मग हाच माल पुढे 'हरवलेला माल' या नावाखाली ढकलला जाई.

वरदाने डॉकमध्ये नोकरीला लावून दिलेले मजूर जहाजातून उतरवलेला माल शेडमध्ये वाटेल तसा विखरून टाकायचे. मग त्या मालाचे वर्गीकरण हे 'चुकीची डिलिव्हरी', 'हरवलेला माल', 'जागा चुकलेला माल', 'आधीच उतरवलेला माल' अशा विविध नावांनी वाहतूक करणाऱ्याच्या रजिस्टरमध्ये व्हायचे. मग तो माल आयात करणारी पार्टी अथवा व्यक्ती माल हरवला म्हणून तक्रार करायचे आणि त्यासाठी विमा कंपनीकडून नुकसान भरपाई मागायचे. मग हा माल वरदाच्या ताब्यात यायचा. मग विम्याच्या रकमेत आयात करणाऱ्याबरोबर वरदा आपला हिस्सा मागायचा. नंतर तोच माल त्याच्या निम्म्या किमतीला विकून टाकायचा. सुरुवातीला माल आयात करणारे गुन्ह्याची तक्रार दाखल करायचे. पण जेव्हा त्यांना कळले की, वरदाशी सहकार्य केले तर तोच माल आपल्याला निम्म्या किमतीत मिळू शकतो, तेव्हा एकेक करीत सर्व जण वरदाच्या जाळ्यात अडकत गेले.

या सगळ्या खेळात फक्त विमा कंपन्यांचे नुकसान व्हायचे. नंतर त्यांना समजून आले की, 'हरवलेला माल' किंवा 'सापडत नसलेला माल' या वर्गातील माल हा आधी जमिनीवरती विखरून ठेवला जातो. तेव्हा विमा कंपन्या अधिक सावध झाल्या. वाटेल तसा माल विखरून ठेवल्याने तो सापडायला तसा कठीण जात असे. तसेच 'हरवलेला माल' असा शिक्का बसला की, त्याचा अर्थ 'हरवलेला' असा घ्यायचा का 'सापडत नसलेला घ्यायचा' हे ज्याचे-त्याने ठरवावे, असाही होता.

पण काही का असेना, विमा कंपन्या आता सावधगिरी बाळगू लागल्या. त्यावर मात करण्यासाठी वरदाने एक नवीन धोरण आखले. तो माल जमिनीवरती वाटेल तसा असा विखरून ठेवायचा की, एक तर तो शोधायला कठीण जावा, आणि महिनोन्महिने त्याकडे दुर्लक्ष करायचे. परिणामी विमा कंपन्या कंटाळून निराश व्हायच्या व त्या आयातदाराला नुकसान भरपाई द्यायच्या. दरम्यान कस्टम्स व पोर्ट

ट्रस्टच्या अधिकाऱ्यांना वरदा पैसे चारत राहायचा व त्यांना खूष ठेवायचा. मग तेही तो माल असा लपवून ठेवण्यास मदत करू लागले व विमा कंपनीने भरपाई दिल्यावर तोच माल शोधून वरदाच्या माणसांना 'Unclaimed Goods' म्हणजे या मालासाठी कोणीही हक्कदार पुढे येत नसल्याने तो भंगारात काढला जात आहे, असे भासवायचे. हे सारे अगदी दिवसाढवळ्या चाले; पण कोणालाही याबाबत शंकासुद्धा येत नसे.

क्राइम ब्रँचमधील एक पोलीस कर्मचारी म्हणाला, "एवढा बिलंदरपणा आजवर एकाही मुस्लीम दादाला दाखवता आला नाही. ती पद्धत बिनचूक गणितावर आधारलेली होती आणि वरदाचे डोके कोठवर धावते हे दाखवणारी होती. येथे कोट्यवधी रुपयांची जोखीम असताना कुठेही रक्तपात घडत नव्हता की, कोणाचेही डोके फिरत नव्हते. वरदा अत्यंत बुद्धिमान असल्याने त्याला प्रत्येक पातळीवरती, म्हणजे बोटीच्या एजंटपासून ते वरपर्यंत आलेला माल हा शेवटच्या टप्प्यात किती किमतीचा आहे, हे समजत असे. अशा वेळी आयातदार हा आपल्या पैशातला हिस्सा दुसऱ्याला द्यायला तयार झालेला असे.

बेकायदा हातभट्टीचा धंदा, हिजड्यांकडून चालवलेला वेश्याव्यवसाय, बंदरावरील मालांच्या चोऱ्या आणि मोठ्या प्रमाणात येणाऱ्या दक्षिण भारतीय लोकांच्या लोंढ्यांना गुन्हेगारीच्या क्षेत्रात ढकलणे अशा कृत्यांमुळे वरदाभाई हा हळूहळू 'झोपडपट्ट्यांचा एक परोपकारी दादा' या प्रतिमेत काहीसा रूपांतरित होत गेला. परंतु कायद्याच्या बाजूने कामे करणाऱ्या अधिकाऱ्यांना मात्र तो एक क्रूर व गुंडांचा दादा असून त्याच्याभोवती नेहमी त्याचे 'मद्रासी बगलबच्चे' यांचे कोंडाळे असते, असे वाटे.

वरदाला गर्दीची, जनसमुदायाची नाडी नीट समजत होती. तो त्याच्या घरी केव्हाही कोणाचीही भेट घ्यायला तयार असे. मग अनेक जण त्याच्याकडे आपल्या समस्या घेऊन येत. त्या वेळचे पोलीस त्याच्याबद्दल म्हणत की, जर प्रत्येकाला वरदाचे संरक्षण शहरात हवे असेल, तर सर्वांत सोपा मार्ग म्हणजे त्याच्या हृदयाला भिडेल अशी आपली करुण कहाणी, व्यथा, संघर्षाच्या समस्या त्याच्यासमोर मांडायच्या. त्याच्याकडे येणाऱ्या अशा लोकांची गर्दी फुगत चालली होती आणि धारावी, चेंबूर, माटुंगा, ॲन्टॉप हिल, कोळीवाडा आणि दूरदूरची उपनगरे येथील त्याच्या लोकांनी मिळून आपापल्या भक्कम मतपेढ्या निर्माण केल्या होत्या. अन् ही गोष्ट माटुंग्याच्या दरवर्षीच्या गणेश उत्सवासाठी घातलेल्या मंडपात दिसून यायची. कारण तो उत्सव वरदाने भरवलेला असायचा. वरदा एक धार्मिक माणूस होता आणि म्हणून तो गणेश उत्सवाचा मंडप भव्य असा घाली. त्यावर कमालीची नेत्रदीपक आरास करे. त्याच्या सहभागामुळे माटुंगा स्टेशनबाहेर घातलेल्या मांडवाची शोभा व रोषणाई इत्यादी गोष्टी वाढत गेल्या. मग त्या मांडवाला भेट द्यायला अनेक

प्रख्यात व्यक्ती येऊन गणपतीचे दर्शन घेत. अशी एक अफवा उठली होती की, खुद्द जया बच्चनने तिथे जाऊन आपला पती सुपरस्टार अमिताभ बच्चन याच्या प्रकृतीला आराम पडावा म्हणून गणपतीची प्रार्थना केली होती. त्या वेळी अमिताभ 'कुली' चित्रपटाच्या शूटिंगच्या वेळी जखमी झाला होता.

पोलीस अधिकाऱ्यांना अजूनही आठवते आहे की, वरदा किती गोड व सफाईदारपणे बोलायचा. एक प्रसंग त्यांना असा आठवतो की, जेव्हा त्यांची माणसे पोलिसांना सतत सवयीने चुकवीत होती, ती केवळ वरदाच्या आज्ञेसरशी आपण होऊन पोलिसांना शरण आली. "तो दोन्ही बाजूंना खूष ठेवायला पहायचा. आपल्या प्रत्येक माणसावर तो आपले नियंत्रण ठेवायचा. आपल्याकडच्या अगदी खालच्या पातळीवरच्या माणसावर पोलिसांनी आरोप ठेवले असून तो त्यांना हवा आहे, हे ज्या क्षणाला त्याला कळेल त्या क्षणाला तो पोलिसांशी विचारविनिमय करून त्या माणसाला पोलिसांपुढे हजर करे. एकदा पोलिसांच्या ताब्यात त्याचा माणूस गेला की, त्याला खात्री असे की, आपल्याला जामिनावर सोडवले जाईल. तसेच एकदा त्याच्या जागी वरदा दुसऱ्या माणसाची आपल्याकडे भरती करे. शीव-कोळीवाडा येथे एक ठराविक रेस्टॉरन्ट होते. तिथे पोलिसांना शरण जाण्यासाठी वरदाचे लोक येत." असे एका पोलीस अधिकाऱ्याने त्याची आठवण काढताना सांगितले. "त्याच्या जास्तीत जास्त माणसांना पोलिसांनी तिथे अटक केले आहे. त्या वेळी कटिंगचा चहा, मस्का, बनपाव यांचा टेबलावर समाचार घेत त्या अटक झालेल्या आहेत." असे अनुभवी पत्रकार प्रदीप शिंदे याने सांगितले.

✠

वरदाशी युती केल्यानंतर आणि अनेक कस्टम अधिकाऱ्यांचे हात ओले केल्यानंतर मस्तानला आपण केलेली युती किती योग्य होती व वरदाचे किती लोकांशी संपर्क आहेत, याची खात्री पटली व त्याचा आत्मविश्वास कित्येक पटींनी वाढला. मस्तानने असा निष्कर्ष काढला की, त्याचे हे साम्राज्य विस्तारत असताना आपल्याला पोलिसांचीही कदर केली पाहिजे. जर आपल्याला सुरक्षितता हवी असेल, तर आपण पोलीस खात्यातील काही व्यक्ती आणि राजकारणी व्यक्ती यांच्याशी मैत्री केली पाहिजे. मस्तानच्या नंतर असे लक्षात आले की, मुंबईत जसे परदेशातील सोने लोकप्रिय असते, तसेच परदेशात मुंबईतील चांदीला भलतीच मागणी असते. मग मस्तान आफ्रिका व अरबस्तान येथून सोने आयात करू लागला व त्याच देशात आपल्या चांदीच्या विटा विकू लागला.

मस्तानचे साम्राज्य अफाट वाढत गेले. त्याला अखेर आपल्या प्रत्येक कामावर, ऑपरेशनवर, योजनेवर देखरेख करणे अशक्य होऊ लागले. मग त्याने युसूफ पटेल

नावाच्या माणसाला काम दिले. युसूफ पटेल हा मस्तानचा मदतनीस होता आणि मस्तान त्याचा मार्गदर्शक होता, असे समजले जाई. मस्तानकडून त्याने या धंद्यातल्या खुब्या शिकून घेताना मस्तानचे उत्पन्न वाढत होते. युसूफला ठाऊक झाले होते की, मस्तान ज्या चांदीच्या विटा परदेशात निर्यात करतो ती चांदी अत्यंत शुद्ध असते. आणि त्यावरती 'मस्तानकी चांदी' असा शिक्का मारलेला असतो. या धंद्यातील मस्तानच्या प्रामाणिकपणामुळे त्याला हे श्रेय मिळाले होते.

आपला एक बंगला असावा व आपल्याकडे विविध प्रकारच्या परदेशी मोटारगाड्या असाव्यात, असे मस्तानचे एक स्वप्न होते. सरतेशेवटी त्याचे ते स्वप्न पुरे झाले. त्याने मलबार हिलवरती एक राजेशाही बंगला बांधला आणि अनेक गाड्या खरेदी करून आपल्यापाशी ठेवल्या. त्याने मद्रास येथील सबीहा बी हिच्याशी विवाह केला. त्याला तीन मुली झाल्या. त्यांची नावे कमरुन्निसा, मेहेरुन्निसा आणि शमशाद अशी आहेत.

व्यवसायाच्या क्षेत्रात मस्तान हा शहरातील अत्यंत श्रीमंत दादा समजला जातो. त्याचे सामर्थ्य सतत वाढत गेले. त्याने चेंबूर, वर्सोवा व ठाणे क्रीक येथील किनारेही वापरण्यास सुरुवात केली आणि १९७०नंतर त्याने वरदाशी युती करून वरदाकडे मध्य मुंबईचे क्षेत्र ठेवले व आपल्याकडे दक्षिण व पश्चिम मुंबईचे क्षेत्र ठेवले. मस्तानचा शेवटचा भागीदार हा एक पठाण होता. त्याचे नाव करीम लाला होते. त्याच्यापाशी दणकट माणसे होती. मुंबईत तस्कर मंडळीची झालेली ही युती अत्यंत अभेद्य ठरली. जेव्हा या दोघांच्या नावाचा एकत्र उल्लेख केला जातो तेव्हा तरुण मंडळींना ते ऐकून अचंबा वाटतो. अन्य छोट्या व महत्त्वाकांक्षी दादा मंडळींनाही तसेच वाटते.

६

पठाणांची ताकद

करीम लाला हा पठाण मुंबईत केव्हा आला हे कोणालाच ठाऊक नव्हते. अगदी त्याच्या कुटुंबातल्या लोकांनाही ठाऊक नव्हते. जे काही ठाऊक होते ते एवढेच की, साधारणपणे १९३०नंतर केव्हातरी चार-पाच वर्षांत करीम लालाने मुंबईत प्रवेश केला. त्या काळातही मुंबई ही बहुरंगी, बहुढंगी किंवा कॉस्मॉपॉलिटिन समजली जात होती. त्या वेळी मुंबईत नेपाळी, ब्रह्मी, सिलोनी उर्फ सिंहली आणि काबुलीवाला (पठाण) मंडळी होती व ते येथे आपली घरे करून स्थायिक झाले होते.

त्यांनी येथे व्यवसायाच्या अनेक संधी हेरल्या आणि आपली वैयक्तिक प्रगती करून घेतली. तशी संधी त्यांना काबूल, काठमांडू किंवा कोलंबो येथे दिसली नव्हती.

अब्दुल करीम खान लाला उर्फ करीम लाला हा एक उंचापुरा, म्हणजे सणसणीत सात फूट उंच असलेला पठाण होता. तो पेशावर येथून मुंबईत काही स्वप्ने घेऊन आला होता. खान अब्दुल गफारखान हे त्या वेळचे प्रसिद्ध पुढारी त्याचे मार्गदर्शक होते. त्यांच्या मागोमाग करीम लाला या देशात आला; पण तो त्यांच्यासारखा नव्हता. त्यामुळे तो भारताच्या स्वातंत्र्यलढ्यात ओढला गेला नाही. शिवाय तो 'पख्तून जिर्गा-ए हिंद' या चळवळीचा एक अधिकृत सभासद होता. म्हणूनही तो स्वातंत्र्यलढ्यापासून दूर राहिला. त्याऐवजी त्याला मुंबईचे आकर्षण जबरदस्त होते. कारण येथे अनेकरंगी समाज दिसतो. अन् येथले हे सर्व त्याच्या मातृभूमीपेक्षा खूपच वेगळे होते. तिथे जिकडेतिकडे पर्वतराजी व जंगले होती. येथे येताच तो या शहराच्या प्रेमात पडला आणि त्याने या शहराला आपले, स्वत:चे मानले.

इतर अनेकांप्रमाणे करीम लाला मुंबईत पैसा कमवायला आला होता. जे पेशावरमध्ये साध्य करता येत नव्हते, ते त्याला येथे साध्य करायचे होते. त्याने

दक्षिण मुंबईत बैदा गल्लीमध्ये ग्रॅन्ट रोड स्टेशनजवळ एक जागा भाड्याने घेतली. तो अशिक्षित होता आणि त्याच्या अंगी कोणतेच कसब नव्हते. म्हणून त्याने स्वत:चा व्यवसाय करण्याचे ठरवले. उत्कृष्ट तऱ्हेने रहाण्यासाठी त्याला दुसरा कोणताही मार्ग सुचणे शक्यच नव्हते.

ज्या रस्त्यावर तो रहात होता. त्याच रस्त्यावर त्याने जुगारी क्लब सुरू केला होता. त्या तथाकथित 'सोशल क्लब'मध्ये सर्व प्रकारचे लोक येऊ लागले. भिकाऱ्यांपासून ते नोटांनी गच्च खिसे भरलेले लोक तिथे येत; पैसे हरले तरी ज्यांना कधी कमी पडत नव्हते असे लोक येत आणि जे पैन्पै मिळवण्यासाठी अफाट कष्ट उपसत होते असेही लोक येत; दैनंदिन रोजगारीवर राबणाऱ्यांपासून मध्यमवर्गीयांपर्यंत सारे जण तिथे येत.

जे मोठ्या प्रमाणात पैसे हरत ते मग खानकडून किंवा त्याच्या माणसांकडून आपल्या गरजेच्या वस्तू खरेदी करण्यासाठी पैसे उसने घेत. जेव्हा खानच्या लक्षात आले की, पैसे उसने घेण्याचा एक पायंडा पडत चालला आहे, तेव्हा त्याने तो प्रकार बंद केला आणि उसने घेतलेले पैसे फिटेपर्यंत त्यावर दर महिन्याच्या दहा तारखेला तो व्याज लावून मागू लागला. यामुळे काही जण नाराज झाले. पण काही जणांवर याचा काहीही परिणाम झाला नाही. खानच्या लक्षात आले की, दर महिन्याच्या दहा तारखेला आपली पैशाची पेटी भरून जाते. यामुळे त्याने मग उत्साहाने सावकारीचा धंदा सुरू केला. मग लोक त्याला 'लाला' म्हणून लागले. अशा रितीने करीम खानचा 'करीम लाला' झाला.

पैसे व्याजी लावून त्या व्याजावर जगणारा करीम लाला हा काही एकटाच पठाण नव्हता. त्याचा भाऊ अब्दुल रहीम खान उर्फ रहीम लाला हाही एक 'सोशल क्लब' चालवीत होता. तो डोंगरीमधील जेल रोडवरती होता. आणखी असे पठाण होते की, जे जुगाराचे अड्डे चालवीत; पण पैसे उसने देण्याइतपत श्रीमंत होते. शहरातील बहुतेक पठाण मंडळींचे अशा रितीने बरे चालले होते.

काही काळाने करीम लालाचा जुगाराचा अड्डा हा एक गुन्हेगारीचा 'हॉट-स्पॉट' बनला. हिंसाचार, आरडाओरडा, येणाऱ्या-जाणाऱ्यांना लुटणे असे प्रकार तिथे नित्याचे होऊ लागले. यामुळे करीम लालाचा स्थानिक पोलिसांशी आणि सरतेशेवटी क्राइम ब्रँचशी संबंध येऊ लागला. परंतु त्या कायदेशीर गुंतागुंतीतून करीम लाला हा लाच देऊन बाहेर पडला; पण हळूहळू त्याची नैतिक पातळी उघड होऊन त्याचा व्यवसायही सर्वांना कळत गेला. काही जण त्याला वेगळ्या अर्थाने आता 'करीम दादा' म्हणू लागले. मग पठाणांच्या मूळ रिवाजानुसार, जे लोक त्याच्या भोवती गर्दी करायचे ते त्याला आता आपला नेता मानू लागले. बदल्यात ते त्याच्याकडून आपल्या अडचणी सोडवून घेऊ लागले. हळूहळू तो लोकांच्याच कामात गुंतून पडू लागला.

लवकरच दक्षिण मुंबईत करीम लालाचे नाव घरोघरी पोहोचले. मग जाणूनबुजून नसले, तरी लोक 'मॅटर पयना' किंवा 'मॅटर पटाना' म्हणजे जो झगडा दोन पक्षात सतत चालू आहे त्यात मध्यस्थी करून तो सोडवायचा. आणि 'खोली खाली करना' म्हणजे एखाद्या भाडेकरूला त्याच्या जागेतून बळजबरीने बाहेर हाकलून लावणे, अशीही कामे करायचा. अशी अनधिकृत मध्यस्थी करणे, हे खरे सांगायचे तर कोर्टात जाऊन खटले लढवत निकालाची वाट पहाण्यापेक्षा अधिक सोपे होते व कोर्टाच्या शिक्क्यापेक्षा अधिक प्रतिष्ठेचे होते.

करीम लालाने एक मध्यस्थ म्हणून चांगलाच दबदबा निर्माण केला होता. त्याची सुरुवात त्याच्या मित्रांच्या अडचणी सोडवण्यापासून झाली; पण नंतर करीम लाला हा हळूहळू दक्षिण मुंबईतील कोणत्याही वादात मध्यस्थीसाठी पसंत केला जाऊ लागला. लवकरच त्याला कळून चुकले की, या दर आठवड्याच्या मध्यस्थीच्या धंद्यात आपल्याला चांगलेच उत्पन्न मिळते आहे. मग तो दर रविवारी इमारतीच्या गच्चीवर झगडे सोडवण्याची साप्ताहिक कामे करू लागला.

अशा वेळी करीमचे जुने मित्र मुराद खान व याकूब खान यांनी भाडेकरूंना बाहेर काढण्याची कामे हातात घेण्यास सुरुवात केली. दक्षिण मुंबईतील बरीच घरे ही 'पगडी' पद्धतीवर भाड्याने दिली जायची. भाडेकरूने आपली 'पगडी' किंवा आपला मान हा घरमालकाच्या ताब्यात द्यायचा व जागा सोडताना तो मान परत घ्यायचा. डोक्यावरची 'पगडी' किंवा शिरस्त्राण यावरून पूर्वी एखाद्याचा मान किंवा प्रतिष्ठा समजली जायची. पुढे पगडी वापरणे बंद झाल्यावर त्याऐवजी काही रक्कम मालकाला दिली जाऊ लागली. तसे केल्यावर त्या व्यक्तीचा त्या घरावर पूर्ण हक्क बसू लागला. पण १९६०नंतर घरांऐवजी बिऱ्हाडाची जागा विचारात घेत जाऊ लागली. ५०० चौ. फू. जागेला ५,००० रुपये किंवा १०,००० रुपये पागडी मागितली जाऊ लागली. कधीकधी खोल्या या ९ ते ९९ वर्षांच्या कराराने कमीत कमी २०,००० रुपये घेऊन दिल्या जायच्या. एक-दोन वर्षांनी जागेच्या मालकाच्या लक्षात यायचे की, आपण फार कमी पैसे घेऊन खोल्या वापरायला दिल्या. त्याला आणखी पैसे भाडेकरूकडून हवे असत की ज्याला भाडेकरू नकार देई. अशीही काही उदाहरणे होती की, भाडेकराराची मुदत संपली; तरीही भाडेकरू आणखी पैसे देऊन नवीन करार करीत नसे की जागा सोडत नसे. अशा केसेसच्या बाबतीत घरमालक किंवा भाडेकरू करीम लाला व त्याची मित्रमंडळी यांच्याकडे धाव घेत.

सावकारी करून दर महिन्याच्या दहा तारखेला व्याज गोळा करण्यापेक्षा मध्यस्थी करून निवाडा देण्यात अधिक पैसा आहे, हे करीम लालाच्या लक्षात आले. त्याच्या या नव्या व्यवसायात त्याला बरकत येत चालली. त्याची मग एवढी दहशत बसली की, कित्येक वास्तूंमधील जे भाडेकरू निघत नव्हते ते मालकाने

नुसते करीम लालाचे नाव घेताच जागा सोडू लागले. कारण तो घरमालक नुसते एवढेच म्हणे, "अब तो करीम लाला को बुलाना पडेगा." बस्स, एवढ्यावरती तो भाडेकरू जागा खाली करे. मग त्याची बाजू न्याय्य असो वा नसो.

भारताला स्वातंत्र्य मिळाल्यानंतर आता बरीच वर्षे होऊन गेली आहेत आणि पठाण मंडळी येथे नीट स्थायिक झाली आहेत. त्या वेळी मुंबईतील सर्व पठाणांचा करीम लाला हा जणूकाही एक अनभिषिक्त राजा बनला होता. त्याचे अचूक वय कोणालाच ठाऊक नव्हते. पण १९५०नंतर कधीतरी, चार-पाच वर्षांच्या कालावधीमध्ये पठाणांनी करीम लालाच्या ५०व्या वाढदिवसानिमित्त एक जंगी मेजवानी आयोजित केली होती.

यानंतर करीम लालाचे अंगावरचे स्टार्च घालून कडक केलेले इस्त्रीचे सूट जाऊन त्या जागी पांढरे सफारी सूट आले. त्याची जीवनशैली ख्यालीखुशालीची होती. तो गॉगल्स वापरे आणि नेहमी महागड्या सिगार किंवा पाइप ओढताना दिसे. ५०व्या वाढदिवसाच्या दिवशी त्याच्या एक चाहत्याने त्याला एक महागाडी काठी चालताना आधार असावी म्हणून भेट दिली होती. त्याकडे पाहिल्यावर त्याने भुवया उंचावल्या. आपण अजून धडधाकट आहोत, चालताना कशाचाही आधार लागत नसताना ही काठी कशाला, असा प्रश्न त्याला पडला होता. पण त्याच्या अनेक मदतनिसांनी त्याला सांगितले की, ही काठी हातात धरली की, त्याच्या व्यक्तिमत्त्वात व त्याच्या ताकदीत चांगलीच भर पडेल. मग ते मानून करीम लाला ती काठी वापरू लागला. यानंतर कोणत्याही समारंभाला करीम लाला दिसला की, त्याच्यापाशी ती काठी असे.

तो कोठेही गेला तरी ती सुरेख काठी बरोबर घेऊन जाई. जर तो मशिदीत जाऊन प्रार्थना करण्याआधी हातपाय धुण्यासाठी गेला तरच ती काठी तो आपल्या बसण्याच्या जागेवरती ठेवे. नंतर मशिदीत कितीही गर्दी झाली, दाटी झाली, तरी करीम लालाची काठी सर्व जण ओळखून त्याला हात लावीत नसत. त्याच्या नमाजाच्या बैठकीवर कोणीही बसत नसे. तसेच अन्य काही सामाजिक सभेला, बैठकीला अगर संमेलनाला तो गेल्यास, आपल्या आसनावर काठी ठेवून तो बाथरूमला गेला, तरी त्याच्या काठीला हात लावण्यास कोणी धजावत नसे. त्याची काठी सोफ्यावर किंवा खुर्चीवर तशीच असे. त्याच्या या काठीबद्दल बऱ्याचदा बोलले जायचे. परंतु सामान्य जनात मात्र या काठीचा दरारा होता. आपल्याला या काठीमुळे मिळालेले जादा सामार्थ्य व पत बघून करीम लाला खूष व्हायचा. कुठेही खूनखराबा न करता, रक्ताचा थेंबही न सांडता केवळ या काठीच्या साहाय्याने त्याची कामे सहजासहजी होत असत.

चमनसिंग मेवावाला आणि अब्दुल कुरेशी हे दोघे घरमालक होते व ते करीम

लालाच्या गच्चीवरील साप्ताहिक बैठकींना हजर रहात. त्यांच्या लक्षात आले की, जागा खाली करण्याचे गाऱ्हाणे आपण जेव्हा-जेव्हा करीम लालाकडे घेऊन जातो तेव्हा त्यांना एक बऱ्यापैकी रक्कम द्यावी लागे. मग आपला हा खर्च कमी करण्यासाठी त्यांनी एक युक्ती काढली. लोकांच्या मनात करीम लालाच्या काठीचा दरारा असल्याने जर कामे होत असतील, तर आपण तीच काठी काही पैसे देऊन थोड्या वेळेसाठी भाड्याने घेऊ व आपली कामे तिच्या साहाय्याने उरकू. यामध्ये आपले पैसे जसे वाचतील तसेच करीम लालाचा वेळ व श्रमही वाचतील. अन् वरती त्याला काठीचे उत्पन्न मिळेल.

मग त्या दोघांनी मिळून एक योजना बनवली तसा प्रस्ताव घेऊन ते करीम लालाकडे गेले. त्या प्रस्तावामागचे खरे कारण हे त्याला अर्थातच सांगितले नाही. तो एकदा चांगल्या मन:स्थितीत असताना त्या दोघांनी त्याला एका सकाळी गाठले व ते त्याला आपली मागणी ऐकवू लागले. लालाचे आता दिवस तसे फारसे चांगले नव्हते. काही ना काही कारणाने पोलीस व सीआयडी त्याच्या मागे लागले होते.

पोलीस खाते आता करीम लालाची एक फाइल बनवू लागले होते. त्या दोघा घरमालकांनी करीम लालाला पटवले की, एखाद्याकडून जागा काढून घेताना करीम लालाने तेथे येण्याची गरज नाही किंवा त्यासाठी आपला माणूस शुक्रवारी पाठवायचीही गरज नाही.

“फिर खोली कैसा खाली करेगा?” करीमने त्यांना गंभीरपणे विचारले.

“हमारी खोपडीमे एक कमाल की आयडीया है, जिससे साप भी मर जायेगा और लाठी भी नही टूटेगी.” असे उत्तर त्या घरमालकांनी त्याला दिले. मग मात्र करीम लाला त्यांच्याकडे कुतूहलाने पाहू लागला.

जेव्हा-जेव्हा त्या दोघांना आपापल्या भाडेकरूकडून जागा खाली करून हवी असेल, तेव्हा लालाच्या माणसांनी फक्त करीमची काठी त्या जागेवर पाठवून द्यायची. त्याचा अर्थ ‘करीम लाला आता केव्हाही येऊ शकतो,’ असा होई. कारण ती काठी म्हणजे एखाद्या निवडणुकीच्या चिन्हासारखे करीम लालाचे सार्वत्रिक चिन्ह जनमानसात बनले होते. ही युक्ती बऱ्यापैकी काम करू लागली. बहुतेक भाडेकरू ती भयंकर काठी पाहून आपण होऊन जागा ताबडतोब सोडायचे.

या आधी कोणीही अशा प्रकारचा धंदा कधी केला नसेल. लालाच्या दराऱ्यात यामुळे नुसतीच भर पडली नाही, तर त्याकडे हाजी मस्तानचे लक्ष गेले. मस्तान नेहमी अशा माणसाच्या शोधात होता की, जो आपल्याला अडचणींमधून हिंसाचार न करता सहज बाहेर काढेल. मग त्याने आपल्याला भेटावे, असा निरोप करीम लालाला पाठवला. करीमने या आधी मस्तानबद्दल नुसते ऐकले होते; पण तो कधी त्याला भेटला नव्हता.

ग्रॅन्ट रोडवरती एक मशीद आहे. तिथे दोघेही एका शुक्रवारी नमाज पढण्यासाठी गेले व भेटले. त्यानंतर ते जवळच असलेल्या बैदा गल्लीतील करीम लालाच्या 'ताहेर मंझील' या जागेत गेले. मग त्या दोघांनी दुपारचे जेवण तिथेच घेतले. धार्मिक मुसलमान माणूस हा शुक्रवारच्या नमाजानंतर रिवाजानुसार भरपूर जेवावे, या मताचा असतो. तसेच ते जेवण उत्कृष्ट व पक्वान्नांनी युक्तही असावे लागते. अशा जेवणावर त्या दोघांनी भरपूर ताव मारला. त्या वेळी ते हसत होते व जुन्या मित्रांप्रमाणे एकमेकांशी मोठ्या प्रेमाने बोलत होते. जेवणानंतर ते आपल्या कामाच्या विषयाकडे वळले.

मस्तान करीम लालाला म्हणाला, "खानसाब, तुमच्याशी बोलताना मला माझ्या मित्राशी गप्पा केल्यासारख्या वाटल्या. पण आता मी तुमच्यासमोर एक धंद्याचा प्रस्ताव ठेवतो."

हा विषय निघणार अशी करीम लालाला खात्री होती, म्हणून तो त्या बोलण्याची वाट पहात होता. तो म्हणाला, "अर्थातच, मस्तानभाई, बोलिये बोलिये. तुमच्या मनात काय आहे ते मला सांगाल का?"

बोलण्यापूर्वी मस्तानने थोडेसे पाणी सावकाश प्यायले व तो म्हणाला, "तुम्हाला ठाऊकच आहे की, मी एक फार आकर्षक धंदा डॉकमध्ये करतो; पण मला योग्य ते मनुष्यबळ कमी पडते. त्याची मला फार गरज आहे. मला अशी माणसे हवीत की, ज्यांना आपण काय करतो याची नीट जाणीव असायला हवी. मला तुम्ही तशी माणसे पुरवू शकलात तर फार बरे पडेल."

ते ऐकताच करीम लालाचे डोळे चमकले. तो म्हणाला, "मस्तानभाई, तुम्ही मला कोड्यात टाकता आहात. पण मला सांगा, माझ्या माणसांनी तुमच्यासाठी काय काम करायला हवे?"

मस्तान त्यावर उत्तरला, "ते फारसे धोकादायक नाही. बॉम्बे पोर्ट ट्रस्टच्या डॉक्समध्ये माझा बराच माल येतो. तो माल चटकन उतरवून घेऊन गोदामात योग्य तिथे ठेवावा लागतो. नंतर तो वाहनांमधून डॉक्सच्या बाहेर काढावा लागतो. माझी माणसे हे काम करीत असतात; पण तुमच्या माणसांनी त्यांना संरक्षण दिले पाहिजे. कारण जो माल डॉक्समध्ये व गोदामात पडून आहे तो बाहेर विकला जाईपर्यंत माझा त्या मालावर ताबा नसतो. त्यासाठी तुमच्या माणसांनी माझ्या माणसांना आणि मलाही संरक्षण पुरवले पाहिजे. बस्स, एवढेच त्यांनी करायचे." मस्तानला ठाऊक होते की, आपण अशा पद्धतीने कामाचे स्वरूप सांगितले पाहिजे की, करीम लाला ते लगेच स्वीकारेल. त्या कामात बाकी काहीही धोका नाही, हेही त्याला पटवून दिले पाहिजे.

करीम लाला आता नीट टेकून बसला. आपल्या हाताची घडी घालून त्याने ती

छातीवरती ठेवली आणि मस्तानच्या प्रस्तावावरती तो विचार करू लागला. एक दोन मिनिटांनी त्याने विचारले, "असे आहे काय? पण यात काही मारामारी, खूनखराबा वगैरे असेल?"

मस्तान यावर हसला. ज्याअर्थी करीम लाला अधिक तपशिलाची चौकशी करतो आहे, त्याअर्थी हा मासा आपल्या गळाला लागला आहे. तो म्हणाला, "खानसाब, जर तुमची माणसे तिथे पसरली असतील तर कोणीही आत घुसणार नाही किंवा आपल्या कामात ढवळाढवळ करू शकणार नाही. तेव्हा फारशा काही मारामाऱ्या होतील असे मला वाटत नाही."

"असे असेल, तर मग ठीकच आहे. पण यातून मला काय मिळणार, मस्तानभाई?"

"हंऽ! खान साहेब, असे पाहा, मी तुम्हाला एखादी ठराविक रक्कम देऊ शकणार नाही. पण आपले हिस्से हे कोणता किमती माल जहाजातून उतरवला जातो आहे त्यावर अवलंबून असतील. तेव्हा प्रत्येक कन्साइन्मेंट किंवा मालाच्या पेट्या कशा आहेत व किती आहेत त्यावर ते ठरवता येईल. चालेल?"

या सौद्यातील हा एक कळीचा भाग होता हे मस्तानला ठाऊक होते. पण त्याला ठाऊक होते की, शेवटी करीम लालाला आपल्या प्रस्तावाला नकार देणे जड जाईल.

आता तिथे काही वेळ शांतता पसरली. आपल्या समोर बसलेला माणूस खूप विचार करतो आहे, हे मस्तान पहात होता. अखेर करीम लालाने एक दीर्घ निःश्वास टाकला व हसून आपला हात पुढे केला व शेकहॅन्ड केले. मुंबईतील गुन्हेगारी जगातील एका भयंकर करार अशा रितीने पक्का झाला. या करारानुसार मस्तान आपले डोके चालवणार होता आणि करीम लाला त्याला आपली दणकट माणसे पुरवणार होता. शेवटी करीम लालाने एका मोठ्या व्यवहारात मुसंडी मारून झेप घेतली होती.

परंतु ह्या नवीन करारामुळे पोलिसांची डोकेदुखी मात्र वाढली. एक तर मस्तानचे वरपर्यंत लागेबांधे होते आणि करीम लाला एक क्रूर पहिलवान होता. अन् अशी युती महाभयंकर होती, अभद्र होती. मस्तानचे राजकीय पातळीवरील संबंध हे तिथे हात ओले करून व्यवस्थित बांधून ठेवलेले होते. त्यामुळे आपण मस्तानला स्पर्श करू शकत नाही, हे पोलिसांना ठाऊक होते. तेव्हा आता या लालाचे पंख कापले पाहिजेत, असे त्यांनी ठरवले.

मग पोलिसांनी एकवटून केलेल्या प्रयत्नांमुळे करीम लालावर संकटे कोसळू लागली. त्याचा भाऊ रहीम याच्या जुगारी अड्ड्यांवरती पोलिसांनी धाडी घातल्या. कधी तो चालवीत असलेल्या हॉटेलांच्या मॅनेजर्सना पोलिसांनी उचलले व स्थानबद्ध

केले व त्यांच्यावर प्रश्नांचा भडिमार चालवला. बैदा गल्लीत आता पोलीस सारखे जाऊ लागले. मग हे पोलीस करीम लालाच्या जागा खाली करवून देण्याच्या कामाला आळा घालता येईल, याबद्दल बढाया मारू लागले. पोलीस अधिकाऱ्यांच्या नेहमीच्या सवयीप्रमाणे ते दमदाटी करून नंतर मलूलपणे निघून जायचे. जाताना त्यांचे खिसे बक्षिशीने उर्फ लाचेने फुगलेले असायचे. कधीतरी एकदा सीआयडीच्या ऑफिसात करीम लालाला बोलावले जाई. त्याला धमक्या दिल्या जाई की, त्याला शेवटी डेप्युटी कमिशनर ऑफ पोलीस – डीसीपी हुजूर अहमद खान यांच्यापुढे उभे केले जाईल. पण ज्या क्षणी करीम लाला आपल्या खिशात हात घालून नोटांची बंडले बाहेर काढे; त्या क्षणी हेच पोलीस एकदम मवाळ बनत व धर्मादाय संस्थांपुढे जसे याचक लीन होतात तसे होत.

फक्त एकाच पोलिसाबद्दल करीम लाला याला आदर होता. तो म्हणजे हवालदार इब्राहिम कासकर. इब्राहिमने कधीही पैशासाठी लालाकडे मागणी केली नाही की त्याच्याशी कधीही आपली सहमती दर्शवली नाही. उलट कॉन्स्टेबल असल्याने इब्राहिमच त्याला कठोर शब्दात ताकीद देई. एकमेकांना ते अनेक वर्षे ओळखत होते. करीम लालाचा पैसे व्याजाने लावण्याचा व जुगारी अड्डा चालवण्याचा धंदा बंद पाडण्यासाठी इब्राहिमने खूप कष्ट घेतले होते. कारण हे दोन्ही धंदे मुस्लीम धर्मानुसार हरामी धंदे होते, आक्षेपार्ह होते. यातून पैसा मिळवणे हे बेकायदेशीर व अनैतिक होते.

करीम लालाच्या तोंडावर, एका कुख्यात दादासमोर इब्राहिमने अशी धिटाई दाखवावी याचे लालाला कौतुक वाटत होते. इब्राहिम तसा कफल्लक होता, दरिद्री होता, महिन्याचा खर्च भागवताना तो मेटाकुटीला यायचा. अन् तरीही तो लालाकडून पैसे स्वीकारायला तयार नव्हता. दर महिन्याच्या ७५ रुपये अशा तुटपुंज्या पगारावरती तो जगण्याची धडपड करीत होता. एवढा सच्चा माणूस करीम लालाने कधीही आपल्या आयुष्यात न पाहिल्याने त्याला इब्राहिमबद्दल आदर वाटत असे, तो त्याला पूजनीय वाटे. वयाने दहा-बारा वर्षांनी लहान असला तरी करीम लाला त्याला 'इब्राहिमभाई' असे संबोधत असे.

७

खराखुरा दादा : बाशू

सरकारी जे.जे. हॉस्पिटलजवळच्या तेली मोहल्ल्यामध्ये तीन माणसे घुटमळत होती. ती एवढी उग्र दिसत होते की, ते दिसताच पादचारी लोक चटकन रस्त्याची बाजू बदलून पलीकडच्या कडेने चालू लागत व त्यांना टाळीत. त्यांची नावे खलीद पहिलवान, रहीम पहिलवान आणि लाल खान अशी होती. त्यांनी भारतीय मापदंडानुसार आपले शरीर चांगलेच कमावले होते. आपल्या मालकाच्या तालीमखान्यात व्यायाम करून त्यांनी 'पहिलवान' ही उपाधी मिळवली होती. त्यांच्या ताणलेल्या कातडीखाली त्यांच्या दंडाचे स्नायू किती टरारून फुगले आहेत, हे समजून येत होते.

ते तिघे आपले पीळदार दंड उगाच ताणून हलवत होते व बाकीचे माणसे त्यांच्या शेजारून घाईघाईने निघून जात होती. तेवढ्यात एक चकचकीत काळ्या रंगाची मर्सिडीज बेंझ ही महागडी मोटारगाडी तिथे दिसू लागली. तशा गाड्या नंतर चित्रपटात दाखवलेली दादा मंडळी फक्त चित्रपटातच वापरायची. पण येथे ती गाडी प्रत्यक्षात दिसताच तेली मोहल्ल्यातील खडबडीत परिस्थितीत एकदम बदल झाला. पूर्वी १९७०नंतर अशा गाड्या प्रथम मुंबईत तुरळक प्रमाणात दिसू लागल्या होत्या. फक्त काही मूठभर लोकच एवढ्या महागड्या गाड्या खरेदी करू शकायचे. आत्ताची ही मर्सिडीज गाडी अहमद खान उर्फ डॉन उर्फ बाशू दादा याच्या मालकीची होती. त्याच्याकडे फक्त ही एकच गाडी नव्हती, तर तशा एकूण दोन गाड्या होत्या. यावरून त्याच्या परिस्थितीची व प्रतिष्ठेची कल्पना यावी.

ती गाडी तिथेच जवळ असलेल्या बाशू दादाच्या ऑफिसपाशी जाऊन थांबली. लगेच तिच्या भोवती त्याचा मित्र परिवार गोळा झाला. त्यांच्या सांगण्यावरून असे समजते की, बाशू दादा हा निरक्षर होता आणि सही करताना आपले स्वत:चे नाव लिहिताना त्याला फार अवघड जाई. अन् तरीही त्याचा डोंगरी भागावरती १९७०नंतरच्या

दशकात पूर्ण ताबा होता.

गाडीचे दार उघडून बाशू दादा बाहेर पडला. त्याच्या अंगात एक जीन व एक टी-शर्ट होता. त्याने उत्कृष्ट रितीने कमावलेले त्याचे शरीर मघाच्या त्या तीन पहिलवानांसमावेत शोभून दिसत होते. बाशू दादा कधीही पूर्ण बाह्यांचे शर्ट घालीत नसे. त्याला आपल्या पीळदार दंडांचे प्रदर्शन करायला आवडे. आपण जेवढे रांगडे आहोत, तेवढेच ताकदवान आहोत हेच जणूकाही त्याला दर्शवायचे असे.

मग बाशू दादा मघाशी तिथे घुटमळणाऱ्या त्याच्या तीन माणसांपाशी गेला. ते त्याने ठेवलेले मारेकरी होते. त्याने त्यांना आव्हान देत म्हटले, "तुम्ही कशा प्रकारचे पहिलवान आहात? न थांबता तुम्ही १०० जोर तरी मारून दाखवू शकाल का?" तो गरजला.

खलीद व रहीम यांच्या ताकदीबद्दल कधीच कोणी शंका घेतल्या नव्हत्या. उलट हे असे विचारणे म्हणजे त्यांचा एक प्रकारे अपमान करण्याजोगे होते. पण बाशू दादानेच त्यांच्यावर असे आरोप केल्यावर त्यांना आपली क्षमता सिद्ध करून दाखवणे काम होते.

रहीम म्हणाला, "अर्थातच. मी तसे १०० जोर मारून दाखवू शकतो." आपला दुखावलेला गर्व सावरत त्याने म्हटले. मग बाशू ओरडून त्याला म्हणाला, "ठीक आहे. सुरू कर. अन् खलीद तूही जोर मारायला लाग."

ते ऐकताच तेली मोहल्ला थरारला. ते दोन्ही पहिलवान आता प्रात्यक्षिकाची तयारी करू लागले. त्यांच्या भोवती थोडीशी गर्दी जमली. त्या दोघांनी फुटपाथवरतीच आपले शरीर आडवे केले. हातपाय फाकले. हाताचे पंजे व पायाचा पुढचा भाग एवढेच जमिनीवर ठेवले. आपली कंबर वर केली आणि जोर काढायला सुरुवात केली.

आता प्रत्येक जोराची मोजणी सुरू झाली. "एक.... दोन..... तीन..... चार..... पाच......" तो तिसरा पहिलवान मोठ्याने मोजू लागला.

त्या दोघांमध्ये मग बाशू दादाही शिरला व तोही त्यांच्यासारखेच जोर प्रथमपासून मारू लागला. आता जमावाची उत्सुकता वाढू लागली.

विसावा जोर चालू असताना खलीद व रहीम हे धापा टाकू लागले होते. पण बाशू दादाला तसले काहीही होत नव्हते. तो शांतपणे जोर काढीत होता. त्याच्यामध्ये थकल्याचे, दमल्याचे कोणतेही चिन्ह दिसत नव्हते. जेव्हा जोराची मोजणी ७०च्या वर गेली. तेव्हा जोर काढणे हे बाशू दादाखेरीज बाकीच्या दोघांना अधिकाधिक कठीण जाऊ लागले. प्रत्येक आकड्यांनंतर रहीमला शरीर वर आणायला जड जात होते. जेव्हा त्याने ८७ जोर काढले, तेव्हा तो अधिक जोर काढू शकेना. तो एकदम जमिनीवरती कोसळला. त्याच्या तोंडाला माती लागली.

खलीद अजून काही जोर कसेबसे काढीत होता. आपण रहीमसारखे जमिनीवर

कोसळायचे नाही, असा निश्चय त्याने केला. आता 'शंभर' एवढे जवळ आले असताना आपण का स्पर्धा हरायची? पण आता त्यालाही आपले शरीर वर उचलता येईना. तो एकदम स्तब्ध झाला व शरीर वर उचलण्याच्या अवस्थेत असताना एकाएकी थरथरू लागला. त्याच्या कपाळावरच्या आठ्यांमधून घाम वाहू लागला.

आता सर्वांचे लक्ष बाशू दादाकडे गेले. त्याने एव्हाना ९० जोर सहज पार केले आणि तो झपाट्याने शंभरीकडे चालला होता. त्याने शंभर जोर पूर्ण केले; पण त्यानंतर न थांबता तो तसाच जोर मारत राहिला. जमलेली गर्दी आश्चर्याने त्याच्याकडे पहात राहिली. आता तो वेगाने ११०कडे चालला होता. पण तरीही जोर काढण्याचा त्याचा वेग कमी झाला नव्हता. त्याने ११० जोर ओलांडले, पण तरीही तो थांबला नाही. शेवटी तो १२० जोर काढल्यानंतरच थांबला. त्याचा टी-शर्ट घामाने भिजून चिंब झाला होता. तो शांतपणे उठून उभा राहिला आणि त्या दोन पहिलवानांकडे पाहून त्याने एक हास्य केले. त्याने आपला मुद्दा सिद्ध केला होता. त्या दोघांना तो काहीही बोलला नाही; पण त्याने तिघांसाठी बदाम शरबत मागवले.

बदाम घातलेले दूध हे मुस्लीम पहिलवानांचे जुन्या काळातील आवडते पेय होते. खलीद व रहीम यांना ते बक्षीस म्हणून आता मिळाले होते.

बाशू दादाच्या तेली मोहल्ल्यात त्याने एक तालीमखाना चालवला होता. त्यामध्ये खलीद व रहीम या उत्तर प्रदेशातून आलेल्यांनी व्यायाम करून आपले शरीर कमावले होते. तो तालीमखानाच बाशू दादाचे ऑफिस बनले होते. तिथे खोल्ल्यांमध्ये मोठमोठे आरसे भिंतीला लावले होते. जमिनीवरती डंबेल्स, उचलायची वजने, पुली वगैरे व्यायामाची साधने इतस्ततः पडलेली होती.

बाशू दादा या ऑफिसमधून आपल्या सोन्या-चांदीच्या तस्करीच्या व्यवहारावरती देखरेख ठेवीत होता. आपल्या तस्करीच्या विश्वावर व डोंगरीच्या भागावरती त्याची येथून नजर रोखलेली असे. वरच्या पातळीवरील तस्करांपैकी बाशू दादा हा एक होता.

त्या भागातला बाशू हा सर्वांत सामर्थ्यवान दादा असल्याने पोलीस सहसा त्याच्या वाटेला जात नसत. उलट स्थानिक पोलीस हे आपल्याकडच्या काही केसेस सोडवण्यासाठी नेहमी त्याची मदत घेत. बाशू दादाचे संबंध, गुन्हेगारी जगातले संपर्क त्या वेळी उपयोगी पडे. पाकीटमार मंडळी, सायकल चोर, हिंसाचार करणारे गुन्हेगार आणि भूमिगत कॅसिनो चालवणारे ऑपरेटर्स यांना पकडण्यासाठी बाशूची मदत होई.

बाशू दादाची ही मदतीची कृती तशी वाया जात नव्हती. जेव्हा कस्टम्स खाते किंवा 'डायरेक्टोरेट ऑफ रेव्हेन्यू इंटेलिजन्स' यांनी बाशूला एकदा एका तस्करीच्या गुन्ह्यात अडकवीत होते, त्या वेळी डोंगरी पोलीस स्टेशन किंवा यलोगेट पोलीस

स्टेशन यांची मोठी अवघड अवस्था होऊन बसली होती.

मग आपल्यावर काही संशय येऊ नये म्हणून पोलीस बाशू दादाच्या जागेवरती वरवर पहाता धाडी घातलेल्या दाखवायचे. त्या धाडी अशा होत्या. एखादी पोलिसांची जीप कोपऱ्यावर जे.जे. जंक्शनपासच्या 'न्यू किताब घर' येथे येऊन थांबे. त्यातून एखादा पोलीस अधिकारी आपली टोपी काढून हातात घेई व बाशू जिथे रोज संध्याकाळी बैठक घ्यायचा त्या जागेकडे ते दोघे चालत जायचे. आत गेल्यावर बैठकीत बसलेला बाशू किंचितही हलायचा नाही. आपले हातातले काम तो तसेच चालू ठेवी. पोलिसांच्या अस्तित्वाची दखलही घेतली जायची नाही. तो पोलीस अधिकारी मात्र बाशूकडे बघून नम्रपणे अभिवादन करायचा. अन् जर कोणी त्याला खुर्ची दिली तरच तो त्यावर बसायचा. असा हा धाडीचा ठरवून केलेला देखावा असे.

कधीकधी हाच बाशू दादा गणवेशातील पोलीस मंडळींचे स्वागत करून त्यांना 'बदाम शरबत' प्यायला द्यायचा, तर कधीकधी तो सरळ त्यांना निघून जायला सांगायचा. का, असा प्रश्न पोलीस त्याला विचारीत नसत. मुंबईतील पोलीस हे भारतातील सर्वांत कार्यक्षम व बेडर असतात, अशी त्यांची कीर्ती आहे. पण हेच पोलीस बाशूपुढे त्याला अनुकूल असे वागत. एके काळी हाच बाशू झोपडपट्टीत उपासमार सहन करीत असलेला रहिवासी होता. तोच बाशू आता किती वर जाऊन बसला होता.

स्वातंत्र्यानंतर दारिद्र्य व निराशा यांनी भरलेल्या काळात बाशू मुंबईत आला. त्या वेळी तो एक चौदा-पंधरा वर्षांचा पोऱ्या होता. दक्षिण मुंबईच्या नळ बाजारात, खोतवाडी भागात व ग्रॅन्ट रोड येथे तो अन्नाच्या शोधार्थ वणवण भटकत असायचा. त्याने सायकल मेकॅनिक म्हणून काम केले, एक हरकाम्या पोऱ्या म्हणूनही एका भंगारच्या दुकानात काम केले. त्या काळात त्याला नेहमी उपासमार घडे. एके दिवशी त्याने जगण्यासाठी बेभान होऊन एका मारवाडी व्यावयायिकाची कातडी बॅग शालीमार टॉकीजच्या बाहेर चोरली व तो जिवाच्या भीतीने पळू लागला. जेव्हा त्या मारवाड्याने बोंब ठोकली, तेव्हा एक जमाव बाशूचा पाठलाग करू लागला. नळ बाजाराच्या जंक्शनपाशी एका पोलीस कॉन्स्टेबलने त्याला पकडले व त्याच्या हातून ती बॅग घेतली. त्या बॅगेत नोटांची बंडलेच्या बंडले ठिच्चून भरलेली होती.

मग शिक्षा म्हणून बाशूला डोंगरीच्या रिमांड होममध्ये सुधारण्यासाठी पाठवले. शहरातील बालगुन्हेगारांचे ते सर्वांत मोठे सुधारगृह होते. वयाच्या १५व्या वर्षी त्याला निर्ढावलेल्या गुन्हेगारासारखी कामे करावी लागत. पाण्याने भरलेली पिपे, जड पोती त्याला उचलावी लागत. अशा ताण पडणाऱ्या कामांमुळे बाशू हा आपल्या शरीराकडे नीट लक्ष देऊ लागला. त्याच्या शरीरात हळूहळू बदल होत चालला होता. शेख अब्दुल रहीम हा त्याचा तिथला मित्र होता. बाशू त्याला 'रहीम

चाचा' म्हणायचा.

बाशूला सुरुवातीला वयात येताना शरीरसौष्ठवाची गोडी लागली. तो पुढे त्याचा एक आवडता छंद बनला. त्याची छाती व दंड हे विस्तारत गेले. शेवटी त्याच्याकडे 'एक बलपुरुष' म्हणून रिमांड होममध्ये पाहिले जाऊ लागले. त्याला राग मात्र चटकन यायचा. त्याच्या रागाचा व शरीरबळाचा रिमांड होममधल्या लोकांना व वॉर्डन मंडळींना वीट येऊ लागला. त्याबद्दल अशी एक कथा सांगतात की, एकदा एका आचाऱ्याने त्याला कमी अन्न वाढले. मग चटकन त्याचा राग उफाळून आला व त्याने त्या आचाऱ्याच्या फाडकन मुस्काडीत भडकावली. त्यावर त्या चिडलेल्या आचाऱ्याने त्याला हातात मिळाला तो रॉड घेऊन मारले. बाशूने तो रॉड हिसकावून घेतला व अगदी सहजतेने तो वाकवून टाकून त्याचा आकार बिघडवला. हे दृश्य पहाणारे हा चित्तथरारक प्रकार पाहून हादरले. त्यानंतर बाशूशी सर्व जण त्याच्या कलाने घेऊन लागले.

सुरुवातीला रिमांड होमचे प्रशासन अशा कृतीला शिक्षा द्यायचे. तेच प्रशासन असे काही घडले की, बाशूला भिऊ लागले. "जाऊ दे, अजून त्याच्या वयाला १८ वर्षे पूर्ण व्हायला काही महिनेच बाकी आहेत." म्हणून दुर्लक्ष करायचे. कारण १८ वर्षांनंतर तिथल्या मुलाला निरोप दिला जाई.

बाशूची सुटका झाली आणि शहरातील बेकार लोकात एका तरुणाची भर पडली. पण तो फार काळ बेकार राहिला नाही. तिथून सुटका होण्यापूर्वी त्याने एक योजना आखली होती. रिमांड होममध्ये त्याची एक-दोन गुन्हेगारांशी गाठ पडली होती. त्यांनी त्याला झटपट पैसे कसे कराचये, याचा मार्ग सांगितला होता.

मग बाशूने लवकरच आपल्यासारख्या मुलांची एक टोळी तयार केली. त्या मुलांनाही पैसे मिळवायची खाज होती. त्यांची टोळी मस्जिद बंदर येथील डॉकबाहेर टपून बसायची. जेव्हा डॉकमधून मालाने भरलेले ट्रक्स बाहेर पडायचे, तेव्हा ते मागून झटपट त्यावर चढायचे. त्या ट्रकमध्ये आयात केलेले कापडाचे तागे व इलेक्ट्रॉनिक माल असायचा. जेव्हा हे ट्रक शहरात पोहोचत, तेव्हा बाशू व त्याची टोळी आतील काही माल लुटून तो काही हजाराला मोहत्ता मार्केटमध्ये विकून टाकायचे. यामुळे धाडसी बाशूला त्या वेळी 'गोदी का चूहा' हे टोपण नाव मिळाले.

या हेराफेरीतून बाशूला चैनीत जगण्यासाठी पुरेसा पैसा मिळत होता; पण लवकरच त्याला या जोखमीच्या व थोडा वेळ चालणाऱ्या कामाचा कंटाळा आला. मग त्याने आपली नजर थेट तस्करी करून परदेशातून माल आणण्याकडे वळवली. त्याच्या पहिल्या कन्साइन्मेंटमध्ये त्याने रोलेक्स व रॅडो कंपनीची घड्याळे आयात केली. त्यात त्याला सपाटून नफा झाला. काही महिन्यातच हा तरुण पोरगा तस्करांच्या वरच्या वर्तुळात पोहोचला आणि हाजी मस्तान, त्याचा सहकारी तस्कर

सुकूर बाखिया यांच्या रांगेत जाऊन तो बसला. मग तो झकपक मोटारगाड्या खरेदी करून चालवू लागला, मलबार हिलमध्ये त्याने एक फ्लॅट खरेदी केला आणि मुंबईत अनेक ठिकाणी घरे विकत घेतली. काही घरे त्याने हैद्राबाद येथेही घेतली. बाशू हा मनातून गुप्तपणे हाजी मस्तान व बाखिया यांना तुच्छ लेखीत होता. त्याने स्वत:चे आयुष्य स्वत: घडवले होते आणि आयुष्यातले सर्व प्रकारचे चढउतार त्याने पहिले होते. याचा परिणाम असा झाला की, जे इतरांना आपल्यासाठी वाईट काम करायला लावून मोठे होतात, त्यांचा तो द्वेष करू लागला.

एखाद्या उल्केसारखा त्याचा अचानक उदय होत गेला, तरी त्याचा एक गुणधर्म अजिबात बदलला नाही. अजूनही त्याला शरीरसौष्ठव वाढवण्याचे आकर्षण होते. तो त्याचा नाद सुटलेला नव्हता. यामुळे तो धंद्यात स्वत:चे व स्वत:च्या माणसांचे मुनष्यबळ वापरू लागला. याउलट हाजी मस्तान हा करीम लाला किंवा वरदा यांच्या माणसांचे बळ वापरून आपला धंदा करायचा. बाशू मात्र तसे करीत नव्हता.

बहुतेक साऱ्या दादांप्रमाणे बाशूही या समाजव्यवस्थेचा द्वेष करू लागला. मग तो पोलीस यंत्रणेला तुच्छपणे वागवू लागला. त्याच्या आधीच्या व त्याच्या नंतरच्या कोणत्याही दादाने पोलिसांना अशी वागणूक इतक्या सहजतेने कदाचित कधीही दिली नसावी. त्याच्या मर्जीतल्या लोकांमध्ये सेवानिवृत्त हेड कॉन्स्टेबल इब्राहिम कासकर हा होता. कासकरला करीम लालाही मान देत होता. पण बाशू हा बाहुल्या नाचवण्यात पटाईत होता. तो अनेक निवृत्त व निवृत्त नसलेल्या पोलिसांचे पाणी सहज जोखायचा. इब्राहिम कासकर हा त्यातलाच होता. मैत्रीच्या नावाखाली बाशू त्याचा उपयोग करून घ्यायचा. त्याच्या ज्ञानाच्या आधारावर तो कस्टम्समधील आपला माल सहज सोडवून घ्यायचा; पण जेव्हा सर्व अपमान सोसूनही पोलिसांच्या बळाचा प्रश्न उद्‌भवे, तेव्हा तो इब्राहिमभाईशी सहमत व्हायचा. इब्राहिमची निष्ठा व प्रामाणिकपणा यांमुळे बाशूला तो आवडायचा. तो नेहमी इब्राहिमभाईला म्हणे, "अगर आप पोलिसमें ना थे तो आप मेरे साथ होते." यावर स्पष्टपणासाठी प्रसिद्ध असलेला इब्राहिमभाई त्याला म्हणे, "परमेश्वराच्या कृपेने असे कधीही न होवो. असा दिवस माझ्या आयुष्यात कधीही उगवू नये."

मग दुखावलेला बाशूने ठरवले की, या इब्राहिमची नैतिकता व गर्व एकदा चिरडलाच पाहिजे; पण इब्राहिमने त्याची जशी जिरवली तसे करण्याची हिंमत कोणातही नव्हती.

बाशूने पाहिले की, इब्राहिमभाईची लोकप्रियता व त्याला मिळणारा आदर ही त्याचा ज्यांच्याशी संबंध येतो त्यांच्याकडून त्याला मिळतो. अन् ही माणसे तशी मूठभरच होती. यांच्यापैकी एकाला आपण आदर्शाच्या मार्गावरून नीतिभ्रष्ट केले की, इब्राहिमची चांगलीच जिरेल. अब्दुल रहीम हा अशाच मूठभर माणसांपैकी एक

होता. त्याच्या बरोबरच इब्राहिम वाढला होता, मोठा झाला होता. अब्दुल रहीम हा एक अगदीच किरकोळ माणूस होता; तरीही तो मस्तान किंवा बाशू यांचा तस्करीचा माल विकून द्यायचा. तो माल मोहत्ता मार्केट व मनीष मार्केटमध्ये तो विकायचा. त्याबद्दल त्याला विक्रीवरती काही कमिशन मिळायचे.

तस्करीच्या वर्तुळात रहीम सर्वांना ठाऊक होता. अन् अनेकदा तो जेव्हा अडचणीत यायचा, चमत्कारिक परिस्थितीत सापडायचा, तेव्हा इब्राहिमभाई त्याला त्यातून बाहेर काढायचा. रहीमचे उत्पन्न सुरळीत नव्हते, ही माहिती बाशूने काढली. त्यामुळे कधीकधी त्याची खूप आर्थिक अडचण व्हायची. रहीमकडून जर एखादी तस्करी कन्साइन्मेंट आपण अवैध मार्गाने सोडवून घेतली, तर तसले काम करण्यामुळे तो पार हादरून जाईल व जन्मभर आपला मिंधा राहील किंवा नीतिभ्रष्ट झाल्याने आपला गुलाम बनेल.

बाशूने त्याला बोलावून घेतले आणि त्याला आपला मॅनेजर म्हणून ५०० रुपये पगारावर नोकरी देऊ केली. दरमहा एवढी रक्कम हमखास मिळणे ही गोष्ट रहीमच्या दृष्टीने अगदी अपूर्व अशी होती. त्याने चटकन होकार दिला; पण त्याने आपली एक अट घातली. तो बाशूला म्हणाला, "बाशूभाई, दोस्त बना कर रहेंगे तो दोस्तीमें जान दे सकता हूं, लेकिन आपकी गुलामी नही करूंगा."

खलास! त्याच्या या उद्गारांमुळे बाशूची योजना उधळली गेली. रहीम ही काय चीज आहे, हे त्याला ताबडतोब समजले व त्या दृष्टीने तो त्याच्या बरोबर कामे करू लागला. बाशूने रहीमला आपल्याकडे कामाला ठेवण्यामागे हेतू असा होता की, नंतर आपोआप इब्राहिमभाईसुद्धा आपल्याकडे काम मागेल. तसे काही घडले नाही; पण रहीम हा किती हरहुन्नरी आहे, हेही त्याला कामाला ठेवल्यावर कळले. रहीमजवळ धंद्याची दृष्टी चांगली असल्याने त्याने बाशूचा नफा कित्येक पटीने वाढवून दिला. लवकरच बाशूचे रहीमवाचून अडू लागले आणि तो बाशूच्या विचारचक्राचा एक भाग बनून गेला.

आपल्यावर केलेल्या आर्थिक उपकारामुळे इब्राहिमने सतत आपल्याला मुजरा करावा, असा बाशूचा खरा डाव होता. नंतर परिस्थिती एवढी बदलत गेली की, बाशूचा हा डाव सर्व जण विसरून गेले. परंतु नियती कधीही विसरत नाही, तिची स्मृती ही पक्की असते.

८

डेव्हिड नावाचा तारा

रत्नागिरी जिल्ह्यातील मुमका खेडेगाव हे इब्राहिम कासकरचे मूळ गाव होते. इब्राहिमचे वडील हसन कासकर यांचे डोंगरीमध्ये एक छोटे केशकर्तनालय होते. त्या दुकानाचे नाव होते 'नाझ हेअर कटिंग सलून'. डोंगरीमधील चार नळ भागापाशी ते होते. इब्राहिमला तीन भाऊ होते. अहमद, मेहमूद आणि इस्माईल. ते तिघेही रत्नागिरी जिल्ह्यातील खेड गावात रहात होते. फक्त इब्राहिमलाच मुंबईत आपले स्वत:चे घर बांधता आले. इब्राहिम कासकर हा जरी गरीब होता, तरी मुंबईत आपले नाव व घर हे फक्त त्यानेच कमावले होते. मुस्लीम लोकांमधील थोडीशी माणसे ही पोलिसात हेड कॉन्स्टेबल झाली होती. त्या काळात हेड कॉन्स्टेबल हा खुद्द डेप्युटी कमिशनर ऑफ पोलीस याच्यापेक्षाही अधिक सामर्थ्यवान समजला जात असे.

एव्हाना हाजी मस्तान आणि करीम लाला यांनी आपले बस्तान बसवले होते. त्यांच्या दरबारात एकच माणूस केव्हाही प्रवेश करू शकत होता, तो म्हणजे इब्राहिम कासकर. यावरून इब्राहिमच्या वर्तणुकीवर आणि त्याच्याबद्दल अशा वर्तुळात असलेल्या आदरभावाबद्दल अनेक पाने लिहिता येतील. जरी तो मस्तानसाठी अधूनमधून कामे करून त्या पोटी काही पैसे मिळवीत होता; तरीही मस्तान व त्याच्यासारखे अन्य तस्कर हे इब्राहिमकडे मित्रत्वाच्या भावनेच पहात होते.

करीम लालाच्या उदाहरणामुळे प्रत्येक जण आता इब्राहिमला 'इब्राहिमभाई' असे म्हणू लागला. जेव्हा-जेव्हा एखादा सार्वजनिक वाद किंवा कौटुंबिक कलह त्या भागात असेल, मग तो दोन भावातील भांडणांचा वाद घराच्या वाटणीवरून असो, किंवा नवरा बायकोमधला वाद असो, किंवा दोन व्यापाऱ्यांमधील वाद असो, इब्राहिमभाईला ताबडतोब बोलावले जाऊन त्याला मध्यस्थी करायची विनंती केली जायची. इब्राहिमने दिलेल्या निकालानंतर सर्व वाद, संघर्ष व झगडे संपून जायचे.

या स्थानिक वादाखेरीज इब्राहिम हा नेहमी गरीब माणसांना मदत करीत असे. तो नेहमीच अन्न, आश्रय, कपडे आणि पैसेसुद्धा गरजूंना देत असे. अनाथ झालेल्या व्यक्तींपासून निराधार व कमनशिबी लोकांनाही तो नेहमी मदत करीत आला होता. कधीकधी एखाद्याला मदत करण्यासाठी त्याच्याकडे पैसे नसतील, तर तो दादा मंडळींकडून उसने पैसे त्यासाठी मागून घेई व नंतर ते फेडून टाके.

असे वागणाऱ्या आणि त्या भागातील जनतेत नाव कमावलेल्या इब्राहिमला जर कोणी 'सय्यद मुस्लीम' दिसला, तर तो ताबडतोब आदराने उठून उभा राही. इस्लामध्ये जरी खालची जात किंवा वरची जात असा जातिभेद नसला, तरीही सय्यद मुस्लीम हे वांशिक अर्थाने प्रेषित महंमद पैगंबराशी जवळचे रक्ताचे नाते असणारे असतात. म्हणून इब्राहिमला सय्यद लोकांद्दल एक खोलवर आदरभाव वाटे. अनेक लबाड माणसे इब्राहिमच्या या धार्मिक भावनेचा गैरफायदाही उठवीत असत.

भरपूर माहितीने समृद्ध असलेल्या सीआयडीमधील या पोलिसाची नोकरी ही चांगली वीस वर्षे चालली होती. त्याने पोलीस खात्यात प्रभावी कीर्ती मिळवली होती. १९६०नंतरच्या सुरुवातीच्या वर्षात युसूफ हविलदार, आदम हविलदार आणि इब्राहिम कासकर यांनी आपला कॉन्स्टेबल मंडळीचा एक प्रभावी गट डोंगरी भागात स्थापन केला होता. त्या गटापुढे सर्व गुन्हेगार थरथर कापायचे. या गटाची चौकशी करण्याची पद्धत, माहिती काढून घेण्यासाठी मानसिक व शारीरिक छळांची पद्धत या एवढ्या परिणामकारक असत की, सर्व ठग मंडळी त्याबद्दल बोलत की, "यहाँ दिवारे भी बोलती है." (येथे भिंतीसुद्धा आपले गुन्हे कबूल करतील.)

कुलाबा, माहीम, मलबार हिल अशा अनेक ठिकाणांच्या पोलीस स्टेशनमध्ये कासकर हा कॉन्स्टेबल म्हणून कामे करीत होता. तसेच त्याने वाहतूक विभागाच्या मुख्यालयातही काम केले व तेथूनच तो १९६७मध्ये नोकरीतून निवृत्त झाला. त्या काळात कमिशनरच्या मुख्यालयात फक्त एकच क्राइम ब्रँच होती. म्हणून तिथे सक्षम लोकांनी बनलेली एक तुकडी उर्फ 'स्क्वॉड' बनवण्यात आले. ती तुकडी ज्या खोलीत कामे करी त्याच खोलीत एके काळी इब्राहिम हा दुसऱ्यांना सॅल्यूट मारायचा; पण आता त्याच खोलीतील चर्चेची सूत्रे तो हलवू लागला होता. अन् त्या चर्चांचा विषय असे 'नव्याने निर्माण होणारे गँगस्टर'. त्या गँगस्टरमध्येच त्याचा स्वत:चा मुलगा होता. केवढा हा विरोधाभास!

इब्राहिम कासकर आपली पत्नी अमीना आणि दोन वर्षांचा मुलगा साबीर यांच्यासह टेमकर लेनमधील एका कोपऱ्यातील दहा बाय दहाच्या खोलीत रहात होता. याच खोलीत त्याचा दुसरा कुख्यात मुलगा २६ डिसेंबर १९५५ रोजी जन्माला आला होता.

दुसराही मुलगा झाल्याने इब्राहिम कासकरचा आनंद द्विगुणित झाला. त्या वेळी

त्याची बदली मलबार हिल ट्रॅफिक पोलीस येथे झाली होती. तो जेव्हा त्या भागात रहदारीचे नियंत्रण करीत होता, तेव्हा त्याला अमीना प्रसूत झाल्याची बातमी देण्यात आली. त्याने ताबडतोब रजा टाकून आपल्या बायकोकडे धाव घेतली. त्याने जेव्हा जन्माला आलेल्या आपल्या मुलाकडे पाहिले तेव्हा त्याला दोन महिन्यांपूर्वी 'निराले शाह बाबा' यांच्या भेटीला गेल्याची आठवण झाली. त्या बाबाला सर्व जण संत समजून भजत होते. त्याने इब्राहिमला आपली भविष्यवाणी ऐकवली होती, "तुला सहा मुलगे होतील, आणि तुझा दुसरा मुलगा हा फार सामर्थ्यवान, प्रसिद्ध व श्रीमंत बनेल."

इब्राहिम कासकर हा एक अत्यंत धार्मिक व श्रद्धाळू माणूस होता. जेव्हा त्याने आपल्या दुसऱ्या मुलाकडे नजर टाकली तेव्हा त्याला ती बाबांची भविष्यवाणी आठवली. अन् म्हणून त्याने त्याचे नाव 'दाऊद' असे ठेवले.

पवित्र कुराण आणि जुन्या बायबलमध्ये दाऊद उर्फ डेव्हिड याच्याबद्दल खूप संदर्भ दिलेले आहेत. दाऊद उर्फ डेव्हिड हा एक अत्यंत पूजनीय व सामर्थ्यशाली असा देवाने पाठवलेला प्रेषित होता. तो एक राजाही होता, ज्याने परमेश्वराच्या सर्व निर्मितीवरती, सर्व पशुपक्षी यांच्यावरतीही राज्य केले होते. मुस्लीम लोककथांनुसार दाऊद हा एवढा सामर्थ्यवान होता की, तो केवळ आपल्या स्पर्शाने एखादी लोखंडी कांब वाकवू शकत असे. तर बायबलमधील दाऊदचा आवाज हा अत्यंत मंजुळ होता. तो इतका मंजुळ होता की, तो जेव्हा स्तोत्रे गाई तेव्हा तिथे ऐकण्यासाठी पक्षीसुद्धा येऊन बसायचे. ते त्याच्या दिव्य आवाजाने मंत्रमुग्ध होऊन जायचे.

जेव्हा इब्राहिमने आपल्या मुलाचे नाव दाऊद ठेवले तेव्हा इब्राहिमला वाटले की, आपला हा पुत्र कीर्ती, वैभव व श्रीमंती यांकडे भविष्यवाणीनुसार झेप घेणार. म्हणून ते दाऊद हे जादूई नाव त्या मुलाला यथायोग्य ठरेल!

बाहेरच्या लोकात पेशावरचा पठाण करीम लाला याला प्रथम दाऊदचा जन्म झाल्याची बातमी कळली. आता इब्राहिमने या निमित्ताने एक जेवण (वालिमा) सर्वांना द्यायला हवे होते, अन् तेवढा खर्च इब्राहिमला झेपणार नाही हे जाणून करीम लालाने आपल्या मित्रासाठी एक मोठी मेजवानी आयोजित केली.

सुदैवाने जे कोणी नैसर्गिक अंत:प्रेरणेने पुढचे भविष्य जाणू शकतात अशांपैकी कोणीही त्या मेजवानीला हजर नव्हते. कारण जो करीम लाला आपल्या मित्राच्या मुलाचा जन्म एवढ्या धामधुमीत साजरा करीत होता, त्यालाच पुढे भावी सूडदेवतेचा जन्म झाल्याबद्दल अश्रू ढाळावे लागले असते.

९

डॉन मंडळींचा 'बाप'

इब्राहिम हा जुन्या जमान्यातील तत्त्वांवर विश्वास ठेवणारा होता. मुले ही अल्लाघरची देणगी आहे, असे मानणारा होता. त्यामुळे त्याचे कुटुंब सावकाश का होईना; पण सतत वाढत गेले. दाऊदच्या जन्मानंतर त्याच्या पत्नीने, अमीनाने आणखी पाच मुलांना जन्म दिला.. अनीस, नूरा, इक्बाल, मुस्नकीम आणि हुमायून अशी ती पाच मुले होती. या खेरीज त्याला पाच मुलीही झाल्या होत्या. सईदा, झैतुन, हसीना, फराहाना आणि मुमताझ एवढा मोठा पोरवडा संभाळून तुटपुंज्या पगारावर संसार करताना इब्राहिम मेटाकुटीला आला होता. डझनभर मुले वाढवायची कशी, हा प्रश्न नेहमी त्याच्यापुढे उभा असे. याबद्दल अशा काही गोष्टी कानावर यायच्या की, त्यातून एवढेच समजे की, कासकर कुटुंबातल्या मुलांची उपासमार होते आहे. सकाळी चहा व एक ब्रून पाव खाल्ला की, नंतर सर्वांना एकदम रात्रीच जेवण मिळे.

संबंध कुटुंबाला दिवसभरात फारसे काहीही खायला मिळत नसे; पण तरीही कसेबसे जगत या कुटुंबाने तग धरला. इब्राहिमच्या मनात आपल्या मुलांना चांगले शिक्षण देण्याची इच्छा होती. त्याने दाऊदला अहमद सेलर हायस्कूलमध्ये घातले. नागपाडा भागातील इंग्रजी माध्यमाची ही एक प्रमुख शाळा होती. दाऊदच्या बाकीच्या भावांना मात्र इब्राहिमने म्युन्सिपाल्टीच्या शाळेत घातले. तर मुलींना त्याने उर्दू माध्यमाच्या शळेत दाखल केले. आपला दुसरा मुलगा हरहुन्नरी व्हावा, कारण तो पुढे काहीतरी महान कर्तृत्व करून दाखवणार आहे, म्हणून इब्राहिमने त्याला शालेय अभ्यासापेक्षा अन्य क्षेत्रांची माहिती होण्यासाठी आर.एस.पी.मध्ये (रोड सेफ्टी पॅट्रोल) या पथकात दाखल केले. येथे त्याला वाहतूक नियंत्रणाचे प्रशिक्षण देण्यात आले. सहावी इयत्ता पास होईपर्यंत ते त्याने घेतले. सर्वकाही सुरळीत चालले होते

व दाऊदने कुठेही टंगळमंगळ केली नाही की वेडीवाकडी कृत्ये केली नाहीत.

एक दिवशी इब्राहिम आणि त्याचे ऑफिसातील सहकारी यांच्या नोकऱ्या अचानक गेल्या. तसे होण्यामागे नक्की कोणते गंभीर कारण होते किंवा खात्याची काय समस्या होता, हे नीट कळले नाही. परंतु एका अत्यंत प्रतिष्ठित व्यक्तीच्या खुनाचा तपास १९६६मध्ये पोलीस खात्याला लावता आला नाही म्हणून खात्याला हा दणका दिला गेला असावा, असा एक अंदाज त्या वेळी करण्यात आला. इब्राहिम व त्याच्या सहकाऱ्यांना निलंबित करण्यात आले होते. आपल्यावर कधी असे दैवी संकट कोसळेल, अशी इब्राहिमला कल्पनाही आली नव्हती. आता त्याच्या कुटुंबाची खायची भ्रांत होऊ लागली.

शिक्षण घेणे हे आता एक दूरचे स्वप्न बनले. याच वेळी दाऊद जर पुढे शिकत राहिला असता, तर कदाचित त्याचे विधिलिखित वेगळे झाले असते. परंतु घरची आर्थिक परिस्थिती एवढी खराब झाली होती की, त्याला शाळेला रामराम ठोकणे भग होते. त्या वेळी त्याचे वय अवघे दहा वर्षे होते.

इब्राहिम कासकरची ही दयनीय अवस्था पाहून एक माणूस हेलावून गेला. तो होता पोलीस खात्यातील असिस्टंट कमिशनर ऑफ पोलीस (एसीपी) दस्तगीर बुरहान माळगी. काय वाटेल ते झाले तरी दाऊदने पुढे शिकत राहिले पाहिजे, असे त्याचे मत होते; पण इब्राहिम कासकरपुढे अन्य कोणताच पर्याय नव्हता. १९६६च्या उन्हाळ्यापासून दाऊद हा एक 'सुखी' मुलगा झाला. त्याला आता शाळेत जावे लागणार नव्हते, अभ्यास करावा लागणार नव्हता की रोजच्या रोज गृहपाठ करावा लागणार नव्हता. आर.एस.पी.च्या प्रशिक्षणातूनही त्याची सुटका झाली होती. सर्वांत महत्त्वाचे म्हणजे त्याच्याजवळ आता जगात काहीही करण्यासाठी मोकळा वेळ होता. तो मग आपल्या वयाच्या अन्य मुलांमध्ये भटकू लागला.

डोंगरी भागातील आणि जे.जे. हॉस्पिटलच्या जवळच्या रस्त्यावरच्या मुलांमध्ये तो वेळ घालवू लागला. यामुळे त्याच्या आईबापांना दु:ख होई. कधीकधी तो जे.जे. हॉस्पिटलच्या विस्तृत प्रांगणात क्रिकेट खेळायला जाई. त्याला खेळ खूप आवडायचे. नंतर पुढच्या आयुष्यात तो फरारी झाला; तरीही खेळ खेळण्याचे त्याने सोडले नाही. जे.जे.च्या चौकातही इतर मुस्लीम मुलांबरोबर तो नेहमी खेळत असे.

दरम्यान इब्राहिम हा एक नवीन काम करू लागला. तो मिळतील ती विविध कामे करून पैसे कमवीत असे. तो बाशू दादाची कामे काही मुलांना हाताशी धरून करू लागला. नव्हे, तसे करणे त्याला परिस्थितीने भाग पाडले. फायली घेऊन कस्टम्स खात्यातील कारकुनांना नेऊन देणे, बॉम्बे पोर्ट ट्रस्टच्या अधिकाऱ्यांना देणे असली कामे त्याला करावी लागली. अन् तशा परिस्थितीतही त्याने आपला प्रामाणिकपणा सोडला नाही, कोणत्याही आकर्षणाला तो बळी पडला नाही की

रहीमसारख्याने जी बाशू दादाची नोकरी धरली तसलेही त्याने काही केले नाही. गुन्हेगारीच्या जगाकडे तो चुकूनही फिरकला नाही; पण त्याला आपल्या मुलांवर लक्ष ठेवता आले नाही, विशेषत: साबीर व दाऊदवरती.

लवकरच दाऊदच्या कुटुंबाला टेमकर लेनमधील आपली रहाती जागा सोडावी लागली व जवळच हाकेच्या अंतरावर असलेल्या पखमोडिया स्ट्रीटवरील मुसाफीरखाना येथे रहाण्यास जावे लागले. मुसाफीरखान्याला त्या वेळी 'बाबरी मोहल्ला' म्हटले जात असे. तिथे रहायला जाईपर्यंत दाऊदने 'रस्त्यावरील गुंड' म्हणून आपले नाव कमावले होते. त्या भागात रहाणाऱ्या बोहरा समाजाने नव्याने निर्माण होणाऱ्या गुंडांच्या टोळ्यांचा त्रास भोगला होता. दाऊदची टोळी तिथे मुसाफीरखान्यात आता उदयास येत होती.

दाऊदच्या वडिलांची धार्मिक शिकवण व त्याला आत्तापर्यंत दिलेले शिक्षण यांचा काहीही उपायोग न होता दाऊद हा गुन्हेगारीकडे ओढला गेला. त्याला अधिक समर्थ, ताकदवान बनायचे होते. पैसे कमावण्याची त्याची लालसा वाढत गेली. १५वे वर्ष त्याला लागायच्या आतच त्याने रस्त्यावरचे गुन्हे करण्यास, किरकोळ चोऱ्या करण्यास, गळ्यातील साखळी खेचण्याचे गुन्हे करण्यास, लोकांना मारझोड करण्यास, खिशातील पाकिटे मारण्यास आणि दुकानदारांना धमकावून त्यांच्याकडून पैसे उकळण्यास सुरुवात केली होती.

वयाच्या १४व्या वर्षी दाऊदने पहिला गुन्हा केला. रस्त्यावर एक जण पैसे मोजत बसला होता. त्याचे पैसे एकदम हिसकावून त्याने पलायन केले. मग तो माणूस माग काढत-काढत इब्राहिमपर्यंत आला. त्याच्यापाशी त्याने दाऊदविरुद्ध तक्रार केली. मग चिडलेल्या इब्राहिमने दाऊदला पकडून खूप मार दिला. यामुळे दाऊद व त्याच्या भोवतालचे टोळके हे काही दिवस निमूटपणे वागत राहिले; पण हे फार काळ टिकले नाही. दाऊद पुन्हा आपल्या वळणावर गेला.

दाऊदचा मूळ स्वभाव जाईना. त्याला सत्तेची हाव होती. सत्ता गाजवायला त्याला आवडे, विशेषत: लोकांना आपला दरारा दाखवून तसे करायला त्याला आवडे आणि काहीही करून आपल्याकडे भरपूर पैसा यायला हवा, अशी त्याची मनीषा हाती. गरीब असल्याने आणि खिशात पैसे नसल्याने आपल्या भावांच्या अंगावर चांगले कपडे असावेत आणि बहिणींच्या अंगावरती, आईच्या अंगावरती दागिने असावेत, असे त्याला वाटे. जेव्हा-जेव्हा घरात मोठे खर्च निघे तेव्हा दाऊद त्यातून काहीतरी वाट काढे. दाऊदची कानउघडणी करणे हे त्याची आई अनेकदा टाळीत असे. ती फक्त त्याच्या दिशेने अशी सूचक शब्द फेकी की, त्यातून बाकीची भावंडे काही बोध घेतील. साबीर हा दाऊदपेक्षा मोठा होता, थोरला होता. तोही दाऊदपुढे नमते घ्यायचा. पुढे तो गुन्हेगारी जगाचा अनाभिषिक्त राजा होणार होता.

कदाचित यातच त्याच्या स्वभावातील लोभ व क्रौर्य कसे आले, याचे रहस्य सामावलेले असेल.

आता हातात मुबलक वेळ उपलब्ध असल्याने दाऊदने एव्हाना स्थानिक गुंडांच्या मदतीने आपला मार्ग बदलला. त्याने अलाहाबादी गँग व काश्मिरी गँग यांच्या बळाविषयी ऐकले होते. पण त्याहीपेक्षा त्याला पठाण मंडळींची टोळी जास्त आवडत होती. तो त्या टोळीचे कौतुक करायचा आणि आपण त्या टोळीचा एक भाग व्हावे, असे त्याची आकांक्षा होती.

दरम्यान रत्नागिरी जिल्ह्यातून मुंबईत मुस्लीम तरुणांचे जथेच्या जथे आले. दाऊदचे गाव मुमका हे होते. तेथूनही काही जण आले. ते सारे जण अर्थातच डोंगरी भागात एकवटले गेले. मग बहुतेक कोकणी मुस्लीम लोकांशी इब्राहिमचा संपर्क राहिला. १९६०-७०नंतरच्या दोन दशकातली ही घडामोड आहे. त्यातला कोकणी तरुणांचा एक गट साबीर, दाऊद व त्यांचे भाऊ यांना चिकटून राहू लागला. अलीभाई म्हणून नंतर जो प्रसिद्धीस आला तो अली अब्दुल्ला अंतुले हा त्या तरुणांमध्ये होता. १९७०नंतर १५ वर्षांचा दाऊद आता अशा तरुणांचा नेता बनला. नकळत त्याची एक छोटी टोळी तयार झाली. त्या टोळीत त्याचे भाऊ साबीर, अनीस, त्याचे चुलत भाऊ, अली आणि अयूब व रशीदसारखी मुले होती.

बोहरा जमात ही एक सुस्थितीत असलेली व व्यापारात बस्तान बसलेली जमात होती. तिची मुंबईतील व्याप्ती ही खडा पार्शी जंक्शनपासून ते नागपाडातील क्लेअर रोड, आग्रीपाडाचा काही भाग आणि मुसाफीरखाना येथवर होती. या जमातीची घरे काचेची वाटावीत अशी होती. त्यांची खाद्यगृहे, रेस्टॉरन्ट्स वगैरे होती. ते प्रवाशांना पर्यटनाची सेवा देत. त्यांचा धंदा कोणताही असो, ते भरभराटीला आलेले लोक होते खरे. ही जमात अत्यंत शांतताप्रिय असल्याने ते भांडणे, वादविवाद, संघर्ष टाळीत. मारामाऱ्या करीत नसत. जेव्हा दाऊद व त्याच्या टोळीतील मुले त्यांच्याकडून पैसे उकळायचा प्रयत्न करू लागले, तेव्हा ती मंडळी उगाच तमाशा नको किंवा उगाच शारीरिक दुखापत ओढवून घ्यायला नको, म्हणून सरळ पैसे देऊन टाकणे पसंत करायचे. अशा प्रकारे दाऊदच्या उद्धटपणाला नकळत उत्तेजन मिळत गेले. कालांतराने त्याला स्वत:ला जाऊन खंडणी गोळा करणे शक्य व्हायचे नाही. मग ते काम त्याच्या टोळीतील सभासद करीत. अशा रितीने टोळीचे बळ वाढत गेले. सर्व तरुण पोरे, मग ती तीन-चार जणांचा गट असो किंवा दहा जणांचा गट असो, ते गट दाऊदकडे आपला पुढारी म्हणून पहात. मग एकदा पुढारीपण लाभल्यावर त्याच्या हाताखाली स्वेच्छेने कामे करणारी, त्याचे ऐकणारी तरुण माणसे त्याला आपेआप उपलब्ध होत गेली. ते थेट दाऊदपाशीच आपले म्हणणे मांडायचे. अशा प्रकारे १९७२-७३मध्ये दाऊद हा 'खंडणीबहाद्दूर' बनत गेला.

दाऊद हा इतर तरुण पोरांसारखा होता. त्याला नेहमीच अधिक वरच्या पातळीवर जायला आवडे. हळूहळू या टोळीला लोकांना फसवणे जमत गेले. त्यांनी लवकरच मोहत्ता मार्केटमध्ये एक आयात झालेली घड्याळे विकण्याचे दुकान उघडले. मग एक-दोन तरुण पोरे त्या दुकानासाठी गिऱ्हाइके हेरण्यासाठी समोरच्या रस्त्यावर हिंडत. मग ते एखाद्या गिऱ्हाइकाला पटवून दुकानापाशी आणीत व शोकेसमधील घड्याळ दाखवून म्हणत, "राडो कंपनीकी घडी. ५,००० का माल सिर्फ २,००० में. अंदर आजाओ, बात करेंगे." अशा रितीने ते गिऱ्हाइकाला भुरळ घालून आत नेत. एकदा आत गेल्यानंतर देवाणघेवाणीची बोलणी हुज्जत घालून सौदा १,००० ते १,५०० रुपयापर्यंत सुटे. मग ते घड्याळ खोक्यात घालून पॅक केले जाई. त्या खोक्यात खोट्या व हलक्या घड्याळासोबत एक छोटा दगडही घालून ठेवीत. या प्रकाराला तो "पल्टी मारना" असे म्हणत. मग आतून ते पॅकिंग बाहेर घेऊन येत गिऱ्हाइकाला म्हणत, "ये लेके जाओ. इधर मत खोलना. कोई देखेगा तो प्रॉब्लेम हो जाएगा." बिचारे भोळे गिऱ्हाईक त्या बोलण्यावर विश्वास ठेवून ते घड्याळाचे पॅकिंग घेऊन मुकाट्याने निघून जाई. मग दुकानापासून जरा लांब गेल्यावर गिऱ्हाइकाने ते पॅकिंग उघडून पाहिल्यावर त्याला आपली फसवणूक झाल्याचे लक्षात येई. ते गिऱ्हाईक जर परत येऊन तक्रार करू लागले, तर ती तरुण पोरे सर्वकाही नाकारून आपल्या कानावर सरळ हात ठेवीत. हा एक ठरवून केलेला फसवणुकीचा खेळ होता. दाऊदने शेवटी तो बंद केला.

कधीकधी या फसवणुकीला बळी पडलेला एखादा पार्शी सज्जन त्यांच्याविरुद्ध पायधुणी पोलीस स्टेशनमध्ये तक्रार गुदरे. जर पोलीस पकडायला येताना दिसले, तर सर्व जण दुकान बंद करून पळून जात. मग कित्येक दिवस ते दुकान बंद ठेवीत. कधीकधी तर महिनोन्‌महिने बंद ठेवीत. या अशा छोट्या-छोट्या फसवणुकीच्या खेळातून त्यांच्यामध्ये व दाऊदमध्ये एक मोठा आत्मविश्वास निर्माण होत गेला. मग हळूहळू त्यांना वाटू लागले की, या शहरात आपण काहीही करू शकतो.

१०
तरुण तुर्क

१९७२मध्ये मुंबईत अनेक मतदारसंघ होते. आज जसे लोक आपल्या शेजाऱ्यांबद्दल उदासीन असतात तसे त्या वेळी नव्हते. आपल्या शेजाऱ्यांबद्दल त्या काळात लोकांना नीट माहिती असे. विशेषत: त्या काळात आपल्या गल्लीतील दादा कोण आहे आणि त्याचे कोणत्या राजकीय पुढाऱ्याशी लागेबांधे आहेत, याचीही माहिती त्यांना असे. तेली गल्लीमध्ये बाशू दादाचे नाव प्रसिद्ध होते. मोहल्ल्यात कोणीही त्याच्या वाटेला जाण्याचे धाडस करीत नसे. रोज काही लीटर बदाम दूध पिऊन व पचवून त्याने आपले स्नायू बळकट केले होते. रोज त्याच्या बैठका चालत. त्या वेळी तो हे बदाम दूध पीत असे. त्याचे पीळदार शरीर हे निर्भय माणसांनाही घाबरवून सोडण्यास पुरेसे असे.

बाशू दादाच्या बैठका नेहमी दुपारी चालत. त्या वेळी तो आपल्या घरातून पायरी उतरून पुढच्या मोकळ्या अंगणात येऊन बसे. त्याच्याभोवती त्याने पोसलेले मारेकरी व खुशमस्करे यांचा गराडा पडलेला असे. आपल्या परिसरावरती भय व दरारा यांचे राजदंड दाखवून तो आपल्या प्रजेवर राज्य करीत होता. एके दिवशी सकाळी तो तेली गल्लीत आपल्या अलिशान मर्सिडीज गाडीतून गेला. गाडी थांबल्यावर बाशू दादाने आपला चकचकीत पांढऱ्या बुटातील एक पाय खाली जमिनीवर ठेवला, मग दुसरा पाय ठेवला. मग अत्यंत डौलदार रितीने वळून तो खाली उतरला. त्याच्यासारख्या धिप्पाड माणसाच्या हालचाली या पहाणाऱ्याला मोहक वाटतील अशा डौलदार होत्या. मग रशीद धावत-धावत बाशू दादाचे स्वागत करायला आला आणि एकदम खाली गुडघे टेकून तो त्याच्यासमोर बसला. तो काही जुन्या मध्ययुगीन काळातील रितीनुसार त्याचे स्वागत करीत नव्हता, तर त्याला फक्त बाशू दादाच्या स्वच्छ बुटाची सुटलेली लेस परत नीट बांधायची होती. बाशू

स्वत: कोणासमोर झुकला नव्हता, अगदी स्वत:च्या बुटाचे लेस बांधण्यासाठीसुद्धा वाकला नव्हता. त्याच्यापाशी असलेल्या ताठ्यामधून, उद्धटपणामधून त्याचे असे हे साजेसे वागणे निर्माण झाले होते. बाशू दादाची प्रत्येक इच्छा, विनंती आणि मागणी पुरी करण्यासाठी त्याची माणसे जेव्हा त्याच्यापुढे येत, तेव्हा ती दोन वेळा वाकत.

तर अशा त्या दिवशी एक फुटबॉल मॅच चालू होती. ते सामने महिनाभर चालू होते. आजच्यासारखा क्रिकेट हा खेळ त्या वेळी दादा मंडळीत इतका लोकप्रिय नव्हता. त्या काळात त्याची माणसे, पठाण मंडळी ही फुटबॉलची शौकीन होती. तो खेळ चालू झाला की, मग ९० मिनिटे त्यांच्या हालचाली खेळ संपेपर्यंत बंद पडत. बाशूच्या बैठकीत या खेळामुळे एकदम सण असल्यासारखे वातावरण पसरे. त्या काळात अशा मॅचची माहिती ही फक्त रेडिओवरील धावत्या वर्णनावरून समजत असे. मग सामन्याच्या दिवशी सर्वकाही तयारी करून ठेवली जायची. एक खाट बसायला आणून ठेवली जायची. रेडिओवरती योग्य ते स्टेशन लावून ठेवले जायचे. मग खाटेवर बसून ते बदामाचे दूध उर्फ बदाम शरबत पीत-पीत रेडिओ ऐकला जायचा. बदामाच्या शरबताने शरीराचा उकाडा कमी व्हायचा.

पण आज एक समस्या आली होती व ती त्या सामन्याच्या आधीच सोडवायला हवी होती. ती समस्या रशीदने सांगितली होती. आपल्या भुवया सारख्या उडवीत तो ती समस्या मोठ्या कळकळीने बाशू दादाच्या कानावर कशी घालायची ते ठरवीत होता.

महाराष्ट्र विधानसभेच्या निवडणुका आता तोंडावर आल्या होत्या. उमरखाडी हा मतदारसंघ बाशूच्या गावचा होता आणि तो आपल्या मर्जीच्या माणसाकडेच रहावा असे तो पहात होता. पण या वेळी तसे काही होईल असे वाटत नव्हते.

शेवटी रशीद बोलला, "दादा..."

बाशूने वर मान करून त्याच्याकडे पाहिले. रशीदच्या आवाजातील कंप जाणवल्याने त्याला थोडी मजा वाटली होती.

मग रशीद पुटपुटत म्हणाला, "दादा, इलेक्शन आ रहे है."

बाशूने आपली पाठ सरळ करीत चारपाईवर ताणून दिली. मग रशीदने त्या बातमीचा बॉम्ब फोडला. तो म्हणाला, "दादा, मौलाना बहोत एकडी दिखा रहा है." हे काहीतरी नेहमीपेक्षा वेगळे घडत होते.

ते ऐकताच बाशू ताडकन उठून बसला. ज्या मौलानाबद्दल रशीद सांगत होता तो मौलाना म्हणजे मौलाना झियाउद्दीन बुखारी हा होता. उमरखाडीच्या मुस्लीम मतदारांमधील तो एक मान्यवर पुढारी होता. इतके दिवस तो बाशूच्या मर्जीनुसार अनुकूल असे वागत होता. बाशूही त्याला आतापर्यंत पाठिंबा देत आला होता.

राजकारणाच्या बाबतीत बाशूचा एकच साधा नियम होता. जो कोणी निवडणुकीत जिंकून येतो, त्यालाच लोक नेहमी मान देतात व पैसे देतात.

बाशू नीट बसून विचार करू लागला. बाशूपेक्षा आपण मोठे आहोत, असे कोणालाही समजायला परवानगी नव्हती. तसेच जो कोणी बाशूला रेडिओवरची मॅचची कॉमेंट्री ऐकताना अस्वस्थ करणारे काही सांगतो, त्याच्या बाजूने निर्णय होतो किंवा देवाचा कौल होतो म्हणून रशीदने ही वेळ साधून तसे म्हटले व तो आता वाट पाहू लागला.

शेवटी बऱ्याच वेळाने बाशू अर्धवट कुजबुजत म्हणाला, "फिर मौलाना को हराना होगा."

मौलानाला आता निवडणुकीत हरवले पाहिजे, असा निर्णय बाशूने दिला. रशीदने यावर एक सुटकेचा श्वास सोडला. आता सर्वकाही ठीक होईल, असे त्याला वाटले.

✠

त्याच महिन्यात मौलाना झियाउद्दीन बुखारी हा १९७२मधली महाराष्ट्र विधानसभेची निवडणूक हरला. त्याचा प्रतिस्पर्धी हा मुस्लीम लीगचा उमेदवार होता. त्याने निवडणूक जिंकली. हे कोणी घडवले याची मौलानाला चांगलीच कल्पना आली. शेवटी बाशूने मौलानाचा खेळ त्याच्याच अंगावरती उलटवला होता. राजकारणाच्या खेळात बाशूने त्याचा पराभव केला. मुस्लीम लीगच्या उमेदवाराला बाशूने उभे रहायला लावले व त्याच्यामागे आपली सारी ताकद उभी केली. त्या उमेदवाराचे नाव होते नूर महंमद.

आपली गेलेली प्रतिष्ठा व नाव पुन्हा परत मिळवण्यासाठी मग मौलानाने आपल्या सर्व युक्त्या चालू केल्या. त्याला आता शहाला काटशह द्यायचा होता. त्याने दोन टप्प्यातील एक योजना आखली. एके दिवशी सकाळी तो इब्राहिम कासकरच्या घरी गेला व त्याच्यापुढे त्याने एक अभिनव प्रस्ताव ठेवला. प्रथम त्या दोघात नमस्कार-चमत्कार झाले. मग त्याने आपली कल्पना, तो प्रस्ताव इब्राहिमपुढे मांडला. येथपर्यंत इब्राहिमला कसलाही संशय आला नव्हता. मौलाना तिथल्या भागातील एक पुढारी होता. आपले नाव व प्रभाव टिकवण्याच्या दृष्टीने तो ती कल्पना, तो प्रस्ताव मांडीत होता.

"इब्राहिमभाई, एक खयाल आया मेरे झेहेनमे. हमारे लडके यूं दिनभर आवारा गर्दी योंमे मस्रूफ रहते है. क्यूं ना उनसे कुछ तामिरी काम कराये?" (माझ्याजवळ एक कल्पना आहे. आपली मुले दिवसभर काहीही न करता वेळ काढीत असतात. मग त्यांना एखाद्या सन्माननीय कामासाठी का जुंपू नये?)

इब्राहिमला हे पटले व तो म्हणाला, "जी मौलाना, जैसा आप ठीक समझे. हमारी कौमके नौजवानको सही रास्ता दिखाना आपकी बुजुर्गी है. मेरे बेटे तो आपकी खिदमतमे हमेशा हाजिर है." (मौलानाजी, आपण बरोबर बोललात. माझी मुले आपल्या कामासाठी नेहमीच तयार असतील.)

मौलानाने इब्राहिमचे घर अत्यंत आनंदाने सोडले. नंतर त्याने मुंबईच्या उच्च न्यायालयात एक याचिका दाखल करून 'निवडणुकीत मुस्लीम लीग अवैध मार्गाने निवडून आल्याचे' आरोप केले.

इब्राहिमने आपल्या सर्व मुलांना एकत्र बोलावले आणि त्यांना सांगितले की, मौलाना यांची कल्पना ही आपल्यासाठी एक प्रकारचे अल्लाचे फर्मान आहे. तुम्ही त्याच्या जमातीमध्ये सामील होऊन तुमचा तरुणांचा समाज सुधारा. गल्लीतल्या व आजूबाजूच्या सर्व तरुणांनी मिळून एकाच झेंड्याखाली एकत्र येऊन काम करण्याच्या कल्पनेने सर्व जणच उत्साहित झाले. एकदा ही कल्पना इब्राहिमने मान्य केली की, मग आता आसपासच्या सर्वच शेजाऱ्यांची तरुण मुले यात भाग घेणार होती. या सर्वांच्या गटाला 'यंग पार्टी' असे योग्य नाव देण्याचे ठरले. मग त्यांनी मेळावे भरवणे, सण साजरे करण्यासाठी सर्वत्र शोभिवंत गोष्टी लावणे वगैरे करायला सुरुवात केली. मौलानाची कल्पना फलद्रूप झाली. त्याने बाशू दादाच्या आसपासच एक स्वतंत्र संघटना बांधली. हळूहळू या यंग पार्टीमध्ये इतके सभासद येऊ लागले की, त्यांची संख्या अफाट फुगत गेली. हे सगळे अनपेक्षित होते.

पण तरीही मौलानाची एका बाबतीत हार झाली. मुंबई उच्च न्यायालयाने मौलानाची याचिका फेटाळून लावली. मग मौलाना त्याविरुद्ध सर्वोच्च न्यायालयात गेला; पण त्याही न्यायालयाने उच्च न्यायालयाचाच निकाल उचलून धरला. मौलाना निराश झाला, हताश झाला. मग त्याने यंग पार्टीमधील आपले अंग काढून घेतले. नंतर त्या भागातील निवडणुकीच्या प्रकरणातून हळूहळू त्याचे नाव जनतेच्या मनातून पुसले गेले.

पण दरम्याने यंग पार्टीची लोकप्रियता पाहून दाऊदच्या मनात एक कल्पना स्फुरली. तो धूर्त असल्याने त्याने आपले नेतृत्वकौशल्य दाखवण्याची व इतर तरुण पोरांवर प्रभाव पाडण्याची ही एक सुवर्णसंधी आहे, हे हेरले.

पखमोडिया स्ट्रीट व मुसाफीरखाना येथील मौलाना हा एक नेता गेला, तरी दुसरा नेता आता जन्माला आला होता. आता तिथल्या भागातील रस्त्यारस्त्यावर 'हा मोहल्ला यंग पार्टीचा आहे' अशा अर्थाच्या पाट्या झळकू लागल्या. अन् या पार्टीचा नेता हा अर्थातच दाऊद इब्राहिम कासकर होता.

दाऊद हा केडी कंपनीवरून पुढे चालला होता. हा एक नागपाडा येथील उंच इमारतीचा भाग होता. तो आपल्या मोटरसायकलवरून जात होता. अचानक करीम सिद्दीकी त्याच्याकडे पळत-पळत येताना त्याला दिसला. हा तरुण दाऊदचा जवळचा मित्र होता. त्याचे सारे अंग ठेचकाळलेले होते. त्याने दाऊदला थांबवून म्हटले, "हमीदने फिर मुझे पीटा, दाऊदभाई." ते ऐकताच दाऊदला राग आला. हमीद व मजीद हे दोघे भाऊ करीमला नेहमी छळायचे. हमीद हा एक गुंड पठाण होता. तो कोणालाही जुमानत नसे, आणि मजीद हा एक नशेबाज माणूस होता. तो डोंगरीच्या गल्ल्याबोळातून उगाचच वेळ घालवत हिंडत असे. या दोघांना दाऊदने पूर्वीच चिलटासारखे झटकून टाकले असते; पण ते दोघे बाशू दादाच्या सेवेत होते. अन् का कोण जाणे बाशू दादाबद्दल दाऊद अजूनही मनात आदर ठेऊन होता. अन् तेही केवळ आपले वडील व तो यांच्यातील स्नेहसंबंधामुळे; परंतु तरीही आता हमीदला त्याची जागा दाखवून द्यायची वेळ आली आहे, असे दाऊदला वाटले. त्याने सिद्दिकीला आपल्या मोटरसायकलवर मागे बसवले व तो वेगाने हमीदच्या घरी गेला.

हमीदशी समोरासमोर बोलताना दाऊदला आपला राग काबूत ठेवता आला नाही. तो हमीदला त्याच्या वागण्याबद्दल वाटेल तसा बोलला.

"भांचोद, तू बहोत बडा शाणा हो गया है क्या बंबै का?" दाऊद त्याच्यावर गरजला.

"नही दाऊदभाई, कुछ गलत फैमी हुई है." हमीद थरथर कापत म्हणाला.

"एक बात सुनले. बाशू दादा का मूंह देखकर मैने तुझे बक्श दिया. नही तो तेरा खिमा बनाके रख देता." (एक गोष्ट लक्षात ठेव. फक्त बाशू दादामुळे मी तुला सोडून देतो आहे. नाही तर मी नक्कीच तुझा खिमा केला असता.) दाऊद गरजला.

दाऊदच्या डोळ्यात हमीदला आपला मृत्यू दिसला. एरवी दाऊदने नक्कीच बोलल्याप्रमाणे आपल्याला ठार केले असते; पण बाशू दादाचे आपल्याला कवच लाभल्यामुळे आपण वाचलो, असे त्याच्या लक्षात आले.

हमीदला यापेक्षा आपण जास्त काहीही करू शकत नाही म्हणून दाऊद तेथून धुसफुसत बाहेर पडला. दरम्यान हमीद झटपट विचार करू लागला. आज ना उद्या ही बातमी बाशू दादाच्या कानावर नक्कीच जाणार. पण मग आपणच ही बातमी आपल्याला हव्या तशा शब्दांत त्याच्याकडे जाऊन त्याला सांगितली तर? हे असे व आणखी काही विचार मनात घेऊन हमीद बाशू दादाकडे त्याच्या दरबारात गेला. बाशू आता फुटबॉल मॅचच्या सामन्याच्या शेवटच्या भागाची मजा लुटत बसला होता. मौलानाने एक वेगळा पक्ष काढून आपल्यावर मात करायचा प्रयत्न केल्याचे

पाहून आधीच तो अस्वस्थ झाला होता. अन् त्यात आता हा हमीद काहीतरी तक्रार घेऊन आलेला होता.

हमीद त्याला सांगू लागला, ''दादा, दाऊदने आपके माँ-बहेनकी गाली दी.''

ते ऐकताच बाशूच्या रागाचा पारा एकदम वर चढला. कोणीतरी बेधडक आपला अपमान करतो आहे, अन् तोही एक वर येऊ पहाणारा तरुण पोऱ्या! तो एकदम खाटेवरून उठला. त्याने इब्राहिम, रहीम व साबीर यांची एक बैठक बोलावली. त्याच्या फुटबॉल मॅचच्या आनंदाचा आता पार विचका झाला होता.

इब्राहिम, रहीम व साबीर लगेच आले. साबीर तर अजूनही एक पोऱ्याच होता. ते बाशू दादासमोर उभे राहिले. बाशू दादाभोवती त्याच्या माणसांनी कोंडाळे केले होते.

''दाऊदने मुझे माँ-बापकी गाली दी. इब्राहिम संभालो अपने छोकरेको.'' बाशू संतापाने म्हणाला.

''गलती हो गयी होगी लडकेसे दादा, माफ कर दीजीये.'' रहीमने धाडसाने मध्येच तोंड घालत म्हटले.

''गलती!'' बाशू दादा ओरडून म्हणाला.

मग बाशू साबीरला उद्देशून म्हणाला, ''जब तेरे बापके पास तुम लोग को खिलानेकोभी पैसे नही थे, तब मैने सहारा दिया. और अब तुम लोग सब साले भेंचोद लोग ऊसी थालीको गाली देता है! तुम लोगोने मेरे एहसान का ये सिला दिया है, इस तरह नमकहरामी करके.'' (जेव्हा तुझा बाप तुम्हाला खाऊ-पिऊ घालू शकत नव्हता तेव्हा मी तुझ्या बापाला मदत केली होती. आणि आता तुम्ही माणसे ज्या हाताने तुम्हाला खायला दिले त्याच हाताचे लचके तोडत आहात!)

''दफा हो जाओ यहाँ से!'' आपला हात हलवीत बाशू म्हणाला.

इब्राहिम व साबीर तेथून आपली उरलीसुरली अब्रू वाचवीत बाहेर पडले. रहीम मात्र तिथे तसाच उभा राहिला होता. बाशूने बोललेले 'एहसान' (कृपा) व 'नमकहरामी' (कृतघ्नता) हे शब्द मात्र इब्राहिम व साबीरच्या कानात घुमत राहिले होते.

रहीम रदबदली करीत बाशूला म्हणाला, ''आपको छोटे लडके को ऐसा नही बोलना चाहिये था, दादा.''

''छोटा लडका? उसीके छोटे भाईने मेरी माँ-बहेनका नाम अपनी गंदी जुबानसे निकाला और मैं क्या तमाशा देखता रहूं? नही रहीम!'' बाशू चिडून म्हणाला.

साबीर एव्हाना घरी पोहोचला होता व तो हुंदके देत रडत होता. त्या चौदा जणांच्या कुटुंबाला अनेकदा खाण्या-पिण्याच्या समस्या निर्माण होत; पण इब्राहिमच्या लोकप्रियतेमुळे आजूबाजूच्या लोकांनी त्यांच्या त्या हलाखीच्या परिस्थितीबद्दल कधी शब्दही तोंडातून बाहेर काढला नव्हता. पण आता बाशू जे काही बोलला होता, ते

साबीरला सहन करणे शक्य झाले नाही. त्याला आपले रडू आवरेना. इब्राहिमने एक शांती धारण केली होती व आपला चेहरा स्थितप्रज्ञासारखा ठेवण्याचा तो प्रयत्न करीत होता. दाऊदने जे-जे काही घडले ते सारे क्रमाने साबीरकडून ऐकले व त्याचे रक्त तापले. आपले वडील व भाऊ यांचा अपमान झाल्याचे त्याला सहन होईना. त्याने बाशू दादाचे साम्राज्य व त्याची प्रतिष्ठा धुळीला मिळवण्याची मनातल्या मनात प्रतिज्ञा केली.

११
डेव्हिड विरुद्ध गोलीएथ

दाऊदच्या टोळीचे वर्चस्व डोंगरी भागात सारखे वाढत चालले होते. तो अधिक बलवान बनत चालला होता. एक साधा पोरगेलासा दाऊद आता सर्वांना आपल्या कौशल्याने, क्षमतेने व तीव्र बुद्धीने चकित करीत चालला होता. यंग पार्टीची प्रसिद्धीही जोरात चाललेली होती. त्यांची कामे ईद-ए-मिलादच्या दिवशी काढल्या जाणाऱ्या मिरवणुकीमुळेसुद्धा थांबत नव्हती. आता त्याची टोळी पैसे उकळण्यात पटाईत झाली होती, कुख्यात झाली होती. हनीफ कट्टा आणि सय्यद राझी उर्फ रज्जी यांच्यासमवेत दाऊद धमक्या देऊन सर्व किरकोळ विक्रेत्यांकडून पैसे गोळा करू लागला होता. त्यासाठी तो गरिबांच्या घरची लग्नकार्ये, दफनविधी अशा सबबी सांगू लागला. जे श्रीमंत होते त्यांना तो 'वर्गणी' मागायचा. नाही दिली तर दाऊदच्या रागाला सामोरे जावे लागेल, अशी भीती घातली जायची. थोडक्यात लोकांच्या भावना आणि भीती यांचा वापर करीत दाऊद व त्याची टोळी ही पैसे लुटण्याचे तंत्र व्यवस्थित वापरीत होते.

यंग पार्टीने अर्थातच मौलाना झियाउद्दीन बुखारीच्या ध्येयानुसार आपले काम पुढे चालवले होते. पण आता त्या कार्यात बुखारी सामील झालेला नव्हता. परंतु आता हा पक्ष अहिंसक प्रवृत्तीचा नसला तर, तो गुन्हेगारी कृत्यांना पाठीशी घालणारा ठरला. १९७४मध्ये इब्राहिम कासकर व साबीर यांना बाशूने त्रास दिला होता. त्यापुरते तरुण दाऊदसमोर आता एक गंभीर समस्या उभी राहिली होती. कारण त्याचे आपल्या वडिलांवर व भावांवर खूप प्रेम होते, ते खरोखरीच होते. जेव्हा-जेव्हा तो आपल्या वडिलांसमोर, थोरल्या भावासमोर येई तेव्हा त्याची मान आदराने व लाडाने खाली झुकलेली असे. त्यांच्यापुढे बाशू हा एक नुसता गुंड माणूस होता. त्याने त्या दोघांनाही पूर्वी केलेले उपकार सांगून शरमिंदे केले. यावर दाऊद जेवढा

विचार करे, तेवढी त्याला बाशू दादाचीच चूक वाटू लागे.

आपल्या वडिलांनी बाशूला किती मदत केली, हेही त्याला चांगले ठाऊक होते. केवळ इब्राहिम कासकरने मदत केली म्हणून बाशूचा तस्करी करून आणलेला माल कस्टम्समधून सुटला होता. हे इब्राहिमच्या मदतीमुळे घडले होते. जेव्हा बाशूचा माल गोदीमध्ये पकडला जाई, तेव्हा इब्राहिम तो माल सोडवला जावा म्हणून अनेकांच्याकडे दिवस-दिवस खेटे घालायचा, त्यांची अजिजी करायचा. बाशूने लक्षावधी रुपये मिळवून मर्सिडीज घ्यावी म्हणून इब्राहिमने मदत केली होती. तसेच त्याने आपले ते खास बूट बनवून घेतले होते, ते इब्राहिमच्या आग्रहाखातर. बदल्यात त्याने दाऊदच्या कुटुंबाला वेळोवेळी तुटपुंजी पैशांची मदत केली होती. अशा या देवाणघेवाणीमध्ये बाशूने दाऊदच्या कुटुंबाचा अपमान केला होता. हे सारे असह्य होते. अजिबात स्वीकारता येण्याजोगे नव्हते.

रहीम चाचाने दाऊदचा राग शांत करण्याचा प्रयत्न केला. त्याला सहानुभूती दाखवत म्हटले, ''गुस्सा अच्छी बात नही. चलके बाशूभाईकी गलत फैमी दूर करो.'' (राग ही काही एक चांगली गोष्ट नाही. आपण बाशूकडे जाऊन त्याचा गैरसमज दूर करू या.) पण रहीमचा उपदेश दाऊदने झाकून घेतलेल्या कानात शिरत नव्हता. या बाबतीत दाऊद आता दुसऱ्या कोणाच्याही मार्गाने जायला तयार नव्हता. तो कोणाचेही ऐकायला तयार नव्हता. या बाशूनेच आता माघार घेऊन येथून जायला हवे आहे. यावर दाऊद स्वत:शीच बोलला, ''बाशू दादाको ये बात बडी महेंगी पडेगी.'' त्याचे हे गंभीर शब्द ऐकून रहीम चाचाचे रक्त पार गोठून गेले.

✠

जुम्मा नमाझ नुकताच संपला होता आणि दुपारचे दोन वाजले होते. हवेत उष्णता भरून राहिली होती. तो शुक्रवारचा दिवस होता. मस्तान तलावाशेजारी असलेल्या एका मशिदीमध्ये बाशू दादा नमाज पढण्यास गेला होता. बाहेर दाऊद व त्याची तरुण पोरांची टोळी बाशू दादाची वाट पहात थांबले होते. दाऊदबरोबर हनीफ कुट्टा, रज्जी, सुलतान, अबू बक्र आणि साबीर हे होते. बाशूवर हल्ला चढवण्याच्या कल्पनेविरुद्ध साबीर होता. यातून बाशूकडून परत बदला घेतला जाईल, अशी भीती त्याला वाटत होती. त्याने तसे दाऊदला समजावून सांगण्याचा प्रयत्नही केला होता; पण दाऊदचा हल्ल्याचा निश्चय पक्का झाला होता. जे.जे. चौकाच्या पुढे असलेल्या पीरखान स्ट्रीटजवळ ते सारे जमले होते. बाशू मशिदीच्या कमानीखालून कधी बाहेर येतो आहे, याची ते वाट पहात होते.

त्यांना फार वेळ वाट पहावी लागली नाही. कारण दाऊदने आपली योजना अत्यंत तपशीलवार बनवली होती. त्याप्रमाणे बाशू ठरल्या वेळेप्रमाणे उगवला.

त्याच्याबरोबर त्याचे दोन पहिलवान होते. मग दाऊदचा ठरलेला इशारा मिळताच त्याची टोळी बाशूच्या दिशेने सोडा वॉटरच्या बाटल्या फेकू लागली. काही जण विजेचे दिवे फेकू लागले. उडणाऱ्या काचा बाशू व त्याच्या रक्षकांना लागू शकत होत्या. नव्हे, तोच हेतू होता. सोडा वॉटर बाटलीचा उपयोग हत्यार म्हणून केला जात असे. बाटलीतील गॅसमुळे बाटलीचा स्फोट होऊन काचा उडतात. त्या अंगात घुसू शकतात. फेकणारे मात्र आपण स्वत: लांब राहून त्या बाटल्या फेकतात. पहिली बाटली फेकल्यानंतर लागोपाठ बाटल्यांचा ते मारा करू लागले. त्या बाटल्यांमुळे तेथून जाणाऱ्या काही पादचाऱ्यांनाही त्याचा प्रसाद मिळाला.

रस्त्यावरचे ते दृश्य पहाणारे लोक हादरले. बाशू तर सुन्न झाला. मुंबईत हिंसाचारात बाटल्यांचा उपयोग अशा तऱ्हेने प्रथम उघडपणे झाला. त्यानंतरच्या वर्षामध्ये, मात्र दंग्यात सर्रास सोडा वॉटरच्या बाटल्या वापरल्या जाऊ लागल्या.

पहिल्या धक्क्यातून बाशू सावरला. आजवर त्याच्यावर कोणीही असा हल्ला केला नव्हता. तो स्वत: दाऊदवरती चालून जायला तयार झाला. त्याच्या बलदंड शरीरापुढे दाऊद अर्थातच टिकला नसता. अन् खुद्द दाऊदलाही हे ठाऊक होते. बाशू असेही काही करेल अशी अटकळ त्याने आधीच केली होती. म्हणून तो बाशूवर नेम धरून मारा करू लागला. एका पाठोपाठ एकेक बाटल्या तो फेकू लागला. तर त्याचे सहकारी त्या दोन पहिलावानांवरती बाटल्यांचा मारा करू लागले.

शेवटी एक पहिलवानाने धावत जाऊन ती काळी मर्सिडीज गाडी पार्किंगमधून काढून तिथे आणली. एव्हाना बाशू व उमर पहिलवान काचांमुळे जखमी झालेले होते. बाशूने आपली गाडी आपल्या दिशेने येताना पाहिली आणि त्याला कळून चुकले की, या वेळी माघार घेणे हेच शहाणपणाचे ठरेल. बाशू व त्याच्या बरोबरीच्या पहिलवानाने गाडीत आपल्याला कसेबसे कोंबले व सुसाट वेगाने गाडी तेथून निघून गेली.

दाऊद व त्याचे मित्र तोपर्यंत बाटल्यांचा मारा करीतच राहिले होते. गाडी निघून जात असतानाही त्यांनी बाटल्या फेकून गाडीच्या मागच्या खिडकीच्या काचा फोडल्या, मागचे टेल लाइट्स फोडले आणि त्या चकचकीत गाडीवर खूप ओरखडे उमटवले.

कार निघून गेल्यावर सर्व पोरांनी आपला विजय जल्लोष करून साजरा केला. पण दाऊदच्या मनात आणखी काही होते. त्याचे एवढ्याने समाधान झाले नव्हते. तो बाशूला एवढ्यावर सोडणार नव्हता. त्याला नुसता धडा शिकवायचा नव्हता, तर त्याच्यावर अजूनही पूर्ण सूड उगवायचा होता.

मग आपापल्या मोटरसायकली घेऊन ते टोळके टेमकर गल्लीत गेले. जिथे बाशूचा तालीमखाना होता, जिथे बाशू आपला दरबार भरवायचा, अन् जिथे त्याच्या

अहंकाराला खतपाणी मिळत होते, तिथे सर्व जण गेले.

ती व्यायामाची तालीम ही गोलाकार होती. मध्यभागी हौदा होता. तर सभोवताली सर्वत्र उंच आरसे लावले होते. त्यासमोर उभे राहून लोक व्यायाम करायचे, जोर बैठका काढायचे, वेट लिफ्टिंग करायचे आणि आपले शरीर सुधारायचे. बाशूचा हा तालीमखाना उर्फ आखाडा श्वास होता. दृष्ट लागण्याजोगा होता. त्या तालीममध्येच बदाम शरबत बनवण्याचे एक यंत्र उभे होते. दाऊद त्या भिंतीजवळ हातात एक हॉकी स्टीक घेऊन गेला व त्याने धडाधड घाव घालून आरशाच्या काचा फोडल्या. बाशूने आपल्या कुटुंबाचा कसा छळ केला, हे आठवून तो त्वेषाने घाव घालीत गेला. त्याच्या टोळक्याने तिथले सर्व आरसे असे फोडून टाकले. आरसे, फर्निचर, यंत्रसामग्री, अगदी ज्याचा अभिमान बाशूला होता ते बदाम शरबत बनवण्याचे यंत्र या सर्वांचा फार विध्वंस केला गेला. त्याने बाशू दादाचा एक प्रकारे कणाच मोडून टाकला.

या प्रकारानंतर आपला चेहरा कोणालाही बाशू दाखवेनासा झाला. बाशूच्या व्यक्तिमत्त्वाचा एक भाग त्याचा तालीमखाना झाला होता. जेव्हा त्याचा पूर्ण विध्वंस झाला तेव्हा बाशूही संपला. जेव्हा आपले नशीब आपल्याकडे पाठ फिरवते, तेव्हा आपले जुने व अत्यंत आज्ञाधारक सेवकसुद्धा मालकाला सोडून दुसरीकडे चांगला आश्रय शोधू लागतात. बाशूही कसा त्याला अपवाद असणार? या घटनेनंतर लवकरच बाशूला मुंबई पोलिसांनी 'नॅशनल सिक्युरिटी ॲक्ट'खाली पकडून डांबून ठेवले. त्याला जामीन नाकारला गेला व अशा तऱ्हेने तो वर्षभर तुरुंगात राहिला. तेली गल्लीचा ताबा त्याने खलीद नावाच्या आपल्या एका पहिलवानाकडे दिला. दाऊदने ती संधी पकडून त्या पहिलवानाशी सलोखा केला आणि आपल्या कृतीचे वैशिष्ट्य जगाला दाखवून दिले. बाशूच्या राज्यात खलीद ही एक नुसती व्यक्ती होती, भले तो जरी बाशूचा उजवा हात समजला जात असला तरी बाहेरचे लोक खलीदला 'बाशूचा खास हरकाम्या माणूस' समजायचे. मग दाऊदने वेळ न घालवता त्याची मर्जी संपादन केली. "आपली तुमच्याशी काही दुश्मनी नाही की आकस नाही." असे म्हणून खलीदला त्याने आपला दोस्त बनवले. एका झटक्यात दाऊदने बाशूचा काटा काढला आणि त्याचे तिथले राज्य संपवले.

बाशू जेव्हा तुरुंगातून सुटून आला, तेव्हा तो कोणालाही भेटेनासा झाला. त्याने नंतर टेमकर गल्लीत कधीही पाऊल टाकले नाही. तो आता आपला वेळ त्याचे हैदराबाद, तसेच वाळकेश्वर येथील घर येथे घालवू लागला. त्याच्याबद्दल आता सहसा कोणी बोलेनासे झाले.

१२
पहिले रक्त

त्यानंतर एक-दोन वर्षांनी दाऊदच्या कानावर आले की, मुंबईच्या सोन्याच्या बाजारावर हाजी मस्तान मिर्झा याचे नियंत्रण आहे. त्याला सर्व जण 'गोल्ड किंग' समजतात. त्याने आपल्याजवळ काही पठाण बाळगले होते. त्यांनी दाऊदच्या दोन मित्रांना एकदा चोप दिला होता. मस्तानने दाऊदचे मित्र अबू बक्र व एजाझ यांना का चोपले, हे कोणालाही ठाऊक नाही. परंतु मस्तान हा काही दाऊदच्या क्षेत्रात रहात नव्हता. शिवाय तो फक्त सोने व चांदी यांची तस्करी करीत होता. मस्तानने आपल्या पदरी मद्रासी वरदराजन बाळगला होता. त्याच्या पूर्वपराक्रमावरती तो संतुष्ट झाला होता; पण मस्तान हा स्वत: होऊन काही कृती करणारा माणूस नाही, हे दाऊदला ठाऊक होते. शहरात आपले शक्तिप्रदर्शन त्याने कधीही केले नव्हते. अशा माणसाला शहरावर आपला अधिकार गाजवायचा कसलाही हक्क नाही, असे दाऊदला वाटत होते. मस्तान अनेक हिंदी चित्रपटाच्या शूटिंगच्या मुहूर्ताला हजर राहिल्याचे अनेक फोटो दाऊदने आत्तापर्यंत पाहिले होते. 'तेव्हा पुरे झाले या माणसाचे कौतुक' अशी त्याची भावना झाली होती. बॉलिवूडला मस्तानचे आकर्षण वाटत असे आणि आगामी चित्रपटात त्याची व्यक्तिरेखा दाखवायची मनीषा होती.

"हे काही बरोबर नाही," असे दाऊदला वाटत होते. मस्तानची प्रसिद्धी त्याला पटत नव्हती. ४ डिसेंबर १९७४ रोजी एक निरुपद्रवी वाटणारा गट वादविवाद करीत होता. त्यात दाऊदने भाग घेतला होता. त्याच वेळी तो मस्तानला खाली कसा खेचता येईल, यावर विचार करू लागला.

बाशूचा पाडाव केल्यानंतर आणि डोंगरीवर आपले प्रभुत्व स्थापन केल्यावर दाऊदला असा विश्वास वाटू लागला की, आपण आता मुंबईत काहीही करू शकतो. कोणीही आपले वाकडे करू शकणार नाही. आक्रमण करणे, हल्ला करणे हाच

बचावाचा उत्तम उपाय आहे आणि जिथे शत्रूला जास्त दुखापत करता येईल तिथेच त्याच्यावर प्रहार करायचा, म्हणजे त्याच्यावर खरा सूड घेतल्यासारखे होते, असे दाऊद मानीत होता. तेव्हा आता मस्तानलाही धडा शिकवायचा असेल, तर त्याच्या काळ्या पैशातील एक मोठा हिस्सा लुटून आणायचा, असे त्याने ठरवले. डिसेंबर महिन्याच्या एका सकाळी दाऊदच्या टोळक्याला मस्तानच्या टोळीतील स्थानिक संपर्कातून काही माहिती कळली किंवा त्यांच्या भाषेत एक 'टिप' मिळाली. ती टिप उर्फ माहिती अशी होती की, कोणी एक अंगडिया (कुरीअर) हा मस्तानचे ५ लाख रुपये हे मस्जिद बंदरच्या एका ऑफिसातून मस्तानच्या मलबार हिलमधील बंगल्यात घेऊन जाणार आहे. अंगडिया मंडळी पूर्वीपासून मुंबईत पैसे अनधिकृतपणे वाहून नेणारे होते. जसे आता 'वेस्टर्न युनियन' ही संस्था जगभरात कुठून कुठेही पैसे पाठविण्याचे काम करते, तसाच हा स्थानिक प्रकार होता. शक्यतो ही पैशांची हलवाहलव मारवाडी समाजात जास्त होत असल्याने 'अंगडिया' संस्था त्यांच्यातूनच निर्माण झाली.

ही एवढी मोठी रक्कम लुटणे हा डोंगरीमधील तरुणांच्या टोळीने एक प्रतिष्ठेचा प्रश्न केला. कारण आपल्या दोन मित्रांना मारहाण झाल्याचा बदला घेणे हे आपले कर्तव्य आहे, असे त्यांना वाटत होते. शिवाय ते दोघे हे दाऊदच्या टोळीतील होते व त्याचे मित्रही होते. त्या दोघांच्या आपल्यावरच्या निष्ठा पहाता दाऊदला आपल्या योजनेपासून माघार घेता येत नव्हती किंवा त्यांना झालेल्या मारहाणीकडे दुर्लक्षही करता येत नव्हते. त्या काळात ५ लाख रुपये ही रक्कम खूप मोठी समजली जायची. अन् एवढी रक्कम या पोरांनी पूर्वी कधी पाहिलीही नव्हती. ती रक्कम लुटण्याची योजना पाहून सर्व टोळी थोडीशी धास्तावली होती. पण त्यांना एक माहिती अशी कळली होती की, ही अंगडिया मंडळी पैसे नेत असताना कोणतेही संरक्षण घेत नाहीत. त्यामुळे आपली योजना यशस्वी होणार, अशी आत्मसंतुष्टता दाऊदच्या टोळीत आली होती.

जेव्हा अंगडिया मस्जिद बंदरच्या ऑफिसातून निघून कार्नाक बंदरच्या पुलाकडे जाऊ लागेल, तेव्हा दाऊदची टोळी किंवा टोळीतील काही जण त्याच्यावर हल्ला चढवतील. मुसाफीरखाना हा भाग असा होता की, जिथे दाऊदच्या टोळीचे राज्य होते. तिथला भाग, तिथले रस्ते दाऊदला आपल्या तळहातावरच्या रेषांप्रमाणे पाठ होते. तसेच कोणतेही वाहन कसे थांबवायचे, पैसे कसे हिसकावून घ्यायचे अन् कोणाच्याही व पोलिसांच्याही लक्षात न येता गर्दीत झटकन कसे मिसळून यायचे ही तंत्रे त्याला चांगली ठाऊक होती.

त्याने आपल्याभोवती सात तरुण पोरे जमवली. त्यात अबू बक्र, अब्दुल मुत्तलिब, सय्यद सुलतान आणि शेरखान हे होते. या सात जणांपैकी दोन जण दाऊदचे लाडके होते.

सय्यद सुलतान अयुबी याचे खांदे अत्यंत बळकट होते. त्याचे दंडाचे स्नायू फुगीर व पीळदार होते आणि त्याच्या अंगात फार मोठे बळ होते. ह्या वीस वर्षांच्या मुलाला नुकतेच मतदानाने 'मिस्टर बॉम्बे' ठरवण्यात आले होते आणि त्याला आता यातील सर्वोच्च सन्मान 'मिस्टर इंडिया' हा पुढील वर्षी आपल्याला कसा मिळेल, याचा वेध लागला होता. १९७०नंतर पीळदार स्नायूंची माणसे दिसणे तसे दुर्मीळच होते. अगदी त्या वेळच्या लोकप्रिय हिंदी चित्रपटातील नायक मंडळी ही स्वच्छ, गुळगुळीत, चॉकलेटसारखे गोड-गोड चेहरे असणारी अशी राजेश खन्ना व जितेंद्र यांच्यासारखी होती. म्हणून जेव्हा अयुबी हा 'मिस्टर बॉम्बे'चा 'मिस्टर महाराष्ट्र' झाला व पुढे 'मिस्टर इंडिया' बनला तेव्हा ती बातमी त्याच्या देखण्या देहाच्या छायाचित्रासकट सारखी वृत्तपत्रांत झळकू लागली. त्याच्याबाबत अशी दंतकथा सांगितली जाते की, जेव्हा तो दक्षिण मुंबईतील मरीन ड्राइव्हच्या रस्त्यावरून भटकत जाई तेव्हा रस्त्यावरच्या साऱ्या स्त्रिया त्याच्या रुंद खांद्याकडे वळून-वळून पहात रहायच्या. शेरखान पठाण उर्फ शेरसिंग हा आपल्या भरदार आवाजाबद्दल प्रसिद्ध होता. त्याचा आवाज एवढा मोठा व घाबरवून सोडणारा होता की, ऐकणारा भयाने थरथरू लागे.

दाऊदने आत्ता नुकतीच पौगंडावस्था पुरी केली होती व त्याला आता मिशा फुटू लागल्या होत्या. तो आता डोंगरी भागातील मुलांची वैशिष्ट्ये दाखवू लागला होता. तिथली बोलण्याची लकब, विशिष्ट उच्चार, कोवळेपणा, 'सर्वकाही ठाऊक आहे' अशी वृत्ती, हे सारे त्याच्यात दिसू लागले होते. अन् तरीही तो गुन्हेगारीच्या जगात 'एक सहज फसवला जाणारा माणूस' असा समजला जात होता. कारण बाशू किंवा हाजी मस्तानकडे जेवढा पैसा होता तेवढा त्याच्याकडे नव्हता. म्हणून सर्व जण त्याला एक नवखा दादा माणूस समजत होते.

मुंबईतील मोहत्ता मार्केट, मनीष मार्केट आणि क्रॉफर्ड मार्केट यांच्या परीघाबाहेर कार्नाक बंदराचा भाग पसरलेला होता. तो भाग ब्रिटीशांच्या साम्राज्यशाहीचे रूप दाखवणारा होता. त्या संपूर्ण भागात शेतीमालाचा घाऊक व किरकोळ व्यापार चाले. तिथे लांबून आलेले ट्रक्स आपला माल उतरवत असत, व्यापारी दलाल हे कोणाशीतरी हुज्जत घालीत असत. अन् त्यांचा तो गडबड व गोंधळ पाहिला की, हा सारा वेड्यांचा बाजार आहे असेच नवीन माणसाला वाटेल. सारख्या हातगाड्या तिथे फिरत असत, हमाल मंडळी पाठीवर पोते किंवा खांद्यावर बॅग घेऊन कुणाचेतरी ओझे वाहून नेत असत. मागच्या डिकीत किंवा टपावरील कॅरीअरमध्ये माल भरून टॅक्सी सारख्या इकडूनतिकडे तिथे धावत असत. सगळ्यांच्या हालचाली अशा असत की, या सर्वांना कशाचीतरी घाई झाली आहे किंवा काहीतरी तातडीचे काम ते करीत आहेत. सर्वत्र घाईगर्दी, गडबड, गोंधळ भरून राहिलेला असे.

जे कोणी नवशिके लुटारू असतात त्यांनी अनेक चित्रपट पाहून त्यात

दाखवल्याप्रमाणे आपल्या योजना आखलेल्या असतात व तशी तयारी केलेली असते. म्हणून दाऊदच्या योजनेत दोन माणसांना त्याने कार्नाक पुलाच्या तोंडाशी उभे केले आणि अन्य दोघांना मुसाफीरखानाजवळ उभे केले. पैसे घेऊन येणाऱ्या टॅक्सीचा प्रवेश आणि मागे परतायचा मार्ग त्यांच्यामते त्यांनी असा अडवून बंद केला गेला होता. बाकीच्या माणसांजवळ लोखंडी कांबी, काठ्या व चॉपर्स होते. उरलेल्या पोरांनी ती पैसे घेऊन येणारी टॅक्सी अडवायची होती. त्यांच्याही जवळ चॉपर, चाकू आणि कट्टा, गावठी पिस्तूल अशी शस्त्रे होती; पण केवळ योगायोग म्हणा किंवा गचाळ योजनेमुळे म्हणा अयुबी, अबू बक्र, हनीफ आणि इतर हे मुख्य लूट करणारे पुलावर किंवा डावीकडे मागे राहिले आणि त्यामुळे दाऊदला पुढे आघाडीवर सरकावे लागले. कदाचित ते एखादे विधिलिखित असेल किंवा त्यांची मर्दुमकी असेल, सात जणांना ती टॅक्सी आडवावी लागली. दाना बंदरच्या अरुंद रस्त्यातून ती टॅक्सी बाहेर पडून कार्नाक बंदर ते मार्केट अशा रस्त्याकडे जाऊ लागताच ते एकदम टॅक्सीवर चाल करून जाणार होते.

दुपारी दोनच्या सुमारास ती टॅक्सी कार्नाक पुलाच्या खालून उगवली. क्रॉफर्ड मार्केट ते डिमेलो रोड यांना जोडणाऱ्या रस्त्याला तो खालचा रस्ता जाऊन मिळत होता. खबऱ्यांनी 'हीच ती गाडी' असे दर्शवणारी खूण त्या गाडीकडे बोट दाखवून केली. आश्चर्य म्हणजे त्या टॅक्सीत मागच्या बाजूला दोन मारवाडी माणसे बसली होती आणि पुढे ड्रायव्हरशेजारी एक संरक्षक माणूस बसला होता. ती टॅक्सी सावकाश वळून पुलावर चढली व महंमद अली रोडकडे जाणाऱ्या रस्त्याकडे जाऊ लागली. त्या सातही जणांनी आपापल्या जागा घेतल्या व एकदम हल्ल्याच्या तयारीत ते उभे राहिले. त्यांनी आणलेली आपापली शस्त्रे आता परजून हातात घेतली व ते टॅक्सीच्या दिशेने धावले.

नेमके केव्हा, कुणी काय करायचे याच्या सूचना त्यांना दिल्या नव्हत्या. त्यामुळे त्यांच्या हालचाली एकमेकांशी सुसूत्र अशा नव्हत्या. सर्वांनी मिळून एकदम वाटेल तशी हालचाल केली होती. पहिला आघात शेरखान याने केला. त्याने तिथली एक हातगाडी घेऊन ती सरळ टॅक्सीवरती घातली. मग ती टॅक्सी ब्रेक्स दाबून थांबली. आत बसलेल्या मारवाड्यांना किंवा ड्रायव्हरला काय होते आहे, हे नीट कळण्याच्या आत शेर पठाण या बॉडी बिल्डरने ड्रायव्हरच्या बाजूचे दार उघडून ड्रायव्हरला "जराशीही हालचाल करू नकोस" म्हणून धमकावले.

आपल्या भोवती एकदम सात शस्त्रधारी माणसांनी गराडा घातला आहे, हे पाहून ते मारवाडी व्यापारी घाबरून गेले. ती शस्त्रे पाहून त्यांचे रक्त गोठले. दाऊद प्रथम त्यांच्याशी बोलू लागला. त्याने त्यांना बजावले की, उगाच आरडाओरडा करू नका किंवा कसलीही हालचाल करण्याचा वेडेपणा करू नका, नाहीतर ते धोक्यात येतील. "अगर हलकेसे आवाज निकली तो जिंदगीभर नही निकलेगी, मै तुम्हारी

गर्दन काट लूंगा.'' दाऊदने त्यांना थंडपणे व कठोरपणे बजावले.

शेवटची क्रिया दाऊदने केली. त्याने मागचे दार उघडले, आतमध्ये बसलेल्या मारवाडी व्यापाऱ्यांकडे रागाने पाहिले आणि विचारले, ''माल कहाँ है?'' १९ वर्षांच्या तरुणाचा आवाजातील धमकावणीचा स्वर ऐकून त्या शेठजींच्या पाठीवरून घामाचे ओघळ वाहू लागले. त्यांनी एकमेकांकडे पाहिले व ते गप्प बसले. वेळ वाया चाललेला पाहून दाऊद उतावीळ होत गेला व त्याचा राग वाढत गेला. त्याने एकाच्या सरळ थोबाडीत लगावली. एवढ्या जोरात लगावली की, त्याच्या डोळ्याचा चष्मा उडून खाली त्याच्या मांडीवर पडला. दाऊद पुढे त्याला म्हणाला, ''मेरे पास ज्यादा वक्त नही है तुम्हारे साथ बात करनेको.''

एवढे बोलून त्या मारवाड्याने जी बॅग धरून ठेवली होती ती त्याने हिसकावून घेतली व उघडून पाहिली. ''और कहाँ है?'' यावर त्या व्यापाऱ्याने थरथरत टॅक्सीच्या डिकीकडे बोट केले. दाऊदने एजाझकडे पाहून त्याला खूण केली. मग एजाझ मागे गेला व त्याने डिकीचे झाकण वर उचलले. तिथे त्याला एक छोटी काळी पेटी दिसली. ती कुलूपबंद होती व तिला सीलबंद केले होते.

आता दाऊदजवळ दोन बॅगा झाल्या. मग त्याने वेळ वाया घालवला नाही. त्याने आपल्या सर्व पोरांना खुणा करून हलायला सांगितले. ते सर्व जण तेथून पायीच पळून गेले. त्यांच्यामागे ती टॅक्सी व आतील माणसे तशीच जागेवरती होती. जेव्हा ते व्यापारी या धक्क्यातून भानावर आले, तेव्हा त्यांनी ताबडतोब पोलिसांकडे जाण्याचे ठरवले. मग ते पायधुणी पोलीस स्टेशनमध्ये गेले व आपली तक्रार दरोडेखोरी व सशस्त्र डाका या गुन्ह्याविरुद्ध दाखल केली. त्या तक्रारीचा नंबर होता – CR NO. 725/74.

दाऊद आणि त्याच्या टोळीला हे कळले नाही की, आत्ता त्यांनी दशकामधली सर्वांत मोठी 'बँक रॉबरी' घडवली आहे. अन् तीही सात नवख्या व अननुभवी माणसांकडून! त्यांना जे यश मिळाले ते केवळ त्यांच्या सुदैवामुळे.

त्या वेळी दाऊदचे वय १९ वर्षे व तीन आठवडे एवढे होते. आपण जे पैसे चोरले ते प्रत्यक्षात 'मेट्रोपॉलिटन को-ऑपरेटिव्ह बँके'चे होते, हाजी मस्तानचे नव्हते. त्या बॅगेत ४,७५,००० रुपये एवढी रक्कम होती. मग सर्व गुन्ह्याचे केंद्र एकाच तरुणावर, दाऊद इब्राहिम कासकर याच्यावर आले. दुसऱ्या दिवशी ही बातमी शहरातील वृत्तपत्रांमध्ये दाऊदच्या नावासकट पहिल्या पानावर झळकली.

इब्राहिम कासकरला जेव्हा आपल्या मुलाचे हे अविवेकी साहस कळले, तेव्हा त्याच्या तोंडून शब्द फुटेना. इब्राहिमला निलंबित केल्यावर त्याने नोकरीचा राजीनामा काही वर्षांपूर्वीच दिला होता. परंतु तरीही पोलिसांच्या वर्तुळात इब्राहिमला खूप मान दिला जात होता. डोंगरीमधील मुस्लीम बहुसंख्य वस्तीमध्ये तर इब्राहिमला सर्वोच्च मान दिला जात होता. कोठलीही अडचण आली की, लोक प्रथम इब्राहिमच्या

बैठकीत जाऊन आपली अडचण किंवा गाऱ्हाणे मांडीत. मग ती अडचण कोणतीही असो. उदाहरणार्थ, घराचे ड्रेनेज तुंबले आहे, कुणाच्या घरात प्रेमविवाह होणार यावरून वादळ उठले आहे, कुणाला पोलीस उगाचच त्रास देत आहेत अशाही अडचणी इब्राहिम सोडवत असे. त्याच्याकडे जाऊन अडचणी सोडवून घेण्याचा जणूकाही लोकांचा हक्क झाला होता. जेव्हा दाऊद व साबीर रस्त्यावर माऱ्यामाऱ्या करू लागले किंवा अन्य काही किरकोळ दुर्वर्तन करू लागले तेव्हा ती एक तरुण वयाची खुमखुमी असेल म्हणून इब्राहिमने त्याकडे दुर्लक्ष केले होते. त्या वेळच्या कागाळ्या ऐकल्यावरही इब्राहिमला प्रत्यक्षात चोरट्यासारखे व्हायचे. पण आताच्या ह्या घटनेने इब्राहिमबद्दलच्या इतक्या वर्षांच्या आदरभावाला उद्ध्वस्त करून टाकले होते, त्याच्या अब्रूच्या पार चिंधड्या झाल्या होत्या.

त्या दिवशी संध्याकाळी शरमल्यामुळे, अवघडलेले वाटल्यामुळे इब्राहिम रोजच्या बैठकीला गेला नाही. त्याला लोकांना आपले तोंड दाखवायचे धैर्य होईना. दाऊदच्या बातमीबद्दल कुणी विचारले, तर काय उत्तर द्यावे ते त्याला कळेना. ज्या संतपुरुषाने एके काळी त्याच्या दुसऱ्या क्रमांकाच्या मुलाबद्दल त्याच्या जन्मानंतर जे भाकीत केले होते ते त्याला आठवले. त्याने ''या मुलाला यश व सामर्थ्य प्राप्त होईल,'' असे भाकीत केले होते. त्याच्या मुलाला सामर्थ्य मिळाले खरे; पण ते मिळताना इब्राहिमची अब्रू, पत गेली होती. त्याला वाईट प्रसिद्धी मिळाली होती. इब्राहिम आता आपल्या स्नेह्यांपासूनही आपले तोंड लपवू लागला.

दरम्यान मुंबईचे पोलीस दाऊदचा शोध घेतच होते. त्याच्या टोळीतील बाकीच्या तरुण पोरांना पोलिसांनी सहज पकडले. फक्त दाऊद व साबीर सापडण्याचे बाकी होते. ज्या दिवशी लूट झाली त्याच्या दुसऱ्याच दिवशी एका कॉन्स्टेबलने इब्राहिमच्या घराचे दार ठोठावले आणि त्याला क्राइम ब्रँचमध्ये येऊन साहेबांनी भेटायला बोलावल्याचा निरोप दिला. त्या वेळी इब्राहिम जमिनीवर बसला होता. सारखा आपली मूठ चिडून जमिनीवरती आपटत होता. सतत स्वत:ला शिव्याशाप देत होता. पोलीस खात्याकडून आपल्याला निरोप येणार, हे त्याने अपेक्षिले होते. इब्राहिम क्राइम ब्रँचच्या ऑफिसात जाऊन साहेबाला भेटला. भेटीच्या वेळी बंद दाराआड काय घडले ते बाहेर कळू शकले नाही. पण इब्राहिमच्या मित्रांच्या सांगण्यावरून असे समजते की, इब्राहिम खूप गंभीर झाला होता आणि त्याने आपल्या मुलांना पोलीस स्टेशनमध्ये खेचत आणण्याचे वचन दिले. मग नंतर कायद्याप्रमाणे त्यांचे जे काही होईल ते होऊन जाऊ दे, असे त्याने ठरवले होते.

इब्राहिमचे स्वत:चे अनेक मित्र व हितचिंतक होते. त्या सर्वांना त्याने कामाला लावले. काय वाटेल ते करून त्या दोन्ही मुलांना शोधून आणा, असे सांगितले. दाऊद व साबीर हे गेले दोन दिवस घरी आलेच नव्हते. पण नंतर कसून शोध

घेतल्यावर इब्राहिमला कळले की, आपली पोरे भायखळ्यात एका मित्राच्या घरी लपून बसली आहेत. मग त्याने तिथे जाऊन त्या जोडगोळीला पुन्हा घरी आणले. आता ते दोघे खाली माना घालून आपल्या बापासमोर उभे होते. त्यांची आई अमीना ही चिडून तावातावाने आरडाओरडा करीत आपला राग व्यक्त करीत होती. मग इब्राहिम घराच्या माळ्यावर चढला आणि तिथे असलेले एक जुने कपाट त्याने उघडले. तो खाली आला तेव्हा त्याच्या हातात एक जाडजूड कातडी पट्टा होता. पूर्वी क्राइम ब्रँचमध्ये हेड कॉन्स्टेबल असताना हा पट्टा आपल्या गणवेशावर तो अभिमानाने वापरायचा. जेव्हा तो पट्टा घेऊन खाली उतरला तेव्हा त्याची मुले आता त्याच्याकडे भीतीने पाहू लागली. आता काय घडणार याची त्यांना कल्पना आली; पण ते इंचभरही हलू शकले नाहीत.

शेजाऱ्यापाजाऱ्यांना अजूनही तो दिवस आठवतो आहे. इब्राहिम आपल्या दोन्ही मुलांना पट्ट्याने झोडपीत होता. तो दिवसरात्र त्यांना फटके मारीत होता. मग ते ओरडायचे, किंकाळ्या फोडायचे. त्यांच्या किंकाळ्या ऐकून आजूबाजूचे सारे जण घाबरून थरथरत होते. इब्राहिम निदर्यपणे त्यांना फटके मारीत राहिला होता, अगदी अविरतपणे. शेवटी त्या मुलांची पाठीची कातडी सुटून लोंबू लागली व रक्तस्राव होऊ लागला. अखेर ते दोघे लोळागोळा होऊन एका कोपऱ्यात पडून राहिले. अखेर शेजाऱ्यांनी आत जाऊन इब्राहिमला थोपवले. त्याच्या मित्रांनी त्याच्या हातातला पट्टा हिसकावून घेतला, तेव्हा ही मारझोड थांबली.

परंतु तरीही त्या मुलांच्या वडिलांचे समाधान झाले नाही. त्याचा राग शांत झाला नाही. अमीना आपल्या मुलांना अन्नपाणी देण्याच्या बेतात होती; पण त्या आधीच इब्राहिमने आपल्या दोन्ही मुलांना खेचत घराबाहेर काढले व एका टॅक्सीत घालून सरळ क्राइम ब्रँचच्या ऑफिसमध्ये नेले. त्याने त्या अधिकाऱ्याच्या पायावर आपल्या मुलांना ढकलून दिले व तो हात जोडून त्यांच्यासमोर ढसाढसा रडू लागला. तिथून निघण्यापूर्वी इब्राहिमने त्या अधिकाऱ्याची वारंवार मनापासून क्षमा मागितली. आपल्या मुलांनाही त्यांनी या हीन कृत्याबद्दल माफ करावे, अशी विनंती त्याने केली. क्राइम ब्रँचच्या अधिकाऱ्याने दाऊद व साबीरकडे पाहिले. त्यांची दयनीय अवस्था लक्षात घेतली. तसेच इब्राहिमची तळमळ व प्रामाणिकपणाही लक्षात घेतला. मग त्या मुलांना चोपण्याचे त्याने रद्द केले.

सूड उगवल्यावर येणारा नैसर्गिक अनुभव दाऊदने पहिल्यांदाच घेतला. हा भयाण अनुभव, ती भीती आणि नंतर मिळणारी प्रसिद्धी यांमुळे कदाचित पुढे होणाऱ्या दाऊद नावाच्या डॉनचा, टोळीच्या दादाचा जन्म झाला असावा.

१३
एक बी पेरली गेली...

जानेवारी महिन्यातील चुरचुरीत व उबदार वाऱ्याच्या झुळुका डोंगरी भागातील गल्लीबोळातून वहात होत्या. तेथेच डोंगरी पोलीस स्टेशनची जुन्या पद्धतीची चमत्कारिक व एकाकी इमारत गेली अनेक दशके उभी होती. मुंबईतील कुख्यात भागात पहारा देत होती. पोलीस इन्स्पेक्टर रणबीर लिखा हा आपल्या टेबलापाशी काम करीत बसला होता.

जवळच सॅन्डहर्स्ट रोड रेल्वे स्टेशन होते. तिथून सतत लोकल्सची ये-जा व्हायची. त्या आवाजाने रणबीर लिखा याला एरवी या वेळी गुंगी यायची. तसेच त्या स्टेशनाबाहेर असलेल्या 'स्मिथ हाउस' या घरातूनही सतत कसले ना कसले आवाज बाहेर यायचे; पण आजच्या दिवशी दुपारी सीनिअर पोलीस इन्स्पेक्टर लिखा ह्याच्या डोक्यात दुसरेच काही चालले होते. त्याने आत्ताच हेड कॉन्स्टेबल दिलीप माने याने सांगितलेल्या तक्रारीबद्दल ऐकले होते. माने याने एका बेकरीत काम करणाऱ्या कर्मचाऱ्याची तक्रार नोंदवून घेतली होती. त्याने एका स्थानिक पठाणाकडून कर्ज काढले होते व त्या कर्जाचा मासिक हप्ता फेडण्यास उशीर झाला म्हणून त्या पठाणाने त्याला खूप मारले. केवळ नशिबानेच तो मरता-मरता वाचला होता. त्या पठाणाचे नाव होते आसिफ खान. त्या दुपारी ही अशी तिसरी तक्रार नोंदलेली होती.

या पठाण मंडळींचा हा फाजील उद्धटपणा पाहून लिखा यावर शांतपणे विचार करीत बसला होता. नागरिक व पोलीस खाते यांच्यासमोर असे मारहाणीचे प्रकार बिनदिक्कत कोण घडवीत असते? सामान्य नागरिक, कामगार आणि व्यापारी यांचा ही पठाण मंडळी सरळ छळ करतात. त्यांच्याकडून स्थावर इस्टेटीच्या समस्या सोडवण्यासाठी किंवा पठाणांचे व्याज वसूल करण्यासाठी पैसे उकळतात. डोंगरी पोलीस स्टेशनमध्ये त्याला आलेला हा दुसरा अनुभव होता. अशा प्रकारांमुळे पठाण

मंडळींची दहशत १९६०पासून वाढत गेलेली होती.

या समस्येवर काही तोडगा काढता येईल काय, यावर विचार करीत असताना लिखाला अचानक एक मार्ग सुचला. त्याने कॉन्स्टेबल गोगटे याला बोलावले आणि मुसाफीरखान्यात जाऊन पखमोडिया स्ट्रीटवरील इब्राहिम कासकर याला कधीतरी सोईने एकदा पोलीस ठाण्याला भेट देण्याची विनंती करण्यासाठी पाठवले.

इब्राहिम जरी एक हेड कॉन्स्टेबल म्हणून सेवानिवृत्त झाला होता, तरी त्याला त्याच्या परिसरातील सर्व परिस्थितीची एवढी माहिती होती की, तेवढी माहिती डीसीपीलाही नसेल किंवा एखाद्या महत्त्वाच्या सामाजिक कार्यकर्त्यालाही नसेल. अन् इब्राहिमचा स्वभाव हा आपण होऊन गरजू व निराधार माणसांना मदत करण्याचा होता. जेव्हा-जेव्हा त्याच्या खात्याकडून त्याला बोलावणे येई, तेव्हा तो मदत करण्यासाठी जाई.

इब्राहिमभाई डोंगरी पोलीस स्टेशनमध्ये शिरला व तो लिखाच्या समोरच्या खुर्चीवर जाऊन बसला. लिखाला पाहून इब्राहिमला आश्चर्य वाटण्याऐवजी खुद्द इब्राहिमला पाहून लिखालाच आश्चर्य वाटले.

मग लिखाने ताबडतोब त्याच्याशी बोलणे सुरू केले. तो इब्राहिमला म्हणाला, "इब्राहिमभाई, ये क्या हो रहा है? करीममियाँसे बात करो. कुछ करना पडेगा. पठाणोंकी हरकते हदसे बाहर है अब!" (इब्राहिमभाई हल्ली हे काय घडत चालले आहे? याबद्दल तुम्ही करीम लाला यांच्याशी बोला. काहीतरी करायला हवे. पठाणांच्या कारवाया या आता हाताबाहेर जात आहेत!)

इब्राहिम कासकरने ते ऐकून थोडीशी बसल्या जागी चाळवाचाळव केली. तो पोलीस इन्स्पेक्टर अस्वस्थ झालेला त्याला दिसला होता. मग त्याला आश्वासन देण्यासाठी इब्राहिम म्हणाला, "साहब, मै बात करता हूँ करीमभाईसे. पहले भी कहाँ है मैने उनसे, वो बहोत कडे आदमी है.... वो मेरी बात कभी नही टालते.... ये दुसरे लोग है जो उनकी भी नही सुनते है. मै कुछ करता हूँ.... जो बन सके." (मी त्याच्याशी बोलतो. तो एक चांगला माणूस आहे. तो माझे ऐकेल. दुर्दैवाने त्याच्या गटात अशी काही माणसे आहेत ती त्याचे ऐकत नाहीत.)

यावर लिखाने एक सुस्कारा सोडला. पुन्हा एकदा परिस्थिती ताळ्यावर येईल, असे आता त्याला वाटू लागले. इथल्या समाजात मान्यता पावलेला इब्राहिम कसा आहे आणि त्याच्या शब्दाला भीतिदायक पठाण मंडळीतही किती मान दिला जातो, हे सर्वांना ठाऊक होते. या पठाण मंडळींना ताळ्यावर आणावयास सांगितले असताना, खुद्द पोलीस मंडळीच कशी टरकतात हे ठाऊक असल्याने इब्राहिम कासकरला महत्त्व आले होते. पोलीस आणि पठाण अशा दोघांकडून त्याला मान दिला जात होता.

पठाणांचा शहरातील धुमाकूळ आता पराकोटीला गेला होता. त्यांची ताकद आणि समाजावरती पकड असल्याने त्यांना आपोआपच सुरक्षितता लाभत होती. त्यामुळेही त्यांच्याकडे एकदम लक्ष वेधले जात नव्हते. त्यांना ठाऊक होते की, त्यांच्या टोळीने जी दहशतीची छाया निर्माण केली आहे ती जोपर्यंत टिकून आहे, तोपर्यंत आपली चलती आहे. सरकार, अधिकारी, पोलीस, देशाचे कायदे इत्यादी ते बिलकूल मनावर घेत नव्हते. त्यांना फक्त ताकद व पैसा एवढेच कळत होते. करीम लाला तर नेहमी म्हणायचा, ''दुनियाको मुठ्ठीमे रखना सिखो, हात खोलो सिर्फ पैसा लेनेके लिये.'' (हे जग आपल्या मुठीत कसे राहील हे शिका. मूठ उघडा ती फक्त पैसे घेण्यासाठी.)

इब्राहिम हा माणूस आपला शब्द पाळणारा आहे, हे लिखाला ठाऊक होते. तेव्हा तो पठाणांचे वागणे नियंत्रणात आणू शकेल असे त्याला वाटले. इब्राहिमला नुसता एखादा शेरा जरी ऐकवला, तरी त्याने पूर्वी अनेकदा शांतता प्रस्थापित करून दाखवली होती. योग्य वेळी अशी शांतता प्रस्थापित केल्यामुळे त्या-त्या वेळी प्रशासन खूष राहिले होते. आता याच प्रशासनाने पोलिसांच्या निर्णय न घेण्यावर किंवा वेळोवेळी क्रूरपणा केल्याबद्दल प्रश्न उठवले होते. असे करण्यामागे विधानसभेत झालेली चर्चा कारणीभूत होती.

या वेळी इब्राहिमचा परिस्थितीशी संपर्क राहिला नसावा असे वाटत होते. अनेक दिवस उगवले व मावळले; पण पठाण मंडळींची दहशत बंद होत नव्हती. उलट आता ते अधिक धीट झाल्यासारखे वागू लागले होते आणि त्यांचे अनाचार वाढले होते. एकदा हमीद खान पठाण याला डोंगरी पोलीस स्टेशनमध्ये बोलावले होते. साडेसहा फूट उंचीचा हमीद खान हा दिसायला एक राक्षस होता. त्याला नुसते पाहिले, तरी लोक चळचळा कापत. म्हणून त्याच्या वाटेत कोणीही आडवे जात नसे. अमिरझादा, आलमझेब आणि त्यांचे भाऊ हेसुद्धा हळूहळू आपल्या कारवायांनी अशीच दहशत व भीती निर्माण करीत चालले होते.

हमीद खान हा पोलीस स्टेशनमध्ये घुसला व समोरच्या एका टेबलावर त्याने आपली मूठ जोरात आपटली. मग त्याने ते टेबल दोन्ही हातांनी उचलून आपल्या डोक्यावर धरले व खाली आपटून त्याचे तुकडे-तुकडे केले. तिथे असलेले सर्व पोलीस कॉन्स्टेबल्स आणि अधिकारी हे नुसते आ वासून त्याच्याकडे पहात राहिले.

ते पाहून लिखाच्या ध्यानात आले की, इब्राहिम व करीम खान यांची बोलणी ठीक झाली नाही, ती फिसकटली असावी. म्हणजे आता परिस्थिती अधिकच बिघडणार, हाताबाहेर जाणार याची त्याला काळजी वाटू लागली. असे घडायला नको असेल, तर काहीतरी केले पाहिजे व तेही अगदी लवकर, हे त्याच्या लक्षात आले. शेवटी त्या पोलीस स्टेशनवर त्याची हुकूमत होती, तिथल्या परिसरावरही

त्याचीच सत्ता होती. तेव्हा येथे जे काही घडेल त्याला तोच जबाबदार धरला जाणार होता. मग कोणीतरी साऱ्या बिघडलेल्या परिस्थितीचे खापर मारून लिखालाच बळीचा बकरा करणार होते. तो तिथे बसून विचार करीत असतानाच इक्बाल नाटिक हा तिथली झुलती दारे ढकलून आत आला.

महंमद इक्बाल नाटिक हा त्या वेळी ३५ वर्षे वयाचा होता. तो मुंबईतील एक पत्रकार होता. अल्पावधीत त्याला या क्षेत्रात यश मिळाल्याने तो वर आला होता. तो एक 'राजदार' नावाचे उर्दू साप्ताहिक चालवीत होता.

अजूनही भारतातील व मुंबईतील पत्रकारिता ही बाल्यावस्थेत होती. तरीही मुंबईत अनेक लंगोटीपत्रे आणि वृत्तपत्रे प्रकाशित होत होती व समाजाच्या एखाद्या भागाला सेवा देत होती. मोठ्या वृत्तपत्रात स्तंभलेखक व एक मुक्त पत्रकार म्हणून काम केल्यावर १९६९मध्ये डोंगरी भागात त्याने स्वत:चे वृत्तपत्र काढले होते. त्या वेळी त्याचे वय २६ होते. तो एक महत्त्वाकांक्षी पत्रकार होता. पत्रकारांची तशी परंपराच होती.

दोन वर्षांतच नाटिकचे आयुष्य बदलून गेले. पूर्वीचा वर येणारा, धडपड करणारा पत्रकार तो राहिला नव्हता. तो आता एक यशस्वी वृत्तपत्रमालक झाला होता, आपल्या वृत्तपत्राचा संपादक बनला होता. त्याने एक छापखाना विकत घेतला होता आणि तो स्वत:ची नवीन पांढरी ॲम्बॅसिडर मोटरकार चालवू लागला होता. नाटिक वर येत होता व उच्चभ्रू लोकांच्या पंक्तीत जाऊन बसत होता.

त्याचा मुलगा त्याची लहानपणीची आठवण सांगताना म्हणतो, "माझ्या वडिलांनी मला साऱ्या सुखसोयी पुरवल्या होत्या. त्या वेळी मी सहा वर्षांचा होतो. मी त्यांच्या मोटारीखेरीज कधीच दुसऱ्या कोणत्याही वाहनातून मुंबईत हिंडलो नाही. तसेच मी त्या वेळी प्लॅस्टिकच्या सपाता घालायला नकार देत होतो." असे आता त्याचा ३५ वर्षांचा कॉमर्स शाखेची पदवी घेतलेल्या मुलाने, परवेझ नाटिकने सांगितले. तो आता मुंबईतील एक यशस्वी छायाचित्रकार आहे.

'राजदार' हे वृत्तपत्र तसे फारसे महत्त्वाचे नव्हते. ते एक सनसनाटी बातम्या देणारे नेहमीसारखेच एक वैशिष्ट्यपूर्ण लंगोटीपत्र होते. मोठमोठ्या लोकांची लफडीकुलंगडी त्यात बाहेर काढली जायची. जे.जे. हॉस्पिटलजवळ जी.बी.आय.टी. चाळ आहे, तिथे त्याचे पहिल्या मजल्यावर छोटे बिऱ्हाड होते. नाटिकने स्थानिक पोलिसांशी चांगले संबंध ठेवले होते. त्यामुळे परिसरातील गुंडांच्या मनात त्याच्याबद्दल एक प्रकारचे भय होते. नाटिक त्यांच्याच भाषेत त्यांना पत्रात उत्तर देत असे.

कोणत्याही ज्येष्ठ पोलीस अधिकाऱ्याच्या खोलीत नाटिक बेधडक घुसे. आधी अजिबात न कळवता तो जाई आणि कोणत्याही मोठ्या टोळीच्या दादाविरुद्ध बेदरकारपणे आपल्या वृत्तपत्रात लिही. त्याने एक सच्चा, निर्भीड, अगदी मृत्यूलासुद्धा

न भिणारा पत्रकार म्हणून प्रसिद्धी मिळवली होती.

एक व्यक्ती नाटिकची उघडपणे स्तुती करे आणि मोठ्या अभिमानाने त्याच्याशी आपली दोस्ती आहे असे सांगे, ती व्यक्ती होती दाऊद. तो आपल्या मित्रांना नाटिकबद्दल सांगे की, ‘‘बंदेमें दम है.’’ (या माणसात काहीना काही दम आहे.) नाटिक आणि दाऊद हे दोघेही मूळचे रत्नागिरी जिल्ह्यातले होते. आणि काहीतरी करून दाखवण्याची ऊर्मी त्या दोघांच्या स्वभावात मूलत:च असल्याने त्यांचे जमले होते. नाटिक दाऊदकडे ‘काळाच्या कृपेने वर आलेल्या बड्यांच्या दडपणाखाली सापडलेली एक व्यक्ती’ म्हणून पहात होता. त्यावर आलेल्या बड्या व्यक्ती म्हणजे बाशू दादा, हाजी मस्तान आणि कावेबाज करीम लाला, अमिरझादा, आलमझेब ही सारी पठाणांच्या सिंडिकेटमधील बडी माणसे होती.

नाटिक हा लिखाकडे नेहमी जायचा व तो गुन्हेगारी पत्रकारितेसाठी त्याच्याशी दीर्घ काळ संपर्क ठेवायचा. जिथे ॲक्शन आहे तिथली बातमी त्याला हवी असायची. आता लिखाकडे आल्यावर, त्याने लिखाकडे पाहिल्यावर त्याला कळून चुकले की, येथे काहीतरी बिनसले आहे. अर्थात यापेक्षा वेगळी अपेक्षा करण्यात अर्थ नव्हता. डोंगरी हे काही नंदनवन नव्हते; पण मग लिखा का एवढा अस्वस्थ झालेला दिसतो आहे?

लिखाशी प्राथमिक नमस्कार-चमत्कार झाल्यावर नाटिकने त्याला विचारले, ‘‘क्या बात है साब? आपका बदली का ऑर्डर निकला है या कुछ और बात है?’’

लिखाने भीत-भीत उत्तर दिले. तो म्हणाला, ‘‘यहाँ कुछ अलग होता है क्या कभी? ये भेंचोद पठाणने दिमागकी माँचोद डाली है. ये साले जानवर पठाण किसिको पीट देते है, ये आपसमे लढते है! नाकमें दम कर दिया है सालेने.’’ (येथे काम वेगळे घडणार आहे? हे पठाण कोणालातरी त्रास देत असतात किंवा आसपास लढत असतात. मी आता कंटाळलो त्यांना!)

नाटिकने एक स्मितहास्य केले व तो एका खुर्चीत जाऊन आरामात टेकून बसला. बोलण्यापेक्षा त्याचा चेहरा अधिक बोलका होता. जे काही येईल त्याला सामोरे जायचे, असे त्याला सुचवायचे होते. मग एकदम झटका बसल्यासारखे तो म्हणाला, ‘‘साहब, ‘शोले!’ ’’

‘‘शोले? दिमाग घरपर छोड आया क्या नाटिक?’’ लिखा आता अधिक गोंधळून गेला होता.

लिखाच्या चेहऱ्यावरचे हसू आता गूढ बनले होते. तो म्हणाला, ‘‘लोहा लोहे को काटता है.’’

वरील वाक्य हे प्रसिद्ध चित्रपट शोलेमधले आहे. अन् ते वाक्य ठाकूर बलदेवसिंग हा चित्रपटातील पोलिसांना म्हणतो. तो चित्रपट व त्यातील हे वाक्य

परत सांगितले गेले की, त्यामागचा दडलेला सूचक अर्थ ऐकणाऱ्याला कळतो.

नाटिकला काय म्हणायचे आहे ते लिखाला अचूक कळले. त्याने संशयाने विचारले, "मगर इन पठाणोंसे कौन उलझेगा?" (पण या पठाणांशी कोण लढेल?)

यावर नाटिक अधिकारवाणीने म्हणाला, "है एक लडका, दाऊद इब्राहिम कासकर!"

ते नाव ऐकताच लिखा ताडकन उडाला. तो म्हणाला, "तुम्हारा मतलब है... इब्राहिमभाईका छोकरा... ना बाबा ना."

यावर नाटिकने आपली मान हलवली व जाण्यासाठी खुर्चीतून तो उठला. मग जाता-जाता एक शेवटचा धक्का द्यावा म्हणून तो म्हणाला, "मोहल्लेमें सबको पता है, बहुत हिम्मत है उसमे." (वस्तीतल्या सगळ्यांना ठाऊक आहे की, या पोरात तेवढे धाडस आहे.)

आता यावर विचार करण्याची लिखाची पाळी होती. होय, इब्राहिमचा मुलगा हा सध्या केवळ उनाडक्या करतो, काही काळ तो वांड होता, एवढेच त्याला ठाऊक होते. परंतु तरीही ही कल्पना पचवणे लिखाला जड जात होते. पठाणांना उखडण्यासाठी आपले हे एक प्यादे वापरायचे? नाहीतर पठाणांवर मात करून त्यांना निष्प्रभ करायचा दुसरा कोणता उपाय आहे? शेवटी दाऊद हा एक पोऱ्या आहे. जेमतेम विशीतला आहे आणि रस्त्यावरील चकमकीमधील सारे बारकावे ठाऊक आहेत.

लिखाच्या मनात आले की, 'शोले' चित्रपटात एका डाकूच्या टोळीचा बीमोड दोन गुन्हेगारांकडून केला. अशा लोकप्रिय चित्रपटातील काही संवाद या संदर्भात बोलून दाखवणे ठीक आहे; पण नाटिकला ही कल्पना येथे व्यावहारिक कशी काय वाटते, ते समजत नाही. हे काही चित्रपटातील आयुष्य नाही. हे वास्तव जग आहे. एक रस्त्यावरचा पोऱ्या एका दादावर तुटून पडणे कसे काय शक्य आहे? वास्तव जगात नेहमी वय व आपली स्थिती लक्षात घेतली पाहिजे. अन् हे काम तो गंभीर व शांत राहणारा दाऊद करू शकेल? ही गोष्ट अगदीच हास्यास्पद आहे, लिखाने ती कल्पना आपल्या मनातून काढून टाकली आणि तो परत पूर्वपदावर येऊन जो विचार नाटिक येण्याआधी त्याच्या डोक्यात चालू होता, तोच विचार पुढे करीत राहिला.

"म्हणे ही पोरे डॉनवर मात करतील! हे क्राइम रिपोर्टर्स आणि त्यांची कल्पनाशक्ती या गोष्टी आपण कधीही गांभीर्याने घ्यायला नकोत," तो स्वत:शीच म्हणाला.

असेच दिवस जात राहिले व त्याच्या क्षेत्रातील ढासळत चाललेल्या कायदा व सुव्यवस्थेबद्दल लिखाच्या मनात काहीही उपाय त्याला सापडेना. मग एक दिवशी एक छोटी चकमक झडली व त्यामुळे पोलीस व गुन्हेगार दादा यांचे विधिलिखित

लिहिले गेले.

ती एक प्रसन्न सकाळ होती. कुठेही काहीही वाईट घडले नव्हते की घडत नव्हते. लिखा आपल्या क्षेत्रात नेहमीची गस्त घालून पहाणी करीत होता. त्याची जीप खडा पार्शी जंक्शनपाशी वळून जे.जे. हॉस्पिटलकडे जाऊ लागली. लवकरच त्याच्या ध्यानात आले की, आपण एका मोठ्या ट्रॅफिक जॅममध्ये अडकलो आहोत. सर्व वाहने आपापले हॉर्न वाजवत होती आणि लिखाची पोलीसजीप ही एक इंचही पुढे सरकू शकत नव्हती. लिखाला राग आला. जीपमधून रस्त्यावर उडी मारत तो उतरला. अन् जिथे जॅम व्हायला सुरुवात होती तिथे तो पुढे गेला. त्याने पाहिले की, लोकांचा एक छोटा जमाव रस्त्याच्या कडेला उभा राहून काहीतरी गंमत पाहतो आहे. जेव्हा हा चिडलेला थ्री स्टार पोलीस ऑफिसर तिथे पोहचला, तेव्हा जमलेली गर्दी फाकली व तो त्यातून पुढे गेला. लिखाने जे पाहिले ते पाहून त्याच्या तोंडून शब्द फुटेना.

एक पठाण रक्ताने माखला होता. त्याचे डोके व तोंड यांतून रक्तस्राव होत होता. आणि शर्ट फाटलेला एक तरुण त्याला मारत होता. उजवीकडे, डावीकडे, मध्यभागी तो सारखे तडाखे मारीत होता. "ही मारामारी मला थांबवलीच पाहिजे." असे लिखाला प्रथम वाटले. पण लवकरच त्याने तो विचार काढून टाकला. मग त्याने त्या पोरगेल्याशा तरुणाला पाहिले. तो एक विशीचा तरुण होता. त्याची उंची कमी होती आणि तो एका उंच व धिप्पाड पठाणाला मारीत होता. त्याला या दृश्याचे आश्चर्य वाटले. लिखाच्या मनात जरी आता पठाणांबद्दल प्रेम उरलेले नसले; तरीही त्याला त्या पठाणाबद्दल सहानुभूतीच वाटली. कारण त्याच्या अंगातून रक्त वहात होते व त्याची अशा रितीने नाचक्की झाली होती. त्याने कुतूहलाने त्या पोऱ्याला शर्टाला धरून बाजूला केले व विचारले, "अय, क्या नाम है तेरा?"

त्या पोऱ्याने सरळ लिखाच्या नजरेला नजर देत म्हटले, "दाऊद, दाऊद इब्राहिम कासकर. पोलिसवाले का बच्चा हूँ मै!"

ते ऐकताच रणबीर लिखा स्तब्ध झाला. त्याच्या कानात एकच शब्द आता घुमू लागला. तो शब्द म्हणजे 'शोले!' मग एक कल्पना त्याच्या मनात स्फुरली.

त्याने पुढे होऊन दाऊदला पकडले व गर्दीतून बाहेर नेले. त्याला आता आपल्या साऱ्या समस्या सुटल्यासारख्या वाटल्या. जणूकाही आज आपले नशीब फळफळले आहे, असे त्याला वाटू लागले. नाटिकने जी कल्पना त्याच्या डोक्यात घुसवली होती, त्यावरच तो आता सारखा विचार करू लागला. ती कल्पना साध्य करण्यासाठी अचानक हा पोरगा पुढे आला.

त्याने दाऊदला म्हणले, "चल, गाडी में बैठ."

दाऊदने त्याच्याकडे कोड्यात पडल्यासारखे डोळे बारीक करून पाहिले; पण

त्याचबरोबर दाऊद अगदी आरामात गाडीत चढून बसला. तेवढ्यात त्याला रस्त्यावर एक पोरगा दिसला. त्याला हाक मारून तो म्हणाला, "अये, घरपे बोल, थोडा लेट हो जायेगा." (अरे, घरी जाऊन निरोप दे की, मी जरा उशिरा येईन.)

"पठाणोंसे लढनेका बहुत शौक है तुझे?" लिखाने दाऊदला विचारले.

"शौक नही साहिब, जरूरत है. लढेंगे नही तो मिट जायेंगे." (शौक नाही साहेब, जरुरी आहे. नाही लढलो तर मी संपलोच.) दाऊदने खुलासा केला.

"ऐसा कुछ क्यों नही करते जो तुम्हारी लढाई हमारी काम आ सके?" (असे का नाही करत जेणेकरून, तुमची ही लढाई आमच्याही उपयोगी पडेल?) लिखाने अगदी सहज स्वरात खडा टाकून पाहिला.

"ऐसे कैसे हो सकता है साहिब?" (हे कसे शक्य आहे साहेब?) दाऊदने कुतूहलाने विचारले.

"वोही जो तू कर रहा है.... कानून हाथ में लिये बगैर कानून की मदद करो. पठाणको अपने काबूमें कर लो. तुम मेरा ये काम करो. बाकी मैं सम्हाल लूंगा." (तू जे काही करतो आहेस ते चालूच ठेव. पण कायदा हातात घेण्याऐवजी तू कायद्याच्या बाजूने राहून काम कर. माझ्यासाठी त्या पठाणांवरती मात कर. बाकीचे मी बघून घेतो.) लिखा गंभीरपणे म्हणाला.

त्यानंतर सामर्थ्याचा तराजू दाऊदच्या मनाच्या बाजूने झुकला. थोडक्यात, लिखाने काही अधिकार अप्रत्यक्षरीत्या दाऊदला देऊन टाकले. दाऊद लिखाचा मुख्य माणूस बनण्याऐवजी लिखाच आता दाऊदचा मुख्य माणूस बनला. दाऊदच्या मनात नेमके हेच विचार होते. मग आता एक नवीन नियमाचा पाया घातला गेला आणि अधिकृतपणे एका दादाचा, डॉनचा जन्म झाला.

पोलिसांची जीप आता मंदावली आणि आता ती डावीकडे डोंगरी पोलीस स्टेशनकडे जाण्यासाठी नूरबागकडे वळणार होती.

"ठीक है साब, गाडी रोको, मेरा घर आया.... सोचकर बोलता हूँ." दाऊद म्हणाला.

दाऊदचे बोलणे ऐकून लिखा चाट झाला. एक सीनिअर पोलीस ऑफिसर एका पोऱ्याला विचारतो आणि तो पोऱ्या त्या ऑफिसरला एवढ्या सहजतेने उत्तर देतो? ते ऐकून लिखा थक्क झाला.

जे.जे. हॉस्पिटलच्या क्रॉसिंगपाशी जीप थांबली. दाऊद खाली उतरला आणि लिखाला हात हलवून त्याने निरोप दिला व रस्ता ओलांडून तो घराच्या दिशेने जाऊ लागला.

१४

रक्तपाताला सुरुवात

नाटिकला पठाण मंडळी मुळातच आवडत नव्हती आणि त्यांचे मार्ग त्याला संपूर्णपणे नापसंत होते. दाऊदच्या मते नाटिक हा खरोखरीच एक धैर्याचे प्रतीक होता. कारण नाटिक पठाणांमध्ये राहिला होता. अमिरझादा, आलमझेब, अयूब लाला आणि सईद बाटला यांच्या सहवासात नाटिक न भिता वावरला होता. त्या सर्व पठाणांचे जीवन हे अत्यंत हेकेखोर माणसांचे होते. मग त्याने त्या पठाणांना आव्हान दिले, त्यांना जुमानले नाही, प्रतिकार केला आणि तो सतत त्यांची पापकृत्ये आपल्या वृत्तपत्रातून उघड करीत राहिला. परंतु नाटिकला शौर्य व बेदरकारपणा यातला फरक समजत नव्हता. शेवटी सत्य उघडे पाडण्याचा त्याचा प्रयत्न त्याला फार दूरवर घेऊन गेला!

आता नाटिक पठाणांच्या ज्या-ज्या कथा, माहिती प्रसिद्ध करू लागला, त्याचा उगम दाऊदच्या सांगण्यामधला होता. दाऊदच्या टोळीतील पोरे ही रस्त्यावरची गुप्तचर यंत्रणा होती. पानाच्या ठेल्यापासच्या गप्पा ऐकून त्यातून काही माहिती मिळवणारी होती. गोळा केलेली ही सर्व माहिती नाटिक त्याला मोठमोठे मथळे देऊन प्रसिद्ध करायचा. त्यात मालमसाला भरायचा. बहुतेक वेळा प्रसिद्ध झालेली माहिती ही पडताळून पाहिलेली नसे; पण नाटिकचा दाऊदवरती पुरेसा विश्वास असल्याने तो सरळ जोखीम पत्करायचा. ती पठाण मंडळी आपली बैठक बीआयटीच्या आवारात भरवायची. नाटिकला सूचक धमक्या द्यायची, त्याच्याशी शत्रुत्व करायची. परंतु नाटिक तरीही न घाबरता बातम्या, माहिती, त्यांच्याबद्दलच्या काही कथा प्रसिद्ध करीत राहायचा. पण त्याच्यावर कधीही कोणी आजवर खटला भरला नाही.

आपल्या बाजूला पोलीस व एक वृत्तपत्र असल्याने दाऊद हा कोणाचा मिंधा नव्हता. तो उत्साहाच्या लाटेवर आरूढ होऊन पुढे चालला होता. या क्षेत्रातील पाणी

किती खोल आहे, याची तो चाचपणी करती होता. आपण बाशूचा पाडाव करेपर्यंत बाशू हा 'किंगमेकर' समजला जात होता, हे तो नेहमी आठवे. बाशू ज्या पक्षाला आपला पाठिंबा देई तो पक्ष निवडणुकीत हमखास जिंकून येई आणि ज्या उमेदवाराकडे तो पाठ फिरवे तो उमेदवार कधीच निवडून येत नसे. मौलाना बुखारी हे बाशूच्या कर्तृत्वाचे एक उत्तम उदाहरण होते. त्यामुळे बाशूसारखी ताकद, सत्ता व उद्योगधंदा आपल्याकडे कधी येईल हे दाऊद पहात होता. म्हणून मग नाटिकने लोकसभेची निवडणूक लढवावी, असा प्रस्ताव दाऊदने त्याच्यापुढे ठेवला.

राजकीय महत्त्वाकांक्षा या कोणत्याही गृहीतकावर आधारलेल्या असू नयेत. नाटिक एक अफलातून पत्रकार होता. त्याचे जनमानसात बऱ्यापैकी नाव होते. त्यामुळे त्याचे नाव जनतेमध्ये उचलून धरले जायला हरकत नव्हती. काहीही झाले तरी ही खासदारकीची निवडणूक आपणच जिंकणार, असे त्याने गृहीत धरले होते. येथेच त्याने एक मोठी चूक केली. १९७७मध्ये त्याने सहाव्या लोकसभा निवडणुकीसाठी आपला अर्ज 'स्वतंत्र उमेदवार' म्हणून भरला. आपण निवडून येणारच, अशी त्याची खात्री होती; पण तो एक भ्रम होता.

दाऊदने आपल्या टोळीची सारी आवश्यक ती मदत नाटिकसाठी पुरवली. दाऊदच्या प्रभावाचीही ही एक लिटमस टेस्ट होती.

मग नाटिक निवडणुकीत सणसणीत आपटला. त्याला फक्त ८०० मते पडली. भारतीय लोकदल पक्षाचा उमेदवार राजदा रतनसिंग गोकुळदास हा आरामात निवडून आला.

नाटिकच्या हरण्यामुळे दाऊद डगमगला नाही. आपल्या इच्छित ध्येयापासून अजून आपण खूप दूर आहोत, हे त्याला कळून चुकले. आता त्याला त्या दिशेने जाण्यासाठी खूप कष्ट घ्यायला हवे होते. नाटिक हा राजकारणात नवशिका होता. तो निवडणुकीत प्रथमच उतरला होता. तेव्हा साहजिकच त्याच्याकडून चांगली कामगिरी झाली नसावी. त्याला आपले कर्तृत्व मतदारांना पटवून देता आले नाही. पण पुढच्या वेळी आपलाच विजय असेल, असा खुलासा नाटिकने स्वत:ला केला. परंतु नाटिकच्या दुर्दैवाचा पेला आता काठोकाठ भरत आला होता. पठाणांना वाटू लागले होते की, हा नाटिक मुद्दाम आपल्यामागे लागला आहे. विशेषत: जेव्हा त्यांनी एका माणसाचा क्रूर खून करून त्याच्या नवीन लग्न झालेल्या पत्नीवर साऱ्या टोळीने सामूहिक बलात्कार केल्यानंतर नाटिकने ती घटना आपल्या पत्रात लावून धरली होती. ती घटना इब्राहिम रहिमतुल्ला रोडवरील चावला गेस्ट हाउस या इमारतीमध्ये घडली होती.

त्याचे असे झाले होते की, ही पठाण मंडळी तस्करी करून आणलेला माल चावला गेस्ट हाउसच्या जवळपास कुठेतरी लपवून ठेवीत. आपला माल लपवायला

येता-जाताना आपल्यावरती एका जोडप्याने लक्ष ठेवले आहे, हे अयूब लाला व सईद यांच्या लक्षात आहे. हे जोडपे त्या गेस्ट हाउसमध्ये उतरले होते. मग एके रात्री ते सारे जण त्या जोडप्याच्या खोलीत घुसले आणि त्यांनी त्या नववधू स्त्रीवरती केवळ लालसेपोटी सामूहिक बलात्कार केला. मग या कृत्याचा साक्षीदार असलेल्या तिच्या नवऱ्याची त्यांनी क्रूरपणे हत्या केली.

या प्रकरणात त्या पठाणांची नावे घेण्यास लोक घाबरत होते; पण नाटिकने मात्र धाडसाने तो सारा प्रकार आपल्या पत्रात प्रसिद्ध केला. त्याने सारेकाही उघड करून छापले होते. मग पोलिसांनी अयूब लाला आणि बाटला व त्याचे सहकारी यांना अटक केली. सईदलाही त्यात अटक झाली.

काही महिने तुरुंगात काढल्यानंतर हे सर्व गुन्हेगार जामिनीवरती सुटले व ते बीआयटी आवारातील आपल्या कॅरम क्लबकडे नेहमीप्रमाणे जमले. त्यांनी आता नाटिकला संपवायचे ठरवले. त्यासाठी ते योजना आखू लागले; पण त्यासाठी लागणारा पुरेसा धीटपणा या ना त्या कारणाने त्यांच्यात येत नव्हता. शिवाय अद्याप त्यांच्यावरचे आरोप मागे घेतले नव्हते. त्यांना केवळ जामीन मिळाला होता.

पण तरीही ते नाटिकला धमक्या देऊ लागले. त्यांनी त्याचे छोटे संपादकीय ऑफिस उद्ध्वस्त करायचा प्रयत्न केला. नाटिकने यांच्याविरुद्ध डोंगरी पोलीस स्टेशनमध्ये एक तक्रार दाखल केली. तक्रारीत त्याने म्हटले होते, "कॅरम क्लब हे एक समाजविरुद्ध कारवाया करणाऱ्यांचे आश्रयस्थान बनले आहे." मग पोलिसांनी त्या कॅरम क्लब नावाच्या पठाणांच्या अड्ड्यावरती धाडी घालून ते बंद पाडले. नाटिकचा हा एक मोठा विजय होता आणि पठाणांच्या सहनशीलतेवरती एका शेवटच्या काडीचा भार पडला होता.

१७ ऑगस्ट १९७७ रोजी त्या दुर्दैवी रात्री साधरण ३.३० वाजता नाटिक झोपलेला असताना त्याच्या दारावरती पठाणांची थाप पडली. ते सारखे त्याचा दरवाजा ठोठावत होते. मग झोपेतून उठून नाटिकने दार उघडले. त्याला दारात सईद उभा असलेला दिसला.

सईद त्याला म्हणाला, "भाईने तुम्हाला बोलावले आहे." 'भाई' म्हणजे अमिरझादा.

"भलतेच काय? किती वाजले ते पाहिले का? मी आत्ता येणार नाही. मी त्याला उद्या भेटेन." नाटिक म्हणाला.

"नाही, त्यांना आत्ताच तुम्ही हवे आहात." सईदने आग्रह धरीत म्हटले.

"काय वेड लागले आहे काय? माझी बायको एकटीच घरी आहे. मी तिला अशी सोडून कसे काय येऊ?" नाटिक खुलासा करीत म्हणाला.

"इक्बालभाई, भाई आत्ता खूपच रागावलेल्या मन:स्थितीत आहे. जर तुम्ही

आत्ताच भेटलात, तर तुम्ही सारा त्रास निपटून टाळू शकाल. तुमच्या न येण्याने त्याला उगाच आणखी चिडवल्यासारखे होईल. मग तुम्हाला ते सारे महागात पडेल.'' सईद म्हणाला. त्याच्या बोलण्यात धमकीचा स्वर असा होता की, आपण नाही गेलो, तर हे पठाण आपल्याला येथून फरफटत ओढत भाईकडे नेतील.

मग नाटिकला कळून चुकले की, यांच्याशी वाद घालण्यात काही अर्थ नाही. हे प्रकरण निपटण्यासाठी आत्ताच जाऊन भाईशी बोलणी केली, तर कदाचित बरे पडेल, समस्या सुटेलही.

नाटिकची २२ वर्षे वयाची पत्नी झहीदा ही मुंबईत नव्याने आली होती. तिला आता अपरात्री नवरा जातो आहे हे पाहून कसल्यातरी अनामिक शंकेने भीती वाटू लागली होती. अशा भलत्या वेळी नवऱ्याने बाहेर जाऊ नये म्हणून ती त्याचे मन वळवू लागली; पण नाटिकची खात्री होती की, ते आपल्याला ठार मारण्याइतपत आततायीपणा करणार नाहीत. म्हणून त्याने आपल्या बायकोची कशीबशी समजूत काढली. मग तो सईद व अयूब यांच्याबरोबर निघाला. रस्ता ओलांडून ते एका मोटारीत जाऊन बसले. बीआयटी आवराच्या बाहेर असलेल्या पेट्रोल पंपापाशी ती मोटार पार्क करून ठेवली होती.

नाटिक आत शिरून बसतो न बसतो तोच त्याच्यावर तडाखे मारले जाऊ लागले. आश्चर्यचकित झालेल्या नाटिकने ताबडतोब बाहेर पडण्याचा प्रयत्न केला; पण तोपर्यंत मोटार सुरू होऊन तिने वेग घेतला होता. अयूब आणि सईद त्याला जोरजोरात थपडा मारीत होते. नाटिकला हा हल्ला अनपेक्षित होता व तो त्याच्यावर अचानक झाला होता. त्याला तो सहन होईना. त्याच्या डोळ्यांतून पाणी येऊ लागले.

नाटिकच्या निषेधाला न जुमानता गाडी पळत राहिली आणि ग्रॅन्ट रोडवरच्या कादर इमारतीपाशी थांबली. इथेच अमिरझादाचे ऑफिस होते. आत गेल्यावर नाटिकवर आणखी हल्ला करण्यात आला.

''दाऊदके कुत्ते, बहुत होशियारी करता है,'' कोणीतरी म्हणाले.

मग नाटिकचे कृश व सडपातळ शरीर म्हणजे लाथा-बुक्क्या मारण्याचे एक पोते बनले. नाटिकने या टोळीविरुद्ध एक लेख छापला होता. परिणामी त्यांच्या अड्ड्यावर धाडी पडून त्यांना तुरुंगवास झाला होता. तुरुंगात सईदने जे हाल भोगले ते त्याला आता आठवून तो आणखी चिडला. त्याने एक चॉपर बाहेर काढला व नाटिकच्या शरीरावरती तो जागोजागी भोसकत गेला. नाटिकच्या शरीरातून मोठा रक्तस्राव सुरू झाला. लवकरच तो बेशुद्ध झाला. मग त्या गुंडांनी त्याला उचलून गाडीत टाकले व गाडी माहीमच्या खाडीच्या दिशेने पिटाळली. तिथे एका निर्मनुष्य जागी अर्धमृत नाटिकला रस्त्यावरून खाली खाडीत फेकून दिले.

नाटिक जिथे पडला होता तिथेच एक ड्रेनेज खाडीला येऊन मिळत असल्याने सर्वत्र मलमूत्रांची घाण साचली होती. त्या भल्यामोठ्या गटारात नाटिक पडला होता. नाटिक दुसऱ्या दिवशी दुपारपर्यंत तिथे पडून होता. दुपारचा सूर्य जेव्हा तळपू लागला, तेव्हा नाटिक शुद्धीवर आला. आपण अशा अवस्थेत किती वेळ पडून राहिलो होतो, हे त्याला आठवेना. पण आपल्या शरीरातून भरपूर रक्त गेले आहे, याची त्याला जाणीव होती. त्याच्यातील जीवन हळूहळू संपत चालले होते. अंगात कसलेही त्राण नसनाही त्याने हातपाय हलवण्याचा प्रयत्न केला; पण आपले पाय शिशाचे बनले असून ते हलवता येणे अशक्य आहे, असे त्याला आढळून आले. आपल्याला जिवंत रहाण्यासाठी धडपड केली पाहिजे, हे त्याला उमगले. त्याने खूप प्रयत्न केले; जोर लावला; पण तो उभा राहू न शकल्याने तो पालथा पडून हातावरती व गुडघ्यावरती सरकू लागला. वरवर चढत राहू लागला. कसाबसा तो रस्त्यावरती आला. सुदैवाने त्याला दोन माणसांनी व एका ट्रॅफिक पोलिसाने पाहिले.

त्यांनी ताबडतोब एक टॅक्सी बोलावून जे.जे. हॉस्पिटलमध्ये नेले. तिथून मग त्याच्या कुटुंबाला ही बातमी कळवण्यात आली. दाऊदलाही ती हल्ल्याची बातमी समजली. तो आपल्या मित्राला भेटण्याठी धावत हॉस्पिटलमध्ये गेला. अशक्त व दुर्बल झालेल्या नाटिकने डोंगरी पोलीस स्टेशनच्या पोलिसांना आपली जबानी दिली. बाकीचा बारीकसारीक तपशील त्याने दाऊदला दिला. लिखा स्वत: नाटिकला भेटण्यासाठी आला. नाटिक बोलत असताना तो त्याच्याशेजारी उभा राहिला होता.

नाटिकवरच्या हल्ल्याबद्दल दाऊद स्वत:ला दोष देऊ लागला. त्याला स्वत:ला अपराध्यासारखे वाटू लागले. नाटिकला वाचवण्याची डॉक्टरांनी प्रयत्नांची शर्थ केली. दोन दिवस नाटिक अतिदक्षता विभागात मृत्यूशी झुंज देत होता. शेवटी त्याला झालेल्या जखमांमुळे त्याचा मृत्यू झाला. पठाणांच्या या रानटी हल्ल्यामुळे दाऊद, साबीर व त्यांचे मित्र खूप संतापले होते. शेवटी नाटिक हाच पठाणांच्या विरुद्ध आघाडीवरती एकटाच लढत होता.

याआधी दाऊदवर प्रिय व्यक्ती गमावण्याची पाळी आली नव्हती. ही अशी पहिलीच घटना होती. कोणीतरी आपली प्रिय व्यक्ती, लाडका मित्र व जवळजवळ भाऊच असलेला – याला अत्यंत रानटीपणे ठार मारण्यात आले होते. मग त्याने या पठाणांवर असा सूड उगवण्याची प्रतिज्ञा केली की, परत त्यांना आपल्या विरुद्ध जाण्याचे स्वप्नातही सुचू शकणार नाही; आपला अभिमान व प्रतिष्ठा परत मिळवायची असेल, तर 'सूड घेणे' हाच एक मार्ग होता. नाटिकच्या कबरीवरती फुले वाहिलेली होती. तिथे उभे राहून दाऊदने आपली सूड घेण्याची शपथ उच्चारली. तो नाटिकला उद्देशून म्हणाला, "भाई, मे कसम खाता हूँ, जिस तरह उन लोगोंने तुमको मारा है, उसीही तरह मै भी उनको मारूंगा." इन्स्पेक्टर लिखा दाऊदच्या शेजारी उभा

होता. त्याने २२ वर्षांच्या दाऊदची प्रतिज्ञा ऐकून त्याच्या खांद्यावर हात ठेवला आणि आपला त्याला पूर्ण पाठिंबा आहे, हे दर्शवले.

टोळीवाल्यांवर लिहिणाऱ्या मुंबईच्या सर्व वृत्तपत्रांनी नाटिकच्या मृत्यूवर शोक व्यक्त केला. कारण तो एकटा त्या पठाणांविरुद्ध लढत होता. तोपर्यंत दाऊदने कोणाचाही खून केला नव्हता किंवा रक्तपात घडवला नव्हता. नाटिकच्या मृत्यूमुळे मुंबईत एक रक्तरंजित काळ सुरू झाला.

१५

सूडसत्र

ते वर्ष १९७७ होते. एखाद्या दाट काळ्या धुक्यासारखा मृत्यू दाऊदच्या प्रत्येक जाणिवेमध्ये येऊन बसला होता. त्यात एक कपटाची झाक आली होती. आपला प्रिय दोस्त गेल्याने दाऊदला पोकळी भासत होती आणि तो रागाने वेडा झाला होता. फक्त एक भावना त्याला व्यापून राहिली होती, ती म्हणजे सूडभावना. मुंबईमधील प्रत्येक पठाणाचा तो तिरस्कार करू लागला होता.

बाशू दादाचा पाडाव होऊन तो मुंबईच्या टोळ्यांमधून वगळला गेल्याला आता एक वर्ष पुरे झाले होते. त्याची पत, प्रतिष्ठा गेली होती. पण त्याचा उजवा हात असलेल्या म्हणजे खलीद पहिलवानाला नाटिक गेल्यापासून खूप चुटपुट लागून राहिली होती. खलीद पहिलवान दाऊदला भेटला. बाशू दादा गेल्यानंतर नाटिकबद्दल खलीदला आदर वाटू लागला होता. अशा नाटिकला संपवल्यामुळे तो दाऊदला आपल्याकडून सर्व तऱ्हेची मदत द्यायला तयार झाला होता.

खलीद हा एक साधा; पण कडक स्वभावाचा माणूस होता. त्याने स्वतःच कष्टाने वर येत स्वतःचा स्वभाव घडवला होता. प्रत्येक गोष्टीत तो बारकाईने तपशील भरायचा. बाशूचा उजवा हात म्हणून त्याने कित्येक वर्षे काम केले होते आणि टोळ्यांच्या जगातील त्याची पत फार वरच्या पातळीवरची होती. कारण टोळ्यांच्या कारभारात, डावपेचात तो फार हुशारीने कामे करायचा. बाशूची कारकिर्द संपल्यावर दाऊदने खलीदला जवळ केले होते. त्यामुळे दाऊदचे टोळीजगातील स्थान उंचावले होते. खलीदचा प्रभाव हा खूप दूरवर पोहोचलेला होता. अन् दाऊदची ताकद त्याने नीट जोखली असल्याने त्याला दाऊदशी सहकार्य करायला आवडले होते.

खलीद आणि त्याची कुख्याती एकदा कळसाला पोहोचली होती. तेव्हा त्याने

ग्रॅन्ट रोडवरच्या एका हिऱ्याच्या व्यापाऱ्याला लुटले होते. तो कट त्यानेच रचला होता व तोच त्याचा सूत्रधार होता. खलीदची सारी माणसे त्यात धरली गेली होती; पण खलीद एवढा हुशार होता की, त्या प्रकरणात पोलीस त्याच्या अंगाला हातही लावू शकले नाही.

आपल्या विरोधकांना नामोहरम करण्यासाठी खलीदचे वैयक्तिक धैर्य आणि उपजत आत्मविश्वास यांचा उपयोग कसा करून घेता येईल, यावर दाऊद पूर्वीपासून विचार करीत होता. त्याने खलीदला पुढे आणले. मग खलीदने त्या बदल्यात दाऊदच्या पठाणांविरुद्धच्या मोहिमेत त्याला साहाय्य करायचे ठरवले. आता दाऊदच्या डोक्यात पठाणांचे डोंगरी भागातील साम्राज्य कसे नष्ट करायचे, यावरतीच विचार चालू होते. त्याच्या मनात दुसरे कोणतेच विचार उद्‌भवत नव्हते, अन् हे खलीदने ओळखले होते. पठाणांविरुद्ध सूड उगवण्याने दाऊदचा गुन्हेगारी जगातला हक्क अबाधित रहाणार होता. त्याला कोणीही आव्हान देऊ शकणार नव्हते.

सईद बाटला व अयूब लाला या दोघांचा नाटिकच्या खुनात सर्वांत जास्त हात होता. दाऊद त्यांना याबद्दल अजिबात सोडणार नव्हता. खलीदला आता आपली निष्ठा दाऊदला सिद्ध करून दाखवायची होती आणि पठाणांच्या निर्मूलनाच्या मोहिमेचा बार उडवून द्यायचा होता. म्हणून त्याने दाऊदला वैयक्तिकरीत्या वचन दिले की, मी स्वत: त्या दोघांना जबरदस्त शिक्षा करेन. आता ती पठाण-निर्मूलनाची मोहीम सुरू झाली.

दरम्यान गुन्हेगारांच्या जगात मुंबईत सर्वत्र ती बातमी फैलावली की, दाऊद हा अयूब व बाटला यांच्या पाळतीवरती आहे. दाऊदच्या 'हिट लिस्ट'वरती ते दोघे आहेत आणि त्यासाठी तो नक्की भरपूर पैसा खर्च करीत असल्याने ते दोन्ही पठाण गायब झाले, भूमिगत झाले. त्यांची प्रत्येक हालचाल ही अत्यंत दूरदर्शीपणाने व काळजीपूर्वक होत होती. त्यांनी एका अवघड प्रकाराने सुरक्षितता घेतली असल्याने त्या बाबतीत कमालीची गुप्तता बाळगली होती. पठाणांच्यात भेद करण्याजोगा कोणताही गट नव्हता; पण तरी शेवटी खलीदला तसा गट सापडलाच.

एका खबऱ्याने खलीदला सांगितले की, अयूब लाला हा गिरगाव चौपाटीवजळच्या एका बारला भेट देणार आहे. मग त्याने वेळ न घालवता आपली माणसे गोळा करून त्या बारकडे धाव घेतली. खलीद हा एक धिप्पाड व ठणठणीत प्रकृतीचा माणूस होता, पहिलवान होता, तर अयूब लालाही तशाच शरीरयष्टीचा होता; पण खलीद अशा एका मोठ्या सूडभावनेने पछाडलेला होता. तो सूड घेतला, तर त्याला त्याची दाऊदवरची निष्ठा सिद्ध करता येणार होती. तसे अयूबचे नव्हते. उलट तो भीतीने खचला होता. दाऊदच्या हातून निसटण्यासाठी लपून रहाण्याचा भित्रेपणा त्याने प्रदर्शित केला होता.

खलीदने एकदम आत येऊन प्रवेश केल्याने अयूब जागच्या जागी खिळून राहिला. खलीदच्या डोळ्यांतील विकृत भाव पाहिल्यावर अयूबला कळून चुकले की, हे लक्षण ठीक नाही. अयूब व त्याची माणसे खलीदला विरोध करण्यासाठी धडपडू लागली. परंतु खलीद व त्याच्या माणसांनी केवळ आपल्या अंगच्या बळावर त्यांच्यावरती मात केली. मग अत्यंत निर्दयपणे त्यांनी अयूबला व त्याच्या माणसांना मारझोड करण्यास सुरुवात केली.

खलीद अयूबला डोंगरी मार्केटपर्यंत अक्षरश: फरफटत, खेचत नेऊ लागला होता. अयूबला मारहाण झाल्यावर तो कण्हू लागला होता. तरीही खलीदचे समाधान झाले नव्हते. मग खलीदने आपला चाकू बाहेर काढला व तो सावकाश, पण ठामपणे आयूबच्या घोट्यात खुपसू लागला. त्याचे दोन्ही पाय निकामी केल्यावर अयूबला केवळ हाताच्या साहाय्यानेच पुढे सरकणे शक्य झाले. तो तसे करीत त्या जीवघेण्या यमयातनांमधून सुटका करण्याची धडपड करू लागला.

त्याच्या पायाच्या टाचेमधून रस्त्यावरती रक्त गळू लागले. मग खलीदने अयूबचा हात हळूच धरला व त्याच्या मनगटाच्या शिरा कापून टाकल्या. तिथून उसळणारे रक्त अयूबच्या स्वत:च्या चेहऱ्यावर उडू लागले. अयूब मदतीसाठी आक्रोश करू लागला. पण त्याच्या हाका कोणाच्याच कानावर जात नव्हत्या. त्याच्या शरीरातून जबरदस्त रक्तस्राव होऊ लागला. त्याच्या शरीराखाली रक्ताचे थारोळे साचू लागले. शेवटी आपल्या जखमांपुढे त्याने हार खाल्ली व तो रस्त्यावर मरून पडला.

त्या क्रूर व अमानवी खुनाच्या बातम्या सर्व शहरभर पसरल्या. ती बातमी ऐकून सारे जण हादरून गेले. मुंबईतल्या गुन्हेगार जगात याचे पडसाद उमटले. दाऊद मात्र अत्यंत खूष झाला. त्या खुनामुळे गुन्हेगारी जगातील त्याची पत वाढली. परंतु नैतिकतेच्या विकृत पातळीवरती जळजळीत मत्सरचाही जन्म झाला; पण ते काहीही असले, तरी गुन्हेगारी जगातील दाऊदचे राजकीय महत्त्व मात्र स्पष्ट समजून आले.

अयूबची हत्या झाल्यावर काही महिन्यांनी दारूच्या व्यसनाच्या आहारी गेलेल्या सईद बाटला याला पिण्याची हुक्की आल्याने तो डोंगरी भागातील एका देशी दारूच्या गुत्त्यात गेला. त्याच्या नेहमी अतिरिक्त पिण्यामुळे आणि मोठ्या ढेरीमुळे त्याला 'बाटला' हे टोपणनाव पडले होते.

सईद बाटला हा एक छचोर माणूस होता. त्याच्यात सर्व प्रकारच्या उथळ आवडीनिवडी दिसून येत. अन् त्याला अतिपिण्याची हौस होती. रस्त्यावरील बायकांची छेडछाड काढण्याबद्दल तो कुख्यात होता.

बाटला गुत्त्यात आला आहे, अशी बातमी लागताच खलीद व त्याची माणसे बाहेर पडली व बाटलाच्या शिकारीसाठी त्या छोट्या गुत्त्याकडे गेली. या वेळी

दाऊदचा वाट पहाण्याचा संयम संपला होता. काय होईल ते पहाण्यासाठी तोही तिकडे त्यांच्याबरोबर गेला. तोही मग त्या हत्येचा साक्षीदार व भागीदार बनला. दाऊदच्या स्वभावात आता क्रूरपणा वाढला होता.

दाऊद, खलीद व त्यांच्या माणसांना बाटला हा दारू पिऊन पूर्णपणे धुंद झालेला गुत्त्यात दिसला. मग काय होते आहे, हे कळायच्या आधी सर्वांनी त्याला झटकन पकडले. दारूच्या आहारी गेलेल्या बाटलाच्या गुबगुबीत शरीरावर एका मागोमाग एकेक ठोसे मारले जाऊ लागले. बाटला जरी शुद्धीवर असता तरी तो त्या वेळी काहीही करू शकला नसता. खलीदच्या माणसांनी बाटलाच्या चेहऱ्याची मोडतोड केली होती व त्याला खूप चोप दिला होता. जमलेले लोक भयभीत होऊन तेथून पांगले व बाटला तिथेच धापा टाकीत पडून राहिला. सारे त्राण एकवटून त्याने उठण्याचा प्रयत्न केला. अचानक त्याला जाणवले की, दोन माणसांनी आपल्याला पकडले असून ते आपण मघाशी ज्या टेबलापाशी बसलो होतो तिथे नेत आहेत. त्यांनी त्याला फरफटत तिथे नेले व खुर्चीवर बसवले. त्याचे हात टेबलावर सक्तीने ठेवले गेले. तिथे एक विजेचा दिवा खूप खाली टांगला होता. त्याच्या प्रकाशात बाटला याला एक चाकूचे पाते लखकन चमकलेले दिसले. त्याने ते पाते आपल्या सुजलेल्या डोळ्यांच्या कोपऱ्यातून पाहिले. खलीद त्या टेबलापाशी आला. त्याच्या चेहऱ्यावर एक वेगळाच चमत्कारिक भाव पसरला होता.

बाटलाने आपले जखमी डोके वर उचलताच त्याने फक्त टेबलावर काहीतरी खरवडल्याचा आवाज ऐकला आणि त्याच्या शरीरात हातापासून एक वेदना उमटून ती पार डोक्यापर्यंत गेली. बाटलाने आपले एक बोट गमावले होते. खलीद आता बाटलाची बोटे एकामागोमाग एकेक चाकूने तोडू लागला. तो चाकूचे पाते टेबलावरून खरवडत न्यायचा व बोटावरून न्यायचा. जशी त्याच्या बोटाची हाडे चिरडली जात होती आणि त्यातून रक्त बाहेर येऊ लागले होते; पण खलीद ती बोटे संपूर्ण तोडत नव्हता. तुटलेली बोटे कातडीच्या साहाय्याने लोंबकळत ठेवत होता. बाटला आता खाली जमिनीवर गुडघ्यावर बसला होता, वेदनेने कळवळून ओरडत होता. ही 'शस्त्रक्रिया' व त्यातला आनंद फक्त दाऊदला व भोवतालच्या जमलेल्या माणसांना होत होता.

बाटलाच्या घाबरलेल्या चेहऱ्यावरती अश्रूंच्या धारा लागल्या होत्या. तो कसाबसा त्यांच्या तावडीतून निसटला व बाहेर जाण्याच्या दाराच्या दिशेने पळत गेला. दरवाजातून बाहेर पडल्यावर तो डोंगरी पोलीस स्टेशनच्या दिशेने पळू लागला. ते पोलीस स्टेशन तसे जवळ होते. जणूकाही त्याच्या दैवानेच तिथे ते आणून ठेवले होते. वेदनेने कळवळत-ओरडत बाटला पोलिसांपुढे गेला. तो आपल्या प्रत्येक गुन्ह्याचा कबुलीजवाब देऊ लागला. त्याच्या या मद्यधुंद अवस्थेतही बाटलाला

ठाऊक होते की, तो बाहेरच्या रस्त्यापेक्षा येथे पोलिसांबरोबर जास्त सुरक्षित आहे. दाऊद व त्याच्या माणसांनी बाटलाचा थोडासा पाठलाग केला; पण जेव्हा तो पोलीस स्टेशनमध्ये शिरला तेव्हा ते थांबले, आत गेले नाहीत. पोलीस स्टेशनमधून बाटला पळून जाणार नाही, याची त्यांना खात्री होती.

या प्रसंगानंतर बाटलाने १४ वर्षे तुरुंगात काढली. दाऊदने खलीदला मुसाफीरखान्यात आपला मुक्काम हलवायला सांगितला. तिथेच दाऊदच्या डी-गँगचे मुख्यालय होते. दाऊदने आपला मुद्दा सर्वांना मोठ्याने स्पष्टपणे सांगितला होता, अगदी स्वच्छपणे दाखवून दिला होता. आत्ता कुठे तो आपल्या स्वभावानुसार वागू लागला होता आणि त्याने मुंबईच्या गुंडांच्या टोळ्यांच्या जगात खलीद पहिलवानासकट पदार्पण केले होते. त्याचा प्रभाव दिसण्यास आता सुरुवात झाली होती.

१६

आणीबाणी

रिसर्च ॲन्ड ॲनालिसिस विंग (आरएडबल्यू – रॉ) ही भारताची एक गुप्तचर संस्था आहे. चीनशी झालेल्या १९६२मधल्या युद्धानंतर ती स्थापना झाली. त्यामागे राष्ट्रीय सुरक्षेच्या दृष्टीने परदेशातील आवश्यक ती माहिती गोळा करणे, हा हेतू होता. कारण चीनविरुद्ध संघर्ष होताना आपण सुरक्षेच्या दृष्टीने आवश्यक असणाऱ्या हेरगिरीमध्ये संपूर्णपणे कमी पडलो आहोत, हे लक्षात आले होते. सुरुवातीच्या स्थापनेच्या काळात बिजू पटनाईक यांनी बरीच मदत केली. कारण तोपर्यंत शत्रूच्या सैन्यामागे कामे करणारा अशी त्यांची ख्याती झाली होती. बऱ्याच वर्षांपूर्वी जेव्हा इंडोनेशियावरती डच लोकांचे राज्य होते तेव्हा पटनाईक आपले विमान चालवीत जाकार्ताला गेले होते व त्यांनी सुकार्णो यांना सोडवले होते. सुकार्णो हे त्या वेळी इंडोनेशियाच्या राष्ट्रीय चळवळीचे प्रमुख होते.

रॉ हे खाते थेट पंतप्रधानांच्या सेक्रेटेरिएटच्या अखत्यारित येत होते. या खात्याचा उपयोग इंदिरा गांधी यांनी देशातील गुप्त राजकीय माहिती काढण्यासाठी प्रथम केला होता. हे खाते तसे छोटे व आटोपशीर होते आणि यात कामे करणारे अधिकारी हे आपापल्या क्षेत्रातील हुषार असे निवडलेले होते किंवा त्यांचे संबंध हे विश्वासार्ह उच्च नागरी अधिकारी किंवा पोलीस अधिकाऱ्यांशी होते. राजकीय विरोधकांवरती रॉ खात्याने खूप माहिती जमवलेल्या फायली तयार केल्या होत्या. तशाच त्या अनेक पत्रकारांवरतीही निर्माण केल्या होत्या. विरोधक कोण आहेत, हे ओळखणे सोपे झाल्यावर त्यांची यादी बनवता येणे सहज शक्य झाले. कारण रॉजवळच्या फायलींमधून सारेकाही मिळत होते.

महाराष्ट्राचे मुख्यमंत्री वसंतराव नाईक आणि पंतप्रधान इंदिरा गांधी यांच्या एका बैठकीत असे ठरले की, गुंडांच्या टोळ्यांचे दादा हे केवळ त्यांच्याकडील बातम्या

काढल्यामुळे किंवा त्यांच्यावर बंदी घातल्यामुळे नियंत्रणात येणार नाहीत, तर या संबंधात कडक कायदे केले तरच ही समस्या आटोक्यात आणता येईल. त्यांच्या बाबतीत कोणतीही दयामाया दाखवता कामा नये. गुजरातमध्ये व मुंबईमध्ये टोळीवाल्या दादांचा उपद्रव पराकोटीला जाऊ लागला होता. गुजरात व मुंबई हे दोन विभाग भारताची आर्थिक भरभराट करणारे होते. तेव्हा केंद्र सरकारला तसा कायदा करणे हे सक्तीचे होऊन बसले.

अशा रितीने पूर्वी कधीही झालेले नव्हते. असे कडक कायदे निर्माण होऊन, त्याची प्रसिद्धी व अंमलबजावणीही सुरू झाली. द मेंटेनन्स ऑफ इन्टर्नल सिक्युरिटी ॲक्ट [The Maintenance of Internal Security Act (MISA-मिसा)] या कायद्यामध्ये १९७४मध्ये दुरुस्ती करण्यात आली. मग त्यानुसार सरकारला कोणत्याही व्यक्तीला स्थानबद्ध करण्याचे किंवा अटक करण्याचे अधिकार मिळाले. त्यासाठी त्यांच्यावर कोर्टात आरोप दाखल करण्याची जरुरी उरली नाही. हा कायदा पास होताना सरकारने विरोधी पक्षांना लोकसभेत असे आश्वासन दिले की, राजकीय विरोधकांना अडकवण्यासाठी 'मिसा' कायद्याचा उपयोग केला जाणार नाही. १९७१ साली निर्माण केलेल्या मिसा कायद्यात आत्तापर्यंत अनेक दुरुस्त्या झाल्या आहेत.

इंदिरा गांधी यांनी आखलेल्या आपल्या वीस कलमी कार्यक्रमातील एका कलमानुसार तस्करी करणाऱ्यांची स्थावर जंगम मालमत्ता जप्त करण्याचा खास कायदा करण्याचे ठरवले होते. इंदिरा गांधी असेही म्हणाल्या होत्या की, मिसा कायदा हा तस्कर लोकांना पकडण्यासाठी वापरला पाहिजे. या तस्करांच्या उलाढाली व कारवाया जगभर चाललेल्या होत्या आणि त्यांची मुख्यालये दुबईला होती. बँका आणि विमा कंपन्या यांनी आपली ऑफिसे म्हणूनच दुबईला उघडली होती. याचे कारण म्हणजे तस्कर मंडळींना भांडवल पुरवण्यासाठी व धोक्याच्या कारवाईमधील जोखीम विम्याच्या साहाय्याने उचलण्यासाठी. त्यासाठी त्यांनी वाहतुकीचे एक खास जाळे उभे केले होते. त्यात हवाई वाहतूक, जल वाहतूक, जमिनीवरची वाहतूक मोडत होती. या खास वाहतुकीद्वारे तस्करी केल्यास ती सुरक्षितपणे होई. गुजरातपासून केरळपर्यंतचा भारताचा पश्चिम किनारा त्यांच्या मार्गातला होता. त्या मार्गावर विशिष्ट ठिकाणी त्यांनी संकेतस्थळे होती. त्या स्थळी तस्करीचा माल स्वीकारला जाऊन तो पुढे भारतभर विक्रीच्या ठिकाणी पाठवला जायचा.

मद्रास हे तस्कर मंडळींचे एक मोठे केंद्र होते, तर बंगलोर ही तस्करांसाठी सुरक्षित जागा होती. तिथे ते एकत्र येऊन भेटत, आपापली टिपणे एकमेकांना दाखवीत. या लोकांची स्वत:ची गोदामे होती, स्वत:चे बाजार होते आणि वर्तणुकीचे काही संकेतही त्यांनी ठरवून दिले होते. काळ्या पैशांमध्ये उलाढाली करणारी ही तस्कर मंडळी थेट एकमेकांना भेटत.

सर्व तस्कर, गुन्हेगार आणि काळा बाजारवाले यांच्याविरुद्ध आता सरकारने एक मोहीम उघडली होती; अगदी युद्धपातळीवरती उघडली होती. नंतर सरकारने देशावर आपली पकड घट्ट करण्यासाठी २६ जून १९७५ रोजी आणीबाणी जाहीर केली. आणीबाणीचा एक फायदा असा झाला की, गरजेच्या वस्तूंच्या किमती स्थिर राहिल्या. शाळा, दुकाने, रेल्वे आणि बसेस येथे जरा शिस्तीचे परिणाम दिसू लागले. शिवाय गुन्हेगार दादा मंडळी ही आणीबाणीत १९ महिने भूमिगत झाली.

राजकीय आघाडीवरती बांगला देशाचे अध्यक्ष शेख मुलीबूर रेहमान यांची हत्या झाली. त्यांच्याबरोबर त्यांच्या बहुतेक कुटुंबीयांनाही १४ ऑगस्ट रोजी बळी पडावे लागले. याचे पडसाद नवी दिल्लीत उमटले. या हत्याकांडाची पूर्वकल्पना रॉला आली नाही की कोणत्याच गुप्तचर संघटनेला आली नाही. त्यांनी पुन्हा एकदा इंदिरा गांधी यांना या आघाडीवर अयशस्वी केले. त्या दिवसापासून इंदिराजींचा पुत्र संजय गांधी हा उघडपणे रॉबद्दल Relatives of Wives Association (बायकांच्या माहेरच्या नातेवाइकांची संघटना) असे म्हणू लागला. कारण रॉमधील उच्चपदस्थांच्या अनेक नातेवाइकांना या संघटनेत नोकऱ्या दिल्या होत्या. त्या वेळी रॉचे प्रमुख होते रामजी काओ. त्यांच्यापाशी इंदिराजींनी बांगला देशातील घटना आपल्या यंत्रणेला आधी कळू शकल्या नाहीत, याबद्दल नाराजी व्यक्त केली. बांगला देशातून गुप्तचर संस्थांचे अहवाल येत नव्हते, येत होते ते अपुरे होते. इंदिराजींचे दु:ख असे होते की, जर बांगला देशात आपली गुप्तचर संघटना अयशस्वी होते, तर मग भारतातही ती अयशस्वीच ठरेल. जरी आणीबाणी ही राजकीय कारणासाठी आणि लोकसभेत आपले वर्चस्व अबाधित रहावे म्हणून लादली होती, तरी त्यामुळे भारतीय प्रसारमाध्यमे अपंग बनली होती आणि सामान्य माणसे त्यांच्या मूलभूत हक्कांना पारखी झाली होती. मुंबईतील टोळ्यांच्या दादांना, तर हा एक मरणप्राय दणका बसला होता.

त्या वेळी प्रथमच लोकसभेमध्ये मुंबईतील तस्कर हाजी मस्तान, युसूफ पटेल आणि सुकूर बाखिया यांची नावे उच्चारली गेली. मग सरकारी यंत्रणेला जाग येऊन ती या तस्करांविरुद्ध दंड थोपटून उभी राहिली.

मस्तानला मिसा कायद्याखाली ९० दिवसांसाठी गजाआड केले होते. १७ सप्टेंबर ते १९ डिसेंबर १९७४ या कालावधीत तो तुरुंगात होता. सरकारने आणखी एका कायद्यान्वये त्याला अडकवले होते. तो कायदा होता 'कॉफेपोसा'. म्हणजे Conservation of Foreign Exchange and Prevention of Smuggling Act (COFEPOSA). यामुळे मस्तानला तुरुंगाबाहेर येऊन आपल्या धंद्याबद्दल पुढची काहीही हालचाल करता येत नव्हती की योजना आखता येत नव्हती. जरी मस्तानने फौजदारी कायद्यातील निष्णात वकील राम जेठमलानी यांना आपला वकील म्हणून नेमले होते; तरीही मस्तानला आणीबाणीच्या संपूर्ण काळात तुरुंगातच

रहावे लागले होते.

१ जुलै १९७५ रोजी एक वटहुकूम सरकारने जारी केला. त्यानुसार ज्यांना कॉफेपोसाखाली अटक केली आहे, त्यांना त्यांच्या स्थानबद्धतेबद्दलची कारणे देणे सरकारवर बंधनकारक नाही, असे ठरवले गेले. आणीबाणी लादण्यासाठी इंदिरा गांधींवरती काहीही राजकीय सक्ती झाली असली तरी तो कालखंड हा एक तस्करांविरुद्ध कठोरपणे कायदे चालवणारा कालखंड होता. त्या काळात बराच काळा पैसा बाहेर काढला गेला आणि अनेक काळा बाजार करणारे व्यापारी 'मिसा'खाली आर्थिक गुन्ह्यांसाठी तुरुंगात टाकले गेले.

मुंबईच्या आर्थर रोड जेलमध्ये, ठाण्याच्या सेन्ट्रल प्रिझनमध्ये, पुण्याच्या येरवडा तुरुंगात, कोल्हापूरच्या हर्सूल तुरुंगात सर्व गुन्हेगार, तस्कर मंडळी, आर्थिक गुन्हेगार, गुंड आणि काळा बाजारवाले यांना गजाआड केले होते.

मस्तानला मिसा आणि कॉफेपोसाखाली अटक झाली होती, तर इतरांना म्हणजे वरदराजन, करीम लाला, दाऊद इब्राहिम, पठाण मंडळी, रमा नाईक, अरुण गवळी यांना सरकारने 'नॅशनल सिक्युरिटी ॲक्ट'खाली उचलून तुरुंगात टाकले होते. अशा रितीने जवळजवळ सर्वच गँगस्टर्स, टोळ्यांचे दादा व त्यांची माणसे ही एकत्र आणली गेली. त्यांची पूर्वीची ओळख नव्हती की कधी एकमेकांशी संबंध आलेले नव्हते. उदाहरणार्थ, रमा नाईक आणि वरदराजन यांचे तुरुंगात एकमेकांशी चांगलेच जमले व त्यांची मैत्री एवढी घनिष्ठ झाली की, ते वसई व विरार येथील समुद्रातील धक्के हे तस्करीसाठी कसे वापरता येतील, याच्या योजना एकत्रपणे आखू लागले. ते नंतर सुटल्यावर त्या योजना अमलातही आणू लागले.

एस.व्ही. तनखीवाले हे त्या वेळचे पोलीस कमिशनर होते. आणीबाणी जाहीर केल्यावर त्यांना एकदम काही आठवड्यांत मुंबईचे पोलीस प्रमुख या पदावर नेमण्यात आले. याबद्दल ते केंद्रीय गृहमंत्रालयाला लिहिलेल्या एका अहवालात म्हणतात, "तस्करीच्या विरुद्ध जी मोहीम उघडली गेली त्यामुळे तस्करीच्या मालाचा धंदा हा नुसताच धोकादायक बनला नाही, तर तो खर्चिकही बनला आहे. २८२ तस्कर मंडळी, त्यात हाजी मस्तान व युसूफ पटेलसारखे सर्वोच्च तस्करही आले, यांना तुरुंगात स्थानबद्ध करण्यात आले. आणि १७७ तस्करांच्या मालमत्तेवरती टाच आणण्यात आली आहे."

हाजी मस्तान व करीम लाला यांनी जवळजवळ दोन वर्षे तुरुंगात काढल्यावरती त्यांना कळून चुकले की, आपला धंदा आता संपुष्टात आला आहे. सरकारविरुद्ध आपण एक हरणारे युद्ध खेळत आहोत आणि याचा शेवट हा जन्मभर तुरुंगात सडत रहाण्यात होईल. मग त्यांनी सरकारला आश्वासन दिले की, आपण येथून पुढे कोणत्याही बेकायदेशीर कृत्यात भाग घेणार नाही.

आणीबाणी उठल्यानंतर आणि १९७७मध्ये जनता पक्ष सत्तेवर आल्यावर हाजी मस्तान व करीम लाला हे दोघेही जयप्रकाश नारायण यांना भेटले व त्यांनी आपल्याबद्दल पंतप्रधान मोरारजी देसाई यांना गळ घालावी, आपल्याला दया दाखवावी अशी विनंती केली. मग त्यानुसार त्यांनी आपली कबुलीपत्रे (ॲफिडेव्हिट) स्वेच्छेने शपथेवर लिहून दिली आणि येथून पुढे कोणत्याही बेकायदेशीर कृत्यात सामील होणार नाही, असे वचन दिले. देसाई सरकारने त्यांची ही स्वेच्छेने लिहून दिलेली कबुलीपत्रे किंवा शपथपत्रे स्वीकारली आणि त्यांची अखेर तुरुंगातून मुक्तता केली.

यानंतर इतर टोळ्यांचे दादा म्हणजे दाऊद, त्याचा भाऊ साबीर, अरुण गवळी, रमा नाईक आणि अन्य गुन्हेगार यांनी कोर्टात जामिनासाठी अर्ज दाखल केले. त्यांच्यावरचे आरोप गंभीर नसल्याने आणि त्यासाठी भरभक्कम पुरावा न्यायालयात सादर न झाल्याने त्यांना जामीन मंजूर करण्यात आला.

१७

गिरणी कामगार बनला 'डॉन'

१९७७मधील हिवाळ्यातील ती एक संध्याकाळ होती. आणीबाणी नुकतीच संपली होती. एका दुकानाबाहेर फार मोठी गर्दी जमली होती. आतून संतापलेल्या लोकांचे आवाज बाहेर येत होते. बाहेरच्या गर्दीतील लोक मात्र दबक्या आवाजात बोलत होते, कुजबुजत होते. कानावर जी बातमी ऐकू येते आहे ती अफवा आहे का खरी बातमी आहे, याचा त्यांना उलगडा होत नव्हता. लोक म्हणत होते की, पारसनाथ पांडे हा मृत्यू पावला आहे, त्याचा खून झाला नसावा. पांडे हा आपल्याच घरात आतमध्ये होता. तो मरण पावला होता. पण हे कसे शक्य आहे? त्याचा खून करण्याचे धाडस कोणात असू शकेल?

पांडे त्या छोट्या खोपटासारख्या दुकानात रहात होता. आत गेल्यावर कोणालाही त्याचे रक्ताळलेले, मोडलेले शरीर दिसले असते. आत खोलीमध्ये सर्वत्र पांडेने तिथून सुटका करून घेण्याच्या प्रयत्नांच्या खुणा उमटलेल्या होत्या. त्याने नक्कीच जिवाच्या आकांताने ती धडपड केली असणार, असे तिथे बघताक्षणी जाणवत होते. पांडेच्या उद्धटपणाचे अवशेष हे आता फक्त त्याचे रक्त व त्याच्या अंगावर भोसकल्याच्या खुणांनी उरलेले होते. या भीषण कृत्याला कोण जबाबदार असेल?

पांडे हा 'मटका' जुगार चालवीत होता. त्याचे ते मटक्याचे टेबल फोडून दोन तुकडे केले होते. पांडेच्या सामर्थ्याची ती शेवटची खूण होती. त्या टेबलावर काढलेल्या आकड्यांमुळे अनेक कुटुंबे उद्‌ध्वस्त झाली होती, अनेकांची भवितव्ये उजाड झाली होती. ते सारे आता संपले होते. पांडेचा व्यवसाय प्रत्येकाला ठाऊक होता आणि ज्या अर्थी त्याचा खून झाला होता, त्या अर्थी खुनी माणूस हा एखादा गुंड असणार किंवा कोणी ताकदवान व प्रतिष्ठित माणूस असणार. प्रश्न असा होता की, यापैकी कोण अधिक धोकादायक असू शकत होता?

मुंबईतील टोळ्यांच्या इतिहासात आव्हाने देणारी आणि महत्त्वाकांक्षी पोरे पुढे राक्षसी दादा बनल्याची उदाहरणे आहेत. जुन्या धेंडांना आव्हान देऊन शेवटी त्यांची जागा बळकावणे ही गोष्ट नेहमीच घडत आलेली होती. पांडेही त्याला अपवाद नव्हता. त्याचा मृत्यू होण्यापूर्वी काही महिने आधी भायखळ्यातील लांबी सिमेंट चाळीत त्याने आपला व्यवसाय सुरू केला होता आणि या चाळीने एका नवीन हीरोचा उदय कसा होत गेला ते पाहिले होते.

तसे ते तिघे मिळून उद्योग करायचे. कुंदन दुबे, पारसनाथ पांडे आणि मोहन सरमळकर. त्यांना 'भायखळा कंपनी' अशा नावाने लोक ओळखत. ही कंपनी भायखळ्याच्या गल्लीबोळात वाढत मोठी होत गेली. पैसे, खंडणी उकळणे, खून-मारामाऱ्या करणे किंवा जुगारी अड्डे चालवणे हे या त्रिकुटाचे उद्योग होते. भायखळ्याच्या रस्त्यांवर अशा गोष्टी नेहमीच चालत असल्याने लोकांना त्याचे विशेष वाटत नव्हते. पण शेवटी या त्रिकुटात आपापसात मतभेद झाल्याने फाटाफूट झाली.

लवकरच यानंतर महाराष्ट्रातील रमा नाईक नावाचा एक माणूस अशाच मार्गाने वर येण्याची स्वप्ने पाहू लागला. मटका जुगाराच्या धंद्यात उत्तर भारतीय लोक बहुसंख्येने होते. त्यांची जणू यामध्ये मक्तेदारी झाली होती. अशा वेळी या मराठी तरुणाने आपला स्वत:चा मटका जुगार व एक दारूचा गुत्ता उघडला. भायखळा कंपनीला हे एक उघड-उघड आव्हान दिलेले होते. मग दोघांनीही म्यानातील तलवारी उपसल्या. दुबे व पांडे यांचे मटक्याचे स्वत:चे अड्डे होते, तर सरमळकर याचा दारूचा धंदा होता आणि तो खंडणीचा हप्ता वसूल करायचा. या हप्त्याला वरवर 'प्रोटेक्शन मनी' उर्फ 'सुरक्षा पुरवण्याची फी' असे गोंडस नाव दिलेले असायचे. भायखळ्याच्या 'एस' ब्रिजवर जे खून झाले त्याच्याशी याचाच संबंध आहे, असे बोलले जायचे. आता या क्षेत्रात नाईकने आपली ताकद दाखवण्यास सुरुवात केली.

दुबे याच्यासाठी नाईकने आपल्या कुऱ्हाडीला धार लावण्यास सुरुवात केली होती. कुंदन दुबे याने उमाकांत नाईक याचा खून केला होता, कारण त्याचा एक भाऊ अरविंद नाईक हा दुबेची बहीण पुष्पा हिच्या प्रेमात पडला होता. तर पांडे हा फक्त मटका जुगारातील अनभिषिक्त राजा होता. त्यामुळे त्याच्याशी असलेली दुश्मनी ही फक्त व्यवसायाच्या संदर्भातच होती. पण एकाच राज्यात कधीही दोन राजे नांदू शकत नाहीत. त्यातील एकालातरी राज्यत्याग करून दुसऱ्याला म्हणजे अधिक बलवानाला शरण जावे लागते. तेव्हा आता पांडेचा खून पडणे हे क्रमप्राप्त होते. पण या त्याच्या कामात नाईक हा एकटा नव्हता. त्याच्या सर्व कामात बाबू रेशीम आणि अरुण गुलाब अहीर उर्फ अरुण गवळी हे सामील असायचे. अरुण गवळीने पुढे दाऊदला सर्वांत मोठे अडथळे वेळोवेळी आणले होते.

अरुण गवळी, रमा नाईक हे दोघे भायखळ्याच्या बकरी अड्ड्यातील म्युनिसिपल शाळेत पूर्वी शिकत होते. अरुण गवळी रमा नाईकच्या पुढे होता. रमा नाईकने सातव्या इयत्तेत शाळा सोडून दिली होती; पण तरीही त्या दोघांची दोस्ती चालूच राहिली होती. अन् आश्चर्य असे की, जरी गवळी हा रमा नाईकपेक्षा वयाने मोठा असला तरीही रमा नाईकचाच प्रभाव कोणताही निर्णय घेताना पडे. गवळी नेहमी त्याच्याशी सहमत होई आणि त्याचा तर्क, अंदाज, निर्णय तो मान्य करे.

अरुणच्या कर्तृत्वाची सुरुवात अगदी साधेपणाने सुरू झाली होती. जर एखाद्याला साच्यात घालून त्याचा टोळीचा दादा बनवायचा असेल, तर अरुण गवळीची ती संधी हुकली होती, असे दिसते. अरुण गवळीचे कुटुंब मध्य प्रदेशातील खांडवा येथून आले होते. त्यांचा परंपरागत व्यवसाय हा मेंढपाळाचा किंवा 'गवळ्या'चा होता. म्हणून 'गवळी' हे व्यावसायिक नाव अरुणचे आडनाव म्हणून समजले गेले.

अरुणला चार भाऊ व दोन बहिणी होत्या. त्यांचे वडील गुलाब हे 'सिम्प्लेक्स मिल्स'मध्ये कामाला होते. त्याची आईसुद्धा गिरणीमध्ये कामाला जायची. अरुणने पहिली नोकरी गिरणीत केली. महालक्ष्मीच्या 'शक्ती मिल्स'मध्ये त्याला नोकरी लागली. तेव्हा त्याचे वय नुकतेच २० वर्षांचे झाले होते. तो एक अकुशल कामगार असल्याने कालांतराने तो विक्रोळीच्या 'गोदरेज ॲन्ड बॉयसी' कारखान्यातील डाय-कास्टिंग विभागात कामाला लागला. येथेच त्याच्या उसळत्या रक्ताची परीक्षा प्रथम झाली. त्याने आपला पहिला प्रतिस्पर्धी बाळा मापणकर याच्यावर मात केली. बाळा मापणकर हा शिवसेनेतर्फे कामगारांच्या संघटनेत कार्यकर्ता होता. गवळीने त्याच्यावर मात केली होती. याच वेळी अरुण गवळी हा रमा नाईक व बबल्या सावंत यांच्याबरोबर वेळ काढू लागला. याच काळात त्याचा सदाशिव पावले उर्फ सदामामाशी संघर्ष उडाला. सदामामा नंतर गवळीच्या टोळीत सामील झाला व त्याला टोळीत दुय्यमपदाचा मान मिळाला.

माझगाव डॉकमधील कॅन्टीनमध्ये असलेल्या कामगारांत बाबू रेशीम हा एक पुढारी होता. रमा नाईक व गवळी जिथे आपल्या कारवाया करीत त्याच भागात तो रहात होता. हळूहळू तो गवळीच्या जवळ येत चालला. भायखळ्यात इतर अनेक गट होते. त्यांच्याशी नेहमी या दोघांची वादावादी होत होती. या दोघांच्या आयुष्याला एकदम वेगळे वळण मिळाले ते आणीबाणी जाहीर झाल्यावर. १९७५मध्ये रमा नाईकला 'मिसा' कायद्याखाली अटक झाली. तुरुंगात असताना त्याने वरदराजन उर्फ वरदाभाई याच्याशी संपर्क साधून संधान बांधले. त्या दोघांचे छान जमले, इतके जमले की, नाईकला आता वरदाभाईबरोबर धंद्यासाठी करार करावासा वाटला. मग तो त्याला म्हणाला, "कुछ काम हो तो बोलो."

वरदावरती या पोराची चांगलीच छाप पडली होती. रमा नाईककडे पाहिल्यावर

त्याची शरीरयष्टी नजरेत भरावी अशी खास नव्हती; पण तो ज्या निष्ठेने व आत्मविश्वासाने बोले त्यावरून त्याच्या क्षमतेची ऐकणाऱ्याला खात्री पटे. त्याच्या डोळ्यातील भाव पाहिले की असे वाटे, हा पोरगा दिलेले काम नक्कीच पुरे करून दाखवणार, अगदी तपशीलात जाऊन! मग पुरातन काळातील राजे आपल्या तज्ज्ञांना जसे देणग्या देऊन त्यांचा सन्मान करायचे तसे वरदराजन त्यांना करायचा. तो आता रमा नाईक, अरुण गवळी, बाबू रेशीम यांची नावे सक्षम माणसे म्हणून दुसऱ्यांना शिफारस करू लागला. मग रमा नाईकच्या नेतृत्वाखाली यांची टोळी वाढत गेली व यांच्याबद्दल जनतेत बोलबाला होऊ लागला.

पण या वेळी एक अडचणीचा मुद्दा वाटेत ठामपणे उभा राहिला. रमा नाईक, अरुण गवळी व बाबू रेशीम हे पांडे याच्या खुनामध्ये अडकले होते. पांडेचे अनेक मटका जुगारांचे अड्डे व दारूचे गुत्ते या तिघांनी बंद पाडले होते. हे दुष्कर काम पोलिसांनाही करणे कधी जमले नव्हते.

पांडेचा खून झाल्यावर गवळीला नॅशनल सिक्युरिटी ॲक्टखाली तुरुंगात टाकण्यात आले. पण आश्चर्य असे की, तेथून तो महिन्याभरात सुटला. तो काळ फारच वाईट होता. सरकारशी मतभेद असणारी माणसे तुरुंगात महिनोन्‌महिने सडत बसायची आणि येथे एका स्थानिक गुन्हेगाराला एका महिन्यात तुरुंगातून सोडले होते. भायखळ्यातील लोकांना याच्यामागे नक्की कुठेतरी पाणी मुरत असावे अशी शंका आली. एका टोळीचा दादा असल्याने, त्याचा अवैध धंदा असल्याने व तो प्रबळ असल्याने त्याला तुरुंगातून लवकर सोडून देण्यात आले असावे. परंतु गवळीने या गैरसमजाची कसलीही पर्वा केली नाही. त्याच्या लक्षात आले की, आपण आपल्या बळामुळे तुरुंगातून सुटलो नाही. जेव्हा तो आपल्या रहात्या घरी, म्हणजे दगडी चाळीत परतला, तेव्हा त्याने आपल्या भागात एक उंच खांब उभा केला व त्यावरती एक पाटी लावून टाकली. त्या पाटीवर लिहिले होते – B.R.A. Company म्हणजे बाबू रेशीममधले B, रमा नाईकमधील R आणि अरुण गवळीमधील A. आता एक नवीन पर्व सुरू झाले आहे. हे त्याने संबंधितांना अशा रितीने जाहीर केले.

तुरुंगातून आल्यावर त्याचे बळ आणि प्रभाव हा कित्येक पटीने वाढला होता. आता आपल्या हाताखाली कामे करण्यास विश्वासू माणसे, भागीदार, साथीदार वगैरे ठेवण्याची हीच वेळ आहे, असे त्याला वाटू लागले. कोणीतरी आपला किल्ला व घर संभाळेल आणि कारभार चालू ठेवून घरातील स्वयंपाकपाणीही पाहील, यासाठी त्याने झुबेदा मुजावर हिला शोधले. ती गवळीच्याच भागात रहात होती. ती मूळची पुण्याजवळच्या वडगाव येथली होती. झुबेदाचे लग्न हे मुस्लीम समाजातील एका मुलाशी जमवले होते; पण जेव्हा अरुण गवळीने तिच्या कुटुंबीयांकडे तिच्याशी

विवाह करण्याचा आपला प्रस्ताव ठेवला, तेव्हा त्यांना नकार देणे खूप जड गेले. अशा रितीने हे लग्न जमले.

पण धार्मिक मुद्द्यावरून रमा नाईक व बाबू रेशीम यांनी या विवाहाला आपला विरोध दर्शवला. अरुण गवळी हा एका मुस्लीम मुलीशी लग्न करतो आहे, यावर त्यांचा विश्वासच बसेना; पण अरुण हट्टाला पेटून बसला व आपण तिच्याशीच लग्न करणार असे म्हणू लागला. जेव्हा त्याचे झुबेदाशी लग्न झाले तेव्हा काही विशिष्ट विधी आधी करून झुबेदाला 'हिंदू' करून घेण्यात आले. मग तिची मुस्लीम ओळख पुसण्यासाठी तिचे नाव बदलून ते झुबेदाऐवजी 'आशा' असे करण्यात आले. त्याला तिच्यात खरोखरीच आपली पत्नी गवसली होती. नंतर जेव्हा-जेव्हा अरुण गवळी तुरुंगात असे किंवा तुरुंगातून आतबाहेर करीत असे तेव्हा ती त्याचा किल्ला व्यवस्थित संभाळीत असे.

१८

पठाणांची दहशत

करीम लाला आणि जांग्रेझ खान हे दोघे एकमेकांचे चांगले मित्र होते. लाला हा पेशावर गावातून मुंबईत आला होता आणि जांग्रेझ खान हा पाकिस्तानमधील स्वात खेड्यातून आला होता. लालाने एव्हाना प्रचंड संपत्ती जमवली होती आणि तो आता दक्षिण मुंबईत आपला व्यवसाय करू लागला होता. त्याने मस्तानशी दोस्ती जमवल्याने तो सर्व बाबतीत एक मोठा टोळीचा दादा बनला होता. ही गोष्ट १९७०नंतरची होती.

मस्तानबरोबर युती झाल्याने पठाण असलेल्या करीम लालाचा उद्धटपणा वाढत गेला आणि पठाण टोळीचा बेफिकीरपणा वाढला. पूर्वी ऐकलेल्या आपल्या पूर्वजांच्या शौर्याच्या कथा त्यांना आता आठवू लागल्या. आपले पूर्वज कसे योद्धे होते व आपला मान ठेवला जाण्यासाठी ते कसे वाटेल त्या थराला जाऊन पोहोचायचे व वेळ पडल्यास त्या वेळच्या राजाशीही लढा द्यायचे, अशा या प्राचीन कथांनी पठाण मंडळीची मने भारलेली होती. त्यामुळे आधुनिक काळातील कायदे जुमानण्यास ते तयार नव्हते. तशी त्यांची मानसिकता नव्हती. त्यामुळे रस्त्यावरील झगडे, हिंसाचार, भाडेकरूंना घराबाहेर काढणे, दुकाने उद्ध्वस्त करणे आणि भर गर्दीत कोणाचीतरी हाडे मोडणे हे असले प्रकार ते बिनदिक्कत करीत. मग तेच त्यांचे रोजचे काम होऊन बसले. पठाणांची दहशत मुंबईत वाढत चालली होती आणि जेव्हा अनेक डोके असलेल्या 'हायड्रा' या प्राण्यासारखी ही समस्या झाली तेव्हा पोलिसांना नेमका कुठे प्रहार करावा तेच समजेनासे झाले. त्यांच्या गुन्ह्यात धमकी देऊन पैसे उकळणे ते मारामारी करणे व कोणाच्या समस्या मिटवणे अशा अनेक बाबी येत असल्याने पोलीस चक्रावून जात.

एक झगडा असाच बराच काळ चालला होता. अन् तो झगडा हाजी मस्तान

व युसूफ पटेल यांच्यात होता. शेवटी मस्तानने युसूफ पटेलला धडा शिकवण्याचे ठरवले व त्यासाठी त्याने एक कंत्राटही दिले. ती सुपारी त्याने एका पठाणांच्या टोळीच्या दादाला दिली.

'सुपारी देणे' या शब्द प्रयोगाला एक इतिहास आहे. जुन्या काळात राजा आपल्या योद्धांना पानसुपारीचे आवाहन करायचा. माहीमला पूर्वी भीम नावाचा एक राजा होता. तो आपल्या महेमी टोळीचा नायक होता. तो आपल्याकडचे अवघड काम कोणाकडून कसे करवून घ्यायचे यासाठी एक युक्ती करायचा. तो आपल्या माहीमच्या किल्ल्यात एक सभा बोलवायचा व त्यासाठी मोठमोठे भव्य मांडव घालायचा. निवडक योद्धे आणि शूर माणसे यांना मग शाही मेजवानी दिली जायची. ती मेजवानी संपली की, ते टोळीतील योद्धे जेवून तृप्त झालेले असत. मग एक मोठी थाळी सर्वांच्या मध्यभागी ठेवली जायची. ती थाळी एवढी मोठी असायची की तिला थाळी न म्हणता 'थाळ' म्हटले जायचे. त्या थाळमध्ये विड्याची पाने, सुपारी आणि अन्य पदार्थ असत.

मग राजाचा सेनापती राजाची अडचण जाहीर करे आणि ती अडचण सोडविण्याचे तो सर्वांना आव्हान करे. त्या विधीनुसार जो कोणी ते काम करण्यासाठी स्वेच्छेने पुढे येई त्याला थाळमधील पानसुपारी उचलावी लागे. अशी कृती केली की, त्याने ते काम करून दाखवण्यासाठी ती सुपारी उचलली, असा अर्थ घेतला जाई. मग राजाचा सेनापती नंतर हातात एक सुरमा असलेली बाटली घेऊन त्याच्याकडे जाई आणि तो त्या माणसाच्या डोळ्यात घाले व त्या माणसाला 'सुरमा' म्हणून जाहीर केले जाई. तो माणूस सुरमा झाला म्हणजे एक 'शूरवीर' झाला, असे समजले जाई. माहीमचा तो राजा वारला. कालांतराने त्याचा किल्लाही कोसळला; पण ती 'सुपारी'ची कल्पना गुन्हेगाऱ्यांच्या टोळ्यांत मात्र वेगळ्या कारणासाठी अस्तित्वात राहिली. 'सुपारी' म्हणजे एखाद्याला मारण्याचे काम किंवा कंत्राट, असा अर्थ घेतला जाऊ लागला.

मुंबईच्या टोळीवाल्यांच्या इतिहासात पाहिली अशी मोठी सुपारी युसूफ पटेलसाठी १९६९मध्ये हाजी मस्तानने प्रथम दिली. ती सुपारी त्याने त्या वेळच्या भल्या मोठ्या रकमेने म्हणजे रु. १०,००० या किमतीने दिली होती. पाकिस्तानातील दोन पश्तून व्यक्तींना ती सुपारी दिली होती.

बेदरकारपणा ही पठाणांची परंपरा होती. ती कायम ठेवण्यासाठी त्या दोन गब्दुल पठाणांनी मिनारा मशिदीपासचे एक गर्दीचे ठिकाण निवडले होते. ती मिनारा मशीद ही शहरातील एक अत्यंत सुंदर मशीद होती. ती रमझानच्या पवित्र महिन्यात उन्हात नुसती झगमगून उठत असे. त्या पवित्र महिन्यात मुस्लीम लोक हिंसाचार, रक्तपात आणि तत्सम वाईट गोष्ट टाळतात. तथापि, या दोन पठाणांनी या इस्लामी

महिन्याची काहीही पर्वा न करता युसूफ पटेल याची हत्या करण्याचे ठरवले. मशिदीपासच्या परिसरात भर गर्दीत ते हत्या करणार होते.

मिनारा मशिदीपासच्या सर्व जुन्या रहिवाशांना ती २२ नोव्हेंबर १९६९ची रात्र विसरणे शक्य नाही. अन् ती दुर्दैवी घटना त्याच रात्री बारा वाजल्यानंतर घडली आणि २३ नोव्हेंबरच्या पहाटेपर्यंत ती घटना पुढे घडत राहिली.

मिनारा मशिदीपाशी बहुतांशी मेमन लोकांची वस्ती आहे. त्या भागात सर्वत्र सुखी चेहऱ्याची मुस्लीम माणसे हिंडताना दिसतील. संध्याकाळपासून ते खाण्यापिण्याच्या कार्यक्रमात मश्गूल झालेले असतात. येथे दिवसभर उपास करून किंवा मिताहार करून अध्यात्म साधण्याचा प्रयत्न केला जात नाही, तर फक्त काही तास उपाशी राहून नंतर लगेच माणसे जेवणाकडे वळतात. येथले वातावरण सणासुदीसारखे वाटेल असे असते. लोकांचे लहान-लहान गट कोपऱ्याकोपऱ्यात जमून गप्पा मारतात. मशिदीच्या अंगणाभोवती युसूफ पटेल व त्यांच्या मंडळींनी असाच एक कोपरा अडवून तिथे बैठक ठोकलेली होती. त्यांच्याबरोबर त्यांचे खुशमस्करे व रक्षकही होते.

अत्यंत धिप्पाड असलेल्या दोन पठाणी व्यक्तींनी आपले पारंपारिक पांढरे पोशाख घालून तिथे आगमन केले आणि तिथल्या जागेची पहाणी बारकाईने पाहून केली. त्यांनी युसूफ पटेलला बरोबर ओळखले. युसूफ पटेल जमलेल्या लोकांच्या छोट्या गटाबरोबर तावातावाने काहीतरी बोलत होता. मग त्या पठाणांनी येरझाऱ्या घालायचे ठरवले व पुढे जाऊन येताना गोळी झाडायचे ठरवले.

तथापि, पटेलच्या एका रक्षकाचे लक्ष या दोन पठाणांकडे गेले. त्यांच्या वागण्यातील गूढ पवित्रे त्याला जाणवले असावे. ते पठाण भोवतालच्या लोकांकडे तटस्थपणे पहात होते; पण युसूफ पटेलकडे पहाताना मात्र त्यांच्या नजरेत अजिबात कुतूहल नव्हते. युसूफच्या रक्षकाला काहीतरी खटकले. त्याने युसूफ पटेलच्या कानात काही कुजबूज केली. मग त्यावर युसूफने त्यावर मान हलवून 'आपण येथले बोलणे संपले की, लगेच येथून निघू' अशा अर्थी सांगितले असावे. पण तेवढे बोलणे संपवायलाही आता फार वेळ उरला नव्हता. काही क्षणातच ते दोन्ही पठाण ब्रिटीशमेड पिस्तुले हातात घेत धावत-धावत आले व युसूफवर गोळ्या झाडू लागले. युसूफच्या सावध शरीर रक्षकांनी ताबडतोब युसूफवरती स्वत:ला झोकून दिले, तर हादरलेले युसूफ जमिनीवर फेकला गेले.

बाकीच्यांनी मारेकऱ्यांवर झडप घातली. जिथे काही क्षणापूर्वी आनंदाचे व जल्लोषाचे वातावरण होते, तिथे आता एकदम गडबड गोंधळ सुरू झाला. त्या दोन्हीं पाकिस्तानी पठाणांना वाटले की, आपण झाडलेल्या गोळ्या युसूफ पटेलला लागल्या आहेत. कारण त्याच्या शरीरातून रक्तस्त्राव सुरू झाल्याचे त्यांनी पाहिले

होते. मग ते दोघे पळून जाऊ लागले. परंतु तिथल्या मेमन मंडळींना युसूफ पटेलबद्दल ममत्व वाटत असल्याने त्यांनी त्या दोन्ही मारेकऱ्यांना सर्व बाजूंनी घेरले. धिप्पाड पठाण त्यांच्याशी मारामारी करू लागले; पण चिडलेल्या जमावाने त्यांच्यावर मात केली व शेवटी त्यांना पोलिसांच्या हवाली केले. युसूफ पटेलला दोन गोळ्या लागल्या होत्या, अन् सुदैवाने त्याच्या दंडात घुसल्या होत्या. त्याच्या एका धीट शरीररक्षकाचा मात्र त्या गोळीबारात प्राण गेला होता. क्राइम ब्रँचने सरतेशेवटी हाजी मस्तान, करीम लाला आणि अन्य अकरा जणांना या संदर्भात अटक केली.

या पठाणांची दहशत कशी निपटून काढावी, यावर मुंबई पोलीस आपली माथेफोड करीत असताना पोलिसांच्या स्पेशल ब्रँचला – 'एसबी-१'ला एक बातमी अशी मिळाली की, अयूब खान लाला हा शहरात दिसला आहे.

स्पेशल ब्रँच ही मुंबई पोलिसांची एक गुप्तचर शाखा होती. त्या शाखेची स्थापना कित्येक वर्षांपूर्वी, म्हणजे व्हिक्टोरिया राणीच्या काळात झाली होती. भारतीय पोलिसांपेक्षा ब्रिटीश पोलिसांनी त्या वेळी या ब्रँचचा छान उपयोग करून घेतला होता, असे अनेकांचे मत होते. ब्रिटीशांना उपायापेक्षा प्रतिबंधकतेवर जास्त भर द्यावासा वाटत असे. तर आताच्या पोलीस खात्याला क्राइम ब्रँच किंवा सीआयडी खाते हे अधिक महत्त्वाचे वाटते. या मागचे कारण साधे आहे. गुन्हे नियंत्रणात ठेवणे हे महत्त्वाचे आहे आणि गुप्तचर खात्यांनी गोळा केलेली माहिती बरीचशी टाकाऊ असते. यामुळे स्पेशल ब्रँचकडे दुर्लक्ष होत गेले. मग या ब्रँचची अवनती होत-होत ते फक्त कारकुनी स्वरूपाचे झाले. परदेशातून भारत भेटीसाठी येणाऱ्या लोकांची माहिती ठेवणे आणि बेकायदा भारतात प्रवेश करणाऱ्यांवर लक्ष ठेवणे एवढेच काम ही स्पेशल ब्रँच करू लागली.

अयूब हा एक अत्यंत लबाड, कावेबाज, बेभरवशाचा, युक्तीने हातावर तुरी देणारा प्रभावी पठाण होता. मुंबई पोलिसांनी आजवर अशा पठाणाला काबूत आणले नव्हते. जरा काही मनाविरुद्ध झाले की, चटकन भडकणारा व लगेच हिंसाचार करणारा असा तो होता. एकदा एका माणसाने त्याला उद्देशून 'पागल पठाण' असे म्हटले तर त्याने त्याचे शरीर फाडून काढले. तसेच तो नक्की कधी कुठे असतो याचा पोलिसांना कधीच पत्ता लागत नसे. तो कुठे दिसला तर त्यानंतर पोलिसांना त्याचा माग काढण्यासाठी सगळे बळ एकवटून व धावपळ करीत प्रयत्न करावे लागत. करीम लालाने ठरवले की, या सर्व भांडखोर तस्करांचे झगडे एकदाचे संपवून टाकावेत. म्हणून त्याने अयूबला भेटीसाठी बोलावले, तसेच मस्तान व पटेल यांनाही बोलावले. तस्कर मंडळींनीही आपसातले वैर संपावे आणि कोण्यातरी हलकटाने सतत आपल्यावर लक्ष ठेवावे यांतून सुटका व्हावी, असे ठरवले.

त्या काळात बहुतेक पत्रकार हे गुंडांच्या टोळ्यांच्या दादांविरुद्ध लिहिण्यास

धजावयाचे नाहीत. तथापि, एम.पी. अय्यर हा असा एक अनुभवी क्राइम रिपोर्टर होता की, तो बेधडक त्यांच्याविरुद्ध सतत लिहीत होता. त्यामुळे ती दादा मंडळी अस्वस्थ झाली होती. मग अयूबने आपल्या मारेकऱ्यांना अय्यरच्या हालचालींवरती पाळत ठेवण्यास सांगितली. त्यांनी अयूबला एक बातमी आणून दिली की, अय्यर आता पुण्याला जाऊन येणार आहे. त्यासाठी तो रस्त्याने ॲम्बॅसिडर गाडीने जाणार आहे. ज्या दिवशी अय्यर निघणार होता त्या दिवशी अयूबने एक मोटार मेकॅनिक पाठवून गाडी चालवताना तिच्यावरचा ताबा सुटेल अशी व्यवस्था त्या गाडीत करून ठेवली. त्यामुळे मुंबई-पुणे रस्त्यावरून घाटातून जाताना गाडीवरचा ताबा गेल्याने गाडीला अपघात होण्याचा संभव होता.

अय्यरला याची काहीही कल्पना नसल्याने तो अयूबच्या या यांत्रिक युक्तीला बळी पडला. पनवेलला पोचल्यानंतर अय्यर ॲक्सिलरेटर दाबून गाडीचा वेग वाढवू लागला असताना त्याचे गाडीवरचे नियंत्रण सुटले. अय्यरची गाडी एक झाडावर जाऊन आपटली अन् डोक्याला मार बसल्याने तो जागच्या जागीच ठार झाला.

अशा रितीने १९७०मध्ये गुंडांच्या दादाने एका पत्रकाराची हत्या केली. पत्रकाराची हत्या ही ती पहिलीच घटना होती. (त्यानंतर ४१ वर्षांनी पोलिसांच्या म्हणण्यानुसार छोटा राजनच्या आज्ञेने ज्योतिर्मय डे या पत्रकाराची भर दिवसा गोळ्या घालून पवईमध्ये हत्या करण्यात आली.) सर्वकाही घडून गेल्यावर अय्यरच्या खुनाबद्दल पोलिसांना संशयाचा वास आला. पण सर्वकाही संपल्यावर आता उरले होते, ते फक्त कागदावरचे काम. पठाण आता चिडून वाटेल ते करू पहात आहेत, हे पोलिसांना कळून चुकले.

साधारणपणे याच वेळी, केव्हा व कसे सुरू झाले हे सांगता येत नाही, पण हिंदी चित्रपटात मुंबई पोलिसांचे उपहासात्मक चित्रण दाखवले जाऊ लागले. सर्वकाही घडून गेल्यानंतर तिथे पोलीस पोहोचतात, मग त्यांना फक्त गुन्हेगारांना हातकड्या घालण्याव्यतिरिक्त व पंचनामा करण्याखेरीज काहीच काम उरत नाही. पठाणांना काबूत आणणे किंवा नियंत्रणात ठेवणे यासाठी कोणताच मार्ग दिसत नाही. असाच संकेत बॉलिवूडमधून स्पष्ट व स्वच्छपणे दिला जात होता.

१९
मस्तानची अफलातून चाल : समेट

मुंबईतील वॉर्डन रोड भागातील बाजाराजवळ रहाणारी श्रीमंत माणसे एका वेगळ्याच जगात रहातात. एके काळी येथे टेकड्या होत्या. त्यावर हा भाग आता उभा राहिलेला आहे. हा उंचावरचा भाग हाजी अलीपासून नेपिअन सी रोडपर्यंत आहे. त्या वेळच्या ब्रिटीश गव्हर्नरची मर्जी संपादून हा भाग निर्माण झाला. गव्हर्नरचा बंगला त्या वेळी मलबार हिलच्या पायथ्याशी होता. स्वातंत्र्यानंतर आणि महाराष्ट्र राज्य अस्तित्वात आल्यानंतर महाराष्ट्राचा गव्हर्नर तिथे राहू लागला. समोर भरपूर रान होते आणि समुद्राकडे तोंड करून बंगला होता. त्यामुळे गव्हर्नरला येथे रहाण्यास आनंद होई.

या अशा भागात हाजी मस्तानसारख्या शहाण्या माणसाचा पत्ता असावा यावर त्याच्या व्यवसायाबद्दल अनेक ग्रंथ रचता येतील. इथला त्याचा 'बैतुल सुरुर' नावाने प्रसिद्ध असलेला बंगला ही एक बऱ्यापैकी इमारत होती. त्या इमारतीच्या मागच्या बाजूला मस्तानने स्वत:साठी एक काचेची खोली बांधून घेतली होती.

जुलै १९८०मधील ती एक सर्द संध्याकाळ होती. मस्तानच्या बंगल्याच्या उत्कृष्ट सजावट केलेल्या दिवाणखान्यात काही माणसे त्याच्या भेटीसाठी वाट पहात थांबलेली होती. तिथल्या सर्व काचांना जांभळ्या-गुलाबी रंगाचे गुबगुबीत आवरण मढवलेले होते. ते एक नेहमीचेच दृश्य असावे असे वाटत होते. पण त्यामुळे तिथल्या वातावरणातील तणाव कमी होत नव्हता. मस्तान आपल्या खोलीत त्याची नेहमीची इम्पोर्टेड ५५५ ब्रॅन्डची सिगारेट ओढत येरझाऱ्या घालीत होता. त्याने आपले नेहमीचे घरगुती कपडे अंगावर चढवले होते. स्वच्छ पांढरा सदरा, स्वच्छ पांढरा पायजमा व पांढरे बूट त्याने घातले होते. त्यानेच आज्ञा दिल्यानुसार आत्ता एक बैठक भरवली होती. त्याच्याविरुद्ध पोलीस व प्रशासन खात्यांमध्ये काहीतरी

कारवाई करण्याचे शिजत होते. त्याला ती बातमी लागल्यावर तो आता त्यावर विचार करीत होता.

त्या गँगमास्टर मंडळींची ही काही सामान्य बैठक नव्हती. त्यांच्यामध्ये टोळीयुद्ध भडकले होते. त्या युद्धात रोज अनेकांना ठार करून त्यांची प्रेते रस्त्यावर टाकून दिली जात. हे आटोक्यात आणण्यासाठी सरकार सर्व टोळीवाल्यांना वेसण घालण्याची योजना आखू लागले. त्याची कुणकुण टोळीवाल्यांना, विशेषत: मस्तानला लागल्याने त्याने सर्व टोळ्यांच्या दादांना येथे बोलावले होते. पठाण टोळ्या व बाकीच्या टोळ्या यांच्यात ते युद्ध छेडले गेले होते.

त्यामुळे आताची बैठक ही साधी नव्हती. आता दोन परस्परविरोधी टोळ्या समोरासमोर आल्या होत्या, एकाच खोलीत होत्या. त्यामुळे तिथले वातावरण जणूकाही विजेने भारल्यासारखे झाले होते. केव्हाही ठिणगी पडू शकत होती. मुंबईच्या माफियांच्या जगात दोन स्पर्धक टोळ्यांचे दादा आजवर कधीही समोरासमोर बसले नव्हते. अगदी आत्ताही असे वाटत होते की, ते केव्हाही झेप घेऊन एकमेकांचे गळे घोटू लागतील.

हाजी मस्तान याने प्रथमच पठाण टोळ्या व त्यांचे पूर्वीचे बगलबच्चे – आणि दाऊद व साबीर यांची टोळी यांना त्यांच्यात शांतता प्रस्थापित करण्यासाठी एकत्र बोलावले. मस्तानचा मित्र करीम लाला हा पठाणी टोळ्यांचा प्रमुख समजला जात होता. तोही या बैठकीला हजर होता. त्याच्याबरोबर मजीद कालीया, हुसेन सोमजी, दिलीप अझीज, हनीफ मोहतराम आणि अर्थातच सर्वत्र नेहमी हजर राहणारी जेनाबाई दारूवाली हे सर्व हजर होते. त्या दिवसात जेनाबाई ही एकच एक स्त्री अशी होती की, टोळीवाले आणि पोलीस यांच्याकडे बिनदिक्कत जाऊन त्यांची गाठ घेऊ शकत होती. ती नेहमी अंगावर सोन्याचे विविध दागिने घाले. ती एक खरोखरच कुतूहल वाटायला लावेल अशी स्त्री होती. तिच्याकडे सर्व टोळ्यांचे दादा सल्लामसलतीसाठी जात असत. हाजी मस्तान तिला 'जेनाबेन' असे संबोधे, तर दाऊद तिला 'जेना मौसा' असे संबोधे.

अमिरझादा, आलमझेब, शेहझादा आणि समद खान हे पठाण गँगस्टर्स हजर होते. तर दाऊद इब्राहिम हा आपला भाऊ साबीर आणि अनीस यांच्यासह हजर होता.

मुंबईच्या रस्त्यांवर आता रोज खून पडत होते आणि पोलीस आता गँगस्टरचे रक्त कधी सांडते आहे, त्याची वाट पहात होते. पठाणांची टोळी आणि दाऊदची टोळी यांच्यात चकमकी झडत होत्या. त्यामुळे ही गोष्ट मुंबईतील गुन्हेगारी जगतातील दिग्गजांपुढे एक मोठे कारण होते. मस्तान आणि करीम लाला यांना या संघर्षामुळे रोज नीट झोप लागत नव्हती. त्यांना रोजच्या रक्तपातामुळे आता काळजी व भीती वाटू लागली होती. ती काळजी व भीती रोजच्या रोज वाढत चालली होती. कोण्याही

पठाणाची हत्या झाली की, त्याचा करीम लालावर परिणाम होई. तर दाऊद-साबीर यांच्या टोळीतील कोणावरही हल्ला झाला की, पोलीस पठाणांवरती तुटून पडत. कारण दाऊद आता मुंबई पोलिसांच्या मर्जीतला झाला होता. इब्राहिम कासकर हा तर दाऊद व त्याची भावंडे या कुटुंबाचा प्रमुख होता आणि क्राइम ब्रँचचा पोलीस होता. शिवाय तो हाजी मस्तान व करीम लाला यांचा मित्रही होता. पण आज तो या बैठकीला गैरहजर होता. त्याच्या डोक्यात विचारांचे काहूर माजले होते. त्याची मुले बेधडक पठाणी टोळ्यांविरुद्ध झुंजत होती. मस्तवाल बैलापुढे जाऊन सरळ त्याची शिंगे पकडून त्याला मागे रेटत नेण्यासारखा हा प्रकार होता. पण रक्तपात उसळला, तर त्या हिंसाचारात साऱ्यांचीच आहुती पडणार होती याचे त्याला भान होते.

मस्तानने त्या दिवाणखान्यात प्रवेश केला व सर्वांकडे एक नजर टाकली. तो ठामपणे बोलू लागला, ''कोणत्याही व्यवसायात जर रक्तपात झाला तर तो व्यवसायाला घातक असतो, विशेषत: आपल्या व्यवसायाला तर नक्कीच घातक आहे. याचे कारण आपले सरकार हे अगदीच क्षुद्र किमतीचे आहे. त्याला भटक्या कुत्र्याच्या लघवीइतकीही किंमत देता येत नाही. आपण सारे मुस्लीम आहोत, सर्व जण एकाच धर्मावर विश्वास ठेवीत आहोत आणि आपल्या शत्रू असलेल्या सरकारच्या विरोधात आहोत. तेव्हा ही आपसातली झुंज, मारामारी, खुनाखुनी मुंबईच्या रस्त्यावर उगाच का करायची?'' सर्वांच्या सामाईक धर्माचा उल्लेख करून मस्तान सामाईक मुद्दे मांडण्यासाठी धडपडू लागला.

साबीर यावर मध्येच म्हणाला, ''मस्तानचाचा, आम्ही आमच्याकडून कधीच प्रथम हल्ले सुरू केले नाहीत. तेही (पठाण मंडळी) आपल्याच समाजातील आहेत व म्हणून ते एक प्रकारे आमचेच भाऊ लागतात. पण जर त्यांच्यापैकी कोणी सरळ उघड-उघड आमच्या कुरापती काढल्या, आम्हावर बेधडक हल्ले चढवले तर आम्ही ते कधीही सहन करणार नाही.''

यावर अमिरझादाने उत्तर दिले, ''तुम्हाला आमच्या धंद्याबद्दल मत्सर वाटतो. ताकदवान पठाणांनी यापूर्वी मुंबईवर कित्येक दशके आपली सत्ता चालवली होती. तुम्हाला आमचे वर्चस्व, आमचे श्रेष्ठत्व पचवता येत नाही, हेच खरे.''

''वर्चस्व, श्रेष्ठत्व, गेले भोसड्यामध्ये. जर वडीलधाऱ्या मंडळींनी मध्ये पडून हस्तक्षेप केला नसता, तर आम्ही हा प्रश्न काही दिवसांत आमच्या पद्धतीने सोडवला असता. आम्ही केवळ करीम चाचा यांचा व त्यांच्या कुटुंबाचा आदर करतो. म्हणून आम्ही आमचा अभिमान आतापर्यंत बाजूला ठेवला होता. पण अजून किती काळ तसे करायचे?'' दाऊद आपला राग कसाबसा काबूत ठेवून बोलला.

''मग त्याबद्दल आत्ताच आपण येथे चर्चा करून निर्णय घेतला तर? याच

खोलीत?'' अमिरझादा सर्वांकडे हात करीत म्हणाला. त्याने वेळ न घालवता आपल्या मुद्द्याकडे सर्वांना आणले. यावर सर्व पठाण एकदम उठून उभे राहिले. दाऊदच्या आव्हानाला तोंड द्यायची त्यांनी तयारी केली.

ताबडतोब त्या जागेतील वातावरण बदलले जाऊन ते धोकादायक बनले. दाऊद आपल्या जागेवर उदासीनता धारण करून बसला होता. तिथल्या बदललेल्या दृश्याचा त्याच्यावर काहीही परिणाम झाला नव्हता असे दिसत होते. फक्त त्याचा तापट भाऊ साबीर हा पठाणांचे आव्हान स्वीकारण्यासाठी उठून उभे राहू पहात होता; पण दाऊदने त्याच्या अंगावर आपला हात ठेवून त्याला तसेच खाली बसवून ठेवले. पठाणांच्या आव्हानाला तोंड देऊन स्वत:ला मूर्ख ठरवण्यापासून त्याने त्याला थोपवले.

सर्वांच्या नजरा साबीरकडे गेल्या, तर साबीर दाऊदकडे पहात राहिला. मग दाऊद शांतपणे आपल्या आसनातून उठून उभा राहिला. मस्तान ज्या कोपऱ्यात उभा होता तिकडे तो चालत गेला. पण चालत जाताना या घरात आता रक्तपात होऊ शकतो याची जाणीव ठेवीत तो गेला. मस्तानच्या हातात अजूनही एक सिगारेट जळत होती. दाऊदने ती सिगारेट काढून आपल्या हातात शांतपणे घेतली. मग तो खोलीच्या मध्यभागी असलेल्या टेबलापाशी गेला. त्यावर ॲशट्रे ठेवला होता. त्या ॲशट्रेमध्ये सिगारेटचे थोटून चिरडून विझवण्याऐवजी त्याने ते जळके टोक आपल्या पंजात दाबून विझवून टाकले व त्याची राख केली.

मग त्याने शांतपणे; पण ठरवून काढलेल्या स्वरात सर्वांना उद्देशून आपले बोलणे सुरू केले. तो म्हणाला, ''आपल्याला आगीशी कसे खेळायचे ते ठाऊक आहे. तसेच आपण ती आग उघड्या हातांनी केव्हा विझवायची हेही आपल्याला समजते. त्यासाठी उगाच कोणी आपल्याला आव्हान द्यायला नको किंवा चिडवायलाही नको. आपल्याजवळ धाडस नाही असेही नाही; पण आपण आपल्या वडीलधाऱ्यांचा आदर करत असल्याने इतके दिवस आपल्याला रोखून धरले होते. आपण एकमेकांना दुखापत करू शकतो; पण आपल्या मोठ्यांच्या प्रतिष्ठेला धक्का लावू शकत नाही.'' असे बोलून दाऊदने आपल्या विरोधकांवरती काही प्रमाणात मात केली. प्रथमच सर्वांनी तरुण दाऊदला इतका परिपक्व झालेले आता पाहिले होते. त्याचे प्रतिस्पर्धी पठाण त्याला हिंसक आव्हान देत होते. अन् तरीही तो शांत राहू पहात होता. कारण ती बैठक समेटासाठी होती.

मग सर्वांनी आवाज करून दाऊदच्या म्हणण्याचे कौतुक केले. त्याच्या उपरोधिक भाषणाने सारे भारावून गेले होते. अमिरझादा आणि आलमझेब हे मात्र रागाने उसळत होते; पण त्यांनी आताच पाहिले होते की, संघर्ष करण्याचे मुद्दे किती झकासपणे उडवून लावले होते. तेव्हा आता आपण आपल्या रागाचे प्रदर्शन

केल्यास तो एक मूर्खपणा ठरेल हे त्यांच्या लक्षात आले. ते जिथे बसले होते तिथे काही वेळ उभे राहिले, धुसफुसत राहिले.... मग एक शब्दही न बोलता ते खाली बसले. त्या खोलीतील प्रत्येकाच्या नजरेला नजर भिडवीत दाऊदने सर्वांकडे नीट पाहून घेतले.

"बेटा, ये सब खतम करो." करीम लाला आपल्या रफ आवाजात व पठाणी उच्चारात हिंदीत म्हणाला.

मस्तानने सुरुवातीला जे छोटे भाषण केले त्यानंतर त्याने अजूनही एक शब्दही उच्चारला नव्हता. पण शेवटी तो म्हणाला, "आपण सगळ्यांनी आपसातले मतभेद हे अल्लाच्या व कुराणच्या नावाने सोडवून अशी शपथ घेऊ या की, आपण एकमेकांना लक्ष्य करण्यापासून येथून पुढे दूर राहू या. आपण रक्तपातापासूनही दूर राहू या."

यावर दाऊद व साबीरने आपल्या माना डोलावल्या. करीम लालाने उत्तेजन देण्यासाठी असे स्मितहास्य केले. मग रहीमचाचा उठला व त्याने मध्यभागात असलेल्या महोगनी लाकडाच्या टेबलावर ठेवलेले कुराण उचलण्यास एकाला सांगितले.

"चला, आपण तशी शपथ घेऊ या," रहीम म्हणाला.

कुराणावर आपले हात ठेवणारे दाऊद व साबीर हे पहिले पुढे झाले होते. त्यांच्या मागोमाग खोलीतील प्रत्येक जण एकामागोमाग एक येत राहिला. त्या सर्वांनी पुटपुटत शपथ घेतली. आपण येथून पुढे शांततेत राहू आणि हिंसाचारापासून दूर राहू, असे ते म्हणाले.

अशा रितीने मस्तानने डोंगरीपासून दूरवर असलेल्या स्थळी एक ऐतिहासिक करार घडवून आणला. जो समेट झाला त्यानुसार पठाण मंडळी व साबीरची टोळी यांनी आपले वर्चस्व राखण्यासाठी एकमेकांत लढण्याचे बंद करण्याचे मान्य केले व रक्तपातही टाळण्याचे मान्य केले. शहरातील त्यांची आपापली क्षेत्रे त्यांनी सीमा ठरवून पक्क्या केल्या. त्या सीमा न ओलांडण्याचेही त्यांनी मान्य कले. अन्यथा करार मोडला जाणार होता. हा करार झाल्यानंतर आता आनंद साजरा करण्याची वेळ आली. चहा व बिस्किटे सर्वांना देण्यात आली आणि हलक्याफुलक्या थट्टाही चालू झाल्या.

मस्तानच्या दृष्टीने हा एक मोठा विजय होता आणि करीम लाला व इब्राहिम कासकर यांनी आपली मुले आता सुरक्षित रहाणार म्हणून नंतर सुस्कारे टाकले. अमिरझादा व आलमझेब हे आता आपल्या माणसांकरवी शत्रुपक्ष कुठे चुकतो, कुठे करार मोडतो यांवर लक्ष ठेवणार होते. दाऊद व साबीर हे त्या करारावरती आता आपले लक्ष केंद्रित करून विचार करू लागले होते. मुंबईतील गुन्हेगारी जगतातील

सर्वांना जोडणारा धागा हा सर्व कृतीमागे ठरलेली कार्यक्रमपत्रिका असते. जी काही थोडी माणसे याही पलीकडे जाऊन विचार करतात ती शेवटी वेगळी पडतात.

अशी ही बैठक बोलावण्यामागे मस्तानची स्वत:ची काही कार्यक्रमपत्रिका नक्कीच होती. बऱ्याच काळापूर्वी त्याने मुंबई सेन्ट्रलजवळ बेलासिस रोडवरती एक जमिनीचा प्लॉट घेऊन ठेवला होता. ह्या प्लॉटवर गुजरातमधील बनासकांठा जिल्ह्यातील चिलिया या गुजराती अदिवासी मुस्लीम लोकांच्या गटाची वस्ती होती. चिलिया ही जमात फार भयंकर आदिवासी समजली जात होती. ते आपले स्वत:चे आणि आपल्या मालमत्तेचे प्राणपणाने रक्षण करणारे होते. मस्तान हा एक श्रीमंत दादा; पण जवळ आवश्यक ते मनुष्यबळ नसलेला म्हणून मुंबईत प्रसिद्ध होता. म्हणून त्यांनी आत्तापर्यंत मस्तानकडे दुर्लक्ष केले होते. पण दाऊद व पठाण यांच्यात जो समझोता करार मस्तानने घडवून आणला होता, त्यामुळे तो प्लॉट आता त्याच्याकडेच रहाणार होता. त्यासाठी कोणतीही टोळी चिलिया लोकांच्या मदतीला जाणार नव्हती. इतके दिवस त्या प्लॉटला त्याच्याकडे येणाऱ्या मागण्या त्याने नाकारल्या होत्या. आता तो निर्धास्त झाला होता. पठाण व दाऊद यांच्या संयुक्त बळामुळे आपलीच ताकद शेवटी वाढणार होती हे मस्तानला ठाऊक होते. अन् या करारात त्याने एखाद्या प्रेषितासारख्या मध्यस्थाची भूमिका बजावल्याने त्या दोन्ही टोळ्यांचा उपयोग त्याला एखाद्या तरफेसारखा होणार होता.

या समझोत्यानंतर लवकरच त्याने बेलासिस रोडवरील आपल्या प्लॉटची समस्या दोन्ही टोळ्यांना सांगितली. मग पठाण व दाऊद हे दोघेही प्लॉटवरील भाडेकरूंना भेटून ती जागा त्यांना खाली करावयास सांगण्यास तयार झाले. तसे करताना त्या जागेवर थोडीफार मारामारी झाली. चिलिया मंडळींनी शूरपणे लढा दिला. पण दोन्ही टोळ्यांच्या एकत्रित बळापुढे त्यांचे काहीही चालले नाही. शेवटी त्यांना तो प्लॉट सोडून द्यावा लागला. मग मस्तान तिथे एक उंच बहुमजली इमारत बांधू लागला. त्याने त्या इमारतीला नाव ठेवले 'मस्तान अपार्टमेंट्स'.

२०

दाऊदची तस्करी

दाऊद आता जोषात आला होता. त्याचा धंदा भरभराटीला आला होता. आत्ता त्याचे वय अवघे २५ होते. या वयात त्याने अत्यंत सामर्थ्यवान असलेल्या हाजी मस्तानला आपला महत्त्वाचा निर्णय देऊन चकित केले हाते. दाऊदने एव्हाना अनेक लुटालुटी यशस्वीरीत्या केल्या होत्या. त्याने आपल्या मित्रांसाठी गँगस्टर पठाणांवर (अमिरझादा, आलमझेब व समद खान) सूड उगवला होता. आपल्याला कुणीही गृहीत धरू नये, हेही त्याने दाखवून दिले होते. इतकेच काय; पण जे ज्येष्ठ पोलीस होते त्यांना त्याने आपल्या इशाऱ्यावर नाचवले होते. अन् ही गोष्ट गेली तीस वर्षे आपली कारकिर्द गाजवणाऱ्या पठाणांना जमली नव्हती.

पण आता पठाणांबरोबर शांतता तह करून दाऊद थोडासा आत्मसंतुष्ट झाला होता. आता तो मागे वळून पहायलाही तयार होत नव्हता. पवित्र कुराणावर हात ठेवून अहिंसेची शपथ घेणे ही एक अत्यंत पवित्र गोष्ट आहे, असे तो मानीत होता. अन् ही शपथ मोडण्याचे धाडस कोणीही करणार नाही, असेही त्याला वाटत होते. आता दाऊदपुढे फक्त एककलमी कार्यक्रम होता, तो म्हणजे आपला धंदा वाढवायचा व आपला गल्ला कसा भरलेला राहील हे पहायचे. खलीद पहिलवानाच्या मदतीने आणि त्याच्या सल्ल्याने वागल्याने दाऊदची आर्थिक उलाढाल वाढत गेली. त्याच्या धंद्याची व्याप्ती उत्तरेकडे सरकू लागली. मुंबईपासून दमणपर्यंत आणि इलेक्ट्रॉनिक वस्तूंपासून सोन्याचांदीपर्यंत अशा सर्व वस्तूंची तस्करी व व्यापार दाऊद करू लागला. आपला धंदा गुजरातमध्ये वाढत चालला आहे, असे लवकरच त्याच्या लक्षात आले. मग तो या यशाने अधिक उत्साहित होत गेला, धाडसी बनला व आपला धंदा त्याने संबंध पश्चिम किनाऱ्यावरती पसरवत नेला. खलीद पहिलवानाने त्याला या बाबतीत बरेच काही शिकवले. खलीद स्वत: या तस्करीमधला एक

असल्याने आणि बाशूचा उजवा हात असल्याने तो या क्षेत्रामध्ये दहा वर्षे होता. त्यातून त्याला झालेले ज्ञान व त्याचा अनुभव याचा लाभ दाऊदला होत गेला. अन् अशी भरभराट होत असतानाही दाऊद मुसाफीरखान्यातच वास्तव करून राहिला होता. कारण मुसाफीरखाना हा एक खरोखरीच अभेद्य बालेकिल्ला होता. बाहेरच्या हल्ल्यांपासून बचाव करणारा होता.

आता दाऊद दुबईला जाऊन येऊ लागला. तो तिथल्या शेख मंडळींशी बातचीत करू लागला. गल्फ देशातील श्रीमंतीचा झगमगाट व वैभव पाहून त्याचे डोळे दिपले होते. त्याचे जीवनमान सुधारले होते व ज्या व्यक्तींच्या सान्निध्यात तो असे ते पहाता त्याच्यात बदल झाला होता हे नक्की. पूर्वीच्या काळातील रस्त्यावरच्या भणंगापासून प्रगती करीत तो आता कोट्यधीश अरब शेख मंडळींशी बातचीत करीत होता.

व्यापारातील, तस्करीच्या धंद्यातील दाऊदने आपले स्थान आता पक्के करून ठेवले. मुंबई पोलीस व क्राइम ब्रँच यांच्याशी शिताफीने मिळतेजुळते घेत गेल्याने त्याचे स्थान सुधारत वरच्या पातळीवर गेले होते.

दाऊदने गुजरातच्या किनाऱ्यावर व्यापार व तस्करीसाठी पाऊल टाकल्यावर त्याला कळून चुकले की, आलमझेब व अमिरझादा यांनी येथे आपले तळ केव्हाच उभे केले आहेत. तिथल्या त्यांच्या कामाचा प्रमुख अब्दुल लतीफ खान हा होता. तोही दाऊदएवढाच या व्यवसायात पक्का बिलंदर होता. परंतु त्याची खरी स्पर्धा सुकूर नारायण बखिया याच्याशी होती. बाखिया हाच संबंध देशातील एकमेव सर्वांत मोठा सोन्याची तस्करी करणारा होता. हाजी मस्तानने यापूर्वी त्याला स्पर्धेत हरवण्याचा खूप प्रयत्न केला होता; पण त्यात तो कमालीचा अयशस्वी ठरला होता.

जेव्हा सुकूर बाखिया व पठाण यांना दाऊद आता गुजरातमध्ये आपला व्यवसाय वाढवू पहात आहे हे कळले, तेव्हा त्यांनी दाऊदचा व्यवसाय हळूहळू हटवायचे प्रयत्न सुरू केले. पण दाऊद हा खलीदच्या साहाय्याने फार पूर्वीच तस्करीच्या धंद्यात पक्का झाला होता. त्यामुळे त्यांना त्याच्याविरुद्ध फारसे काही करता आले नाही.

दाऊदने आता किनारपट्टीपासून ते मुंबईमधील विमानतळाकडे आपले लक्ष दिल्याने त्याची स्थिती आणखी सुधारली. दुबईमधून सोन्याची तस्करी करण्याच्या व्यवसायात नागमोडी वळणे एवढी घ्यावी लागत असत की, या व्यवसायातील लोक त्याला 'कचरापेटी लाइन' असे त्या वेळी म्हणत होते.

दाऊदची माणसे दुबईमध्ये मुंबईला जाणाऱ्या विमानात चढत, जवळ असलेली सोन्याची बिस्किटे ते सहजासहजी समजणार नाही अशा मिठाईच्या डब्यांमध्ये

ठेवीत. मग मुंबईला विमान थांबल्यावर कस्टम्समध्ये प्रवेश करण्यापूर्वी तिथल्या सफाई कामगारांना नुसत्या डोळ्यांनी इशारा करीत आणि ते डबे कचरा पेटीत टाकून देत. मग ताबडतोब हे सफाई कामगार त्या कचरापेट्या विमानतळाबाहेर काढीत. मग ते तथाकथित मिठाईचे डबे दाऊदच्या माणसांच्या हवाली करीत. प्रत्येक डब्यामागे सफाई कामगाराला काही कमिशन दिले जाई.

सारे काही बिनबोभाट बरेच दिवस चाललेले होते. ती पद्धत अगदी व्यवस्थित होती. दाऊदच्या सर्वच योजनांसारखी पूर्ण खबरदारी घेऊन बनवलेली होती. दुर्दैवाने कोणीतरी वरच्या अधिकाऱ्यांना याबाबतीत सुगावा लागू दिला. मग भारतीय कस्टम्स अधिकाऱ्यांनी काही मिनिटांतच विमानतळ देखभाल करणारे सर्व विभाग तपासले. पोलिसांनी ती सोन्याची बिस्किटे सांताक्रूझ विमानतळावर हस्तगत केली. त्यांची किंमत २५ लाख रुपये भरली. विमानतळ अधिकाऱ्यांनी आपल्या प्रत्येक कर्मचाऱ्यांवर प्रश्नांचा भडिमार करून माहिती काढली व शेवटी या तस्करीत जबाबदार असलेल्या सफाई कामगारांना पकडले. त्यांनी आपल्याला काहीही ठाऊक नाही; फक्त हे डबे दाऊदभाईचे आहेत एवढेच सांगितले.

मग दाऊदला कॉफेपोसा या कायद्याखाली अटक केली गेली. ही घटना १९८०मध्ये झाली होती. परंतु दाऊद आता मोठ्या आर्थिक शिडीवर इतक्या उंच जाऊन बसला होता आणि त्याला एवढे मनुष्यबळ प्राप्त झाले होते की, तो सरकारी यंत्रणेतील माणसांना सहज पटवू शकत होता. त्याने आपल्याविरुद्ध असलेले सर्व साक्षीदार पैसे देऊन फोडले आणि वकिलांकडून कागदपत्रातील बऱ्याच त्रुटी दाखवून दिल्या. शेवटी १९८३मध्ये त्याची सर्व आरोपांमधून मुक्तता झाली.

आता दाऊद अधिक धीट बनला व मुंबईतील 'डॉन नंबर एक'ची जागा घेण्यासाठी तो धडपडू लागला. आपले कुठे, काय चुकते आहे याचा तो कसून शोध घेऊ लागला. त्याने अक्षरश: एक नवीन मोहीम उघडली होती. या मोहिमेचे पडसाद मुंबईच्या गुन्हेगारी जगात सर्वत्र उमटले. पठाणांची टोळी मात्र यापासून दूर आहे असे त्याला दिसून आले. त्याने आपल्या सर्व खबऱ्यांची कसून चौकशी केली, आपल्या कारवाया अधिक तीव्र केल्या आणि सोन्याच्या तस्करीसाठी तो नवीन युक्त्या शोधू लागला. 'ट्रोजन हॉर्स' या युरोपीय पुराणकथेतील युक्ती कशी वापरता येईल तेही तो पाहू लागला.

लवकरच दाऊदच्या माणसांनी तस्करी करण्यासाठी एक नवीन युक्ती अमलात आणण्यास सुरुवात केली. ते सरळ सोन्याची बिस्किटे मानवी शरीरात लपवून आणू लागले. त्या काळातील क्ष-किरण यंत्रात हे शरीरात लपवलेले सोने समजून येत नव्हते. माणसाच्या आतड्यात सोन्याचे तुकडे लपवून ते आणले जाऊ लागले. सांकेतिक भाषेत आतड्याला त्याची माणसे 'गोडाउन लाइन' किंवा 'अंडरग्राउंड

लाइन' असे म्हणायची. ज्या प्रवाशांच्या शरीरात लपवून हे सोने आणले जाई, त्यांना 'कॅरिअर' म्हटले जाई. या प्रवाशांकडून हे काम करण्यासाठी त्यांना विमानाचे जाण्या-येण्याचे भाडे व एक आठवडा दुबईत रहाण्याचा खर्च दिला जाई. शिवाय वरती आणखी समाधानकारक रक्कम त्यांना दिली जाई. मग एवढा आर्थिक लाभ मिळवण्यासाठी दाऊदकडे लोकांच्या रांगा लागू लागला. मुंबई नं. ३ आणि मुंबई नं. ९मधील बरेच रहिवासी या मार्गाने श्रीमंत होत गेले. मुंबई नं. ३ व नं. ९ ही पोलिसांची सांकेतिक भाषा होती. त्यानुसार मुंबईतील भेंडी बाजार, इमामबाडा रोड, सॅन्डहर्स्ट रोड हे विभाग येत. काही ट्रिपा दुबईला केल्यावर दक्षिण मुंबईतील लोक अशा रितीने खूप रक्कम गोळा करून श्रीमंत बनले. तर दाऊद व त्याची माणसे यांना यातून खूपच लाभ मिळाला.

तरीही दाऊदच्या कर्तृत्वाला मुंबई लहान पडत होती. त्याने आता धंद्यासाठी अन्य मार्ग धुंडाळण्यास सुरुवात केली. त्यासाठी दुबईमध्येच आपले पैसे गुंतवायचे त्याने ठरवले. कारण तिथे तशा अनेक संधी होत्या. दाऊद-साबीर सिंडिकेट यांच्याजवळ नुसतेच पैसे नव्हते, तर मध्यपूर्वेतील अनेक देशात त्यांचे इतर व्यवसाय होते व तसे संपर्कही होते.

जेव्हा माणसाकडे भरपूर पैसे येऊ लागतात तेव्हा आयुष्यातील अन्य समस्यांकडे दुर्लक्ष करण्याची त्याची प्रवृत्ती होते. दाऊद आता पैसे मोजण्यात व अवैध मार्गाने गोळा केलेली संपत्ती लपवून ठेवण्यात गढून जाऊ लागला. दुर्दैवाने, दाऊदने आपल्या एके काळच्या शत्रूकडे, पठाणांकडे दुर्लक्ष केले. ते मात्र त्याला आपला एक नंबरचा शत्रू मानीत असल्याने त्याच्या सर्व हालचालींवर पाळत ठेवून होते. दाऊद व त्याचा भाऊ साबीर हे कसे धडाधड पुढचे टप्पे गाठीत, कशी प्रगती करीत जात आहेत हे ते पहात राहिले.

पठाणांच्या तस्करी धंद्यात आणि दाऊद-साबीर यांच्या तस्करी धंद्यात स्पष्ट फरक होता. गुजरात, दीव, दमण येथे तस्करीचा माल किनाऱ्यावर उतरवून घेणारे व पुढे वाटप करणारे पठाणांचे एजंट्स होते. तर दाऊदने अशी खालच्या पातळीवरची कामे दुसऱ्यांना देऊन टाकली. तो मध्यपूर्वेत जाऊन अरबांशी थेट बोलणी करायचा, किमती ठरवायचा आणि सर्व माल आपल्या ताब्यात घेऊन नंतर त्याची योग्य विल्हेवाट लागेपर्यंत सर्व गोष्टींवर स्वत: लक्ष ठेवायचा. यामुळे त्याचा दोन मार्गाने फायदा व्हायचा. त्याचे नफ्याचे एकूण प्रमाण वाढत जाई आणि त्यामुळे सर्व हालचालींवरती त्याचे पक्के नियंत्रण राही. त्याचा धंदा आता कित्येक पटीने वाढला.

बाजारात आपला माल खपवणे हे पठाणांना कधीही नीट जमले नाही. ते खूप प्रयत्न करीत असले तरी त्यांचा तोटा व्हायचा आणि तस्करीच्या मालाच्या धंद्यातील जोखीम त्यांना कमी करता आली नाही. त्यांच्याजवळ वेळोवेळी लागणाऱ्या

भांडवलासाठी पैशांचे स्रोत नव्हते किंवा तसे कोणाशी संपर्क नव्हते. आणि दाऊद व खलीद यांना जशी धंद्यातील दृष्टी होती तशी त्यांना नव्हती.

दाऊदची तीव्र बुद्धी ही खलीदच्या रूपात होती; पण त्याने पोलिसात आपली अनेक माणसे जोडली होती. हे असे करणे पठाणांना कधीच जमले नव्हते. माणसे जोडण्यासाठी लागणारा मनमिळाऊपणा त्यांच्याकडे नव्हता व त्यांना दूरदृष्टीने धोरणे आखता येत नव्हती. मग धंद्यात मार खाल्ल्यावर येणारे नैराश्य, झालेले तोटे आणि आपल्या स्पर्धकाचे वाढते यश पाहून ते द्वेषाने व मत्सराने पेटून निघत. मस्तानच्या बंगल्यावर झालेला तो प्रसिद्ध समेट हा केवळ त्यांच्या तुंबड्या भरण्यासाठी होता. त्यामुळे दाऊदला सुमारे दीड वर्षांचा अवसर मिळून त्या कालावधीत मुंबई व दुबई येथे त्याची भरभराट होत गेली; पण त्या समेटामुळे पठाणांचा मात्र त्यांच्या धंद्यासाठी काहीही फायदा झाला नव्हता.

अमिरझादा व आलमझेब यांनाही असे वाटले होते की, दाऊद आपल्याला धंद्यात हात देईल व आपल्याला भागीदार करून घेईल. समेटातील सदिच्छेमुळे तो असे करेल व त्याच्याबरोबर आपले नुकसानही वाटून घेता येईल. पण त्याऐवजी दाऊदने आपल्याकडे दुर्लक्षच केले होते. अन् त्यामुळे त्यांच्या दृष्टिकोनातून दाऊदनेच प्रथम तो पवित्र करार उधळून लावला होता.

शेवटी सारे पठाण एकत्र जमले व जास्तीत जास्त लाभदायी असे काय करता येईल ते पाहू लागले. त्यांच्या दृष्टीने करण्यासारख्या गोष्टी होत्या हिंसाचार व रक्तपात. त्यांना असे वाटत होते की, खलीद हा फक्त दाऊदच्या धंद्यातील मॅनेजर आहे, म्हणून ते त्याला फारसे महत्त्व देत नव्हते. त्याऐवजी साबीर किंवा दाऊद या दोघांपैकी एकाला धरले पाहिजे किंवा सरळ त्या दोघांनाच का पकडू नये? त्यामुळे दाऊद-साबीर कंपनीच कोसळेल.

२१

टोळीचा दादा प्रेमात पडतो

भूतकाळातील लीना चंदावरकर या नटीसारखी तिची प्रतिमा आहे, असे तिच्याकडे पाहिले की भासत होते. ती एक पुष्टांगी होती, तिचा चेहरा चंद्राप्रमाणे पूर्ण; पण वर्तुळाकृती होता आणि तिच्या गालांवर खळ्या पडत. सुजाता कौरच्या सौंदर्यापुढे फारच थोड्या माणसांचा टिकाव लागत होता. तिला पहाताच बहुतेक पुरुष तिच्यावर लुब्ध होऊन जात. दाऊदही त्याला अपवाद नव्हता. जरी त्या दोघांची जोडी ही विजोड असली; तरीही दाऊदला तिच्या सौंदर्याची अक्षरश: नशा चढली होती. ती एक 'पंजाबी कुडी' (मुलगी) होती व तो एक स्थानिक दांडगट माणूस होता.

त्यांची जोडी जरी चांगली दिसली नसती, तरी निसर्गशक्तीनुसार शरीराचे जे सुप्त रसायनशास्त्र आहे ते एकमेकांना जुळत होते. दक्षिण मुंबईतील मुसाफीरखान्यातील दाऊदच्या दुकानात ते दोघांचे रसायन जागृत होऊन आपले काम करू लागले. सुजाता जवळपासच रहात होती. प्रत्येक वेळी ती जेव्हा मनीष मार्केटवरून दुकानांकडे जाई, तेव्हा दाऊद तिला ओझरते पहायला चुकत नसे. उंच व लवचिक असलेल्या सुजाताचे सौंदर्य टिपायला तो टपलेला असे. तिच्याच मार्गावरून जाणाऱ्या-येणाऱ्या सर्व तरुणींमध्ये ही सर्वांत उठून दिसणारी होती. दाऊद तिच्यावर फिदा झाला होता. तो तिच्या मार्गावर इतका जाऊ लागला की, शेवटी ते तिच्या ध्यानात आले. मग तो तिचा अनुनय करायला लागला. त्याने तिची मर्जी संपादन करण्यासाठी हरेक प्रयत्न केले. बस स्टॉपवर थांबण्यापासून तिची बराच वेळ वाट पहाण्यापर्यंत त्याने सारे काही केले.

सुजातालाही दाऊदची भुरळ पडली होती. त्यांच्या दोन-तीन भेटी झाल्यावर ती त्याच्याकडे अटळपणे आकर्षिली गेली होती. नंतर वर्षभरात या दोघांची मैत्री एवढी घट्ट झाली की, त्यांना एकमेकांपासून दूर होणे कठीण जाऊ लागले. 'दाऊदची

दुसरी एक बाजू आहे,' असे सुजाता सांगू लागली. रांगडा, रानटी आणि हिंसक माणूस अशी दाऊदची एक बाजू बहुतेकांना माहिती होती. पण सुजाताला त्याची नाजूक, प्रेमळ व प्रणयी बाजू अनुभवाला आली होती.

याच वेळी सुजाताचे हे प्रेमप्रकरण तिच्या आई-वडिलांना समजले. मग तिचे वडील भडकले. पहिला मुद्दा हा की, दाऊद परधर्मीय होता, मुसलमान होता आणि त्यातून तो एक रस्त्यावरचा गुंड, मवाली अशा माणसांत मोडणारा होता. मग त्यांनी वेळ न लावता आपल्याच समाजातील एका तरुणाशी तिचा विवाह निश्चित करून टाकला. एवढेच नव्हे तर तिच्या वडिलांनी सुजाताला घराबाहेर पाऊल टाकायलाही बंदी केली.

दाऊदला जेव्हा हे सारे कळले तेव्हा तो एकदम भडकला व सुजाताच्या घरावर चालून गेला. त्याने बरोबर एक रामपुरी चाकूही नेला होता. सुजाताच्या वडिलांच्या कृतीमुळे त्याला चीड, संताप आला होता. त्या सुजाताच्या घराचे दार धाड-धाड-धाड आवाज करीत ठोठावले.

सुजाताच्या वडिलांना कोण दार वाजवते आहे ते कळून चुकले होते. त्यांनी 'आता काय वाटेल ते होवो' असा बळेच निर्धार करीत धावून येणाऱ्या बैलाला तोंड देण्यासाठी दार उघडले. मग दाऊद भडाभडा त्यांच्याशी बोलू लागला. शेवटी धमकी देऊन तो म्हणाला, "तिने कोणाशी लग्न करावे हे तुम्ही नका ठरवू, तिला ठरवू द्या."

एव्हाना आसपासचे सारे शेजारी तिथे जमा झाले. त्यांना जणूकाही त्या कुटुंबावर गुदरलेल्या प्रसंगाला साक्षीदार व्हायचे होते. सुजाताचे वडील दाऊदला उत्तरले, "माझी मुलगी तिचा नवरा निवडण्याचा हक्क बजावेल. पण तिने तुझ्याशी लग्न केले, तर ती केव्हाही अनाथ होऊ शकते, पोरकी होऊ शकते. तिने जर तुला नकार दिला नाही, तर मी आणि माझी बायको या इमारतीवरून उड्या टाकून आत्महत्त्या करू!" सुजाताच्या वडिलांनी शांतपणे त्याला बजावले. सुजाता हे सारे आतमध्ये ऐकत होती व आपल्या आईबरोबर रडत होती. तिच्यापुढे आता पेच पडला. आपण आपल्या आई-वडिलांना एवढा त्रास देणे योग्य नाही हे तिने ठरवले. बाहेर येऊन तिने दाऊदकडे पाहिले आणि ठामपणे त्याला म्हटले, "आपल्या दोघांचे मीलन होऊ शकत नाही. मला तुझ्याशी लग्न करता येणार नाही."

ते ऐकताच क्षणभर दाऊदच्या तोंडून शब्दच फुटेना. त्याला सुजाताचा राग आला. फाडकन तिच्या तोंडात ठेवून द्यावी आणि तिचा हात धरून तिला फरफटत आपल्याबरोबर जबरदस्तीने घेऊन जावे, अशी ऊर्मी त्याला झाली. पण असा विचार त्याच्या मनात क्षणभरच येऊन गेला. दाऊदला एवढे नक्की कळत होते की, प्रेमासाठी अशी कुणावर जबरदस्ती करता येत नाही. त्याच्या हृदयाला तापलेल्या

हत्याराने भोसकावे तशा यातना होत होत्या; पण त्या त्याला नीट समजत नव्हत्या. बंदुकीची गोळी हृदयात घुसावी तसे त्याला झाले होते. तो कासावीस झाला होता. तो ज्या क्रूर जगात रहात होता, तिथे हिंसाचार सर्रास चालत होते. तिथे असल्या प्रकारच्या यातना अस्तित्वात नव्हत्या.

दाऊदची सर्व गात्रे बधिर होऊन गेली होती. तो बैचेन झाला होता, गोंधळला होता. शेवटी तो सुजाताच्या घराच्या पायऱ्या उतरला. पण उतरताना तो स्वत:शी पुटपुटत होता, ''साली, माझ्याविरुद्ध गेली.''

१९८३मध्ये ही घटना घडल्यावर दाऊद अत्यंत खिन्न झाला, विषण्ण झाला. प्रेमातील अपयशामुळे तो अत्यंत दु:खी झाला. १९६६मध्ये दिलीप कुमार या नटाने काम केलेला चित्रपट 'दिल दिया दर्द लिया' प्रकाशित झाला होता. दाऊद आता त्या चित्रपटातील गाणे सतत गुणगुणू लागला. ''गुजरे हुए आज इश्कमे, हमे उस मकामसे, नफरतसी हो गयी है मोहोब्बतके नाम से.'' (आज मी प्रेमातही अशी स्थिती ओलांडली आहे की, जिथे प्रेमाचे नावही मला सहन होईनासे झाले आहे.)

दाऊद प्रेमात पडलेला निगरगट्ट माणूस नव्हता; पण सुजाताच्या नकारामुळे मात्र पुढे त्याच्या स्वभावात निगरगट्टपणा, कठोरपणा येत गेला. तिच्याशी प्रेमप्रकरण करण्यास सुरुवात केल्यापासून एव्हाना एक वर्ष झाले होते. तो आता परत तिरस्कार करू लागला. बायका या त्यांचे कौतुक करण्याच्या लायकीच्या नाहीत; त्यांच्याकडे केवळ एक वासनापूर्तीचे साधन म्हणूनच पाहिले पाहिजे, बस्स, त्यापलीकडे त्यांना किंमत देता कामा नये, असे त्याला वाटू लागले.

दाऊदचे नैराश्य, खिन्नता वाढत गेली होती. त्याची ती स्थिती पाहून त्याचे मित्र त्याला आपले दु:ख दारूत बुडवावे असा सल्ला त्याला देऊ लागले. पण दारूच्या बाटलीकडे वळण्यास त्याने नकार दिला. तो प्रेमभंगाचा घाव त्याच्या खूप जिव्हारी बसला होता. त्याची ती तडफड पाहून केवळ त्याचे दु:ख हलके करण्यासाठी काही मित्रांनी आपल्या ओळखीच्या काही स्त्रियांची नावे सुचवून त्यांच्या सहवासात अधूनमधून रहावे, असे सांगितले. पण तो नेहमीच अशा प्रस्तावाला नकार देत गेला व त्यांचे तसले प्रयत्न त्याने उधळून लावले. येथून पुढे इतक्या तीव्रतेने कोणत्याही बाईवर प्रेम करायचे नाही किंवा कधीच कोणत्याही बाईच्या प्रेमात मुळातच पडायचे नाही, असे त्याने ठरवले.

पण जेव्हा मेहजबीन त्याला भेटली, तेव्हा त्याने ठरवलेले सारे निश्चय धुळीला मिळाले.

२२

पोक्त डॉन

मस्तानने आयुष्यात हवे ते सर्व साध्य केले होते. संपत्ती, सत्ता, व्यवसाय, पत, लोकप्रियता आणि जे-जे काही जीवनात लागते ते सगळे.

त्याने आपल्या तिन्ही मुलींचे म्हणजे कमरुन्निसा, मेहेरुन्निसा व शमशाद यांचे विवाह, हे चांगल्या घरातील मुलांशी लावून दिले होते. एक बाप म्हणून तो आपल्या कौटुंबिक जबाबदारीतून मुक्त झाला होता; पण तरीही त्याची मुलाची इच्छा अपुरी राहिली होती. आपल्या वंशाचे नाव पुढे चालवण्यासाठी त्याला एक मुलगा असायला हवा, असे वाटू लागले. मस्तान या दृष्टिकोनातून नेहमी इब्राहिमभाईकडे पहायचा आणि परमेश्वराने त्याच्यावर जी कृपा केली होती त्याचा त्याला हेवा वाटायचा. दहा-बारा मुले आणि त्यातील सहा मुलगे! परमेश्वराच्या कृपेचीही अगदी कमालच झाली म्हणायची.

जेव्हा एखादा माणूस वृद्धत्वाकडे जाऊ लागतो तेव्हा तो धर्मपरायण बनत जातो. तसाच त्याच्यात बेभानपणाही येऊ लागतो. मस्तान आता अत्यंत धार्मिक बनला होता आणि मानवतावादीही बनत चालला होता. त्याने परत एकदा मक्का व मदिनाची यात्रा केली. त्याने नक्की किती वेळा अशा यात्रा करून तो 'हाजी' बनला हे कोणालाच ठाऊक नव्हते. पण त्याची आता परमेश्वरावर नव्याने श्रद्धा बसली होती. तो आता आपल्या नावाआधी 'हाजी' ही उपाधी लावू लागला. जग आता त्याला हाजी मस्तान मिर्झा अशा नावाने ओळखू लागले. आपण पवित्र काबाचे दर्शन घेतले आहे, असे लोकांना कळावे, या हेतूने मुस्लीम लोक आपल्या नावाआधी 'हाजी' हा शब्द लावतात. अशा रितीने ते पश्चातापदग्ध होऊन आपल्यातील सर्व दुर्गुण काढून टाकण्याचा प्रयत्न करतात. त्यामुळे हाजी ही उपाधी त्या व्यक्तीची पत व विश्वसनीयता दर्शविते.

मस्तान आता सर्व महत्त्वाच्या संतांच्या दर्ग्यांना भेटी देऊ लागला व एका मुलाची मागणी करू लागला. तो शहरातील व संबंध देशातील धार्मिक स्थळांना भेटी देऊ लागला, त्यांना देणग्या देऊ लागला, गरिबांना अन्नदान करू लागला आणि प्रत्येकाकडे प्रार्थना करून पुत्रप्राप्तीची मागणी करू लागला.

आता त्याची धर्मभावना एका नवीन पातळीवर पोहोचली. तो मुस्लीम समाजावरील सामाजिक चित्रपट पाहू लागला. ज्यात कुटंबासाठी काही धार्मिक संदेश असतील असे चित्रपट पाहू लागला. चित्रपट हे एक अत्यंत प्रभावी माध्यम आहे, असे मस्तानच्या लक्षात आले. जनतेवर चित्रपटांचा सर्वांत जास्त प्रभाव पडतो, हेही त्याच्या ध्यानात आले. म्हणून त्याला चित्रपट निर्मितीत रस वाटू लागला. १९७०नंतरचे दशक व १९८०नंतरची सुरुवातीची वर्षे या काळात असे मुस्लीम समाजावरील बरेच चित्रपट प्रकाशित झाले. उदाहरणार्थ, *मेरे गरीब नवाझ, मियाझ और नमाझ, बिस्मिल्लाकी बरकत, अवलिये-हिंद, दत्यरे-मदिना* आणि असलेच अन्य कित्येक चित्रपट.

चित्रपट निर्मितीच्या संदर्भात मस्तानची त्या क्षेत्रातील व्यक्तींची गाठभेट होऊ लागली. अशीच त्याची एकदा वीणा शर्मा उर्फ सोना हिच्याशी भेट झाली. ती बरीचशी मधुबालेसारखी दिसायची. मस्तानला त्याच्या तरुणपणात मधुबाला खूप आवडायची व त्या काळात तो तिच्याशी विवाह करण्याची स्वप्ने पहायचा. चित्रपट उद्योग सुरू झाल्यावर मधुबाला ही एक सर्वांत सुंदर नटी या उद्योगाला प्रथमच लाभली होती. तिच्याएवढी दुसरी सुंदर स्त्री परत कधीही होणार नाही, असे म्हटले जायचे. पण जेव्हा ही वीणा शर्मा उर्फ सोना मुस्लीम सामाजिक चित्रपटांच्या पडद्यावर १९८०च्या आधी अवतरली. तेव्हा अनेकांना पुन्हा मधुबालाच उगवली असे वाटू लागले.

मस्तानने मग वेळ न घालवता तिला आपली लग्नाची मागणी पाठवून दिली. अन् तिनेही ती मागणी चटकन स्वीकारली. याचे कारण तो एक धनवान निर्माता होता आणि तिने चित्रपटसृष्टीत नुकतेच पदार्पण केले होते व तिला लवकर वर यायचे होते. त्यामुळे हा विवाह जणूकाही विधिलिखितात आधी ठरल्याप्रमाणे झाला. मस्तानने तिच्यासाठी जुहूला एक राजवाड्यासारख्या आलिशान बंगला खरेदी केला. मग तो तिथे तिच्यासह राहू लागला. लवकरच तो सार्वजनिक समारंभामध्ये तिला आपल्याबरोबर नेऊ लागला. समारंभात इतर नटनट्या आल्या असताना मस्तान आवर्जून आपले फोटो दिलीप कुमार व सायरा बानू यांच्याबरोबर काढून घेऊ लागला. अशा फोटोंनी त्याने आपल्या बंगल्यातील भिंती सजवल्या होत्या. प्रत्येक फोटोत तो व साना आणि दिलीप कुमार व सायरा बानू अशा जोड्या असतील असे त्याने पाहिले होते. मग लवकरच त्याला सामाजिक कार्यकर्त्याची प्रतिष्ठा मिळू

लागली. त्याचे तस्करीचे उद्योग व गुन्हे हे विसरले जाऊ लागले.

मागे वळून पहाता असे दिसते की, मस्तानची हीच योजना होती. आपली काळी प्रतिमा पुसली जाऊन आपण प्रतिष्ठित व समाजात मान्यवर व्हावे, हा त्याचा हेतू होता. समाजात आपल्याला काही स्थान मिळावे, पत-प्रतिष्ठा मिळावी यासाठी तो अक्षरशः तडफडत होता. मुंबईतील मुस्लीम समाजात आजपर्यंत कोणीही एखादा मान्यवर सुधारक नेता झाला नाही की, जो आपल्या मतानुसार मुस्लीम समाजाला डोलवू शकेल. म्हणून मस्तानला ती रिकामी जागा पटकावयाची होती. दुर्दैवाने मस्तानच्या या प्रयत्नाला विरोध करण्याइतपत समाज शहाणा झाला नव्हता.

मस्तानला आता महत्त्वाच्या सभा-संमेलनाची बोलावणी येऊ लागली आणि समारंभातील मंचावर त्याला महत्त्वाचे स्थान दिले जाऊ लागले. मस्तानही आता श्रोत्यांची अनुनय करणारी भाषणे देऊ लागला व कधीकधी भडकाऊ भाषा वापरू लागला. पोलिसांची स्पेशल ब्रँच अशा प्रसंगाच्या वेळी नेहमी काही वेगळे घडते आहे का, त्याचा वास घेत असते. त्यांच्या लक्षात आले की, मस्तानचे मंचावरील आगमन हे पुढे अवघड परिस्थितीला बोलावणे केल्यासारखे होणार आहे. मग तसे अहवाल मंत्रालयातील वरिष्ठ अधिकाऱ्यांकडे पाठवले गेले.

१९८४च्या जातीय दंगलीत जेव्हा सरकार असामाजिक घटकांना निपटून काढीत होते, तेव्हा अतिवरिष्ठ पोलीस अधिकारी सर्व प्रमुख कामे ठरवीत होते. मग त्या योजनेनुसार सीनिअर पोलीस इन्स्पेक्टर मधुकर झेंडे याने मस्तान व करीम लाला यांना अटक करून त्यांच्यावरती नॅशनल सिक्युरिटी ॲक्टखाली आरोप ठेवले. झेंडे यांच्याबद्दल पोलीस खात्यात व जनतेत खूप चांगले मत होते. त्या वेळी मस्तान हा आपल्या जुहू येथील बंगल्यात लपून बसला होता. परंतु त्याला तेथून बाहेर काढून झेंडे यांनी त्याला क्राइम ब्रँचच्या हवाली केले. त्यानंतर लगेच झेंडे यांनी करीम लालाचे रहाते ठिकाण ग्रॅन्ट रोडवरील 'ताहेर मंझील' येथे छापा घालून त्यालाही पोलीस मुख्यालयात आणले.

त्या वेळी पोलीस कमिशनर ज्युलिओ रिबेरो हे होते. त्यांनी मस्तानबद्दल आणि त्याच्या अपकीर्तीबद्दल खूप ऐकले होते. पण जेव्हा झेंडे यांनी मस्तानला त्यांच्यापुढे सादर केले तेव्हा मस्तानला पाहून रिबेरो यांना धक्काच बसला. त्यांच्या अपेक्षेऐवजी त्यांना एक कृश, सडपातळ व छोटा माणूस दिसला होता. त्याला पहाताच रिबेरो काय म्हणाले ते झेंडे यांना नंतरही बराच काळ आठवत होते. रिबेरो म्हणाले होते, "हाच तो प्रसिद्ध माणूस मस्तान आहे?"

एनएसए कायद्याखाली मस्तान व करीम लाला यांच्यावर आरोप ठेवल्यावर त्यांना काही महिने तुरुंगवासाची शिक्षा झाली. मग त्यांना ठाण्याच्या तुरुंगात ठेवण्यात आले. मस्तानला त्याच्या मानसिक यातना झाल्या. त्याची सारी संपत्ती,

पैसे, चित्रपटसृष्टीतील उठबस, राजकारण्यांशी आलेले संबंध असे काहीही उपयोगास येऊ शकले नाही. आपल्याला अटक केल्यावर जनता 'रास्ता रोको' आंदोलन करेल, निदर्शने करेल, आपल्या समर्थकांचे जथेच्या जथे रस्त्यावर उतरतील व या साऱ्यांचा दबाव निर्माण होईल, असे त्याला वाटत होते. पण तसे काहीही घडले नाही. बरेच दिवस यावर विचार केल्यानंतर त्याने त्याच्या सल्लागारांशी विचारविनिमय केला. या सल्लागारांमध्ये त्याचे पोलिसातील खबरे होते, त्याची योजना बनवणारी मास्टरमाइंड मंडळी होती, जेनाबाई होती. मग त्याने या सर्वांच्या साहाय्याने एक मास्टर प्लॅन तयार केला. दलित आणि मुस्लीम यांनी एकत्र का येऊ नये, दोन्ही समाज हे दडपले गेलेले आहेत, तेव्हा दोघांनाही व्यवस्थेविरुद्ध लढा देता येईल. कारण दलित व मुस्लीम या दोन्ही वर्गाला 'सरकार आपल्याला नीट वागवत नाही' असे वाटत होते. तेव्हा अशा दोन्ही वर्गांचा मिळून एक संयुक्त मंच स्थापन झाला, तर ते शिवसेनेच्या सामर्थ्याला उत्तर ठरेल. मग हा संयुक्त मंच बाळ ठाकरे यांच्या शिवसैनिकांपेक्षा अधिक सामर्थ्यवान म्हणून उदयास येईल, असे स्वप्न मस्तान पाहू लागला.

अनेक दलित नेत्यांशी या संदर्भात गाठीभेटी घेतल्यावर एक ज्येष्ठ दलित नेता व बुद्धिवादी जोगेंद्र कवाडे याने मस्तानच्या डोक्यातून निघालेल्या ह्या कल्पनेला आपला पाठिंबा दिला. अशा रितीने १९८५मध्ये 'दलित-मुस्लीम सुरक्षा महासंघ' हा स्थापन झाला. याला माध्यमात बऱ्यापैकी प्रसिद्धी मिळाली; तरीही हा नवीन पक्ष आपले अस्तित्व दाखवण्यात अपयशी ठरला. या पक्षाला मस्तानने आपले संपूर्ण साहाय्य केले होते, पैसा पुरवला होता. पण तरीही या पक्षाची दखल घ्यावी एवढे त्याच्यात बळ आले नाही.

एव्हाना मस्तानविरुद्धच्या तस्करीबद्दलच्या सर्व केसेस संपलेल्या होत्या. तो आता आपला सर्व वेळ राजकारण आणि स्थावर मालमत्ता या संबंधीच्या कामात घालवू लागला. करीम लालाही याच मार्गाने जाण्याचे पाहू लागला. त्याने स्वत:मध्ये सुधारणा करण्याचे ठरवले आणि तो आपला हॉटेलचा धंदा पाहू लागला. गुन्हेगारी जगाकडे त्याने पूर्ण पाठ फिरवली. दरम्यान बाशू दादा स्थलांतर करून हैद्राबादला गेला आणि पुन्हा परत मुंबईला परतायचे नाही, अशी त्याने शपथ घेतली.

फक्त एकच एक दादा अजूनही कार्यरत होता आणि तो अजूनही आपली मुंबईतील नं. एकचा दादा बनण्याची आकांक्षा कधी पुरी होईल याची धडपड करीत होता. तो होता दाऊद इब्राहिम कासकर.

२३

भावाचा मृत्यू आणि टोळीयुद्धाचा जन्म

वातावरणात लोकप्रिय हिंदी चित्रपटातील गाण्यांचे स्वर भरून राहिले होते. भडक उत्तान पोशाख घालून तरुण मुली तिथे ये-जा करीत होत्या. दक्षिण मुंबईतील 'काँग्रेस हाउस'च्या व्हरांड्यातील हे चित्र आहे. हा पत्ता खोटा नव्हता, खरा होता. एके काळी 'इंडियन नॅशनल काँग्रेस'चे मातबर पुढारी स्वातंत्र्य चळवळीवर आघाडीवर होते. त्यांनी हे 'काँग्रेस हाउस' म्हणून येथे आपला तळ केला होता; पण ते दिवस सोनेरी होते, भारलेले होते. त्या इमारतीचे आता १९७०पर्यंत एका वेश्यागृहात रूपांतर झाले होते. येथेच स्थानिक भाषेत ज्यांना 'मुजरेवाली' म्हटले जाते अशा छचोर पोरी आलेल्या गिऱ्हाइकांचे मनोरंजन 'पाकीझा' सिनेमा स्टाइलने करीत होत्या. त्यातल्या काही पोरी या खरोखरीच चांगल्या गाणाऱ्या होत्या आणि नृत्यामध्ये पायाच्या हालचाली अत्यंत चपळतेने करणाऱ्या होत्या. परंतु हे सुरुवातीचे कार्यक्रम बंद पडून काही वर्षांत त्या जागेचे पूर्णपणे एका वेश्यागृहात रूपांतर झाले होते. तेथेच गिऱ्हाइके येऊन आपल्याला आवडलेल्या मालाला – पोरीला निवडीत होते. मुंबईत कामाठीपुरा व फॉकलंड रोड येथेही वेश्यागृहे आहेत. पण येथे सेक्स वर्कर्सची कामे चालल्याने या काँग्रेस हाउसमध्ये येणारी गिऱ्हाइके श्रीमंत असतात. त्यामुळे ही जागा जरी भडक, भपकेबाज वाटली तरी येथे कामाठीपुऱ्यातील निराधारपणा आणि अगतिकता दिसून येत नाही. बाह्यत: एक विस्कटलेले वेश्यागृह येथे दिसते; पण येथल्या मुली, बायका या अधिक 'दर्जेदार' असतात आणि डोक्यात मोगऱ्याचे सुवासिक गजरे घालतात. पण असे काहीही जरी केले तरी येथल्या पापाचा वास काही झाकला जात नाही.

येथल्या मुलींच्या रहाण्याच्या खोल्या अत्यंत लहान व एकमेकांच्या खोल्यांशी संबंध न ठेवणाऱ्या अशा पक्क्या बंदोबस्ताने बांधलेल्या आहेत. त्यांच्या खोल्यांप्रमाणेच

त्यांची स्वप्नेही लहान आहेत. त्या मुलींना भांवडे नाहीत, कुटुंबे नाहीत. त्यांच्याभोवती जी माणसे असतात तेच त्यांचे कुटुंब. त्या माणसांत त्यांच्यासारख्याच अन्य मुली, त्यांच्यावर नजर ठेवणाऱ्या बाया, गिऱ्हाइके आणून देणारी मध्यस्थ माणसे, गिऱ्हाइके एवढेच जण असतात. बहुतेक मुली येथेच जगत-जगत एके दिवशी मरून जातात. काही जणींना मुले झाली की, ती वसतिगृहे असलेल्या शाळेत घातली जातात. तिथे त्यांचे शिक्षण चालू होते. त्यांना आपल्या आईचे काळे रहस्य कधीच ठाऊक नसते.

या कामसेवेच्या व पापाच्या भल्या मोठ्या काहिलीमध्ये नंदा आणि चित्रा रहात होत्या. त्या दोघींची विशी उलटून गेली होती. त्या एकमेकींच्या मैत्रिणी होत्या. त्यांच्या उमलत्या वयात त्यांना जबरदस्तीने या धंद्याला लावण्यात आले होते. बालपणातच त्यांचे आई-वडील मृत्यू पावले होते, अन् मग त्यांच्या नातेवाइकांनी त्यांना येथे कॉंग्रेस हाउसमध्ये आणून सोडून दिले होते. त्याबद्दल त्यांना शंभर-दोनशे रुपयेही मिळाले होते. सुरुवातीच्या काळात या मुलींवर अत्याचार, बलात्कार व्हायचे. पण शेवटी त्या मुली आपल्यासमोर उभे राहिलेल्या दैवाला निमूटपणे शरण जात. मग त्यांना आपल्या हलाखीच्या परिस्थितीशी थोडेफार जुळवून घेणे जमत.

एक वेश्या चोवीस तासात सुमारे वीस ते पंचवीस गिऱ्हाइकांचे समाधान करू शकते. परंतु ती फक्त एखाद्याच विशिष्ट पुरुषाशी रत होऊ शकते. तिने निवडलेल्या किंवा तिला आवडलेल्या पुरुषाबरोबर ती जे करते तो तिचा रोजचा व्यवसायाचा भाग नसतो. केवळ तिच्या शरीरात किंवा चेहऱ्यात रस नसलेल्या माणसालाच ती 'आपला' म्हणून जवळ करते. दाऊदचा थोरला भाऊ साबीर हा चित्रासाठी असाच एक गिऱ्हाईक होता.

साबीरच्या लग्नाला दोन वर्षे झाली तेव्हा चित्राशी त्याची गाठ पडली. पुरुषांनी चित्राकडे वळून पहाण्याइतपत ती सुंदर नव्हती; पण दिसायला बऱ्यापैकी होती आणि महत्त्वाचे म्हणजे तिला साबीरचे कुरळे केस फार आवडले होते. साबीर हा कवी मनाचा होता. तो तिच्या सहवासात तिला उर्दू गझल व शायरी म्हणून दाखवे. ते ऐकताना अनेकदा ती चक्क लाजे.

साबीरने प्रेमाखातर लग्न केले होते. त्याची पत्नी शहनाझ ही तशी दिसायला चांगली होती. लग्नाआधी ती एका पठाणाकडे सतत लक्ष देई म्हणून लोक तिला 'लालाकी लाली' असे चिडवीत. साबीरला ती आवडली. म्हणून तो तिच्या कच्छपी लागला आणि शेवटी तिला आपल्याशी लग्न करण्यासाठी प्रवृत्त केले. उगाच दुसऱ्या कोणाच्या प्रेयसीशी लग्न करण्याची कल्पना दाऊदला आवडली नव्हती; पण साबीरवर त्याचे प्रेम होते. म्हणून त्याने साबीरच्या इच्छेला मान दिला होता. पहिल्या वर्षीच शहनाझला साबीरपासून एक मुलगा झाला. त्याचे नाव शिराझ ठेवले

गेले. पण त्यानंतर पुन्हा शहनाझला दिवस गेले. त्या वेळी साबीर चित्राकडे ओढला गेला. ती त्याच्यासाठी वेळ काढू लागली. मग साबीरच्या जीवनात पुन्हा एकदा 'रोमान्स' निर्माण झाला. याचा अर्थ तो शहनाझची काळजी घेत नव्हता किंवा तिच्यावर प्रेम करीत नव्हता असे नाही; पण ती आता चांगली गर्भार स्त्री बनली होती आणि दिवसेंदिवस तिच्या फुगत जाणाऱ्या शरीराशी संग करणे त्याला आवडत नव्हते.

आता या चित्रा नावाच्या आपल्या नवीन पाखराबरोबर साबीर चित्रपट पहाण्यास जाई. तिथे थिएटरमध्ये चित्रा त्याच्याशी अंधारात जे चाळे करे ते कधी चित्रपटातही दाखवले जात नव्हते. मग ते चौपाटीवर जाऊन भेळपुरी खायचे, महागड्या रेस्टॉरन्टमध्ये जेवायचे आणि आपल्या गाडीतून मुंबईच्या रस्त्यांवरून भटकायचे.

चित्राला साबीरचा सहवास आणि त्याच्या पैशाने केलेली चैन आवडत असे. तिच्या कडवट आयुष्यावर साबीर म्हणजे दैवाने दिलेला एक उतारा होता. काँग्रेस हाउसमधील जीवन हे उदास करणारे होते; पण साबीरच्या सहवासामुळे चित्रा ते सारे काही काळ विसरून जाई. तिला साबीरचा सहवास तसा जेमतेम दोन तास मिळे. याचे कारण एक तर तो एक कुटुंबवत्सल माणूस होता आणि त्याचा व्यवसाय त्याला संभाळायचा असल्याने तो नेहमी घाईत असे. पण जेव्हा तो काँग्रेस हाउसमध्ये तिला भेटायला येई तेव्हा तिला अगदी कृतकृत्य झाल्यासारखा आनंद होई. तिने आपल्या मैत्रिणीला, नंदालाही साबीरबरोबरचे आपले धुंद क्षण सविस्तर सांगितले. तिला ते सांगितल्यावाचून रहावले नव्हते. उदाहरणार्थ, तिने एकदा सांगितले की, एकदा साबीरने तिच्यासाठी कोन आईस्क्रीम चौपाटीवर खरेदी करून घेतले होते. त्याने ते आईस्क्रीम सरळ तिच्या तोंडाला फासले व सर्व लोकांदेखत तो ते जिभेने चाटून खाऊ लागला. चित्रा एकदम हर्षभरीत होऊन किंचाळली. तरीही साबीर कशाचीही पर्वा न करता ते आईस्क्रीम चाटतच राहिला.

नंदाला जरी फार काही सांगितले नव्हते; तरी तिला आता चित्राचा हेवा वाटू लागला. नंदालाही एखादा साबीरसारखा पुरुष हवा होता. त्यांच्या जीवनातील अशा परीकथांना खरोखरीच अंत नव्हता; पण त्यांचे ते वेदनादायक जीवन अशा प्रेमिकांमुळे सुसह्य होत असते. चित्रा नंदाला आपली फुलत जाणारी प्रेम कहाणी जसजशी सांगत गेली तसतशी नंदा निराशेने खचत गेली. अन् मग एके दिवशी एक उंच व देखणा पठाण तिच्या आयुष्यात चालत आला.

अमिरझादाने नंदाशी मैत्री केली होती; पण ती एका हेतूने. नंदा प्रेमाची भुकेली असल्याने तिला त्या हेतूचा संशय आला नाही. अमिरझादाला 'साबीरला चित्राबद्दल प्रेम वाटते' हे कळले होते. म्हणजे आता चित्रा हीच साबीरची किल्ली आहे हे त्याने ओळखले होते. जेव्हा त्याला कळले की, चित्रा ही पूर्णपणे साबीरच्या आहारी गेली

आहे, तेव्हाच त्याने आपला मोर्चा चित्राच्या मैत्रिणीकडे, नंदाकडे वळवला. नंद जीवनात दीर्घ काळ असलेली पोकळी आता अमिरझादाने भरून काढली. त्याने साबीरप्रमाणेच नंदाचा अनुनय केला व तसेच प्रेमाचे चाळे तिच्याशी केले. त्य वस्तीची प्रतिमा ही आहे तशीच होती. अशा वस्तीत दीर्घ काळ काहीही गुप्त रहात नाही की लपून रहात नाही. साबीरला नंदाचे अमिरझादाशी संबंध प्रस्थापित झाले आहेत हे कळले. पण तो आपला जुना शत्रू असल्याने जे पूर्वी झाले ते झाले, ते आता मागे पडले असल्याने उगाच का चिंता करायची, असा त्याने विचार केला.

दरम्यान अमिरझादा हा नंदामार्फत साबीरच्या हालचालींवरती पाळत ठेवू लागला. एके दिवशी संध्याकाळी त्याने नंदाला फोनवर बोलावून सांगितले की, त्याला आता तिच्याबरोबर एक रात्र घालवायची आहे. नंदाला मग आनंद झाला. पण तिला मग आपल्या मैत्रिणीची आठवण झाली. अलीकडे चित्रा ही खूप शांत असे. साबीरही बरेच दिवसांत तिच्याकडे फिरकला नव्हता. चित्रा विचारमग्न रहात असल्याने नंदाने अमिरझादाला विचारले की, आपल्याबरोबर आपण चित्रालाही घ्यायचे का? नंदाचे हे बोलणे चित्राला ऐकू गेले व ती लगेच तिच्या जवळ जाऊन म्हणाली, "साबीर आज रात्री माझ्याकडे येणार आहे व आम्ही दोघे बाहेर जाणार आहोत." नंदानेपण ती माहिती साहजिकच अमिरझादाला सांगितली. त्यावर त्या पठाणाने असे काहीतरी केले की, नंदाला ते दुसऱ्या दिवसापर्यंत समजले नाही. त्याने फोनवर तिला एवढेच सांगितले की, आता आपला बेत बदलला असून काही कारणाने आपण आज रात्री येणार नाही. नंतर त्याने फोन दाणकन खाली ठेवला. एकदम काय झाले ते नंदाला कळलेच नाही. ती फोन हातात धरून आश्चर्यचकित झाली. शेवटी तिने खेदाने फोन खाली ठेवला.

त्या मुलींच्यावर काँग्रेस हाउसमध्ये वेळेची बंधने घातली होती. भेटायला येणारी माणसे व गिऱ्हाइके ही रात्री १२.३०नंतर थांबू शकत नव्हती. म्हणून जेव्हा-जेव्हा साबीर रात्री उशिरा चित्राला भेटायला यायचा, तेव्हा तो तिला बाहेर घेऊन जायचा व मोटारीतून भटकत रहायचा. १२ फेब्रुवारी १९८१च्या त्या विशिष्ट रात्री ते दोघे पांढऱ्या प्रिमीयर पद्मिनी फियाट गाडीमधून सुमारे एक वाजता फिरायला गेले.

त्या रात्री तो शहनाझच्या ठराविक दिवसांनी केला जाणारा मेडिकल चेकअप करून घरी आलेला होता. तिला आता सातवा महिना लागला होता. अशा वेळी त्याला चित्राचा फोन आला. अजून तो न आल्याने आपल्याला चुकल्याचुकल्यासारखे वाटत आहे, असे ती म्हणू लागली. मग ताबडतोब साबीर घरून निघाला. जाता-जाता त्याने शहनाझला सांगितले की, आपण आता एकदम सकाळीच परतणार आहोत. असे प्रकार आता तिला नेहमीचेच झालेले होते. साबीर काही ना काही

लंगड्या सबबी सांगून रात्री पाठोपाठ रात्री घरात नसायचा. यावरून तिचे त्याच्याशी कडाक्याचे भांडण झाले होते. पण तरीही साबीरने त्याची पर्वा केली नाही व तो प्रत्येक वेळी आदल्या रात्रीप्रमाणे बाहेर पडे.

साबीरची मोटारगाडी कामाठीपुरा विभागातून बाहेर पडली आणि ताडदेवापाशी हाजी अलीकडे नेणाऱ्या चौकात जाण्यासाठी डावीकडे वळली. त्याने सवयीप्रमाणे मागचे दृश्य दाखवणाऱ्या आरशात पाहिले. एक अम्बॅसिडर मोटारगाडी त्याच्या मागून येत होती. त्या गाडीवर सर्वत्र फुले लावलेली होती. कोणीतरी नवीन लग्न झालेले जोडपे त्या गाडीत आहे असे वाटून तो हसला. रात्रीचे बारा वाजून गेले होते. त्याच्या शेजारी चित्रा बसलेली होती. तिचा खट्याळपणा चालू होता. त्यामुळे साबीरचीही मन:स्थिती प्रणय करण्यास उद्युक्त होत होती.

एकदम साबीरचे लक्ष फ्युएल मीटरकडे गेले. त्याने मनात एक शिवी घातली. पेट्रोल कमी होते. त्याने पेट्रोल पंपासाठी आजूबाजूला पाहिले. पेट्रोल पंप शोधण्यासाठी तो रस्त्यावरून चकरा मारत जाऊ लागला. पण कुठेही त्याला पेट्रोल पंप दिसेना. मग त्याला प्रभादेवीपाशी एक पंप असल्याचे आठवले. तो तिकडे चालला. पण तीन ते चार किलोमीटर जाईपर्यंत गाडीतील पेट्रोल पुरेल का, अशी त्याला शंका वाटू लागली.

अचानक त्याच्या लक्षात आले की, आपल्या मागे असलेली ती लग्नघरची मोटार अजूनही आपल्याच मागावर असल्यासारखी येते आहे. ही गाडी मुंबईच्या उपनगराकडे जाते आहे? आपण सारखे पेट्रोल पंप शोधण्यासाठी रस्ते बदलत हिंडतो आहोत, तरीही ही गाडी अजूनही आपल्या मागे कशी काय आहे?

फुलांनी सजवलेली ती गाडी प्रत्यक्षात त्याच्या अंत्ययात्रेची होती. त्या गाडीत वधू-वर नव्हते, फक्त मृत्युदूत होते व ते त्याच्या मागावर होते. त्यांनी त्यासाठी एक योजना ठरवली होती व त्यानुसार ते वागत होते. ती योजना त्याच दिवशी संध्याकाळी तयार झाली होती. ती गाडी मामूर खान चालवत होता. त्याखेरीज त्या गाडीत अमिरझादा, आलमझेब, मनोहर सुर्वे उर्फ मन्या सुर्वे आणि अन्य काही जण बसलेले होते. त्यांच्याजवळ पिस्तुले होती, बंदुका होत्या, तलवारी होत्या, चॉपर होते. सुर्वेला जेम्स हॅडली चेस याच्या रहस्यकथा वाचायची हौस होती. तो अधाशासारखा त्या पेपरबॅक कादंबऱ्यांचा फडशा पाडीत असे. त्यानेच साबीरला त्या रात्री संपवायची योजना आखली होती. गाडीला फुलांनी सजवले की, ती लग्नसमारंभाची गाडी वाटेल असे त्याने सुचवले होते. त्यांना आता कुठेतरी एका योग्य ठिकाणी साबीरची गाडी अडवायला हवी होती. फुलांनी सजवलेली गाडी असल्याने साबीरला काहीही संशय येऊ न देता तो तिला जवळ येऊ देईल.

प्रभादेवीपाशी आल्यावर साबीरला 'सर्व्हो केअर' नावाचा पेट्रोल पंप दिसला.

त्याने गाडी पंपावर नेली व ब्रेक्स दाबून किचकिच आवाज करीत थांबवली. त्याचे हृदय आता धडधडू लागले होते. कुठल्यातरी धोक्याची जाणीव त्याला झाली. त्याला भीती वाटू लागली. कारण त्याची गाडी थांबल्यावर त्याला मागावर असलेल्या गाडीनेही किचकिच आवाज करीत ब्रेक्स दाबले होते. तेव्हाच तो चरकला होता. त्याला खरे काय ते कळून चुकले होते. त्याचा चेहरा झर्रकन उतरला व तो राखाडी रंगाचा झाला. त्याच्या गाडीच्या मागेच ती फुलांची गाडी थांबली होती. त्याने चित्राला ताबडतोब उतरून पळून जाण्यास सांगितले. तो आपले पिस्तूल बाहेर काढू लागला; पण त्याला काही सेकंद उशीर झाला होता.

पाच शस्त्रधारी माणसांनी मागील पांढऱ्या ॲम्बॅसिडर गाडीतून उड्या टाकल्या व त्यांनी साबीरच्या गाडीला गराडा घातला. एकाने सावकाश ड्रायव्हरच्या शेजारच्या आसनापासचे दार उघडले आणि चित्राला बाहेर ओढून दूर केले. भीतीने ती थरथर कापत होती, तिचा चेहरा उतरून राखाडी रंगाचा झाला होता. साबीरचे पाय गोठून गेले होते. त्याचा घसा कोरडा पडला होता. जरी त्याच्या शरीरातील रक्त त्याच्या मेंदूकडे धावले होते, तरीही त्याला सर्व दृश्य सारवल्यासारखे दिसू लागले होते.

ताबडतोब पिस्तुले बाहेर काढली जाऊन त्यातून गोळ्या सुटू लागल्या. साबीरच्या मोटारीची पुढची काच, विंडस्क्रीन फुटली व गोळ्या त्याच्या शरीरात घुसल्या. तो हल्ला एवढा जबरदस्त होता की, साबीरच्या वेदना व किंकाळ्या काही सेकंदात बंद झाल्या. पेट्रोल पंपावरची माणसे आणि शेजारीपाजारी हे नंतर कित्येक वर्षे त्या पाहिलेल्या प्रसंगाची आठवण सांगत होते. थंडपणे गोळ्या झाडल्या जात होत्या व एक बाई सारख्या किंकाळ्या फोडीत होती, असे ते सांगत. किती गोळ्या झाडल्या ते कोणालाच सांगता येत नव्हते. पण नंतर जेव्हा शवविच्छेदन झाले तेव्हा संबंधित कागदपत्रात नऊ गोळ्या शरीरातून काढल्याचा उल्लेख केला होता. बाकीच्या १९ गोळ्या ह्या मोटारीच्या विविध भागातून, आसनांमधून, कार्पेटमधून आणि गाडीच्या फ्रेममधून शोधून काढण्यात आल्या.

साबीर लोळागोळा होऊन पुढच्या स्टिअरिंग व्हीलवर पडला. त्याचे कपाळ त्या व्हीलला टेकले होते.

मग मारेकऱ्यांपैकी एकाने आपल्या खिशातून रामपुरी चाकू बाहेर काढला आणि त्याने साबीरच्या मनगटाची शीर कापून काढली. एखादी अडवलेली नदी बांध फुटल्यावर सुटावी तसा आतून बाहेर रक्तप्रवाह वाहू लागला. पण एव्हाना साबीर वेदनांच्या व जाणिवेच्या पलीकडे गेला होता. ते रक्त त्याच्या महागड्या पांढऱ्या कातडीच्या बुटावर पडून तो बूट पार भिजून नरम होऊन गेला.

मुंबई पोलिसांच्या रेकॉर्डमध्ये साबीरची हत्या ही अत्यंत हिंसक व क्रूरपणे टोळीवाल्यांनी केल्याचे नमूद केले आहे. यापूर्वी शहरात इतक्या हिंसक पद्धतीने

कोणाचीही हत्या तोपर्यंत झाली नव्हती. तिथे ज्याने हा प्रसंग पाहिला त्याने या संबंधात महाभारत युद्धातील तसलाच प्रसंग सांगून त्याची उपमा दिली. अभिमन्यू चक्रव्यूह भेदायला आत शिरल्यावर त्याच्या भोवती सारे शत्रूचे योद्धे जमले आणि त्याला स्वसंरक्षणाची संधी न देता ठार करून टाकले.

मग त्या विजयी मारेकऱ्यांचा गट हा आपल्या ॲम्बॅसिडर गाडीत बसला व लगेच शहराच्या दिशेने आल्या वाटेने निघून गेला. १५ मिनिटांत ते जे.जे. हॉस्पिटल चौकात पोहोचले आणि पखमोडिया रस्त्याकडे वळले. रात्रीचा अंधार गडद झाला होता आणि येथल्या दाऊदच्या साम्राज्यातील सर्व रहिवासी गाढ झोपले होते. मुसाफीरखान्याच्या फाटकाबाहेर मारेकऱ्यांची गाडी थांबली ते फाटक बिडाचे होते व बंद केले होते. त्या पाचही मारेकऱ्यांना दाऊदच्या टोळीतील सर्व मोहरे संपवायचे होते. गाडीतून बाहेर पडताना ते पुटपुटत होते, "आज इसका किस्साभी तमाम कर देते है." (आज त्यालाही आपण संपवून टाकू या.)

साबीरला संपवल्याने त्यांना विजयाचा उन्माद चढला होता. आपण आता अजिंक्य आहोत, असे त्यांना वाटत होते. ते कसलाही मागचा-पुढचा विचार न करता त्या लोखंडी बंद फाटकावर गोळ्या झाडू लागले. त्यांच्यापुढे कोणी व्यक्ती किंवा जागा असे लक्ष्य नव्हते. रात्रीची शांतता त्या गोळीबाराने भंग पावली. मग एकदम मारेकऱ्यांच्या लक्षात आले की, आपल्या पिस्तुलातील गोळ्या आता संपून गेल्या आहेत. मग ते घाईघाईने नवीन गोळ्या पिस्तुलात भरू लागले; पण मुसाफीरखान्यात आतून कोणीतरी त्या मारेकऱ्यांना आश्चर्यचकित केले. कारण आता त्यांच्या दिशेने आतून गोळीबार होऊ लागला होता. मग ते मारेकरी जीव वाचवण्यासाठी वाकले व एकमेकांकडे आश्चर्याने पाहू लागले. रात्रीच्या या वेळी आपल्याला कोणी प्रतिकार करेल असे त्यांना कधीही वाटले नव्हते.

त्यांच्यावर गोळ्या झाडणारा माणूस होता खलीद पहिलवान. तो पहिल्या मजल्यावरील एका खांबाआडून त्यांच्यावर गोळ्या झाडत होता. खलीद एवढ्या रात्रीही जागाच होता. बाहेर कोणतीतरी मोटारगाडी एकदम आवाज करीत कचकन ब्रेक दाबून थांबली आहे, म्हणताच त्याला शंका आली व त्याने चटकन आपले पिस्तूल घेतले.

अशा प्रतिकारामुळे पठाण मंडळी थोडीशी चक्रावली, गडबडली, आपण एक मोठा विजय आधीच मिळवला असल्याने आता येथे हल्ला करण्यात अर्थ नाही, असा विचार करून त्यांनी माघार घ्यायला सुरुवात केली. एव्हाना दाऊद व त्याची माणसे धावून आली होती व त्यांनी आपापले आडोसे घेऊन उलट गोळीबाराला सुरुवात केली होती. जेव्हा ती ॲम्बॅसिडर गाडी माघार घेते आहे हे पाहिले तेव्हा त्यांनी त्या गाडीवर गोळ्या झाडण्यास सुरुवात केली. गाडीच्या मागच्या डिकीवर,

काचेवर, बॉनेटवर व खिडक्यांवर गोळ्या आपटू लागल्या. मग वेगाने गाडी हाकीत पठाण मंडळी सुखरूप पळून गेली.

त्या गोळीबाराने सारा मुसाफीरखाना जागा झाला. दाऊदच्या टोळीची माणसे मग बाहेर फाटकापाशी जमली. आपला एक महत्त्वाचा माणूस, म्हणजे साबीर यात नाही हे त्यांच्या लक्षात आले. पण त्या चकमकीचा हीरो खलीद याने सांगितले की, साबीर काही वेळापूर्वीच चित्राला भेटायला गेला आहे; पण तरीही आपल्यावर आता काहीतरी संकट कोसळणार आहे अशी चमत्कारिक भावना दाऊदची झाली. त्याचा भाऊ कोठे होता? साबीर रक्ताच्या थारोळ्यात मरून पडला होता.

येथून पुढे 'दाऊद-साबीरची टोळी' असे नाव पुसले गेले व फक्त 'दाऊदची टोळी' असे नामकरण लोकांनी केले. साबीरच्या मृत्यूमुळे दोन गोष्टी बदलल्या : दाऊद इब्राहिम आणि मुंबईच्या टोळ्या. दोन्ही गोष्टी परत पूर्वीसारख्या होऊ शकणार नव्हत्या. मुंबईच्या टोळ्यांनी आता एक नवीन प्रकरण उघडले होते. त्यात रक्तपात, हिंसाचार, सूड उगवणे आणि भर दिवसा हत्या करणे सुरू झाले. नवीन माणसांची भरती टोळीमध्ये केली जाऊ लागली. नवीन टोळ्या उदयास येऊ लागल्या. त्यात खूप पैसा आला, अमली पदार्थ आले. दाऊद नुसताच सूडकरी बनला नाही, तर आता तो तीव्र हेतूने जोरात आपल्या कारवाया करू लागला. परिणामी मुंबईतील एका छोट्या टोळीतून त्याने स्वत:ला एका गुन्हेगारीच्या मोठ्या समुद्रात झोकून दिले.

२४

दाऊदला सर्वाधिकार

जेव्हा मुसाफीरखान्यात साबीरचे शव आणले गेले, तेव्हा दाऊदच्या आईने व त्याच्या चारही बहिणींनी रडून-रडून आकांत मांडला होता. सारा आसमंत त्यामुळे हादरून गेला होता. इब्राहिम आपल्या मुलाच्या शरीराकडे पहात होता. त्यावरील गोळ्या लागल्याच्या खुणा पहात होता. त्याला एवढा धक्का बसला होता की, त्याची जणूकाही वाचाच बसली होती. साबीरची शवपेटी ही फुलांनी मढवली होती. सबंध रस्त्यावर कृष्णछायेचे वस्त्र घातल्यासारखे झाले होते. सर्वत्र उदास वातावरण पसरले होते.

दाऊद हादरून गेला होता. साबीरची हत्या म्हणजे त्याला आपल्याच निम्म्या शरीराची हत्या झाल्यासारखी वाटत होती. हे कसे व का घडले, याचा सुगावा त्याला लागत नव्हता. तो रात्रभर रडत होता आणि आपला भाऊ मृत्यू पावला आहे, तो आता अस्तित्वात नाही, यावर त्याचा अजूनही विश्वास बसत नव्हता. पण त्याला आता आपल्या भावना काबूत ठेवायला हव्या होत्या; त्याला आपल्या भावाचे शेवटचे विधी पार पाडायला हवे होते आणि तोच एकटा असा होता की, जो आपल्या सबंध कुटुंबाची काळजी घेऊ शकत होता. त्याचे बाकीचे सर्व भाऊ त्याच्या भोवती जमून रडत होते.

करीम लाला, हाजी मस्तान आणि ज्या बाशू दादाला दाऊद आवडत नव्हता किंवा त्याच्याबरोबर तात्पुरते भांडण होते तेही सारे जण अंत्यविधीला हजर झाले होते. त्यांनी इब्राहिम कासकरचे आणि दाऊचेही सांत्वन केले. दाऊद दु:खाने एवढा भारावलेला होता; तरीही तो आपल्या भावाच्या अंत्यविधीला कोण-कोण आले आहे, याची मनात दखल घेत होता. हे आत्ताचे दृश्य तो दीर्घ काळ आपल्या स्मृतीत साठवून ठेवणार होता. याचा उपयोग त्याला आपल्या बाजूचे कोण आहेत, आपले शत्रू कोण आहेत हे कळण्यासाठी नंतर होणार होता.

साबीरवरती शेवटचे विधी केले गेले. त्याला शेवटचे 'घुस्न' उर्फ स्नान घालण्यात आले. मग त्याला शवपेटीत ठेवण्यात आले. त्याभोवती एक कापड गुंडाळण्यात आले. त्यावर सारी पवित्र नावे लिहिलेली होती. मग ती अंत्ययात्रा निघाली. त्या अंत्ययात्रेत तुफान गर्दी झाली होती. मुसाफीरखान्यापासून पायी निघालेली ती अंत्ययात्रा मरीन लाइन्सवरील बडा कबरस्तान येथे गेली.

साबीरचे दफन करण्यात आले. त्या वेळी पोलिसांनी जादा कुमक मागवून घेतली. कोणत्याही परिस्थितीत कायदा व सुव्यवस्था बिघडायला नको, नवीन समस्या उद्‌भवायला नको, असा त्यामागे पोलीस खात्याचा हेतू होता. अंत्ययात्रेच्या मार्गावरील दुकाने बंद झाली होती. ती साबीरसाठी बंद झाली नसली तरी काही दंगाधोपा होईल या भीतीनेही झाली असतील. पायधुणी, जे.जे. मार्ग, डोंगरी, तेली मोहल्ला, मुसाफीरखाना, बोरी मोहल्ला, भेंडी बाजार आणि मांडवी भाग हे सारे बंद झाले होते. ही एका टोळीच्या दादाची हत्या झाली होती. अन् तीही दाऊदच्या भावाची असल्याने ती एक अभूतपूर्व अशी घटना होती. मुंबईतील टोळ्यांची दादा मंडळी ते सामान्य पोलिसांपर्यंत सर्वांना आता या शोकांतिकेतून काय निर्माण होणार याची चिंता लागून राहिली होती.

आपल्या भावाचे दफन करून दाऊद घरी परतला आणि उरलेले विधी उरकू लागला. त्याच वेळी तो मनामध्ये पुढे काय करायचे त्याची योजना आखू लागला. आपल्या भावाच्या हत्येमागे कोण आहे, हे त्याने अर्थातच ओळखले होते. आपले भाऊ, हितचिंतक व मित्र यांच्याबरोबर तो बसला होता. अनीस, जिंद-अलहक, रणजीत, खलीद पहिलवान आणि बाकीचे काही जण होते. त्यांच्याबरोबर चर्चा करताना दाऊदच्या मनात फक्त एकच एक भावना होती, ती म्हणजे फक्त सूड. त्याला सूड हवा होता आणि तो सूड भारतीय न्याययंत्रणेमार्फत नको होता. अमिरझादाला त्याच्याच मार्गाने मृत्यू द्यायला हवा.

त्याच्यावर उलट हल्ला केल्यावर नुसताच सूड उगवला जाणार नव्हता; तर त्यामुळे बाहेरच्या जगात एक आवश्यक असा संदेशही पसरला जाणार होता. दाऊदला कोणीही आव्हान देऊ नये, असा त्या संदेशाचा अर्थ होता. यावर दाऊद जितका अधिक विचार करीत राही तितका त्याला सरळ विचार करता येईना. त्याच्या मनात गोंधळ उडाला होता व तो रोज-रोज यावर विचार करीत होता. जसजसे दिवस जाऊ लागले तसतसा तो या विचाराने अधिकाधिक वेडा होऊ लागला.

त्याच वेळी त्याचे वडील व त्याचा मित्र करीम लाला आणि बाकीचे काही जण यांना असे वाटत होते की, दाऊदने सूड घेण्याची भाषा सोडून द्यावी. मग उद्‌ध्वस्त मन:स्थितीतील इब्राहिम कासकर हे त्या वेळचे मुख्यमंत्री अ.र. अंतुले यांना जाऊन भेटले. त्यांनी हा गुन्ह्याचा तपास लवकरात लवकर लावला जावा आणि मारेकऱ्यांना

पकडावे अशी विनंती केली. कासकर मंडळींना मुख्यमंत्र्यांकडून अशी अपेक्षा होती. याचे कारण ते मुस्लीम होते म्हणून नव्हे, तर ते मूळचे कोकण भागातले होते. पण कासकरांची आशा फलद्रूप झाली नाही. जरी दाऊदने या हत्येमागे अमिरझादा व अलमझेब असल्याचे ओळखले होते तरी ते आत्ता नेमके कुठे असतील हे त्याला समजेना. पोलीसही त्यांच्या मागावर होते, त्यांना शोधत होते. पण पोलीस त्यांच्यापर्यंत पोहोचायच्या आत दाऊदला त्यांना संपवून टाकायचे होते.

पोलिसांनी काही महिने तपास केल्यावरती शेवटी त्यांना अमिरझादा सापडला. त्याला त्यांनी अटक केली; पण यामुळे दाऊदचे समाधान झाले नाही. त्याला त्याच्यावर सूड उगवायचा होता, मग तो तुरुंगात असला तरी! दाऊदच्या मते न्यायालयांकडून लोकांना कधीही न्याय मिळत नाही. त्याला हेही कळून चुकले की, झाल्या घटनेची एकमेव साक्षीदार चित्रा आहे, कदाचित तिला विकत घेतले जाईल किंवा तिला धमकावून घाबरवून सोडले जाईल. अन् मग परिस्थितीजन्य पुराव्याअभावी अमिरझादा न्यायालयातून सुटून जाईल. अन् समजा जरी खालच्या कोर्टाने त्याला शिक्षा दिली तरी तो मग वरच्या कोर्टात जाईल; अन् कदाचित तो शेवटी सुप्रीम कोर्टातही जाईल. मग कदाचित तिथे त्याची सुटका होईल. यात बरीच वर्षे जातील आणि साबीरच्या आत्म्याला शांती देण्याचे काम दाऊदकडून तसेच राहून जाईल. मग आपल्या भावाच्या मृत्यूचा बदला आपल्याला घेता आला नाही, याची खंत लागून खुद्द आपण स्वत:च खचून जाऊन दुबळे बनू, असे दाऊदला वाटत होते.

शेवटी कोणीतरी त्याला सुचवले की, अमिरझादाला मारण्याचे काम अन्य कोणावरतरी सोपवावे. यामुळे त्यामध्ये दाऊद अडकणार नाही आणि ज्याने आपल्या भावाचा खून केला त्याला संपवता येईल. मग अशा कामासाठी बरीच नावे विचारात घेण्यात आली, अगदी त्यात काही परदेशी मारेकऱ्यांचीही नावे होती. त्यातली काही नावे तर इटालियन माफियांची होती. पण नक्की कोणत्या मारेकऱ्याला निवडावे हे दाऊदला ठरवता येईना.

राजन नायर नावाचा एक शूर माणूस आहे, असे कोणीतरी दाऊदला सुचवले. तो मुंबईच्या ईशान्येकडील उपनगरात रहात होता. अमिरझादा जरी तुरुंगात असला तरीही तो बरोबर त्याला ठार करून दाखवू शकणारा होता. शिवाय हा नायर मुंबईच्या अगदी दूरवरच्या उपनगरात रहाणारा असल्याने त्याच्याकडे संशयाचे बोट वळूच शकणार नव्हते. इतक्या दूरवरच्या राजन नायरशी दाऊदचे कसे संबंध असतील? असेच वाटले असते. दाऊदचा संबंध त्याच्याशी जोडला जाणार नव्हता. तेव्हा त्याच्या हस्ते जर सूड उगवला गेला तर दाऊदपर्यंत माग लागणार नव्हता. ह्या सर्व मुद्द्यांची खात्री पटल्यावर वैऱ्याच्या रक्ताची तहान लागलेल्या दाऊदने ही संधी घ्यायची ठरवली आणि त्या संदर्भात एक बैठक बोलावली.

२५
मुंबईचा हॅडली चेस

“**मा**दरचोद पोलीसवाला भडवा लोग!” मन्या सुर्वे किंचाळत म्हणाला.

३७ वर्षांचा मन्या सुर्वे जखमी झाला होता. त्याला गोळ्या लागल्या होत्या. सब-इन्पेक्टर तांबट व त्यांचे पथक मन्या सुर्वेच्या मागावर गेली दोन महिने होते. आता तांबट खाली वाकून मन्याकडे पहात होते.

“गद्दारी किया मेरे साथ,” मन्या फिस्कारत म्हणत होता. ते म्हणताना त्याच्या तोंडून खोकल्यावाटे रक्त बाहेर पडत होते. त्याने तोंडातील रक्त तांबट व त्यांचे तीन पोलीस यांच्या दिशेने थुंकले. ते सर्व जण एका सेडन गाडीमध्ये होते आणि जखमी मन्याला वाचवण्यासाठी गाडी लो. टिळक म्युन्सिपल जनरल हॉस्पिटल उर्फ सायन हॉस्पिटलच्या दिशेने धावत होती. गँगस्टर मन्या सुर्वे शेवटच्या घटका मोजत होता. आपले हिंसक मार्ग व पोलिसांबद्दल तीव्र द्वेष याबद्दल तो कुख्यात होता. कायदा व सुव्यवस्था यांच्या रचनेबद्दलचा तीव्र राग आता आपल्या विषारी शब्दांनी तो प्रकट करीत असावा. याच व्यवस्थेने आपल्याला गुन्हेगार बनवले, असा त्याचा पूर्वीपासूनचा दावा होता.

गाडी हॉस्पिटलच्या दिशेने धावत सुटली होती. त्याला वाचवण्यासाठी पोलीस धडपडत होते. त्यांनीच झाडलेल्या सहा गोळ्यांनी मन्या जखमी झाला होता. थोडक्यात, मुंबईतील पहिल्या एन्काउंटरमध्ये मन्या जखमी झाला होता. तो आता मरायला टेकला होता; तरीही पोलिसांबद्दलचा राग प्रकट करीत राहिला होता, पार शेवटच्या उचकीपर्यंत. ती रक्ताळलेली उचकी त्याने दिली आणि त्याचा शेवट झाला. मग सायन हॉस्पिटलमध्ये त्याला तपासून घोषित करण्यात आले की, हॉस्पिटलमध्ये येण्यापूर्वीच तो मृत झाला होता.

मनोहर सुर्वे उर्फ मन्या सुर्वे हा मुंबईचा एक अत्यंत खतरनाक गँगस्टर होता.

त्याने पोलिसांना दहा वर्षे गुंगारा दिला होता; पण शेवटी मुंबईतील पहिल्या एन्काउंटरमध्ये त्याचा बळी गेला.

मन्या सुर्वे नेहमी असा दावा करायचा की, पोलीस आपल्याला व आपला थोरला भाऊ भार्गव सुर्वे याच्याबद्दल चुकीचे समजत आहेत. आपला हा दावा त्याने मरेपर्यंत सोडला नाही. भार्गवचा देशी हातभट्टीचा धंदा होता व लोक त्याला नेहमी 'भार्गव दादा' असे संबोधायचे. मग जसजसा काळ सरकत गेला तसतसा तो आपल्या नावापुढे 'दादा' ह्या उपाधीकडे गंभीरतेने बघू लागला. मग तो बिझनेसमन व वित्तपुरवठा करणारे लोक यांच्यासाठी वसुलीचे काम करू लागला.

१९६९मध्ये भार्गववरती पोलिसांनी एक केस दाखल केली होती. त्यामध्ये मन्याचे नाव त्याचा साथीदार म्हणून घातले होते. प्रभादेवीच्या एका व्यापाऱ्याला पैशांच्या वसुलीसाठी मन्याने मारहाण केली होती. ५०,००० रुपयांच्या वसुलीसाठी मन्याने त्याला हॉकी स्टीकने व बांबूने एवढे मारले की, तो माणूस त्यात मरण पावला. एका व्यापाऱ्याचा असा मृत्यू झाल्याने दादर-प्रभादेवी भागातील संपूर्ण व्यापारी समाजाला एवढा संताप आला की, त्यांनी तीन दिवस हरताळ पाळला. त्या भागातील नेहमीचा गजबजाट तीन दिवस नव्हता. परिस्थितीतील गांभीर्य लक्षात घेऊन मग पोलीस खाते वेगाने हालचाली करू लागले.

जेव्हा मन्याला पकडले तेव्हा त्याने आपण या प्रकारात निर्दोष आहोत, असा दावा केला आणि पोलीस आपल्यावर अन्याय करीत असल्याबद्दल त्यांचा निषेध केला. इतकेच काय; पण यापुढेही जाऊन त्याने येरवडा तुरुंगात अन्नसत्याग्रह चालू केला. मग त्याची प्रकृती बिघडल्यावर त्याला पुण्याच्या ससून हॉस्पिटलमध्ये हलवण्यात आले.

२४ नोव्हेंबर १९७९ रोजी मन्याचे जवळचे मित्र बाजीराव पाटील उर्फ बाज्या आणि शेख मुनीर हे त्याला भेटायला हॉस्पिटलमध्ये गेले. तिथे त्यांनी मन्याच्या पहाऱ्यावर असलेल्या पोलिसांच्या डोळ्यात तिखटाची पूड फेकली. मग मन्या तत्काळ पलंगावरून उडी मारून बाहेर पळून गेला.

मन्या हा कीर्ती कॉलेजातून बीए झालेला एक पदवीधर होता. त्याचा बाकीच्या गँगस्टरमध्ये तो वेगळाच व वैशिष्ट्यपूर्ण होता. जेम्स हॅडली चेस या डिटेक्टिव्हच्या नावाने गाजलेल्या सर्व कादंबऱ्या त्याने वाचून काढल्या. तो या डिटेक्टिव्हचा एक मोठा चाहता बनला. त्याचे या कादंबऱ्या वाचनाचे वेड एवढे वाढले होते की, कोणताही गुन्हा, खून, लुटालूट वगैरे करायचे असले की त्या कादंबरीतल्याप्रमाणे गुन्ह्याचा सर्व बारीकसारीक तपशील ठरवायचा. त्यात त्याच्या स्वतःच्या कल्पना आणि पुस्तकातील कल्पना तो वापरायचा. गुन्ह्यातील एकूणएक बारकावे त्याने आधी विचारपूर्वक ठरवलेले असायचे.

मन्या फरारी झाल्यानंतर अधिक सक्रिय होत गेला. कारण त्याला आपल्या नावाची दहशत बसवायची होती. मन्या आपली दहा-बारा जणांची एक टोळी निर्माण करण्यामागे लागला. त्यात मघाशी उल्लेख केले ते बाजीराव पाटील व शेख मुनीर हे त्याचे मित्र टोळीचे उजवे व डावे हात होते. नंतरच्या दोन वर्षांत मन्याने मुंबईच्या लोकांवर अत्यंत हिंसक गुन्हे करून आपली दहशत बसवली. एवढा भयानक हिंसाचार आजपर्यंत शहरात कधी झाला नव्हता. त्याने बँका लुटल्या, लोकांचे खंडणीसाठी अपहरण केले आणि ज्यांनी त्याला विरोध केला त्यांच्यावरती क्रूर हल्ले चढवले. त्याच्या रागापासून त्याचे स्वत:चे मित्रसुद्धा बचावले नव्हते.

अशोक मस्तकार व पपी पाटील हे मित्र असेच त्याच्या हिंसाचाराला बळी पडले होते. त्या दोघांना वेगवेगळ्या वेळी मन्याने काही पैसे मागितले होते. तो नेहमीच फरारी असल्याने त्याला सतत पैशांच्या ओघाची गरज भासत असे. त्या दोन्ही मित्रांनी त्याला पैसे नाकारल्यावर त्याचे भयानक दुष्परिणाम त्यांना नंतर भोगावे लागले.

१९७९ साली एका संध्याकाळी मन्या सुर्वे माहीमच्या एका व्यायामशाळेत शांतपणे शिरला. व्यायमशाळेत नुकतेच लोक यायला सुरुवात झाली होती. मन्या आत शिरला व पावले टाकीत चालू लागला. तेव्हा आतल्या सर्वांच्या नजरा त्याच्यावरती खिळल्या. मन्याची तिशी उलटून नुकतीच एक-दोन वर्षे झालेली होती. त्याने एक नक्षीदार व घट्ट टी-शर्ट अंगात घातला होता आणि कमरेवर एक ढगळ पँट चढवली होती. त्याचे दंडापासून हात उघडे होते. दंड पुष्ट व पीळदार होते. तसेच कोपरापासून मनगटापर्यंतचे हातही चांगलेच पुष्ट होते.

असे हे देखणे हात त्या काळात सहसा पहायला मिळत नसल्याने सर्व जण मन्याकडे कौतुकाने पहात राहिले. मन्या अत्यंत आत्मविश्वासाने चालत गेला व मध्येच थांबला. आता तो वेट लिफ्टिंग करण्यासाठी जाणार असे सर्वांना वाटले. मग त्या वेळी त्याचे पीळदार शरीर व्यायाम करताना पहायला मिळेल, अशी सर्वांची अपेक्षा होती.

पण पुढे जे काही घडले ते अत्यंत अनपेक्षित असे होते.

मन्याने आजूबाजूला नजर फिरवीत पपी पाटीलला शोधले. त्याची नजर त्याच्यावर स्थिर झाली. पाटीलनेही मन्या आपल्याकडे चालत येताना पाहिले. मन्या त्याच्यासमोर जाऊन उभा राहिला. त्याने पाटीलकडे रोखून पाहिले. ते दोघेही एकमेकांच्या डोळ्यांत पहात होते. जणूकाही नजरेनेच द्वंद्वयुद्ध खेळीत होते. मग मन्याने आपल्या खिशात हात घालून एक पिस्तूल बाहेर काढले, नीट नेम धरला आणि पापणीही न हलवता दाण-दाण गोळ्या पाटीलच्या पायावर झाडल्या.

पाटीलच्या गुडघ्याच्या दोन्ही वाट्याच त्याने फोडून टाकल्या. मग जेवढ्या शांतपणे तो आत आला तेवढ्याच शांतपणे तो निघून गेला. त्याच्या चेहऱ्यावर 'काहीच घडले नाही' असे थंड भाव होते. जाता-जाता त्याने डोळ्यांच्या कोपऱ्यातून सर्वांकडे पाहिले. जे काही घडले त्याला एक मिनिटापेक्षाही कमी वेळ लागला होता. धक्का बसलेले लोक भानावर येण्यास मिनिटापेक्षाही जास्त वेळ लागला. मग तिथले लोक खाली पडलेल्या पाटीलकडे धावले. पाटील खाली पडला होता व तो विव्हळत होता.

मस्तकारवरतीही मन्याने अत्यंत क्रूरपणे, निर्दयपणे हल्ला केला. मन्या आपले सहकारी बाजीराव व शेख यांना घेऊन मस्तकारच्या घरी जबरदस्तीने आत घुसला आणि त्यांच्यावर हिंस्रपणे हल्ला केला. त्याच्या मुलीला चाकूचा धाक दाखवून एकाने तिला एका जागी खिळवून ठेवले आणि तिच्या बापावर जे काही अत्याचार केले ते तिला पहायला भाग पाडले. मन्याने मग मस्तकारच्या चेहऱ्यावरती ॲसिड फेकले व जाण्यापूर्वी त्याचा चेहरा भयानकरीत्या विद्रूप करून टाकला.

मस्तकारने नंतर मन्याच्या विरुद्ध पोलिसांना पुरावा दिला. त्याच्या या धैर्यामुळे तो मन्याच्या हिटलिस्टवर जाऊन बसला; पण मस्तकारला ठार करायला जाण्याआधीच मन्या मारला गेला. मस्तकार व पाटील हे दोघेही मन्याचे जुने मित्र होते, चांगले मित्र होते. त्यामुळे मन्याचे हे हल्ले वैशिष्ट्यपूर्ण ठरले. मन्या तर पाटीलच्या एवढा जवळचा होता की, पाटीलच्या घरी अनेकदा जेवला होता. याचा अर्थ असा होता की, मन्याला कोणाकडूनही नकार स्वीकारता येत नव्हता. नकार मिळाला की, तो चिडत असे. मग साहजिकच नकार देणारे लोक मन्याच्या दृष्टीने त्याचे शत्रू बनत.

अनेक प्रसंगी मन्याचा राग दिसून आला होता. विशेषत: जेव्हा त्याला कोणी विरोध करे, तेव्हा तो अतिशय क्रूरपणे वागे. एका प्रसंगी मन्या व शेख हे दोघे जण एका व्यापाऱ्याची प्रभादेवी येथील देना बँकेतून बाहेर पडण्याची वाट पहात होते. तो व्यापारी हातात दोन लाखांनी भरलेली बॅग घेऊन बाहेर पडत होता. त्या काळात दोन लाख रुपये ही एक मोठी रक्कम समजली जाई. तेव्हा हे दोघे त्याच्यापाशी चालत गेले व त्यांनी आपापली पिस्तुले काढून त्याच्यावर रोखली व त्याची बॅग मागितली. त्यांच्या सांगण्याप्रमाणे वागण्याऐवजी त्या व्यापाऱ्याने आपली बॅग बँकेत आतमध्ये भिरकावून दिली. मग मन्या चिडला. मन्याचे चिडणे पाहून शेखने त्या व्यापाऱ्याला गोळ्या घातल्या, तो बँकेत गेला व ती बॅग घेऊन तो बाहेर आला. दुसऱ्या एका प्रसंगात मन्याने अत्यंत धाडसीपणे माटुंगा येथे एक ॲम्बॅसिडर गाडी लुटली. गाडीतील सात लाख रुपये त्याने काढून घेतले. ते पैसे बँकेत भरण्यासाठी गाडी जात होती.

मन्याच्या हिटलिस्टवरती पोलीस इन्स्पेक्टर अशोक दाभोळकर हा होता. (मूळ

नाव बदलले आहे.) हा इन्स्पेक्टर दादर पोलीस स्टेशनमध्ये होता व त्याने मन्याला १९७९मध्ये अटक केली होती. पोलीस कस्टडीतून निसटल्यावरती मन्या दाभोळकरच्या घरी गेला. ते घर वरळी पोलीस कॉलनीमध्ये होते. सर्व पोलीस मंडळी त्या वेळी कामावर गेली होती. मन्याने दाभोळकर कुटुंबाला सांगितले की, आपण इन्स्पेक्टर दाभोळकर यांना संपवणार आहोत. नंतर त्याने फोनवरती दाभोळकर यांना अनेकदा जिवे मारण्याची धमकी दिली. त्याच्या धमक्या एवढ्या कठोर होत्या की, दाभोळकर सेवानिवृत्त झाले; तरीही आपले पांढरे केस काळे करून व दाढी वाढवून हिंडायचे. मन्या जर भेटला तर त्याला आपला चेहरा ओळखता येऊ नये, म्हणून अशी खबरदारी त्यांनी घेतली होती.

असे सांगितले जाते की, साबीरच्या हत्येची योजना मन्याने आखलेली होती. त्या काळात अन्य भयानक गँगस्टरप्रमाणे मन्याची कीर्ती ही 'योजना हमखास यशस्वी करून देणारा' अशी झाली होती. त्यामुळे त्याच्याबद्दलची भीती व दरारा वाढत गेला होता. अन् त्याच्या योजना अशा वैशिष्ट्यपूर्ण असायच्या की, त्यामुळेच तो इतर गँगस्टरपासून वेगळा वाटायचा.

म्हणून तर पठाणांनी मन्यावर साबीरच्या हत्येची योजना बनवण्याचे काम सोपवले. त्यासाठी ते मन्याकडे दबकतच गेले होते. त्यांना मन्या रागावून केव्हा काय करेल, याची भीती वाटत होती. कारण मन्या तसा डोक्याने वेडा होता आणि तो स्वत:खेरीज दुसऱ्या कोणावरही विश्वास टाकणारा नव्हता. ही योजना यशस्वी करून दाखवण्यासाठी पठाण मंडळींनी त्याला एवढ्या भल्यामोठ्या रकमेची लालूच दाखवली की, तो आकडा ऐकून मन्या आपली जीभ ओठांवरून फिरवू लागला. एवढ्या मोठ्या रकमेला नकार देणे त्याला अशक्य होते.

असे म्हणतात की, मन्याच्या मनात कासकर बंधूबद्दल आकस होता व तो त्यांना उडवण्यासाठी संधी शोधत होता. त्यासाठी आपली शस्त्रे त्याने केव्हाच परजून तयार ठेवली होती. त्याला कासकर बंधूंची सत्ता नष्ट करायची होती. त्यांच्या सतत वाढणाऱ्या दहशतीला आळा घालायचा होता.

बहुतेक प्रत्येक टोळीला, त्यात पठाणही आले, दाऊद-साबीर टोळीचे वाढते सामर्थ्य खुपत होते. त्यांना काबूत आणणे, हे दिवसेंदिवस अवघड होत चालले होते. पठाणांना असे वाटत असताना मन्या त्यांना मिळाला होता.

दाऊद-साबीर टोळीचा नि:पात करायचा असेल, तर त्या दोघात प्रथम फूट पाडायची; मग एकेकाचा समाचार घ्यायचा असा मार्ग मन्याला सुचला होता.

या संदर्भात पुन्हा त्याने हॅडली चेस कादंबऱ्यांतील संदर्भ घेतला आणि त्याला एक अभिनव कल्पना सुचली. खूप विचार करून त्याने एक योजना बनवली, धोरण आखले. मग मन्या आणि पठाणांची टोळी कासकरवरती तुटून पडण्यास तयार झाली.

साबीर चित्राकडे बहुतेक वेळा रोज रात्री जाऊ लागला होता. गाडीतून जाताना त्याने आपल्या मागे एक लग्नाच्या वरातीमधील फुलांनी सजवलेली गाडी लागल्याचे पाहिली खरे; पण त्याला कसलाच संशय आला नाही. नेहमीसारखीच एखाद्या वरातीमधील गाडी असेल किंवा नवीन लग्न झालेले जोडपे त्यातून जात असेल, असे त्याला वाटले. मग त्याने तो विषय मनातून बाजूस सारला व आता लवकरच चित्राबरोबरच्या प्रणयाची स्वप्ने पाहू लागला.

पठाण टोळ्यांतील लोकांनी बरोबर मशिनगन, पिस्तुले घेतली होती. ते आणि मन्या गाडीतून साबीरचा पाठलाग करीत होते. आपल्या गाडीचा संशय साबीरला येणार नाही, याची मन्याला खात्री होती. मन्याने दिलेल्या सूचना पठाण पाळीत होते. मन्याने प्रभादेवीपासच्या पेट्रोल पंपापाशी बरोबर साबीरला कोंडीत धरले. मग साबीरच्या गाडीवरती गोळ्यांचा वर्षाव झाला व साबीरचा रक्तस्राव होत तो मृत्युपंथाला लागला.

दाऊद हा कधीही कोणाला क्षमा करणारा नव्हता. त्याने आपल्या भावाच्या खुनाचा बदला घेण्याचा निश्चय केला होता. खुनामध्ये सामील झालेल्या प्रत्येकाला तो आता संपवणार होता. मन्याशी त्याचे वैयक्तिक वैर नव्हते. तेव्हा या प्रकरणात मन्या कसा काय अडकला, हे दाऊदला उमगत नव्हते. पण काहीही असले तरी मन्याला संपवण्याची शपथ दाऊदने घेतली होती.

दरम्यान मन्याचा मोकाट सुटलेला हिंसाचार पाहून पोलीसही हादरले होते. अनेक खुनांची मालिका, हिंसक लुटालूट आणि अपहरणे पाहून पोलीस कमिशनर ज्युलियो रिबेरो यांनी १९८१सालाच्या शेवटी पोलिसांचे एक खास पथक स्थापन केले. त्या पथकामध्ये सीनिअर पोलीस इस्पेक्टर आयझॅक सॅमसन, इन्स्पेक्टर यशवंत भिडे, सब-इन्स्पेक्टर राजा तांबट, संजय परांडे व इशाक बागवान हे होते. मन्याने जिथे-जिथे पूर्वी गुन्हे केले होते, तिथे या पथकातील सर्वांनी जाऊन पहाणी केली. मन्याच्या कारवायांना बळी पडलेल्या सर्वांशी जाऊन ते बोलले. मस्तकार व पाटील यांनाही ते भेटले. तसेच मन्याबरोबर जे-जे कोणी तुरुंगात होते त्यांनाही ते तिथे जाऊन भेटले. त्यातले दोघे जण पोलिसांना सहकार्य करायला तयार झाले व मन्याच्या हालचाली कळवण्याचे त्यांनी आश्वासन दिले. मात्र त्यासाठी आधी आपणाला या तुरुंगातून बाहेर काढण्याची मागणी त्यांनी केली. मग या खास पथकाने त्यांच्यासाठी खास वकील दिले व त्यांना जामिनावर बाहेर काढले.

मन्या सारखा कायदा मोडून अडचणीत येत असल्याने 'केव्हाही तयारी असावी' म्हणून जवळ शस्त्रे बाळगण्याची सवय त्याला लागली होती. डोंबिवलीमधील नागरिक तर त्याच्याबद्दलची आठवण सांगतात की, हिंडताना तो नेहमी जवळ एक पिशवी बाळगीत असे व त्यात हातबॉम्ब ठेवलेले असत. आपण जेवढ्या सहजतने

प्लॅस्टिकच्या पिशवीतून चिक्कू नेतो तेवढ्या सहजतेने तो ती बॉम्बची पिशवी नेत असे. त्याच्या वाटेला जाण्याचे धाडस कोणीही करीत नसे. तो कुठेही जायचे असले की, बरोबर एक पिस्तूल, एक खंजीर आणि एक ॲसिडची बाटली बाळगायचा. इतर कोणताही गँगस्टर असे करीत असल्याचे कधी ऐकले नव्हते. त्याचा कोणावरही विश्वास नव्हता आणि तो आपल्या रक्षकांनाही आपल्या हालचाली काय असतील, याची पूर्ण माहिती देत नव्हता.

पण शेवटी एका बाईच्या प्रेमामुळे मन्या अडकला. पोलिसांचे ते खास पथक – 'हिट स्क्वॉड' मन्याच्या मागावर दोन महिने होते. शेवटी ११ जानेवारी १९८२ रोजी त्यांच्या प्रयत्नांना फळ आले. त्यांना कळले की, मन्या आपल्या एका मैत्रिणीला भेटायला वडाळा येथील आंबेडकर कॉलेजपाशी येणार आहे. तो तिला घेऊन नंतर नवी मुंबई येथे जाणार आहे. मन्याचे संबंध एका स्त्रीशी आले होते. ती स्त्री नवरा वारल्यावरती तिच्या आई-वडिलांकडे रहात होती. ती त्याच्या वस्तीमध्येच रहात होती.

मग पोलिसांच्या स्क्वॉडने ही बातमी लागताच ताबडतोब एक योजना आखून सापळा रचला. एका तुकडीला नवी मुंबई येथील सेक्टर १७ येथे पाठवले. तिथे ते मन्याची वाट पहाणार, तर दुसरी तुकडी आंबेडकर कॉलेजपाशी जाऊन थांबणार होती. त्यांच्या हातून मन्या निसटला तरी तो शेवटी नवी मुंबईत जाणार होता व तिथे पोलिसांची एक तुकडी वाट पहात थांबली होती. दरम्यान तांबट, बागवान व परांडे हे विशी पार केलेले पोलीस जीन्स व टी-शर्ट घालून आंबेडकर कॉलेजपाशी बाहेर थांबले. ते आपण विद्यार्थी आहोत असा बहाणा करीत रेंगाळत होते, तर दोन अधिकारी प्राध्यापकांच्या वेशात तिथे वाट पाहू लागले. सर्वांनी आपापली पिस्तुले लपवली होती. ती पिस्तुले त्यांनी हातातल्या जाड पुस्तकात लपवली होती. त्यासाठी पुस्तकाच्या पानात खड्डे तयार केले होते. ते खड्डे पिस्तुलाच्या आकाराचे होते; पण आकाराने जरासे मोठे होते. म्हणजे त्यातून ऐन वेळी झटकन पिस्तूल बाहेर काढून घेता यावे.

मन्याची ती मैत्रीण जेव्हा उगवली व कॉलेज बाहेरच्या बस स्टॉपवर थांबून वाट पाहू लागली, तेव्हा या नाटकाला रंग चढू लागला. पोलिसांचे जे खबरे होते त्यांनी खुणा करून कळवले की, हीच ती मैत्रीण आहे. तिलाच भेटायला मन्या येणार होता. मग तिच्या आसपास सर्व पोलीस पांगून उभे राहिले.

सुमारे १०.४५ वाजता मन्या तिथे एका टॅक्सीतून आला. त्याने आपली टॅक्सी बस स्टॉपवरून कित्येक फूट पुढे नेऊन थांबवली. बाहेर पडून मन्या चालत-चालत आपल्या मैत्रिणीकडे जाऊ लागला. तो तांबट आणि त्यांचे तथाकथित विद्यार्थी यांना ओलांडून पुढे गेला.

इन्स्पेक्टर भिडे यांनी प्रथम मन्याला ओळखले. त्यांनी तशी ओळखल्याची खूण इतरांना केली. मग बाकीचे सगळे जण ताबडतोब पुढे सरकले व ते मन्याभोवती गराडा घालून उभे राहिले. त्यांनी आपापली शस्त्रे बाहेर काढली व मन्याला एक सावधगिरीची सूचना दिली, ''मन्या सुर्वे, थांब! आम्ही पोलीस आहोत.''

मग ओठ फिस्कारून मन्याने आपल्या शर्टाखालून एक मॉसर पिस्तूल बाहेर काढले आणि ते तांबट व बागवान यांच्या दिशेने रोखले. कारण ते दोघे थेट त्याच्या समोरच होते. ताबडतोब त्या दोघांनी तिथे पार्क केलेल्या गाड्यांच्या मागे जाऊन आडोसा घेतला. मन्याने एव्हाना गोळीबार सुरू केला होता. त्याला उत्तर म्हणून तांबट व बागवान यांनीही तीन-तीन गोळ्या मन्यावर झाडल्या.

मन्याच्या शरीरात एकूण सहा गोळ्या घुसल्या तरी तो स्वाधीन व्हायला तयार होत नव्हता. तो एक काटक व पीळदार शरीराचा गुन्हेगार होता. त्याला पूर्वी अटक केल्यापासून तो पोलिसांचा द्वेष करू लागला होता. मन्या खाली वाकून आपल्या पायमोज्यात लपवलेली ॲसिडची बाटली बाहेर काढू लागला. तो नेहमी ही बाटली जवळ ठेवायचा; पण त्याला ती बाटली बाहेर काढायची संधी न देता बाकीच्यांनी त्याच्यावर मात केली व त्याला नि:शस्त्र केले.

पोलिसांनी तिथे आधीच अनेक खासगी वाहने कॉलेजबाहेर आणून लावली होती. त्यातील एका सेडन गाडीमधून मन्याला हॉस्पिटलमध्ये पोलीस नेऊ लागले. मन्या सारखा खोकत रक्त ओकत होता, पोलिसांना तो शिव्या घालीत होता. हॉस्पिटलमध्ये जाण्यापूर्वीच तो मरण पावला. तांबट व सब-सन्स्पेक्टर बागवान यांना या शौर्यासाठी नंतर राष्ट्रपतींचे 'पोलीस पदक' बहाल करण्यात आले.

१९६९मध्ये मन्याला अटक झाली होती. त्यानंतर फक्त दोन वेळा त्याची पोलिसांशी आमनेसामने चकमक उडाली होती. रिबेरो यांच्या या खास पोलीस स्क्वॉडला तीन-चार वेळा हुलकावणी देऊन तो पळून गेला होता.

मन्याचा रक्षक साथीदार शेख होता. तोही पोलिसांबरोबर झालेल्या एका चकमकीत मारला गेला. अन् तेही तांबट व बागवान यांच्या हातून. त्यानंतर लवकरच मन्याचा साथीदार बाजीराव याला पोलिसांनी पकडले. तो आता माटुंग्यात रहातो व तो सुधारला आहे असे कळते. पण आजपर्यंत एक रहस्य अजूनही उलगडले नाही. मन्या नेमका त्या बस स्टॉपपाशी केव्हा येणार हे पोलिसांना कसे कळले? कारण मन्या आपण कुठे व कधी जाणार हे नेहमीच गुप्त ठेवत आला होता. काही जण म्हणतात की, त्याच्या मैत्रिणीने ती बातमी पोलिसांना दिली असावी. वृत्तपत्रात असे छापून आले होते की, मन्या एका वेश्येला घेण्यासाठी येणार होता. अन् ती वेश्या ही पोलिसांनी जाळ्यात लावलेले एक आमिष होते. मन्या सरळ

त्या जाळ्यात पूर्णपणे बेसावध चालत गेला. त्या वेश्येवरती पोलिसांनी दडपण आणून मन्याला जाळ्यात खेचून आणायला लावले होते. तिचे नाव कधीही उघड केले गेले नाही. पोलिसांच्या एका गटाला आणखीही एक अशी दाट शंका आहे की, प्रत्यक्षात दाऊदने मन्यावर बारीक नजर ठेवली होती आणि शेवटी त्याच्याकडून पोलिसांना वडाळा येथे तो येणार असल्याची बातमी पुरवली होती. काही जण तर असेही म्हणतात की, ती गूढ स्त्री दाऊदच्या हुकमांनुसार कामे करीत होती आणि दाऊद पोलीस यंत्रणेचा कसा वापर करून घेतो हे लक्षात घेता, ही माहिती अधिक विश्वसनीय वाटते.

'करंट' हे साप्ताहिक त्या काळात खूप खपत होते व वाचले जात होते. त्यातील 'स्पॉट रिपोर्ट' या सदरात २३ जानेवारी १९८२ रोजी मन्याच्या मृत्यूबद्दल जे छापून आले होते ते असे होते : *"मन्याशी झालेल्या चकमकीभोवती एक गूढतेचे वलय आहे. त्या दिवशी जे काही घडले त्यातले सत्य एवढेच की, मन्याच्या मृत्यूमुळे पोलीस व जनता यांनी एक दीर्घ सुस्कारा टाकला."* (करंट, २३ जानेवारी १९८२, मन्या शॉट डेड.)

२६
नंतरची परिस्थिती

खलीद पहिलवानाला शेवटी महंमद अली रोडवरील मुसाफीरखान्यात दोन मजली इमारतीमध्ये रहायला जागा मिळाली. दाऊद हा निष्ठावान व भरवसेमंद असल्याचे त्याला कळून आल्याने साबीरच्या मृत्यूनंतर तो तिथे फेब्रुवारी १९८१नंतर राहू लागला. मग खलीद व दाऊद एकमेकांच्या अधिक जवळ आले. ते सख्खे भाऊ असल्यासारखे एकमेकांशी वागू लागले. खलीद हा एक बुद्धिमान माणूस होता. त्याला लक्षात आले की, दहशतीखाली लोकांकडून पैसे उकळण्यात आणि लोकांची फसवणूक करून त्यांना लुबाडण्यात फार पैसा मिळत नाही. यापेक्षाही जास्त किंवा मोठ्या प्रमाणावर पैसा मिळवण्यासाठी वेगळे काहीतरी केले पाहिजे.

दाऊदने दुबईला अनेकवार भेटी दिल्या होत्या आणि तिथे शेख मंडळींशी आपला संपर्क साधला होता; पण तरीही गल्फ भागात त्याला आपला भक्कम तळ स्थापन करता आला नाही. विमानातून सोने आणण्याचा तो 'कचरापेटी' प्रकारचा धंदा आणि अन्य प्रकारे सोने तस्करी करून आणण्यात म्हणावे तसे उत्पन्न सुटत नव्हते. म्हणून खलीद विचार करून अन्य मार्ग व उपाय धुंडाळू लागला. आपल्या धंद्यातील उलाढाल ही वाढली पाहिजे. आतासारखी थोड्या कालावधीत थोडा नफा देणारी तस्करी नको, असे त्याला वाटत होते. तो तशी संधी शोधण्याचा प्रयत्न करीत होता व मोठ्या प्रमाणात उलाढाल करून मोठा नफा कसा होईल, हे पहात होता.

त्यासाठी त्याने एक साधी कल्पना मांडली. विमानातून तस्करी करून असा कितीसा माल तुम्ही आणाल? त्याला अर्थातच आकारमानाच्या व वजनाच्या मर्यादा पडतात; पण हीच तस्करी जर समुद्रमार्गे केली, तर मालवाहू जहाजातून मोठ्या प्रमाणात माल आणता येईल. फक्त त्यासाठी कस्टम्स खात्याला हुशारीने चकवता

आले पाहिजे.

दाऊदला ही कल्पना आवडली; पण त्याला अशा प्रकारचा अनुभव नव्हता. खलीदने मात्र त्याला असली मोहीम यशस्वी होईल, असे आश्वासन दिले आणि मोहिमेची योजना त्याच्यापुढे मांडली. कोळी लोकांचे पडाव खुल्या समुद्रात आत खोलवर सोडायचे किंवा रायगड व अलीबाग येथील किनाऱ्यालगत फिरत ठेवायचे. त्या पडावांमधून आणलेला माल श्रीवर्धन व म्हाळसा येथील छोट्या धक्क्यांवरती (जेटी) उतरवायचा. ते पडाव मोठ्या बोटींना, जहाजांना समुद्रात जाऊन भिडतील व त्यावरचा सोन्याचांदीचा तस्करीचा माल आपापल्या पडावात उतरवून घेतील व मग तो माल भारतीय सागरी सीमेमध्ये आणतील. महाराष्ट्राचा आणि दमणचा किनारा येथे त्या पडावांमधला माल उतरवला जाईल. जहाजातला माल बार्जिसमधून किनाऱ्यावर आणण्यात फक्त चार तास जातील, असा अंदाज होता. यामध्ये तटरक्षक दल व कस्टम्स कुठेही आडवे येणार नव्हते.

मग दोन-तीन चाचण्या घेतल्यानंतर त्यातली यशस्विता व खलीदची कल्पना दाऊदला कळून चुकली. आता दाऊदच्या टोळीचे मुसाफीरखान्यात एक मोठे 'तस्करी केंद्र' बनू लागले. यातून वाढणाऱ्या तस्करीमुळे दाऊदची 'टोळीचा दादा' म्हणूनही पत त्या प्रमाणात वाढली.

दाऊदचा तस्करीचा धंदा हा मुख्यत्वेकरून खलीद पहिलवानच पहात होता आणि आलेल्या मालाचे वितरण दाऊद करायचा. जेव्हा वितरण व विक्री यांकडे तो पहायचा नाही, तेव्हा तो नेहमीचा खंडणी व्यवसाय बघायचा. मुंबईच्या रस्त्यावर वाढलेल्या दाऊदची भाषा रांगडी होती. व्यापाऱ्यांची गोड भाषा, मृदू भाषा बोलणे त्याला जमायचे नाही. म्हणून अरब शेख मंडळींशी त्याचे बोलणे तेवढे परिणामकारक नव्हते. विशेषत: सोन्याचांदीच्या तस्करीच्या क्षेत्राबद्दल त्याला नीट पटवून देणे जमत नसे. तस्करीच्या धंद्यातील बारकाव्यांची त्याला म्हणावी तशी जाण नव्हती. फार मोठ्या रकमेचे व्यवहार करण्यासाठी, श्रीमंत व्यापारी व शेख मंडळी ह्यांना हाताळण्यासाठी अधिक सफाईने बोलणारा व बुद्धिमान खलीदच योग्य होता. शिवाय खलीदला अरबी भाषाही बोलता येत होती.

खलीदमुळे आपण बाजूला टाकले जातो आहोत, असे दाऊदला अलीकडे वाटू लागले होते. मुंबईच्या किनाऱ्यावर उतरवल्या जाणाऱ्या मालाच्या प्रत्यक्ष व्यवहारावर खलीद लक्ष ठेवून असे. दाऊद जेव्हा आपल्या ऑफिसात टेबलापाशी बसलेला असे, तेव्हा खलीद शेख मंडळींशी व्यवहाराची बोलणी करण्यात गुंतलेला असे. ज्या धंद्यात भागीदारीचा आदर होईनासा होतो, त्या धंद्यात मग चटकन संशय, गैरसमज, गुंड वगैरे आपोआप निर्माण व्हायला लागतात. दाऊद शांतपणे जे चालले आहे ते नुसते बघत राहायचा. तो खलीदच्या कामात ढवळाढवळ करत

नसला, तरी रस घेत नव्हता. त्यामुळे धंद्यातील नेतृत्व आपोआपच खलीदकडे आले. दाऊद कानावर येणाऱ्या गप्पांवर विश्वास ठेवणारा असल्याने त्याच्या हुजऱ्यांच्या (हल्लीच्या तरुणांच्या भाषेत 'चमच्यांच्या') गप्पा ऐकू लागला. त्या गप्पांत असे एक मत व्यक्त केले गेले होते की, खलीद हा स्वत:च्या क्षमतेपेक्षाही खूप मोठा बनला असून लवकरच दाऊद त्याच्या पूर्णपणे आहारी जाऊन खलीदचा अंकीत होईल. हे ऐकल्यावर दाऊद अत्यंत अस्वस्थ झाला. त्याला आपल्या धंद्यांचे आपणच मालक – बॉस म्हणून रहायचे होते व म्हणून या बाबतीत त्याने खलीदशी बोलायचे ठरवले.

जरी खलीदने आपली स्वत:ची या धंद्यातील स्थिती काय आहे आणि हा धंदा नेहमी एका टोळीचा कसा असतो याचा खुलासा पूर्वीच केला होता; तरीही त्याला ठाऊक झाले होते की, आपण व दाऊद यांच्यामध्ये दरी पडली आहे व ती वाढत चालली आहे. यामुळे खलीदपुढे एक पेच निर्माण झाला; पण त्याची निष्ठा दाऊदशी असलेले संबंध बिघडवू देण्यास तयार नव्हती. गेली सात वर्षे त्याने दाऊदशी आपली मैत्री व भागीदारी टिकवून धरली होती. पण त्याला आता हेही कळून चुकले होते की, त्या दोघात एक प्रकारची अस्वस्थता निर्माण झाली असून ती वाढत चालली आहे. त्यामुळे दोघातले संबंध ताणले जाऊ लागले आहेत. शेवटी साबीरच्या मृत्यूनंतर काही महिन्यांनी खलीदने ठरवले की, आपण आता सलोख्याने वेगळे व्हावे आणि सावकाश या टोळीपासून विलग व्हावे. सेवानिवृत्त होऊन आपली पत्नी व मुलगा यांच्यासमवेत दिवस घालवावेत, याची योजना तो करू लागला. त्याने नवी दिल्लीतील करोल बाग भागातील एक बंगला विकत घेण्याचेही मनात ठरवले होते. दाऊदच्या कानावर ते सारे आले होते; पण त्या विरोधात तो खलीदशी काहीही बोलला नाही.

खलीद हा सलोख्याने जाऊ पहात असताना दाऊद हा पोलिसांचे खबरे व हातभट्टीचा व्यवसाय करणारी जेनाबाई दारूवाली यांचे सल्ले घेऊ लागला. दाऊदला खलीदबद्दलचा सल्ला हवा होता आणि त्याला जी वाढती असुरक्षितता वाटत होती, त्याबद्दलही सल्ला हवा होता. खलीदने दाऊदच्या टोळीत आणि त्याच्या आयुष्यात आपली माणसे आणली होती. त्यामुळे त्याला कोणाशीही शत्रुत्व पत्कारायचे नव्हते.

जेनाबाईला दाऊदने सल्ला विचारल्यावर ती यावर फार काही बोलली नाही, फक्त तिने ही समस्या आपण सोडवून देऊ असे आश्वासन दिले. तिला फक्त एकच छोटी माहिती हवी होती, ती म्हणजे आता दाऊदचा तस्करीचा येणारा माल किनाऱ्यावर आल्यानंतर नक्की कुठे ठेवला जाणार आहे.

एकदा माल उतरवला गेला की, सोन्याचांदीने भरलेल्या त्या पेट्या मुसाफीरखान्यातील दाऊदच्या ऑफिसात आणल्या जायच्या. दाऊदने जेनाबाईला सांगितले की, येणारा

माल हा एक-दोन दिवस ऑफिसात ठेवला जातो व नंतर विक्रेते व गिऱ्हाइके येऊन तो माल घेऊन जातात.

नेमका माल आलेल्या दिवशी कस्टम्सच्या अधिकाऱ्यांनी मुसाफीरखान्यातील ऑफिसवर धाड घातली व ऑफिस सीलबंद केले. त्या धाडीतून दाऊदच्या बहुतेक सर्व माणसांनी पळ काढल्याने तो सोन्याचांदीचा माल कस्टम्सने शेवटी जप्त करून तिथून नेला.

ते सारे पाहून खलीद पहिलवान हा हादरून गेला. इतके दिवस माल कुठून ऑफिसात येतो व जातो हे कोणालाच ठाऊक नसल्याने दाऊद व खलीद सुरक्षित होते. पण आता खुद्द दाऊदनेच येथली बातमी बाहेर फोडल्याने खलीद गांगरून गेला. दाऊदने आपल्याला अशा रितीने फसवले हे तो सिद्धही करू शकत नव्हता. दाऊदवरचा त्याचा विश्वास आता वेगाने डळमळत चालला होता आणि खलीद त्याला याबद्दल फार काही बोलू शकत नव्हता. परंतु त्याचबरोबर या प्रश्नावरून टोळीमध्ये भांडणे व हिंसाचार व्हायला नको, असेही त्याला वाटत होते. त्याने टोळी आणखी भक्कम करायचे ठरवले व मग नंतर यातून बाहेर पडायचे असेही ठरवले. अशी ही त्या दोघांची रस्सीखेच चालली असली तरी खलीद हा टोळीशी एकनिष्ठ होता. विशेषत: बाशू दादाकडून खलीदला आपल्याकडे घेऊन दाऊदने त्याच्यावरती पूर्ण विश्वास टाकला होता. शिवाय गुन्हेगारी जगात नेहमी एकाच दिशेने जाणारे रस्ते असतात. उलट दिशेने येणारे नसतात. खरे सांगायचे तर जर खलीदने दाऊदची टोळी फोडायचा प्रयत्न केला असता, तर ते सर्व त्याच्यावर चालून आले असते.

खलीदने टोळीतील सर्व माणसांकडे पाहिले व तो विचार करू लागला, ही माणसे मुस्लीम आहेत, मग यात मुस्लीम नसलेले लोक भरती करून घेतले तर? असा विचार येण्यामागे अशी परिस्थिती होती की, दाऊद आणि त्याचे कट्टर शत्रू हे पठाण होते. म्हणजे त्यांची टोळीही मुस्लीमच होती. प्रत्येक टोळी असा दावा करायची की, आपणच खरे अल्लाच्या बाजूचे आहोत अन् म्हणून आपली टोळी दुसऱ्या टोळीपेक्षा श्रेष्ठ आहे. त्यामुळे टोळीतील मुस्लीम माणसे सहजगत्या टोळी सोडून दुसऱ्या टोळीत सामील होत. टोळीशी असलेल्या निष्ठेपेक्षा धर्माशी असलेली निष्ठा महत्त्वाची होती, त्या निष्ठेचा भंग होत नाही ना, एवढेच ते पहात.

खलीदच्या लक्षात आले की, जर टोळीत मुस्लीम नसलेली माणसे आणली व एकदा त्यांनी आपली निष्ठा टोळीला वाहिली की, मग ते दुसऱ्या टोळीत जाणार नाही. शिवाय पठाण मंडळी ही मूळची अफगाणी होती, तर दाऊद हा इथलाच महाराष्ट्रीय माणूस होता. पठाणांपेक्षा इथल्या स्थानिक लोकांना दाऊद अधिक जवळचा वाटणारा होता. अशा सर्व संवेदनशील बाबी तपासून खलीद आपली टोळी अधिक बळकट करण्याचे पाहू लागला. दाऊद व पठाण या दोन्ही मुस्लीम टोळ्या

असल्याने त्यांच्यापासून दूर रहाणाऱ्या अनेक टोळ्या होत्या. त्यांच्यातील माणसे आपल्या टोळीत भरती करावी, असे खलीदने ठरवले.

खलीद हा मुंबईच्या वर्तुळातील जुना माणूस असल्याने अनेक उदयोन्मुख मराठी दादा मंडळींशी त्याचे संबंध आले होते. त्यामध्ये अर्थातच बाबू रेशीम, रमा नाईक व अरुण गवळी यांची 'बीआरए' टोळी होती. या टोळीतील लोक मग आनंदाने दाऊदच्या टोळीत सामील झाले. त्यामुळे आणखी हिंदू तरुण दाऊदच्या टोळीकडे आले. त्यात सुनील सावंत उर्फ सौत्या होता, मनीष लाला होता आणि अनिल परब होता.

या नवीन भरतीमुळे दाऊदची टोळी आणखी वरच्या पातळीवरती गेली. आपले इप्सित साध्य झाले असे समजून खलीद पहिलवान हा इंग्लंडमधील 'आइल ऑफ मॅन' या बेटावर गेला होता. तिथे इक्बाल मिरची हा होता. तो आधी वाणीसामानाचा धंदा करायचा, नंतर तो अमली पदार्थांचा धंदा करून खूप श्रीमंत झाला. इक्बाल मिरचीने खलीदला आपल्या धंद्यात भागीदारी देऊ केली. खलीद त्यात सामील झाला व नंतर तो दुबईला गेला आणि तिथेच स्थायिक झाला. आता भविष्यकाळात कधीतरी एखाद्या मेजवानीच्या प्रसंगी किंवा पार्टीत दाऊदशी त्याची गाठ पडू शकणार होती; पण त्या दोघातील पूर्वीचे जे नाते होते ते आता राहिले नव्हते, हेही तेवढेच खरे होते.

दरम्यान दाऊदची टोळी दिवसेंदिवस अधिकाधिक बळकट होत गेली. १९८१मध्ये डॉ. दत्ता सामंत यांच्या संघटनेने गिरणी कामगारांना संपाची हाक दिली. त्या संपामुळे मराठी तरुणांत बेकारी वाढली व बऱ्याच जणांच्या नोकऱ्या सुटल्या. मध्य मुंबईत हे प्रमाण जास्त होते. कुठेही नोकऱ्या मिळत नसल्याने हे मराठी तरुण नाइलाजाने गुन्हेगारी जगाकडे वळले. मग कोणी दाऊदच्या टोळीत जाऊन काम करू लागले, तर कोणी गवळी टोळीमध्ये गेले.

आणखीही मुस्लीम नसलेली माणसे टोळ्यांमध्ये सामील होत गेली आणि दाऊदची टोळी मुंबईतील सर्वांत मोठी ठरली.

आता त्याच्या टोळीत दोन राजन होते. एक दक्षिण भारतीय बडा राजन आणि दुसरा मराठी छोटा राजन. तसेच शकील नावाचीही दोन माणसे होती. जास्त उंची असलेला 'शकील लंबू' होता आणि दुसरा अर्थातच 'छोटा शकील' होता. खलीदने जी-जी हिंदू पोरे टोळीत सामील करून घेतली, त्याखेरीज डॅनी, संजय रग्गड व शरद शेट्टी ही दाऊदच्या टोळीतील माणसे दुसऱ्या टोळीकडे गेली. दाऊदच्या टोळीत सामील व्हायचे असेल, तर पूर्वी मुस्लीमधर्मीय असावे लागत होते. पण आता ती अट रद्द झाल्याने जुनी दाऊदची टोळी शेवटी मध्यपूर्वेच्या किनाऱ्यावर अस्तंगत पावू लागली.

अशा रितीने दाऊदच्या टोळीला निधार्मिकतेचे मॉडेल बनवणारा खलीद हा रचनाकार बनला. त्याने अखेर दाऊदच्या टोळीला, तिथल्या असुरक्षिततेला आपला रामराम ठोकला आणि या गुन्हेगारी जगातून तो निवृत्त झाला. कसलाही हिंसाचार व रक्तपात न होता एखाद्या टोळीत फारकत होणे हा बहुतेक पहिलाच प्रसंग असावा. कदाचित त्यामुळेच दाऊदच्या मनात 'आपण खलीदवर नकळत अन्याय केला' ही अपराधी भावना निर्माण झाली. कारण याच खलीदने दाऊदला खूप उंचावर नेऊन बसवले होते.

२७

बॉलिवूडमध्ये टोळीने केलेले पदार्पण

मुशीर चालवत असलेली ती पांढरी फियाट गाडी ब्रेक्स दाबून थांबली. काय होते आहे, हे मुशीर आलम याला कळायच्या आत एका ॲम्बॅसिडर गाडीतून तीन माणसे पटापट खाली उतरली. त्यांनीच ती फियाट गाडी अडवली होती. मग त्या तिघांनी झटपट फियाटमधील एका माणसाला बाहेर ओढून काढले. हे सारे वरळीच्या चौकात भर दिवसा घडले. हातात तलवारी, चॉपर व पिस्तुले घेतलेली माणसे आपल्याला पळवून नेत आहेत, यावर मुशीरचा विश्वास बसत नव्हता. नंतर असे कळले की, ती तीन माणसे अत्यंत खतरनाक गुन्हेगारांच्या सिंडिकेटमधील होती. ती सिंडिकेट अमिरझादा, आलमझेब, अब्दुल लतीफ आणि शहाझाद खान यांनी बनलेली होती.

मुशीरला निषेधाचा आरडाओरडा किंवा मदतीसाठी आवाहन करण्याची संधी न देता त्यांनी त्याला ॲम्बॅसिडर गाडीच्या मागच्या आसनावर नेऊन टाकले. गाडीचे इंजीन चालूच होते. ड्रायव्हर बाहेर सावधपणे लक्ष ठेवीत होता. त्याच्या शेजारी एक जण जाऊन बसला, तर दुसरे दोघे मागच्या आसनावर त्या मुशीरच्या डाव्या व उजव्या बाजूला बसले. मग मुशीरच्या डोळ्यांवर एक पांढऱ्या कापडाची पट्टी बांधण्यात आली. मुशीरची गाडी तशीच रस्त्यावर मागे सोडून देण्यात आली होती. मुंबईतील सर्वांत मोठे अपहरण हे अवघ्या एका मिनिटात घडले. मुशीर आलम हा बॉलिवूड चित्रपटसृष्टीतील एक बडा निर्माता होता. त्याला 'बॉलिवूड मोगल' असे म्हटले जायचे. त्याच्या वरळीच्या ऑफिसपासून अवघ्या काही यार्ड अंतरावरती हे अपहरण नाट्य घडले. मुशीर आलमची निर्मिती ही 'मुशीर-रियाझ प्रॉडक्शन्स' या नावाने होई. तो दिलीप कुमारला चित्रपटात घेऊन आपले चित्रपट बनवायचा. त्याने काढलेले काही चित्रपट हे 'सफर', 'बैराग' व अगदी अलीकडचा गाजलेला 'शक्ती'

हा चित्रपट असे होते. 'शक्ती'मध्ये दिलीप कुमार व अमिताभ बच्चन यांनी काम केले होते. आत्ताच्या या अपहरणासारखा प्रसंग या आधी मुंबईत कधीही घडला नव्हता.

त्या दुर्दैवी दिवशी, मुशीर हा नेहमीप्रमाणे वरळी येथील फिल्मिस्तानच्या इमारतीमधील एम.आर. प्रॉडक्शन्सच्या आपल्या ऑफिसात काम करीत बसला होता. दुपारी ४:३० वाजण्याच्या सुमारास दक्षिण मुंबईत आपल्याला एकाला भेटायला जायचे आहे, हे त्याच्या लक्षात आले. मग तो उठला व आपली गाडी घेऊन बाहेर पडला. पण त्या ॲनी बेझंट रोडवर तो काही यार्ड येथे गेला असेल तोच त्याची गाडी अडविण्यात आली.

नेहमीप्रमाणे आपली गाडी चालवत असताना, आपल्या मागे एक पांढरी ॲम्बॅसिडर गाडी नको तितकी जवळ आली आहे, हे त्याच्या लक्षात आले. त्या गाडीबद्दल एकदा त्याच्या मनात वाईट शंका आली खरी; पण दुसऱ्याच क्षणाला त्याने ती शंका आपल्या मनातून झटकून टाकली. पण सतत जवळ येणाऱ्या गाडीमुळे तो मनातून चिडत होता. जेव्हा ती मागची गाडी एकदम एका बाजूने पुढे येऊन त्याच्या गाडीसमोर ब्रेक्स मारून थांबली तेव्हा आपले हृदय एकदम तोंडात येते आहे की काय, असे वाटण्याइतपत त्याला धक्का बसला. मुशीर ॲम्बॅसिडर गाडीवर जाऊन आदळणार होता; पण थोडक्यात बचावला. तो यावर आपला राग व्यक्त करण्याच्या आत त्या माणसांनी त्याला बाहेर काढून पळवून नेले.

मुशीर अस्वस्थपणे हालचाली करीत होता. त्याने डोके मागे करून नाक व ती कापडी पट्टी यांच्या फटीतून काही दिसते आहे का, ते पहाण्याचा प्रयत्न केला. त्या तिघातल्या अब्दुल लतीफ याने तो प्रयत्न पाहिला व मुशीरचे डोके दाबून त्याला घसरवून आसनाच्या खाली जमिनीवर बसवून ठेवले.

तो 'मुव्ही मॅग्नेट' आता त्या ठगांच्या पायाशी बसला होता. पण लवकरच त्याला कळून चुकले की, ही माणसे आपला जीव घेणार नाहीत. पण आपल्याकडून काही पैसे उकळतील हे नक्की. आपल्याला कुठे नेले जात असेल, याचा तो तर्क करू लागला. त्यासाठी मान वर करून पट्टीच्या फटीतून तो बाहेरचे दृश्य पहात होता. एकदम त्याला काही रंग सरकताना दिसले. त्याने ते 'शोले' सिनेमाचे पोस्टर आहे, हे ओळखले. परंतु यापेक्षा त्याला नंतर माग घेण्याच्या दृष्टीने आणखी काही खुणा दिसल्या नाहीत. ती गाडी यानंतर दहा मिनिटांनी थांबली. सर्व जण बाहेर पडले. मुशीरलाही बाहेर काढण्यात आले.

"नीट पाऊल टाका, पुढे एक फळी आहे," कोणीतरी मुशीरला सूचना दिली. मुशीरने आपले पाऊल आणखी वर उचलले व त्या फळीवर चढला. "पुढे जिना आहे, जरा जपून." परत कोणीतरी त्याला सूचना दिली. मुशीर तो जिना चढू लागला. जिना लाकडी आहे हे त्याला कळले. त्याने जिन्याच्या कठड्याला एका

हाताने धरले. पण आता त्याचे दिशांचे भान हरपले. त्याला वळायला सांगितले व डावीकडे चालायला जाण्यास सांगितले. जात असताना बरीच मुले एका आवाजात कुराणातील काही श्लोक म्हणत आहेत, असे आवाज त्याच्या कानावरती आले. आपण एका अनेक माणसे रहात असलेल्या इमारतीत आलो आहोत, अशी भावना मुशीरला झाली. पण यामुळे त्याला उलट थोडेसे बरे वाटले. निदान आपण बाजूला पडलेल्या निवांत जागेत तर नाही. मग त्याला एका खोलीत ढकलण्यात आले व त्याच्या डोळ्यारची पट्टी काढण्यात आली. त्याला पहिली गोष्ट ही दिसली की, ते एक चित्र होते. तो एक प्रेषित महंमदच्या हिरव्या थडग्याचा फोटो होता. मदिना शहरातील 'मस्जिद नबावी' येथे ते थडगे होते.

परंतु पुढचे काही तास त्याला खूप वेदनादायक गेले. त्याच्या सहनशक्तीच्या पलीकडचे ते सारे होते. त्यांनी त्याला धमक्या दिल्या. शिवीगाळ केली आणि फडाफड थोबाडीत मारल्या. ते अत्यंत गंभीर दिसत होते आणि भयानक वाटत होते. आपल्या फिल्मच्या विशेषत: 'शक्ती' सिनेमाच्या धंद्याबद्दल त्यांना नक्की ठाऊक आहे, असे मुशीरला वाटले.

"हमें सिर्फ पचीस लाख चाहिये," अमिरझादा त्याला अत्यंत आदबशीर भाषेत म्हणाला. त्याच्या स्वरात असेही होते की, मुशीर त्यांचे आणखी बरेच पैशांचे देणे लागतो; पण केवळ दया म्हणून एवढी किरकोळ रक्कम आम्ही मागतो आहोत. मग मुशीरवर सक्ती करून त्याला त्याच्या मेव्हण्याला फोन करावयास सांगितले. त्याचा मेव्हणा मोहंमद रियाझ हा त्याचा धंद्यातील भागीदार होता

जेवढे रोख पैसे जमा करता येतील तेवढे जमा करून एकत्र ठेवावेत व नंतर सांगितलेल्या ठिकाणी ते घेऊन यावेत, अशीही सूचना मेव्हण्याला सांगाव्यात हेही त्यांनी मुशीरला बजावले. फोनवरून मुशीर अर्थातच कोणाकडूनही मदत मागू शकणार नव्हता की पोलिसांना कळवू शकणार नव्हता. रियाझला कळल्यावर त्याने या मागणीला मान्यता दिली आणि रात्री ९ वाजता रियाझ व हरीश सुगंध हे दोघे २ लाख ८० हजार रुपये एवढी रक्कम कशीतरी जमवून तयार झाले. ती रक्कम जेव्हा अमिरझादा व आलमझेब यांना पोहोचली तेव्हा मुशीरची सुटका होऊन तो रियाझला भेटला आणि एक भयप्रद संकट संपले.

२८

'पत्थरवाली' इमारतीमध्ये पठाण

क्राइम ब्रँचमध्ये सब-इन्स्पेक्टर इशाक बागवान नुकताच रुजू झाला होता. एव्हाना पोलीस खात्यात लागून त्याने अर्धा डझन वर्षे तरी पुरी केली होती. तो १९७४च्या बॅचमधला अधिकारी होता. पण आत्ता तो अस्वस्थ झाला होता व त्याला लवकरच काहीतरी करायचे होते. साबीरला पठाणांनी पेट्रोल पंपापाशी ठार केल्याने तो रागाने उसळत होता. क्राइम ब्रँचकडून तपासाच्या दिशेने अजून फारशी प्रगती झाली नव्हती. फक्त अमिरझादा व आलमझेब यांनी साबीरला मारले एवढेच एव्हाना निष्पन्न झाले होते. बागवानच्या मते ही घटना म्हणजे सरळ सरळ पोलीस यंत्रणेच्या अभिमानावर घाव घातल्यासारखी आहे. क्राइम ब्रँच ही 'डीसीबी', 'सीआयडी' या नावाने ओळखली जात होती. म्हणजे Detection of Crime Branch, Criminal Investigation Department असा त्या नावांचा मूळ विस्तार होता. बागवानपुढे आता एक ताजे आव्हान उभे राहिले होते, ते म्हणजे नुकतेच झालेले अपहरण.

बॉलिवूड चित्रपटसृष्टीत निर्माता मुशीर अहमद आणि त्याचा मेव्हणा रियाझ ही दोन्ही नावे फार मोठी समजली जात होती. वरळी सीफेसच्या चौकातून भर दिवसा व वर्दळीच्या वेळी केलेले हे अपहरण म्हणजे मुंबई पोलिसांच्या अब्रूवरचा एक कलंक होता. पोलिसांचे गुप्तचर खाते निष्क्रिय झाले नव्हते; पण त्यांना काही धागेदोरे मिळत नव्हते. अपहरणाची घटना, नंतरची पैशाची मागणी पूर्ण करणे याचे धागेदोरे कुठे पोहोचले आहेत ते समजत नव्हते. सर्वकाही घडल्यानंतर स्वत: दिलीप कुमार क्राइम ब्रँचच्या मुख्यालयात आला होता आणि सीनिअर पोलीस इन्स्पेक्टर मधुकर झेंडे यांना भेटून त्याने या घटनेबद्दल तक्रार दाखल केली होती.

दिलीप कुमार व मुशीर अशा दोघांनी मिळून पोलीस कमिशनर रिबेरो यांचीही

गाठ घेतली. त्यांनी सर्व प्रसंग सांगितल्यावरती रिबेरो यांनी ताबडतोब झेंडे यांना बोलावून घेतले आणि ही केस त्यांच्याकडे सोपवली. झेंडे हे नंतर दिलीप कुमार व निर्माता मुशीर यांच्याशी बोलले आणि त्यांना आदराने क्राइम ब्रँचमध्ये घेऊन आले. आता त्यांची तिथे जबानी घेतली जाणार होती व मग तपास सुरू होणार होता. बागवान यांना त्या तपासाच्या तुकडीत सामील करण्यात आले. मग ते दिलीप कुमार व मुशीर यांच्या जबानीवर विचार करू लागले.

संबंध घटनेचे वर्णन मुशीरने केले. आपली गाडी अडवून आपल्याला कसे पळवून नेले; पांढऱ्या ॲम्बॅसिडर गाडीत डोळे बांधून आपल्याला कसे नेले; वाटेत शोलेचे पोस्टर कसे दिसले; नंतर एका इमारतीच्या पहिल्या माळ्यावर आपण लाकडी जिन्याने कसे वर चढून गेलो व तिथे एका ऑफिससारख्या खोलीत कसे आपल्याला ठेवण्यात आले इत्यादी सारा तपशील त्याने सांगितला. त्यातून काही दुवा मिळतो आहे की नाही हे पहाण्यासाठी झेंडे व बागवान अधूनमधून काही प्रश्न मुशीरला विचारत होते. उदाहरणार्थ, त्याने पळवून नेले जात असताना पाहिलेले शोले सिनेमाचे भव्य पोस्टर, त्यानंतर १०-१२ मिनिटांतच गाडी थांबवून त्या इमारतीमध्ये मुशीरला वर नेले होते. मग वरती जाताना वाटेत आलेली फळी, तो लाकडी जिना, त्यानंतर एका कॉरिडॉरमधून चालवण्यात आले तेव्हा वाटेत लहान मुलांचे कुराणातील श्लोकांचे पठण कसे ऐकले, याचा अर्थ तिथे एखादा मदरसा असावा, अशी माहिती मुशीरकडून मिळाली.

बागवानने आपल्या डायरीत तो सारा महत्त्वाचा तपशील लिहिला. त्याचे मन आत्तापासून लगेच काम करू लागले होते. 'एक थिएटर, तिथे शोलेचे मोठे पोस्टर... नंतर १०-१२ मिनिटे गाडीतून प्रवास... एक जुन्या धर्तीची लाकडी इमारत... मदरसामधील मुलांचे एकसाथ पठण...'

बागवाने ताबडतोब आपल्या साऱ्या खबऱ्यांना ती माहिती पाठवून आपले शहरातील गुप्तचरांचे जाळे जागृत केले. एवढे झाल्यानंतर तो एका फायलीत डोके खुपसून बसला. थोड्याच वेळात त्याच्या ऑफिसातील फोन खणखणला. बाकीच्या कोणी तो फोन उचलायच्या आत त्याने तो फोन घेतला.

पलीकडून कोणीतरी म्हटले, "बागवान साब, सलाम आलेकुम."

बागवानने उत्तर दिले, "हां, बोल किधर था इतना दिन ?"

तो बागवानचा एक खबऱ्या होता. त्याचे नाव बद्रुद्दिन होते. 'बद्र' एवढ्याच संक्षिप्त नावाने तो ओळखला जायचा. बागवानने त्याला 'संपर्क ठेवत नाहीस' म्हणून थोडेसे झापले. बागवान तसे मुद्दाम बोलत होता. जेणेकरून तो ही 'केस ओपन' करण्यासाठी काहीतरी बोलावा. पोलिसांच्या भाषेत 'केस ओपन होणे' म्हणजे कुठेतरी एखादा धागा हातात येऊन केसचा उलगडा होण्यास सुरुवात होणे.

बद्र म्हणाला, "साहब, एक खबर है. एक पता लिखो." फिल्मनिर्माता मुशीर याला ज्या इमारतीमध्ये ठेवले होते तो पता बद्रने सांगितला. कामाठीपुरा भागातील कादर बिल्डिंग. तिथे आलमझेबचे ऑफिस होते.

"पक्की खबर है? या..." पक्की खबर म्हणजे खात्रीपूर्वक असलेली, खतरजमा केलेली खबर.

"साब, एकदम सौ टक्का !" बद्र बोलला.

बागवानने फोन खाली ठेवला व मग त्याने फारसा वेळ गमावला नाही. आपल्या लोकांना ताबडतोब छापा घालण्याचे पथक तयार करायला सांगितले. आपले पथक घेऊन क्राइम ब्रँच सोडण्यापूर्वी त्याने मधुकर झेंडे यांना आपण कामाठीपुरा येथे जात आहोत म्हणून सांगितले. कामाठीपुऱ्यातील गल्लीबोळात पोलिसांच्या गाड्या दिसणे हे नेहमीचेच होते. त्यामुळे त्याचे कोणालाच आश्चर्य वाटत नसे. कदाचित हे पोलीस 'हप्ता' मागायला आले असतील किंवा एखादा छोटा छापा मारायचा असेल, असा विचार पहाणारे करीत. अशा वेळी एखाद-दुसरा पोलीस मोटारसायकलवर येई किंवा एखादी पोलीस जीप येई. पण आत्ता तर दोन पोलीस जीप व एक व्हॅन आली होती. वाटेल त्या प्रसंगाला तोंड देण्याची तयारी करून पोलीस पार्टी आली होती.

कामाठीपुऱ्यातील पाचव्या गल्लीत पोलीस पांगून पसरले. त्यांनी सर्व भाग चारही बाजूने अडवून धरला. मग बागवान स्वत: कादर बिल्डिंगमध्ये शिरला. पहिल्या मजल्यावरील आलमझेबच्या ऑफिसात तो घुसला. त्या जागेत सर्वकाही नीटनेटके होते. छान फर्निचर होते; पण तिथे कोणीही नव्हते. फक्त सलीम नावाचा एक तरुण पोरगा होता. सलीमने नुकताच मुस्लीम धर्म स्वीकारला होता. पूर्वी तो सानिया भंगी या नावाने ओळखला जायचा. त्याने एका मुस्लीम मुलीशी लग्न केल्यावर त्याचे धर्मांतर करण्यात आले. त्याला या ऑफिसची देखभाल करण्यासाठी ठेवलेले होते. तसेच आलमझेब व अमिरझादा यांची सटरफटर कामेही तो करीत असे.

बागवान यांनी सलीमला ताब्यात घेतले व त्याला गाडीतून क्राइम ब्रँचमध्ये आणले. सलीम काहीच बोलला नव्हता की पोलिसांना सहकार्य देत नव्हता. चांगला निगरगट्ट असावा. क्राइम ब्रँचची इमारत दगडी असल्याने लोक तिला 'पत्थरवाली बिल्डिंग' म्हणत. गुन्हेगार बोलत नसेल तर आतले पोलीस त्याला म्हणत, "इस पत्थरवाली बिल्डिंगमें पत्थरभी बोलते है." त्यामुळे सलीम पोलिसी खाक्यापुढे टिकला नाही. तासाभरातच तो बोलू लागला. त्याच इमारतीमध्ये मुशीरला ठेवले होते, हे त्याने कबूल केले. पण ते दोघे पठाण कुठे आहेत या प्रश्नाला तो काहीच उत्तर देईना. त्याला ती माहिती नव्हती.

तो फक्त एवढेच म्हणाला की, ''ती माहिती आलमझेबचे वडील सांगू शकतील.'' मग बागवान ताबडतोब डंकन रोडवरील 'अली बिल्डिंग' येथे गेले. तिथे आलमझेबचे वृद्ध वडील, जंग्रेझ खान रहात होते. त्यांना पोलिसांनी शेवटी ताब्यात घेऊन डिटेन्शन कायद्याखाली अडकवून ठेवले. अखेर आपली स्थिती लक्षात घेऊन जंग्रेझ खान याने आलमझेब कुठे सापडेल तो पत्ता दिला.

तो पत्ता अहमदाबाद येथला होता. मग पोलिसांची तुकडी झेंडे यांच्या नेतृत्वाखाली अहमदाबादला गेली. तिथे काकुपुरा भाग ते धुंडाळू लागले. सलीम व जंग्रेझ खान यांच्याकडून त्यांना फक्त त्या पत्त्याबद्दल दोनच दुवे मिळाले होते. एक पांढऱ्या रंगाची ॲम्बॅसिडर मोटरगाडी, ज्यावर GUJ - 7999 असा नंबर लिहिलेला आहे. ती तिथे उभी होती. अन् तिथे एक मटक्याचा अड्डा एका हॉटेल मागे आहे. तो भाग दरियागंज हा होता. पोलिसांनी तो सर्व भाग पिंजून काढल्यावरती त्यांना ती ॲम्बॅसिडर सापडली. ती नुकतीच निघत होती. मग पोलिसांची गाडी त्या गाडीमागे लागली. एके ठिकाणी अम्बॅसिडर थांबून त्यातून अमिरझादा बाहेर पडत होता. लगेच पोलिसांनी त्याला पकडले व अटकेत टाकले. त्या गाडीत पोलिसांना हत्यारांचा मोठा साठा सापडला. त्यात पॉइन्ट१२ बोअरच्या ३ रायफली, १४ चीनी व जर्मन पिस्तुले होती. त्यात पॉइन्ट३८, पॉइन्ट३२ व पॉइन्ट२२ या साइझची ३०० काडतुसे होती. पोलिसांनी एका चित्रपट निर्मात्याच्या मुख्य अपहरणकर्त्याला पकडले होते; पण गाजलेल्या टोळी युद्धातील गुन्हेगारालाही पकडले होते.

२९

टाइपरायटर चोर : राजन नायर

तुरुंग हे गुन्हेगारांना काही काळ गुन्हे करण्यापासून रोखून धरतात, अशी आपली समजूत आहे. तथापि, भारतात तुरुंगामुळे अगदी उलट हेतू साध्य केला जातो. न्याययंत्रणेमागच्या हेतूविरुद्धच येथे घडते. येथे प्रवेश केल्यावर अजाण माणसांचे रूपांतर हे निर्ढावलेल्या गुन्हेगारात होते. जी माणसे चुकून धरली जाऊन तुरुंगात डांबली जातात, ती तुरुंगातून बाहेर येताना त्यांचे मन विकृत झालेले असते. मग त्यांना असे वाटू लागते की, आयुष्यात पुढे जायचे असेल तर फक्त आणखी गुन्हे करणे एवढाच मार्ग आहे. मुंबईच्या गुन्हेगारी जगाच्या इतिहासात अशी अनेक उदाहरणे सापडतील. राजन नायर उर्फ बडा राजन याची अशीच एक कहाणी आहे.

१९७५च्या आसपास राजन नायर हा एका रेडिमेड कपड्यांच्या कारखान्यात काम करणारा शिंपी होता. ठाण्यातील त्या कारखान्याचे नाव होते – 'हिंदुस्तान ॲपारल.' नायर हा एक निष्णात शिंपी समजला जात होता. पण १४ तास काम केल्यावरही त्याच्या हातात दिवसाला फक्त ३०-४० रुपये पडायचे. तो पाच वर्षे तिथे काम करीत होता. पण एवढ्या कालावधीत आपण मुंबईत आपले स्वत:चे घर निर्माण करू शकलो नाही, अजूनही आपली प्रगती होत नाही, असे त्याला वाटू लागले.

दरम्यान तो एका मुलीच्या प्रेमात पडून तिचा अनुनय करू लागला होता. तिलाही राजनबद्दल आस्था वाटत होती. राजन एक अत्यंत कष्टाळू व प्रामाणिक माणूस आहे, असे तिचे मत बनले होते. पण अनेक मुलींना असे वाटते की, झकपक जीवनशैली असेल, तर आपण सुखी होऊ. त्या मग तशा जीवनशैलीला भुरळतात. राजनला श्रीमंती जीवनाची हौस होती व तो त्यासाठी धडपडत होता. त्या मुलीवर पैशांचा भरपूर मारा करून मग तिच्याशी लग्न करावे व स्थिर व्हावे असे

त्याचे स्वप्न होते. पण जेव्हा त्याला उमगले की, आपला तुटपुंजा पगार हा आपल्या मैत्रिणीचे अनुनय आपल्याला हव्या त्या पद्धतीने करण्यास पुरेसा नाही, तेव्हा तो आणखीन छोटी-मोठी कामे अंगावर घेऊ लागला. हॉटेलात वेटर म्हणून काही वेळ काम करायचे, तर कधी कोण्या ऑफिससाठी टपाल व निरोप यांची देवाणघेवाण करायची; पण त्यातूनही त्याचे उत्पन्न फारसे वाढत नव्हते.

एके दिवशी, त्याच्या लक्षात आले की, आपल्या मैत्रिणीचा वाढदिवस जवळ येत चालला आहे. मग तो अत्यंत अस्वस्थ झाला. त्याचा पगाराचा दिवस खूप दूर होता. म्हणून त्याने उचल म्हणून काही रक्कम मागितली. त्याच्या साहेबाने त्याला नकार दिला. तो निराश झाला, उद्विग्न झाला. आता पैशासाठी आपल्याला चोरी करण्याखेरीज दुसरा पर्याय नाही, असे त्याला वाटू लागले. तो ऑफिसात घुसला व दिसली ती किमती वस्तू घेऊन बाहेर पडला. ती वस्तू म्हणजे एक टाइपरायटर होता. त्याने तो टाइपरायटर उचलून एका पोत्यात घातला आणि बाहेर घेऊन गेला. मुंबईच्या मटन स्ट्रीटवरील चोर बाजारात त्याने तो टाइपरायटर विकला आणि त्याचे २०० रुपये मिळवले. या पैशातून तो आता आपल्या मैत्रिणीला साडी विकत घेऊन देणार होता.

लवकरच राजनच्या लक्षात आले की, मुंबईतल्या प्रत्येक ऑफिसात टाइपरायटर हे असतातच. अन् ते जर अधिक चांगले व सुधारित असतील, तर त्याला बरीच किंमत येईल. राजनची फार मोठी स्वप्ने नव्हती. तो जन्मभर टाइपरायटरची चोरी करीत राहिला असता व पैसे करीत राहिला असता.

पण त्याचे नशीब त्याला फार काळ साथ देऊ शकले नाही. जेव्हा पोलीस दुसऱ्या एका तपासाच्या कामासाठी चोर बाजारात गेले, तेव्हा त्यांना सांगितले गेले की, आम्हाला विकलेले सर्व टाइपरायटर एका दक्षिण हिंदुस्थानी माणसाने विकले आहेत. तो माणूस दर आठवड्याला दोन तरी टाइपरायटर विकायला घेऊन येतो.

मग पोलिसांनी चोर बाजारातील विक्रेत्यांवर काही दिवस लक्ष ठेवले. जेव्हा राजन नायर नेहमीप्रमाणे दोन टाइपरायटर विकण्यासाठी त्या आठवड्यात चोर बाजारात गेला, तेव्हा पोलिसांनी त्याला अटक केली. भोईवाडा पोलीस स्टेशनने त्याच्यावर एक भक्कम केस लावली. त्याच्यावर खटला भरला गेला व त्याला तीन वर्षांची शिक्षा झाली.

शिक्षा झाल्यापासून राजनचे आयुष्य संपूर्णपणे बदलून गेले. जेव्हा तीन वर्षांनी सुटून तो परत आपल्या घाटकोपरच्या घरी आला तेव्हा त्याने आपली एक टोळी काढण्याचे ठरवले. काही महिन्यांतच त्याची 'गोल्डन गँग' नावाची टोळी अस्तित्वात आली. मुंबईच्या ईशान्येकडील उपनगरे हे त्या टोळीचे कार्यक्षेत्र होते. त्यामध्ये घाटकोपर, चेंबूर, विक्रोळी, मानखुर्द, भांडुप ही उपनगरे व त्यांच्या आसपासचे भाग

मोडत होते.

प्रथम त्यांनी दुकानदार, हॉटेल व्यावसायिक, टॅक्सी ड्रायव्हर, रिक्षा ड्रायव्हर आणि इतर काही जण यांच्याकडून खंडणी उकळण्यास सुरुवात केली. एक-दोन वर्षातच राजनची टोळी ही अत्यंत प्रभावी बनली. गोल्डन गँगचे अस्तित्व सर्वांना जाणवू लागले. राजनने लवकरच एका भल्या माणसाला अब्दुल कुंजू याला टोळीत सामील करून घेतले. कुंजू हा 'अंजुमे इस्लाम' हायस्कूलमधील एक हुषार विद्यार्थी होता.

पण लवकरच त्याला कळले की, आपल्या या शालेय गुणांचा उपयोग पैसे मिळवण्यासाठी होणार नाही. फक्त राजन अण्णाचाच आर्थिक पाठिंबा असला तर आपण जगू शकतो. मग तो राजनच्या विश्वासातील माणूस बनला, त्याचा उजवा हात बनला. राजन हळूहळू त्याच्यावर अधिकाधिक अवलंबून राहू लागला.

कुंजू राजनपेक्षा अधिक चलाख होता. त्याने लवकरच आपली बुद्धी वापरून एक योजना आखली. त्या योजनेनुसार त्याने आपली एक उपटोळी टिळक नगरजवळच्या शेल कॉलनीत बनवली. अशा रितीने एक टोळीच्या पोटात दुसरी टोळी बनली. लवकरच याही उपटोळीचे प्राबल्य त्या भागात वाढले. नंतर काही दिवसांनी तो एवढा बलिष्ठ झाला की, तो आपला गुरू व मार्गदर्शक राजन नायर यालाच आव्हान देऊ लागला. असे करताना आपले सामर्थ्य दाखवण्यासाठी त्याने राजनच्या मैत्रिणीचाच अनुनय करण्यास सुरुवात केली. शेवटी त्याने तिचे मन जिंकले व तिच्याशी लग्न केले. एके काळी याच बाईमुळे राजनला जगण्याची स्फूर्ती मिळत होती, तिच्या सुखासाठी तो गुन्हेगारीकडे वळला होता.

राजन आता पुरता बेचैन झाला होता, गोंधळला होता व अत्यंत दुःखी झाला होता. रागाने धुसफुसत त्याने शपथ घेतली की, अब्दुल कुंजूवर एक रक्तरंजित सूड उगवायचा. जेव्हा १९७९मध्ये कुंजूला एनएसए कायद्याखाली अटक झाली व स्थानबद्ध केले गेले, तेव्हा राजनने ती संधी साधली. त्याच्या टोळीने कुंजूच्या टोळीवर हल्ला चढवला आणि त्यांना चांगले चोपून काढले. राजनने कुंजूच्या पत्नीला, आपल्या एकेकाळच्या हृदयाच्या धडकनला पळवून नेण्याचा अयशस्वी प्रयत्नही केला.

कुंजू तुरुंगात असल्याने काहीही करू शकत नव्हता आणि राजन त्याचा तळ हळूहळू; पण परिणामकारकरितीने उखडून काढीत होता. या प्रकरणाचा निकाल आपल्या स्वतःच्या हाताने लावायचा, असे कुंजूने ठरवले. जेव्हा त्याला विक्रोळी येथील कोर्टात नेले जात होते, तेव्हा त्याला घेऊन जाणाऱ्या पोलिसाच्या डोळ्यात त्याने तिखट फेकले आणि तो निसटून पळून गेला. मग बरेच दिवस तो पोलिसांशी लपंडाव खेळत राहिला. काही दिवसांनी हे प्रकरण जेव्हा थंड झाले तेव्हा कुंजू

घाटकोपरला परतला. लवकरच त्याने राजनला निरोप पाठवला की, ''मी आता तुला भेटावयास येत आहे.''

त्या वेळी राजन व कुंजू यांना आमनेसामने किंवा एकमेकांसमोर येणे टाळीत होते. त्यामुळे त्यांच्यातील वैर काही काळ थोपवले गेले होते. प्रत्येक जण दुसऱ्याला कसे मारता येईल याची संधी शोधत होता. त्यासाठी दुसऱ्यावर मात करण्याच्या अनुकूल परिस्थितीची ते वाट पहात होते.

एव्हाना दाऊद गुन्हेगारांच्या जगात कुख्यात झाला होता. तो बडा राजनला मुसाफीरखान्यात भेटला. आपल्या भावाच्या हत्येचा सूड कसा घेता येईल, याची तो चर्चा करू लागला. राजन हा एके काळचा टाइपरायटर चोरणारा माणूस आहे, हे कळल्यावर दाऊदला आश्चर्य वाटले. राजनने मुसाफीरखान्यात दाऊदच्या दोन निकटवर्तीयांची भेट घेतली. त्यामध्ये दाऊदचा जिवश्चकंठश्च मित्र छोटा राजन होता. दोन्ही राजन एकमेकांना भेटल्यावर मुंबईतील मुस्लीम टोळ्यांची ताकद किती आहे, ते त्यांच्या चर्चेतून त्यांच्या लक्षात आले.

दाऊदसारखा एका टोळीचा दादा आपली मदत मागतो आहे, अशी राजन अण्णाने कधी कल्पनाही केली नव्हती. मग अनेकवार भेटी होत असताना एकदा दाऊदने बेसावध क्षणी आपल्या मनातील सल राजनला बोलून दाखवला.

दाऊदला ती पठाणांची टोळी पूर्णपणे नेस्तनाबूद का करायची होती हे समजणे सोपे होते. त्यांनी एक अक्षम्य कृत्य केले होते. साबीरच्या मृत्यूमुळे दाऊदच्या अनेक भावना कायमच्या करपून गेल्या होत्या. आपल्या थोरल्या मुलाच्या खुनामुळे त्याच्या आई-वडिलांना जे अमाप दु:ख झाले होते ते इतके होते की, दाऊदला त्यांना तोंड देणे जमेनासे झाले होते. तो आई-वडिलांच्या नजरेला नजर देईनासा झाला. तो आतल्या आत उसळून क्षुब्ध होई. एरवी तो कोणाच्याही नजरेला सरळ आपली नजर भिडवून पहात असे; पण आता तो सर्वांनाच काय; पण स्वत:लाही जणूकाही टाळत होता, असे म्हटले पाहिजे. त्याने स्वत:ला शांत करण्याचा प्रयत्न करून पाहिला; पण ते त्याला जमले नाही. फक्त एकच गोष्ट झाली, तर तो शांत होऊ शकणार होता. ती गोष्ट म्हणजे अमिरझादा व आलमझेब यांची हत्या.

बडा राजनकडे दाऊद आपले मन मोकळे करून मन:शांती मिळवीत होता. आपल्यावर ज्याअर्थी ही कामगिरी सोपवली आहे, त्याअर्थी आपल्यावर विश्वास टाकला गेला आहे, हे लक्षात घेऊन राजन त्याचे सांत्वन करीत होता व 'काहीही काळजी करू नका' असा दिलासा तो त्याला देत होता. या कामासाठी मी एखादी योग्य व्यक्ती शोधेन, असे दाऊदला त्याने आश्वासन दिले. अन् टिळकनगर व चेंबूर भागातील टोळीचा तो दादा असल्याने त्याला त्यासाठी फार दूर जावे लागणार नव्हते. या कामासाठी त्याने दोन स्थानिक तरुण निवडले. त्यातला एक काही काळ

असलेला गुन्हेगार होता. त्याचे नाव फिलिप्स पांढरे होते, तर दुसरा एक उधळ्या व मवाली माणूस होता. त्याचे नाव होते डेव्हिड देवासयन परदेशी.

परदेशी हा २४ वर्षांचा तरुण होता. त्याला नोकरी नव्हती. कुटुंब नव्हते किंवा कसल्याही प्रकारचे आयुष्यही लाभले नव्हते. तो कुचकामी आहे, असे लोकांचे मत होते. कुणी सांगतील ती कामे करून किंवा कोणाच्यातरी मदतीवर तो गुजराण करीत होता. जगण्यासाठी सतत काम करावे लागते, हे त्याच्या कधीही डोक्यात येत नसे. अशा भरकटलेल्या लोकांना राजन नेहमी हेरत असे. त्याच्या मते हाच माणूस 'त्या' कामासाठी योग्य होता. बडा राजनने यावर विचार करून असा निष्कर्ष काढला की, परदेशी हा त्या कामासाठी योग्य आहे. कारण कुटुंब नसल्याने त्याला आगापिछा नाही. आणि म्हणूनच तो अमिरझादाला मुंबईच्या कोर्टात गोळी घालू शकेल.

३०

परदेशीकडून पठाणाची हत्या

त्याचे हृदय जोरजोरात धडधडत होते; त्याच्या घशाला कोरड पडली होती; त्याचा श्वासोच्छ्वास अनियमित झाला होता; त्याचे पाय थरथरत होते आणि आता आपण कोणत्याही क्षणी कोसळणार, असे त्याला वाटत होते. परदेशीच्या नजरेला सर्वकाही सारवल्यासारखे दिसू लागले होते. समोरच्या हालचाली अत्यंत संथ गतीने होत आहेत, असे त्याला भासू लागले. त्याला आपली नजर नीट केंद्रित करता येईना. हातात पिस्तूल नीट धरणे त्याला अवघड जाऊ लागले....

परदेशीला जे काही करायला सांगितले होते, ते अगदी नीट, स्वच्छ होते. त्याने अमिरझादावर गोळ्या झाडायच्या व नंतर लगेच खिडकीबाहेर उडी टाकून पळून जायचे. एक अचूक नेमबाज अशी परदेशीची ख्याती कधीच नव्हती. पिस्तूल हातात कसे धरायचे, हेही त्याला ठाऊक नव्हते. तसेच दिवसाढवळ्या भर कोर्टात एखाद्याला ठार करणे, ही कल्पना मुळातच कोणालाही विसंगत व हास्यास्पद वाटणारी होती. अत्यंत कडेकोट बंदोबस्त असताना कोणीतरी एकदम पिस्तूल बाहेर काढून एखाद्या गँगस्टरची हत्या करेल, हे कोणाच्याच डोक्यात येणारे नव्हते.

त्या काळात भारतातील कोर्टात कधी गोळीबार झाल्याचे ऐकिवात नव्हते. अशा अतिरंजित गोष्टी फक्त हॉलिवूडच्या चित्रपटात दाखवल्या जात असल्याने त्या काल्पनिक व अविश्वसनीय वाटत होत्या.

गोळीबार केल्यानंतर कोर्टातून निसटून पळून जाणे, हे केवळ अशक्य आहे याची राजनला कल्पना होती. त्याला हेही ठाऊक होते की, एकदा का परदेशी पोलिसांच्या हातात सापडला की तिथेच सर्व कथा संपली, असे म्हणावे लागेल. परदेशीला कुटुंब नव्हते. म्हणजे नंतर त्याच्या कुटुंबांपैकी कोणीही पैसे मागायला येण्याची शक्यता नव्हती किंवा कोणी निराधार झालेली आई अथवा बहीण पुढे

येणार नव्हती. अमिरझादाला मार्गातून हटवणे हे परदेशीला तसे म्हणजे कौटुंबिक कारणासाठी कठीण नव्हते. यापेक्षा अधिक सुरक्षित योजना असूच शकत नव्हती. म्हणून जरी परदेशीला अशा कृत्यांचा अनुभव नव्हता; तरीही नंतर त्याचा निपटारा सहज करता येत होता. म्हणून शेवटी परदेशीवर हे काम सोपवण्याचे नक्की झाले.

मग परदेशीला उरण गावाजवळील उलवा खेड्यामध्ये नेण्यात आले. उलवा नावाची मुस्लीम जमात तिथे रहात असल्याने त्या खेड्याला तेच नाव पडले होते. ही जमात आपल्यापैकीच आहे, असे दाऊद मानीत होता. गावाभोवती सर्व बाजूंनी टेकड्या असल्याने तिथे जर गोळीबाराचा सराव केला तर सहसा बाहेर कोणाला कळणारे नव्हते. शिवाय टेकड्यांमुळे तो भाग वेगळा पडल्यासारखा झाला होता. परंतु परदेशीला तिथल्या प्रशिक्षणात आपली फारशी चमक दाखवता आली नाही. हातात पिस्तूल घेऊन तो नुसत्या गोळ्या झाडे व पिस्तुलाचा मागे बसणारा दणका अनुभवे. पण नेमबाजीकडे तो लक्ष देत नव्हता. दाऊदच्या पैशावर तो तिथे जगत होता व दिवसभर आराम करीत होता. ते आरामाचे आयुष्य त्याच्या आवडीनुसार त्याला योग्यच वाटत होते. या नवीन विद्यार्थ्याची नेमबाजीत कितपत प्रगती झाली आहे ते वेळोवेळी दाऊद विचारायचा. त्याची मंद प्रगती पाहून तो चिडायचा; पण राजन त्याला शांत करायचा. दाऊदची आता पक्की खात्री झाली होती की, परदेशी ही काही लायक व्यक्ती नाही. त्याने या संदर्भातली आपली नाराजी वेळोवेळी बोलून दाखवली होती. तरीही परदेशीच्या महत्त्वामुळे झालेला करार मोडता आला नाही. परदेशी हा एक खास निवडलेला माणूस होता, त्याचे दिवस भरत आले होते; पण त्याला याची जाणीव नव्हती हे त्याचे एक प्रकारे सुदैवच म्हटले पाहिजे.

अखेर ती वेळ आली आहे, असे राजनला वाटले. ६ सप्टेंबर १९८३ रोजी डेव्हिड परदेशीला मुंबईतील सिटी सिव्हिल कोर्ट व सेशन्स कोर्ट येथे राजन घेऊन गेला. परदेशी अस्वस्थ झाला होता. त्याला सारखा घाम येऊ लागला. त्याने सैलसर शर्ट आणि पॅन्ट चढवली होती. शर्टाच्या आत त्याने पिस्तूल खोचून ठेवले होते. तो भेदरत-भेदरत सर्व कोर्टरूममधून हिंडला. एक गोष्ट त्याने बरोबर केली, ती म्हणजे तो लोकांचे लक्ष वेधून घेण्यासारखे काहीही करीत नव्हता. ह्या फाटक्या माणसाकडे कोर्टातून येताना-जाताना कोणीही लक्ष दिले नाही. कोर्टातील न्यायाधीशाने शांतता राखण्यास सांगितले व आरोपी अमिरझादा याला सादर करावे असा हुकूम दिला. मग परदेशी याने आपले रिव्हॉल्व्हर बाहेर काढले.

गोळी नीट झाडण्यासाठी त्याने आपली उभे रहाण्याची स्थिती पक्की केली. पण त्याला अमिरझादावर नेम घेता येत नव्हता. पोलिसांची डोकी मध्येमध्ये येत होती. त्याला सक्त सूचना दिली होती की, गोळी झाडायची ती जीवन घेण्यासाठीच, ठार करण्यासाठीच. मग त्यानंतर परदेशीने पहिल्या मजल्यावरच्या खिडकीतून

खाली वाट पहात उभ्या असलेल्या जीपमध्ये उडी टाकायची.

जीपमध्ये राजन, त्याचा ड्रायव्हर बलराम वेणू गोपाल आणि अली अंतुले हे वाट पहात बसले होते. परदेशी पोलिसांच्या हातात पडणार नाही याची काळजी ते घेणार होते.

अमिरझादावर नेम धरताना परदेशीचे मन पूर्ण कोरे होते. त्याचा पुढचा पोलीस हलला आणि एकदम परदेशीला अमिरझादाचे कपाळ दिसले. त्याने त्यावर नेम धरला आणि पिस्तुलाचा चाप दाबला. कोर्टात एक दबका स्फोटाचा आवाज झाला आणि अमिरझादा खाली पोलिसांच्या गराड्यात मध्यभागी कोसळला. मग तिथे गडबड-गोंधळ सुरू झाला. लोक सैरावैरा चारही दिशेने धावत सुटले. पोलीस त्या परिस्थितीवरती कसाबसा ताबा ठेवू पाहू लागले. काही क्षण तिथे कमालीची अंदाधुंदी माजली होती. त्याच वेळी परदेशी पळून जाऊ लागला. तथापि, सब-इन्स्पेक्टर इशाक बागवान यांनी परदेशीला पळून जाताना पाहिले. त्यांनी ताबडतोब आपले पिस्तूल बाहेर काढून त्याच्यावर झाडले. त्यांनी परदेशीच्या मानेचा नेम धरला होता. परदेशी खाली कोसळला. तो जखमी झाला होता; पण मरण पावला नव्हता.

मग बागवान यांनी त्याला जवळच्या जे.जे. हॉस्पिटलमध्ये घाईघाईने नेले. दरम्यान राजनची माणसे खाली बराच वेळ वाट पहात होती. आपले लक्ष्य साध्य झाले असून परदेशी पळून गेला आहे, याची त्यांना खात्री पटायची होती. शेवटी त्यांच्या लक्षात आले की, परदेशीला गोळी घातलेली असून तो लवकरच मरण पावेल. परंतु परदेशी मेला नाही, वाचला. त्याच्या जखमा एवढ्या जीवघेण्या नव्हत्या.

परदेशीने मग पोलिसांपुढे उगाच आपले शौर्य दाखवले नाही. तो काही एखादा गँगस्टर नव्हता. त्याला आपली आर्थिक चिंता कायमची मिटवायची होती. त्याची एवढीच माफक इच्छा होती. सब-इन्स्पेक्टर बागवान यांच्या पहिल्याच सूचनेनुसार तो लगेच पोलिसांच्या बाजूचा साक्षीदार म्हणून उभा रहाण्यास तयार झाला. त्याने मग राजन व दाऊद यांच्याविरुद्ध आपली जबानी दिली व अमिरझादा याच्या हत्येत त्यांचा कसा हात आहे, हे त्याने दाखवून दिले. परिणामी बडा राजन व दाऊद इब्राहिम यांना पोलिसांनी अटक केली. राजनच्या मते तर 'आपण आता नक्कीच मेलो' असे त्याला वाटू लागले. कारण तो दाऊदपेक्षा लहान गुन्हेगार होता व नेहमी अशांचाच बळी घेतला जातो. दाऊदला अटक केल्यानंतर त्याच्याभोवती कडक पहारा ठेवला होता. कमालीची सुरक्षितता बाळगली होती. तेवढी सुरक्षितता राजनभोवती नसल्याने तो केव्हाही पोलिसांच्या तावडीतून पळ काढू शकत होता. दाऊदच्या मते आता मुंबईत रहाणे हे धोक्याचे बनले होते.

बागवान यांनी परदेशीला आपल्या ताब्यात घेऊन त्याला नवीन जीवन सुरू

करून देण्यास मदत केली. पण जो कोणी एकदा दाऊदचा शत्रू होतो तो कायमचा दाऊदचा शत्रू होतो. दाऊद त्याचा सर्वत्र माग काढीत रहातो. परदेशी स्थायिक झाला व त्याने लग्नसुद्धा केले. मग तो दुबईला जाऊन राहू लागला. तिथे तो ऑडिओ कॅसेट्स विकू लागला. पण अखेर तिथूनही त्याला मुंबईला पळून येणे भाग पडले. शेवटी काही वर्षांनी मुंबईच्या एका हॉटेलमध्ये तो रहस्यमय परिस्थितीत मृत पावलेला सापडला.

परदेशीचा शेवटपर्यंत दाऊदने कसा पाठलाग केला, त्यावरून दाऊद किती सूड बाळगणारा होता हे दिसून येते. परदेशीने त्याच्यावर सोपवलेले काम पुरे केले; तरीही त्याच्या तोंडून दाऊदचे नाव निसटल्याने त्याचा पाठलाग मरेपर्यंत केला गेला. कोणीही किंचित जरी दाऊदचा विश्वासघात केला तरी दाऊद त्याला विसरत नव्हता व क्षमाही करीत नव्हता.

३१

सूडचक्र

पठाण मंडळी आता चांगलीच संतापली होती. कोणीतरी एखादा फाटका माणूस उठून कोर्टात चालत येतो व सरळ अमिरझादाला निर्लज्जपणे गोळ्या घालतो म्हणजे काय? सुरुवातीला त्यांना वाटले की, परदेशी हा दाऊदच्या टोळीचा माणूस आहे. पण नंतर त्यांना शोध लागला की, त्या हत्येमागे एके काळचा ठग राजन नायर हा आहे. हे कळल्यावर तर त्यांना संताप येण्यापेक्षा आपला अपमान झाल्यासारखे वाटले.

आता याचा सूड उगवलाच पाहिजे व त्यासाठी त्या राजन नायरला आपल्या भावाच्या मृत्यूबद्दल मारलेच पाहिजे. सुरुवातीला राजन नायरला गोळी घालण्याचे काम आलमझेब यालाच करायचे होते. पण करीम लालाने त्याला पटवून दिले की, त्याने जर असे काही भर कोर्टात केले, तर तोच यात पोलिसांकडून मारला जाईल. कारण या वेळी तर पोलीस अधिक सावध राहून पूर्ण खबरदारी घेतील.

मग ती पठाण मंडळी बरेच दिवस योजना बनवू पहात होते. पण काहीच जमले नाही. करीम लाला याला अमिरझादा हा खूप आवडत होता. कारण शेवटी तो एक 'पठाणका बच्चा' होता ना! त्याच्यासारखाच पठाणांच्या भूमीत तो जन्माला आला होता. पण आता दुसऱ्या पठाणाला धोक्यात घालण्यात अर्थ नव्हता.

मग करीम लाला या निर्णयाला आला की, त्या खुनाचा बदला घेण्यासाठी दुसऱ्या पठाणाचा जीव धोक्यात घालण्यात अर्थ नव्हता. त्यासाठी एकच मार्ग उपलब्ध होता, तो म्हणजे राजन नायरची हत्या करण्यासाठी कोण्या बाहेरच्या माणसाची त्यासाठी नेमणूक करायची.

अशा कामासाठी योग्य व्यक्तीचा शोध घेणे, पठाण मंडळींना फारसे कठीण गेले नाही. लवकरच या कामासाठी त्यांना एक माणूस मिळाला; तो होता अब्दुल

कुंजू! तो राजन नायरचा दीर्घ काळ एक कट्टर शत्रूही होता, म्हणजे 'डबल इन्सेन्टिव्ह' मिळाल्यासारखेच झाले!

मग त्यांनी कुंजूला एक निरोप पाठवून पठाणांनी त्याला नाना चौकातील एका हॉटेलात भेटीसाठी बोलावले. जेव्हा कुंजू व आलमझेब यांची गाठ पडली तेव्हा आलमझेबला आनंद झाला. कुंजूला पूर्वीच राजनला संपवण्याची इच्छा होती व त्यासाठी तो संधीची वाट पहात अनेकदा टपून बसला होता. शिवाय अशा खून पाडण्याच्या कामासाठी त्याला कोणाचातरी पाठिंबा हवा होता. पठाणांसारखे गँगस्टर राजनला ठार करण्यासाठी आपल्यापुढे हात करत आहेत, हे पाहून त्यांच्याशी या बाबतीत होणारा सौदा चांगलाच किफायतशीर ठरणार असल्याचे त्याच्या लक्षात आले.

एखादी योजना नीट रचण्यात कुंजू हुषार होता. म्हणून या कामासाठी त्याने राजनला कसा संपवता येईल, याचा अनेक तऱ्हेने विचार केला. त्याने आलमझेबला म्हटले, "आपुन राजनको कोर्टरुममेहीच मारेंगे, जैसे उसने अपने भाईको मारा था." अशा रितीने एका सूडाचे चक्र पूर्ण होऊ शकत होते.

कुंजूने हेही सांगितले की, एखादा व्यावसायिक नेमबाज भाड्याने आणण्यात तथ्य नाही. जो कोणी पिस्तुलाचा चाप दाबेल तो नक्कीच पकडला जाणार. दुसऱ्या वेळी पोलीस बेसावध राहून झोपा काढतील असे होणार नाही.

आता कुंजूला व्यावसायिक नाही; पण अन्य एखाद्या पिस्तूल झाडणाऱ्याची मदत घ्यायला हवी होती. तशा माणसाला शोधणे हे त्याला सोपे होते. कारण राजनला अनेक शत्रू होते. त्यांच्यापैकीच कोण्या एकाला गाठायला हवे. कोर्टात राजनवर गोळ्या झाडणाऱ्या माणसांच्या शोधासाठी कुंजू स्वत: हिंडू लागला. दोन दिवस त्याने व त्याच्या माणसांनी घाटकोपर भागात कसून शोध घेतल्यावरती त्यांना हवा तसा एक माणूस मिळाला. तो एक रिक्षा ड्रायव्हर होता. त्याचे नाव चंद्रशेखर सफालिका होते.

सफालिका हा राजन नायरच्या त्रासाला कंटाळला होता. दर महिन्याला राजनला व त्या माणसांना दहा रुपयांचा हप्ता देणे त्याला पटत नव्हते. शिवाय राजनचा एक माणूस त्या रिक्षा ड्रायव्हरच्या धाकट्या बहिणीशी सतत असभ्य वर्तन करीत असे. कुंजूच्या माणसांनी राजनला ठार करण्याबाबत सफालिकाला ५०,००० रुपये देऊ केले तेव्हा सफालिका विचार करू लागला. यामुळे एका दगडात दोन पक्षी मारल्यासारखे होणार होते. एक तर तो आपल्या शत्रूवर सूड उगवू शकणार होता आणि त्याचबरोबर तो कुटुंबासाठी पैसेही मिळवू शकणार होता. ५०,००० रुपयांत तो दोन किंवा कदाचित तीन रिक्षाही विकत घेऊ शकणार होता किंवा आपण मेल्यानंतर अथवा पकडले गेल्यानंतर आपल्या मागे कुटुंबासाठी तो एक मोठी रक्कम सोडू शकत होता.

मग ती कारवाईची योजना काळजीपूर्वक रचण्यात आली. अमिरझादावरती

गोळी झाडण्यात आली, त्यानंतर बरोबर चोवीस दिवसांनी, ३० सप्टेंबर १९८३ रोजी राजनवरच्या पहिल्या रिमांडची सुनावणी आझाद मैदान पोलीस स्टेशनच्या आवारातील एस्प्लनेड कोर्टात होणार होती. या वेळी पोलीस अत्यंत सतर्क राहणार होते. कोर्टात व कोर्टाबाहेर प्रचंड बंदोबस्त ठेवला गेलेला होता. कोर्टात शिरणाऱ्यांची झडती घेऊन त्यांच्याकडे काही शस्त्र आहे की नाही, याची कडक तपासणी केली जात होती. न्यायाधीशालाही आज कोर्टात राजन नायर याला पोलीस उभे करतील याची कल्पना आली होती. पण पोलिसांनी रोजनाम्यात मात्र तशी नोंद केली नव्हती. 'रोजनामा' म्हणजे कोर्टातील रजिस्टर. यामध्ये कोर्टातल्या रोजच्या कामाची नोंद ठेवली जात असते. कुंजूलाही कळले होते की, आज कोर्टात नायरला नक्की आणले जाणार. मग काय होईल ते होवो. आत्ता नाहीतर परत कधीच नाही.

राजनने कोर्टरूममध्ये पाऊल टाकताच तिथे जमलेल्यांमध्ये एकदम तणाव पसरला. राजनच्या दोन्ही बाजूला पोलीस होते. कोर्टातील प्रत्येक जण आता काय होणार या कल्पनेने ताठ झाला. राजनच्या जवळ असलेले वकील मागे सरकले. राजनच्या फार जवळ उभे राहिलो, तर आपल्याला गोळी लागेल या भीतीपोटी ते मागे सरकले होते. पोलीस अधिकाऱ्यांनी आपले हात पिस्तुलावर ठेवले, कारण आता काहीही घडू शकत होते. जर तो मारेकरी परत कोर्टात गोळ्या झाडण्याचा मूर्खपणा करीत असेल, तर या शंकेपोटी ते चिंतेत होते. पण मुंबईची दादा मंडळी केव्हा काय करून पोलिसांना चकवा देतील याचा नेम नव्हता.

राजनवरसुद्धा पोलिसांवर असल्यासारखा ताण पसरला असावा. तोही अस्वस्थ झाला होता व नेहमी तो जसा आनंदी दिसायचा तसा तो दिसत नव्हता. तो काहीसा उतावीळ झाला होता आणि अगदी काट्यावर आल्यासारखा हालचाली करीत होता. कदाचित त्याची अवस्था एका म्हणीनुसार झाली असावी. जे कोणी नेहमी तलवारीच्या जोरावर जगत असतात त्यांचा मृत्यू तलवारीनेच होतो.

कोर्टातील राजनसंबंधीचे कामकाज थोडेच असल्याने ते झटपट उरकले गेले. काहीही विशेष व वेगळे घडले नाही. तो साराच अँटिक्लायमॅक्स झाला. कोणताही खुनी पुढे आला नाही व त्याने राजनच्या छातीवर गोळ्या झाडल्या नाहीत. एवढेच काय; पण शेजारच्या इमारतीवरूनही कोणीही गोळ्या झाडल्या नाहीत. राजनने एक दीर्घ सुस्कारा टाकला. पोलिसांनाही हायसे वाटले. या वेळी तरी आपल्याला वरच्या साहेबांच्या शिव्या खाण्याची पाळी येणार नाही.

कोर्टरूमच्या आवारात एक व्यक्ती इकडेतिकडे हिंडत होती. तो एक आरमारातील अधिकारी असावा असे त्याच्या कपड्यांवरून वाटत होते. त्याच्याजवळ कमरेला पिस्तूल लटकावलेले होते. पण ते पिस्तूल काढून झाडण्याची त्याला हिंमत होत नसावी असा त्याचा चेहरा सांगत होता. तो आरमारातील अधिकारी चंद्रकांत

सफालिका होता. पण त्याच्या छातीवरील पट्टीवरती एस.एस. बिलाई असे नाव कोरलेले होते. तो चालत भटकत होता व योग्य त्या संधीची वाट पहात होता; पण अनिश्चिततेने घाबरल्याचे लक्षण त्याच्यात दिसत होते. राजन हा एका मोठ्या टोळीचा दादा होता आणि सफालिका हा एक सामान्य रिक्षा ड्रायव्हर होता. आपल्याला राजनवर तुटून पडण्याची एवढी जबरदस्त संधी कधी मिळेल असे त्याला कधीच वाटले नव्हते. एखादी मोठी कामगिरी करण्यासाठी आपल्यावर इतका विश्वास टाकला जाण्याची कल्पना त्याने केली नव्हती. नंतर घडलेली घटना ही राहुल रावळ यांच्या हिंदी चित्रपटात जशीच्या तशी वास्तवात घडल्यासारखी उचलून घेतली आहे. त्यामुळे ते दृश्य ऐतिहासिक ठरले व अमर ठरले. तो चित्रपट होता – 'अर्जुन'. व त्यात सनी देओल याने काम केले होते. एक मारेकरी आरमारी अधिकाऱ्याच्या वेषात भीत-भीत कोर्टरूमच्या आवारात येतो आणि तो गँगस्टरवर गोळी झाडतो, असा तो चित्रपटातील सीन होता.

सफालिका बराच वेळ कचरत होता; पण शेवटी त्याने ठरवले की, 'करेंगे या मरेंगे' आपल्या बहिणीच्या सन्मानाचा प्रश्न त्याच्या मनात येताच तो धीट झाला. लोकांची एक छोटी गर्दी तेथून गेली आणि वकील मंडळी राजन नायरला पोलीस व्हॅनपर्यंत कसे नेत आहेत, त्याकडे पाहू लागली. पण त्यांच्या पहाण्यात फारशी उत्सुकता नव्हती. अचानक गर्दीतून वेगळा होऊन तो आरमारातील अधिकारी पुढे आला व भरभर चालत तो राजनकडे गेला. पोलीस अधिकाऱ्यांना वाटले की, हा अधिकारी राजनला कसलातरी निरोप देत असावा. म्हणून त्याकडे कोणीही गंभीरतेने पाहिले नाही. मग अचानक त्या आरमारी अधिकाऱ्याने कमरेचे पिस्तूल काढले. ते पाहून राजन चकित झाला. एखादा आरमारातील अधिकारी असे काही करू शकेल, यावर त्याचा विश्वास बसत नव्हता. सफालिकाने राजनवर अगदी जवळून गोळ्या झाडल्या.

राजनवरती चार गोळ्या झाडल्या गेल्या. एक गोळी त्याच्या कपाळात घुसली, दुसरी छातीत घुसली, तिसरी मानेत व चौथी चेहऱ्यात घुसली. त्याच्या शरीरातून जोरदार रक्तस्राव सुरू झाला. राजनबरोबर असलेला पोलीस कॉन्स्टेबल एका गोळीने जखमी झाला. राजनला हॉस्पिटलमध्ये नेण्याची तशी गरजच उरली नाही. तो एकदम जमिनीवरती कोसळला आणि त्याने काही मिनिटांतच आपला प्राण सोडला.

आपले गोळ्या झाडण्याचे काम संपल्यावर सफालिका याने पिस्तूल तिथेच टाकून दिले. आता आपण काय करावे ते समजेना. कोणीच हालचाल करीत नसल्याने जणूकाही ते दृश्य स्तब्ध झाले होते, गोठून गेले होते. शेवटी पोलिसांना उमगले की, आपण सफालिका याला अटक केली पाहिजे. अन् सफालिकानेसुद्धा निसटून जाण्याचा प्रयत्न केला नाही.

३२

छोटा राजनचा उदय

राजन नायर उर्फ बडा राजन याच्या हत्येमुळे दुसऱ्या एका राजनचा उदय झाला. तो होता राजेंद्र निकाळजे उर्फ छोटा राजन. चेंबूरमधील शंकर थिएटरजवळ तो तिकिटांचा काळा बाजाराचा धंदा करायचा. त्याचे वडील सदाशिव ठाण्यातील 'हेस्ट' कंपनीत एक कामगार होते. छोटा राजन ह्याला तीन भाऊ व दोन बहिणी होत्या आणि हे कुटुंब मूळचे साताऱ्याजवळील लोणार गावचे. पाचवीत असताना राजनने शाळा सोडली. मग त्याला वाईट मुलांची संगत लाभली. नंतर जगदीश शर्मा उर्फ गुंगा नावाच्या माणसाने एक टोळी चालवली होती. त्यात तो सामील झाला.

१९७८मध्ये, म्हणजे आणीबाणीनंतर जेव्हा पोलिसांनी सिनेमा तिकिटांचा काळा बाजार करणाऱ्यांचा बीमोड करण्याची मोहीम उघडली होती, तेव्हा पोलिसांच्या एका गटाने त्यासाठी शंकर थिएटरपाशी लाठीमार केला. त्या वेळी छोटा राजनने एका पोलिसाच्या हातातील लाठी हिसकावून घेतली आणि सरळ पोलिसांवरतीच चाल केली. त्याने अशा रितीने पाच पोलिसांना गंभीररीत्या घायाळ केले. त्यामुळे त्याच्याकडे नंतर सर्वांचे लक्ष वळले.

ईशान्य मुंबईतील सर्व टोळ्यांना राजनचे हे कर्तृत्व पाहून त्याने आपल्या टोळीत सामील व्हावे असे वाटले. हळूहळू असाच वर येत तो बडा राजनच्या टोळीत सामील झाला. कुंजूने बडा राजनचा विश्वासघात केल्याने बडा राजनचा छोटा राजनवरचा विश्वास वाढला. बडा राजनच्या मनात नेहमीच कुंजूबद्दल आकस आहे, हे त्याला कळले होते. कुंजूने बडा राजनची मैत्रीण पटवली असल्याने राजन अण्णाला कुंजूचा समाचार घ्यायचा होता. पण त्याला कधी तशी संधीच मिळाली नाही. छोटा राजनला हेही सारे ठाऊक होते.

जेव्हा त्याला समजले की, कुंजूनेच बडा राजनला कोर्टात संपवले, ठार केले, तेव्हा छोटा राजन रागाने नुसता काळा-निळा झाला. कुंजूने राजनच्या माणसांचे सामर्थ्य नीट जोखले नव्हते. मग छोटा राजनने व त्याच्या माणसांनी घाटकोपरमध्ये सर्वांना जबरदस्तीने 'बंद' पाळायला भाग पाडले. त्या काळात शिवसेनेसारखे पक्ष बंद पाळला जावा म्हणून जोर करीत नव्हते. असे सक्तीचे बंद पाळण्याची कल्पना ही मूळची टोळीच्या लोकांची.

एकदा हा 'बंद' यशस्वी झाल्यावर, मग ते सर्व जण कुंजूचा शोध घेऊ लागले. कुंजूने आता आलमझेबकडे आश्रय घेतला होता. तथापि आलमझेब त्याला आपल्यापासून दूरच ठेवत होता. तो अनेकदा कुंजूला म्हणे, "तुझे तुलाच स्वतःचे रक्षण करायचे आहे. तेव्हा आता येथून चालता हो."

कुंजू आता जीव वाचवण्यासाठी भटकू लागला, आणि छोटा राजन त्याचा माग एखाद्या यमदूतासारखा काढू लागला. ते दोघे समोरासमोर येण्याआधीच कुंजू तेथून पळ काढायचा. कुंजू जिथे-जिथे लपला होता तिथे राजन जाऊन पोहोचायचा. जणूकाही त्याला कुंजू तिथेच असणार याची जाणीव व्हायची. छोटा राजनने आता टोळीचा संपूर्ण ताबा घेतला होता. कुंजूला शोधून ठार करणे, हा त्याचा प्रतिष्ठेचा प्रश्न बनला होता.

शेवटी कुंजू दमला. सतत पळ काढीत राहिल्याने तो पार खचून गेला. शेवटी कुंजूने एकच शहाणपणाची गोष्ट करायची राहिली होती ती केली. ९ ऑक्टोबर १९८३ रोजी कुंजू क्राइम ब्रँचच्या ऑफिसात जाऊन सरळ पोलिसांना शरण गेला. आपण बाहेर रहाण्यापेक्षा तुरुंगात अधिक सुरक्षित राहू अशी त्याची समजूत होती. परंतु कुंजूची ही कल्पना शंभर टक्के बरोबर नव्हती. छोटा राजनने पुरेशी वर्षे माफिया टोळ्यांत काढली होती आणि त्याला पोलीसही चांगलेच ठाऊक होते. पोलीस आधिकाऱ्यांना लाच दिल्यावर आपली कशी कामे होतात हे त्याला ठाऊक होते. त्याने हर तऱ्हेने प्रयत्न केले आणि जे संबंधित पोलीस अधिकारी पैसे स्वीकारू शकत होते, त्यांना पैसे देऊन आपल्याकडे वळवून घेतले.

दरम्यान कुंजू तुरुंगात मृत्यूच्या भीतीने हाय खाऊ लागला. छोटा राजनला कळले की, कुंजूला २२ जानेवारी १९८४ रोजी विक्रोळीच्या कोर्टात उभे केले जाणार आहे, तेव्हा त्याने ही संधी घेऊन कुंजूला संपवायचे ठरवले. कुंजूला अर्थातच ही कल्पना होती की, छोटा राजन हा आपल्या मागावर असून तो आपल्यावर अशा वेळी हल्ला करेल.

माफिया टोळ्यांना नुसता सूड घेणे हे आव्हान नसते, तर शत्रूला शत्रूच्याच पद्धतीने संपवायचे हे त्यांच्यापुढे खरे आव्हान असते. अमिरझादाची हत्या कोर्टरूममध्ये बडा राजनने केली. त्याचा सूड घ्यायचा असेल, तर बडा राजनची हत्या अशीच

कोर्टरूममध्ये केली तर खरा सूड उगवला जातो. जर त्याला जामीन मिळून तो तुरुंगाबाहेर आला असता व नंतर त्याची हत्या झाली तर पठाणांच्या दृष्टीने तो काही परिपूर्ण सूड झाला नसता. त्याचप्रमाणे अब्दुल कुंजू हा कस्टडीत असतानाच छोटा राजनने त्याची हत्या केली तरच खरा सूड उगवला जाईल. जर तुरुंगातून कुंजू बाहेर पडण्यात यशस्वी झाला, तर मग राजनने त्याच्यावर घेतलेला सूड हा परिणामकारक ठरला नसता. कोर्टामध्येच कुंजूला मारायचे राजनच्या मनात होते.

माफिया टोळ्यांमध्ये सूड घेण्याचा हा जुना नियम कुंजूलाही चांगलाच ठाऊक होता. छोटा राजनच्या हल्ल्यापासून बचाव करायचा असेल, तर न्यायालयीन कस्टडीचाच आश्रय घेतला पाहिजे आणि शक्य तितके कोर्टात जाण्याची पाळी येऊ न देणे, असे केले पाहिजे. मग २२ जानेवारीला कुंजूला कोर्टात नेऊन उभे करण्याची वेळ आली, तेव्हा त्याने आपल्याला कोर्टात नेणाऱ्या पोलिस कॉन्स्टेबलकडे गयावया करून विनंती केली की, "मला पोलिसांच्या व्हॅनमधून नेऊ नका. माझ्या स्वतःच्या गाडीतून मला जाऊ द्या." आपण नक्कीच पळून जाणार नाही असे वचन त्याने दिले. तो पुढे म्हणाला, "मला मरायचे नाही. मी जर निसटून पळालो तर छोटा राजन मला ठार करेल. म्हणून मी नेहमी पोलिसांबरोबरच राहीन." त्याने तसे पोलिसांच्या तुकडीला पटवून देण्याचा प्रयत्न केला. पोलीस व्हॅनमध्ये आपण सहज दिसून येऊ शकतो. तसे ॲम्बॅसिडरमध्ये होत नाही, असेही त्याने सांगितले.

पण कुंजूचा हा तर्क चुकला होता. त्याच्या म्हणण्याप्रमाणे पोलीस त्याला त्याच्या गाडीतून कोर्टाकडे नेऊ लागले. पण त्याच्या गाडीमागे एक दुसरी गाडी लागली होती. ती गाडी त्यांच्याच मागावर होती. कुंजूने ते पाहिल्यावर त्याचे डोळेच फिरले. त्याच्यापेक्षाही छोटा राजन एक पाऊल पुढे गेला होता. कुंजू या परिस्थितीतून मार्ग काढण्याबद्दल विचार करू लागला. एवढ्यात चेंबूरमध्ये एका सिग्नलपाशी त्याची गाडी थांबली. लगेच मागावर असलेली मागची गाडी झटकन पुढे आली व कुंजूच्या ॲम्बॅसिडर गाडीशेजारी उभी राहिली. मग आतल्या लोकांनी धडाधड कुंजूच्या गाडीवर वाटेल तशा गोळ्या झाडायला सुरुवात केली.

कुंजू लगेच खाली वाकला. त्याच्या बरोबरीचे पोलीस खाली वाकले. छोटा राजनची त्यामागची कल्पना अशी होती की, कुंजूच्या गाडीवर भरपूर गोळ्या झाडून तिथून लगेच पसार व्हायचे. पोलीस उलट गोळीबार करायच्या आत निसटून जायचे. म्हणून त्यांनी गोळीबार केला व सिग्नल मिळाल्याने सर्व वाहतूक पुढे सरकू लागताच छोटा राजनची गाडी निघून गेली. कुंजूच्या खांद्यात एक गोळी घुसली होती व एका पोलिसाला गोळी लागली होती. गोळ्या झाडणाऱ्यांना हे ठाऊक झाले नव्हते.

कुंजू यातून परत वाचला. त्याच्यावर असा हल्ला झाल्यावर कुंजूला आता वेड

लागायचेच बाकी राहिले होते. जिकडे पहावे तिकडे त्याला छोटा राजनची माणसे दिसू लागली. पोलिसांना त्याबद्दल अजूनही आठवते आहे की, तुरुंगात कुंजू मध्येच रात्री ओरडत उठायचा. त्या वेळी तो घामाने नखशिखान्त न्हालेला असे.

नंतर काही महिने गेले. काहीच घडले नाही. पोलिसांना वाटले की, छोटा राजनने बहुतेक आपला प्रयत्न सोडून दिलेला असावा; पण कुंजूच्या मनावरचा तणाव अजूनही ओसरला नव्हता. त्याला ठाऊक होते की, छोटा राजन त्याचा मान परत ताळ्यावर येईपर्यंत असेच करीत रहाणार होता. आता पुढच्या वेळी संधी मिळताच तो स्वत: आपल्यासमोर येऊन उभा रहाणार नक्की.

राजन नायरची हत्या सप्टेंबर १९८३मध्ये झाली होती. पण अनेक महिने छोटा राजन कुंजूच्या मागावर होता. त्याला हे दाखवून द्यायचे होते की, हव्या असलेल्या सूडाचे शमन कधीच होत नसते. कुंजूवर पुन्हा जीवघेणा हल्ला हा २५ एप्रिल १९८४ रोजी झाला. त्या वेळी कुंजूला जे.जे. हॉस्पिटलमध्ये पोलिसांच्या गाडीतून नेले जात होते. तिथे त्याच्या खांद्यावरच्या जखमेवरचे उपचार चालू होते. या आधी तो नेहमी जे.जे.मध्ये गेलेला होता. त्या वेळी पोलिसांनी नर्सेस, डॉक्टर्स किंवा अन्य पेशंट यांच्याकडून कुंजूला कसलाही धोका नाही, याची खात्री करून घेतली होती.

छोटा राजन याचे वैशिष्ट्य व धीटपणा असा होता की, तो नेहमी पोलिसांना आश्चर्याचे धक्के देई. पोलीस कुंजूभोवती कडे करून त्याला डॉक्टरांच्या केबिनमध्ये घेऊन गेले. केबिनच्या बाहेर असलेल्या एका बाकावरती एक पेशंट बसला होता. तो एकदम उभा राहिला. त्याने हातावरचे प्लास्टरचे आवरण फटकन काढून टाकले आणि खिशातून एक पिस्तूल बाहेर काढले व तो दणादण गोळ्या झाडत सुटला. त्या गोळ्या लागून तिथे असलेला दुसरा एक पेशंट मेला. पण कुंजू तिथून आपल्या खांद्यावरच्या जखमेसह निसटला, आश्चर्यकारक रितीने निसटला. छोटा राजनच्या ह्या प्रयत्नांमुळे दाऊदचे त्याच्याकडे लक्ष वेधले गेले.

दाऊदला छोटा राजनच्या ॲक्शन्स आवडत होत्या. ज्या पद्धतीने त्याने कुंजूचा माग काढला तेही त्याला आवडले. अमिरझादाच्या हत्येच्या संदर्भात दाऊदने बडा राजनकडून छोटा राजनबद्दल बरेच काही ऐकले होते. छोटा राजनची चिकाटी, त्याची योजना रचण्याची क्षमता आणि ती अमलात आणणे हे त्याला खूप आवडले होते. या पोराबरोबर आपल्याला काम करायला आवडेल असे त्याला वाटू लागले. कारणावाचून कधीही काहीही घडत नसते आणि कोणीही एखाद्या कारवाईत नीट योजना न करता सामील होत नाही, अशी दाऊदच्या मनातली खूणगाठ होती. छोटा राजनबद्दल दाऊदच्या मनात काहीतरी होते हे नक्की!

दाऊदने आपल्या टोळीच्या मुख्यालयात म्हणजे मुसाफीरखान्यात छोटा राजनला निमंत्रण दिले आणि त्याला आपल्या टोळीत सामील होण्याची विनंती केली. असे

सांगितले जाते की, आजवर दाऊदचे निमंत्रण कोणीही नाकारू शकले नव्हते. छोटा राजनही त्याला अपवाद नव्हता. मग दाऊदच्या टोळीत सामील झाल्यावर लवकरच त्याने पुन्हा आपली कुंजूला ठार करण्याची योजना परत चालू केली.

१९८७मध्ये कधीतरी चेंबूरच्या एका छोट्या मैदानाजवळ असताना कुंजू विचार करीत होता की, बराच काळ छोटा राजन आपल्या मागावर न आल्याने आपण आता त्याला सेकंदरभरही न भिता पुन्हा प्रकट व्हावे. कुंजू व त्याची बरीच माणसे मैदानात क्रिकेट खेळत होती. सर्वांनी अंगावरती व्यावसायिक क्रिकेटियर्सचे असतात, तसे पांढरे कपडे चढवले होते. त्यानंतर काहीतरी घडते आहे, हे कोणाला समजण्याच्या आत काही नवीन माणसे तिथे आली. त्यांच्या हातात चाकू, पिस्तुले व चॉपर्स होते. त्यांनी एकदम कुंजूवर हल्ला चढवला. कुंजूची माणसे त्याच्याकडे धावत येईपर्यंत राजनच्या माणसांनी कुंजूला अक्षरश: फाडून काढले होते आणि त्याच्या शरीराची गोळ्या झाडून चाळणी केली होती. कुंजूची माणसे धावत आल्यावर त्यांच्यावरतीही क्रूर हल्ला चढवला गेला. शेवटी कुंजू अशा भयानक रितीने मेला.

हे सारे एका मिनिटात घडून संपले. अन् कोणी आरडाओरडा करायच्या आत हल्लेखोर शांतपणे निघून गेले. शेवटी छोटा राजनने आपला बळी घेतलाच!

३३

चमत्कारिक समद खान

ऑक्टोबर महिना हा मुंबईतील दुसरा उन्हाळा समजला जातो. हा महिना आला म्हणजे पावसाळा संपल्याची खूण असते आणि हिवाळा सुरू होण्याआधीचा एक कोठलाच ऋतू नसलेला महिना असतो. परंतु हवामानाच्या कोणत्याही बदलाचा कामपिसाट समद खान पठाणावर कसलाही परिणाम होत नसे.

त्या विशिष्ट संध्याकाळी शिल्पा झवेरी ही आपल्या माणसाच्या जेवणाची तयारी करून दमून-भागून गेली होती. पण समद खान तिच्या फ्लॅटमध्ये आल्यावर अन्न, जेवण ह्या गोष्टी त्याच्या मनात शेवटच्या होत्या. त्याने तिला धरले, चाचपडले व तो गुरगुरत म्हणाला, ''पहिले काम पहिल्यांदा करायचे.'' त्याच्याजवळ स्त्री-दाक्षिण्य नव्हते, नाजूकपणा नव्हता आणि कुरवाळणे वगैरे तर बिलकूल नव्हते. शिल्पाला अजूनही आठवते की, त्याची चुंबने ही चुंबने नसून चावे असायचे.

त्यानी तिची वस्त्रे फेडली म्हणण्यापेक्षा धसमुसळेपणे बाजूला केली. तिच्या नग्न देहाचे कसलेही कौतुक त्याने केले नाही. तिच्या उघड्या देहावर त्याने एखाद्या हिंस्र जनावरासारखी झडप घातली. समद खान तिच्या सर्वांगाला अक्षरशः चावू लागला होता.

ते दोघे आता कामभावनेने पुरते पछाडलेले होते. मग शिल्पा त्याचे शरीर चाटू लागली. त्यामुळे त्याला कमालीच्या सुखसंवेदना होऊ लागल्या. त्याच्या भावना हळूहळू कळसाला पोहोचत गेल्या. त्याचे देहभान हरपू लागले. ती जसे त्याला करीत होती तसेच तोही तिला करीत होता. त्यांची कामक्रीडा जोरात चालू होऊन ते आता रतिसुखाच्या कळसाला पोहोचणार होते.

समदने आत्तापर्यंत अनेक मुस्लीम मुलींशी संग केला होता. पण त्या सगळ्या फारच लाजाळू होत्या व फक्त बिछान्यातच त्याला जे हवे ते द्यायच्या. समदला

शिल्पाचा धीटपणा आवडायचा, तर शिल्पाला त्याची आक्रमकता आवडायची. जणूकाही ते दोघे एकमेकांसाठीच बनवले होते. शिल्पा म्हणजे कामसुखाच्या सागराला आलेली एक भरती होती व ती नैसर्गिकरीत्या त्याला अशी खूष करायची की, तो तिच्या कृतीने अक्षरश: सुन्न होऊन जायचा.

त्या रतिसुखात त्यांनी काढलेले चीत्कार, हुंकार, ओरडणे वगैरे सारे आवाज बंद दारापलीकडेही जायचे. आजूबाजूला रहाणाऱ्यांना ते आवडायचे नाही, ते चिडायचे. परंतु त्यांच्या रागाकडे हे दोघे जण दुर्लक्ष करायचे. त्यांना आजूबाजूच्या जगाची पर्वा नव्हती. ते भोगत होते एक मुक्त कामसुख. बाथरूममधील शॉवरपासून ते स्वयंपाकघरातील टेबलापर्यंत सर्वत्र भांडी व अन्य वस्तू रागाने उधळून दिलेल्या असत. तसे करताना तो शिव्या घाले, अभद्र शब्द बोले, बीभत्स उच्चार करे, विशेषत: शिल्पात प्रवेश करताना त्याला असे उच्चार करण्याचा ऊत येई.

शेवटी शिल्पाचा जड झालेला देह तो उचले. तिने अजूनही त्याला घट्ट मिठी मारलेली असे. मग तो तिला दिवाणखान्यातील गालिच्यावरती टाकून देई. मग कामतृप्ती झाल्याने एखाद्या जनावरासारखा तो हुंकारत बसे.

तो ४ ऑक्टोबर १९८४चा दिवस होता. मुंबईचे रस्ते उत्साही लोकांच्या गर्दीने फुलून गेले होते. तो दिवस दसऱ्याचा असल्याने सुटीचा व आनंद साजरा करण्याचा होता. हिंदूच्या या सणाच्या दिवशी रामाने रावणावर विजय मिळवला होता, दुष्ट शक्तींवर सत्याने अखेर मात केली होती.

वल्लभभाई पटेल रोड असाच गर्दीने गजबजून गेला होता. अन् माणसे आजूबाजूचे भान विसरून आनंद साजरा करण्यात मश्गूल झालेली होती. सिक्कानगरच्या इमारतीमधील सातव्या मजल्यावरून समद खानने खाली डोकावून जे काही पाहिले, त्यामुळे गेला आठवडाभर ज्या अनेक घटना घडत गेल्या होत्या, त्या घटना त्याला सतत आठवत रहाणार होत्या.

त्याच्यासारखे पठाण फारच थोडे होते. अब्दुल समद अब्दुल रहीम खान उर्फ समद खान हा एक अत्यंत क्रूर, कामपिसाट व निर्दय माणूस होता. त्याचा हा पराकोटीचा स्वभाव पाहून त्याचे पठाण भाईबंदही त्याच्याशी संबंध ठेवीत नसत. ते त्याला नेहमी टाळत असत. मुंबईतील उर्दू भाषेतील एक सर्वांत मोठे वृत्तपत्र 'इन्किलाब' हे होते. त्यात समद खान याचा काका करीम खान उर्फ करीम लाला याने आपले स्वत:चे एक निवेदन छापले होते. ते निवेदन असे होते : "माझा समद खान याच्याशी कसलाही संबंध नाही. ज्यांना कोणाला त्याच्याशी व्यवहार करायचे असतील ते ज्याने-त्याने स्वत:च्या जबाबदारीवर करावेत. मी तसल्या व्यवहारांना कसलीही हमी देत नाही. तसे जर व्यवहार झाले, तर त्या संबंधात मी कोणतीही जबाबदारी स्वीकारणार नाही."

ते निवेदन वाचून समद खान संतप्त झाला. त्याच्या मानसन्मानाच्या कल्पना अगदीच प्राथमिक स्वरूपाच्या होत्या. आपला विश्वासघात झाला असे त्याला वाटले. पठाणांचे निष्ठेबाबतचे जुने जग त्याला आता निष्प्रभ वाटू लागले. त्याला आपला काका हा नेहमी एक हीरो वाटायचा. त्याचा सहवास त्याला उत्तेजक वाटायचा. त्याला असे वाटायचे की, आपल्या काकाचे व आपले जे मतभेद आहेत ते काकाने एक पठाण म्हणून आपल्याजवळच ठेवावेत. अन्य कोणापाशी त्याबद्दल बोलू नये; पण आता तर त्याने वृत्तपत्रात जाहिरात देऊन सार्वजनिकरीत्या दोन पठाणांमधली मतभेदांची दरी उघड करून टाकली.

करीम लालाने हे जे पाऊल उचलले होते, त्यामागची कारणे समद खानला ठाऊक नव्हती. प्रत्येक वेळी समद खान काही गुन्हा करायचा की, मग पोलीस करीम लालाला पोलीस स्टेशनवर, क्राइम ब्रँचच्या कॉरीडॉरमध्ये आणायचे. मग त्यानंतर चौकशीसत्र, कोर्टकचेऱ्या, स्थानबद्धता यांना करीम लालाला तोंड द्यावे लागायचे. सतत हे असे घडत गेल्यावर करीम लाला आता कंटाळून गेला होता. समदच्या कृतीचे परिणाम अस्वस्थ करणारे होते. यावर एकच उपाय होता, ते म्हणजे समदशी असलेले सर्व संबंध जाहीरपणे संपवणे.

परंतु आपला प्रचंड अहंकार कुरवाळताना समद खान याला वाटे की, आपण हे सारे कसे काय एकट्याने इतके दिवस करीत आणले? त्याला याचा अभिमान वाटे. तो स्वत:ला एक सिंह समजू लागला होता. आता काहीही करण्यासाठी त्याला त्याच्या काकाची गरज नव्हती. काकाच्या निवेदनामुळे तो स्वतंत्रपणेच सारे काही करणार होता. त्याला एक घटना आठवली. त्याला त्या घटनेचा गर्वही झाला. त्याच वर्षी जुलै महिन्यात त्याला एका जैन व्यापाऱ्याला ठार करण्याची सुपारी मिळाली होती.

समद खानने त्या हॉटेलात प्रवेश केला. तिथे आत लॉबीमध्ये श्रीमंत मंडळी झकपक पोशाखात रेंगाळत होती. त्या वातावरणाला त्याचा जाडजूड देह शोभून दिसत नव्हता. तो सरळ रिसेप्शनिस्टच्या टेबलाकडे चालत गेला व आपल्या घोगरट आवाजात त्याने तिला विचारले, "जैन कौनसे कमरेमे है ?"

प्रत्येक हॉटेलातील धोरणानुसार हॉटेलात उतरलेल्या पाहुण्यांची माहिती सहसा उघड केली जात नसते. ती रिसेप्शनिस्ट त्याला ती माहिती नाकारण्याच्या बेतात होती; पण विचारणारी व्यक्ती अशीकाही दणकट व आक्रमक दिसणारी होती की, आपण जर ही माहिती दिली नाही, तर हा माणूस आपल्यावर हल्ला चढवेल अशी भीती तिला वाटली. म्हणून तिने त्याला खोलीचा नंबर सांगितला. मग '१९२१' हा आकडा इंग्रजीत तो ठासून उच्चारत होता. हा पठाण आता त्या खोलीकडे जाणार नाही, असे तिला वाटले. पण तो खोलीचा नंबर त्याच्या डोक्यात आता पक्का

बसला होता. मग समद खान त्या लॉबीतून शांतपणे निघून बाहेर आला व तो आता रात्र कधी पडते आहे, याची वाट पाहू लागला.

रात्री तो परत हॉटेलवर गेला. इकडेतिकडे न बघता तो सरळ आपल्या दोन माणसांसह १९व्या मजल्यावर लिफ्टने गेला. १९२१ नंबरच्या खोलीवर त्याने टकटक केली. चष्मा घातलेल्या एका माणसाने दार उघडले. त्याला त्याने विचारले, "आपका नाम जैन है?" त्या माणसाला इतक्या उद्धटपणे आजवर कोणीही प्रश्न विचारला नसेल.

तो दारातला माणूस गोंधळून गेला, सुन्न झाला; पण त्याने समोरच्या तीन माणसांना पहाताच त्याला भीती वाटू लागली. दुसऱ्याच क्षणी जैनच्या चेहऱ्यावर एक ठोसा बसला व तो हेलपाटत आत खोलीत गेला. मग त्या तिघा क्रूरकर्म्यांनी त्याच्या चेहऱ्यावर व संबंध शरीरावरती लाथा, बुक्क्या, ठोसे यांचा अक्षरश: पाऊस पाडला. जैन खाली जमिनीवर पडला, तो विव्हळू लागला; तरीही ते त्याला तुडवीत राहिले. मग अचानक त्यांचा मार थांबला व त्यांनी त्याला धरून उचलले व उभे केले. नंतर त्याच्या अंगावरचे सर्व कपडे त्यांनी भराभरा काढून टाकले. मग समद खानने एक मेणबत्ती पेटवली. दोघांनी जैनचे दोन्ही हात पकडून धरले. समदने मेणबत्ती जैनच्या चेहऱ्यासमोर आणली व तिची ज्योत फुंकर मारून त्याच्या चेहऱ्याला लावली. मग तो मेणबत्तीचे वितळलेले गरम मेण हे त्याच्या गुप्तांगावर पाडू लागला. जैनला कमालीच्या वेदना होऊ लागल्या. तो कळवळून ओरडू लागला. ते पाहून समदच्या चेहऱ्यावरती एक रुंद हसू पसरले.

मोठ्या हॉटेलातील खोल्या या शक्यतो ध्वनिप्रतिबंधक केलेल्या असतात. आतले आवाज बाहेर जाऊ नये म्हणून खबरदारी घेतलेली असते व तशी रचना केलेली असते. अन् इतकेही करून खोलीतील आवाज बाहेर गेलाच, तरी हॉटेलचे नोकर तिकडे दुर्लक्ष करतात. खोलीतील पाहुणा आपल्याबरोबरच्या व्यक्तीबरोबर मजा करतो आहे, असे ते धरून चालतात!

काही वेळ जैनचे असे हाल केल्यावर समदला कंटाळा आला. मग त्याने शांतपणे एका दोराचा फास जैनच्या गळ्यात अडकवला व दोराचे दुसरे टोक वरती छताला अडकवले. जैनला तसाच लटकावलेल्या स्थितीत सोडून तो व त्याचे दोन्ही साथीदार तेथून निघाले. हा सारा छळ ते पाच तास करीत होते. तेथून निघून जातानाही समद खानच्या चेहऱ्यावरती ते विकृत हास्य तरळत होते.

समद खान कितीही क्रूर पठाण असला, तरी त्याने सुपारी मिळालेल्या करारातील तपशील नीट पाहिला नव्हता. दुसऱ्या दिवशी त्याला कळून चुकले की, ज्याला मारण्याबद्दल आपण सुपारी घेतली होती तो रणवीर जैन होता, प्रत्यक्षात आपण एस.के. जैन या व्यक्तीला मारून टाकले. तो एक टॅक्स मॅक्रो एक्झिक्युटिव्ह

होता. त्याला फार वाईट वाटले. आपल्या हातून चुकीची हत्या झाली याबद्दल त्याला वाईट वाटले नव्हते; तर आपला करार आपल्याला पूर्ण करता आला नाही याचे वाईट वाटले.

मग आपली चूक दुरूस्त करण्यासाठी समद खान पुन्हा त्या 'सी रॉक' हॉटेलमध्ये दुसऱ्या दिवशी गेला, बरोबर हव्या त्या व्यक्तीला त्याने शोधले आणि त्याला ठार केले. मग त्याच्यातला पुरुषार्थ सुखावला. त्याने आपली एका माणसाला संपवण्याची मोहीम पुरी केली होती.

✠

समद खानला १९८३ ते १९८४ या दरम्यान आर्थर रोड तुरुंगात शिक्षा भोगण्यासाठी ठेवले होते. त्या वेळी तोच एकटा तुरुंगात आपल्याला हवे ते करवून घेत होता. यापूर्वी दाऊदच्या माणसांचे त्या तुरुंगावरती संपूर्ण नियंत्रण होते. त्या तुरुंगात निरनिराळ्या टोळ्यांचे गँगस्टर्स ठेवलेले होते. त्यामध्ये दाऊदची माणसे जास्त संख्येने होती; पण तरीही समद खान तुरुंगातून आपल्या विरुद्ध असलेल्या साक्षीदारांना तिथे बोलावून धमक्या देत होता. तसेच त्याची मदत मागायला लोकही त्याच्याकडे तुरुंगात येत असत. त्याने तुरुंगातील अधिकाऱ्यांवरतीही आपले नियंत्रण ठेवले होते. यामुळे समद खानच्या कोठडीत एक रंगीत चित्रवाणीचा संच बसवला गेला होता व एक व्हिडीओ कॅसेट प्लेअरही त्याला वापरायला दिला होता. कोणत्याही अन्य गँगस्टरला अशी सवलत तुरुंगात कधीही मिळाली नव्हती.

तुरुंगवास चालू असतानाही तो तिथे त्याला भेटायला येणाऱ्या लोकांचा दरबार भरवायचा आणि अनेकांकडून खंडणी मागून पैसे उकळायचा. त्याची हुकूमशाहीची पद्धत आणि त्याला असलेले सामर्थ्य पाहून लोकांना वाटे की, जर तो तुरुंगात असताना अशा खंडण्या उकळू शकतो, तर तो पुढे काय करेल? त्यामुळे ते त्याच्याशी कोणताही करार करायला भीत असत. ते त्याला पैसे देत होते ते केवळ भीतीपोटी आणि त्यावर त्याची मानसिक विकृती बराच काळ पोसली जात होती.

त्याला एके काळची आठवण काढायला मजा वाटे. त्या वेळी त्याचे दोस्त कालिया ॲन्थनी व अब्दूल कुंजू हे होते. पासपोर्ट एजंट राजसिंग ठाकूर याच्या खुनातील दोन साक्षीदारांची 'काळजी' घेण्याचे काम या तिघांवर सोपवले गेले होते. त्या साक्षीदारांनी समद खानच्या विरुद्ध आपले जबाब दिलेले होते. याच जबानीवरती किंवा साक्षीवरती सेशन्स कोर्टातील ती सर्व केस आधारलेली आहे याची त्यांना कल्पना होती. म्हणून त्या साक्षीदारांची तोंडे गप्प करण्याची त्याची इच्छा होती. ते साक्षीदार होते गुलाम हुसेन व नासीर हुसेन. ते या खटल्यातील प्रथमपासून भरवशाचे साक्षीदार होते. समद खानचा तर्क असा होता की, जर या दोन

साक्षीदारांनी आपली साक्ष उलटवली, ते सरकारविरुद्ध झाले, तर त्यामुळे खटल्याचा निकाल समद खानच्या बाजूने जाणार होता. अन् एकदा त्यांनी आपली जबानी बदलली की, त्याला सहज जामीन मिळणार होता.

मग तुरुंगात त्याचा दरबार भरला. त्या वेळी ॲन्थनी, कुंजू आणि तिथली अन्य माणसे बसली होती. मग त्या दोन्ही साक्षीदारांना तिथे आणले गेले. समद खानने एका न्हाव्याला तिथे बोलावून घेतले. त्या दोघांच्या अंगावरील कपडे उतरवण्यात आले. नंतर त्या न्हाव्याला त्या दोघांच्या डोक्यावरील केस, भुवया, मिशा व दाढी वस्तऱ्याने सफाचट करून काढून टाकण्यास सांगण्यात आले. तसे झाल्यावर त्याने त्या दोघांना धमकी दिली की, पुढच्या वेळेस त्यांनी आमची सूचना पाळली नाही, तर नुसते केसच नाही, तर वस्तरा त्यांच्या गळ्यातून फिरेल व गळ्यातील रक्तवाहिन्या कापून टाकल्या जातील. त्यांना सांगितलेले काम त्यांनी केले नाही, तर त्यांचे तुरुंगातच हालहाल करून त्यांचा जीव घेण्यात येईल. त्या वेळी त्यांना वाचवायला तुरुंगातील कोणताही अधिकारी किंवा कर्मचारी धावून येणार नाही!

त्या धमकीमुळे समदच्या इच्छेप्रमाणेच कोर्टात घडत गेले. समद खानला जामीन मिळाला व तो तुरुंगातून सुटला. आता समद खान आपले मनोरंजन करणाऱ्या विचारात गढून गेला होता. जैन यांच्या खुनानंतर त्याने आपली कामावरची निष्ठा सिद्ध केली होती. तसेच आपल्या काकांवरचे प्रेम सिद्ध करण्यासाठी तो पोलिसांच्या स्वाधीन झाला होता.

जेव्हा रणवीर जैनचा खून उघड झाला, तेव्हा पोलिसांनी त्यातील समदचा हात ओळखला व ते त्याला पकडण्यासाठी हालचाली करू लागले. परंतु समद हा फरारी झाला होता. म्हणून पोलिसांनी समद खानच्या काकाला करीम लालाला नॉव्हेल्टी सिनेमाजवळच्या फ्लॅटमधून पकडून आणले व स्थानबद्ध केले. जर समद खान आपण होऊन आम्हाला शरण आला, तर आम्ही तुम्हाला सोडून देऊ, असे पोलिसांनी करीमला आश्वासन दिले. समद खानची आपल्या काकावरची निष्ठा व प्रेम पोलिसांना चांगलेच ठाऊक होते.

फक्त करीम लालाच समदला आणू शकतो, हे समजल्याने पोलिसांनी करीम लाला अशीही धमकी दिली की, जर समद आला नाही तर त्याच्याऐवजी आम्ही तुलाच या केसमध्ये अडकवू. यामुळे लाला हादरला व त्याने आपला मित्र हाजी मस्तान याला निरोप पाठवला की, काय वाटेल ते करून समद पोलिसांपुढे शरणागती पत्करेल, असे पहावे. मग विविध मार्गांनी हाजी मस्तानने हा तातडीचा निरोप समद खानपर्यंत पोहोचवला. त्या निरोपात हाजील मस्तानने कळकळीने समद खानची विनवणी करीत त्याला सांगितले होते की, "तुझे काका आता वृद्ध झाले आहेत आणि वेळ आली तर तुला मी जामीनही मिळवून देईन. मग तू लवकर बाहेर

सुटून येशील.''

समदला आता कळून चुकले की, पोलिसांना शरण जाण्याखेरीज आपल्यापुढे दुसरा पर्याय नाही. आपण तसे केले तरच आपल्याला काकावरचे प्रेम दाखवता येईल. म्हणून तो काकासाठी पोलिसांना शरण गेला. जुलैमध्ये त्याला अटक झाली व तो तुरुंगात फक्त दोन महिनेच राहिला. सप्टेंबरमध्ये पुन्हा तो आर्थर रोड तुरुंगातून सुटला. मग नेहमीप्रमाणेच सुटताक्षणी त्याने आपले वजन वापरावयास सुरुवात केली, तो धुमाकूळ घालू लागला आणि लोकांना धमकावू लागला.

आता करीम लाला याला हाजी मस्तानने सल्ला दिला की, त्याने आता समदशी आपले सर्व संबंध संपवून टाकावेत, तरच तुझ्यामागचा पोलिसांचा ससेमिरा संपेल. म्हणून ते निवेदन वृत्तपत्रात करीम लालाने दिले. ते वाचल्यावर समदला राग आला व त्याच्या स्वत:बद्दलच्या भ्रामक कल्पनांनी त्याच्या मनाला भारून टाकले. त्याने स्वत: होऊन वेगळे व्हायचे ठरवले आणि स्वत:ची टोळी काढून त्या टोळीचा तो डॉन बनणार होता. आता त्याला आपल्या काकाची मदत बिलकूल नको होती किंवा त्याचा आश्रयही नको होता.

अशा वेळी त्याच्या मनात एक विचार चमकून गेला. दाऊदबद्दलचे आपले ग्रह, गैरसमज दूर करायचेही त्याने ठरवले. कारण दाऊदच्या टोळीतील लोकांचा तुरुंगात किती वट आहे आणि त्याचे पठाणांशी कसे संबंध आहेत हे त्याने स्वत: पाहिले होते. तेव्हा येथून पुढे निदान दाऊदपासूनचा तरी धोका आपल्याला टाळता येईल. म्हणून मग त्याने दाऊदची भेट घेतली व आपला दोस्तीचा हात शांतपणे त्याच्यापुढे केला. त्याने दाऊदला जाहीर केले की, 'आपली आता दाऊदशी दोस्ती झाली असून त्याच्यावर आपली निष्ठा आहे. दोघांमध्ये कोणतेही शत्रुत्व नाही.' आपली निष्ठा दाऊदला वाहिल्यावर त्याने जाहीर केले की, आलमझेब व अमिरझादा यांच्यात जे काही घडले आणि तसेच अन्य पठाणांच्या बाबतीतही जे काही घडले त्याच्याशी आपला अजिबात संबंध नाही आणि आपण स्वत: साबीरच्या हत्येमध्ये सामील झालो नव्हतो. एवढे दाऊदला जाहीर केल्यावर दाऊदला समद खानबद्दल आकस धरण्याचे काहीच कारण उरत नव्हते.

ते सारे ऐकून दाऊद थक्क झाला आणि सावधही झाला. समद खानचे असे सांगण्यामागचे धैर्य, दिलखुलासपणा त्याला आवडला आणि ज्या उत्साहाने व प्रामाणिकपणे तो दाऊदकडे आला त्याचेही दाऊदने मनातून कौतुक केले. समदने आपला हात पुढे करून दाऊदचे मन जिंकले. मग जरी ती तात्पुरती असली तरी एका विशिष्ट पातळीपर्यंतची दोस्ती पक्की झाली. समद हे सारे जाणून एक नि:श्वास टाकून सुखाने घरी परतला.

तथापि, दुसऱ्याच दिवशी तो एका बारमध्ये पीत बसला असताना त्याच्या

खबऱ्याने त्याला सांगितले की, दाऊदचा भाऊ नूरा हा समदबद्दल वाईटसाईट गप्पा करीत सुटला आहे. वरवर पहाता असे दिसत होते की, नूरा हा समदला शिव्याशाप देत होता आणि असे म्हणत होता की, जर समद हा करीम लालाचा पुतण्या नसता, तर त्याने समदला फार पूर्वीच उडवला असता.

आपल्या काकाने आपल्याशी असलेले संबंध नुकतेच तोडलेले असल्याने समद आधीच दुखावला गेला होता. त्यातून त्याला स्वत:च्या सामर्थ्याचा गर्व झाला होता. ती हवा त्याच्या डोक्यात गेली होती. समदला नूराने केलेला हा अपमान सहन झाला नाही. त्याच्या जनावरांच्या पातळीवरील मानसिकतेला आता आव्हान दिले गेले होते. त्याच्या खोडसाळपणाबद्दलही प्रश्न उठवला होता. पठाण असल्याने व कोणालाही त्याचे उद्धट, रांगडे व क्रूर मार्ग ठाऊक असल्याने तो यावर फार खोलात जाऊन विचार करणार नव्हता. पण जेव्हा कोणीतरी त्याच्या स्वातंत्र्याबद्दल व निष्ठेबद्दल शंका उपस्थित करे, तेव्हा तो गप्प बसणे शक्य नव्हते. त्याने ताबडतोब नूराला शोधून काढले व एकदम सरळ त्याच्यावर हल्ला चढवला, अगदी त्याच दिवशी, म्हणजे ज्या दिवशी दाऊदशी सलोखा झाला त्याच्या दुसऱ्याच दिवशी त्याने नूराला एकट्याने चोपले. नूरा त्यात गंभीर जखमी झाला. दाऊदचे अनुयायी ते सारे बघत असताना त्याने नूराला तो काळा-निळा होईपर्यंत मारले. नूराच्या मदतीला कोणीही आले नाही. केवळ दाऊदशी नुकतीच मैत्री झाली म्हणून त्याने एवढीच मारहाण केली, नाहीतर त्याने नूराला ठार मारले असते. अन् तेही त्या जैन मंडळींना जसे हालहाल करून मारले तसे मारले असते. समदच्या चेहऱ्यावर आता खुषीत आल्याचे हसू पसरले.

आश्चर्य असे की, दाऊदने ताबडतोब त्याच्यावरती प्रतिहल्ला केला नाही. समदने याचा अर्थ असा काढला की, दाऊदला कळून चुकले असावे की समदचेच बरोबर आहे, म्हणून त्याने नूराला असे मारले.

✠

४ ऑक्टोबर १९८४ रोजी समद शिक्का नगरमधील सातमजली इमारतीमधून खाली पहात असताना त्याला गेल्या आठवड्यात अपनेक्षितपणे घडलेल्या या घटना एकामोगामाग आठवत गेल्या. तो आता फ्लॅटमधून बाहेर पडण्यासाठी निघाला. आपल्या बोटातील सिगारेट जळत-जळत संपत आल्याचे त्याच्या लक्षात आले. त्याने ते थोटूक सज्जातून खाली भिरकावून दिले. त्याने खाली पाहिले, तर रस्त्यावरती जनता उत्साहात चाललेली होती. जाता-जाता त्याने शिल्पाच्या डोळ्यांत डोकावून पाहिले. कोणत्यातरी विचित्र कारणाने तो तिच्याकडे ओढला जात होता. पण ते कारण कामवासनेचे नव्हते. त्याला तिथेच थांबावेसे वाटू लागले होते. शेवटी

त्याने शिल्पाच्या नाजूक हातातून आपला बळकट हात सोडवून घेतला व तो अखेर बाहेर पडला.

त्याने बाहेर येऊन लिफ्टचे बटण दाबले असताना एक धूसर भयानक जाणीव त्याला ग्रासून गेली.

त्याने लिफ्टमध्ये पाऊल टाकले. तो खाली-खाली जाऊ लागला. लिफ्ट जेव्हा तळाशी पोहोचली तेव्हा लिफ्टच्या धक्क्यामुळे तो आपल्या विचारातून भानावर आला. लिफ्टमधून बाहेर पडल्यावरती त्याला एकदम मृत्यूचे अस्तित्व जाणवले. समद खान जागच्या जागी खिळून उभा राहिला. समोर दाऊद, त्याचे भाऊ, अली अंतुले, छोटा राजन आणि अब्दुल हमीद उभे होते. ते दगडासारखे स्तब्ध उभे होते. प्रत्येकाच्या हातात भरलेली पिस्तुले आणि कोणीही बोलण्याच्या मन:स्थितीत नव्हते. काहीतरी बोलण्यासाठी समद खानने आपले तोंड उघडले तोच त्या पिस्तुलांतून त्याच्या दिशेने वाटेल तशा गोळ्या सुटू लागल्या. गोळीबार संपला व धूळ खाली बसल्यावरती असे दिसले की, लिफ्टमध्ये समदचा अंगरक्षक आणि एक गृहिणी होती त्यांना या गोळीबारात असंख्य जखमा झाल्या. समदच्या शरीरात १९ गोळ्या घुसल्याने तो जागेवरतीच ठार झाला.

मग दाऊद समद खानच्या चेहऱ्यावरती थुंकला. त्याच्या पोटातील पित्त घशात येऊ पहात होते. समद खानला हे कळले नाही की, आपण नूरावर केलेल्या हल्ल्यामुळे दाऊद चिडू शकेल. आपण त्याच्याशी आदल्याच दिवशी आपल्या मनातील किल्मिषे काढून टाकून आपल्या कट्टर दुश्मनाशी हस्तांदोलन केले असताना हा समद खान आपल्या स्वत:च्या भावावर कसा काय हल्ला करू शकतो, असे दाऊदच्या मनात येऊन गेले होते.

यातून दाऊदने असा तर्क केला की, जो सलोखा केला होता तो प्रत्यक्षात समद खानच्या तत्त्वहीन दुष्ट बुद्धीशी आणि त्याच्या कावेबाज बुद्धीशी. समद खान याकडे पाठ फिरवून आपल्याच विश्वासबुद्धीचा विश्वासघात करू शकत होता. दाऊद हा सूडापलीकडे पाहू शकत नव्हता, म्हणून त्याने समदच्या तशा कृतीला प्रत्युत्तर दिले. मैत्रीचा हा हात म्हणजे केवळ नि:शस्त्र करण्यासाठी केलेले नाटक होते, असे वाटल्यामुळे दाऊद पिसाळला होता. दाऊदने आपल्या मनात नेहमीच एखाद्या पठाणाला स्वत:च्या हाताने ठार करण्याची भावना जोपासली होती. पण एव्हाना त्याला तशी संधी किंवा तसे निमित्त मिळाले नव्हते. साबीरच्या खुनाचे भूत त्याच्या डोक्यात सारखे थैमान घालीत होते. ज्या दिवशी त्याने नूराला हॉस्पिटलमध्ये पाहिले, त्या दिवशी त्याच्या मनात राग उफाळून आला होता. त्या रागानेच दाऊदवर मात केली होती. मग समद खानाला संपवायचेच असा निर्णय त्याने घेतला आणि पठाण टोळ्यांचे एक हिंसक प्रकरण त्याने मिटवून टाकले. या प्रकरणात खराखुरा

पश्चात्ताप होणे हे दुर्मीळ होते.

मुंबई पोलिसांच्यावर या समद खानच्या खुनाचे प्रकरण म्हणजे आता अतिच झाले होते. उंटाच्या पाठीवरची काडी जशी शेवटचा भार ठरू शकते तसे पोलीस खात्याचे झाले होते. दाऊदवरती आधीच अनेक आरोप ठेवलेले होते आणि समद खानच्या हत्येमुळे तर पोलीस त्याच्या मागे आता हात धुऊन लागले. आणि अखेर १९८६मध्ये दाऊदने मुंबई सोडली.

३४

दाऊदची अर्धांगिनी

आपल्या टोळीची वाढ करण्यात दाऊदने स्वत:ला गुंतवून ठेवले होते. सुजाताशी झालेल्या प्रेमभंगामुळे त्याने 'प्रेम' या भावनेचे दारच बंद करून टाकले होते. तो बराच वेळ आपल्या शत्रूंना संपवण्यात घालवीत होता आणि आपल्या टोळीतील विश्वासू लोकांची एक घट्ट संघटना बनवीत होता.

एके दिवशी मनीष मार्केटजवळच्या 'गुलशन-ए-इराण' या रेस्टॉरन्टमध्ये तो आपल्या आवडत्या आसनावर बसला होता. सुजाताने त्याच्यापेक्षा स्वत:च्या कुटुंबाला अधिक अग्रक्रम दिल्याने त्या हादरवून सोडणाऱ्या प्रसंगाकडे त्याचे मन भरकटत गेले होते. 'त्या सालीने असे धाडस केलेच तरी कसे?' असा विचार सतत त्याच्या डोक्यात घुमत होता. मुमताझ खान याला एकाच डोळ्याने दिसत होते. म्हणून लोक त्याला 'काणा' या नावाने ओळखत होते. त्याला दाऊदच्या मनातील प्रेमभंगाच्या दु:खाची काहीच कल्पना नव्हती. तो आता दाऊदच्या टेबलाकडे गेला.

मनीष मार्केटमधील दुकान नं. १२ हे अत्तराचे दुकान मुमताझ खानच्या मालकीचे होते. त्याने ते भाड्याने दिले होते. आता त्याला ते भाडेकरूकडून परत हवे होते. त्या भाडेकरूचे दुकान उद्ध्वस्त करून त्याला ते रिकामे हवे होते. तसेच त्या भाडेकरूलाही हुसकावून लावायचे होते. "दाऊद, तूच फक्त हे करून दाखवू शकतोस," मुमताझ खान त्याला म्हणाला.

त्या क्षणी दाऊद आपले प्रेमभंगाचे दु:ख आठवून मनातल्या मनात रागाने उसळत होता. अशी वेळ असल्या कामासाठी आता उपयुक्त होती. त्याच रागाच्या भरात त्याने ते काम ताबडतोब स्वीकारले. मग तो मनीष मार्केटमध्ये गेला. हिंसाचार करण्यासाठी त्याच्या रागाचे एका प्रकारे इंधन त्याला मिळत गेले आणि तो ते दुकान उद्ध्वस्त करू लागला. दाऊदला एवढ्या संतापलेल्या मन:स्थितीत पाहून त्याच्यापुढे

जायला लोक धजावेनासे झाले. त्याला काय पाहिजे ते करू द्यावे, अशी भूमिका त्यांनी घेतली. एकेक करीत दाऊद दुकानातील प्रत्येक वस्तू उचलून दुकानाबाहेर फेकून देत होता. सर्व वस्तू संपल्यावर त्याने दुकानाचे शटर एका हाताने ओढून बंद करून टाकले.

दाऊदचे हे कृत्य पाहून मुमताझ खान अत्यंत खूष झाला. त्याने किती झटपट सारे काही १०० टक्के साध्य केले, याचे त्याला खूप कौतुक वाटले. मनीष मार्केटमधील १२ नंबरचे दुकान बंद पाडल्याने दाऊद आता मुमताझ खानच्या घरी नेहमी भेट देऊ लागला. दाऊदची कार्यक्षमता व कष्ट पाहून संतुष्ट झालेल्या मुमताझ खानने दाऊदला एकदा घरी मेजवानीसाठी आमंत्रण दिले. बहुतेक देशात एक असा अलिखित कायदा आहे की, मेजवानीच्या वेळी कधीही धंद्याच्या गोष्टी करू नयेत. त्यामुळे जेवताना ते दोघे अगदी हलक्याफुलक्या गोष्टी करीत होते. तेव्हाच ते घडले.

सुजाताएवढ्याच दुसऱ्या कोणा सुंदर मुलीची गरज आपल्याला भासेल अशी दाऊदने कधीही कल्पना केली नव्हती. सुजातासारखीच एखादी मुलगी आपल्याला भेटेल व तिची आपल्याला भुरळ पडेल, हेही त्याला कधी वाटले नव्हते. त्याच्या समोर साक्षात सौंदर्य एकदम उभे राहिले होते. ते सौंदर्य पाहून तो जागच्या जागी खिळून गेला. त्याला हात उचलून तोंडात घास ढकलणेही जमेना.

त्याच्या हाताने व तोंडाने त्याचा विश्वासघात केला! ते मेंदूची आज्ञा जुमानेसे झाले. जेव्हा ती त्यांच्या खोलीतून बाहेर पडली तेव्हा दाऊदच्या मनात अनेक प्रश्न उभे राहिले. ती कोण होती? मुमताझ खानची कन्या होती का? नंतर त्याला कळले की, तिचे नाव मेहजबीन असून ती मुमताझखानची मेव्हणी होती. तिच्या वडिलांचे नाव युसूफ काश्मिरी होते व तो एक छोटा व्यापारी होता. तिच्या सौंदर्याने दाऊद पागल झाला. तो मग लवकरच तिच्या नादी लागला. मेहजबीन हिने दाऊदच्या शौर्याच्या कथा आपल्या मेव्हण्याकडून, बहिणीच्या नवऱ्याकडून ऐकल्या होत्या व तिचेही मत दाऊदबद्दल अनुकूल बनले.

लवकरच दाऊद घरी जाऊन मेहजबीनला सारखा भेटू लागला व तिला आपल्या मोटरसायकलवरून फिरवून आणू लागला. मग ते नेहमी समुद्रकिनारी जाऊ लागले. तिथे दोघे मिळून भेळपुरी खाऊ लागले. अन्य जोडप्यांसमवेत वाळूत बसून नाजूक क्षण अनुभवू लागले. कधीकधी ते मरीन ड्राइव्हवर जात. तिथे समुद्राच्या लाटांचे उडालेले तुषार अंगावर घेत. मग जवळच्या एखाद्या रेस्टॉरन्टमध्ये जाऊन तासन्‌तास चहा-बिस्किटे यांचा आस्वाद घेत गप्पा मारीत. वयात आलेली पोरे जशी भारावून जाऊन बोलत तसे ते आपसात बोलत असत.

कधीकधी दाऊदला आपल्या धंद्यातून कामे उरकून मेहजबीनला भेटायला उशीर

होई. अशा दिवशी ती त्याच्या वाटेकडे आतुरतेने खिडकीबाहेर नजर लावून वाट पहात राही आणि तो मोटरसायकलवरून येण्याची कल्पना करीत राही. अशा वेळी ती नकळत त्याला स्पर्श करायला जाई व ते कल्पनाचित्र विरून जाई. शेवटी दाऊद खरोखरीच रस्त्यावरून येताना दिसला की, तिची कल्पना वास्तवात उतरलेली तिला दिसे.

सुजाताची स्मृती ही दाऊदच्या मनात इतिहासजमा झाली होती. दाऊद मेहजबीनमुळे एवढा भारावून गेला होता आणि त्याच्या आयुष्यातील तिची भूमिका एवढी महत्त्वाची ठरू लागली होती की, दाऊदसारखा एक निर्ढावलेला गुन्हेगार आपल्या प्रियतमेच्या आहारी गेला होता.

हे जे घडत होते ते काश्मिरीच्या लक्षात आले तेव्हा त्याला ते आवडले नाही. त्याने ताबडतोब त्या दोघांच्या मीलनाला बाप म्हणून विरोध केला. दाऊदची प्रतिमा ही दक्षिण मुंबईतील मुस्लीम समाजात उजळलेली नव्हती; पण जेव्हा त्याला दाऊदच्या वडिलांचे पोलीस खात्यातील स्वच्छ रेकॉर्ड आणि समाजात त्याच्याबद्दल असलेला आदरभाव हे कळले, तेव्हा बाह्यत: तरी त्याने आपला विरोध मागे घेतला. शेवटी त्याने आपली कन्या मेहजबीन हिचा हात दाऊदच्या हातात देऊन त्यांच्या विवाहाला आपली मंजुरी दिली.

३५

दुबईला पलायन

अॅशट्रेमध्ये एक सिगारेट अर्धवट जळत होती. तिथे एक पेन ठेवून दिलेले होते. नुकतेच त्या पेनाने कागदावरती काहीतरी खरडले होते. मऊ कातड्याच्या खुर्चीवरती उमटलेला ठसा आता विरून जाऊ लागला होता व त्या आसनाची गादी मूळपदावर येत चालली होती. तिथली खिडकी उघडी होती, त्यातून खोलीत येणाऱ्या मंद झुळकेमुळे खिडकीवरील पडदे फडफडत होते. खोलीतील प्रत्येक गोष्ट ही कोणाचेतरी तिथले अस्तित्व दर्शवीत होती. फक्त ज्याचे अस्तित्व दर्शवीत होती ती व्यक्ती मानवी स्वरूपात तिथे दिसत नव्हती.

तंबाखूचा उग्र दर्प आणि धूर हवेत अजूनही तरळत होता. खोलीतील एअर कंडिशनिंग पूर्ण जोरात चालू होता. पॅको रॅबेनचा सुगंध अजूनही जाणवत होता. याचा अर्थ येथून नुकताच दाऊद बाहेर पडला होता, हे नक्की!

१९८६मध्ये केव्हातरी क्राइम ब्रँचमधील काही अधिकाऱ्यांनी मुसाफीरखान्यावरती, दाऊदच्या टोळीच्या अड्ड्यावरती, रात्री बारा वाजण्यापूर्वी छापा घातला होता. त्या दोन मजली मोडकळीस येत चाललेल्या इमारतीमध्ये कमालीची शांतता आहे हे पाहून ती अधिकारी मंडळी चकित झाली. येथेच तर सारे गुन्हेगारीचे केंद्र एकवटले होते आणि तशी येथे सतत वर्दळ असे. अगदी पहाटेपूर्वीही असे. या इमारतीमधील लोक कदाचित कधीही झोपले नसतील. विशेषत: तळमजल्यावरील लोक तर नक्कीच नाहीत. कारण येथेच दाऊदचे आलिशान ऑफिस होते.

पण आज येथे कोणीच दिसत नव्हते. सर्वत्र सामसूम होती. बाहेरच्या फाटकावर सशस्त्र पहारेकरी उभे होते, तर अधिकारी मंडळी प्रत्येक खोलीवर छापा मारण्यात गुंतली होती. काही जणांची झोपमोड झाली होती, तर काहींची आपल्या खोलीत जी प्रणयलीला व कामक्रीडा चालली होती ती त्यांना ताबडतोब थांबवावी लागली होती;

किंवा घाईघाईने उरकावी लागली होती. तिथल्या रहिवाशांना आपल्या बिऱ्हाडाबाहेर पडावे असे सांगण्यात आले. मग पोलीस मंडळी त्या खोल्यांत जाऊन अत्यंत निर्दयपणे तिथे बारकाईने तपासणी करून झडती घेत होते.

पोलीस दाऊदला धुंडाळत होते. लपलेल्या दाऊदला बाहेर हुसकावून लावण्यासाठी ते धडपडत होते; पण तो त्यांना कुठेच सापडत नव्हता. मेहजबीन व दाऊद यांची लग्नगाठ बसल्यावर नंतर १५ दिवसांनी मुंबईचे पोलीस खाते दाऊदवरती तुटून पडण्यास सुरुवात झाली. तसेच त्याच्या टोळीतील अन्य गुन्हेगारांनाही ते शोधू लागले. दाऊद मुंबईत रहाणे शक्यच नव्हते. त्यानेही ते ओळखले होते. पोलिसांना फक्त तिथे दाऊदचे चुलतभाऊ आणि त्याची बरीच माणसे मुसाफीरखान्यात सापडली. त्यांना अटक करून त्याच रात्री नेण्यात आले. दाऊदच्या टोळीचा बीमोड करण्याचा तातडीचा हुकूम पोलीस कमिशनर डी.एस. सोमण यांनी दिला होता. सोमण यांनी तत्काळ दाऊदचा शोध घ्यावा, असे सांगितले होते. त्याचे अटकवॉरंट त्यांनी जारी केले होते. मग पोलीस प्रमुखांनी आपले अधिकारी अगदी निवडून घेतले. त्यामुळे दाऊदला आपल्याला आता अटक होणार आहे ही बातमी समजली नसती. सोमण यांनी जेव्हापासून मुंबई शहर पोलीस खात्याची सूत्रे हातात घेतली तेव्हापासून त्यांनी अविरतपणे शहरातील टोळ्यांविरुद्ध कारवाईला सुरुवात केली. त्यासाठी क्राइम ब्रँचच्या अधिकाऱ्यांना त्यांनी स्वातंत्र्य दिले. पोलीस इन्स्पेक्टर मधुकर झेंडे यांनी एवढी तयारी केली की, सर्व गुन्हेगार दादा मंडळी ही एक तर गजाआड होतील किंवा आपले गुन्हे कबूल करीत शरण येतील. गुन्हेगारीतले एक्के असलेले हाजी मस्तान व करीम लाला यांना आता कायद्याचा मान राखणे भाग पडले. पण दाऊद हाच एकमेव असा टोळीचा दादा होता की, जो मोकळा राहिला होता व स्वैरपणे हिंडू शकत होता.

आतापर्यंत दाऊदने पोलीस यंत्रणेला व्यवस्थित तेलपाणी केलेले होते. त्याने उपकृत केलेल्या लोकांनी दाऊदवर वेळोवेळी आतल्या बातम्या पुरवून आपली त्याच्याशी असलेली निष्ठा प्रकट केलेली होती. त्यामुळे भूमिगत होण्यास दाऊदला बराच आगाऊ वेळ मिळे व मग तो अँटिसिपेटरी जामिनाचा अर्ज कोर्टात करू शके. अशा रितीने तो आजवर अटक टाळीत आला होता. मुंबई पोलिसांच्या दृष्टीने दाऊद हे एक बडे प्रस्थ होते. एक प्रकारे तो फ्रॅन्केन्स्टाइन राक्षस बनला होता. अन् ह्या राक्षसाची निर्मिती मुंबई पोलिसांनीच केली होती. दूरदृष्टी नसलेल्या पोलिसांनी एका गुन्हेगाराचा बीमोड करण्यासाठी दुसऱ्या गुन्हेगाराला उचलून धरण्याचे धोरण अवलंबिले होते. त्याचा हा परिणाम होता. म्हणजे शेवटी अनेक गुन्हेगार उरण्याऐवजी अशा धोरणाने एकच गुन्हेगार उरेल; मग त्याला काबूत आणणे सहजशक्य आहे; असा या मागचा विचार होता. त्यांना असे वाटले की, अशा रितीने दाऊद आपल्या कह्यात

राहील, आपल्या हातचे बाहुले बनेल आणि तो कधीही आपल्या नियंत्रणाबाहेर जाणार नाही.

पण दाऊद पोलिसांपेक्षा अधिक हुषार होता. जेव्हा पोलिसांना वाटत होते की, टॉप गँगस्टर्सना दाऊद त्यांचे स्थान दाखवून लहान करेल तेव्हा दाऊद हा प्रत्यक्षात पोलिसांना वापरून आपले स्पर्धक नष्ट करीत चालला होता. पोलिसांनी दाऊदला आपला खबऱ्या म्हणून वापरले होते; पण तोच दाऊद आता पोलिसांची सूडदेवता बनला होता. ती सूडाची देवता त्याच्या मनात वाढत गेली होती.

मुंबईपासून दमणपर्यंत इलेक्ट्रॉनिक वस्तू ते सोने-चांदीपर्यंत सर्व वस्तूंची तस्करी दाऊद करीत होता. गुजरातमध्ये पूर्वी पठाण मंडळींचा या तस्करीच्या धंद्यात जास्त हात होता, त्यांचेच प्राबल्य होते. दाऊदने ते त्यांच्याकडून हिसकावून घेतले होते. पठाणांचा धंदा मग बऱ्यापैकी गुजरातमध्ये बसला. त्यामुळे दाऊद हा मुंबईतील बडा माणूस ठरला. त्याला काही प्रमाणात पोलीस खातेच जबाबदार आहे.

१९८२मध्ये दाऊदला कस्टम्सच्या कॉफेपोसा कायद्याखाली अटक झाली. एका मातब्बर टोळीच्या दादाला प्रथमच तस्करीबद्दल अटक झाली होती. यापूर्वी १९७७मध्ये त्याला झालेली अटक ही लुटालुटीबद्दल होती. त्या वेळी त्याला एक भुरटा चोर म्हणून वागणूक दिली होती. पोलिसांनी त्याला अनेकदा क्राइम ब्रँचमध्ये बोलावून घेतले होते व आपल्या लॉक-अपमध्ये टाकले होते. पण साबीरच्या हत्येनंतर दाऊदच्या धंद्याची वाढ लक्षणीयरीत्या होत गेली. मग मात्र पोलीस त्याच्या अटकेबाबत आधी काळजीपूर्वक विचार करू लागले.

१९८३मध्ये दाऊदवरचे सर्व आरोप काढून टाकण्यात आले. त्याची टोळी आता मुंबईतील सर्वांत सामर्थ्यवान बनली होती, आणि पोलीस अधिकाऱ्यांच्या देखत बिनदिक्कत हिंसाचार होऊ लागले होते. दाऊद आता सर्वत्र अंदाधुंदी, गदारोळ, दंगे वगैरे माजविण्यात तरबेज झाला होता. मुंबई शहर हे आता गँगस्टरकडून नियंत्रित केले जाऊ लागले होते. समद खानचा खून झाल्यामुळे दाऊद आता पोलिसांच्या 'वॉन्टेड'च्या यादीत वरच्या स्थानावर पोहोचला होता. या आधीच्या केसेसमध्ये त्याला जामीन नाकारला असल्याने समद खानच्या खुनाबद्दल त्याला सहज अटक होऊ शकत होती; पण दाऊद फरारी झाला होता.

आता दाऊदला आतली बातमी लागली होती की, पोलीस आपल्याला काही वेळातच अटक करायला येणार. ते त्याच्या ऑफिसवर, मुख्यालयावर पोहोचण्याआधी, काही मिनिटेच आधी दाऊद तिथून निसटून गेला होता. पुन्हा एकदा पोलीस फसले होते व जेव्हा त्यांना सांगितले की, दाऊद निसटून गेला असून आपल्या जाळ्यातून विमानाने निघून गेला, तेव्हा त्यांना खूपच आश्चर्य वाटले. दाऊदने आपल्या खबऱ्यांचे एवढे जाळे पोलिसातच पसरवले असेल, यावर त्यांचा विश्वास बसत

नव्हता. दुसऱ्या दिवशी पोलीस कमिशनरच्या ऑफिसात एक वरिष्ठ पातळीवरची बैठक भरली होती. त्यातून आणखीन दचकून टाकणारी माहिती बाहेर पडत होती.

“आपण त्याला अटक करणार आहोत याचा त्याला वास कसा लागला?” सोमण यांनी विचारले.

“सर, आपण त्याच्यापाशी पोचण्यापूर्वी त्याला फक्त १० मिनिटे अगोदर एक फोन आला होता. म्हणून तो पळून जाऊ शकला,” सब-इन्स्पेक्टर विनोद भट्ट म्हणाला. त्याने दाऊदच्या फोन कॉल्सचे रेकॉर्ड ठेवले होते. ते तपासून त्याने असे म्हटले.

“पण त्याला कोणी सावध केले?” सोमण आश्चर्याने म्हणाले. कारण या मोहिमेसाठी त्यांनी जे अधिकारी निवडले होते ते सर्व निष्कलंक चारित्र्याचे व निष्ठावान असे होते. त्या वेळी याचा उलगडा झाला नाही किंवा त्या व्यक्तीचे नाव कळले नाही. परंतु मुंबई पोलिसांच्या हातून एक गंभीर चूक झाली होती खरी. जेव्हा पोलिसांची खास तुकडी दाऊदच्या मुसाफीरखान्याकडे जाऊन छापा घालण्याच्या तयारीत होती तेव्हा पोलीस कमिशनर यांनी मंत्रालयातील एका ज्येष्ठ राजकारण्याला फोन करून त्यांची मान्यता मागितली व सूचनांची अपेक्षा केली. त्या राजकारणी नेत्याने पोलीस कमिशनरला सांगितले की, कोणत्याही परिस्थितीत हवी ती किंमत देऊन दाऊदला जिवंत पकडून आणलेच पाहिजे. हे कळल्यानंतर वरिष्ठ पोलीस अधिकाऱ्यांना वर्तुळात समजून आले की, ही माहितीची देवाणघेवाण फोनवरून होताना कुठेतरी गळती झाली असली पाहिजे व ती बातमी दाऊदला शेवटच्या क्षणी पोचवली गेली असली पाहिजे. त्यामुळे पोलीस येण्याच्या आत आपण येथून निसटले पाहिजे हे त्याने हेरले. ती माहिती पोलिसांतून गळली नसेल, तर दुसरा गळतीचा उगम हा त्या राजकारणी नेत्याकडेच बोट दाखवतो.

“आमच्या माहितीप्रमाणे दाऊद विमानतळावरती पोहोचला आणि तो दुबईला जाणाऱ्या विमानात बसला.” एक अधिकारी म्हणाला.

“पण आपण तर त्याचा पासपोर्ट जप्त केला आहे,” सोमण अविश्वासाने म्हणाले.

“सर, दाऊदचा पासपोर्ट क्राइम ब्रँचच्या ताब्यात आहे. प्रत्यक्षात तो राजा तांबट या अधिकाऱ्यांच्या लॉकरमध्ये आहे. आम्ही सकाळीच तो पाहून खात्री करून घेतली. तो अजूनही तिथे लॉकरमध्येच आहे.” भट्ट एक स्मितहास्य ओढून-ताणून चेहऱ्यावर आणीत म्हणाले.

दाऊदने मुंबईपासून दिल्लीपर्यंतचा विमानप्रवास एका आंतरदेशीय विमानाने केला व दिल्लीहून त्याने दुबईला जाणारे विमान पकडले. त्याच्या जप्त केलेल्या पासपोर्टची त्याने पर्वा केली नाही. पळून जाण्यासाठी त्याने आणखी एक पासपोर्ट

काढला होता व त्याचा त्याने उपयोग केला.

डोंगरीमध्ये जन्म घेतलेला एक पोरगा शेवटी निसटून दुबईला गेला; पण त्याचे राज्य असलेले प्रभावक्षेत्र तेच म्हणजे मुंबईच राहिले होते, ते तसेच चालू रहाणार होते!

भाग २

१
एका साम्राज्याची उभारणी

१९८४मध्ये दुबई हे एका शहराएवढे असलेले छोटे राष्ट्र होते. फक्त थोड्याच पाश्चात्त्य लोकांना ते नकाशावर सापडे. ते त्याबद्दल आणि तिथल्या नागरिकांबद्दल मोठ्या अधिकारवाणीने बोलत. दुबईमध्ये अत्यंत भिन्न वंशाचे लोक एकवटले आहेत. त्यात अरब, इराणी, बलुची, भारतीय असे सारे आहेत. या लोकांचा दुबईशी असलेला संबंध हा पार ऐतिहासिक आहे. दुसऱ्या महायुद्धाच्या शेवटी दुबई हे समुद्र किनाऱ्यावरील केवळ एक खेडेवजा गाव होते. केवळ आपल्या नागरिकांच्या कौशल्यावर ते गाव कसेबसे तग धरून राहिले होते. ते नागरिक त्या वेळी फक्त समुद्रातून मोती बाहेर काढण्याचे काम करीत होते; पण युद्धामुळे त्यांचा हा धंदा पार बसला. जपानने 'कल्चर्ड मोती' तयार करण्याचा उद्योग जोरात आरंभला व दुबईकरांना या व्यवसायात पार झोपवून टाकले. दुबईत 'पेट्रोडॉलर्स' येण्यास अजून बरीच वर्षे लागणार होती. तोपर्यंतच्या भाकड काळात दुबईने आपले व्यापारी संबंध होर्मुझच्या सामुद्रधुनीतून इराणशी आणि अरबी समुद्रातून मुंबईशी वाढवण्यास सुरुवात केली. त्या काळात भारत व इराण हे दोघेही आपापल्या देशातील व्यापार व उद्योगधंदे यांना अधिकाधिक संरक्षण देत होते. त्या वेळचे त्यांचे धोरण असे होते की, त्यांना आपापल्या देशातील उद्योगांना संरक्षण देऊन पुढे आणायचे होते. दुबईमधील व्यापाऱ्यांना कळले की, आपल्या देशातील कमीतकमी कर आकारणीचा फायदा घेऊन आपण सर्व प्रकारचा माल दुबईला आयात करू शकतो आणि मग तो इराण व अन्य उपखंडात निर्यात करू शकतो.

त्या वेळी दुबईवरती अल मक्तूम व त्याचे कुटुंब यांचे राज्य होते. शेजारच्या अबू धाबीवरती अल-नहयान यांचे राज्य होते. त्या राज्याचा प्रभाव सर्वत्र असे. त्या खालोखाल दुबईचा प्रभाव असे. जेव्हा त्या दोन्ही छोट्या राष्ट्रांच्या भूमीखाली अफाट

तेलसाठे असल्याचा शोध लागला, तेव्हा या दोन्ही अमिरातींना जणूकाही एक दैवी देणगी मिळाल्यासारखे झाले. कारण अजूनही ही छोटी राष्ट्रे आर्थिकदृष्ट्या स्थिर होण्यासाठी धडपडत होती. तोपर्यंत बाकीच्या पाच अमिरातींनी 'युनायटेड अरब अमिराती' अशी आपली एक संघटना १९७३मध्ये निर्माण केली. त्या आधी नुकतेच ब्रिटीशांनी आपले सारे सैन्य सुएझमधून काढून घेण्याचे ठरवले होते. आजमितीस केलेल्या अंदाजानुसार अबू धाबीत अजून २०० वर्षे जमिनीच्या पोटातून तेल बाहेर काढता येईल, एवढे तेलसाठे तेथे आहेत. १९७३नंतर अर्धशतकातच अल-नहयान गंगाजळी (जी अबू धाबीच्या भांडवली गंगाजळीबरोबर बदलून घेता येते.) सुमारे ५०० अब्ज डॉलर्स एवढी झाली. याची तुलना फक्त इतिहासातील अब्रामोविच या रशियन धनाढ्याच्या संपत्तीशी व अन्य काही रशियन महाजनांच्या संपत्तीशी करता येईल.

त्या यूएईमधील सहा अमिरातींना अबू धाबी ही अमिरात उदारपणे सब्सिडी देत होती. त्या सहा अमिरातींकडे अबू धाबीकडे असलेल्या तेलक्षेत्राएवढे क्षेत्र नव्हते. अबू धाबीला आपले १९७०च्या आसपासचे फेडरल बजेट आहे तेवढे भविष्यात राहील की नाही याची चिंता लागून राहिली होती. आज आपल्याकडे तेल आहे, उद्या ते तेल संपले तर, अशी चिंता लागून रहाणे साहाजिक होते. दुबईकडे जे तेलक्षेत्र आहे ते बऱ्यापैकी असले तरी त्यातून निघणारे उत्पन्न हे त्या चिमुकल्या राष्ट्राच्या अवघे १५ टक्के होते. अजूनही तशीच परिस्थिती असून येत्या दहा वर्षांत दुबईमधील तेल संपून जाण्याची दाट शक्यता आहे. म्हणून अल मक्तूम राजवटीने विविध क्षेत्रात पडायचे ठरवले. त्यांनी अबू धाबीच्या अल-नहयान राजवटीशी असलेल्या संबंधातून त्यांचे उदाहरण डोळ्यांसमोर ठेवले असावे. म्हणून मग त्यांनी आपल्या चिमुकल्या देशात प्रथम एक बंदर बांधण्याची योजना आखली. बंदर पुरे झाल्यावर त्याला 'जेबेल अली' असे नाव दिले. त्यात ६६ गोद्या व धक्के बांधले. म्हणजे एका वेळी ६६ जहाजे बंदरात थांबून माल उतरवू शकतील, अशी त्यामागे कल्पना होती. एवढी मोठी सोय असलेले बंदर मध्यपूर्वेत कुठेही नव्हते.

अशा या भव्य योजनेवरती आधीपासून काही जण टीका करीत होते. परंतु ही बंदराची योजना एवढी यशस्वी झाली की, ते बांधण्याचा निर्णय कसा योग्य होता हे लवकरच समजून आले. १९७९मध्ये इराणमध्ये झालेल्या राज्यक्रांतीमधून आणि अफगाणिस्तानावर रशियाने केलेल्या आक्रमणामधून दुबईने एक धडा शिकला.

इराण व अफगाणिस्तान येथले घाबरलेले व्यापारी व्यवसायासाठी मग दुबईला आले. त्यांनी दुबईमध्ये व्यापार सुरू केल्यावर दुबईची आर्थिक स्थिती सुधारू लागली. दुबईमध्ये आयकर नाही की विक्रीकर नाही! यामुळे हळूहळू आजूबाजूच्या देशातील सर्व व्यापारी तिथे आकृष्ट होऊ लागले. दुबई ही व्यापारासाठी एक सुरक्षित

जागा म्हणून व्यापाऱ्यांमध्ये मान्यता पावली. तेव्हापासून मध्यपूर्वेत कुठेही अस्वस्थता, बंडे, क्रांत्या, संघर्ष घडू लागले की, दुबईची भरभराट होत गेली.

दुबईला हे व्यापारी महत्त्व आल्याने गेली काही दशके महत्त्वाचे उद्योगपती दुबईत आपले उद्योग नेऊ लागले. व्हिक्टर बाउट हा एक शस्त्रास्त्रांचा व्यापारी होता. त्यामुळे त्याला आफ्रिका व मध्य आशिया येथे 'मृत्यूचा दलाल' असे संबोधले जायचे. मध्यपूर्वेत आल्यावर तो आपली विमाने नेहमी शारजा अमिरातीमधील विमानतळावर ठेवायचा. दुबईपासून शारजा अवघे १० मैलांवरती आहे. व्हिक्टर हा त्याने पुरवलेल्या सेवेचे, शस्त्रास्त्रांचे पैसे घेण्यासाठी त्या भागात यायचा. युद्धमान पक्ष, टोळीवाले आणि अन्य लोकांकडून तो हे पैसे चेकच्या स्वरूपात स्वीकारे. हे सर्व चेक्स स्टॅन्डर्ड चार्टर्ड बँकेवरचे होते. या बँकेची शाखा दुबईमध्ये होती. त्यामुळे गुंडांच्या टोळ्या व त्यांचे काळे धंदे यांचे प्रतिनिधित्व दुबईमध्ये झालेले होते. दुबईमधील राज्यपद्धती व कररहित अर्थप्रणाली यामुळे हे लोक दुबईला एक सुरक्षित आश्रयस्थान मानीत आलेले होते. त्यांच्या प्रत्येकाच्या कथा मात्र या अन्यत्र वेगवेगळ्या रितीने सांगितल्या जायच्या. यातून या सर्वांवरती दुबई सोडून अन्यत्र नेहमी कारवाया होतात, अशी भावना सर्वत्र पसरली होती. दुबई शहर हे असे नाट्यपूर्ण घडामोडींनी भरलेले असायचे व येथील नाट्यात त्या गुन्हेगार टोळ्या प्रमुख भूमिका करायच्या.

जागतिककरणाचे दुबई हे एक छोटे रूप आहे. येथील ८५ टक्के लोकसंख्या ही जगभरातील डझनवारी देशांतून येऊन स्थिरावलेली आहे. येथे अनेक भाषा बोलल्या जातात. त्या-त्या भाषिकांचे वेगवेगळे संघ आहेत. याचे काही ना काही लाभ होतात. अमिरातीच्या भविष्यासाठी, एका नवीन 'ब्रेव्ह न्यू वर्ल्ड'साठी इंग्लिश भाषा बोलणाऱ्यांचा उपयोग होतो. जे लोक सोन्याचा व्यापार करतात आणि जे लोक टॅक्सी चालवतात ते उर्दू किंवा हिंदी भाषा व्यवहारात बोलतात. मोठमोठ्या योजना राबविणाऱ्या प्रकल्पातील लोक अरबी भाषा बोलतात. मोटरगाड्यांच्या खरेदी-विक्री व्यवसायात रशियन किंवा पुश्तू भाषा बोलली जाते. काही दिवसांनी येथे चीनी भाषाही बोलली जाईल, हे नक्की! दुबई हे स्थळ कोणत्याही व्यावसायिकाला अगदी परिपूर्ण आहे. येथे व्यवसायासाठी लागणारी शांतता व स्थैर्य आहे. अन् हे सारे जिथे आशिया, युरोप व आफ्रिका खंड अशांत भागात येऊन मिळतात तिथे आहे. यामागे जी कारणे आहेत त्यात स्थलांतरितांना न मानवणारी युरोपातील थंडी व करपद्धती, भारतातील असह्य गोंगाट किंवा आफ्रिकेतील यातना अशी आहेत. या सर्वांपासून दुबईत मुक्तता मिळते. तेथे काहीही खरेदी करावे, विकावे आणि डॉलर्स कमवावे अशी परिस्थिती आहे. येथे कसलाही कर भरावा लागत नाही. ज्यांना व्यापाराचा हा कच्चा प्रकार व येथली व्यवस्था मान्य आहे ते अफाट पैसा करू शकतात. परिणामी तुम्ही एकदा येथे व्यापार आदी उद्योग सुरू केले की, सतत पैशांची निर्मिती होत

जाते. मग तुम्ही क्षणभरही न थांबता सारखा उद्योग करीत संपत्ती निर्माण करण्याचा आपला कारखाना अथवा टांकसाळ चालू ठेवता.

दुबई शहरात अफाट प्रमाणात परदेशातून गुंतवणूक झालेली आहे. अनेक पाश्चिमात्य कंपन्यांनी आपापले भांडवल या शहरात गुंतवलेले आहे. येथल्या बाजारात आपलाही हिस्सा असावा, अशी त्यांची इच्छा असते. पैशांची किंवा भांडवलाची आयात-निर्यात यावरती दुबई सरकार कोणतेही कडक निर्बंध लादत नाही. तसे निर्बंध घालावेत म्हणून अमेरिकेने दुबईकडे वेळोवेळी मागणी केली होती. पण तसे निर्बंध घातले तर या शहराचे व्यापारी वैशिष्ट्य नष्ट होईल, असे म्हणणे पडले. म्हणून येथले सरकारी धोरण असे आहे की, कोणीही या, तुमचे पैसे, भांडवल दुबईला आणा. तुम्हाला त्याबद्दल कसलेही प्रश्न विचारले जाणार नाहीत. आफ्रिका, युरोप व आशिया देशातील संपूर्ण उद्योग व व्यापारी धोरणांची जणूकाही टर उडवत दुबईने आपला देश हा तिथे एक महत्त्वाचा आर्थिक बिंदू म्हणून त्या तिन्ही खंडात उभा केला आहे. साहजिकच येथे सर्वांत मोठा पैशांचा बाजार निर्माण झाला. तुम्ही कोणत्याही चलनात कितीही पैसे येथे आणा अगर येथून बाहेर न्या; कोणीही तुम्हाला त्याबद्दल विचारणार नाही. मग पैसे तुम्ही सूटकेसमध्ये नोटांच्या स्वरूपात आणा, सोन्याच्या चिपांच्या स्वरूपात आणा अगर हिऱ्यांच्या रूपात आणा किंवा येथून न्या. येथे येणारा सततचा पैशाचा वाढता ओघ हा बहुतांशी बेकायदा हवाला व हुंडी यांच्यामार्फत येत असल्याने काही बँकाही या व्यवहारात बिनदिक्कत सामील झाल्या आहेत. परदेशात पैसे पाठवणे व तेथून आणणे ही कामे करणारा बराचसा सावकारी समाज आहे. ते परवान्यावाचून हा व्यवसाय करतात. पण त्यांचा आधार येथे स्थलांतर करून येणाऱ्या श्रमजीवी वर्गाला होतो. त्या सावकार मंडळींचीही येथल्या अर्थकारणाला मदत होते.

१९६०नंतरच्या दहा वर्षांत दुबईचा विकास होऊ लागला, विशेषत: ब्रिटनकडून स्वातंत्र्य मिळाल्यावर आणि १९७३नंतर जागतिक तेल समस्या उभी राहिल्यानंतर. त्यामुळे नंतर येथे पेट्रोल विक्री केल्याने येणाऱ्या डॉलर्सचा ओघ वाढू लागला. परिणामी या शहराची पायाभूत रचना निर्माण होणे सुरू झाले. अबू धाबीकडे जेवढे तेल आहे, त्यापेक्षा कितीतरी कमी तेल दुबईकडे आहे. त्यामुळे सुरुवातीला दुबईला शेजारच्या देशांवर अवलंबून रहावे लागले. परिणामी दुबईत राज्यकर्ते असलेल्या अल मक्तूम कुटुंबीयांनी उत्पन्नाचे अन्य स्रोत शोधायला सुरुवात केली. त्यांना अबू धाबीच्या अल-नहयान यांच्यावर कमीतकमी अवलंबून रहायचे होते. यातूनच अरबी समुद्रात स्वत:चे भव्य बंदर उभे करायला त्यांना स्फूर्ती मिळाली. कारण त्यामुळे इराणचा व्यापारी संबंध हा कराची, मुंबई आणि आफ्रिकेचा पूर्व किनारा यांच्याशी येणार होता. दुबईचे मुंबईशी असलेले राजकीय संबंध हे पहिल्यापासूनच भक्कम

होते. पूर्वीच्या काळात म्हणजे भारतातील इंग्रजी अमलामध्ये या शहराचे प्रशासन ब्रिटीश मुंबईतून चालवायचे.

१९६०नंतर येथील भागात एक आधुनिक विमानतळ उभा केल्याने पाश्चिमात्य समाज येथे येऊन आपला विकास करून घेऊ लागला. भारतीय, पाकिस्तानी आणि इराणी समाजाप्रमाणे तेही येथे वेगळे व एकत्र राहू लागले. अन् तरीही येथले सर्व समाज हे एकमेकांशी मिसळून असतात. सर्व प्रकारच्या समाजांचे स्थानिक लोकांशी जवळचे संबंध आहेत, ते एकमेकांत मिसळत नसले, तरी आपल्याला ज्या देशाने आश्रय दिला त्यातील लोक हे आपले आश्रयदाते आहेत, अशी भावना बाहेरून आलेल्यांमध्ये आहे. ज्यांनी आपला मदतीचा हात पुढे केला त्यांच्या हाताला आपण कसा चावा घ्यायचा, असा विचार यामागे आहे. सर्व प्रकारचे समाज हे आपापले गट करून आपल्या ठराविक क्षेत्रात रहात नाहीत. त्यांच्या वेगवेगळ्या वस्त्या नाहीत. जे काही बंगले आहेत ते संख्येने फारच थोडे आहेत. बहुतेक जण छोट्या अपार्टमेंट्समधून राहतात. तसेच येथल्या राज्यकर्त्या कुटुंबापैकी कोणाचीही भेट घेणे तसे सोपे आहे. सर्व प्रकारच्या समाजातील प्रमुख नागरिकांना शेख रशीद यांची सहजासहजी भेट घेता येते. त्यामध्ये शेखचे वारस, सध्याचा राज्यकर्ता शेख महंमद हे आहेत. शेख महंमद यांना येथे 'शेख मो' असे संबोधले जाते. जर काही विशिष्ट क्षेत्रात आर्थिक समस्या उद्भवली किंवा एखाद्या समस्येचा विशिष्ट समाजाला त्रास होऊ लागला, तर त्याबद्दल या राज्यकर्त्या कुटुंबाकडे जाऊन खुशाल त्यावर नि:संकोच चर्चा करता येते. एखाद्या भारतीय, पाकिस्तानी किंवा इराणी माणसाला त्याच्या मातृदेशाकडून काही समस्येमुळे अडचण येत असेल; संपत्तीबाबतीत समस्या निर्माण होत असेल, तर तत्काळ शेख रशीदशी संधान जोडून देण्यात येते किंवा त्याच्या कुटुंबीयांपैकी कोणाशीही तो आपल्या कामाबद्दल चर्चा करू शकतो.

दाऊद इब्राहिम आणि खलीद पहिलवान यांनी मिळून १९८१मध्ये जेव्हा गुजरात व मुंबई येथून सोने आणण्याची तस्करी सुरू केली तेव्हा त्यांना दुबईमधील वर वर्णन केलेली सारी माहिती ठाऊक होती. शाही कुटुंबाला असलेला बिझनेसमधला रस आणि त्यांच्यांपर्यंत सहज पोहोचता येते, हे पाहून दाऊदने या परिस्थितीचा लाभ उठवण्याचे ठरवले.

मध्यपूर्वेतील मानदंडानुसार दुबईचा विमानतळ हा आधुनिकच आहे, असे म्हटले पाहिजे. येथले प्रशासन तसे संथ आहे व तिकडून फारशी आशा करण्यात अर्थ नाही; पण तरीही ते आपल्या परीने कामे करीत असतात. दुबईत असलेल्या कोणत्याही समाजाला कसलीही खास वागणूक दिली जात नाही. भारतीय, पाश्चिमात्य, आफ्रिकी, इराणी सगळ्या लोकांना सारखेच वागवले जाते. विविध परवाने आणि परवानग्या मिळवण्यासाठी लांबलचक रांगा लागलेल्या असतात. त्यात उभे राहिल्यावर अनेकदा निराशा वाटू लागते. परंतु येथील जीवन अत्यंत सुखी व संपन्न आहे.

त्यामुळे कोणीही कशाबद्दलही तक्रार करीत नाही. नोकरशाहीच्या अनेक भागांवर पॅलेस्टाइन लोकांचे नियंत्रण आहे. कमी काम असलेल्या व भरपूर पगाराच्या पदांवर कोणाला नेमावे याबाबत अमिरात फारशी आग्रही नसते. त्यातून वर्णभेद नसल्याने पॅलेस्टाइन लोकांचे चांगलेच फावते. जो काही वर्णभेद आहे तो अगदीच ढोबळ व वरवरचा आहे.

१९८०पर्यंत दुबईत पाकिस्तानी लोक मोठ्या प्रमाणात शिरत होते. कारण त्या काळात त्यांच्या देशात सारखी यादवी युद्धे चालली होती. त्यामुळे पाकिस्तानचे अर्थकारण डळमळीत झाले होते. तसेच हे लोक मुस्लीम असल्याने दुबईमधील अधिकाऱ्यांनी त्यांच्याबाबतीत अधिकच सहिष्णू धोरण ठेवलेले होते. १९८०नंतरच्या काही वर्षांत भारतीय समाज तिथे एवढा एकवटू लागला की, तिथल्या पाकिस्तानी समाजावर भारतीयांच्या संख्येने मात केली व आपला प्रभाव वाढवला. परंतु काही जुन्या पाकिस्तानी कुटुंबांनी एव्हाना बरेच आर्थिक यश मिळवले होते व अमिरातीमधील स्थानिक समाजात ते अधिक मिसळून गेले होते. भारतीयांच्या बरोबरीने व्यापारात इराणी समाज अधिक महत्त्वाचा समजला जातो. विसाव्या शतकाच्या पहिल्या दशकात ते दुबईमध्ये आले. कारण त्या वेळी इराणने, म्हणजे त्या वेळच्या पर्शियाने व्यापारावरती अनेक कडक निर्बंध घातलेले होते, विशेषत: आयातीवरती जबरदस्त कर लादले होते.

मिर्डिथ नावाचे एक स्थळ विमानतळापासून ६ ते ७ कि.मी. दूर वाळवंटात आहे. १९८२मध्ये युनायटेड अरब अमिरातीने त्या स्थळाचे आधुनिकीकरण करण्यास सुरुवात केली. त्यांनी तिथे प्रथम २६ घरे उभी केली आणि २६ आरोग्यधामे बांधली. त्यासाठी २० चौरस किलोमीटर जागा व्यापली गेली. त्याचबरोबर एक रस्त्यांचे जाळे उभे केले. यामागे खूप पुढचा विचार केलेला होता. मिर्डिथ हे नवीन गाव आता उच्च वर्गाचे, श्रीमंत पाश्चिमात्यांचे, अमिरातींच्या राज्यकर्त्यांचे आणि भारतीयांचे झाले आहे. तिथे रहाणाऱ्या लोकांनी ते गजबजून गेले आहे.

दुबईला स्वत:ची अशी खास ओळख नसेल किंवा स्वत:चा आत्मा नसेल; परंतु येथल्या विश्वात एक प्रकारची अद्‌भुतता व वास्तवता असल्याने तुमचे मनोरंजन होते. मात्र त्यासाठी येथे प्रामणिकपणा कसोशीने पाळला जातो. येथे फक्त दोन गोष्टींची सत्ता चालते. पहिली गोष्ट म्हणजे डॉलर हे चलन व दुसरी म्हणजे शेख मो. दुबई हे भव्य असेल, तिथे लोकशाही नसेल, पैसा हाच कच्चा माल वापरून त्याची उलाढाल तिथे चालत असेल; परंतु ह्या देशात तुम्हाला मुक्त व्यापार आणि जागतिकीकरण सापडेल. ज्या मध्यपूर्वेत हिंसाचार सतत चालतो त्या भागात हा एक स्थिर देश आहे. आता हा देश आपल्या जमिनीच्या पोटातून बाहेर काढल्या जाणाऱ्या तेलाच्या उत्पन्नावर अवलंबून नाही; परंतु संपत्ती निर्मितीसाठी त्यांनी अरब जगात एक अभिनव मार्ग निर्माण केला आहे. तसेच जोपर्यंत अमेरिका व युरोप हे

देश परदेशातील आपल्या बँकांची केंद्रे अस्तित्वात ठेवतील, तोपर्यंत त्यांना आपल्या ढोंगबाजीबद्दल मनातून अपराधी वाटत राहील. अशा परिस्थितीमुळे संघटित गुन्हे करणाऱ्यांना या अर्थकारणाचा फायदा मिळतो. त्यांच्याकडून अनेकदा मदत घेतली जाते. अनेक कंपन्या त्यांची बेकायदेशीर कृत्ये लपवण्यासाठी आणि कर चुकवण्यासाठी त्या गुन्हेगारी टोळ्यांची मदत घेतात. अनेक मोठमोठ्या कॉर्पोरेट कंपन्याही त्यांच्या बेकायदेशीर अर्थकारणासाठी, करचुकवेगिरीसाठी त्या टोळ्यांचा वापर करीत असतात. यामुळे त्या कंपन्यांची जशी भरभराट होते तशीच या टोळ्यांचीही होत जाते. दुबईत फक्त अपार्टमेंट व घरे एखाद्या व्यक्तीच्या नावावर होऊ शकतात. आपली संपत्ती यात गुंतवून मग कालांतराने घर विकून ते पैसे कोणत्याही आंतरराष्ट्रीय उद्योगात गुंतवता येतात. कारण घरे घेतानाच तुमच्या संपत्तीची तपासणी झालेली असते.

१९७०नंतर अनेक दक्षिण आशियाई मंडळी दुबईत जाऊ लागली. त्यांची आवक मोठ्या प्रमाणात झाली. तसेच खटल्यांपासून व कायद्याच्या त्रासांपासून बचाव करण्यासाठी अनेक पूर्व आफ्रिकी विशेषत: युगांडामधील माणसेही दुबईत स्थलांतर करू लागली. तेव्हा श्रीलंका व नेपाळ येथील माणसे दुबईच्या लोकसंख्येत कमी होती. १९९०नंतर त्यांचीही संख्या वाढू लागली. नंतर इमारती बांधण्याची लाट आली. जादा लोकसंख्येला रहाण्यासाठी घरे हवी होती. बांधकामासाठी स्वस्तातला व काम होताच काढून टाकण्याजोगा मजूरवर्ग हवा होता. तसेच आर्थिक उन्नतीमुळे अमिरातीच्या कुटुंबांचे रहाणीमान आलिशान होत गेले होते. तेही अशा नोकरवर्गाची भरती दक्षिण आशिया व फिलिपाईन्समधून येणाऱ्या लोकांमधून करू लागले.

१९८०नंतरच्या दशकाच्या शेवटास रशियात कम्युनिझमचा पाडाव झाला आणि जगातिक आर्थिक बाजारपेठेवरचे बरेचसे निर्बंध उठवले गेले. त्यामुळे जगाच्या अर्थकारणात अफाट रोख रकमा गुंतवण्यात येऊ लागल्या. व्यापाऱ्यांनी मग जगभराचा शोध घेऊन कोणत्या क्षेत्रात जास्तीतजास्त लाभ मिळेल, याचा अंदाज घेण्यास सुरुवात केली. त्यांनी अशा कंपन्याची गिऱ्हाइके हेरली की, त्या कंपन्या आपली सेवा अनेक प्रकारे पुरवावयास तयार होत्या. त्यातल्या काही जणांना गुंतवणुकीवरती जास्तीत जास्त परतावा हवा होता. अन् टॅक्स चुकवण्याच्या प्रवृत्तीला यामुळे नेहमीच चालना मिळत असते. नवीन बाजारपेठांसाठी कंपन्या आपल्याकडून किती तळमळीने काम केले जाते याचे प्रदर्शन करू लागल्या. आपल्यावरील एके काळच्या गुन्हेगारीचा कलंक जावा, म्हणून काही गुंतवणूकदार हे आपल्याकडील काळा पैसा एक प्रकारे पांढरा करून त्याची पुन्हा गुंतवणूक करतात. अशा लक्षावधी लोकांनी जगाच्या बाजारपेठेत आपला पैसा ओतला. त्या

रकमा अफाट होत्या.

दुबईमधील दुकानांच्या संस्कृतीमध्येही आता बदल होऊ लागला. मध्यपूर्वेतील सर्वांत मोठे 'शॉपिंग सेंटर' म्हणून दुबई आता ओळखली जाते. येथे वर्षातील एक महिना 'शॉपिंग उत्सव' म्हणून धूमधडाक्याने साजरा केला जातो. त्याची जाहिरात जोरदारपणे केली जाते. जानेवारीच्या महिन्यापासून त्याची सुरुवात होऊ लागते. त्या उत्सवात अनेक प्रलोभने गिऱ्हाइकांना दाखवल्यामुळे त्यांची तोबा गर्दी दुकानात होते. याचे आकर्षण जगातील सर्व श्रीमंत गिऱ्हाइकांना असते. विशेषत: जुन्या सोन्याच्या बाजाराला गिऱ्हाइकांची भेट मोठ्या संख्येने होत असते. जानेवारीच्या मध्यापासून ही धूमधडाक्याची विक्री सुरू होऊन ती फेब्रुवारीच्या मध्यापर्यंत चालते. सोन्याच्या बाजाराला तिथे 'सूक' म्हणतात. जुन्या सूकचे यश पाहून 'नवीन सूक' निर्माण करण्यात आला. १९८०नंतरची ही घटना आहे. दोन्ही सूकमध्ये सोन्याच्या बाजारपेठेत स्पर्धा चालू असते अन् दोन्हीचीही भरभराट होत गेली आहे. विशेषत: येथून सोन्याची निर्यात पाकिस्तान व भारत येथील व्यापाऱ्यांना जास्त प्रमाणात झाली होती. त्या व्यापाऱ्यांनी या धंद्यावरती आपली व्यापारातील भव्य साम्राज्ये उभी केली. सोन्याच्या बाजारपेठेखालोखाल रेशमाची बाजारपेठ व मसाल्याच्या जिन्नसांची बाजारपेठ भरभराटीस आली. रेशमाच्या बाजारपेठेवर भारतीय व पाकिस्तानी व्यापाऱ्यांचे वर्चस्व राहिले व मसाल्याच्या बाजारपेठेवर इराण्यांचे वर्चस्व राहिले. दुबईतील बाजारपेठेत जगातील अत्यंत दिमाखदार अशा गोष्टी अत्यंत स्वस्तात मिळतात. परंतु अशा फॅशनेबल व दिमाखदार वस्तूंचा प्रभाव पाश्चात्त्य जगातील बाजारपेठेवर फारसा पडत नाही. अशा वस्तू फार फार तर सिंगापूर व हाँगकाँगपर्यंतच जाऊ शकतात. त्या विकून बदली अन्य मालाची आयात करणे हे जरासे कठीणच जाते.

शेख रशीद हा राज्यकर्ता प्रथमपासूनच आधुनिकतेचा पुरस्कर्ता होता. एक व्यापारी केंद्र म्हणून दुबईची भरभराट व्हावी म्हणून त्याने प्रथमपासून व्यापाराला उत्तेजन देणारे धोरण आखले होते. १९८०च्या आधी तर त्याने सर्व अमिरातींना जोडणाऱ्या रुंद रस्त्यांचे जाळे निर्माण करण्याची योजना साकारायला सुरुवात केली होती. १९८०नंतरच्या सुरुवातीच्या वर्षातच दुबईमध्ये एका सरहद्दीपासून दुसऱ्या टोकाला अर्ध्या तासात रस्त्याने गाडी चालवत जाता येणे शक्य झाले होते. तुम्ही जर आता दुबईत गाडी चालवू लागलात, तर तुम्हाला हा चमत्कार सहज अनुभवता येईल. तिथल्या रस्त्यांच्या जाळ्यावर सध्या हजारो वाहने जा-ये करीत असतात. तिथे दोनच प्रमुख रस्ते आहेत व त्यावर दिवसभर वर्दळ चालू असते.

नवीन दुबईमध्ये खूप उंच इमारती झाल्या आहेत. तेथून तुम्ही निघालात की, मध्यभागातील माणसांनी गजबजलेल्या वर्दळीच्या भागातील बंदरापाशी याल आणि डेरा भागातील बाजारपेठेपाशी पोहोचाल. इथे तुम्हाला व्यापारी मंडळी सतत बोटीतून

आलेला माल उतरवून घेताना व त्यावर नवीन माल चढवण्यात गर्क झालेली दिसतील. दिवसभर असेच दृश्य तिथे असते. नऊ फूट उंचीचे किंवा खोली असलेल्या पेटाऱ्यांची चळत उचलली जात असते. ती कामे बंगाली, नेपाळी व श्रीलंकेतील बुटके मजूर करताना दिसतात. त्यांनी खोकी उचलल्यावर असे वाटते की, त्या खोक्यांनाच पाय फुटलेले आहेत. बनावट सेलेक्स घड्याळे, बनावट डीव्हीडी, बनावट संगणक, जडजवाहीर आणि सोन्याचे दागिने विकणारे फिरते व्यापारी उर्फ फेरीवालेही तिथे असतात. आपल्या जवळील मालाचे प्रदर्शन करून ते गिऱ्हाइकांना जाळ्यात ओढू पहात असतात. त्यांचे ते मालाचे भडक प्रदर्शन पाहून शेवटी उबग येऊ लागतो.

एका बाजूला अतिश्रीमंतांच्या उंच इमारती व दुसऱ्या बाजूला फेरीवाल्यांचे हे जग आहे. तिथेच हे फेरीवाले अत्यंत अनारोग्यदायी अशा स्थितीत रहात असतात. हे सर्व जण भारतीय उपखंड, अफ्रिका, फिलिपाईन्स व चीन येथून पोटासाठी आलेली माणसे आहेत. परंतु त्या कामगारांच्या, फेरीवाल्यांच्या वसाहती सहसा दिसू नयेत व दुबईच्या सौंदर्याला त्यामुळे बाधा पोहोचू नये अशा पद्धतीने झाकलेल्या आहेत. येथेच गरीब मजूरवर्गही रहात असतो.

शेख मो याने या गरीब मजूरवर्गाचा उपयोग करून घेतला आहे. दुबईच्या उष्णतेमध्ये दिवसाचे बारा-बारा तास काम करण्यासाठी सकाळी ट्रक्स पाठवले जातात. मजुरांना गुरासारखे ट्रकमध्ये भरून इमारती बांधण्याच्या जागी आणून सोडले जाते. त्यांच्या वसाहतींना झोपडपट्ट्या न म्हणता 'लेबर कॅम्प्स' म्हटले जाते. पुढे शेखने उघड्या ट्रकमधून मजुरांची गुरांसारखी वाहतूक बंद करून त्याऐवजी बसेस ठेवल्या.

✠

शेवटी दाऊदचे विमान आकाशातून दुबईच्या विमानतळावर उतरून धावत-धावत आपला वेग कमी करू लागले. दाऊदला विमानप्रवास कधीच आवडत नव्हता. जेव्हा-जेव्हा तो असा प्रवास करे तेव्हा विमानप्रवासाबद्दलची त्याची सुप्त भीती मनात उफाळून येई व तो स्वत:शीच झगडत बसे. विमानातून उतरून दाऊद टारमॅकवरून विमानतळाच्या इमारतीकडे चालू लागला. दाऊदला आता उत्साह वाटत होता व भीतीही वाटत होती. त्याला आता कळून चुकले – आपण आता मुंबईचा आणि तिथल्या रस्त्यांचा निरोप घेतला आहे. कदाचित हा निरोप तात्पुरता घेतला असेल किंवा कायमचाही घेतलेला असेल. आता दुबई हीच आपली 'डोंगरी' करणे भाग आहे. यापूर्वी दाऊद दुबईला दोन वेळा येऊन गेला होता; पण त्या वेळी तो एक हौशी प्रवाशी होता, येथे रहाण्याच्या उद्देशाने आला नव्हता.

इमिग्रेशन, कस्टम्स वगैरेच्या सोपस्कारातून तो बाहेर पडून वातानुकूलित

असलेल्या इमारतीच्या भागात आला. तिथे एक टोयोटा गाडी त्याची वाट पहात होती. दाऊदने तिथल्या भागातून दिसणारे बाहेरचे वाळवंट न्याहाळले. ते पूर्वीसारखेच होते; पण आता तो नवीन दृष्टिकोनातून पहात होता. बाहेरचे दृश्य तसे उत्तेजक नव्हते निराशाजनकच होते. अतिरूंद रस्ते, अफाट उष्णतेने भरलेले वातावरण आणि अधूनमधून दिसणाऱ्या काही इमारती बस्स! एवढेच सारे होते. अन् ही दुबई होती! इथल्या अनेक भारतीयांना आपल्या मातृभूमीपेक्षा हा देश अधिक महत्त्वाचा वाटत होता. एकदम दाऊदला घरची आठवण येऊ लागली. मुंबईत नसल्यामुळे त्याला चुकल्याचुकल्यासारखे वाटू लागले. आपण असे खचून जायचे नाही, हे त्याला पुढच्याच क्षणाला उमगले. त्याने आता परतीचे दोर कापले होते. मागे जाणारे रस्ते बंद करून टाकले होते. येथल्या वाळवंटातील शहरात तो आपले मुख्य ठाणे बनवणार होता आणि येथूनच तो आपले साम्राज्य चालवणार होता. हा देश भरभराटीस येऊ लागला हाता. विकास पावू लागला हाता. अन् एका दृष्टीने ते बरेच होते. आता या देशाबरोबरच त्याचाही विकास व भरभराट होणार होती.

दाऊदचे धाडसी मन आता काम करू लागले. तो खरोखरीच अत्यंत चलाख व तीक्ष्ण बुद्धीचा होता. जगातील फार थोड्यांनाच अशी देणगी लाभलेली असते. दाऊदची तशी ख्यातीच होती. तो आता आपले धोरण आखू लागला. मनात डावपेच रचू लागला. व्हिक्टर बाउट हा एक रशियन होता. तो शस्त्रास्त्रांचा दलाल होता, विक्रेता होता. गुंडांच्या टोळीचा दादा होता. शस्त्रास्त्रांसंबंधी जे-जे कायदे होते ते सारे धुडकावून लावायचा. त्यातून पळवाटा काढायचा. दीर्घकाळ, म्हणजे २००८पासून थायलंड पोलिसांना तो चुकवीत आला होता. त्यांच्या कायद्याच्या कचाट्यात सापडत नव्हता. शेवटी त्याच्यावर आंतरराष्ट्रीय पोलिसांनी 'रेड कॉर्नर' नोटीस जारी केल्यावर त्याला स्थानबद्ध करण्यात आले. 'आता तो आम्हाला हवा' अशी मागणी अमेरिका थायलंडकडे करू लागली; पण बाउटकडून त्यासाठी विरोध केला जाऊ लागला. दाऊदला हे सारे ठाऊक होते. आपल्या नव्या धोरणाच्या कार्यवाहीत आपल्याबरोबर असलेला खलीद त्यातून मार्ग काढण्यासाठी धडपडेल, हे दाऊदला ठाऊक होते.

पण खलीदला ते कितपत जमेल याची त्याला शंका होती म्हणून आपल्या योजना अमलात आणण्यासाठी एखादा नवीन लायक माणूस तो शोधू लागला. ही त्याची आता प्राथमिक गरज होती. तो माणूस टोळीचा कार्यकारी अधिकारी बनणार होता. आता दाऊदला एक सल्लागार मंडळ हवे होते. एक एक्झिक्युटिव्ह समिती हवी होती.

दाऊदला दुबईमधील सर्व कायदेशीर व लाभदायी धंद्यावरती आपला प्रभाव टाकायचा होता. त्याला आता सर्वकाही कायदेशीर मार्गाने व्यवहार करायचे होते. आपले काळे धंदे तो सोडून देणार होता. आपली गुंतवणूक उघडपणे अशा धंद्यात

करून त्याला समाजात उजळ चेहऱ्याने मिरवायचे होते. बॉलिवूडचा सिने-उद्योग, घोड्यांच्या शर्यती ते पार शेअर मार्केट अशा विविध उद्योगांत त्याला शिरायचे होते. वयात आल्यापासून त्याला फिल्म इंडस्ट्री व घोड्यांच्या शर्यती या क्षेत्रांचे आकर्षण होते. तो आता आपले जाळे सर्वत्र पसरवू लागला. त्याचे हात सर्व क्षेत्रांत चाचपडू लागले. आजवर त्याने सर्व क्षेत्रावर आपला प्रभाव टाकून नियंत्रण ठेवले होते. पण मुंबईत आपल्या स्पर्धकांना उखडून टाकण्यात आणि पोलीस खात्याशी लपंडाव खेळण्यात त्याचा फार वेळ जायचा. पण आता या नवीन देशात त्याला कायदे खात्याशी फारशी झुंज करावी लागणार नव्हती, पोलिसांशी दोन हात करावे लागणार नव्हते. याचे कारण ते आता त्याच्या बाजूला असणार होते. सरकारच आपल्या पाठीशी ठाम उभे राहील असे तो पहाणार होता.

त्याची आलिशान गाडी शेवटी अत्यंत हळुवारपणे थांबली. एवढ्या हळुवारपणे थांबली की, त्याला ते समजलेही नाही. आपण मुक्कामाला पोहोचलो आहोत हे गाडीच्या ड्रायव्हरने त्याला मोठ्या अदबीने सांगितले. आपले विमान जसे रनवेवरती हळुवारपणे उतरले तशीच ही टोयोटा गाडीही संथपणे तरंगत थांबली, असे त्याला वाटले. कुठेही खड्ड्यात चाक गेल्याने बसणारा धक्का जाणवला नाही, हादरा नाही की, 'खराब रस्ता आहे' असे वाटू दिले गेले नाही. यापूर्वी कधीही त्याचा मोटारप्रवास मुंबईतील रस्त्यांवरून इतक्या सुरळीतपणे झाला नव्हता.

दाऊदने आपल्यासमोर उभा असलेला आलिशान बंगला पाहिला. तो बंगला शेख युसूफचा होता. एके काळी तो तस्करी करण्यात दाऊदचा भागीदार होता. आता तो दुबईत स्थायिक झाला होता. दाऊदला जोपर्यंत एखादे कायमस्वरूपी निवासस्थान प्राप्त होत नाही तोपर्यंत तो याच बंगल्यात पाहुणा म्हणून रहाणार होता.

मुंबईतील भेंडी बाजारातील टेमकर गल्लीमधील आपली इमारत दाऊदला आठवली. ती इमारत मोडकळीस आलेली म्हणजे एक प्रकारची धर्मशाळा बनली होती. तुटलेले कठडे, चिरलेली दारे, घाण केलेले कोपरे, कुबट वासांनी भरलेले इमारतीमधील बोळ अशी जुनी इमारत होती.

त्यापुढे हा समोरचा बंगला खूपच डामडौलाचा वाटत होता. तिथे बाहेर बागेत रंगीबेरंगी कारंजी होती. विस्तृत हिरवळ पसरली होती. पुष्कळ खांब असलेल्या द्वारमंडपात स्वच्छ पांढरी संगमरवरी फरशी घातलेली होती. आतमध्ये गेल्यावर ग्रॅनाइटची फरशी बसवली होती. मुंबईमध्ये एवढा अलिशान बंगला राज्यपालाचा किंवा मुख्यमंत्र्याचाही नव्हता. क्षणभर त्याने त्या वैभवशाली बंगल्याचे मनात कौतुक केले आणि आपणही असाच बंगला; नव्हे याच्यापेक्षाही अधिक सुंदर असा बंगला निर्माण करण्याचा निश्चय त्याने मनात केला. मग त्या बंगल्यात तो मुंबई व दुबई येथील श्रीमंत व प्रसिद्ध व्यक्तींचा पाहुणचार करणार होता.

धंद्याची पुढची आखणी करण्यात त्याचे मन आता गुंतून गेले. आपल्या धंद्यातील मुंबईतील जवळची माणसे येथेही आणली पाहिजेत; नवीन माणसे जवळ करण्यात अर्थ नव्हता, असा त्याने विचार केला. कारण ती तेवढी, जुन्या माणसांइतकी विश्वासपात्र असणार नाहीत. त्यामुळे त्यांच्यावर विसंबून त्याला रहाता येणार नव्हते की, निर्णय घेता येणार नव्हता. आपले धोरण आखल्यावर ते व्यवहारात राबविण्यासाठी त्याला माणसे हवी होती. मग दुबईत आल्या-आल्या पहिल्या चोवीस तासांत त्याने भराभरा मुंबईला अनेक जणांना फोन केले. त्यातले बरेच फोन हे पोलीस खात्यातील वरिष्ठ अधिकाऱ्यांना लावलेले होते. काही फोन हे राजकारणात धडपड करून वर येऊ पहाणाऱ्या राजकीय व्यक्तींना केलेले होते. तर काही फोन हे त्याच्या मोजक्याच विश्वासू व्यक्तींना केलेले होते. त्या राजकीय व्यक्तींचे व पोलीस अधिकाऱ्यांचे त्याने फोनवर आभार मानले, तर त्याच्या विश्वासू माणसांना फोनवर त्याने एकच आज्ञा सोडली, "तुमचे सारे उद्योगधंदे गुंडाळा व ताबडतोब दुबईला येण्यासाठी निघा."

अशा रितीने दाऊदच्या टोळीचे मुंबईहून दुबईला स्थलांतर सुरू झाले. दाऊदला प्रथम जाऊन मिळाला तो त्याचा धाकटा भाऊ अनीस इब्राहिम. त्यानंतर त्याच्या टोळीतील अनिल परब उर्फ वांग्या दुबईला गेला. याला 'वांग्या' असे नाव पाडण्याचे कारण त्याचा चेहरा हा एखाद्या वांग्यासारखाच छोटा व गोटोळा असा होता. यानंतर सुनील सावंत उर्फ सौत्या, मनीष लाला, अली अब्दुल्ला अंतुले आणि इतर हळूहळू दुबईत जाऊन दाऊदला मिळाले.

दाऊदची दोन अगदी जवळची विश्वासू माणसे होती. जणूकाही ते त्याचे लेफ्टनंट होते. त्यांना मात्र दुबईत पोहोचण्यासाठी कित्येक महिने लागले. कारण त्यांच्यावर पोलिसांनी अनेक केसेस चालवल्या होत्या. त्या गुंत्यातून सुटण्यासाठी आणि त्यांचा धंदा गुंडाळण्यासाठी त्यांना वेळ लागला होता. ही माणसे म्हणजे छोटा राजन आणि छोटा शकील होती. छोटा राजनला दुबईमध्ये १९८७मध्ये आणि छोटा शकीलला १९८८मध्ये जाणे जमले. छोटा राजन आधी पोहोचला होता आणि तो उद्योगी असल्याने आपल्या मालकाचे पूर्ण समाधान करणारा व कोणतेही काम करण्यास तत्पर असल्याने दाऊदचा उजवा हात बनला होता. छोटा शकीलने दाऊदच्या वाढत्या साम्राज्यात नंतर पाऊल टाकले. तोही जरी भाईचा गुलाम असल्यासारखा वागत होता; तरीही त्याला छोटा राजनपुढे दुय्यम भूमिका स्वीकारावी लागली होती.

दरम्यान दाऊदला स्वत:चे महत्त्व एवढे मोठे वाटू लागले की, त्याने एक भव्य बंगला खरेदी केला. आपल्या बंगल्याला त्याने नाव दिले 'द व्हाइट हाउस.' अमेरिकेच्या राष्ट्राध्यक्षांच्या बंगल्याचे हेच नाव असल्याने आपण त्यांच्यापेक्षा कमी नाही, असे दाऊदला या निमित्ताने दाखवून द्यायचे होते हे उघड होते.

२
स्पर्धकांना निपटताना

आता दाऊद काय करतो, याकडे सर्वांचे डोळे खिळले होते. त्याने आपल्यासमोर बसलेल्या प्रत्येकाकडे काळजीपूर्वक पाहिले. जणूकाही तो आता निर्णय देणार होता व त्या निर्णयाचे बरेवाईट काय परिणाम होतील याचा अंदाज घेत होता. त्याच्या निर्णयामुळे गुन्हेगारी जगातील समीकरणे बदलून जाणार होती.

तेवढ्यात छोटा शकील हातात फोन घेऊन खोलीत चालत आला. त्याच्या चेहऱ्यावरती एका मोठ्या समस्येमधून सुटका झाल्याचे भाव होते. आता फक्त आपल्या बॉसने एक शेवटचा फोन करायला हवा, असे त्याला वाटत होते. परंतु खोलीत शिरल्या-शिरल्या त्याने सर्वांना पाहिले. मग त्याने हातातील कॉर्डलेस फोन बॉसला देण्याचे रद्द केले. त्याऐवजी त्याने फोनवर पुटपुटत म्हटले, "भाई आता कामात आहेत. ते तुम्हाला नंतर फोन करतील." एवढे बोलून त्याने फोन बंद केला.

नंतर राजनने खोलीत बसलेल्या सर्वांचे चेहरे नीट न्याहाळण्यास सुरुवात केली. तिथे शरद शेट्टी उर्फ अण्णा होता. दाऊदभाईचा हा खास मित्र होता आणि दाऊदचा जुगाराच्या सिंडिकेटमधील सर्वोच्च सल्लागार होता. दुसऱ्या बाजूला रमा नाईक बसलेला होता. डोंगरी भागात सुरुवातीला दाऊद वर येण्यासाठी धडपड करीत होता, तेव्हापासून हा एक मित्र होता. त्यांची मैत्री अजूनही टिकून राहिली होती.

अण्णा आणि रमा हे दोघे मुंबईतील मालाडमधल्या एका भल्या मोठ्या विस्तृत जमिनीच्या प्लॉटसंबंधात आपसात चर्चा करीत आहेत, हे राजनने ओळखले. त्या प्लॉटसाठी ते दोघेही एकमेकांशी प्रथमपासून भांडत आलेले होते. त्याच्यातील तेढ एवढी वाढत गेली होती की, वेळ पडली तर दोघे एकमेकांचे रक्त सांडावयास सहज तयार होण्याची शक्यता होती. पण ते दोघेही दाऊदच्या जवळचे असल्याने तसे

करण्यास इतक्यात धजावत नव्हते. किंवा जमिनीच्या वादावरून ते आपापल्या माणसांचे रक्त जोपर्यंत भाई निर्णय देत नाही, तोवर सांडायला तयार नव्हते. याबाबतीत त्या दोघांनी मुंबईहून दुबईला वारंवार दाऊदभाईला आपल्या 'बिग बॉस'ला फोन लावले होते. त्या दोघांनीही आपल्यातील वाद हा त्याच्याकडे नेऊन दाऊदची मध्यस्थी मान्य केली होती. आता दाऊदच्या लवादाकडून दिल्या जाणाऱ्या न्यायाची व भलेपणाची प्रतीक्षा करीत होते.

जेव्हा अण्णा व रमा हे दोघेही दुबईत येऊन विमानतळावर उतरले तेव्हा दाऊदने त्याच्यासाठी एक आलिशान गाडी व ड्रायव्हर पाठवून दोघांना आपल्या खर्चाने एका फाइव्ह स्टार हॉटेलात नेऊन उतरवले. ते पाहून क्षणभर ते दोघे आपसातील वैर विसरून गेले होते आणि त्यांना आपल्या दाऊदभाईबद्दल आश्चर्य वाटले होते. एका परक्या भूमीवरही दाऊदने दाखवलेल्या औदार्याने ते भारावले होते.

नंतरच्या दोन दिवसांत दाऊदबरोबर त्या दोघांनी अनेक बैठका केल्या, विचारविनिमय केले, चर्चा झाल्या. शरद अण्णा सतत हेच सांगत गेला की, त्याच्या माणसांनी प्रथम ती जागा हेरली व ती मिळवण्यासाठी प्राथमिक गोष्टींची पूर्तताही त्याने केली. रमा नाईकने अशी भूमिका मांडली की, त्या जागेच्या मालकावर आपण फार पूर्वीच उपकार करून ठेवले होते व त्याच्या मर्जीतले झालो होतो. तोही आपल्याशी व्यवहार करण्यास राजी होता; पण शरदच्या माणसांनी त्याला धमकी दिली. मग तो मालक घाबरला.

ते दोघे आपापली बाजू मांडताना दाऊद निर्विकारपणे ऐकत होता. आपल्या दोन्ही शरीररक्षकांची गाऱ्हाणी ऐकताना त्याने कमालीचा थंडपणा धारण केला होता. फक्त अधूनमधून तो काही प्रश्न विचारीत होता. छोटा राजनच्या लक्षात आले की, आपला दाऊदभाई या कंटाळवाण्या चौकशीसत्राला पुरेपूर कंटाळला आहे. अनेक तास चाललेली चौकशी, खुलासा, प्रतिखुलासा यांमुळे समस्या सुटण्याऐवजी अधिक गुंतागुंतीची बनल्यासारखी होऊ लागली होती. कदाचित यावर काय निकाल द्यायचा, हे दाऊदने या आधीच ठरवले असावे. दाऊदबरोबर काही वर्षे काढल्यावर राजनला त्याच्या स्वभावाचा कल अचूक हेरता येऊ लागला होता.

शेवटी जेव्हा वादावादीमध्ये रमा व अण्णा यांचे आवाज परत मोठे होत गेले, तेव्हा खोलीत बाकी कोणीही बोलेनासे झाले. थोड्या वेळाने दाऊदने आपला हात वर केला. आता त्याला कोणाचेही ऐकायचे नव्हते. दोन्ही बाजू त्याने पुरेपूर ऐकून घेतल्या होत्या. तिथे एक चमत्कारिक शांतता पसरली. कोणीही ती शांतता भंग करण्याचे मनातही आणत नव्हता. दाऊदने एक मोठी जाडजूड सिगार पेटवली व तोंडात धरली. त्यातून तो धुराचे लोट बाहेर सोडू लागला. आता जमलेल्या सर्वांना

ताण जाणवू लागला. पुढे काय होईल? निकाल काय दिला जाईल?...

दाऊद उठून उभा राहिला व खिडकीपाशी सावकाश चालत गेला. त्या भव्य खिडकीच्या काचेतून त्याला दुबई शहरातील रस्त्यावरची रहदारी दिसत होती. क्षितिजावरती सूर्य अस्ताला चालला होता. निळ्या आकाशात त्याची तांबडी किरणे पसरायला लागली होती. खिडकीपासून वळत दाऊद म्हणाला, "रमा, मला वाटते की, तू ती जमीन अण्णासाठी सोडून द्यावी. अन् अण्णा या बदल्यात तू रमाची पुरेशी नुकसान भरपाई करून द्यावी."

खोलीत ठार शांतता पसरली. दाऊदच्या निकालावर कोणीही बोलण्याचे धाडस करेना. रमाची बाजू का घेता येत नाही, याबद्दलचा खुलासा दाऊद आता करेल अशी अपेक्षा सर्व जण करू लागले. पण आपला निकाल दिल्यावर दाऊदने एकही जादा शब्द उच्चारला नाही. तो दारापाशी गेला. ही बैठक सोडून निघण्याची तयारी त्याने केली. रमा नाईक हा निर्णय ऐकून संतापला होता. तो आतल्या आत उसळत होता. पण आतापर्यंत त्याने शांत राहण्याचा प्रयत्न केला होता. आता तो उठला व दाऊदला म्हणाला, "भाई, ये गलत बात है! मेरा नुकसान हो जाएगा! आप नाइन्साफी कर रहे हो." यावर दाऊदने काहीही उत्तर दिले नाही. तो शांतपणे दारातून बाहेर पडला. शरद अण्णा उठला व धावत-धावत खोलीबाहेर गेला. रमाचे अवसान गेल्याने तो धाडकन सोफ्यामध्ये कोसळला. त्याने छोटा राजनकडे पहात मराठीत म्हटले, "मला हे जमणार नाही." राजनने रमा नाईकला शांत करण्याचा प्रयत्न केला; पण त्याचा उपयोग नाही हे त्याला कळून चुकले.

त्या दिवशी खोलीत जमलेल्या सर्वांना कळून चुकले की, आता रमा नाईक दाऊदच्या टोळीबरोबर रहाणार नाही. रमा नाईक हा अरुण गवळीचा नुसताच विश्वासू सल्लागार नव्हता, तर त्याला मुंबईच्या सर्व टोळ्यांमध्ये कमालीचा मान दिला जात होता. आपल्याकडचा धंदा आपण आपल्या स्पर्धकाला गमावला एवढेच त्याचे दुःख नव्हते, तर दाऊदने आपल्याला ज्या तऱ्हेने वागवले व तुच्छतेने बाजूला सारले ते त्याला सहन झाले नाही. यावरून एक गोष्ट स्पष्ट झाली की, शरद अण्णाला दाऊदने पूर्वीच आश्वासन दिले असावे की, त्याच्या बाजूने निर्णय केला जाईल.

चिडलेला रमा आता मुंबईतून बाजूला पडला होता. त्याने आता कल्पनेत जे अशक्य होते ते करायचे ठरवले. दाऊदला आता जुमानायचे नाही, असे त्याने ठरवले!

अरुण गवळीने त्याला सावधगिरीची सूचना केली होती की, दाऊद आता दुबईला गेलेला असल्याने तो पूर्वीचा मुंबईतील दाऊद राहिलेला नाही. आता दाऊद हा खूप अप्रामाणिक आणि विश्वासघातकी बनला आहे. त्याला कधीपासून बीआरएची टोळी उद्ध्वस्त करायची आहे. म्हणजे बाबू रेशीम, रमा नाईक व अरुण गवळी

यांची मुंबईतील टोळी. रमा नाईकला नेहमी वाटे की, अरुण गवळी हा दाऊदबद्दल फार संशयखोर आहे. याचे कारण गवळीने एक-दोन प्रसंगी दाऊदशी सहकार्य करण्याचे नाकारले होते. पण या वेळी गवळीच खरा ठरला. अगदी ११० टक्के खरा ठरला! दाऊदने गवळी-नाईक यांच्या एकमेकांशी असलेल्या सहकार्याचा आणि त्याच्या कट्टर दोस्तीचा हेतूपूर्वक विध्वंस केला होता, विश्वासघात केला होता. परिणामी गवळी-नाईक दोस्ती अधिक दृढ झाली.

दाऊदने निर्णय दिला असला तरी रमाने त्या निर्णयाला चिकटून रहाण्याचे ठरवले नाही. दाऊद असेल 'भाई'; पण तो आता मुंबईत नाही आणि त्याला मुंबईतल्या स्थानिक वादात पडायचे काहीही कारण नाही. येथले वाद हे येथेच सोडवले जातील. रमा नाईकचे हेच यामागचे तर्कशास्त्र होते.

शरद शेट्टी उर्फ अण्णा हा दाऊदच्या निर्णयाने उत्साहित झाला होता; पण त्याला याचे जे तीव्र पडसाद उमटतील त्याची भीती वाटत होती. रमा नाईक असा आपल्या हातातील एक आकर्षक व्यवहार सुखासुखी सोडून देईल, असे अण्णाला वाटेना. जेव्हा त्याला आपल्या हस्तकांकडून कळले की, रमा नाईक हा त्या जागेच्या मालकाच्या संपर्कात राहिला आहे. तेव्हा अण्णाला आपली भीती खरी ठरल्याचे जाणवले! याचा अर्थ रमा नाईकने बिलकूल माघार घेतली नव्हती.

या वेळी शरद अण्णा हा दाऊदचे आदरातिथ्य दुबईत भोगत होता. रमा नाईकचा या निर्णयाला किंवा तडजोडीला विरोध आहे, अशी तक्रार तो दाऊदकडे करू शकत होता. त्याप्रमाणे त्याने तसे केलेही. दाऊदने शरद अण्णाची तक्रार शांतपणे ऐकून घेतली व एवढेच म्हटले, ''कुछ ना कुछ करना पडेगा.''

सर्वसाधारणपणे परिस्थितीत, समस्येत अडकलेले सर्व लोक वरील शब्दप्रयोग हताशपणे करतात. पण येथे हा शब्दप्रयोग दाऊदने केलेला होता. त्याच्या जवळच्या लोकांना ठाऊक होते की, भाई असे जेव्हा म्हणतो तेव्हा त्याने अगदी टोकाची कृती करण्याचा निर्णय मनात घेतलेला असतो.

✠

सब-इन्स्पेक्टर राजेंद्र काटधरे हा आपल्या एकत्र ब्राह्मण कुटुंबातील पहिलाच माणूस असा होता की, त्याने १९७५मध्ये पोलीस खात्यात प्रवेश केला होता. काटधरेंनी सनातनी वातावरणात बरीच वर्षे काढलेली होती. आपल्याला कधी ना कधीतरी एक मोठी संधी मिळेल म्हणून तो इतरांसारखाच वाट पहात होता. अशी संधी मिळाली की, मग तो एकदम प्रसिद्ध व वरिष्ठ पोलीस अधिकाऱ्यांच्या वर्तुळात जाऊन बसणार होता.

तशी त्याच्यावर प्रसिद्धीचा प्रकाशझोत पडण्याची संधी ही साधारणपणे दहा

वर्षांनी आली. पण त्याच्या कल्पनेत वाटणारी ती संधी नव्हती. १९८७च्या उन्हाळ्यात काटधरे हा एका रात्रीत प्रसिद्ध किंवा कुप्रसिद्ध झाला. २४ जुलै रोजी मुंबईतील नागपाडा पोलीस स्टेशनमध्ये तो त्या वेळी ड्युटीवर होता. त्याला एक फोन आला व फोन करणाऱ्याने रमा नाईकचा ठावठिकाणा सांगितला. फोन करणाऱ्या खबऱ्याने सांगितले होते की, रमा नाईक आता चेंबूरमधील एका हेअर कटिंग सलूनमध्ये आपली हजामत करवून घेत आहे. चेंबूर हे ईशान्य मुंबईत येते. तेथे पोहोचायला वेळ लागू शकत होता. काटधरेने मग झटपट हालचाली केल्या. तो त्या सलूनकडे वेगाने गेला.

नंतर ज्या काही घटना घडल्या ते एक गूढच आहे. प्रसारमाध्यमात यावर बऱ्याच कथा प्रस्तुत झाल्या. त्यामध्ये विविध खुलासे केले गेले आणि त्यामागची पार्श्वभूमीही सांगितली गेली. काटधरेने रमा नाईकला आधी सूचना देऊन शरण यायला सांगितले; पण रमाने सरळ काटधरेवर गोळीबार सुरू केला व निसटण्याचा प्रयत्न केला. मग स्वसंरक्षणासाठी काटधरेनेही त्याच्यावर गोळ्या झाडल्या. परिणामी रमा नाईक भयंकर जायबंदी झाला. त्यातच त्याचा मृत्यू झाला.

त्या काळातील नाईकचा मृत्यू हा खूप खळबळजनक समजला जातो. आपल्या या महत्त्वाच्या कामगिरीबद्दल काटधरे भल्यामोठ्या बक्षिसाची अपेक्षा करीत होता. पण या घटनेमुळे अनेक चौकश्या सुरू झाल्या. त्यातील एका मॅजेस्ट्रेटची चौकशी काटधरेच्या विरुद्ध गेली. यामुळे काटधरेचे करिअर गोत्यात आले. त्या वेळी सर्व मुंबईतील पोलीस खात्यावरच जणूकाही काळे ढग पसरले होते. ह्या एका एन्काउंटरमुळे अनेक प्रश्न उद्‌भवले आणि त्या प्रश्नांना योग्य ती उत्तरे सापडली नाहीत.

मग प्रसारमाध्यमांनी आपापले तर्क विविध तऱ्हेने लढवले. झालेल्या घटनेच्या अनेक आवृत्या बातम्यात आल्या. 'इंडियन एक्स्प्रेस'मधील एका स्तंभलेखकाने असेही छापले की, दाऊदचा काका अहमद अंतुले याने आणि डॅनी या शूटरने अशा दोघांनी मिळून नाईकवरती गोळ्या झाडल्या. हा गोळीबार त्यांनी जुहू येथील 'लुडो' चित्रपटगृहापाशी केला व रमा नाईकचा मृतदेह मग काटधरेकडे सोपवला. मग काटधरेने रमा नाईक पळून जात असल्याने ही धुमश्चक्री झाली असे जाहीर केले. बाकींच्यांनी ही एक बनावट चकमक होती, नाईकला ठार मारण्यासाठीच काटधरे चेंबूरला गेला होता, अशा बातम्या दिल्या. प्रसंग बनावट नव्हता असे म्हटले होते; तरीही हत्या दाऊदच्या आज्ञेने घडवली गेली, असेच बातम्यांत म्हटले गेले. काही जणांनी तर काटधरेच्या अखत्यारित चेंबूर येत नव्हते, अन् जर त्याला रमा नाईकला पकडायचे होते, तर त्याने तसे चेंबूरच्या पोलिसांना कळवून नाईकभोवती घेराव घालून पोलिसांच्या जाळ्यात पकडायला हवे होते, असेही म्हटले.

पण प्रत्यक्षात जे झाले त्यामुळे काटधरेची नोकरी, करिअर पार गाळात गेली.

त्याने असे काही होईल याची कल्पनाही केली नव्हती.

काटधरेला आपल्या नोकरीत एक मोठी संधी चालून आली होती व त्याचा लाभ त्याला नीट घेता आला नाही. पण इकडे दुबईमध्ये दाऊदच्या 'व्हाइट हाउस' बंगल्यात आता पार्टीचे वातावरण पसरले, जल्लोष केला गेला. मेजवान्या दिल्या गेल्या व दारूचे पेले रिकामे केले गेले. रात्रभर अशी पार्टी चालू होती. आपला कट्टर दुश्मन संपला म्हणून शरद शेट्टीच्या आनंदाला उधाण आले होते. 'व्हाइट हाउस'च्या बाहेरच्या हिरवळीवरती शरद अण्णा शेट्टीच्या पार्ट्या चालल्या होत्या. तो आता उत्साहित झाला होता. मुंबईतला ५० कोटी रुपयांपेक्षा अधिक किमतीचा एक व्यवहार त्याने मिळवला होता. त्याच्या मार्गातील मुख्य अडथळा हा असा विनायास दूर हटवला गेला होता. अन् सारे अशा रितीने केले गेले होते की, कोणीही त्याच्याकडे आरोपांचे बोट करू शकत नव्हते.

आपल्या सवयीनुसार दाऊदने आपल्या खेळी या गुप्त ठेवल्या होत्या. पण कधीतरी तो आपल्या हाताखालच्या दादांवर, रक्षकांवर छाप पाडण्यासाठी काहीतरी सूचक बोलून जाणार होता. पार्टीच्या दिवशी संध्याकाळी दाऊद एका सहा फुटी उंच आरशासमोर उभा होता. आपल्या गळ्यात तो काळा बो बांधत होता. ओठात त्याने एक सिगार पकडून ठेवली होती. शेजारीच छोटा राजन दाऊदचा एक कोट हातात धरून उभा होता. तो कोट दाऊद अंगात चढवत असताना त्याला शरद अण्णा खोलीत येताना दिसला. त्याच्याकडे पाहून दाऊदने एक स्मितहास्य केले आणि मग त्याचा कृतज्ञ रक्षक त्याच्याजवळ आला व त्याने दाऊदला आलिंगन दिले. दाऊदनेही त्याला कवटाळले ते दोघेही एकमेकांची पाठ थोपटीत होते.

रमा नाईकला आपल्या चुकीबद्दल कशी अद्दल घडवली, हे शरद अण्णा दाऊदला विचारीत होता. आपण हे कसे घडवून आणले हे दाऊद थोडाच सांगणार होता? पण तरीही अण्णाने त्याला विचारल्यावर स्मित करीत त्याने म्हटले, "ते एक ट्रेड सीक्रेट आहे." राजन व दाऊद यांनी एकमेकांकडे पाहिले. ट्रेड सीक्रेट म्हणजे काय असते ते या दोघांना चांगलेच ठाऊक असल्याने त्यांच्या चेहऱ्यावर खुषीचे भाव उमटले होते.

पोलिसांच्या आणि सर्व टोळ्यांच्या गोटात याबाबत असा तर्क केला जात होता की, रमा नाईक कुठे आहे याची माहिती दाऊदनेच आपल्या माणसांमार्फत नागपाडा पोलीस स्टेशनला पुरवली असली पाहिजे. जेव्हा नेहमी अशा खबरी पोलिसांना मिळतात त्या वेळी पोलीस कोण खबऱ्या आहे, याची चौकशी करीत नाहीत आणि त्या खबऱ्याचा शोधही घेत नाहीत. कधीकधी पोलीस आपल्या पोलिसी पद्धतीने अशा लोकांचे आभार मानतात; पण बहुतेक वेळा ते असेच समजतात की, टोळीतील लोक आपसातील हेवेदावे अशा मार्गाने मिटवू पहात आहेत. रमा नाईक

प्रकरणात नागपाडा पोलिसांनी एका खबऱ्याकडून त्याचा ठावठिकाणा ऐकला होता आणि ती माहिती सब-इन्स्पेक्टर काटधरेला त्यांनी दिली.

परंतु अशा तथाकथित चकमकीबद्दल एवढा आरडाओरडा प्रथमच होत नव्हता. पूर्वीही अशा चकमकींचे खापर दाऊदवरती फोडले जायचे. त्याच्यात डावपेचाचा भाग म्हणजे चकमक आहे असे समजले जात होते. जुलै १९८६मध्ये एका संध्याकाळी मेहमूद खान उर्फ कालिया हा दुबईहून आला होता. त्याच्या काळ्या रंगामुळे त्याला 'कालिया' म्हटले जाई. सहार विमानतळावर तो उतरला असताना त्याची पोलिसांशी चकमक उडाली व त्यात तो मारला गेला. त्याची पत्नी अश्रफ हिने मग पोलिसांची ही चकमक बनावट होती, असे आव्हान देत म्हटले. या संदर्भात सब-इन्स्पेक्टरला इमॅन्युएल अमोलिक याने नंतर असा दावा केला की, त्याला कालिया दुबईहून मुंबईला येतो आहे, अशी खबर मिळाली होती. अनेक खून व हल्ले या संदर्भात कालिया पोलिसांना हवा होता. म्हणून हा सब-इन्स्पेक्टर त्याला अटक करायला तिथे गेला होता. त्याने कालियाला शरण येण्यास आधी सांगितले होते; पण कालियाने पोलिसांवरच गोळीबार करण्यास सुरुवात केली. ते पाहून कोणीही पोलीस अधिकारी तो प्रकार कधीच सहन करणार नाही व उलट गोळीबार करून प्रत्युत्तर देईल. तसेच झाले. शिवाय कालिया नुकताच दुबईहून आलेला असल्याने त्याच्याजवळ शस्त्र असण्याचा अधिक संभव होता. दुबईमधील सुरक्षेचा भंग करून त्याने ते लपवून आणले असणार. मुंबईच्या इमिग्रेशनमध्येही हे शस्त्र उर्फ पिस्तूल सापडले नव्हते, एवढे ते बेमालूमपणे लपवले होते.

सब-इन्स्पेक्टर अमोलिक याचे म्हणणे असे होते की, त्याने स्वसंरक्षणार्थ चार गोळ्या झाडल्या. त्यामुळे कालिया मारला गेला. परंतु चौकशी समितीवरील ज्युडिशियला मॅजिस्ट्रेटला ते पटले नाही. कालियाच्या पत्नीने तक्रार केल्यामुळे ती चौकशी चालू झाली होती.

म्हणजे रमा नाईकसारखीच परिस्थिती कलियाच्या बाबतीत होती. दाऊद आणि त्याचा एके काळचा पाईक कालिया यांच्यात एक भेट झाली होती. ती भेट समाधानकारक झाली नव्हती. मग कालियाने नाराज झालेल्या दाऊदला सांगितले की, तो आता टोळी सोडून जाणार आहे. यावर दाऊद शांत राहिला. त्याने कोणतीच प्रतिक्रिया व्यक्त केली नाही. त्याने कालियाला दुबई सोडून जाऊ दिले; पण असे मानले जाते की, कालियाचे मुंबईतील आगमन आधीच मुंबई पोलिसांना कळवले गेले होते.

असे ठरले होते की, कालियाने येथून पुढे भाईच्या क्षेत्रात म्हणजे मुंबईत कधीही पाऊल टाकायचे नाही. कालियाला संपवण्यातून एक संदेश दिला गेला की, जो कोणी दाऊदविरुद्ध बंड करून उठेल तो जिवंत रहाणार नाही. दाऊदने आपले ठाणे

आता मुंबईहून दुबईला हलवले होते, तरी त्याच्याविरुद्ध झालेल्या छोट्या-मोठ्या बंडाळ्या त्याने मुंबईत अशा निपटल्या होत्या.

आत्तापर्यंत सब-इन्स्पेक्टर अमोलिक याला अशा १४ चकमकींचा अनुभव होता. त्यातले बरचसे मारले गेलेले लोक हे दाऊद इब्राहिमचे शत्रू होते. त्यामध्ये मन्नत खान आणि बबन कोएंदे हे होते. तेही तथाकथित चकमकीत मारले गेले होते. कोएंदे याने उल्हासनगरचा राजकीय नेता पप्पू कलानी याला विरोध केला होता. अन् पप्पू हा दाऊदच्या जवळच्या माणसांपैकी एक होता असे मानले जाई. पण कोएंदेचा मृत्यू हा अमोलिक याला फार महागात पडला. यावरून अमोलिकला अटक झाली व त्याच्यावर खटला चालवला गेला.

गुन्हेगार जगातील लोकांना पकडण्यात काटधरे व अमोलिक यांचा भर होता. त्याचा दाऊदच्या मंडळींना झकास फायदाच झाला. दाऊदने त्याचे स्पर्धक व विश्वासघातकी माणसे ही अशा सोयीस्कर रितीने संपवली अन् तेही पोलिसांकडून!

३

दाऊदच्या टोळीचे सर्वांत धाडसी कृत्य

मुंबईमध्ये अनेक शहरे सामावलेली आहेत असे अनेकदा बोलले जाते. जसजशी वर्षांमागून वर्षे उलटत गेली, तसतशी जनतेने अनेक उपनगरे मुख्य मुंबईला जोडून वसवली. अन् तरीही मुख्य मुंबईत झोपडपट्ट्यांमागून झोपडपट्ट्या उभ्या रहात गेल्या. मुसा किल्लेदार रस्त्यावर अशीच एक वस्ती 'कंजारवाडा' नावाने भायखळा रेल्वे स्टेशनपासून अर्ध्या किलोमीटर अंतरावरील एका बोळात उभी राहिली. येथे कंजारी जमातीचे लोक जास्त संख्येने असल्याने या वस्तीला कंजारवाडा नाव पडले. इतिहासकाळापासून हे कंजारी लोक भटक्या जमातीचे आहेत. ते नेहमी भटकत रहातात. ही जमात शूर राजपूत आणि सुंदर जिप्सी स्त्रिया यांपासून उत्पन्न झाल्याचे समजले जाते. त्यामुळे या जमातीमधील स्त्रिया कितीही क्रूर, कठोर व निर्ढावलेल्या गुन्हेगारावर आपली भुरळ सहज घालू शकतात.

ती एक सुरेख सकाळ होती. छानपैकी ऊन पडलेले होते. बाबू गोपाळ रेशीम हा मुसा किल्लेदार रस्त्यावरून जड पावलाने चालला होता. बीआरए टोळीमधील 'बी' हे अक्षर याच बाबू रेशीमच्या नावाचे आहे. बाबू रेशीम, रमा नाईक व अरुण गवळी यांच्या तीन टोळ्यांनी मिळून ही मोठी बीआरए टोळी बनली होती. तो नेहमी जोषात असे. छाती पुढे काढून तो रुबाबात चालत असे. जणूकाही एखादा बादशहा आपल्या साम्राज्याची पहाणी करण्यास निघावा! अचानक त्याची नजर पृथ्वीवरच्या एका परीवर पडली. ती सुंदर नार उघड्यावरती अंघोळ करीत होती. तिची कातडी किती ताणून बसलेली आहे, हे तिच्या अंगावर पडलेल्या सूर्यप्रकाशमुळे समजून येत होते. ते दृश्य बाबू रेशीमला स्पर्श करण्याचे आव्हान करीत होते. तिचे शरीर झुलत होते, हिंदकळत होते; अन् अंगावर घेतलेल्या थंड पाण्यामुळे अधूनमधून थरथरत होते. अशा एखाद्या सुंदर स्त्रीवर नजर पडण्याची बाबू रेशीमची ही काही पहिलीच

वेळ नव्हती. त्याला जे हवे असते ते नेहमी त्याला मिळत गेले होते. आपण कोणत्याही स्त्रीवर शृंगारिक चाल केली, तर ती आपल्याला विरोध करीत नाही अशी बाबूची खात्रीच पटलेली होती. तो तिच्यापाशी गेला आणि त्याने सरळ तिच्या स्तनांवर आपले हात ठेवले. मग ती सौंदर्यवती एकदम किंचाळली. बाबू रेशीम एकदम थिजला व विजेचा धक्का बसल्यासारखा मागे हटला.

त्याने न बोलता आजूबाजूला पाहिले. माणसांचा एक गट त्याच्या दिशेने धावत येत होता. एकाने धावत येऊन त्याची गचांडी धरली आणि तो त्याला जोराजोरात थोबाडीत मारू लागला. बाबूने त्या धक्क्यातून स्वत:ला सावरले आणि तो उलट प्रतिकार करू लागला. लवकरच त्या मारणाऱ्याने बाबू रेशीमला ओळखले. भायखळ्यातील सर्वांत कुप्रसिद्ध व सर्व कुकर्मे करणाऱ्या टोळीचा हा दादा आहे, हे त्याला समजून चुकले. हा काही कोणी रस्त्यावरचा भुरटा मवाली नाही की, ज्याचा आपल्या तरुण पोरांकडून बंदोबस्त करता आला असता. बाबूने मारणाऱ्याला पकडले व त्याला तडाखे देण्यास सुरुवात केली. त्याच्याबरोबर आलेली माणसे पळून जाऊ लागली. मग तो पोरगेलासा तरुण तोंड वळवून निघून गेला. बाबू रेशीमनेही तेथून काढता पाय घेतला; पण मनातून तो थोडासा हादरला होता. तिथल्या भागात त्याने नकळत एक वादळ उत्पन्न करून ठेवले होते.

बाबूची गचांडी धरून थोबाडीत हाणणारा तो विजय उतेकर होता. कंजारी समाजातील हा तरुण वयाने २६ वर्षांचा होता. आपल्या वस्तीत बेधडक एक रस्त्यावरचा माणूस घुसतो व आपल्यातल्या एका तरुण मुलीची छेड काढतो... या प्रसंगामुळे त्या वस्तीत एक संतापाची लाट येऊन गेली. विजय उतेकरला आणखी एका कारणामुळे राग आला होता. सरळ एक जण आपल्याला मारू लागतो आणि तेही भर सार्वजनिक ठिकाणी अनेकांच्या देखत? विजय यामुळेच चिडला. बाबूसारखा एक दांडगोबा आपल्या वस्तीत घुसून आपल्या समाजातील एका बाईची छेड काढतो आणि आपल्याला मार देऊन आपली प्रतिष्ठा व मान यांना धक्का पोहोचवतो, याचा विजय उतेकरला पराकोटीचा राग आला.

विजयच्या डोक्यात सूडभावनेने थैमान घातले. आपल्याला आता लवकरच काहीतरी कृती केली पाहिजे, असे त्याने मनात ठरवले. विविध प्रकारच्या संस्कृतीची गर्दी झालेल्या या मुंबई शहरातील अल्पसंख्य जमातीमधील तरुणांचा खूप भावनिक गोंधळ झाला होता. त्याच्या मनात अनेक गोष्टींबद्दल असंतोष होता. आधीच तो तरुण वयाचा होता, त्याचे रक्त सतत उसळत असे व बंडखोरी करण्यासाठी तो नेहमीच उत्सुक असे. त्यासाठी त्याला ठोस असे कारण सापडत नव्हते. ते कारण त्याला आता मिळाले. एव्हाना त्याला अरुण गवळीची टोळी आपल्या कंजारभाट जमातीला कशी त्रास देते, छळ करते आणि दरारा निर्माण करते हे त्याने पाहिले

होते. त्यामुळे त्याच्या मनात अरुण गवळीबद्दल खोलवर रुजलेला द्वेष होता. या सर्वांवरती आज बाबू रेशीम याने कडी केली होती, अन् अरुण गवळीची टोळी व बाबू रेशीमची टोळी हातात हात घालून कामे करीत होती. आता रोज दिवसभर त्याच्या मनात एकच विचार घोळू लागला. त्या बाबू गोपाळ रेशीम याला कसा संपवायचा? गवळीचे स्पर्धक त्याच भागातील होते. ती एक श्रीधर शेट्टीची टोळी होती. विजय उतेकर त्याच्या भावांना म्हणजे जयंत व अप्पू शेट्टी यांना भेटला. बाबू रेशीमला संपवण्यासाठी या दोन्ही भावांनी आपल्याजवळील महत्त्वाची माहिती विजयला पुरवली. आता विजय फक्त संधीची वाट पाहू लागला.

बाबू रेशीम हा इतर स्थानिक गुंडांप्रमाणे सतत हातभट्टीच्या अड्ड्याला भेट देणारा नव्हता. पण तरीही अनेकदा तो तशा अड्ड्यांकडे जायचा. ते अड्डे सातरस्ता जंक्शन आणि बी.जे. रोड या भोवतालच्या भागात होते. विजयने तिथल्या अड्ड्यांवर पाळत ठेवली. एकदा तो रवी ग्रोव्हर याला बरोबर घेऊन पाळतीवर असताना त्याला एका गल्लीतील अड्ड्यावर बाबू रेशीम दिसला. तो आपल्या साथीदारांबरोबर गप्पागोष्टी करीत बसलेला होता. तिथे एक पातळ पडदा होता. पडद्यापलीकडे बाबू व त्याचे साथीदार होते. त्या पातळ पडद्यामधून पलीकडे काय चालले आहे ते सहज समजत होते. विजय जेव्हा-जेव्हा तिकडे पाही तेव्हा त्याला बाबू मोठमोठ्याने खिदळत असलेला दिसे. त्यामुळे त्याच्या डोक्यातील संताप आणखीनच उसळून येई. आजूबाजूच्या गलबल्यातही त्याच्या मनात फक्त सूडाचाच विचार असे. शेवटी त्याला आपला राग आवरेना. त्याचे रक्त एवढे उसळले की, त्याचा संयम सुटला. अखेर त्याने आपले गावठी पिस्तूल बाहेर काढले आणि तो बाबूसमोर जाऊन किंचाळत म्हणाला, "साले! तेरी माँ की... औरत लोग पे नजर डालता है... इधरही गाड देगा मैं तेरे की..." एवढे बोलून त्याने फटाफट दोन गोळ्या बाबूवर झाडल्या.

एव्हाना बाबू रेशीम भानावर आला होता व तो बचावासाठी खाली वाकला. विजयसारखा एक पोरगेलासा तरुण आपल्यावर चालून येईल, हे बाबूच्या कधी स्वप्नातही आले नव्हते. बाबूच्या साथीदारांनीही आपापली पिस्तुले बाहेर काढली व तेही विजयच्या दिशेने गोळ्या झाडू लागले. त्यांच्या फायरिंगचे संरक्षण बाबूला मिळाले. विजय आता पळून गेला. तो गेला असे पाहून बाबूही तेथून निघाला.

पण या प्रसंगातील अपयशाची थप्पड विजयला बसली. पुन्हा एकदा बाबू रेशीम किंचितही दुखापत न होता निसटला. विजय आता पुढे काय करायचे, यावर विचार करू लागला. आता आपल्याला एक परिपूर्ण योजना बनवायला हवी हे त्याला कळून चुकले. तो आपल्या मेंदूतून निरनिराळ्या कल्पना हुडकू लागला. आता विजयच्या डोक्यात नुसतीच सूडभावना नव्हती, तर त्यामागे एक हेतू निर्माण झाला होता. तो हेतू हा परिपूर्ण दुष्ट होता.

दरम्यान विजयच्या ह्या कृत्याची बातमी छोटा राजनच्या कानावर गेली. पण बातमी ऐकताच त्याने चेहऱ्यावरती कोणतेच भाव उमटू दिले नाहीत. त्याच्या मनात बऱ्याच योजना लगेच आकार घेऊ लागल्या होत्या. चेहऱ्यावर उमटणारे भाव हे कदाचित आपल्या मनातील विचार व्यक्त करतील या भीतीपोटी त्याने निर्विकार चेहरा ठेवण्याची सवय लावून घेतली होती. भायखळ्याच्या त्या भागात बाबू रेशीमच्या टोळीचे अस्तित्व ही छोटा राजनला एक डोकेदुखी बनली होती. आता योग्य वेळी त्याला ही बातमी मिळाली. जर आपण त्या पोराचा उपयोग करून घेतला, तर कोणत्याच टोळीच्या दादाकडे पोलिसांचा संशय वळणार नाही. कारण त्या पोराचे तसे कुठल्याच दादाशी संबंध नाहीत. बाबूला त्याच्याकडून उडवल्यावर खुशाल पोलीस विजयला पकडू देत. आपल्यापर्यंत पोलीस कधीच येणार नाहीत. फक्त आता त्या विजय उतेकरला गाठून त्याच्याकडून सारेकाही ऐकून घेतले पाहिजे.

दरम्यान विजयला एक योजना स्वतंत्रपणे सुचली होती. त्याने एक अफलातून योजना आखली. बाकी सर्व योजनांवर मात करणारी ती योजना होती. राजा कारमेकर हा भायखळ्यातील एक छोटा गुन्हेगार होता. बाबूचे त्याच्याशी कशावरून तरी एका हातभट्टीच्या गुत्त्यावर भांडण झाले होते. त्यासंदर्भात 'हल्ला करून जायबंदी करणे' या गुन्ह्यासाठी पोलीस बाबू रेशीमला अटक करण्यासाठी त्याचा शोध घेत होते. बाबूला निरोप देऊन पोलिसांनी त्याला आग्रीपाडा पोलीस स्टेशनमध्ये बोलावून घेतले. बाबूने यापूर्वी पोलिसांशी एक तडजोडीचा समझोता करून घेतला होता; केव्हाही निरोप पाठविल्यास मी आपण होऊन चौकीवर येईन; पण कोणत्याही परिस्थितीत छापा घालून, फरफटत ओढत व्हॅनमध्ये जाहीरपणे बसवणे, हे प्रकार पोलिसांकडून घडता कामा नयेत. पोलिसांनीही तडजोड पूर्वी मान्य केली होती. म्हणून बाबू शांतपणे पोलीस स्टेशनवर गेला. बाबूवरती इंडियन पीनल कोड ३०७ कलमाखाली खुनाचा प्रयत्न करण्याचा आरोप ठेवला. त्याला आता जेकब सर्कल पोलिसांच्या लॉक-अपमध्ये ठेवले गेले. सहा पोलीस स्टेशनांचा मिळून तो एक सामाईक लॉक-अप होता.

अनेक विद्वान मंडळी नेहमी म्हणत आली आहेत की, जेव्हा माणसाकडे गमावण्याजोगे काहीच उरत नाही, तेव्हा तो आपल्या ध्येयाला जास्त कवटाळतो. कारण फक्त हेच ध्येय त्याला हवे ते साध्य करून देणारे असते. जेव्हा तुम्ही कशाचातरी शोध घेत-घेत पार तळाशी जाता तेव्हा तुम्हाला तेथून फक्त वरती जाण्याखेरीज दुसरा मार्ग उरत नाही. विजय उतेकर अशाच परिस्थितीत सापडला होता. तो गवळी टोळीच्या विरुद्ध बाजूला गेला होता. त्यामुळे नकळत त्याने त्याला आव्हान दिले होते. तसेच बाबू रेशीमला संपवण्याचा प्रत्येक प्रयत्न फसला होता. तो आता हताश झाला होता, दुःखी झाला होता.

बाबू रेशीम आता जेकब सर्कलच्या लॉक-अपमध्ये आहे, हे विजयच्या कानावर आले. मग त्याने एक योजना आखली. ती योजना अत्यंत वेडगळ व अतिधाडसी होती. शेवटी तो त्यासाठी छोटा राजनला भेटला. राजनने त्याला वचन दिले की, जर बाबू रेशीमला विजय पूर्णपणे संपवणार असेल, तर विजयला मदत केली जाईल. त्याने असे वचन दिले खरे; परंतु त्याला विजयच्या डोक्यात काय आहे, त्याची कल्पना आली नाही.

५ मार्च १९८७ रोजी विजय जेकब सर्कलपाशी दुपारी १:३० वाजता पोहोचला. त्याच्याबरोबर जगदीश खंडवाळ, किशोर महेश्कर, रवी ग्रोव्हर आणि राजू शंकर होते. त्यांच्याजवळ स्वत:च्या गाड्या नसल्याने त्यांनी दोन टॅक्सी भाड्याने घेतल्या होत्या. लॉक-अपच्या बाहेर दोन्ही टॅक्सी थांबल्यावर आतले ड्रायव्हर पळून जाऊ नये, म्हणून त्यांनी आपला एक माणूस पिस्तूल हातात घेऊन त्यांच्यावर पहारा करण्यासाठी ठेवला. काम झाल्यावर येथून पळ काढण्यासाठी त्या टॅक्सी तिथे असायलाच हव्या होत्या, त्यासाठी ही खबरदारी घेतली होती. विजय हातात एक पिशवी घेऊन इमारतीमध्ये जाऊ लागला. वाटेत दारातच एका पहारेकऱ्याने त्याला अडवले. तो होता उत्तम गर्ते नावाचा पोलीस. विजयने त्याला सांगितले की, आपल्याला आतमध्ये बाबू रेशीमला ही दारू नेऊन द्यायची आहे म्हणून आत जाऊ द्यावे; पण त्या पोलिसाने त्याला शेवटपर्यंत नकार दिला. मग विजयने माघार घेतली व दुसरा ठरवलेला उपाय योजला. त्याने एक हातबॉम्ब फाटकावर फेकला. त्याचा स्फोट होताच फाटकाचे तुकडे-तुकडे झाले.

मग सर्व जण कशाचीही पर्वा न करता आतमध्ये घुसले आणि एक नंबरच्या कोठडीकडे पळत-पळत गेले. ती कोठडी तळमजल्यावरतीच होती व आत बाबू रेशीमला ठेवलेले होते. विजयने त्याच्या जवळ एक मोठा अवजड हातोडा ठेवला होता. त्याने त्याला कोठडीचे कुलूप घाव घालून तोडायचे होते. प्रथम बाबूला वाटले की, कोणीतरी हा तुरुंग फोडायचा प्रयत्न करून बाहेर निसटू पहात आहे. पण जेव्हा विजय कुलुपावरती घाव घालू लागला तेव्हा त्याला पाहून बाबू घाबरला. बाबू रेशीमने मागच्या भिंतीपर्यंत माघार घेतली व तो भिंतीला पाठ टेकून थरथरत उभा राहिला. तेवढ्यात कुलूप तोडून दार उघडून विजय आत आला व त्याने पिस्तुलातून सटासट तीन गोळ्या बाबूवर झाडल्या. बाबू खाली जमिनीवर पडला; पण पडण्याआधीच तो मरण पावला होता. विजयच्या डोळ्यांत आता खून चढला होता. बाबू असा चटकन मरण पावलेला विजयला सहन होईना. तो त्याचा असा वेदनारहित व चटकन मृत्यू तो मानायला तयार होईना. त्याने आपल्या हातातला तो अवजड हातोडा उचलला व बाबूच्या डोक्यावर तो घाव घालू लागला. त्याने एवढे घाव घातले की, शेवटी बाबूची कवटी फुटून डोक्याचा पार लगदा झाला. आतातरी बाबू

रेशीमला वेदना होतील, असे विजयला वाटले. हाडांचे तुकडे, रक्त, मांस यांचा तिथे चिखल झाला होता. खालच्या थंड फरशीवरती तो चिखल सर्वत्र पसरला होता.

हे सारे घडत असताना तो भीषण प्रकार पाहून तिथले पोलीस अधिकारी धक्का बसून सुन्न झाले होते. त्यांना हालचाल करता येईना. त्यांनी नंतर सांगितले की, प्रत्येक वेळी घणाचे घाव घालताना विजय ओरडत होता, 'माझे नाव विजय उतेकर आहे.' बाबू रेशीमला हे कळावे म्हणून विजय ओरडत होता. पण बाबू सर्व शारीरिक वेदनांच्या पलीकडे किंवा समजण्यापलीकडे केव्हाच गेला होता.

सूड उगवल्याचे समाधान घेत विजय तेथून आपल्या साथीदारांसह पळून गेला. बाहेरच्या दोन टॅक्सीमध्ये बसून ते सर्व जण पसार झाले, पार लांब रात्रीच्या अंधारात विरून गेले; पण या जगातून अदृश्य मात्र झाले नाहीत.

सारे काही मिनिटांत घडले. आग्रीपाडा पोलीस स्टेशनचे प्रमुख सीनिअर इन्स्पेक्टर मधुकर झेंडे होते. ते आता लॉक-अपच्या इमारतीत आले व झाल्या प्रकाराची तपशीलवार नोंद घेऊ लागले. त्यांनी ताबडतोब पंचनामा सुरू केला. लॉक-अपमध्ये झेंडे यांना पाच जिवंत बॉम्ब आणि काही पिस्तुलाच्या गोळ्या सापडल्या. पोलीस कॉन्स्टेबल अहिरे आणि अन्य काही जण जखमी झाले होते. त्यांना ताबडतोब जे.जे. हॉस्पिटलमध्ये पाठवून दिले गेले. काही तासांनी अहिरे त्याला झालेल्या जखमांमुळे मरण पावला. ज्यांनी कोणी हा सारा प्रकार पाहिला त्यात काही पोलीस कॉन्स्टेबल आणि काही स्थानबद्ध कैदी होते. त्या सर्वांनी विजयला आणि त्याच्याबरोबरच्या केशवला ओळखले होते.

दुसऱ्या दिवशी या प्रकारावरून मोठा गदारोळ झाला. एखाद्या आरोपीचा पोलिसांच्या तुरुंगात एवढ्या क्रूरपणे खून व्हावा म्हणजे काय? उतेकरच्या कृत्यावर सर्व वृत्तपत्रे तुटून पडली होती. सरकारने ताबडतोब या प्रकरणाची चौकशी करण्यासाठी एक कमिशन नेमले. त्या रात्री नक्की काय-काय घडले, कसे घडले, हे शोधण्यासाठी ते कमिशन नेमलेले होते. असे प्रसंग घडल्यावर जे काही होते तसे वातावरण निर्माण झाले. या घटनेमुळे जनतेमध्ये खळबळ माजली आणि लोक सरकारची खरडपट्टी काढू लागले. पण एवढे झाले तरी यानंतर जी कृती व्हायला हवी होती ती पोलिसांकडून झाली नाही. नेहमीप्रमाणेच ती कृती करण्याची जबाबदारी ज्यांच्यावर होती त्यांच्याऐवजी अन्य अधिकाऱ्यांनीच ते काम केले. तसेच, आणखी एक बाब अशी की, विजय उतेकरने कोण्या एका संतपुरुषाला ठार मारले नव्हते, उलट मुंबई शहराला एका गुन्हेगारापासून सोडवले होते.

परंतु यात पोलीस खात्याचा अपमान झाला होता. ते हा अपमान विसरू शकत नव्हते. कोणीतरी त्यांच्या अनिर्बंध सत्तेलाच आव्हान दिले होते. त्या दिवसानंतर

पोलीस उतेकरचा शोध घेत राहिले. एखाद्या जनावराचा अनेकांनी माग काढत शोध घ्यावा, असे पोलीस दल कामाला लागले. उतेकर जिथे-जिथे जात होता, तिथे पोलीस जाऊन पोहोचत होते. ते त्याच्या फक्त काही पावले किंवा मिनिटे मागे पडत होते. आता उतेकरकडून एक गंभीर गुन्हा घडल्यावर त्याला कोणीही आश्रय देईना. त्याची पूर्वीची संरक्षक मंडळी त्याच्याकडे आता पाठ फिरवू लागली. त्यांना उतेकरबरोबर अडकायचे नव्हते. विजय उतेकरच्या तोंडावर त्याचीच माणसे दारे बंद करू लागली. शेवटी विजय उतेकर एकटाच पळत सुटला.

चीनमधील चिंग राज्यकर्त्यांच्या काळात वू चि नावाचा एक अधिकारी होता. तो असे एकदा म्हणाला होता, "आता युद्धाचे रणक्षेत्र हे प्रेतांनी भरलेली जमीन झाली आहे. ज्यांची या युद्धात मरण पावण्याची तयारी आहे तेच वाचतील; तर जे या युद्धातून पळून जाऊ पाहतील ते मात्र हमखास मरण पावतील." तुरुंगावरील हल्ल्यातून विजय वाचला. त्याची अशी भ्रामक समजूत झाली होती की, त्यानंतर तो उजळ माथ्याने सहज वावरू शकेल. कारण एवढे अघोरी कृत्य केल्यावर पोलिसांसकट सर्व जण त्याला घाबरतील. शेवटी विजयची दादरच्या एका हॉटेलात कोंडी करण्यात आली. तो महिना ऑक्टोबर होता. वसंत ढोबळे व किशोर फडणीस या पोलिसांनी दूधवाल्या भैय्याच्या वेषात तिथे प्रवेश केला. विजय तिथून पळून जाण्याच्या बेतात होता. पण शेवटी तो पोलिसांच्या गोळ्यांना बळी पडला. त्याच्या जवळच्या बॅगेमध्ये बॉम्ब सापडले.

विजय उतेकरच्या केसमुळे सारे पोलीस प्रशासन हादरून गेले होते. शेवटी त्यांना चकमक किंवा एन्काउंटर करून विजयला संपवावे लागले. अखेर पोलिसांनी त्यांच्या मार्गाने विजयला संपवले. अशा केसेसमध्ये न्यायासाठी न्याय खात्यावर विसंबून रहावे, असा विश्वास पोलिसांमध्ये नेहमी असतोच असे नाही. दुसरे असे की, येथे फक्त एकटा उतेकर एवढीच व्यक्ती होती. त्याची स्वत:ची टोळी नव्हती. त्याने तुरुंग फोडण्याचा गुन्हा केला होता. तुरुंग हा पोलिसांचा शेवटचा प्रतिष्ठेचा किल्ला असतो. तसेच त्याच्या हातून ड्युटीवर असलेल्या एका पोलिसाचा मृत्यू झाला. अशा गुन्ह्याला एकच शिक्षा असते, ती म्हणजे त्या गुन्हेगाराचा वध करणे, काही नियम हे कधीही बदलणारे नसतात हेच खरे!

जगदीश खंडेलवाल, किशोर महेश्कर आणि राजू शंकर ह्यांनाही सरतेशेवटी अटक झाली. ही केस अगदी स्वच्छ व उघड होती. त्यात शंकास्पद असे काहीही नव्हते. त्यामुळे ही केस अखेर मिटली.

परंतु विजय उतेकर आणि त्याच्याबरोबर असलेल्या व्यक्ती यांच्याविरुद्ध सेक्शन १२३ आणि ८७ याखाली गुन्हे रजिस्टर केलेले होते. खून करणे व दंगल माजवणे असे गुन्ह्यांचे स्वरूप या सेक्शन्सनुसार होते. परंतु तुरुंगावर हल्ला करणे,

आणि एका अंडरट्रायल कैद्यावर व एका पोलिसावर हल्ला करणे यासाठी गुन्हा दाखल झाला नाही. त्या चार साथीदारांपैकी एकाला कोर्टात उभे केले होते. तो जगदीश खंडेलवाल होता. त्याच्याविरुद्ध काहीही पुरावा नसल्याने त्याला कोर्टाने सोडून दिले. मात्र बाकीच्या तीन जणांना सेशन्स कोर्टात जन्मठेपेची शिक्षा झाली. परंतु ते तिघेही हायकोर्टातील अपिलात सुटले. थोडक्यात, बाबू रेशीमच्या स्पर्धक टोळीच्या वेदीवरती फक्त विजय उतेकर हा हुतात्मा झाला. आणि शहरातील टोळीयुद्धाच्या इतिहासात हे एक लक्षणीय उदाहरण होऊन बसले.

त्यानंतर या केसबद्दलची धूळ खाली बसू लागली. या केसमध्ये ज्या-ज्या खबऱ्यांनी काम केले त्यांचे जाळे आता शोध घेत-घेत एका व्यक्तीपर्यंत पोहोचले. सबंध घटनेच्या मागे हीच व्यक्ती सर्व सूत्रे हलवत होते; पण ती नेहमीच अंधारात राहिली. आपला या घटनेशी काहीही संबंध नाही असा आभास त्या व्यक्तीने निर्माण केला होता. ती व्यक्ती होती, दाऊद इब्राहिम कासकर! असे म्हटले जाते की, संपूर्ण घटनेवर दाऊद हा अथपासून इतिपर्यंत लक्ष ठेवून सूत्रे हलवत होता, अन् नंतर घडणाऱ्या घटनांची मजा थंडपणे पहात होता. दोन माकडांच्या भांडणात मांजर नेहमीच पळून जाते तसे!

पोलिसांच्या डोसियरमध्ये अशी नोंद केलेली आहे – 'जेव्हा बाबू रेशीमला ठार करण्यामागे दाऊदची व्यूहरचना होती असे उघड झाले तेव्हाच रमा नाईक / अरुण गवळी यांच्या टोळीचे दाऊदशी शत्रुत्व वाढत गेले.'

जेव्हा पोलिसांना पुरेसा पुरावा गोळा करता आला नाही तेव्हा ही वरील बातमी बाहेर फुटली. आता प्रत्येकाला दाऊदचा विश्वासघातकी स्वभाव व त्याची ही यंत्रणा ठाऊक झाली आहे. त्याने विजय उतेकरला बाबू रेशीमला संपवण्याच्या कारस्थानात एक प्यादे म्हणून वापरले व तो त्यात यशस्वी झाला.

४

दाऊद-गवळी युतीचा अंत

बाबू रेशीमची हत्या लॉक-अप फोडून झाली. तशी हत्त्या रमा नाईकची झाली नाही. पोलिसांच्या चकमकीत तो मारला गेल्याचे वरवर दाखवले गेले, तरी तो भास होता. आता बीआरए टोळीतील 'ए' म्हणजे अरुण गवळी उरला. आपल्या मोठ्या टोळीची अशी वाताहात दाऊदने पद्धतशीरपणे डावपेच लढवून केली आहे, हे अरुण गवळीने ओळखले. दाऊदने अत्यंत क्रूरपणे त्याच्या टोळीवर दोन वार केले होते. आता तिघांपैकी फक्त गवळी उरला होता.

आपल्या टोळीचे दोन पंख छाटलेले आहेत, हे जाणून गवळीने टोळीची पुनर्रचना करण्यास सुरुवात केली. गवळीच्या मराठी तरुणांचा प्रभाव हा मुंबईच्या तीन भागांत होता. त्यात ईशान्य उपनगरातील कांजूरमार्ग हा एक भाग होता. गवळी पूर्वी त्या भागात एका कंपनीत कामाला होता. तिथे त्याने आपले स्थानिक संपर्क निर्माण केले होते. दुसरा भाग ताडदेवमधला तुलसीवाडी येथला होता आणि तिसरा भाग होता दगडी चाळ व भायखळ्यातील प्यून चाळी. याच भागात अरुण गवळी व त्याचे साथीदार रहात होते. त्याच्या साथीदारांत अशोक जोशी, सदा पावले उर्फ सदामामा, गणेश तांडेल उर्फ वकील, राजू मिराशी आणि सुनील घाटे असे होते. एके काळी गवळी टोळी ही दोन निष्णात नेमबाज – 'शार्प शूटर्स' असलेली अशी एकमेव टोळी होती. ते दोन्ही नेमबाज ख्रिश्चन होते. अत्यंत क्रूर व गवळीचे निष्ठावान गुलाम म्हणून त्यांची ख्याती होती. त्यांची नावे राजू फिलिप्स आणि पॉल न्यूमन अशी होती. पॉल न्यूमन नावाचा एक नट हॉलिवूडमध्ये आहे. त्याचा याच्याशी काहीही संबंध नाही. हा एक गोव्यातून आलेला व मुंबईत स्थायिक झालेला मुंबईकर होता.

दाऊदच्या विश्वासू व वरच्या पातळीवरील माणसांवर हल्ला चढवायचा हे

गवळीने ठरवले. कारण ही माणसे अजूनही दाऊदसाठी मुंबईतून उत्पन्न काढीत होते. लवकरच सतीश राजे हा दाऊदचा मुंबईतील मदतनीस अरुण गवळीने हेरला. यानेच दाऊदच्या टोळीसाठी मोठमोठी कृत्ये, कारवाया यशस्वी रितीने पार पाडल्या होत्या. राजेची हत्या झाली, तर दाऊदच्या मुंबईतील कारवायांना जबरदस्त पायबंद बसणार होता. म्हणून अरुण गवळीच्या टोळीतील सर्वांनी एकमताने राजेच्या हत्येचा कट बारकाईने रचला.

दाऊदच्या गैरहजेरीत मुंबईत काम करणे हे तसे सोपे नाही याची जाणीव राजेला होती. कारण दाऊदच्या मागे त्याचे अनेक शत्रू मुंबईत होते व ते दाऊदचा गळा कधी घोटतो आहोत यासाठी उतावीळ झालेले होते. अशा कट्टर व खतरनाक शत्रूमध्ये पठाण मंडळी व मस्तानचे काही बगलबच्चे होते. चेंबूर भागात दहशत पसरविणाऱ्या बाशू दादा आणि अब्दुल कुंजू यांचीही खात्री नव्हती. ते केव्हाही दाऊद टोळीविरुद्ध हात उचलू शकत होते. हे दोघे स्वत:वरच खूष असत व कसलीही पर्वा न करता शत्रूवर तुटून पडत. राजेनेही हेच गुण त्यांच्यापासून उचलले होते. पण त्याला आता शहरातील विविध टोळ्यांमुळे असुरक्षित वाटू लागले होते.

राजे हा टोळीतील माणूस होता व दाऊदचा नेमबाज माणूस होता. त्यामुळे टोळीयुद्धातील हत्यांचा तपशिलांची व त्यातील गुंतागुंतीची त्याला पूर्ण कल्पना होती. हत्येची अशीही एक पद्धत अवलंबिली जायची. या पद्धतीनुसार ज्याची हत्या करायची आहे त्याच्या मोटारीमागोमाग आपली मोटार न्यायची. पुढे एखाद्या चौकात रहदारीचा लाल दिवा लागून पुढची मोटार थांबली की, आपली मोटार बाजूने पुढे नेऊन त्या मोटारीशेजारी उभी करायची. मग पिस्तूल काढून सरळ त्या व्यक्तीवर सटासट गोळ्या झाडून त्याला संपवायचे आणि वेगाने तिथून निघून जायचे. बहुतेक हत्यांची अशी एक सर्वसाधारण पद्धत ठरून गेली होती. राजेने आपली गाडी जेवढी सुरक्षित करता येईल तेवढी करून घेतली होती. शिवाय मोटारीच्या खिडक्या काळ्या रंगाच्या काचेच्या करून घेतल्या होत्या. तो नेहमी आपल्याबरोबर दोन अंगरक्षक घेऊन मोटारीत त्यांच्यामध्ये मध्यभागी मागच्या आसनावर बसायचा. पुढच्या बाजूला आणखी एक अंगरक्षक बसवायचा. सर्व रक्षकांजवळ पिस्तुले असत. एवढी व्यवस्था केल्यावर त्याला सुरक्षित वाटे. पण कितीही खबरदारी घेतली तरी अनेकदा त्याचा उपयोग होत नाही. अगदी अमेरिकेच्या राष्ट्राध्यक्षांभोवती अशीच सुरक्षा व्यवस्था असूनही त्यांची गोळ्या घालून हत्या करण्यात आली होती. भारताच्या पंतप्रधानांचीही हत्या झाली होती; पण राजे हे सारे विसरला होता. जेव्हा हत्या करणारी माणसे आपल्या निश्चयाशी पक्की असतात तेव्हाच त्यांच्या हातून हत्या घडू शकते.

टोळीतील माणसेही अशीच निश्चयी असतात. गवळीच्या टोळीत सदा पावले,

विजय तांडेल, पॉल न्यूमन, गणेश वकील आणि चाळीतील काही तरुण पोरे होती. राजे हा आपल्या परळ येथील घरातून बाहेर पडला होता. आणि गवळीची माणसे त्याच्या मागोमाग जाऊ लागली. नागपाडा जंक्शनपाशी त्याच्यावर हल्ला करायचा, असा त्यांचा बेत होता. तो दिवस होता २१ नोव्हेंबर १९८८. जेव्हा राजेची गाडी माझगाव-नागपाडा जंक्शनपाशी पोहोचली तेव्हा दोन्ही गाड्या एकमेकांपाशी आल्या. ही योजना अत्यंत तपशीलवार, बारकाईने व सर्व मुद्दे लक्षात घेऊन काळजीपूर्वक आखलेली होती. हत्येची कामगिरी एका मिनिटात त्यांना पार पाडायची होती.

गाडी थांबल्यावर राजेच्या रक्षकांना संकटाचा वास येण्यापूर्वीच त्याच्या गाडीच्या काचांवरती तीन हातोड्यांचे घाव बसू लागले. यापूर्वी अशा हल्ल्यात हातोड्या मुंबईत कधीही वापरल्या गेल्या नव्हत्या. पॉल न्यूमनने राजेवरती नेम धरला. दोन रक्षकांमध्ये राजे बसला आहे हे त्याने ओळखले होते. बाकीच्या मारेकऱ्यांनी राजेच्या रक्षकांनाही लक्ष्य केले होते. हे सर्व ठरल्याप्रमाणे चालले होते. राजेवर नऊ गोळ्या झाडण्यात आल्या. राजे जागेवरतीच मरण पावला. त्याचे तिन्ही रक्षकही मरण पावले.

या हत्यांमुळे दाऊद पार ढवळून गेला, अंतर्बाह्य हादरून गेला. राजे हा नेहमी स्वत:च्या संरक्षणाची अतिकाळजी घ्यायचा. अशा एका टोळीवाल्याची हत्या किती झटपट गवळीने उरकली! याचे पडसाद नंतर कित्येक महिने उमटत होते.

अशी चाल खेळून गवळीने दाऊदविरुद्ध आपले युद्ध जाहीर केले. आता गवळीकडे दुर्लक्ष केले जाणार नव्हते. दाऊदने ताबडतोब याचा सूड घेण्याची कामगिरी आपल्या माणसावर, म्हणजे फ्रायडे आणि राजन यांच्यावर सोपवली. राजनला त्याने स्पष्ट सांगितले, काही दिवसांतच याचा सूड घेतला जावा आणि गवळीचे जास्तीत जास्त नुकसान करावे.

राजनने ताबडतोब गवळीच्या टोळीतील महत्त्वाच्या माणसांकडे आपले लक्ष वळवले. शेवटी त्याने अशोक जोशीला लक्ष्य केले. अशोक जोशी हा गवळीचा थोरला भाऊ असल्यासारखा होता. मग राजनने अशोक जोशीच्या ड्रायव्हरला लाच देऊन फितवले. त्या ड्रायव्हरचे नाव श्यामसुंदर नायर असे होते. त्याने जोशीच्या हालचालींच्या बातम्या पुरवल्या.

मग पनवेल गावाच्या बाहेर एक सापळा रचण्यात आला. सौत्या व वांग्या या नेमबाजांना तिथे कामगिरी दिली.

३ डिसेंबर १९८८ची रात्री कडाक्याची थंडी पडली होती. त्या वेळी श्यामसुंदर नायर आपल्या मालकाला घेऊन गाडी चालवत होता. त्याच्या चेहऱ्यावरती स्मित तरळत होते. अशोक जोशी आपल्या तिन्ही सहकाऱ्यांसह पुण्याला चालला होता. जोशी आपल्या सहकाऱ्यांशी गाडीत बोलत होता. फक्त नायरला ठाऊक होते की,

दाऊदच्या १५ माणसांची टोळी हत्या करण्यासाठी आता आपल्या गाडीला अडवणार आहे. ते केव्हाच निघाले आहेत.

मारेकऱ्यांच्या टोळीचे नेतृत्व राजेंद्र निकाळजे उर्फ छोटा राजन करीत होता. तो त्या वेळी अजूनही दाऊदच्या टोळीत होता. तो टिळकनगरमधील आपल्या घरातून निघाला होता. वाटेत त्याला सौत्या मिळाला. १९८०नंतरच्या दशकातील सौत्या हा एक प्रकारे 'छोटा शकील' आहे असे त्या वेळी मानले जायचे. सौत्याजवळ एके-४७ ही रायफल होती आणि त्याने १५ हॅन्ड गन्स बरोबर घेतल्या होत्या. वाटेत एकेक जण त्यांना मिळत गेले व गाडीत बसले. त्यामध्ये विरारचा जयेंद्र उर्फ भाई ठाकूर हा होता. सर्वांच्या मिळून पाच गाड्या झाल्या होत्या. सर्वांना हॅन्ड गन्स वाटल्या गेल्या. मग त्या पाचही गाड्या वेगाने पुण्याच्या दिशेने धावू लागल्या.

नायरने आता आपल्या मालकावर असलेली निष्ठा मालकाच्या शत्रूला वाहिली होती आणि अशोक जोशीच्या पुण्याला जाण्याचा कार्यक्रम त्याने कळवला होता. मग वेळ न घालवता दाऊदने अशोक जोशीला संपवण्याचा हुकूम सोडला. जोशीला वाटेतच ठार मारावे असा हुकूम त्याने राजनला केला.

ती रक्तलांछित चकमक अखेर पनवेलजवळ झाली. हल्लेखोरांच्या गाड्यांनी जोशीच्या गाडीभोवती गराडा घातला व मारेकरी आपापल्या गाड्यातून उड्या टाकून पटापटा बाहेर पडले. जोशीला यापूर्वी काही वेळा आपला ड्रायव्हर नायर याचा संशय आला होता. त्याला आता गराडा पडल्यानंतर नायरच्या विश्वासघाताची ताबडतोब कल्पना आली. त्याने आपले पिस्तूल बाहेर काढले व सरळ नायरच्या डोक्यात मागून एक गोळी झाडली व शिव्या हासडल्या.

त्या गोळीचा आवाज ऐकल्यावर राजन व त्याच्या माणसांनी गोळीबार सुरू केला. जोशीच्या गाडीला असंख्य ठिकाणी भोके पडली. गाडीमध्ये सर्वत्र रक्त व मांस उडालेले होते. जोशी व त्याचे तिन्ही रक्षक जागेवरच मारले गेले होते. नंतर काही सेकंदात राजन आणि त्याची माणसे तेथून आपापल्या गाडीत बसून पळून गेली. जोशीची कार हळूहळू पुढे जातच होती. ती पुढे जाऊन कशालातरी अडखळून थांबली.

या हत्याकांडामुळे दोन मित्रांमध्ये स्पष्टपणे एक युद्धाची घोषणा झाली. दोघांनाही आपले वर्चस्व सिद्ध करायचे होते. दोन्ही टोळ्यांमधील बुद्धिमान माणसे दुसऱ्या टोळीचा अध:पात करण्यासाठी सज्ज झाली. त्यांनी संभाव्य माणसांच्या हत्यांची यादी केली.

मग यानंतर एका मोठ्या रक्तपाताच्या संघर्षाचा भडका उडाला. हत्याकांडांची एक मालिका घडत गेली. काही हॉटेलवाले, वित्तपुरवठा करणारे, टोळीचे सहानुभूतीदार आणि समर्थक दोन्ही टोळ्यांच्या बाजूकडे होते. त्यांचे हत्याकांड सुरू झाले.

कसल्याही शिक्षेचे भय न बाळगता हे हत्याकांड घडू लागले. अशा वेळी मुंबईचे पोलीस केवळ बघ्याची भूमिका घेत होते. त्याखेरीज त्यांना दुसरे काहीही करता येत नव्हते. पण पोलिसातील वरिष्ठ पातळीवरील काही अधिकाऱ्यांना मात्र जे घडते आहे ते एका दृष्टीने ठीकच आहे, असे वाटत होते. कारण त्यामुळे आपोआपच गुन्हेगारांची संख्या कमी होत होती. परंतु अशी कायदा व सुव्यवस्था यांची टर उडवली जाणारी परिस्थिती पसरत गेली तर सर्वसामान्य माणूस असुरक्षित होत जातो व सर्व शहर असुरक्षित बनते, हे कसे त्यांच्या लक्षात येत नव्हते? मुंबईतील टोळीवाले आता खूपच खालच्या पातळीवर पोहोचत चालले होते. त्यांनी मानलेली मूलभूत नीतितत्त्वेही ते धुडकावू लागले.

माफिया टोळ्यांमधला एक संकेत किंवा नीतितत्त्व असे आहे की, दोन गटात कितीही शत्रुत्व निर्माण झाले, तरीही विरुद्ध गटातील कुटुंबीयांची हत्या करून त्यांचे रक्त कधीही सांडायचे नाही. मुंबईतील टोळ्यांमध्ये असलेला हा एक अलिखित नियम होता. टोळीतील लोकांच्या कुटुंबीयांना कायद्याने वेगळी क्षमा केली जात नव्हती; पण त्यांना टोळीवाल्यांनी कधीही आपले लक्ष्य बनवले नव्हते. कारण संघटित गुन्हेगारीत त्यांचा काहीही हात नसतो हे त्यांना ठाऊक होते.

आता दाऊदला कळले की, गवळीकडे कोणीही सल्लागार नाही, मार्गदर्शक नाही, धोरणी माणूस नाही. इतके दिवस बाबू रेशीम व रमा नाईक ते काम करीत होते; पण आता दोघेही ठार झाले आहेत. मग गवळी अशोक जोशीचे मार्गदर्शन घेऊ लागला; पण त्यालाही ठार करण्यात आले. मग अरुण गवळी आपल्या थोरल्या भावाचा सल्ला घेऊ लागला. त्याचे नाव 'पपा गवळी' होते. अरुण गवळी दगडी चाळीतून सहसा बाहेर पडत नसे; पण पपा गवळी मात्र बेधडक बाहेर पडून रस्त्याने एकटा चालत जात असे. टोळीवाल्यांची नीतितत्त्वे दाऊद पाळील असा त्याचा विश्वास होता व तो आपल्याला कधीच लक्ष्य करणार नाही असे त्याला वाटत होते.

२२ जानेवारी १९९० रोजी दाऊदने आपल्या टोळीत एक नवीन नेमबाज नेमला. त्याने पपा गवळी माहीमच्या शीतळादेवी मंदिराकडे जात असताना त्याला गोळ्या घालून ठार केले. मृत्यूच्या दलालाच्या दृष्टीने फक्त एक नवीन शरीर मरण पावले होते. पण पपा गवळी याची केस वेगळीच होती. रमा नाईकच्या मृत्यूने अरुण गवळी हादरून गेला होता. त्याचा एक मार्गदर्शक त्याने गमावला होता. परंतु पपा गवळीच्या मृत्यूने त्याला कौटुंबिक पातळीवर एक जबरदस्त हादरा बसला होता.

पपाच्या ठार होण्यामुळे गवळीची टोळी हादरून गेली. गवळीला असे वाटू लागले की, त्याच्या हत्येला आपणच अप्रत्यक्षपणे जबाबदार आहोत. तो अपराधी भावनेने ग्रासला गेला. आपल्यामुळेच आपल्या निकटवर्तीयांचे बळी पडले, यामुळे

तो दुःख करू लागला.

तो अशा दुःखात चूर झालेला पाहून दाऊदने ती संधी साधली. त्याने गवळीच्या टोळीवरती पूर्णपणे हल्लाबोल चढवला. गवळीचा महत्त्वाचा रक्षक पॉल न्यूमन याला त्याने ठार केले. मग कांजूर गावामध्ये सुनील सावंतला ठार केले गेले. त्याच्यावर एके-४७ रायफलमधून गोळ्या झाडल्या गेल्या. अन् त्या एका हल्ल्यात गवळीची सहा माणसे संपवण्यात आली.

गवळीने आता शांत राहण्याचे धोरण स्वीकारले. त्याने एकांतवास पत्करला. यामुळे त्याच्या टोळीतील माणसांना धक्का बसला. मग टोळीतील माणसांनीच एक योजना आखली. टोळीचे सर्व संकेत त्यांनी धुडकावले. ते आता कमरेखालीही वार करण्यास तयार झाले. आता दाऊदच्या टोळीला आपला इंगा दाखवायचाच अशी ईर्षा त्यांनी बाळगली. दाऊदच्या अगदी जवळचा जो कोणी आहे आणि टोळीतील महत्त्वाचा माणूस आहे, अशांना त्यांनी आपले लक्ष्य बनवायचे ठरवले. त्याला मारल्याने दाऊदला आपल्यावर आकाश कोसळले आहे, असे वाटले पाहिजे असा त्यांनी विचार केला. मग त्यांनी आपला बळी निवडला. तो होता इब्राहिम परकार. परकार हा दाऊदची बहीण हसीना हिचा नवरा, म्हणजे दाऊदचा मेव्हणा होता. दाऊदच्या सर्व बहिणींमध्ये हसीना ही दाऊदला फार जवळची होती. इस्माईल इब्राहिम परकार हा केवळ सूडचक्राचा बळी ठरला होता. त्याला आता लक्ष्य केले गेले.

परकार एक ज्युनियर फिल्म आर्टिस्ट होता. नागपाड्यातील अरब गल्लीमध्ये तो आपले 'काद्री हॉटेल' चालवत होता. २६ जुलै १९९२ रोजी तो आपल्या हॉटेलात कॅश रजिस्टरपाशी बसला होता, हिशेब तपासत होता; पण त्याचा एक डोळा दारावरती होता. काही उनाड मुले हॉटेलात शिरून गोंधळ घालू नये, म्हणून तो लक्ष ठेवीत होता. अन्य काही माणसे आत येऊन परकारशी काही बातचीत करून जात होती. तिथे हॉटेलात बसून ती माणसे आपल्या धंद्याच्या गोष्टी एकमेकांशी चहा पीत करीत. त्यांच्या अडचणी ऐकून परकार त्यांच्याशी सल्लामसलत करे व अडचणी सोडवण्याचा प्रयत्न करे.

दुपारी परकार आपल्या हॉटेलातून बाहेर पडला. त्याच्याबरोबर त्याचा ड्रायव्हर सलीम पटेल होता. तो बाहेर उभा असताना चार माणसे घाईघाईने त्याच्याकडे चालत आली. जवळ आल्यावर त्यांनी आपल्या शर्टाखालून पिस्तुले काढली. परकार व पटेल यांच्यावर त्यांनी भराभर गोळ्या झाडल्या आणि ते पळून गेले.

परकार ओरडतच खाली कोसळला व पटेलला मदतीसाठी हाका मारू लागला. त्याला सेंट जॉर्ज हॉस्पिटलमध्ये नेण्यात आले; पण तेथे पोहोचेपर्यंत तो मृत्यू पावला. त्याच्या महत्त्वाच्या अवयवांना जखमा झाल्यामुळे त्याचा मृत्यू झाला होता.

त्याच्या मृत्यूची बातमी त्याची पत्नी हसीना हिच्यापर्यंत पोहोचली. मग तिचा भाऊ दाऊद याच्यापर्यंत पोहोचली. त्या वेळी दाऊद दुबईमध्ये होता. त्याने ताबडतोब आपल्या माणसांना उद्देशून फतवा काढला की, ते मारेकरी सापडेपर्यंत अजिबात स्वस्थ बसायचे नाही.

चार मारेकऱ्यांना ओळखले गेले. ते होते शैलेश हळदणकर, बिपीन शेरे, राजू बटाला आणि संतोष पाटील. एक महिन्यानंतर हळदणकर आणि शेरे यांनी नागपाडा येथील एका व्यावसायिकावर गोळ्या झाडल्या व ते पळून गेले. दोन दिवसांनी ते त्याच जागी परत आले. ही त्यांनी एक चूक केली होती. त्यांना तिथल्या लोकांनी ओळखले व पकडून ठेवले. त्यांना अटक करण्यात आली; पण नंतर त्यांना जे.जे. हॉस्पिटलमध्ये दाखल करण्यात आले. कारण त्यांना पकडले तेव्हा जमलेल्या लोकांनी त्यांना यथेच्छ चोपले होते. त्यामुळे त्यांना अनेक जखमा झाल्या होत्या.

दाऊदविरुद्ध गवळीने जे सूडचक्र चालवले होते ते तब्बल दोन वर्षे चालले. परिणामी दाऊदच्या टोळीचा मोठ्या प्रमाणात नि:पात झाला. आता दाऊद आणि त्याच्या टोळीतील लोकांवर दु:ख करण्याची पाळी आली. नागपाडा आणि डोंगरी भागातील रस्त्यांवर विषण्णतेची छाया पसरली. तशीच ती छाया मुमका या रत्नागिरीजवळच्या दाऊदच्या मूळ गावावरतीही पसरली. त्याच्या दुबईमधील मुख्य ठाण्यावरही पसरली.

परकारच्या हत्येमुळे हिंसा व रक्तपात यांची एक साखळी अविरत चालू झाली होती. ती अशी विषण्णता निर्माण करून संपली. एवढी किंमत देऊन निर्माण झालेली शांतता मात्र तात्पुरती होती.

५

लोखंडवाला येथील धुमश्चक्री

१६ नोव्हेंबर १९९१ची सकाळ उजाडली. हिंदू जिमखान्यावरती 'पोलीस शील्ड'साठी खेळांच्या स्पर्धा चालू होत्या. पोलीस जिमखान्याच्या बांधकामाचे काम अजून पूर्ण झालेले नव्हते. मुंबईचे पोलीस कमिशनर एस. राममूर्ती हे चालत-चालत स्टॅन्डमध्ये शिरले. तिथून ते खेळ पहाणार होते. त्यांना पहाताच पोलीस अधिकाऱ्यांनी आपापल्या टाचा झटकन जुळवल्या व ते ताठ उभे राहिले. परंतु राममूर्ती यांचे तिकडे लक्ष गेले नाही. काहीतरी वेगळ्याच विचारांनी त्यांचे मन व्यापून गेले होते. कोणीतरी त्यांना एक खुर्ची देऊ केली व ते त्यावरती बसले. अजूनही त्यांच्या चेहऱ्यावर बेचैनीचे भाव होते. आपली परीक्षा लवकरच पाहिली जाणार आहे, हे राममूर्ती यांना ठाऊक झाले होते. पोलिसांच्या वरिष्ठ वर्तुळात अशी कुजबूज चालू होती की, आता राममूर्ती यांच्या जागी दुसऱ्या कोणालातरी आणण्यासाठी शोध घेतला जात आहे. मुंबईतील टोळीयुद्धाला सध्या नुसता ऊत आला होता. शहरातील गुन्हेगारी वाढत चालली होती. मुंबईचे पोलीस खाते एका अवघड परिस्थितीत सापडले होते. या सर्वांचा परिणाम त्या सकाळी राममूर्ती यांच्या मनावर ताण येण्यात झाला होता.

सब-इन्स्पेक्टर इक्बाल शेख हा व्ह्यूइंग गॅलरीत चालत आला व त्याने राममूर्ती यांना बसलेले पाहिले. त्याला त्यांच्याशी काही बोलायचे होते. बुटका, जाड इक्बाल शेख हा मुंबईतील गुन्हेगारी जगातील घडामोडींबाबत तज्ज्ञ समजला जात असे. त्याने अनेक टोळ्यांच्या आतल्या वर्तुळांचा भेद करून तिथल्या बातम्या काढल्या होत्या. माहिती मिळवण्यासाठी त्याने आपल्या माणसांचे एक मोठे जाळे पसरवले होते. जेव्हा राममूर्ती जाण्यासाठी उठले, तेव्हा तो त्यांच्यापाशी गेला. त्यांना एक कडक सॅल्यूट करून तो त्यांच्यासमोर ताठ उभा राहिला आणि त्यांच्याबरोबर बाहेर

पडताना त्यांना सांगितले, "सर, आज एक मोठी मोहीम करायची आहे." राममूर्तींनी शेखकडे पाहिले. त्यांच्या चेहऱ्यावरती एक भीतीची छाया पसरली होती. काही बोलण्याकरता त्यांनी आपले तोंड उघडले; पण एकदम त्यांचा विचार बदलला असावा. न बोलताच ते आपल्या गाडीत जाऊन बसले व वेगाने निघून गेले.

शेख वळला व तो परत जिमखान्यामध्ये गेला. त्याचा मित्र अतुल चौधरी हा हिंदू जिमखाना टीमचा कॅप्टन होता. तो समोरून आला व त्याने 'कुठे जातो आहेस?' अशा अर्थी हात हलवून शेखकडे चौकशी केली. यावर शेखने आपले एक बोट हवेत खुपसून गोळी झाडण्याचा अभिनय केला. चौधरीला ते समजल्याने त्याने तशा अर्थी आपली मान हलवली व आपला अंगठा उंचावून शेखला शुभेच्छा दर्शवल्या. इक्बाल शेखने आपल्या वस्तू गोळा केल्या आणि तो तिथून निघून गेला. त्या वेळी सकाळचे १०:४५ झालेले होते. तो आता अंधेरीमधील लोखंडवाला येथे जाण्यासाठी निघाला.

बांद्र्यामधील कार्टर रोडवर ॲडिशनल कमिशनर ऑफ पोलीस ए.ए. खान यांचे ऑफिस होते. उत्तर मुंबईतील 'ॲंटि टेररिस्ट स्क्वॉड' – 'एटीएस' यांच्या अखत्यारीत होते. सर्व स्क्वॉड तयार होऊन निघण्याच्या बेतात होते. एम.ए. कवी, प्रमोद राणे, अंबादास पोटे ही इन्स्पेक्टर मंडळी आणि सब-इन्स्पेक्टर झुंझारराव घराळ, सुनील देशमुख, जगदाळे, इक्बाल शेख, राजा मांडगे आणि स्थानिक आर्म्स डिव्हिजनमधील सात कॉन्स्टेबल्स हेही त्यांच्याबरोबर मोहिमेवर निघण्यासाठी तयार झाले होते. एटीएस हे एक स्पेशल स्क्वॉड होते आणि ते खान यांच्या आग्रहामुळे निर्माण झालेले होते. त्या दिवसात एटीएसची मुख्य भूमिका ही खलिस्तानी दहशतवाद्यांशी आणि गुन्हेगारी जगातील टोळीवाल्यांशी सामना करण्याची होती. पण आता त्यांच्या कामाच्या सीमा विस्तारल्या होत्या. त्यामध्ये सर्व दहशतवाद्यांविरुद्ध मिळालेल्या माहितीच्या आधारे गुपचूप कारवाया करण्याची कामेही सोपवली गेली होती; तसेच आता हेरगिरी करून माहिती काढणे हेही काम त्यांच्याकडे आहे. स्टोअर रूमकडे एका कॉन्स्टेबलला पाठवून बुलेटप्रूफ जाकिटे आणण्यास त्याला सांगितले गेले. तो कॉन्स्टेबल सांगत आला, "साहेब, त्या खोलीला कुलूप लावलेले आहे. चाबीवाला कॉन्स्टेबल आज आला नाही." मग एका इन्स्पेक्टरने ते कुलूप तोडण्याचा आदेश दिला व आतील बुलेटप्रूफ जाकिटे बाहेर काढावयास सांगितली. शेवटी त्यांना आतमध्ये पाच बुलेटप्रूफ जाकिटे मिळाली. पण एकूण आठ अधिकारी होते. जेव्हा ती जाकिटे वाटली जाऊ लागली तेव्हा इक्बाल शेखने, "आपल्याला जाकीट नको" असे सांगितले. हे ऐकल्यावर घराळ म्हणाला, "मलाही नको आहे." मग बाकी शस्त्रास्त्रे व दारूगोळा वाटण्यात आला. सर्व जण निघण्यासाठी तयार झाले. "चला अंधेरीतील लोखंडवालाकडे. टेलिफोन नंबर सापडला आहे,"

इन्स्पेक्टर प्रमोद राणे म्हणाला. सर्व जण ११:३० वाजता बाहेर पडून मोहिमेवरती निघाले.

पोलिसांना अशी माहिती मिळाली होती की, दाऊद इब्राहिमचा एक अत्यंत खतरनाक नेमबाज उर्फ शार्प शूटर दिलीप बुवा हा थेट माया डोळस याच्या हाताखाली तिथे काम करीत आहे. पोलिसांची निघालेली टीम अंधेरीतील आरटीओ जंक्शनपाशी थांबली. त्यांनी कवी, राणे, पोटे, सुनील देशमुख व इक्बाल शेख अशी एक तुकडी पूर्वपहाणीसाठी आणि आधी टेहळणी करून अंदाज घेण्यासाठी पाठवली. ही तुकडी 'अपना घर' कॉम्प्लेक्सपाशी आली. हे कॉम्प्लेक्स स्वामी समर्थ नगर, लोखंडवाला येथे होती. 'अपना घर' कॉम्प्लेक्समध्ये चार इमारती होत्या. त्या इमारतींना 'रोहिणी', 'स्वाती', 'आदिती' व 'आश्विनी' अशी नावे दिली होती. स्वाती इमारत ईशान्येच्या कोपऱ्यात असून त्या इमारतीच्या ए आणि बी अशा दोन विंग्ज होत्या. ए विंगमधला पाच नंबरचा फ्लॅट हा तळमजल्यावरती होता. पोलीस तिकडे जाऊ लागले.

त्या फ्लॅटच्या बाहेर दोन पांढऱ्या मारुती एस्टीम गाड्या उभ्या होत्या. दिलीप बुवा हा नेहमी एक पांढरी मारुती एस्टीम चालवायचा हे सर्वांना ठाऊक होते. त्या दिवसांत तो पोलिसांना हवा असल्याने, तो नेहमी आपल्या मोटारीच्या इग्निशनच्या किल्ल्या तशाच लावून ठेवलेल्या सोडायचा. वेळ पडल्यास किल्ल्या शोधून त्या लावण्यात उगाच वेळ वाया जाऊ नये, असा त्यामागचा हेतू होता.

पूर्वपहाणी करणाऱ्या टीमने आजूबाजूच्या सर्व परिस्थितीची पहाणी केली आणि ते परत फिरून आपल्या टीमला मिळाले. इन्स्पेक्टर कवीने त्या भागाचा एक नकाशा कागदावरती रेखाटला. फक्त फ्लॅट नं. ५लाच मागे-पुढे अशी दोन दारे होती. म्हणून पोलिसांनी आपल्या टीमचे दोन भाग करायचे ठरवले. उत्तरेकडचे दार हे बाहेरच्या जिन्यापाशी उघडत होते आणि दक्षिणेकडचे दार कम्पाउंडकडे उघडत होते. कवी, घराळ व देशमुख यांची तुकडी मागच्या दाराकडे, म्हणजे कम्पाउंडकडच्या दारातून आत जाण्यास तयार झाली. तर राणे, मांडगे व शेख यांची तुकडी पुढच्या जिन्यापासच्या दारातून आत जाण्यास तयार झाली. बाकीचे कॉन्स्टेबल्स आणि अधिकारी हे कम्पाउंडच्या आवारातच थांबले.

आता प्रत्येकाने आपापली जागा घेतली. कवीने मागच्या दाराला धडक देऊन आत प्रवेश केला. त्याच्या मागोमाग त्याच्या तुकडीतील बाकीचे सर्व जण आत घुसले. पुढच्या दरवाजाला शेख कान लावून आतील आवाज ऐकत होता. त्याने ऐकलेले आवाज त्याला नंतर कळले. आतमध्ये अमिताभ बच्चनच्या 'अकेला' चित्रपटातील संवाद लावलेले होते. मग त्याने गोळीबाराचा आवाज ऐकला. भराभरा एकामागोमाग एकेक गोळ्या झाडल्याचे ते आवाज होते. म्हणजे आता खरी ॲक्शन

सुरू झाली. घराळ व देशमुख हे कवीच्या मागोमाग आत घुसले होते. दिलीप बुवा हा एका खुर्चीवरती बसला होता. त्याच्या शेजारच्या टेबलावरती त्याचे रिव्हॉल्व्हर होते. जेव्हा त्याने त्या तीन इन्स्पेक्टर्सना समोर आलेले पाहिले, तेव्हा आपले रिव्हॉल्व्हर उचलून गोळ्या झाडण्यास सुरुवात केली. ते सर्व इन्स्पेक्टर्स पोलिसांच्या गणवेशात नसल्याने बुवाला ते आपल्या स्पर्धक टोळीतील वाटले. पहिली गोळी घराळच्या छातीला बसली. दुर्दैवाने त्याला बुलेटप्रूफ जाकीट घालण्यास मिळाले नव्हते. तो खाली पडला. त्याच्या छातीतून मोठा प्रमाणात रक्तस्राव सुरू झाला. कवीलाही गोळ्या लागल्या. पण अंगातील जाकिटामुळे त्याला गंभीर जखम झाली नाही. फक्त दंडाला गोळी लागल्यामुळे तिथे जखम झाली. देशमुख व कवी या दोघांनी मात्र गोळ्या झाडत प्रत्युत्तर दिले व ते घराळला ओढत माघार घेऊ लागले. घराळला ताबडतोब वैद्यकीय मदतीची गरज होती.

बाहेर उभ्या असलेल्या पोलीस खात्यातील सर्व मंडळींनी आपापले वायरलेस सेट बाहेर काढून या गोळीबाराच्या चकमकीची माहिती आपल्या ठाण्याला देण्यास सुरुवात केली. यापूर्वी टोळीतील गुन्हेगारांनी कधीही पोलिसांवर त्यांना ठार करण्याच्या उद्देशाने गोळीबार केला नव्हता; पण आत्ता मात्र तसे घडले होते आणि ते सहन होण्याजोगे नव्हते. कारण हा पोलीस खात्याचा अपमान झाला होता! काही मिनिटांतच एका पोलीस अधिकाऱ्याला गोळी घालून जखमी केल्याची बातमी सर्वत्र वणव्यासारखी पसरली. मग शहरातील अनेक पोलीस युनिट्स लोखंडवालाकडे धावू लागली. काय वाटेल ते झाले तरी या टोळीवाल्या गुन्हेगारांना येथून पळून जाऊ द्यायचे नाही, या ईर्षेने ते सरसावले. एव्हाना दुपारचा दीड वाजला होता.

१:१५पर्यंत पोलिसांना आणखी कुमक मिळाली होती. मग त्या कॉम्प्लेक्सचे रूपांतर हे एका किल्ल्यात झाले होते. तिथल्या लोकांचे सर्व व्यवहार व हालचाली थांबल्या. आपापल्या घरात लोक दडून बसले होते. केव्हा कोठून गोळी येईल, याचा नेम नव्हता. परंतु पोलीस सावधगिरीने वागत होते. कारण आधीच त्यांची दोन माणसे जखमी झाली होती. आता आणखी कोणी आपली माणसे जखमी होऊ नये म्हणून ते खबरदारी घेत होते.

दरम्यान इन्स्पेक्टर कवी यांच्या तुकडीने एक महत्त्वाचे निरीक्षण केले होते. त्यांना महिंद्र उर्फ माया डोळस हा बुवाच्या फ्लॅटमध्ये दिसला होता. आता एकदम खेळाचा रंगच बदलून गेला. एक नवीन खेळ सुरू झाला. माया डोळस हा एके काळी मवाली माणूस होता, छोटा गुंड होता. १४ ऑगस्ट रोजी तो तुरुंगातून पळाल्यामुळे त्याच्याकडे सर्व जनतेचे लक्ष गेले. त्याने त्या वेळी माझगाव कोर्टात एका कॉन्स्टेबलवर हल्ला करून पळ काढला होता. अन् ही गोष्ट पोलीस घाईघाईतही विसरले नव्हते. त्यानंतर त्याने अरुण गवळीच्या टोळीतील अशोक जोशीवरती

भांडुपमधल्या गणपतीसाठी घातलेल्या मंडपात गोळी झाडली होती. त्याच्या गोळीबारामुळे बघे मंडळीतील पाच निष्पाप माणसे मात्र मृत्यूमुखी पडली होती. त्यानंतर त्याची दाऊदशी जवळीक वाढत गेल्याच्या बातम्या पोलिसांच्या कानावर येत गेल्या. आता पोलीस त्या फ्लॅटमध्ये बुवाचा शोध घेण्यासाठी गेले होते. अशा वेळी डोळसही तिथे दिसल्यावर हा बोनस ठरत होता. त्याचबरोबर गोपाळ पुजारी, अनिल खूबचंदानी, अनिल पवार आणि राजू नाडकर्णी ही गुन्हेगार मंडळी तिथे होती. तसेच आणखी एक अनोळखी व्यक्ती तिथे दिसली होती. एवढे सगळे एकत्र सापडत असतील तर पोलिसांना त्वरित ॲक्शन घेणे भागच होते.

इमारतीच्या आवारात पोलिसांनी आपापल्या जागा धरल्या. पोलीस दलाचे सर्व बळ एकत्रित झालेले तिथे आता दिसू लागले. फ्लॅटला सर्व बाजूने वेढा घातल्यावर खानने लाउडस्पीकरवरून आतल्या माणसांना शरण येण्याचे आवाहन केले. दरम्यान दिलीप बुवा याने एका अनोळखी माणसाबरोबर बाहेर पडून आपल्या मारुती एस्टीम गाडीकडे पळण्यास सुरुवात केली. पळता-पळता तो पोलिसांच्या दिशेने वाटेल तशा गोळ्या झाडत सुटला होता. त्याला गाडीत बसून निसटून जायचे होते. पोलिसांनी त्याच्या गोळीबाराला उत्तर गोळ्यांनीच दिले. चारही बाजूने पोलीस असल्याने बुवाकडे सर्व बाजूने गोळ्या आल्या. मग जे व्हायचे तेच झाले. दिलीप बुवा व त्याचा तो माणूस यांची गोळ्यांनी चाळणी झाली. ते शेवटी खाली कोसळले. आपल्या मोटारीच्या दारापासून ते काही फुटांवर मरून पडले. आता माया डोळस व त्यांची मारेकरी माणसे ताब्यात घ्यायची होती. घड्याळात दुपारचे १:४० झाले होते.

आता पोलीस इमारतीच्या गच्चीकडे वळले. कारण फ्लॅटमधून बाहेर पडून जिन्याने, ती गुन्हेगार मंडळी वर गच्चीच्या दिशेने जाऊ शकत होती. तळमजल्यावर सर्व बाजूने पोलीस आल्यावर तेवढीच एक शक्यता त्यांच्यापुढे उरली होती. तसेच वरती जाताना ते कोणातरी नागरिकाला धाकाने बरोबर घेऊन ओलीस ठेवू शकत होते. हे लक्षात घेऊन पोलिसांची एक तुकडी बी विंगमधून वरती जाऊन ए विंगच्या गच्चीवर आधीच जाऊन बसली. पण ते तिथे पोचतात न पोचतात तोच त्यांना गोपाळ पुजारी व राजू नाडकर्णी हे जिन्यातून पळत-पळत गच्चीवर येत आहेत हे दिसले. मग पोलिसांनी त्या दोघांवरती वरून खाली गोळ्या झाडल्या. राजू नाडकर्णीला दुसऱ्या मजल्यावर गोळी लागली, तर गोपाळ पुजारीला पहिल्या मजल्यावर गोळी लागली. आता फ्लॅट नं. ५मध्ये माया डोळस व पवार होते. अनिल खूबचंदानी कुठे आहे ते समजत नव्हते.

खान हातातील लाउडस्पीकरवरून शरण येण्याचे आवाहन करीतच होता. गुन्हेगारांना सुखरूप निसटण्याची आशा उरली नव्हती. पण शेवटी डोळस व पवार

जेव्हा जिन्यापासच्या पुढच्या दारातून बाहेर पडले तेव्हा ते शरण जाण्यासाठी बाहेर पडले नव्हते. एकाच्या हातात एके-४७ ही रायफल होती. त्यातून ते पोलिसांवरती गोळ्यांचा पाऊस पाडणार होते. ते पाहताच पोलिसांनी ताबडतोब सर्व बाजूने त्याच्यावर गोळ्या झाडण्यास सुरुवात केली. गोळ्यांच्या वर्षावात डोळस व पवार खाली कोसळताना दिसले. ते मेल्यावरही बराच वेळ गोळ्यांचे प्रतिध्वनी ऐकू येत राहिले होते. आता दुपारचे ४:३० झाले होते.

५ वाजता पोलीस फ्लॅटमध्ये घुसले. आतमध्ये सर्व अस्ताव्यस्त झालेले होते. सर्वत्र गोळ्या लागल्याच्या खुणा उमटल्या होत्या. टीव्हीची काच फुटलेली होती. त्याच्या शेजारीच अनिल खूबचंदानी हा गोळी लागून मरून पडला होता. त्याच्या भोवती सर्वत्र रक्ताचे थारोळे होते व गोळ्यांची केसिंग्स पडलेली होती. साईबाबांच्या फोटो फ्रेमचा गोळ्यांनी चुराडा केला होता. खुद्द चित्रातील साईबाबांच्या कपाळातून एक गोळी गेलेली होती. ही चकमक सुमारे साडेचार तास चालली होती. पोलिसांनी फ्लॅटवर सर्व बाजूंनी मारा केला होता. त्याखेरीज आतले गुन्हेगार बाहेर पडणार नव्हते. या चकमकीत २५०० गोळ्या झाडल्या गेल्या होत्या. म्हणजे ही काही एक चकमक नव्हती, हे एक युद्ध झाले होते. या युद्धात ठार करण्यासाठीच गोळ्या झाडल्या गेल्या होत्या. उघड-उघड धमकी देणाऱ्यांना ही एक सावध करणारी सूचना होती. गुन्हेगारांच्या जगाला भेडसावणारी एक मृत्युघंटा पोलिसांनी वाजवली होती. टोळीवाल्यांच्या हातून कोणाही पोलिसाचे रक्त सांडले तर याद राखा, असे बजावणारी ती सूचना होती.

इन्स्पेक्टर घराळ यांना खान यांच्या गाडीतून हिंदुजा हॉस्पिटलमध्ये तातडीने हलवले होते. तिथे त्यांच्यावर उपचार झाल्यावरती ते पूर्णपणे आपल्या जखमांमधून बचावले. इन्स्पेक्टर कवी यांच्यावरतीही उपचार झाले व तेही वाचले. मग डी.एन. नगर पोलीस खात्यातील आपली उरलेली संपूर्ण वर्षे त्यांनी पुरी केली. मग डी.एन. नगर पोलीस स्टेशनमध्ये सब-इन्स्पेक्टर सुनील देशमुख यांनी झाल्या प्रकाराबद्दल एक औपचारिक तक्रार नोंदवली. त्या तक्रारीमध्ये मृत व्यक्तींना बेकायदेशीरपणे एकत्र येणे, पोलीस अधिकाऱ्यांच्या खुनाचा प्रयत्न घातकी हत्यारांनी करणे आणि सार्वजनिक सेवा करणाऱ्या कर्मचाऱ्यांना त्यांची वैध कामे करण्यापासून धाकाने परावृत्त करणे अशा गोष्टींचा उल्लेख केलेला होता. मुंबई पोलिसांना जो अनोळखी माणूस दिसला होता त्याची ओळख शेवटी पटली. तो विजय चकोर नावाचा एक २८ वर्षांचा कॉन्स्टेबल होता. येरवड्याच्या तुरुंगात तो कामाला होता. या गुंड लोकांबरोबर तो नेमके काय करीत होता, हे कधीही नीट कळले नाही. पण असा अंदाज केला जातो की, तो तुरुंगातील दोन टोळ्यांमधील निरोपांची देवाणघेवाण करण्याचे काम करीत असावा. पण यातून पुढे, खरे काय ते उघडकीस आलेच नाही.

या चकमकीत – 'शूट आउट'मध्ये भाग घेतलेल्या सर्व अधिकाऱ्यांची नावे शौर्य पदकासाठी सुचविण्यात आली; पण दुर्दैवाने ते पुरस्कार कधीच मिळाले नाहीत. त्या दुर्दैवी दिवशी न्यूज चॅनेलची 'न्यूज ट्रॅक' नावाची एक टीम तिथे होती. त्यांनी त्या सर्व प्रसंगाचे चित्रीकरण केले. मग या प्रसंगाच्या सत्यतेबद्दल आणि गुन्हेगारांनी दिलेल्या धमक्यांच्या खरेपणाबद्दल प्रश्न उठले. मग पोलिसांची सर्व टीम वादाच्या भोवऱ्यात सापडली. शेवटी एका सामाजिक चळवळीच्या कार्यकर्त्याने विनोद मेहता याने मुंबईच्या उच्च न्यायालयात एक याचिका दाखल केली. पण न्यायालयाने ती याचिका तत्काळ फेटाळून लावली.

या चकमकीचा एक महत्त्वाचा परिणाम असा झाला की, एस. राममूर्ती यांची नोकरी टिकून राहिली. त्या वेळी नाहीतर त्यांना सेवानिवृत्त केले जाण्याची शक्यता होती. त्यांच्या जागी मग एस. पार्थसारथी यांना आणण्याचा बेत होता. पण पोलिसांच्या या विजयामुळे राममूर्ती यांची जागा पक्की झाली. त्यांना हटवण्यात आले नाही व तशा बातम्याही विरून गेल्या. लोखंडवाला येथील शूट आउटमुळे त्यांचे नोकरीतील स्थान पक्के झाले. तसेच या चकमकीत टोळीवाल्यांचे सात गुंड मारले गेले व काही जणांचे रक्त सांडले.

६

जे.जे.तला गोळीबार

दाऊदच्या टोळीत छोटा राजनचे प्रस्थ वाढत चालले होते. हळूहळू तो दाऊदच्या मागे टोळीचा मेंदू बनला, शक्तिस्रोत बनला. एक वेळ तर अशी आली की, दाऊद त्याच्यावर विश्वासाने सारे काही सोपवू लागला, अगदी आपले जीवनसुद्धा त्याच्या भरवशावरती त्याने ठेवले. कोणतीही मोहीम टोळीने हाती घेतलेली असो त्यामध्ये दाऊदला लक्ष घालावे लागायचे नाही. सारे काही पार पाडण्यासाठी राजनवर, 'नाना'वर ('नाना' या नावानेही छोटा राजन संबोधला जाई) सोपवले जाई.

दाऊदच्या टोळीला उर्फ 'डी' कंपनीला राजनने मोठे करून जणूकाही तिचे एका कॉर्पोरेट संस्थेत रूपांतर केले. त्याने तशी रचनाच करून ठेवली. टोळीत निरनिराळ्या पातळ्या व क्लिष्ट स्तर निर्माण करून त्यावरून शेवटी आपल्या दृष्टिकोनातून राजनने हात फिरवला. शिवाय यामुळे टोळीची जी उत्क्रांती होत होती, त्यावरही वैयक्तिकरीत्या त्याने सतत आपली नजर ठेवली होती. हे असले काही करून दाखवणे दाऊदला जमले नसते किंवा त्याच्या साथीदारांनाही कधी जमले नसते. टोळीचे मनुष्यबळ आणि अर्थबळ हे आता गणितातील घातांक श्रेणीने वाढत जाऊ लागले. आता दाऊदच्या टोळीचे ५००० सभासद बनले. राजनने आपली स्वत:ची विश्वासू माणसेही टोळीत सामील केली. ५००० माणसांमुळे दाऊदची टोळी आता अजिंक्य वाटू लागली. अनेकांनी राजनच्या सांगण्यावरून दाऊदच्या टोळीला आपली निष्ठा वाहून टाकली. त्यामध्ये पुढील व्यक्ती होत्या : साधू शेट्टी, मोहन कोटीयान, गुरू साटम, रोहित वर्मा, भारत नेपाळी, ओ.पी. सिंग, मामा आणि असे शेकडो जण. १९९० साल सुरू होईपर्यंत दाऊदची टोळी एवढी मोठी होऊन बसली की, तिला कोणीही 'जगातील सर्वांत सामर्थ्यशाली टोळी' असे सहज म्हटले असते. आंतरराष्ट्रीय स्तरावरच्या कोणत्याही टोळीशी आता दाऊदच्या टोळीची

तुलना होऊ शकत नव्हती. याला अपवाद होता तो रशियन टोळ्यांचा. उदाहरणार्थ, 'वोल्गो प्रुद्नेस्काया' टोळी आणि 'सोल्नत्सेकाया' टोळी.

राजनने दाऊदची टोळी जबरदस्त सामर्थ्यवान केली होती. खरे पहाता राजनने दाऊदच्या टोळीची पुनर्रचना ही सोल्नत्सेकाया टोळीच्या रचनेच्या धर्तीवर केली होती. (सोल्नत्सेवो हे एक मॉस्कोचे उपनगर आहे. त्या रशियन टोळीचे उगमस्थळ ते असल्याने तिथले नाव टोळीला मिळाले.) दाऊदच्या टोळीच्या सिंडिकेटपुढे इटली, मेक्सिको, इस्राईल व चेचेन्या येथील टोळ्या तुलनेने अगदीच खुज्या ठरल्या होत्या.

राजनने नवीन टोळ्यांशी युती केल्या होत्या. उदाहरणार्थ, कराचीला मुहाजिर लोकांची टोळी व तुर्कस्तानातील सायप्रस टोळी यामुळेही दाऊदचा विकास आता कळसाला पोहोचला होता. जगातील मुस्लीम टोळ्यांच्या दादांनी दाऊदच्या टोळीशी ताबडतोब सहकार्य करण्यासाठी आपले हात तत्परतेने पुढे केले. आता राजन आपली महाराष्ट्रातील ओळखीची तरुण मुले बोलावून त्यांना दाऊदच्या टोळीत सामील करू घेऊ लागला. यामध्ये कुठेही जातिवाद आला नाही.

राजनने एक नवीन मोहीम सुरू केली. हॉटेलवाले, बिल्डर्स, कंत्राटदार, पैशांची चलने बदलून देण्याचे व्यवहार करणारे आणि काही एजंट यांची एक यादी केली. ही यादी अशी होती की, यादीतील लोकांकडून तो खंडणी गोळा करू शकत होता. एवढेच काय; पण सिडकोसारख्या सरकारी संस्थेकडून त्याने एका वर्षात ३ कोटी रुपयांची खंडणी गोळा केली. हे पैसे गोळा करण्याची यंत्रणा खरोखरीच एकमेवाद्वितीय होती. सिडकोमध्ये टेंडर्स काढून कामे कंत्राटदारांना देण्याची पद्धत होती. रस्ते करणे, भूमिगत गटारे बांधणे, सांडपाण्यासाठी जमिनीखाली सोयी करणे, भराव घालणे इत्यादी कामे त्यामध्ये केली जायची. राजनने सिडकोच्या अधिकाऱ्यांना अशा पद्धतीने हाताळले की, फक्त राजन पुरस्कृत कंत्राटदारांनाच कामे मिळावीत. शिवाय सिडकोकडून निवासी व व्यापारी प्लॉट्सची विक्री व्हायची. ती राजन पुरस्कृत व्यक्तींना मिळायची. कारण फक्त तेच टेंडर्ससाठी आपली कोटेशन्स भरायचे. बाकीच्या कंत्राटदारांना तसे करू दिले जायचे नाही. त्याच्या कंत्राटदारांना मग आपल्या कंत्राटातील ३ ते ५ टक्के रक्कम राजनकडे पाठवावी लागे.

हॉटेलवाले आणि बार चालवणारे यांना महिना ५०,००० रुपये राजनच्या माणसांना द्यावे लागत. तसेच, जेव्हा एखादा बिल्डर नवीन घरांची योजना चालू करे तेव्हा राजनची माणसे त्या बिल्डरकडे जाऊन त्यांना राजनशी फोनवर बोलायला भाग पाडीत. मग त्यांच्या संवादातून शेवटी रक्कम ठरे आणि ती ताबडतोब चेंबूरमधील छोटा राजनचा रक्षक मोहन कोटीयान याच्या बहिणीकडे सुपूर्द केली

जाई. पोलिसांच्या नोंदीनुसार असे गोळा केलेले एकूण पैसे दर महिना हे ८० लाख रुपये असत. शिवाय त्याच फायलीत असेही म्हटले आहे की, राजन स्वत: मुंबईतील १२२ हॉटेल्स व दारूचे गुत्ते हे बेनामी मार्गाने आपल्याकडे बाळगून होता. टोळीच्या माणसांकडून गोळा केलेल्या पैशांतील काही भाग टोळीच्याच माणसांवरती खर्च केला जाई. उदाहरणार्थ, टोळीची जी माणसे तुरुंगात असत त्यांच्या खटल्यासाठी लागणारी कोर्ट फी, तुरुंगात त्यांना पाठवावे लागणारे अन्न वगैरेसाठी काही पैसे रोज खर्च केले जायचे. अशा रितीने गोळा केलेल्या रकमेपैकी काही भाग हा आपल्या टोळीच्या माणसांवर गुंतवला जाई.

राजनने टोळीतील माणसांनी कोणती कामे करायची याची जबाबदारी त्यांना वाटून दिली होती. तसेच त्याच्या कामांसाठी त्याने ओळखीची माणसे नेमली असली, तरी राजन स्वत: संपर्कात राहून लक्ष ठेवायचा. अगदी टोळीतील शेवटच्या पायरीवरील माणूस असला, तरी राजनचा त्याच्याशी वैयक्तिक संपर्क असे. दाऊदला राजनचा फार अभिमान वाटे. त्याच्या व्यवस्थापन कौशल्याचे कौतुक वाटे. राजन जर आपला कारभार संभाळत असेल, तरच आपल्याला निवांतपणा मिळून काही प्रमाणात आयुष्याचा उपभोग घेऊ शकतो, हे दाऊदला समजून चुकले होते. मग राजन हा बॉलिवूडच्या नटनट्यांची खुशामत करून त्यांना आपल्या बाजूने वळवण्याचा प्रयत्न करे. त्यामुळे काही जणींना नाइलाजाने किंवा सक्तीने दाऊदबरोबर झोपावे लागले, तर काही जणींनी स्वेच्छेने तसे केले. तसे स्वेच्छेने करण्यात त्यांना आपल्याकडे फिल्म निर्माते व डिस्ट्रिब्यूटर्स यांच्यापेक्षाही अधिक सामर्थ्य आहे, असे वाटून त्या खूष होत असत. शिवाय आपण केव्हाही बोलावले तरी दाऊदसाठी यायला तयार आहोत असे त्या सांगत. कारण अनेक फिल्म निर्माते व धनिक लोक यांच्याबरोबर चित्रपटात कामे करण्यासाठी करार करताना जी शय्यासोबत करावी लागे त्यापेक्षा दाऊदबरोबर संग करणे हे त्यांना अधिक बरे वाटे.

दाऊदने दुबईत येणाऱ्या फिल्म युनिट्सना भपकेबाज पार्ट्या द्यायला सुरुवात केली. त्या काळातील सर्व आघाडीचे तारे व तारका हे त्या पार्ट्यांना हजर राहिले होते. त्यांनी दाऊदबरोबर दारूचे पेले रिचवले होते. अन् या मौजमजेच्या बातम्या त्यांनी मुंबईत आपापल्या वर्तुळांमध्ये सांगितल्या होत्या.

दाऊदचे आयुष्य हे आता चैनीचे, श्रीमंतीचे, रेलचेल असलेले व निष्काळजीपणाचे बनले होते. त्याच वेळी राजन हा दाऊदच्या टोळीसाठी कष्ट उपसत होता, टोळी विस्तारत होता. त्यामुळे दाऊदची टोळी रोज वाढत मोठी-मोठी अधिक मोठी बनत चालली होती. दाऊदला त्यामुळे विश्रांती घेता येत होती व त्याबद्दल तो राजनला भरपाई करून देत होता. लवकरच टोळीतील काही जणांना राजनबद्दल मत्सर वाटू लागला. हा मत्सर वाढत-वाढत गेला. शरद शेट्टी, छोटा शकील, सुनील सावंत

आणि काही जणांना राजन आवडत नव्हता. त्याच्यावर दाऊद अतिविश्वास ठेवतो ते त्यांना खुपू लागले. राजनला मिळालेले स्वातंत्र्य व महत्त्वाच्या आणीबाणीच्या प्रश्नांबाबत ते सोडवण्याचे मिळालेले अधिकार, निर्णय घेण्याचे स्वातंत्र्य त्यांना पहावेना. मुंबईत एखाद्याला जर उडवायचे असेल, तर त्याचे अधिकार फक्त राजनकडे होते. भारतात कुठेही धंद्यासंबंधात बोलणी, विचारविनिमय करायचा असेल, तर जोपर्यंत राजन ते मंजूर करीत नाही, तोपर्यंत तो व्यवहार थांबून राही. हे सारेकाही जणांना कंटाळवाणे वाटू लागले.

त्यामुळे त्या लोकात हताशपणा वाढत गेला. त्यांच्या मनात असमाधान पसरू लागले. मग अशी माणसे आपल्या सामाईक शत्रूविरुद्ध एक होऊ लागली. त्यांनी याबाबत दाऊदचे कान फुंकायचे ठरवले; पण अत्यंत हुशारीने. दाऊदला कोणत्याही गप्पा, ऐकीव कथा, अफवा ऐकायला आवडत नसे. त्याबद्दल तो अनुत्सुक असे. अन् राजनबद्दल मत्सर पसरतो आहे त्याच्या कानावरती आले होतेच. तेव्हा दाऊदला वेगळ्या पद्धतीने पटवायला हवे होते.

मग एकदा दारू पिण्याच्या समारंभाच्या वेळी ही मत्सरी माणसे दाऊदभोवती एकत्र जमली. दाऊदला शरद शेट्टीबद्दल अत्यंत आदर असल्याने त्याने त्याला कधीही दोष दिला नाही. त्याची खरडपट्टी कधी काढली नाही किंवा कधी रागावून दोषारोप केले नाहीत. तेव्हा हा विषय शरद शेट्टीने प्रथम काढीत दाऊदला म्हटले, "भाई, तुम्हाला ठाऊक आहे का की, राजन हा स्वत:च एक सत्ताकेंद्र बनला आहे? आपल्या टोळीवर त्याने एवढी पकड बसवली आहे की, उद्या तो एक बंड घडवून आणेल व सर्व टोळी ताब्यात घेईल."

"काय अण्णा, या असल्या ऐकीव गोष्टींवरती तू कधीपासून विश्वास ठेवायला लागलास?" दाऊदने त्याचे बोलणे मनावर न घेता हसत-खेळत उलट विचारले.

"भाई, मला एक सांगा, राजनकडे त्याची किती माणसे आहेत? त्याची किती माणसे हॉटेल्स चालवतात, किती माणसे इमारती बांधण्याच्या धंद्यात आहेत, त्याचे तुरुंगातील पंटर कोण-कोण आहेत आणि स्वत:वर किती पैसे खर्च करतो?" शरद शेट्टीने विचारले.

"मी कशाला ते विचारू? शेवटी तोच टोळीचा मॅनेजर आहे ना." दाऊद संतुष्टपणे म्हणाला.

"भाई, त्याची माणसे आता म्हणू लागली आहेत की, आम्ही नानाची माणसे आहोत. ते तुमचे नाव अशा रितीने हळूहळू पुसून टाकीत आहेत." सौत्याने मध्येच तोंड घालीत म्हटले.

"प्रत्येक माणसाला सर्वोच्च स्थानावर पोहोचण्यासाठी महत्त्वाकांक्षा असते. राजनला 'हिंदुस्थानचा गॉडफादर' बनायचे आहे." दाऊदचा अहं दुखावण्यासाठी

शरद शेट्टी तसे म्हणाला. दाऊदने बाशू दादा, हाजी मस्तान, पठाण मंडळी आणि गवळी टोळी यांच्याशी जो ऐतिहासिक संघर्ष केला होता तो याच कारणावरून. आपल्यापेक्षा अन्य कोणी वरचढ होऊ नये, ही दाऊदची ईर्षा त्यामागे होती. शरदला हे ठाऊक होते.

शरदच्या सांगण्यावर दाऊद बराच वेळ गप्प बसून राहिला. शेट्टी व सौत्या जे काही सांगत आहेत त्यावर विश्वास ठेवण्याची त्याची इच्छा नव्हती. राजनने दाऊदच्या टोळीसाठी अफाट कष्ट घेतले होते; पण त्याच वेळी त्याने टोळीच्या अनेक कळीच्या किल्ल्या आपल्या हातात घेतल्या होत्या. तो स्वत:च आता एक सत्ताकेंद्र बनला होता. जणूकाही टोळीमध्ये तो आपली, स्वत:ची टोळी चालवीत होता. कधी ना कधीतरी एक दिवस याला पूर्ण सत्ता हवीशी वाटेल आणि मग तो त्यासाठी काहीही कृती करेल. पण दाऊदची अन्य माणसे राजनएवढी उद्योगकौशल्य जवळ असलेली नव्हती व त्यासाठी लागणारा अनूकूल स्वभाव त्यांच्याकडे नव्हता. दाऊदच्या टोळीच्या करावाया भारतात राजन ज्या प्रकारे चालवीत होता तसे करणे बाकीच्यांना कधीच जमले नसते. राजनला बाजूस सारण्याइतपत तोडीस तोड असा कोणी दुसरा लायक माणूस टोळीमध्ये नव्हता.

आता जमलेले ते सर्व जण बिनधास्तपणे म्हणू लागले, "राजनची निष्ठा कितपत आहे हे काही समजत नाही... आता हेच पहा ना, इब्राहिमभाईच्या मारेकऱ्यांचा सूड त्याने अजून कसा उगवला नाही?" असे बोलून दाऊदच्या एक नाजूक व हळव्या जागेवर बोट ठेवल्यासारखे झाले. येथेच राजनचे विरोधक जिंकले. दाऊदचा मेव्हणा इब्राहिम पारकर याचा खून होऊन काही आठवडे उलटून गेले होते. पण याविरुद्ध कृती दाऊदच्या बाजूने झाली नव्हती. २६ जुलैला इब्राहिमचा खून झाला होता आणि आता सप्टेंबर महिन्याचा दुसरा आठवडा चालू होता. गवळीच्या टोळीला कसलीही शिक्षा केली गेली नव्हती. राजनने याकडे का पाहिले नाही?

दाऊदने ताबडतोब शकीलला राजनला फोन लावावयास सांगितले. जेव्हा राजनने फोन घेतला तेव्हा शकीलने काहीही न बोलता दाऊदकडे कॉर्डलेस फोन दिला. मग दाऊदने विषयाची प्रस्तावना न करता सरळ मुद्द्यालाच हात घालीत फटकन फोनवर प्रश्न विचारला. खरे म्हणजे, तो प्रश्न नव्हता तर वस्तुस्थिती व्यक्त करणारे वाक्य दाऊदने उच्चारले होते. "इब्राहिमच्या मृत्यूला जबाबदार असणाऱ्यांच्या बाबतीत तुम्ही अजूनही काही केले नाही."

राजन आता कामक्रीडेत मग्न झालेला होता. तो गंभीर विषयावर बोलू शकत नव्हता. दाऊदने एकदमच तुटकपणे बोलल्यामुळे तो गोंधळून गेला होता. आपला बॉस अशा रितीने थेट विषय काढेल... असे पूर्वी कधीही झालेले नव्हते. तो म्हणाला, "माझी पोरे अजूनही त्या मारेकऱ्यांच्या मागावरती आहेत. गवळीच्या

टोळीतील ती माणसे जे.जे. हॉस्पिटलमध्ये ठेवलेली आहेत, आणि त्यांच्याभोवती टाइट सिक्युरिटी आहे. मी अगदी ताजी बातमी त्या संदर्भात काढतो व तुम्हाला फोन करून कळवतो.'' एवढे बोलून राजनने फोन बंद केला. पण बंद करताना तो जरासा अस्वस्थ झाला होता. दाऊदच्या बोलण्याचा सूर आणि रोख बघून त्याला नवल वाटले होते.

''राजनची पोरे त्यांच्या मागावरती आहेत. दोन्ही मारेकऱ्यांना जे.जे. हॉस्पिटलमध्ये दाखल केलेले आहे. तिथे सिक्युरिटी एकदम टाइट आहे.'' दाऊद म्हणाला. तो ही वाक्ये त्याच्या भोवती जमलेल्या लोकांना उद्देशून न बोलता स्वत:शीच बोलल्यासारखा बोलला.

''भाई, तुम्ही मला एक संधी द्या. मी तुम्हाला सिद्ध करून दाखवतो की, राजनला या गोष्टीत फारसा रस नाही. तो उगाच लंगड्या सबबी सांगतो आहे. मी त्या मारेकऱ्यांना जे.जे. हॉस्पिटलमध्ये जाऊन मारून दाखवतो. तिथल्या सिक्युरिटीचा धुव्वा उडवून मी तिथे कसा आत जाऊन दाखवतो ते पहा.'' राजनचे नाक खाली करण्याची संधी घेत सौत्याने उत्साहाने म्हटले.

दाऊदला आता आपल्या विधवा बहिणीचे सांत्वन करण्याची इच्छा झाली. जे.जे. हॉस्पिटलची सिक्युरिटी उडवून लावीत तिथे एक धाडसी हल्ला चढवल्याने खराखुरा सूड घेतल्यासारखे होईल. नाहीतरी सौत्या तसे करण्यास उतावीळ झालेला आहे. तसेच सौत्याचीही या निमित्ताने एक प्रकारे परीक्षाच होईल. टोळीचे पुढारीपण त्याला कितपत करता येईल हेही समजून येईल.

बराच वेळ सौत्याकडे पाहून दाऊदने आपली मान होकारार्थी हलवली.

मग सौत्याने पुढे वाकून दाऊदच्या पायाला स्पर्श करीत म्हटले, ''भाई, आपका आशीर्वाद चाहिये.''

✠

सौत्या आणि शकील यांना हे एक मोठे आव्हान होते. 'करा किंवा मरा' अशी त्यांची परिस्थिती होऊन बसली. जर त्यांना अपयश आले, तर दाऊदचे उजवे हात बनण्याची त्यांची मनीषा पुरी होणार नव्हती; पण यातून ते पार पडले तर राजनला टोळी सोडून जाताना 'गुड बाय' करणार होते.

सौत्याला या कारवाईत आघाडीवर रहायचे होते व खुद्द स्वत:ला त्यात भाग घ्यायचा होता. या कारवाईत ब्रिजेश सिंग हा सर्वांत वरचा माणूस होता. मुंबईतील अत्यंत निष्णांत नेमबाज असलेली दोन खतरनाक माणसे यासाठी भाड्याने घेतली होती. त्यांची नावे बच्ची पांडे आणि सुभाषसिंग ठाकूर अशी होती. सर्व प्रकारची ऑटोमॅटिक शस्त्रास्त्रे जमवण्यात आली. त्यात ९ एमएमची स्टार पिस्तुले, कार्बाइन्स

आणि पॉइंट३२ रिव्हॉल्व्हर होती. ही शस्त्रे नेमबाजांना देण्यात आली. या हल्ल्यात प्रथमच एक कलाश्निकोव्ह रायफल एके-४७ सामील करण्यात आली. या हल्ल्याची तयारी मोठ्या प्रमाणात करण्यात आली. कुठेही चूक होणार नाही, याची खबरदारी घेण्यात आली. अन् हे सारे राजनला कळू न देता गुपचूप करणे सुरू झाले.

जमशेदजी जीजीभॉय हॉस्पिटल उर्फ जे.जे. हॉस्पिटल हे एक मोठे सरकारी हॉस्पिटल आहे. २० एकर जागेवर बांधलेल्या या हॉस्पिटलमध्ये ४५ वॉर्ड्स आणि १५०० खाटा आहेत. दरवर्षी येथे सुमारे ५ लाख रुग्णांवर उपचार केले जातात. हॉस्पिटलच्या भोवतालच्या निवांत वातावरणामुळे रुग्णांना व तिथे येणाऱ्या मेडिकल कॉलेजच्या विद्यार्थ्यांना खूपच आल्हाददायक व शांत वाटते. त्याचबरोबर तिथे असलेल्या गर्द झाडीमुळे व दाट झुडपांमुळे अनेक जोडपी एकमेकांच्या सहवासाचा लाभ घेतात. एरवी त्यांना तसा सहवास घेता येत नाही, म्हणून जे.जे. हॉस्पिटलचा ते आश्रय घेतात. हॉस्पिटलचे क्षेत्र खूप मोठे असल्याने आणि तेथे सतत विविध वार्डात भेटायला येणाऱ्या लोकांची संख्या भरपूर असल्याने, तेथे कोण येते व कोण जाते यावर लक्ष ठेवणे खरोखरीच अवघड असते.

सौत्या व शकील यांनी आपली योजना काही दिवसातच तयार केली व ते जे.जे.वर हल्ला करण्यास तयार झाले. सर्व तयारी एवढी घाईघाईत केली गेली की, त्या घाईत एक महत्त्वाची गोष्ट राहून गेली. ती म्हणजे तिथल्या जागेची पूर्वपहाणी उर्फ रेकी. शेवटी ती गोष्ट हल्ला करण्याआधी फक्त काही तासांतच करण्यात आली.

१२ सप्टेंबर १९९२ रोजी रात्री १:३० वाजता एक जोडपे हॉस्पिटलमध्ये हळूच शिरले. त्यांना ती पूर्वपहाणी करण्यासाठी पाठवले होते. एवढ्या रात्री एखाद्या एकट्यादुकट्या माणसाला पाठवले असते तर संशय आला असता. म्हणून ते जोडपे पाठवले. त्यामुळे वाईट शंका मनात आली नसती.

काय करायचे ते त्या जोडप्याला सांगण्यात आले होते. आत जाऊन सिक्युरिटीची सिद्धता कितपत आहे, किती पोलीस पहाऱ्यावरती आहेत, कोणत्या वॉर्डात 'त्या' माणसांना ठेवले आहे, तसेच बाहेर पडण्याचे कोणकोणते मार्ग आहेत अशी पहाणी करण्यासाठी त्यांना पाठवले होते. त्यांनी पहाणीसाठी पुरता एक तास घेतला व ते रात्री २:३० वाजता परतले. आल्यावर त्यांनी सारी परिस्थिती सांगितली व त्यांना हवा असलेला रुग्ण हा १८ नंबरच्या वॉर्डमध्ये, जनरल अॅडमिनिस्ट्रेशनच्या इमारतीमध्ये ठेवलेला आहे हे कळवले. तिथे फक्त एक पोलीस अधिकारी व चार कॉन्स्टेबल्स आहेत, हेही कळवले.

परंतु त्यांना हे कळले नाही की, त्या वॉर्डच्या खोलीत फक्त शैलेश हळदणकर होता. बिपीन शेरे याला वॉर्ड नं. ६मध्ये हलवले होते. तो वॉर्ड पहिल्या मजल्यावर

होता. आदल्या दिवशीच्या सकाळीच ही हलवाहलवी झाली होती.

रात्री ३:४० वाजता एकदम सारे हल्लेखोर जोरात चालून गेले. सुभाषसिंग ठाकूर, सुनील सावंत, श्रीकांत राय, बच्ची पांडे, श्याम गरीकापट्टी व विजय प्रधान हे सर्व हल्ल्याच्या तुकडीत होते.

पहाऱ्यावरची कॉन्स्टेबल मंडळी डुलक्या घेत होती आणि सब-इन्स्पेक्टर के.जी. ठाकूर हा आता झोप घ्यावी या विचाराने कोचावरती पडण्याच्या बेतात होता. त्याच वेळी हल्लेखोर त्या वॉर्डात घुसले व त्यांनी अंदाधुंद गोळीबार चालू केला.

खोलीत घुसून त्यांनी हळदणकरवरती गोळ्यांचा पाऊस पाडला. त्याचे लोळागोळा झालेले मृत शरीर पाहून ते शेरे कुठे आहे ते शोधू लागले. सब-इन्स्पेक्टर कृष्णावतार ठाकूर हा ताडकन कोचावरून उठला आणि कोचामागे त्याने आश्रय घेतला. आपले रिव्हॉल्व्हर काढून त्याने हातात घेतले व तो गोळ्या झाडून हल्लेखोरांना प्रत्युत्तर देऊ लागला.

डुलक्या खाणारी कॉन्स्टेबल मंडळी गोळीबाराच्या आवाजाने जागी झाली. मग पोलीस हेडकॉन्स्टेबल पी.जी. जवसेन व के.बी. भानावत यांनी त्यांच्या पॉइंट थ्री नॉट थ्री रायफली सज्ज केल्या व तेही हल्लेखोरांवर गोळ्या झाडू लागले. दोन बाजूंनी आपल्यावर गोळ्या झाडल्या जात आहेत, हे पाहून हल्लेखोरांना धक्का बसला. पोलिसांकडून फारसा प्रतिकार होईल अशी त्यांची अपेक्षा नव्हती. गुन्हेगार मंडळी सहसा पोलिसांना लक्ष्य करीत नाहीत, त्यांच्यावर नेम धरून गोळ्या झाडत नाहीत. कारण तसे झाले व पोलिसांना लागले तर संपूर्ण पोलीस दलाशी शत्रुत्व घेतल्यासारखे होते. मग पोलीस मंडळी चिडून सर्व टोळीच नेस्तनाबूद करू पहातात.

श्रीकांत राय व विजय प्रधान यांना पोलिसांच्या गोळ्या लागल्या व ते जखमी झाले. त्यांनी ताबडतोब माघार घेऊन निघून जावे असे सौत्याने त्यांना सुचवले. तसेच त्याने असा गोळीबार जाता-जाता करायचा ठरवले की, पोलिसांना परत उत्तरादाखल गोळ्या झाडायचे धैर्य होणार नाही.

मग त्याने आपले एके-४७ रायफलची नळी कॉन्स्टेबल्सच्या दिशेने वळवली व गोळ्यांचा वर्षाव केला. जवसेन व भानावत हे दोघेही कॉन्स्टेबल त्या गोळीबारात जखमी होऊन मृत्युपंथाला लागले. एक गोळी कुठल्यातरी कठीण पृष्ठभागावरून परावर्तित होऊन कॉन्स्टेबल नागरे याच्या पायात घुसली.

सुभाषसिंग व इन्स्पेक्टर ठाकूर हे एकमेकांवर गोळीबार करीत असताना सौत्याने सुभाषला व श्यामला खूण करून काढता पाय घेण्यास सुचवले. त्यांनी ती सूचना आज्ञाधारकपणे पाळली. पण जाता-जाता त्यांनी आपल्याकडच्या कार्बाइनमधील शेवटची फैर झाडली व मगच ते निघाले. इन्स्पेक्टर ठाकूर यांनी वेळेत आपले डोके

खाली घातले व ते त्यामुळे वाचले. पण गोळ्यांच्या वर्षावात काही रुग्ण, एक नर्स व वॉर्डमध्ये आलेले एका रुग्णाचे नातेवाईक मात्र जखमी झाले.

हल्लेखोरांनी आता वेगाने माघार घेतली. शेवटी जेव्हा साऱ्या प्रसंगाचे विश्लेषण करण्यात आले तेव्हा कळाले की, मूठभर पोलिसांनी आपल्यावर चालून आलेल्या हल्लेखोरांना धाडसीपणे तोंड दिले होते. पोलिसांच्या पंचनाम्यानुसार या संघर्षात ५०० गोळ्या झाडल्या गेल्या होत्या. एके-४७ रायफल ही फक्त पाच मिनिटे चालवली गेली होती. पण त्यामुळे पोलिसांच्या जिवावर बेतले होते; तर हल्लेखोरांना किरकोळ जखमा झाल्या होत्या.

हॉस्पिटलच्या आवारात या हल्ल्यामुळे सर्वांना धक्का बसला होता. पण आजूबाजूच्या सर्व परिसरात दहशत बसली होती. तिथल्या मुंबईकर नागरिकांना नंतर त्या गोळीबाराच्या आवाजांची सतत आठवण येत होती. ज्या गोष्टी फक्त चित्रपटातच बघायला मिळतात त्या प्रत्यक्ष त्यांच्याजवळ घडल्या होत्या.

या प्रसंगामुळे दाऊदचे राजकीय लागेबांधे ठळकपणे उजेडात आले. भिवंडी-निजामपूर म्युनिसिपालीटीचा महापौर जयवंत सूर्यराव हाही या हल्ल्याच्या योजनेत गुंतला होता. त्याची म्युनिसिपालिटीने दिलेली लाल दिव्याची गाडी सौत्याने हॉस्पिटलच्या फाटकातून आत शिरण्यासाठी वापरली होती. उल्हासनगरचा आमदार पप्पू कलानी आणि केंद्रीय मंत्री कल्पनाथ राय यांचा पुतण्या विरेंद्र राय यांनी हल्लेखोरांना हालचाली करण्यासाठी मदत केली होती; पण सर्वांत धक्कादायक माहिती अशी यातून निघाली की, त्या हल्लेखोरांतील गोळ्या झाडणाऱ्या दोघा जणांनी एका केंद्रीय मंत्र्याच्या खास विमानातून प्रवास केला होता. हा केंद्रीय मंत्री महाराष्ट्रातून निवडून गेला होता.

पोलिसांनी झालेल्या घटनेची खूप माहिती गोळा केली व तिचे बारकाईने निरीक्षण केले. पण नंतर जी केस कोर्टात उभी राहिली ती अत्यंत अवघड रितीने सादर केली होती. त्यानंतर आठ वर्षांनी ही केस ट्रायल कोर्टात हलवली गेली.

सब-इन्स्पेक्टर ठाकूर याने या हल्ल्याबद्दल रजिस्टरमध्ये तक्रार नोंदवली होती. तो एक महत्त्वाचा व प्रत्यक्षदर्शी साक्षीदार होता. त्यांनी ज्या झुंझारपणे हल्लेखोरांविरुद्ध लढा दिला, त्याचा पोलीस खात्याला अभिमान वाटत होता. पण त्या रात्री जे काय घडले ते त्याने खटल्यात नीट सुसंगतपणे सांगितले नाही. त्यामुळे सर्व जण त्याच्यावर नाराज झाले.

स्पेशल पब्लिक प्रॉसिक्युटर रोहिणी सलियान ह्यांनी एकूण ४१ जणांवरती आरोप ठेवले होते; पण त्यातल्या फक्त नऊ जणांना खटल्यात उभे केले.

७

जातीय रंगाचे फटकारे

सप्टेंबर महिन्यातील ती एक आल्हाददायक संध्याकाळ होती. दाऊद इब्राहिमचा भाऊ अनीस याच्या बंगल्याच्या हिरवळीवरती एक मेजवानी दिली जात होती. त्या मेजवानीचे निमित्त होते : जे.जे. हॉस्पिटलमधील गोळीबारात मिळालेले यश!

त्या भयानक गोळीबारामुळे मुंबई शहर सुन्न झाले होते. देशातील सर्व प्रमुख वृत्तपत्रांमध्ये पहिल्या पानावर ती बातमी छापून आली होती. मुंबईतील टोळीवाले हे कोणत्याही सार्वजनिक संस्थेत सहज घुसू शकतात; अगदी आरोग्य सेवेच्या संस्थेतही घुसू शकतात, हे सहन होण्यापलीकडे होते. मुंबई हा देशाचा आर्थिक कणा आहे. अशा मुंबईचे रूपांतर आता अराजक असलेल्या बिहारसारख्या राज्यात झालेले आहे, असे लोक बोलून दाखवू लागले. यामागचे तर्कशास्त्र असे की, जर गुन्हेगार एका सरकारी हॉस्पिटलमध्ये मोकाट सुटू शकतात, तर मग त्यांना कोणत्याही सत्ताकेंद्रात जाऊन सहज हल्ले चढवता येतील. बस स्टॉपपासून रेल्वेगाड्यापर्यंत, कॅफेटेरियामध्ये आणि कोणत्याही पार्टीमध्ये प्रत्येक जण आता या शूट आउटबद्दल, गोळीबाराबद्दल चर्चा करीत होता.

यानंतर त्या भव्य हॉस्पिटलमध्ये प्रशासनाने आणि सरकारने एक पोलीस आउट पोस्ट उघडले, अगदी त्यांच्या नेहमीच्या पद्धतीने; पण याला तसा फारसा अर्थ नव्हता. कारण आत जाण्यासाठी अनेक फाटके उघडी होती व ती अजूनही वापरात होती. तिथे हॉस्पिटलने आपल्या सिक्युरिटीची माणसे ठेवली होती. नंतर त्या पोलीस आउट पोस्टचे रूपांतर एका परिपूर्ण व कायमस्वरूपी जे.जे. मार्ग पोलीस स्टेशनमध्ये झाले.

जे.जे.मधील गोळीबाराच्या घटनेमुळे दाऊदला थोडासा दिलासा मिळाला होता. याआधी त्याने कधीही अशी हल्लेखोरी करून शहरातल्या गुन्हेगारीत आपला

हात असल्याचे दर्शविले नव्हते. दाऊदने आपली प्रतिष्ठा ही अशा गोष्टींपासून दूर ठेवली होती. ती आता एका धक्क्यात कोसळून पडली होती. कारण येथे फक्त एक टोळी दुसऱ्या टोळीवर सूड उगवते एवढाच प्रकार नव्हता किंवा आपली किंमत रक्ताने वसूल करणे असेही नव्हते, तर हा एक भर रात्री सरकारी व्यवस्थेवर केलेला हल्ला होता. अशा हल्ल्यात पोलिसांचे बळी व त्यांचे जखमी होणे, हे मुंबईच्या विविधढंगी टोळ्यांच्या इतिहासात आजवर घडले नव्हते. असे वाटू लागले होते की, मुंबईचे आता सिसिलीमध्ये रूपांतर होऊ लागले आहे. (इटालीच्या सिसिली बेटात अनेक टोळ्या आहेत.)

दाऊदच्या या जल्लोष करण्याच्या पार्टीत खुषीत आलेला दाऊद हा मित्रांचे आणि हितचिंतकांचे स्वागत करीत होता. आपल्या मेव्हण्याच्या मारेकऱ्याचा मृत्यू झाल्याबद्दल आपले अभिनंदन करण्यास ही माणसे आली आहेत, असे दाऊदला वाटत होते. यापूर्वी दाऊदने अनेक प्रसंगी अशा पार्ट्या दिल्या होत्या. आपण नुसताच अरुण गवळी टोळीचा नक्षा उतरवला नसून आता आपल्याला आणखी एका लढाईला तोंड द्यावे लागणार आहे हे तो जाणून होता.

"सौत्याने अच्छा काम किया." दाऊदने मोठ्याने जाहीर केले. कारण आता जमलेल्यांमधली संभाषणे ही हळूहळू जे.जे. हॉस्पिटलमधील गोळीबाराकडे वळली होती. त्या रक्तरंजित विजयापासून दाऊद हा उघडपणे सौत्याचे अभिनंदन करीत होता. कारण त्यानेच व्यक्तिश: ह्या हल्ल्याचे नेतृत्व केले होते. सुभाषसिंग ठाकूर, मनीष लाला आणि छोटा शकील यांनीही त्यात भाग घेतलेला असल्याने त्यांनाही दाऊदने तेवढेच श्रेय दिले व त्यांचे कौतुक केले.

या सर्व जल्लोषात एक माणूस शांतपणे बसून राहिला होता. एव्हाना सर्वांना कळून चुकले होते की, ही घटना घडवण्यात छोटा राजनचा बिलकूल हात नव्हता. याआधी दाऊद नेहमी राजनचे कौतुक करून त्याला श्रेय द्यायचा व त्याच्या यशावर आपली मोहोर उमटवायचा. राजनलाही मग त्या वेळी बरे वाटायचे.

पण आज राजनला खड्यासारखे वेचून बाजूला केल्यासारखे झाले होते. त्यामुळे तो एकटाच दारूचा पेला हातात घेऊन बसला होता. ह्या मोठ्या विजयात आपण कुठेच नाही, याचे त्याला वैषम्य वाटत होते. दाऊद जे.जे. घटनेतील भाग घेतलेल्यांवर अभिनंदनाचा वर्षाव करीत आहे, हे पाहून त्याला खिन्नतेने ग्रासून टाकले गेले. त्या हल्ल्यातून खऱ्या अर्थाने म्हणावा तसा विजय प्राप्त झाला नाही असे त्याचे मत होते. एवढा भरमसाठ दारूगोळा वापरून, बऱ्याच माणसांना या मोहिमेत कामे करायला लावून शेवटी फक्त शैलेश हळदणकर हा एकच टोळीवाला मारला गेला. तो बिपीन शेरे तर निसटलाच आहे, असा राजनच्या मनात विचार आला. त्याला वाटले की, आपला बॉस आपल्या मूर्ख माणसाच्या शौर्याची प्रशंसा

करतो आहे. त्या माणसांनीच काहीतरी थातुरमातूर करून सारा खेळ बिघडवून टाकला आहे. राजन पीत राहिला व विचार करीत राहिला. शेवटी यापेक्षा जास्त पिणे त्याला जेव्हा अशक्य झाले तेव्हा तो पार्टीतून निघून गेला. झाला हा प्रकार सोडून द्यायचा असे त्याने ठरवले. त्याने स्वत:च्या मनाला समजावले की, इतके दिवस दाऊद हा आपल्याशी दयाळूपणे वागत होता, आपल्या उद्यमशीलतेचे कौतुक करीत होता आणि आपल्याला त्याच्या धंद्यामध्ये अमर्याद स्वातंत्र्य व हक्क देत होता, तसेच अन्य मोहिमांमध्येही तो आपल्याला सामील करून घ्यायचा. दाऊदने आपल्याला कधीही टाकून बोलले नाही, आपला अपमान केला नाही किंवा चारचौघांत आपली शोभा केली नाही.

दरम्यान ती पार्टी पुढे चालूच राहिली, अगदी निर्धास्तपणे. गोळीबार किंवा हल्ला हे केवळ एक निमित्त होते. तिथे आलेल्या प्रत्येकाला दाऊदच्या संपर्कात, दाऊदच्या जथ्यात रहाण्याची इच्छा होती. दाऊद हा अधिकाधिक मोठा व सामर्थ्यशाली बनत चालला होता. त्यानंतर दाऊदचे अनेक मित्र व हितचिंतक दाऊदच्या सन्मानार्थ दर दोन दिवसाआड पार्ट्या देत होते. पार्टीला दाऊदला बोलावीत होते. कारण बहुतेक बिझनेसमनना दाऊदशी मैत्री असण्याचे महत्त्व कळून चुकले होते.

सप्टेंबर महिन्यातील घडामोडी लवकरच विसरल्या गेल्या. महिने उलटत गेले व डिसेंबर महिना येऊन ठेपला. पुन्हा एकदा मौजमजा, जल्लोष करण्याचे दिवस आले. दाऊदचे खूषमस्करे व भाट मंडळी हे दाऊदचा २६ डिसेंबर रोजी होणारा वाढदिवस साजरा करण्यासाठी धडपडू लागली. अन्य टोळीवाल्यांच्या दादांसारखेच दाऊदला आपला वाढदिवस साजरा करण्यात फारसे स्वारस्य वाटत नव्हते. फक्त आपली मित्रमंडळी हा वाढदिवस कसा साजरा करतात एवढेच पहाण्यात रस होता. कोणी त्याला शुभेच्छा देई, कोणी फुले व भेटवस्तू देत, कोणी त्याच्यासाठी पार्ट्या देत. तो स्वत: वाढदिवसाची पार्टी कधीच देत नव्हता. टोळीचा दादा म्हणून अशा स्वरूपाच्या समारंभाबाबत तो तसा संकोची होता. पण दाऊदच्या सन्मानासाठी दिलेल्या पार्ट्यांचे एक वैशिष्ट्य असे. दाऊदच्या प्रतिस्पर्धी टोळ्या अशा पार्ट्यांवर लक्ष ठेवायच्या. पार्टीला कोण आले, कोण आले नाही यावर त्यांचे लक्ष असायचे. पण दाऊद क्वचितच इतरांनी दिलेल्या पार्ट्यांमध्ये आपली हजेरी लावायचा.

पण या वेळी दाऊदचा वाढदिवस साजरा करण्याच्या मोठमोठ्या योजना बनवल्या जाऊ लागल्या तेव्हा एक राजकीय घडामोड होऊ घातली होती आणि ती घडामोड भारतीय इतिहासात संस्मरणीय ठरावी एवढी वाईट होती. त्या घडामोडी घडलेले दिवस हे काळे दिवस ठरले. त्या दिवशी भारत हे एक सर्वसमावेशक बहुढंगी राष्ट्र म्हणून उरले नाही. ६ डिसेंबर १९९२ रोजी हिंदुत्ववाद्यांनी अयोध्येतील बाबरी मशीद खाली पाडली; परिणामी भारताचे जातीय सलोख्याचे वस्त्र फाडले गेले!

त्या दिवशी उजव्या विचारसरणीच्या पक्षांचा ७० हजार लोकांचा जमाव हा बाबरी मशिदीभोवती एकवटला होता. या मशिदीबद्दल १८५३पासून वाद चालू होता. हिंदूच्या म्हणण्यानुसार ती जागा प्रभू रामचंद्र यांच्या जन्मस्थळाची आहे आणि त्यानुसार तिथे एक रामजन्मभूमी मंदिर उभे होते; पण ते मोगल बादशहा बाबर याचा सेनापती मीर बाकी याने पाडून टाकले व एक मशीद बांधली. त्या मशिदीला सर्व जण 'बाबरी मशीद' म्हणू लागले.

१९८३नंतर रा. स्व. संघ व विश्व हिंदू परिषद यांना अयोध्येचा प्रश्न म्हणजे राजकीय लाभाच्या दृष्टीने एक सोन्याची खाण आहे हे लक्षात आले. ऑक्टोबर १९९२मध्ये लालकृष्ण अडवाणी यांची राममंदिर निर्मितीसाठी रथयात्रा सुरू झाली. बाबरी मशिदीच्या वादग्रस्त भूमीवरती राममंदिर उभे करण्यासाठी ते जनमत गोळा करू पहात होते. जेव्हा असे स्पष्ट झाले की, त्यातून त्यांना बाबरी मशीद पाडायची आहे तेव्हा त्यांच्या रथयात्रेवर बंदी घालण्यात आली व ती रथयात्रा २३ ऑक्टोबर १९९२ रोजी बिहारमध्ये समष्टीपूर येथे आली असता अडवण्यात आली. दुसऱ्या दिवशी संघ परिवाराने 'भारत बंद'ची हाक दिली.

त्यानंतर दोन महिन्यांनी ६ डिसेंबर १९९२ रोजी आडवाणी अखेर आपल्या लक्ष्यावर जाऊन पोहोचले. जे करसेवक (धार्मिक कार्यासाठी असलेले स्वयंसेवक) तिथे होते त्यांनी शेवटी बाबरी मशिदीची रचना पाडली. संबंध जग हा प्रसंग लाइव्ह ट्रान्समिशनमुळे टेलिव्हिजनवरून पहात होते. त्यातल्या दृश्यात मशिदीचे घुमट खाली कोसळताना दाखवले गेले. तसेच करसेवक घुमटावर चढलेले दिसले. आणि मशिदीचा विध्वंस झाल्यावर आनंदाने नाचताना दिसले. बाबरी मशिदीच्या विध्वंसानंतर देशभर जे जातीय दंगल उसळले. त्यात २०००पेक्षा जास्त लोक मृत्यू पावले. एका खोलवर रुजलेल्या जातीय द्वेषाचा वारसा दिला गेला. उत्तर हिंदुस्थान हादरल्याने त्याची कंपने मुंबईपर्यंत जाणवली. शिवसेनेच्या बाळ ठाकरे यांनी बाबरी मशिदीच्या विध्वंसाची जबाबदारी आपल्याकडे घेतली.

मग मुंबईमध्ये दंगे सुरू झाले. ते दंगे उन्माद झालेल्या मुस्लिमांच्या प्रतिक्रियेमुळे झाले. त्यामध्ये हिंदूंपेक्षा मुस्लिमांचे अधिक बळी गेले व त्यांच्या घरादारांचे नुकसान झाले. मुस्लिमांची अशी प्रतिक्रिया होणार हे हिंदूंच्या गटांनी आधीच हेरले असावे असे यावरून वाटते. अन् म्हणून त्यांनी येऊ घालणाऱ्या हल्ल्यांना तोंड देण्याची आधीच तयारी करून ठेवली असावी. मग जेव्हा मुस्लीम तरुण रस्त्यावर उतरले व ते प्रक्षोभक घोषणा देत दगडफेक करू लागले, तेव्हा हिंदूंनी त्यांना पूर्णपणे व समर्थपणे तोंड दिले. अशा रितीने हिंसाचार पसरत गेला आणि मुंबई शहराला सर्वांत भयानक जातीय हिंसाचाराचे दर्शन झाले.

बाबरी मशिदीच्या पाडावानंतर डिसेंबर-जानेवारीच्या मुंबईतील जातीय दंग्यात

मुस्लिमांना लक्ष्य केले होते. पोलिसांनी या प्रकरणात न्याय्य व रास्त भूमिका घ्यावी असे मुस्लिमांना वाटत होते. पण जेव्हा जमाव चेकाळून काही करू लागला तेव्हा पोलिसांनी मूकपणे बघ्याची भूमिका घेतली. नंतर 'श्रीकृष्ण आयोगा'ने हे उघड केले की, मुंबईच्या दंग्यात पोलिसांनी अयोग्य व पक्षपाती भूमिका घेतली होती. पोलिसांची पूर्वग्रहदूषित वागणूक आणि सरकारची निगरगट्टवृत्ती जेव्हा दिसून आली, तेव्हा ज्या मुस्लिमांचा 'बहुविध व निधर्मी भारत' यावर विश्वास होता, तो भंग पावला. बांद्र्यासारख्या ठिकाणी तर मुस्लिमांच्या घरावरती खडूने खुणा करून ठेवलेल्या आढळल्या. सर्वत्र भयाचे व असुरक्षिततेचे वातावरण पसरले होते. मुस्लीम तरुणांना वाटू लागले की, इथल्या समाजव्यवस्थेत आपल्याला दडपण्यात येते आहे; आपणाला सर्वत्र शत्रू समजले जात असून आपण एकटे पडत चाललो आहोत. त्यांच्यात या भावनेमुळे सर्वत्र एक शत्रुत्वाची भावना पसरू लागली आणि त्यांच्यातील काही गट हे सूड घेण्याचा विचार करू लागले.

अन् हे वातावरण पाकिस्तानातील 'आयएसआय' संघटनेला ढवळाढवळ करण्यास उपयुक्त वाटले. अशा परिस्थितीची नेहमीच ते वाट पहात असतात. दहशतवादाची बीजे हिंदुस्थानात पेरण्यास ही एक अत्यंत अनुकूल संधी आहे, हे त्यांनी हेरले.

मग आयएसआयचे अधिकारी आपल्या हस्तकांमार्फत हालचाली करू लागले. त्यांना भारतात मोठ्या प्रमाणात हल्ले चढवण्याच्या सूचना दिल्या गेल्या. त्यांना स्वच्छपणे सांगितले : *'समाजस्वास्थ्याला कुठेतरी टोचा व तेथून रक्त वाहू द्या, असे काश्मीरमधले धोरण आता येथे वापरू नका. त्याऐवजी देशाच्या मानसिकतेवरती खोलवर आघात करा, त्याला एक मोठी जखम होईल असे पहा.'*

निष्प्रभ आणि परिणामकारक कृती करता न येणारे असे पुढारी मुस्लीम तरुणांना चुकीच्या आदर्शाच्या दिशेने नेतात. ते नेहमी असे पर्याय निवडतात की, ज्यात एखाद्याकडून येथली व्यवस्था उलथली जाईल. तसे करण्यासाठी पूर्वी त्यांनी हाजी मस्तानकडे त्यांचा एक 'मसिहा' म्हणून पाहिले होते. त्यानंतर त्याची जागा बदलून त्या जागी दाऊद इब्राहिमला त्यांनी आणले. दक्षिण मुंबईतील मुस्लिमांना दाऊद हवा होता. कारण त्याच्याकडे दारूगोळ्याचे सामर्थ्य होते व तो शिवसेनेबरोबर चार हात करू शकत होता, ठोशास ठोसा देऊ शकत होता. त्या वेळी शिवसेना बेभान झालेली होती.

दरम्यान आयएसआयने दाऊद इब्राहिम, अनीस इब्राहिम, महंमद डोसा, टायगर मेमन, तिहीर मर्चंट आणि अन्य मुस्लीम टोळ्यांच्या दादांना बोलवले. ते सर्व दुबई व युरोप येथे होते. तसेच या टोळ्यांच्या ज्या स्पर्धक टोळ्या भारतात होत्या त्यांच्या दादांनाही त्यांनी बोलावून घेतले. त्यासाठी त्यांनी 'तेहरीके-इंतकाम' उर्फ 'सूडाची

सुरुवात' हे कारण त्यांच्यापुढे ठेवले. आयएसआयची ही पहिलीच अशी मोहीम होती की, ज्यासाठी त्यांनी अन्य क्षेत्रातून मदत मागितली, आंतरराष्ट्रीय दहशतवादी गटांचे साहाय्य मागितले. त्यामध्ये पॅलेस्टाईन दहशतवादी गटांचे साहाय्य मागितले. त्यामध्ये 'पॅलेस्टाईन लिबरेशन ऑर्गनायझेशन', 'अफगाण मुजाहिदीन' आणि अनेक दुबईमधील वित्त पुरवठादार होते.

मग अनेक कटकारस्थानांसाठी बैठका, खुल्या चर्चा दुबई, अबू धाबी, लंडन, कराची व इतर शहरांत झाल्या. आयएसआयला आता भारतात दहशतवादी हल्ले चढवण्याची घाई झाली होती. तसे हल्ले लगेच झाले तरच ती बाबरी मशीद पाडल्याची प्रतिक्रिया वाटणार होती. आयएसआयला मुंबईतील तरुणांनाही यात ओढायचे होते. म्हणजे मग अशा कृत्यांचे मूळ पाकिस्तानात आहे हे समजणार नव्हते.

सर्व कारस्थान पार पाडण्यासाठी टायगर मेमन व महंमद डोसा यांना पुढाकार घेण्यासाठी निवडण्यात आले. टायगर मेमन हा एक तस्कर होता व तो मुंबईत वाढला होता. या कटात मुंबईतील मुस्लीम तरुणांना ओढून आणण्याचे काम त्याला देण्यात आले. मग त्या निवडलेल्या तरुणांना पाकिस्तानात आणून स्फोटके हाताळण्याचे व अत्याधुनिक शस्त्रास्त्रे चालवण्याचे शिक्षण देण्यात आले. मेमनला हे ठाऊक होते की, ती कारवाई आपण दाऊदच्या आशीर्वादाखेरीज पार पाडू शकणार नाही. या आधीच्या बैठकांमध्ये दाऊदने कसलेच वचन दिले नव्हते. यामुळे पुढच्या बैठका गोंधळलेल्या मन:स्थितीत झाल्या होत्या.

या सगळ्या प्रकारात छोटा राजन एव्हाना बाजूला पडला होता. दाऊद एकामागोमाग एकेक अशा बैठकांना हजर रहात आहे हे पाहून त्याला आश्चर्य वाटत होते. राजनच्या हेही लक्षात आले की, अशा बैठकात दाऊद कित्येक तास अडकून पडलेला असतो. तसंच शकीलनेही नेहमीच त्या बैठकींना आपली हजेरी लावली होती; पण त्या बैठकांना राजनला आपल्याबरोबर कॉन्फरन्स रूममध्ये कोणीही नेले नव्हते.

आपल्याला त्या हल्ल्यांमध्ये वाहतूक वगैरे करण्यासाठी मदत करावी, ही टायगर मेमनची विंनती दाऊदने शेवटी मानली. बाबरी मशीद पाडल्यानंतर ३० भारतीय मुस्लीम माणसांना पाकिस्तानात विमानाने पाठवण्यात आले आणि तिथे त्यांना घातपाताचे प्रशिक्षण देण्यात आले. अत्याधुनिक शस्त्रास्त्रे व आरडीएक्सचे बॉम्ब तयार करण्याचे प्रशिक्षणही त्यांना देण्यात आले. मग त्यांना दुबईला आणण्यात येऊन गुप्ततेची शपथ देण्यात आली. सर्व काळ त्यांच्यावरती जिहादचे विचार ठसवले जाऊन त्यांचे ब्रेनवॉशिंग करण्यात आले होते. गुजरातमधल्या दंगलीत सुरतमधील मुस्लीम बायकांवरती सामूहिक बलात्कार कसे केले गेले यांचे व्हिडीओ

शूटिंग त्यांना दाखवण्यात आले. मुंबईवर एक जबरदस्त हल्ला करून एक ठणठणीत उत्तर देऊ, असे त्या तरुण माणसांनी मग वचन दिले.

दरम्यान मेमनने ८ टन आरडीएक्सची यशस्वी तस्करी करून तो माल आणून ठेवला. तसेच हजारो हातबॉम्ब व कलाश्निकोव्ह रायफली रायगड जिल्ह्यातील समुद्रकिनाऱ्यावरून मुंबईत आणून ठेवल्या. आरडीएक्सही मुंबईत पोहोचवले गेले. हे सारे फेब्रुवारी १९९३मध्ये घडले. आता सारेकाही जमवून तयारी करून ठेवली होती.

✠

१२ मार्च १९९३ रोजी मुंबईत दहा बॉम्बस्फोट घडवले गेले. त्यामुळे मुंबईची शांतता भंग पावली. दोन महिन्यांपूर्वी झालेल्या रक्तपात, गोळीबार आणि जातीय तेढ यांमुळे आधीच शहर अस्वस्थ झालेले होते व परिस्थिती हळूहळू पूर्ववत होत होती. पण आता बॉम्बस्फोटांची मालिका प्रकट होऊ लागली. बॉम्बे स्टॉक एक्स्चेंज इमारतीमध्ये पहिला बॉम्बस्फोट दुपारी १:२८ वाजता झाला. नंतर एअर इंडियाच्या टॉवरमध्ये बॉम्बस्फोट होऊन तो उद्ध्वस्त झाला. मग मस्जिद बंदरमधील धान्य बाजार येथे; नंतर दादर येथल्या प्लाझा सिनेमा व सेना भवन येथे; मग वरळीला पासपोर्ट ऑफिसच्या इमारतीमध्ये; नंतर बांद्रा व सांताक्रूझ येथील पंचतारांकित हॉटेलात अशा ठिकाणी एकामागोमाग स्फोट होत गेले. विमानतळ व माहीमच्या मासळी बाजार कॉलनीत हातबॉम्ब भिरकावले गेले.

११ सप्टेंबर २००१च्या खूप पूर्वी झालेले हे मुंबईवरील हल्ले फार भीषण स्वरूपाचे होते. १२ मार्च रोजी मुंबईवर झालेले असे हल्ले हे त्या काळात जगातील सर्वांत मोठी दहशतवादी घटना म्हणून समजले गेले होते. असे सर्व घातपात हे अत्यंत प्रशिक्षित व निर्ढावलेल्या माणसांकडून होत असतात. परंतु पोलिसांच्या पहाणीतून असे निष्कर्ष निघाले की, काही मूठभर तरुण पोरांनी हे घातपात केले असून त्यामागे कसलेही जातीय अथवा धार्मिक प्रेरणा त्यांच्यामध्ये नव्हत्या. एकूण घटनामध्ये २२५ माणसे मृत पावली व ७०० माणसे जखमी झाली. वाटेल तसे व घाईघाईने ठेवलेले बॉम्ब हे सारे धार्मिक उन्मादापेक्षा टायगर मेमनच्या धाकापोटी केलेले होते.

१२मार्च रोजी सर्व ठरलेल्या ठिकाणी बॉम्ब पेरण्याआधी टायगर मेमन व त्याचे सारे कुटुंबीय म्हणजे त्याचे वृद्ध आई-बाप, चार भाऊ आणि त्यांच्या चार बायका यांनी देश सोडला. मुंबई पोलीस मेमनच्या मागावर केव्हाचे राहिले होते. पहिले काही बॉम्बस्फोट ठरल्याप्रमाणे घडवण्यात मेमन कंपनी सुदैवी ठरली. यामध्ये एक मारुती व्हॅन वरळीला चमत्कारिक रितीने उभी करून त्यात बॉम्ब ठेवला

होता. दादरला एका स्कूटरमध्ये बॉम्ब ठेवून ती स्कूटर रस्त्यात पार्क करून ठेवली होती. ती मारुती व्हॅन टायगर मेमनची मेहुणी रुबिना हिची होती आणि स्कूटर मेमनचा भाऊ याकूब मेमन याची होती.

बॉम्बस्फोटातील बहुतेक सर्व गुन्हेगार व त्यांचे साथीदार पोलिसांनी शोध घेऊन पकडले, तरी त्यातील काही जण पाकिस्तानात पळून जाण्यात यशस्वी झाले. त्यात मेमनचे कुटुंब होते. त्यांनी कायदा मोडून त्यावर मात केली होती. डेप्युटी कमिशनर ऑफ पोलीस (ट्रॅफिक) राकेश मारिया यांच्याकडे 'झोन चार'चा चार्ज होता. ही त्यांच्यावरची जादा जबाबदारी टाकलेली होती. त्यांना या बॉम्बस्फोट मालिकेचा तपास करण्यास खात्याने सांगितले. त्यांनी बरेच पुरावे गोळा केले व सुमारे २००पेक्षा जास्त लोकांना या संदर्भात अटक करून ताब्यात घेतले. त्या वेळच्या 'टाडा' कायदा हा अत्यंत कडक होता. त्या कायद्यानुसार सर्वांवरती आरोपपत्र ठेवले गेले.

दरम्यान संपूर्ण देशातून या प्रकाराला दाऊदला जबाबदार धरले जाऊन त्याच्यावर टीका होऊ लागली. प्रत्येकाची खात्री पटली होती की, हे काम केवळ त्यानेच योजनापूर्वक केले असणार. मुंबईला गुडघे टेकायला लावणारी ताकद केवळ त्याच्यातच आहे.

जेव्हा भारत सरकार दाऊदला आमच्या स्वाधीन करावे, अशी मागणी दुबई सरकारकडे करू लागले, त्यासाठी युनायटेड अरब अमिरातीवर दडपण आणू लागले व या फरारी दादाची टोळी उद्‌ध्वस्त करू पाहू लागले, तेव्हा हा सामर्थ्यवान दादा कचरला. त्यासाठी एवढे दडपण टाकले जात होते की, त्यापुढे युएईची शक्तिशाली शेख मंडळीही हादरून गेली.

आपले शेजारी देश सोडले, तर भारत सरकारचे जगातील सर्व देशांशी सौहार्दाचे संबंध होते. भारताबद्दल सर्वत्र जो आदरभाव होता तो केवळ भारताच्या सदिच्छेमुळे आणि प्रत्येक देशाला मदत करण्यासाठी दाखवलेल्या जादा उत्सुकतेमुळे. चीन, पाकिस्तान व बांगला देश सोडले तर भारताने अन्य कोणत्याही देशाचे शत्रुत्व कधीही ओढवून घेतले नव्हते. मध्यपूर्वेतील देश जे एकमेकांशी आपसात भांडत होते ते सर्व जण भारताशी मात्र मित्रत्वाचे नाते राखून होते.

तरीही भारताला बसलेल्या एवढ्या मोठ्या तडाख्याचे नेहमीप्रमाणे नीट भांडवल करता आले नाही. १९९३च्या बॉम्बस्फोटानंतर जगभरात भारताबद्दल एक सहानुभूतीची लाट पसरली. त्या वेळी जर भारताने मनात आणले असते, तर पाकिस्तानला गुडघे टेकायला लावून दाऊदला भारतात खेचून आणता आले असते. पण ती संधी भारताने नीट न वापरल्याने वाया गेली. मध्यपूर्वेतील युनायटेड अमिरातीच्या बेरक्या राज्यकर्त्यांना लवकरच कळले की, भारताकडून येणारा दबाव थोडासा कमी होत

चालला आहे. मग लगेच त्यांनी जाहीर केले की, 'दाऊद हा आमच्या भूमीवरती नाही.' त्यांच्या ह्या दाव्याला काही अर्थच नव्हता; पण भारत सरकारच्या ऑफिसने, तिथल्या राजदूतावासाने या प्रश्नाचा पुढे पाठपुरावाच केला नाही की ते विधान ठामपणे प्रसारमाध्यमांतूनही खोडून काढले नाही.

तथापि, भारतातील वाचाळ माध्यमांनी भारत सरकारला तसे सोडले नाही. सरकारच्या अर्धवट व कचरत केलेल्या प्रयत्नांवर ताशेरे ओढले. मग त्यांनी दाऊद इब्राहिमचे खरे स्वरूप दाखवण्याची मोठी मोहीम उघडली. इंग्रजी प्रसारमाध्यमांनी दाऊदच्या दुबईमधील व गल्फ देशातील विस्तृत साम्राज्यावरती लेख लिहून पानेच्या पाने खर्ची घातली. त्यामध्ये त्यांनी दाऊदची, त्याच्या तिथल्या वास्तूंची पार तपशीलवार माहिती प्रकट केली. स्थानिक मराठी वृत्तपत्रांनी तर दाऊदला 'देशद्रोही' संबोधले. त्यांना हे खात्रीपूर्वक माहिती होते की, बॉम्बस्फोटासारख्या घटना मोठ्या प्रमाणात घडवून आणण्याची जरी दाऊदची क्षमता होती तरी मुंबईतले स्फोट हे दाऊदच्या डोक्यातून निघालेले नव्हते. दाऊदचे अत्यंत चांगले मित्र हे हिंदू होते आणि तो धार्मिकदृष्ट्या कट्टर नव्हता किंवा तो धार्मिक प्रेरणेने असे करण्यास उद्युक्त होणारा नव्हता. दाऊद इब्राहिमच्या आतल्या वर्तुळामध्ये अनेक मुस्लीम नसलेली मंडळी होती. उदाहरणार्थ, सुनील सावंत, मनीष लाला, अनील परब, आणि सर्वांत मोठा व छोटा राजन. तेव्हा दाऊद असल्या बॉम्बस्फोटाच्या कृत्यात सहभागी होणारा नव्हता.

उलट दाऊदच्या जवळच्या लोकांना ठाऊक होते की, टायगर मेमनचा मुंबईत वेगाने उदय होणे आणि तिथून बाहेर पडून निघून जाणे ही एक जबरदस्त चाल होती. मेमन हा स्मगलर म्हणून वेगाने मोठा होत गेला. मग त्याची मध्यपूर्वेतील गिऱ्हाइके त्याच्याशी व्यवहार करू लागली. आपल्या स्पर्धकाला दाऊद कधीच जवळ करीत नव्हता. पण मेमनने दाऊदला आपला स्पर्धक म्हणून कधीच मानले नाही. उलट आपण नेहमी दाऊदच्या मर्जीतील असावे अशीच इच्छा तो बाळगून असे. तेव्हा मेमनला उचलून धरणे व एकदम त्याचा विकास खाली ओढणे अन् तेही थेट मध्ये पडून, असे करण्यातला दाऊद नव्हता. त्यामुळे मेमनला स्फोटांच्या कृत्यामध्ये भरीस घालून वेळ येताच त्याला गाशा गुंडाळून पळून जायला भाग पाडण्यात दाऊद नव्हता.

तथापि, जर टायगर मेमन हा कायद्याच्या गुंत्यात अडकला, तर त्याला आपला सारा कारभार गुंडाळून देशाबाहेर पळ काढावाच लागला असता. त्यामुळे तो तसे करून पळून गेल्यावर आपोआपच दाऊदचे स्थान सर्वोच्च होणार होते. म्हणून मुंबईमध्ये स्फोटमालिका घडवून आणण्याचा प्रस्ताव पुढे आला तेव्हा दाऊदने हुशारीने आयएसआयला हे काम टायगर मेमनला द्यावे व त्याला हीरो बनवावे असे

सुचवले. हीरो होण्याची लालूच दाखवताच मेमनचा मासा गळाला लागला व शेवटी त्याला मुंबईतून पळ काढावा लागला. आपल्या स्पर्धकाला अशा रितीने नामशेष करण्यात दाऊदला रक्ताचा एक थेंबही सांडावा लागला नाही. म्हणून तर भारतातील सरकारी सुरक्षा व्यवस्थेला दाऊदवर या घातपातावरून बोट ठेवता येईना. शेवटी पळून गेलेल्या मेमनवरती मुख्य आरोपी व गुन्हेगार ठरवावे लागले.

तरीही जनतेची तशी पूर्ण खात्री पटली नव्हती. जेव्हा शिवसेनाप्रमुख बाळ ठाकरे यांनी आपल्या वृत्तपत्रातील संपादकीयात जळजळीत भाषेत दाऊदला 'देशद्रोही' म्हणून संबोधले आणि अरुण गवळी व अमर नाईक यांना 'हिंदू डॉन' व 'आमची मुले' असे म्हटले, तेव्हा दाऊदच्या बाजूने छोटा राजन हा त्याचे संरक्षण करण्यास पुढे आला.

राजन हा एक मराठी माणूस होता. स्फोटांमध्ये दाऊदचा कितपत हात आहे, हे त्याला ठाऊक होते. आपल्या ह्या दोस्ताशी व बॉसशी आपली किती निष्ठा आहे, हे दाखवण्यासाठी राजनने वृत्तपत्रांच्या ऑफिसमध्ये फॅक्स पाठवून दाऊदची बाजू लढवणे सुरू केले. दाऊदचा बॉम्बस्फोटात सहभाग आहे, हा आरोप अत्यंत तकलादू असून तो जातीय विद्वेषावर केला आहे, असे राजनने प्रतिपादन केले.

प्रत्यक्षात तर आणखी पुढे जाऊन राजनने बाळ ठाकरे यांच्यावरतीच टीका केली. तो आता इंग्रजी वृत्तपत्रांना फॅक्स पाठवू लागला. त्यात त्याने मराठीत लिहिले की, 'ठाकरेंनी आपला व्यवसाय चालवावा व आपले लक्ष राजकारणावर केंद्रीत करावे; पण गुन्हेगारी जगावर टिप्पणी करणे थांबवावे.' राजनने पुढे असे म्हटले की, 'दाऊद हा देशद्रोही नसून त्याला बाळ ठाकरे यांचेकडून कोणतेही प्रमाणपत्र नको आहे!'

८

शरणागती

१२ मार्च १९९३ रोजी झालेले बॉम्बस्फोट पाहून देश, नागरिक आणि सरकार पार हादरून गेले होते, गडबडून गेले होते व सुन्न झाले होते. दाऊद इब्राहिमही त्या दुर्दैवी दिवशी झालेल्या प्रकारामुळे गंभीर झाला होता. तो तसा का गंभीर झाला हे कळण्यास किंवा सुचवण्यास कोणतेही खरेखुरे कारण सापडत नाही. पण त्याची मन:स्थिती गंभीर बनली होती हे खरे. त्याचे मित्र व सहकारी यांना असे वाटते की, जेव्हा दाऊदने पाकिस्तानच्या आयएसआयला भारतात आरडीएक्स महाराष्ट्राच्या किनाऱ्यावरून चोरून आत घुसवण्यास मदत केली तेव्हा त्याला यातून भारतीय भूमीवर केवढी दहशत निर्माण करणाऱ्या घटना घडतील याची कल्पना आली नव्हती. एव्हाना भारत सोडून त्याला सहा वर्षे झाली होती.

दाऊदला असे वाटत होते की, काश्मीरमध्ये ज्याप्रमाणे हल्ला करून थोडेसे नुकसान करून पळून जायचे ही जी आयएसआयची 'हल्ला करून जखमी करा' नीती होती, त्या पद्धतीने काहीतरी घडवले जाणार असेल. कारण या नीतीने काश्मीरमध्ये छोट्या प्रमाणात घातपात व जिवीतहानी किंवा लोकांनी जखमी करून पायाभूत सुविधांची थोडी हानी करून जायचे अशी पद्धत होती. अन् हे नेहमीच तिथे तसे घडत आलेले आत्तापर्यंत दिसून आलेले होते. सर्वत्र नजर ठेवणारा व सर्व माहिती गोळा करणाऱ्या दाऊदसारख्या दादाला आपल्या व्हाइट हाउसच्या किल्ल्यात बसूनही मुंबईतील तशा घातपातांबद्दल किंचितही सुगावा लागला नव्हता, असे त्याच्या भोवती असलेली माणसे म्हणाली. तसेच ह्या मोहिमेनुसार इतके हिडीस दहशतवादी हल्ले योजले जाणे, हे आजवर जगभरात कुठेही घडलेले नव्हते.

खिन्न झालेल्या दाऊदला या सर्व गुंत्यातून बाहेर स्वच्छ हाताने पडायचे होते. यातले आपले अज्ञान, निष्पापपणा आणि या बॉम्बस्फोटात आपण अजिबात गुंतलो

नव्हतो हे सारे त्याला लोकांना दाखवून द्यायचे होते. उपरोधाची बाब अशी आहे की, ज्या दाऊदचे शब्द ऐकायला मिळणे हे दुर्मीळच काय; पण अशक्य होते त्या दाऊदला आता आपले कोणीतरी लक्षपूर्वक ऐकावे, असे तीव्रतेने वाटू लागले होते. दुबईमध्ये दाऊदला आता रोज त्याचा निषेध करणारी, त्याला शिव्याशाप देणारी पत्रे येऊ लागली. त्याची संख्या रोज ढिगाने वाढत जाऊ लागली. त्याच्यावर 'कायम गद्दार' (समाज द्रोही किंवा देशाचा विश्वासघातकी) आणि 'मुल्क गद्दार' (देशद्रोही) अशा शब्दांचा वर्षाव होऊ लागला. पत्रातून हे शब्द त्याच्यावर सतत भिरकावले जाऊ लागले. जसजशी ही शिव्याशाप देणारी पत्रे वाढत जाऊ लागली तसतसा दाऊद एवढा खचत गेला, की त्याला नवीन पत्रे वाचवेना. त्याची मन:स्थिती उद्विग्न झाली.

हळूहळू दाऊदच्या लक्षात येऊ लागले की, ही निषेधपत्रे अशा लोकांकडून येत आहेत की, ज्यांना दाऊदबद्दल सहानभूती आहे, दाऊदवर विश्वास आहे. तसेच, त्याच्या मुस्लीम समाजातूनही त्याच्यावर आरोप करणारी पत्रे होती. बॉम्बस्फोट घडल्यानंतर एके दिवशी त्याला एका मराठी स्त्रीचा फोन आला. ती स्त्री मुंबई पोलिसांमध्ये एक अधिकारी होती व तिचे काम विमानतळावर असे. दाऊदला कॉर्डलेस फोन आणून दिल्यावर ती बाई बोलू लागली. अत्यंत जळजळीत शब्दात ती त्याच्यावर रागारागाने आरोप करीत बोलू लागली. दाऊदची मन:स्थिती तिचा राग झेलण्यासारखी नव्हती. ती त्याला म्हणाली, ''बेशरम! तुझे शरम नही आता है? जिस मिट्टीपर तुने जनम लिया, उसी मिट्टीको बदनाम किया.'' यावर दाऊदला काहीही बोलता आले नाही. तो शांतपणे ऐकत राहिला. पण तिच्या आगपाखडीमुळे तो इतका सुन्न झाला की, तिने आपले बोलणे संपवून फोन बंद केला; तरीही बराच वेळ कानाला फोन लावून त्याने फोन धरून ठेवला होता. जणूकाही टपालाने त्याचा पुरेसा निषेध होता नव्हता म्हणून असा फोन तिने त्याला केला गेला होता.

वस्तुस्थिती अशी आहे की, दाऊदवर मुस्लीम मंडळीही रागावली होती. दाऊद त्यामुळे खरा गोंधळून गेला होता. शेवटी कागदोपत्री अशीच नोंद झाली की, १९९२-९३नंतर मुंबईमध्ये हिंदू-मुस्लीम यांच्यात हिंसाचार उसळला.

परंतु दाऊदने जातीय दंग्याच्या गुंतागुंतीपासून किंवा कोणत्याही तशा कृतीपासून दूर रहाण्याचे कटाक्षाने ठरवले होते. त्यानंतर त्याच्याकडे व्हाइट हाउस बंगल्यात काही भेटवस्तूची पार्सले येऊ लागली. त्यातली काही पार्सले वेगळी होती. त्यामध्ये फुटलेल्या बांगड्यांचे तुकडे होते. एका पार्सलात त्या तुकड्यांबरोबर एक चिठ्ठी ठेवलेली होती. त्यात लिहिलेले होते – 'ये उस भाईके लिये है जो अपनी बहेनकी हिफाजत ना कर सका!'

आपली शस्त्रास्त्रे चालवल्याबद्दल त्याला अशा रितीने वेडावून दाखवले होते व

एक प्रकारची शिक्षा केलेली होती. अशी बॉम्बस्फोटांची मालिका घडवून आणल्याबद्दल साऱ्या जगाच्या नजरेतून तो देशद्रोही ठरला होता. ही एक चमत्कारिक परिस्थिती निर्माण झाली होती. दाऊद अनेक तास नुसता बसून असायचा. झाल्या गोष्टींवर काय उपाय काढता येईल यावर तो विचार करीत असायचा. पण त्याला सुचवलेले सर्व पर्याय हळूहळू विरत गेले. अखेर त्याने आपला निर्णय पक्का केला व त्याने तशी हालचाल केली. त्याने आपल्या रक्षकाला फोन आणण्यास सांगितले.

स्फोटानंतरचे महिने दाऊदसाठी अनेक दृष्टीने फार अवघड गेले. त्याने या गोष्टीची कधी कल्पनाही केली नव्हती. त्याने पोलिसातील आपल्या हितचिंतक माणसांना फोन करून आपल्यावर काय-काय आरोप ठेवले गेलेत, कोणकोणते पुरावे गोळा केले आहेत याची चाचपणी केली. मुंबई पोलिसांचा तपास हा नुसताच भपकेबाज व संथ असतो. तरीही त्याला कळले की, पोलिसांनी भयानक टाडा कायद्याखाली आपल्या विरुद्ध दोघा जणांकडून कबुलीजबाब घेतलेले आहेत. त्यानंतर 'सेन्ट्रल ब्युरो ऑफ इन्व्हेस्टिगेशन'ने केलेल्या तपासात आणखी एकाकडून कबुलीजबाब मिळवला होता व त्यात दाऊदचे नाव कटामध्ये घेतले गेले होते. आरोपपत्रातील विधाने ही 'दाऊद या कारस्थानात सामील होता व त्याने टायगर मेमनला बॉम्बस्फोटासाठी हालचाल करण्यास व आवश्यक वस्तूंचा पुरवठा करण्यास मदत केली होती,' यावर आधारित होती. दाऊदच्या लक्षात आले की, ही केस एवढी पक्की नाही. आपण कोर्टात आपल्या बाजूने सहज बचाव करू शकतो.

राम जेठमलानी हे भारतातील एक निष्णात वकील असून सर्वोच्च वकिलांमध्ये त्यांची गणना होते हे दाऊदला ठाऊक होते. या गुंत्यांतून आपल्याला कोण वाचवेल तर फक्त जेठमलानी वकीलच, अशी त्याची खात्री होती. म्हणून दाऊदने जेठमलानी यांच्या लंडन येथील निवासस्थानी फोन लावला. मग आपल्या लहानशा बोलण्यात नेहमीप्रमाणे फार वेळ वाया न घालवता दाऊदने सारेकाही सोप्या व साध्या भाषेत थोडक्यात सांगितले. तो शेवटी म्हणाला, "मिस्टर जेठमलानी, मला शरण जायचे आहे." त्याने हे शब्द शांतपणे व नम्रपणे उच्चारले.

एक फरारी झालेला गुंडांच्या टोळीचा दादा आपल्याला फोन करून आपल्याकडून कायद्याची मदत मागतो आहे, हे पाहून जेठमलानी यांना आश्चर्य वाटले. जेठमलानींना दाऊदशी बोलायची इच्छा नव्हती. पण दाऊद ठामपणे भारतात परतण्याचा आपला आग्रह धरत होता. तो सतत जेठमलालींना फोन करत गेला. शेवटी त्यांनी सौम्यपणा धारण करून त्याच्याशी ते बोलू लागले. दाऊद सरकारसमोर खटल्याला तोंड द्यायला तयार होता. बॉम्बस्फोटाच्या आरोपाला तो तोंड देणार होता व त्यासंबंधात सर्व सहकार्य करायला त्याची तयारी दर्शवीत होता.

परंतु त्याचबरोबर त्याने काही अटी घातल्या होत्या. त्या अटींचे पालन

पोलिसांच्या स्वाधीन होण्याआधी व्हायला पाहिजे असा त्याचा आग्रह होता. १९९३मधील स्फोटांव्यतिरिक्त त्याच्यावर असलेले पूर्वीचे सारे आरोप पोलिसांनी रद्द केले पाहिजेत. तसेच आपल्यावरील खटला चालू असताना आपल्याला तुरुंगात न ठेवता फक्त आपल्याला 'हाउस अॅरेस्ट' करावी, अशी त्याची दुसरी अट होती. एवढे जर सरकारने मान्य केले, तर तो आनंदाने आपल्या मातृदेशात परतायला व शरण यायला तयार होता.

दाऊदच्या या मागणीने सबंध देशभर पडसाद उमटत गेले. त्यामुळे लोकसभेत व मुंबईत मंत्रालयात खळबळ माजली. इंटेलिजन्स खात्यातील काही वरिष्ठ अधिकाऱ्यांच्या एका गटाला दाऊद परत येऊ नये असे वाटत होते. कारण तो या ठरलेल्या अटींपासून अखेर माघार घेईल व सहकार्य नाकारेल. पण लोकसभेतील ज्येष्ठ नेत्यांना तो येथे यायला हवा होता व त्याने जे होईल त्याला तोंड द्यायला हवे होते. कारण दाऊद इब्राहिम भारताला शरण येणे, एक ऐतिहासिक यश ठरणार होते. मग सत्ताधारी पक्षाचे लोकसभेतील सभासद आपण जे साध्य केले त्याबद्दल गर्वाने आपले उर बडवून घेणार होते.

परंतु दाऊदच्या या योजनेमध्ये महाराष्ट्रातील काही राजकीय नेत्यांनी भीतीपोटी खीळ घातली. जर दाऊद परतला व तो कोर्टात निर्दोष सुटला तर अनेक जुने गैरव्यवहार उजेडात येतील. त्याने हे गैरव्यवहार केंद्र सरकार व महाराष्ट्र राज्य यात ह्या विविध माणसांबरोबर केलेले होते. दाऊदवर खटला भरला तर त्यामुळे तो अनेक राजकीय नेत्यांचा आपोआप राजकीय मारेकरी ठरणार होता. कोर्टात तो काय ओकेल हे सांगता येत नव्हते. जर दाऊदला खरेच आणले गेले, तर त्याच्याबरोबर दुबई व लंडन येथे झालेल्या अनेकांबरोबरच्या भेटी व बैठका उजेडात येतील, त्याच्या जबानीतूनच त्या बाहेर पडतील. नाहीतर आपण स्वत: निर्दोष आहोत हे तो कसे सिद्ध करू शकेल? दाऊदच्या आगमनामुळे त्याचे राजकारण्यांशी असलेले संबंध नक्कीच उघड्यावर येणार होते.

दाऊदने घातलेल्या अटींवरती एक सरकारी विशिष्ट लॉबी विचार करू लागली. त्या लॉबीने जेठमलानी यांना सांगितले की, भारत हा एक लोकशाही असलेला देश आहे. अन् त्यामुळे फरारी असलेला एका गुंडांच्या टोळीचा दादा अशा अटी एकतर्फी आपल्याकडून घालू शकत नाही. तो शरण आला, तर त्याचे स्वागतच आहे, मग त्याच्यावर एक रीतसर खटला करता येत नाही असे सरकारने सांगितले.

त्यानंतर पुढच्या वर्षी मेमनच्या कुटुंबीयांची जी शरणागती झाली ती पहाता दाऊदला आपली भीती खरी वाटली. आपला विनाअट शरण जायचे नाही हा निर्णय बरोबर ठरल्याचे त्याला दिसून आले. कारण त्याने याकूब मेमनचे काय झाले ते पाहिले होते. जेव्हा याकूब भारतात परतला तेव्हा स्फोट घडवण्यात सामील

झालेल्यांविरूद्ध त्याने टनभर पुरावे बरोबर आणले होते. परंतु याबद्दल त्याला कसलीही चांगली वागणूक दिली नाही. उलट त्याला एखाद्या रस्त्यावरील ठगासारखे खटल्यात वागवले आणि फाशीची शिक्षा त्याला ठोठावली. म्हणजे जो माणूस स्वेच्छेने सारी माहिती पुरवतो व शरण जातो त्याच्या बाबतीत कसलीही दया-माया दाखवली जात नाही.

अशा रितीने भारत सरकारने गुन्हेगारी जगातील एक बडा मासा आपल्या जाळ्यातून निसटू दिला. काही तज्ज्ञांच्या मते दाऊदला आणायला हवा होता आणि मग सरकारने त्याच्याशी केलेला करार झटपट त्याची वासलात लावून आपल्याला हवे ते करावयास पाहिजे होते. शेवट काय झाला? तर दाऊद हा पाकिस्तानात पळून जाऊन तिथे तो एक स्वतंत्र माणूस म्हणून जगतो आहे, ऐषारामात आपल्या राजवाड्यासारख्या बंगल्यात राहतो आहे आणि नंतर त्याने भारतात आपल्या हालचालींनी धुमाकूळ घातला.

९

माल, रखेल किंवा बिळातील प्राणी

तिची त्वचा कमालीची नितळ होती, तिची छाती कशीबशी झाकलेली होती, एक अत्यंत तलम साडी तिने अशी काही परिधान केलेली होती की, एका धबधब्याखाली ती उभी राहिल्यावर ती साडी तिच्या शरीराला खट्याळपणे कुरवाळत होती. भारताची एक नवीन मादक नटी पडद्यावरती प्रेक्षकांनी अशी पाहिली. ती मंदाकिनी उर्फ यास्मिन जोसेफ होती. ती एक गुटगुटीत तरुणी होती. मूळची ती मीरत शहरातील; पण नंतर मुंबईतील ॲन्टॉप हिल येथे एका मध्यमवर्गीय कुटुंबात ती वाढली होती. तिचा बाप अँग्लो-इंडियन होता व आई मुस्लीम होती.

मंदाकिनीचे सौंदर्य व देखणेपण हे नैसर्गिक होते. तिच्या परिपूर्ण शरीरयष्टीप्रमाणेच तिचा चेहराही तेवढाच आकर्षक होता. मग ती वयात येताच तिच्याकडे चित्रपटसृष्टी आकृष्ट झाली. १६व्या वर्षीच तिला चित्रपटसृष्टीत प्रवेश मिळाला. या वयात असली संधी मिळवण्यासाठी बाकीच्या तरुण नट्या नुसत्या जीव टाकीत असतात. चित्रपटसृष्टीतील अनुभवी निर्माता राजकपूर याने तिला शोधले. त्याचा सर्वांत धाकटा मुलगा राजीव कपूर हा आपला पहिला चित्रपट *राम तेरी गंगा मैली* काढीत होता. त्या चित्रपटात राज कपूरने तिला एकदम अभिनेत्रीची प्रमुख भूमिका दिली. नवीन चेहरा म्हणून चित्रपटसृष्टीत तिच्याकडे लक्ष जाईल, अशी त्याची अटकळ होती. असा हा चित्रपट शतकातील विक्रम करणारा ठरेल, असे त्याला वाटत होते. पण तसे काही झाले नाही. चित्रपट गाजण्याऐवजी चित्रपटांतील मंदाकिनीची वक्षस्थळे मात्र गाजली! त्यावर सर्वत्र चर्चा होऊ लागली. त्यामुळे तिची लोकप्रियता वाढत गेली आणि मंदाकिनी ही लोकांना गोड-गोड स्वप्ने पाडणारी ठरली.

मंदाकिनी हे राज कपूरचे सर्वांत आकर्षक व भुरळ घालणारे 'फाइंड' होते. एका नटीच्या करिअरमध्ये असलेली राजकपूरची भूमिका ही दंतकथा बनली होती इतकी

ती बातमी सर्वांना ठाऊक झाली होती. अशीच गोष्ट झीनत अमान या नटीची झाली होती. तिला देव आनंद याने हुडकून चित्रपटसृष्टीत आणले होते. तर राज कपूरने आपल्या *सत्यम शिवम् सुंदरम्* या चित्रपटात तिचे दर्शनी भागाचे सौंदर्य दाखवले होते. तसेच राज कपूरने सिमी गरेवालचे नग्न स्वरूपाचे सौंदर्य आणि पद्मिनीची उघडी वक्षस्थळे *मेरा नाम जोकर* चित्रपटात दाखवली होती. मंदाकिनीने चित्रपटात ओलेचिंब भिजलेली आपली पोज अशी काही दिलेली होती की, त्यामुळे अतर्क्य अशा सुखद कल्पना पहाणाऱ्याच्या मनात मोकाट सुटायच्या. गंगेच्या धबधब्यातील पाणी उड्या मारीत-मारीत खाली पडताना मंदाकिनी त्याखाली जाऊन अंघोळ करू लागली होती. तिच्या तलम साडीतून तिची लोभस स्तनाग्रे बाहेर स्पष्टपणे डोकावत होती. ते दृश्य इतके लोभसवाणे व हुशारीने टिपले होते की, कडक सेन्सॉर बोर्डालाही त्याला कात्री लावता येईना. त्या दृश्याचे चित्रण स्वत: राज कपूरने फार रसिकतेने केले होते.

मंदाकिनी व तिच्या आधी झीनत अमान यांना जर त्यांच्या कथेतील झोपडीत अंघोळ करताना दाखवले असते, तर त्या एवढ्या नखशिखान्त भिजलेल्या दाखवता आल्या नसत्या. त्यांच्या शरीरसौंदर्याचे प्रदर्शन करण्यासाठी उघड्यावर धबधब्याखाली अंघोळच उपयोगी पडली. त्यामुळे त्यांच्या शरीराची आकर्षक गोलाई व्यवस्थित उठून दिसली. चित्रपटात राज कपूरने आणखी एक पाऊल पुढे टाकले. त्याने मंदाकिनी एका बाळाला अंगावर पाजते आहे असे दाखवले. इतकेच नव्हे, तर जेव्हा बाळाचे दूध पिणे संपते तेव्हा मंदाकिनीचे उघडे पडलेले स्तन त्याने स्पष्टपणे दाखवले.

मंदाकिनी चित्रपटात कामे करीत राहिली. तिचे चित्रपट कोसळत किंवा काही अर्धवट चालत, असेच अनेक महिने जात राहिले. महिन्यांची वर्षे होत गेली. मग मंदाकिनी तरुण मुलींच्या घोळक्यात गणली जाऊ लागली. त्या मुली तारका बनण्याच्या मार्गावर होत्या. मंदाकिनी ही त्यांचाचपैकीं एक अशी धरली जाऊ लागली. तिला काही चित्रपटातील कामे मिळत गेली. तिच्याबरोबर मिथुन चक्रवर्ती, गोविंदा, संजय दत्त आणि अनिल कपूर यांनी कामे केली आहेत. चित्रपट निर्मात्यांनी मंदाकिनीला आपल्या चित्रपटात घेतल्यावर तिच्या भूमिकांमध्ये तिचे अंगप्रत्यागांचे दर्शन घडविण्यात राज कपूरशी स्पर्धा चालवली होती. उदाहरणार्थ, मिथून चक्रवर्ती बरोबरचा *परम धरम* या चित्रपटात तिने टू पीस बिकिनी अंगावर घातलेली होती.

१९९०नंतरच्या पाहिल्या काही वर्षांत बॉलिवूडच्या सृष्टीत दाऊदबरोबर आपली छायाचित्रे काढून घेण्याची लाट आली होती. पण १९९३मधील स्फोटांमुळे दाऊदबरोबर छायाचित्रे काढून घेणाऱ्यांविरूद्ध लोकांमध्ये चीड निर्माण झाली होती. ज्याने आपले शहर खाली आणले अशाशी घसट असणारी माणसे पाहून लोकांना

राग येऊ लागला होता. सार्वजनिक वातावरणात भय, कटकारस्थाने, दूर राहण्याची व नकार देण्याची प्रवृत्ती हे वाढत गेलेले होते. तर काही थोडे जण दाऊदबरोबर आपले छायाचित्र असण्याचे समर्थन हे "त्या वेळी आमच्यावर सक्ती केली, दबाव आणला" असे करू लागले. पण एक छायाचित्र असे होते की, त्यामुळे सर्वांच्या जिभा वळूवळू लागल्या होत्या.

१९८०च्या आसपासच्या वर्षात आणि १९९० नंतरच्या दशकात बॅलिवूडच्या चित्रपटात बऱ्याच तरुण पोरी शिरलेल्या होत्या. त्यातल्या बहुतेक जणी या छोट्या चित्रतारका होत्या. त्यांच्याशी अनेक मवाली मंडळी जवळीक साधून, त्यांना फसवू पहात होते अशा त्या होत्या. चित्रपटातील सौंदर्यवतींचे आकर्षण टोळ्यांच्या दादांना खूप होते. अर्थात ही गोष्ट जगात सर्वत्र आढळते. त्यात नवीन असे काहीही नव्हते. या आधी हॉलिवूडमध्ये अशी बरीच उदाहरणे सापडतील. शिकागोमधील बिग बॉस सॅम गियांकाना हा मर्लीन मन्रोवरती आशिक झाला होता. लवकरच त्याला तिच्या सहवासाची झिंग चढली. मग काही दिवसातच गूढ परिस्थितीत मर्लीन मन्रोचा मृत्यू झाला. आणखी एक उदाहरण पहा. बग्सी सीगेल हा एक गुंडांचा दादा होता. त्याला हॉलिवूडमधील चित्रातारका केटी गॅलियन आणि वेन्डी बारी आवडायच्या. तो त्यांच्यावर फिदा झाला होता.

मुंबईचे टोळीवालेही याबाबतीत मागे नव्हते. त्यांना भपकेबाजीचे आकर्षण होते व सुंदर स्त्रियांचा मोह पडे. विशेषत: चित्रपटसृष्टीत नव्याने आलेल्या गोऱ्या मुलींच्या मागे लागत. उदाहरणार्थ, हाजी मस्तान याने मधुबालेसारख्या दिसणाऱ्या सोना हिच्याशी लग्न केले. ती चित्रपटात लहानमोठ्या भूमिका करीत होती. हाजी मस्तानशी लग्न झाल्यावर तिला चित्रपटात एकदम मोठमोठी कामे मिळू लागली.

मंदाकिनीही शेवटी दाऊदच्या कह्यात गेली. तिचे एक छायाचित्र खूप गाजले. त्यावर बातम्याही प्रसिद्ध झाल्या. त्या छायाचित्रात ती दाऊद इब्राहिमबरोबर शारजामध्ये एक क्रिकेटचा सामना पहात होती. छायाचित्रात ती दाऊदबरोबर आरामशीर बसली होती. ते पाहून अनेक जण चक्रावले. १९९४मध्ये मुंबईतील बॉम्बस्फोट मालिकांची आठवण लोकांच्या मनातून अजून पुसली गेली नव्हती. तसेच स्फोटांसाठी जबाबदार असलेल्या टायगर मेमनबरोबर दाऊदचे संबंध आहेत, तेव्हा अशा परिस्थितीत मंदाकिनीची दाऊदबरोबरची जवळीक ही लोकांना आक्षेपार्ह वाटणे साहजिकच होते. याच काळात तिचे वर उल्लेखलेले छायाचित्र प्रसिद्ध झाले होते.

मंदाकिनी एक गूढ स्त्री होती. मुंबईच्या टोळीवाल्यांच्या दादांबरोबरच्या राहिलेल्या स्त्रियांप्रमाणेच मंदाकिनी एखाद्या उल्केसारखी अचानक; पण थोडा काळ लोकप्रिय झाली. तिलाही तीच अपेक्षा होती. पण तोपर्यंत जनता मंदाकिनीच्या 'काही जणांशी' असलेल्या संबंधाबद्दल सतत तर्ककुर्तक करीत राहिली होती. त्यानंतर तिचा

चित्रपटसृष्टीतील उदय हा एक योगायोग समजायचा का तिचे नशीब समजायचे ते तुम्ही ठरवा.

मंदाकिनीचे दाऊदबरोबरचे छायाचित्र १९९४मध्ये प्रसिद्ध झाल्यानंतर मंदाकिनीचे विस्मृतीत चाललेले नाव एकदम पुढे आले. ती दाऊद इब्राहिमची 'रखेली' आहे, असा तिच्यावर शिक्का बसला. पत्रकार, छायाचित्रकार तिच्या मागावर सतत राहू लागले. सरतेशेवटी पोलीसही तिच्यावर सतत पाळत ठेवू लागले. जेव्हा तिचा *जोरदार* हा चित्रपट १९९५मध्ये प्रसिद्ध झाला तेव्हा कोणालाही कल्पना आली नाही की, हा तिचा शेवटचा हिंदी चित्रपट ठरणार आहे.

मुंबईतील पोलिसांच्या क्राइम ब्रँचने दाऊदच्या बाबतीमधील आपली भूमिका आता बदलली. त्याला पकडण्याचा प्रयत्न करण्याऐवजी ते दाऊदच्या मालमत्तेचा शोध घेऊ लागले. दाऊदचे प्रत्येक अपार्टमेंट, बँक अकाउंट, फार्म हाउस, दाऊदशी किंचितही संबंध दर्शवणारे आर्थिक व्यवहार या सर्वांवर पोलिसांचे छापे पडू लागले. त्याच्या मालकीच्या व व्यवहाराच्या एकूण एक गोष्टी ते सील करू लागले. सूडाचा शोध घ्यावा तसे ते दाऊदची संपत्ती शोधू लागले. कारण पोलिसांना असे वाटत होते की, त्याच पैशातून दाऊदने मुंबईतील बॉम्ब स्फोट रचले. स्फोटक खरेदी करणे, भारतात आणणे व त्यांचे बॉम्ब करून ते ठिकठिकाणी पेरून हजारो जणांचे प्राण क्षणार्धात घेण्याचे काम दाऊदने याच पैशातून केले, असा पोलिसांचा समज झाला होता. दाऊदची संपत्तीच जर जप्त केली तर? मग व्यापाऱ्याची संपत्ती नाहीशी झाली तर तो काय करू शकेल? भले तो मृत्यूचा दलाल असला, तरी पैसे नाहीत तर तो काहीही करू शकणार नाही. बंगलोरच्या बाहेर एके ठिकाणी दाऊदचे एक फार्म हाउस आहे अशी बातमी कोणीतरी पोलिसांना दिली. ते फार्म हाउस दाऊदच्या पैशातून बांधले गेल्याचे भासत होते. अन् देशभर त्याची अशी जी बेकायदा बांधकामे होती, त्यांपैकी ते एक होते. गैरकृत्ये करण्यासाठी या बांधकामांचा उपयोग केला जायचा. मुंबई पोलिसांनी आपल्याकडची माहिती बंगलोरच्या पोलिसांकडे पाठवली. त्यांनी मग ह्या फार्म हाउसवरती छापा घातला. पण ते फार्म हाउस मंदाकिनीच्या नावाने रजिस्टर केले होते. पोलिसांना याचे आश्चर्य वाटले. ही बातमी फार काळ लपून रहाणार नव्हती. ती कधीतरी बाहेर फुटलीच. आता पत्रकार मंडळी मंदाकिनी आणि दाऊद यांच्यातील नेमके संबंध काय आहेत, हे शोधण्यासाठी दिवस-दिवस खर्च करू लागले.

दाऊद व मंदाकिनी यांच्या रोमँटिक संबंधाबाबत आता वाचक आपली कल्पनाशक्ती ताणू लागले. मग पत्रकारही त्यावर आधारित बातम्या अधिक खुलवून लिहू लागले. पण अनेक प्रश्न या संदर्भात पडतात. मंदाकिनीसारख्या बाईने एका रुचिहीन डोंगरी भागातील गुन्हेगाराशी का संबंध जोडले? का तिला त्याच्यात रस वाटला? शेवटी

ती एका झगमगत्या हिंदी चित्रपटसृष्टीतून आलेली होती. तिला प्रगती सुरळीत चालण्यासाठी एखाद्या मार्गदर्शकाच्या पाठिंब्याची गरज होती? अन् असा प्रकार बॉलिवूडमध्ये कितपत सर्रास चालतो? अशाच काही अन्य तारका, दुय्यम तारका आहेत का? बॉलिवूडच्या चित्रपटसृष्टीतील रोख भांडवल नक्की कोठून येते? बंगलोरमध्ये मंदाकिनी उजळ माथ्याने का रहात नव्हती? अन् ती अगदी बाजूला असलेल्या एकांत जागी का रहात होती? जेव्हा ती बाहेर पडे तेव्हा बुरखा घालून बाहेर पडे. म्हणजेच ती लपून रहात होती. असे ती का करीत होती? मंदाकिनी ही खरोखरीच कोण होती? का ती एखादी निरुपद्रवी, निष्पाप तरुणी होता व कोणत्यातरी मोठ्या कारणासाठी तिला जाळ्यात अडकवून ठेवले होते का? तिला ठाऊक नसलेल्या किंवा ती डोळेझाक करून, अंदाजाने हेरत, आपल्या सौंदर्याची भुरळ घालीत अनैतिक मार्गाने चित्रपटसृष्टीत प्रगती करू पहाणारी होती? खरा प्रकार काय होता?

असे अनेक प्रश्न होते आणि त्याची उत्तरे पुढे येत नव्हती. मंदाकिनीला विचारले, तर ती त्यावर काहीही बोलत नव्हती. पण ती नेहमी दाऊद इब्राहिमशी आपले संबंध नाही असेच म्हणत असे. ती सतत सांगत आली होती, "मी दाऊदची रखेल नाही. आपल्याला तो ठाऊक आहे एवढेच; पण आपण त्याच्यात रोमान्सच्या दृष्टीने कधीही गुंतलो नव्हतो." कदाचित तोपर्यंत तिला परिस्थितीची जाणीव झाल्यावर ती भेदरली असावी. कदाचित तिला आपल्या व दाऊदच्या सख्यामुळे एवढा गहजब होईल याचा अंदाज आला नसावा किंवा तिने तशी कल्पना केली नसावी. कदाचित ती स्वत:ला विसरून गेली असावी. कदाचित तिला दाऊद एवढा आकर्षक वाटला असावा की, शेवटी तिला त्याच्यावाचून रहावले नसावे. कदाचित, कदाचित, कदाचित, कदाचित...! सत्य काय आहे हे आपल्याला कधीच कळणार नाही. कारण दाऊदही या विषयावर कधीही बोलला नाही. प्रश्नाचे उत्तर अगदी मूलभूत आहे. दाऊद हा खुनी असेल किंवा तो कदाचित संत पुरुषही असेल. परंतु स्त्री-पुरुषाचे परस्परसंबंधीचे आकर्षण हे मूलभूत आहे. ते सर्वांवर मात करून जाऊ शकते. तेव्हा आता या प्रश्नांची उत्तरे कशी, काय देता येतील?

परंतु एवढा सगळा माहोल असताना मध्येच मुंबई पोलिसांनी आश्चर्यकारकरीत्या मंदाकिनीला 'क्लिन चीट' दिली. तिला निर्दोष ठरवले. दाऊदशी तिचा संबंध असल्याचा एकही पुरावा त्यांना सापडला नाही आणि तिला आणखी काही प्रश्न विचारले नाहीत. कदाचित तिला आता शांतपणे जगायचे असावे. तेव्हापासून मंदाकिनीचे करिअर व वैयक्तिक जीवन यांनी एकदम सूर मारून वेगळाच मार्ग धरला. चित्रपटात कामे करण्यासाठी तिला येणाऱ्या मागण्या हळूहळू आटत गेल्या. बॉलिवूडमध्ये ती आता पूर्णपणे बाजूला पडली. तिला छपरावर चढून साऱ्या जगाला

ओरडून सांगायचे होते की, आपला व दाऊदचा काहीही संबंध नाही; पण आता तिचे कोणी ऐकून घेईनासे झाले होते.

१९९५मध्ये लक्षात आले की, मंदाकिनीला दिवस गेले आहेत. मग जन्माला येणाऱ्या मुलाचे मधले नाव व आडनाव आता लोक ठरवू लागले. ज्याच्यामुळे मुंबई शहरावर आघात झाले त्याचे नाव लोक घेऊ लागले.

तिरस्कारित झालेली स्त्री शेवटी जशी चवताळून प्रत्येकावर वार करू लागते तशी ती करू लागली. "आपले मूल हे दाऊदचे नाही," असे ती सांगू लागली. पण ती मुलाच्या खऱ्या बापाचे नाव सांगेना. तिने स्वत:ला समाजापासून तोडले. ती आलेल्या फोन्सना उत्तरे देईनाशी झाली. शेवटी ती अशा एका टप्प्याला पोहोचली की, तेथून तिला परतणे शक्य नव्हते.

नंतर काही वर्षांनी अशा बातम्या आल्या की, तिने शांतपणे एका अगदी अनपेक्षित माणसाशी, म्हणजे एका बुद्ध भिक्षूशी लग्न केले. तो भिक्षू दलाई लामांचा अनुयायी होता. त्याचे नाव आहे डॉ. काग्यूर रिंपोचे ठाकूर. मंदाकिनी आता बुद्ध मार्गाची साधना करू लागली होती. ती आता बेभानपणे जीवनाचा अर्थ शोधू लागली होती. लोकांची कल्पनाशक्ती फारच सुपीक असते. त्यानुसार असे सांगितले जाऊ लागले की, आपल्या पापांची जाणीव झाल्यामुळे तिच्यात बदल होऊन ती या मार्गाला लागली. परंतु तिच्यामध्ये असलेला जनतेचा रस हा लवकरच आटून गेला व तिच्याबद्दल आता कोणीही बोलेनासे झाले. मंदाकिनी हे एक बॉलिवूडमधील अनेक आश्चर्यांपैकी अल्प काळातील एक आश्चर्य होते. भूतकाळात बॉलिवूडचेही गुन्हेगारी जगाशी असलेले संबंध पक्के होते. पण लोक मात्र त्याकडे पुन्हा पहावयास तयार नव्हते. अशा रितीने मंदाकिनी गाथा आता संपली.

परंतु वाममार्गाची संपत्ती, स्त्रिया व चुकलेले वार हे नेहमी परत उफाळून वर येतात अशा अर्थाची इंग्रजीत एक म्हण आहे. २००० साली मंदाकिनीने दोन संगीत व्हिडीओ तयार करून प्रसिद्ध केले. त्यात तिने स्वत: काम केले होते. त्या वेळी म्युझिक व्हिडीओची लाट आलेली होती. यातून तिला आपल्या गतआयुष्याची आठवण झाली असावी, असा तर्क करता येतो. 'नो व्हेकन्सी' आणि 'शबाला' या नावाच्या दोन्ही व्हिडीओ आपटल्या, बाजारात चालल्या नाहीत. एका जुन्या व आता वयस्कर होत चाललेल्या चित्रतारकेच्या व्हिडीओ घ्यायला कोणीही तयार होत नव्हते. फारच थोड्या जणांना त्या व्हिडीओ पाहिल्यावर तिचे नाव आठवले. काही जुने लोक तर म्हणाले, "अरे, ही बाई तर पूर्वीच्या मंदाकिनीसारखी दिसते आहे!" बस्स! तिच्या परत येण्याला एवढाच प्रतिसाद मिळाला. काही जण म्हणू लागले की, तिबेटी योग शिकविण्यात तिला आता समाधान झालेले आहे. मुंबईत यारी रोड येथे ती एक तिबेटी औषधांचे केंद्र आपल्या नवऱ्याच्या साहाय्याने मुंबईत चालवते आहे.

भारतीय पत्रसृष्टीशी झालेल्या शेवटच्या मुलाखतीत तिने सांगितले की, आपल्या नवऱ्याला घेऊन, इंग्रजी भाषेवरती एक फिल्म बनवीत आहे. पण त्यानंतर तिचे कुठेही नाव ऐकू आले नाही. तिच्याबद्दल शांतताच पसरली होती. काही-काही लोकांना आपल्याबद्दलची अशी शांतता सहन होत नाही. याचे कारण त्यांना त्यांच्या विचारामध्ये कधीही समाधान व शांतता सापडत नाही. पण इतरांना मात्र 'जीवन' हे असेच असते' असे वाटत असते.

एका छोट्या गावातून आलेली व नुकतीच वयात आलेली मंदाकिनी ही चित्रपटसृष्टीत येऊन तारका बनण्याच्या दिशेने प्रगती करीत होती. अन् त्याच वेळी मुंबईचा नंबर एकच्या सूडपुरुषाची लोकांनी मानली गेलेली 'रखेल' झाल्याने ती आता जनतेच्या मनातून उतरून गेली होती. आयुष्य हे कधी परिपूर्ण नसतेच, असे समजूनच जगावे लागते. अब्जावधी लोकांच्या इच्छेनुसार आपल्याला आयुष्य काढावे लागणे हेही तितकेच बरोबर नाही. मंदाकिनी चित्रपटसृष्टीत जेव्हा कळसाला पोहोचली होती तेव्हा अनेक जणी तिचा हेवा करीत होत्या. पण आता तिला कोणीही पहात नव्हते. चंचल प्रसिद्धी अशीच असते. ते काहीही असो, गोऱ्या कातडीची तरुण मंदाकिनी ही प्रतिमा अजरामर झाली खरी!

१०

दुबईमधील घडामोडी

मुंबईतील बॉम्बस्फोट प्रकरणात दाऊदची बाजू लढवून व खुद्द शिवसेनेच्या बाळ ठाकरे यांनाही आव्हान देऊन छोटा राजनने दाऊदला खूष केले होते. परंतु आता अनेक दिशांनी दाऊदकडे संकटे चालून येऊ लागली होती. एके दिवशी आपल्या 'व्हाइट हाउस'मध्ये बसला असताना दाऊदने ठरवले की, आता निर्णय घेतलाच पाहिजे.

दाऊदला कळून चुकले होते की, आयएसआयने ठरवलेल्या कारवायांना, योजनांना आपण संमती दिली आणि बाबरी बशीद पाडल्याबद्दल सूड घेण्याच्या नावाखाली एक इस्लामी दहशदवाद उत्पन्न केला गेला आहे. मनात खोलवर त्याला आधीच कळले होते की, आयएसआय हे आपल्यामार्फत त्यांची कार्यक्रमपत्रिका राबवत आहे. या खेळात भारताला व त्यातील नागरिकांना एवढे हैराण करून सोडायचे की, शेवटी ते कंटाळून काश्मीर पाकिस्तानला देऊन टाकतील. पण काश्मीर असे मिळवणे हे स्वप्नातसुद्धा खूप भाबडेपणाचे ठरेल, हे दाऊदला पक्के ठाऊक होते.

दाऊद जगभर आपला मालमत्ता (रिअल इस्टेट) खरेदी-विक्रीच्या व्यवसाय करीत होता,जगातील मोठमोठ्या शहरात हॉटेल्स चालवीत होता, चित्रपटधंद्याला भांडवल पुरवीत होता, भारतातील नटांशी घसट करीत होता, बॉलिवूडमधील सुंदरींशी प्रेमाराधना करीत होता, त्याच्या या धंद्यात तो सुखी होता. तेव्हा आयएसआयच्या हातातील एक प्यादे बनून रहाणे त्याला मंजूर नव्हते. पण त्याला कळून चुकले होते की, आता फासे टाकले गेले आहेत आणि आता आपले दैव ठरून गेले आहे. त्यावर आपले काहीही नियत्रंण राहिलेले नाही.

त्याच वेळी त्याचे सहकारी दाऊदला टोळीची ताकद आणखी वाढवावी,

तडाखेबंद प्रगती करावी असा आग्रह करीत होते. दाऊदला हे ठाऊक होते की, हे सारे करण्यासाठी राजन हाच एकमेव लायक माणूस आहे. तो एकटा हे सर्व सहज हाताळून दाखवेल; पण जर त्याला तसे करण्याची मुभा दिली, तर त्याच्या पातळीवरच मोठ्या प्रमाणात बंडाळी होईल. शकील, सौत्या, शरद अण्णा आणि अन्य काही जण हे राजनच्याविरूद्ध एकत्र आले होते आणि ते त्याला शांतपणे ही कामे करू देणार नव्हते. त्यांनीच दाऊदच्या मनात भरवले होते की, राजन आता एवढा सामर्थ्यवान झाला आहे की, तो आपली स्वत:ची टोळीही काढू शकतो. दाऊद म्हणून काही निर्णय घ्यायला कचरत होता.

सिगारच्या धुराचे लोट हवेत जडपणे तरंगत होते. तिथला एअर कंडिशनर हा अत्यंत कार्यक्षम होता; पण त्याच्याकडूनही त्या खोलीतले धुराचे वातावरण झटपट स्वच्छ होत नव्हते. दाऊद अविरतपणे येरझाऱ्या घालत होता. अस्वस्थपणे त्याने बराच वेळ घालवला. शेवटी तो एका निर्णयाला पोहोचला.

तो निर्णय व्यावहारिक नव्हता की न्यायाच्या दृष्टिकोनातही नव्हता; पण तो एक जरासा सोयीस्कर निर्णय होता. टोळीवर कुणाचे वर्चस्व असावे, या भांडणाकडे आपण लक्ष द्यायचे नाही असे त्याने ठरवले. अन् म्हणून आपल्या माणसांची एक बैठक बोलावली आणि त्यांना तो नीट वागण्याची समज देणार होता. हा जो एकाच कोणातरी माणसाला उचलून धरण्याचा खेळ अविरतपणे चालू आहे, हा आपल्याला बिलकूल नको आहे हे तो त्यांना बजावणार होता. त्या भांडणात त्याला अडकून पडायचे नव्हते.

दुबईमधील व्हाइट हाउसच्या कॉन्फरन्स रूममध्ये ती बैठक बोलावली होती. दाऊदने टोळीतील सर्व जबाबदार माणसे हजर राहतील, असे कटाक्षाने पाहिले.

बैठकीत दाऊद बोलू लागला, "तुम्ही सर्व जण आपली ताकद ही आपसात भांडण्यात खर्च करीत आहात; पण अशाने आपली टोळी दुर्बल होत जाते आहे. हे सारे पाहून मला आता कंटाळा आला आहे. हे असले काही करत जाऊ नका. आपल्या स्पर्धकांना खचवण्यासाठी, दुबळे करण्यासाठी तुमची ताकद खर्च करा. उगाच आपल्यालाच दुबळे करत जाऊ नका." दाऊद बोलला. तो अत्यंत शांतपणे, थंडपणे; पण भीती वाटेल अशा अधिकारवाणीने बोलला.

खोलीत टाचणी पडलेली ऐकू येईल, अशी शांतता पसरली होती. ऐकणारी मंडळी आता दाऊद पुढे काय बोलेल, याची वाट पाहू लागले. त्यांना असे वाटले की, दाऊद आता काही दंतकथा, गोष्टी वगैरे सांगून अधिक स्पष्ट करेल. पण तसे काही घडले नाही.

दाऊद म्हणत होता, "मी तुम्हा सर्वांना बजावतो की, तुमच्यातील सर्व भांडणे, मतभेद संपवून आपल्या धंद्यावर नीट नजर ठेवा, तिकडे लक्ष द्या. आपसमें झगडा

करनेसे धंदे की मौत होती है. मला माझ्या भावापेक्षाही धंदा अधिक मोठा वाटतो. तुम्ही सर्वांनी हे नीट लक्षात ठेवले पाहिजे.'' दाऊदने एवढे म्हटले आणि तो पुन्हा गप्प बसला. आपले शब्द समोरच्या माणसांच्या डोक्यात नीट शिरून तिथे रुजण्याची तो वाट पाहू लागला.

खोलीतील कोणीतरी हरकत घ्यायचा प्रयत्न केला. त्याने म्हटले की, नानामुळे सर्व वरिष्ठांमध्ये दुही पेरली गेली आहे. मग थेट न बोलता त्याने दाऊदला सांगायचा प्रयत्न केला की, राजनने आपल्या कामात नेहमी योग्य व न्याय्य भूमिका घ्यावी.

पण यावर दाऊदने कसलेच अश्वासन न देता म्हटले, ''नाना मेरे बुरे वक्तका दोस्त है, मै उसकी बुराई नाही सुनना चाहता हूं. आत्तापासून मी असे बघेन की, प्रत्येकाला सारखे अधिकार मिळतील. प्रत्येक जण शेवटी मलाच रिपोर्ट करेल. तुम्ही सर्व जण सारखे आहात, समान आहात. येथे कोणावरही खास मर्जी दाखवली जाणार नाही.''

ही बैठक थोडक्यातच आटपली गेली. दाऊदला वाटले की, त्याने एक ठाम व निर्णायक भूमिका घेऊन जबरदस्तीने टोळीतील मोठी अडचण किंवा संकट निवारले आहे. आता त्याच्या हाताखालच्या माणसांनी त्यांच्या समस्या सोडवायच्या होत्या आणि आपापल्या तक्रारी दूर करून घ्यायच्या होत्या. पण दाऊदने फार पुढचे न पहाता ही बैठक बोलावली होती. याचे दूरगामी परिणाम काय होतील हे त्याने लक्षात घेतले नव्हते.

दाऊदच्या या हस्तक्षेपामुळे राजन अत्यंत खूष झाला. तथापि सौत्या व शकील हे नाराज झाले होते, त्यांचे समाधान झाले नव्हते. त्यामुळे 'जैसे थे' परिस्थिती फक्त साधली गेली.

मुंबईतील जातीय दंग्यानंतर आणि बॉम्बस्फोटमालिकेपूर्वी अशा तीन बैठका दाऊदने घेतल्या. त्या बैठका बराच वेळ चालल्या. मुंबई स्फोटानंतरही अशा बैठका होतच राहिल्या. निरनिराळ्या संघटना, टोळीतील प्लॅनर्स, वित्तपुरवठादार, धोरण आखणारे यांच्या बैठका बोलावून त्या व्यवस्थित पार पाडण्याची जबाबदारी शकीलवर टाकलेली होती. दाऊदच्या भोवतालच्या माणसांना ठाऊक होते की, या सगळ्या योजनांमध्ये राजन किती महत्त्वाचा आहे. टोळीमध्ये तो दाऊदनंतरचा माणूस होता. पण शकीलने मुद्दामच राजनला बैठकांमधून वगळले होते. जेव्हा बैठकीला जमलेले काही जण राजनची चौकशी सहजपणे करायचे तेव्हा शकील उत्तर द्यायचा, ''तो काफिर आहे, म्हणून त्याला बोलावले नाही.'' मुस्लीम नसल्याने राजनला बैठकीला उपयोगाचा नाही असे तो भासवायचा. कारण बैठकीतील बहुतेक सर्व जण हे मुस्लीम होते. आपापल्या देशातील टोळ्यांचे दादा होते. देश सोडून ते येथे आले होते.

बैठकीतून आपल्याला वगळणे आणि आपल्याला 'काफिर' म्हणून हिणवले जाणे यांमुळे राजन दुखावला गेला. ही बाब तशी छोटीशीच होता; पण राजनला ती खुपत राहिली. त्याला ही गोष्ट दाऊदच्या ताबडतोब नजरेस आणायची होती, त्याच्यावर हा एक मोठा अन्याय केला जात आहे हे त्याला दाखवून द्यायचे होते. दाऊद मात्र आपली टोळीच्या प्रमुखाची भूमिका आणि सर्व जगातील टोळ्यांच्या सत्ताकारणात डावपेच लढवत राहिला होता. त्याच्या दृष्टीने असल्या अंतर्गत गोष्टी किरकोळ असून त्या मॅनेजरच्या पातळीवरच सोडवल्या जायला हव्या होत्या.

पण लवकरच अंतर्गत असंतोषाला जाहीर वादातून व संघर्षातून तोंड फुटू लागले. शकील आणि राजन या दोघांचे अनुयायी हे एकमेकांना ठोसे देण्याच्या पवित्र्यात उभे राहू लागले. बरीच वर्षे राजन व शकील यांच्यातील वैर धुमसत होते. ते वैर वाढत-वाढत १९९३-९४च्या काळात अगदी तीव्र झाले. दोघांचेही गट हे एकमेकांचे रक्त सांडण्याच्या तयारीत वागू लागले. राजनने टोळीचा व्यवसाय पहाण्याचे काम थांबवले. तो आता आपल्या घरात स्वत:ला कोंडून घेऊन एकटा राहू लागला. त्याला आता भारतात परतावेसे वाटू लागले; पण त्याच्या जवळ त्याचा पासपोर्ट नव्हता.

दुबईतील कायद्यानुसार जो कोणी परदेशातून येणाऱ्या माणसाला व्हिसा देण्याची शिफारस करतो, त्यालाच येणाऱ्या माणसाचे पासपोर्ट स्वत:जवळ ठेवावे लागतात. व्हिसाची शिफारस करणाऱ्याला 'काफील' असे म्हणतात. जर शिफारस करण्याऱ्यांच्या ताब्यात पासपोर्ट असेल, तर ज्याचा पासपोर्ट आहे तो देशात संचार करू शकतो आणि आपल्या मालकाच्या परवानगीने पासपोर्ट घेऊन परदेशी किंवा आपल्या मूळ देशात जाऊ शकतो.

दाऊद आणि त्याची माणसे हे दुबईमध्ये काही बड्या अरब शेख मंडळीच्या शिफारशीमुळे स्थायिक होऊ शकले होते. या शेख मंडळींनी शिफारस केलेल्यांचे सर्व पासपोर्ट्स हे स्वत:च्या ताब्यात ठेवले होते. दाऊदच्या टोळीतील सर्वांचे पासपोर्ट त्यात होते. अन् ही गोष्ट दाऊदच्या फायद्यात पडली होती. त्यामुळे त्याची माणसे दुबईबाहेर पळून जाऊ शकत नव्हती. अशा रितीने त्यांचे लगाम दाऊदच्या हातात आले होते; पण दाऊद या सर्वांच्या वरचा होता. त्याने आपला पासपोर्ट कोणाच्याही ताब्यात दिला नव्हता. उलट त्याने युएईचे नागरिकत्व मिळवून तिथला पासपोर्ट शेख दाऊद हसन व दाऊद खान या नावाखाली मिळवला होता.

राजन आता पूर्णपणे हताश झाला होता. दुबई कशी सोडावी, हे त्याला समजेना. त्याला कळून चुकले होते की, फार काळ दुबईत राहिल्यास आपल्याला ठार केले जाईल.

दरम्यान दाऊदने एका क्रूझलायनर अशा आलिशान बोटीवर एक मोठा समारंभ

दणक्यात साजरा करायचा ठरवला होता. दुबईतील निवडक व प्रतिष्ठित मंडळींना त्याचे निमंत्रण दिलेले होते. त्या वेळी राजनलाही तिथे हजर रहाणे भाग होते हे उघडच होते. परंतु त्याला तिथे काहीतरी वाईट घडणार आहे, याची पुसटशी जाणीव झाली होती. आपल्याला असे का वाटते आहे हे त्याला कळेना. त्या समारंभाच्या पार्टीला त्याला जावे लागणार होते; पण कशामुळे आपले मन तिथे जायला आपल्याला रोखते आहे हे त्याला कळेना. भाईचे निमंत्रण कोणाला टाळता आले होते का? अन् तेही तसे कसलेही ठाम कारण नसताना?

नाखुषीने राजन त्या पार्टीला जाण्याची तयारी करू लागला. त्यासाठी तो वेळ काढू लागला. त्याने आपले केस कसेबसे विंचरले, आपल्या गाडीच्या किल्ल्या घेतल्या आणि तो घरातून निघाला. बाहेर पडून तो आपल्यामागे दार लावत असताना त्याला आपल्या टेलिफोनची घंटा कर्कशपणे वाजत असल्याचे ऐकू आले. तो आत गेला. त्याने फोन घेतला व फोनवर जे काही ऐकत गेला त्यामुळे त्याचा चेहरा पांढराफटक होत पडला. राजनच्या अगदी जवळच्या माणसाने तो फोन केला होता. तो माणूस पार्टीसाठी क्रूझलायनरवरती पोहोचला होता. तो फोनवर म्हणाला होता, "नाना, तुमको टपकानेका प्लॅनिंग कियेला है." (नाना, त्यांनी तुम्हाला ठार करण्याची योजना आखली आहे.) त्याचा हितचिंतक घाबरलेल्या आणि कुजबुजल्या आवाजात बोलला होता.

आपल्याला ठार करून अशा रितीने बाजूला सारणे हे ऐकून राजनला दरदरून घाम फुटला. त्याच्या पाठीवरून एक घामाचा ओघळ वाहू लागला. यापूर्वी अनेकदा त्याने स्वत: अनेकांच्या हत्येच्या योजना बनवल्या होत्या. त्या वेळी त्याच्या मनात आत्तासारखी भावना निर्माण झाली नव्हती. पण उपरोधाची बाब अशी की, कोणीतरी त्याला भीषण व क्रूर रितीने ठार करण्याची योजना आखली आहे, तपशीलवार आखली आहे, ही कल्पना पचवणे राजनला जड जात होते.

त्याने फोन खाली ठेवला, गॅरेजमध्ये जाऊन त्याने आपली गाडी बाहेर काढली. अगदी सावकाश व शांतपणे. राजनला आता काय करावे ते कळेना. एखादी जादू करून काहीतरी युक्ती करावी आणि पार्टीला जाणे टाळावे किंवा सरळ दाऊदभाईला बाजूला घेऊन त्याला शकीलच्या विश्वासघाताचा सारा प्रकार सांगावा काय? पण दाऊदभाई ते सारे ऐकून घेईल का? जर त्याने उगाच राजनच्या मनात आलेली ही वेडगळ कल्पना आहे म्हणून आपल्याला धुडकावून लावले तर? त्याहीपेक्षा या योजनेत खुद्द दाऊदच सामील झाला असेल तर?

प्रश्न, प्रश्न आणि आणखी प्रश्न! राजनचे मन म्हणजे साऱ्या प्रश्नांची एक खाण बनली. तो गाडी हळू चालवीत होता; पण त्याचे मन मात्र धावत होते. क्रूझलायनरवरची पार्टी त्याच्या घरापासून अवघ्या अर्ध्या तासाच्या अंतरावरती होती.

पण राजन आता मागेपुढे करीत रस्त्यावरतीच चकरा मारीत बसला. त्याला कोणताचा निर्णय घेता येईना.

हळूहळू संध्याकाळचे रूपांतर रात्रीत झाले व ती रात्र आता गडद होत जाऊ लागली. शेवटी राजनच्या लक्षात आले की, आपण गेले तीन तास गाडी चालवीत आहोत. आपल्याला आता काहीतरी निर्णय नक्की घ्यायला हवा. त्याने गाडीचे ब्रेक करकचून दाबले. किचकिच आवाज करीत गाडी थांबली. त्याच्या मनातील घालमेल आता खाडकन बंद झाली होती. त्याचा श्वासोच्छ्वास जोरजोरात होत होता. आपला तो निर्णय राजनने आता पक्का केला होता.

त्याने आपली गाडी अबू धाबीमधील भारतीय राजदूतावासाकडे वळवली. यूएईमधील हा भारतीय दूतावास अशा केसेस हाताळण्यात आता तरबेज झाले होते. लबाड कंपन्यांचे मालक, अडकून पडलेले भारतीय, आणि बनावट पासपोर्टच्या केसेस यावर ते तोडगा काढीत. राजन आता तिथे जाऊन एक इतिहास निर्माण करणार होता.

✠

'रिसर्च अॅन्ड अॅनालिसीस विंग' या नावाची एक हेरसंस्था इंदिरा गांधीने काढलेली हेती. आरएडब्लू – रॉ या अद्याक्षरांनी ती अनेकदा प्रसिद्धीस आलेली होती. राजदूतावासातील रॉचा अधिकारी समोर बसलेल्या राजनकडे पहात होता. ते दोघे ज्या खोलीत बसले होते ती खोली साउंडप्रूफ होती. तिथले आवाज बाहेर जाणे शक्य नव्हते. आपल्या भेदक नजरेने तो अनुभवी अधिकारी समोरच्या गँगस्टर राजनच्या मनात काय आहे, ते पहाण्याची धडपड करीत होता. अशा इंटेलिजन्स ऑपरेशन्समध्ये समोरच्या व्यक्तीला अचूक जोखले, तर निम्मे यश तिथेच प्राप्त होते. पण जेव्हा एखादा गायब झालेला माणूस किंवा लपून बसलेला माणूस बाहेर पडून येतो तेव्हा मात्र हेरखात्यातील अधिकाऱ्यांची खरी कसोटी असते. त्याच्याकडून हवी ती माहिती काढून घेणे हे एक अवघड काम असते.

त्या रॉच्या अधिकाऱ्याने राजनकडून हवी ती संबंधित उत्तरे मिळवली होती. त्याची उत्सुकता शमली होती. मग राजनला थांबायला सांगून तो उठून मागच्या खोलीत गेला व तिथून त्याने आपल्या साहेबांना दिल्लीत फोन लावला.

आता येथे येऊन राजनला दोन तासांपेक्षा अधिक वेळ झाला होता. तो दूतावासाच्या आवारात आला तेव्हा फाटकापाशीच सिक्युरिटीच्या माणसाशी वादावादी करण्यात त्याचा वेळ गेला होता. पण त्यानंतर सारेकाही सुरळीत होत गेले होते. राजनने मग ड्युटीवरील ऑफिसरची भेट घेतली आणि त्या रॉच्या अधिकाऱ्याने नाव सांगून त्याची भेट मागितली.

सबंध जगभरातील सर्व दूतावासात हेरखात्यातील काही अधिकाऱ्यांची नियुक्ती केलेली असते. त्यांचे पद व महत्त्व पाहून त्यांना योग्य त्या नवीन पदाचे नाव दिलेले असते. त्यामुळे त्यांना दूतावासात काम करण्यास कायदेशीर आधार दिला जातो. 'डेस्क ऑफिसर' अशा नावाच्या पदापासून 'कल्चरल अॅटॅची' किंवा अन्य नावाची ती पदे बाह्यात्कारी दर्शवली जातात.

जेव्हा फाटकावरील सिक्युरिटीच्या माणसाने रॉच्या अधिकाऱ्याला घरी फोन करून राजनची घायकुतीला आलेली आर्जवे व आग्रह कळवला, तेव्हा त्याने असेही सांगितले की, राजन यांची रात्रभर येथेच त्या भेटीसाठी वाट पहाण्याची तयारी आहे. मग मात्र तो अधिकारी चटकन तयार झाला. तो आपल्या घरून वेगाने निघून दूतावासात राजनची भेट घेण्यासाठी आला.

या नवीन अधिकाऱ्यासमोर राजनने आपली सारी कहाणी सांगितली. तसा हा अधिकारी त्याला पूर्णपणे अनोळखी नव्हता. दुबईच्या एका पंचतारांकित हॉटेलमध्ये एका शेख कुटुंबाने बडा खाना दिला होता. त्या पार्टीला राजनची व या अधिकाऱ्याची ओळख झालेली होती. वेळ न गमवता राजनने त्याला दुबईतून निसटून जाण्यासाठी मदत मागितली. या बदल्यात राजनने दाऊदबद्दलची व त्याच्या सर्व धंद्याविषयीची आपल्याजवळ असलेली एकूणएक माहिती देण्याची तयारी दर्शवली. दाऊदचे जगभरातील सर्व धंदे काळे असो व पांढरे असो, तो सांगणार होता.

या संदर्भात त्या अधिकाऱ्याने राजनजवळ एक तासभर चौकशी केली. परंतु त्याला वरिष्ठांची आधी परवानगी घ्यायला हवी होती. ते सर्व वरिष्ठ नवी दिल्लीत होते. दोन वरिष्ठांनी संमत्ती दिली. तिसरा वरिष्ठ हा मिनिस्ट्री ऑफ होम अफेअर्स उर्फ गृहखाते येथील एक उच्चपदस्थ होता. त्याला पटवणे सुरू झाले. जे काही करायचे ते विचारपूर्वक करायचे होते. म्हणून तो अनेक बाजूने विचार करीत चर्चा करीत होता. हे चर्चासत्र आता रात्रभर चालेल असे दूतावासातील अधिकाऱ्याला वाटू लागले. मग हेरखात्याचे प्रमुख अधिकारी आणि ज्येष्ठ प्रशासकीय अधिकारी यांच्यात आपापसात विचारविनिमय झाला. फोनवर कुजबुजत्या आवाजात अनेक कल्पनांची देवाणघेवाण झाली. अगदी पहाटेपर्यंत खल झाला. अनेक समस्यांच्या वेढ्यात अडकलेल्या भारत सरकारला या संबंधात एक कट रचावा लागत होता. कारण यापूर्वी दाऊदला पकडण्याच्या भारत सरकारच्या अनेक योजना ह्या पाण्याच्या पृष्ठभागावर लिहिलेल्या योजनांप्रमाणे व्यर्थ ठरल्या होत्या.

अखेर भारत सरकारने दाऊदच्या या टोळी सोडून येणाऱ्या गँगस्टरला सूचक रितीने व कुठेही कागदोपत्री नोंद न करता पाठिंबा देण्याचे ठरवले. मग ताबडतोब आवश्यक ती कागदपत्रे तयार करण्यात आली व राजनला दुबईतून निसटून जाण्यास त्या अधिकाऱ्याने मान्यता दिली.

राजन मग घरी आला. त्याने आपली महत्त्वाची कागदपत्रे गोळा केली, आपल्याजवळील पैशांचा तपशील गोळा केला. काही तासातच तो दुबईमधून बाहेर जाणाऱ्या एका विमानात बसून प्रवास करीत होता. सारे कसे झटपट घडले. त्याचा पहिला टप्पा हा नेपाळमधील काठमांडू येथे होता. तिथे त्याला आणखी भारतीय अधिकारी व अन्य मदत करणारी सरकारी माणसे भेटली. मग त्याला एक वेगळे नाव दिले गेले व त्या नावाची आवश्यक ती कागदपत्रे त्याला दिली गेली. नंतर तो दुसऱ्या एका विमानाने मलेशियातील क्वालालंपूर येथे गेला. अशा रितीने राजन व त्याच्याजवळची संपत्ती ही नवीन परिसरात रॉच्या एजंटांच्या साहाय्याने आग्नेय आशियात मिसळून गेली. आता राजनपुढे केवळ एकच ध्येय उरले होते. ते म्हणजे दाऊदला संपवणे आणि त्याच्या काळ्या धंद्यांचे साम्राज्य उद्ध्वस्त करणे.

राजनकडे आणि त्याच्या वाढत्या निराशेकडे दुर्लक्ष करण्याची एक फार मोठी चूक दाऊदच्या हातून झाली. ती चूक त्याला खूप महागात पडली. राजन हा आपल्यापासून दुरावेल व तो टोळी सोडून सरकारला मिळेल असे दाऊदच्या कधी स्वप्नातही आले नव्हते. आपल्या टोळीचे चिलखत तो कधीही फेकून देणार नाही असेच दाऊदला वाटत आले होते. दाऊद, राजन आणि रॉची माणसे, भारतीय गृह मंत्रालय या सर्वांचे यात भिन्न-भिन्न हेतू अडकले होते. पण ते सर्व जण एका गोष्टीवर मात्र सहमत होतील हे नक्की. ती गोष्ट म्हणजे माणसाचा सर्वांत धोकादायक शत्रू हा त्याचा अगदी निकटचा माणूस असतो.

दाऊदच्या बहुढंगी व्यवसायात जेवढे विविध शत्रू आले होते, त्यामध्ये सर्वांत खतरनाक व कावेबाज असा शेवटी राजनच ठरला. क्रूझलायनर ही बोट दुबईच्या किनाऱ्यापासून समुद्रात काही अंतरावर असताना दाऊदला राजनच्या पलायनाची अजिबात कल्पना आली नव्हती.

११

दाऊदची नवी कंपनी, मुख्यालय : कराची प्रमुख कार्यकारी अधिकारी : शकील

दुबईहून राजन निसटल्यावर त्याचे पलायन दोन दिवस कोणाच्याही लक्षात आले नाही. जेव्हा ते लक्षात आले तेव्हा दाऊदच्या गोटात भयानक गदारोळ झाला. यानंतर जर काही रक्तपात झाला असता, तरी दाऊदच्या साम्राज्याला ते नवीन नव्हते. परंतु दाऊदच्या टोळीची गुप्त व अतिमहत्त्वाची माहिती राजन हाताळीत होता. राजनला दाऊदचे संपूर्ण जगातील जाळे ठाऊक होते, त्याच्या टोळीच्या कारवाया, हालचाली कोठवर चालतात, टोळीतील महत्त्वाची माणसे, नवी दिल्लीतील व महाराष्ट्रातील दाऊदचे राजकीय क्षेत्रातील मित्र, त्याचे भारतातील आर्थिक लागेबांधे, मुंबई पोलिसांमधील आणि अन्य शहरातील त्याने फितवलेले वरिष्ठ अधिकारी, दाऊदची संपत्ती व स्थावर जंगम मालमत्ता, आणि विविध टोळ्यांशी व हेरखात्यांशी असलेले त्याचे संबंध, तसेच दाऊदने पुढे केलेल्या आघाड्या, वगैरे सारे-सारेकाही राजनला ठाऊक होते. राजन हा एकमेव माणूस असा होता की, तो दाऊदची संपूर्ण टोळी अंतर्बाह्य उघडी करून दाखवू शकत होता. तसेच दाऊदच्या ठेवणीतली नाजूक पातळीवरची रहस्येही राजनला ठाऊक होती.

जणूकाही राजनच्या पलायनामुळे एका पाठोपाठ एकेक घडामोडी अशा घडू लागल्या की, दाऊदच्या साम्राज्याभोवतालचा फास आवळला जाऊ लागला. भारत सरकार आता कैद्यांच्या देवाणघेवाणबद्दलचा करार युएई सरकारने करावा म्हणून आग्रह धरू लागले. यामुळे जी माणसे व गुन्हेगार मंडळी भारतातून पळून जाऊन यूएईमध्ये आसरा घेऊन स्थायिक झाली होती, ती आता हादरली, अस्वस्थ झाली. त्यांच्यात असुरक्षततेची भावना निर्माण झाली.

दाऊद आणि त्याचे आयएसआयमधील अधिकारी यांना कळून चुकले की, यूएईमधील सरकार हे फार काळ भारत सरकारच्या दबाबापुढे टिकणार नाही. म्हणून

आता दाऊदला दुसरीकडे सुरक्षित स्थळी हलवून ठेवले पाहिजे होते. भारत सरकारच्या जाळ्यात दाऊद अडकण्यापूर्वी हे घडले पाहिजे होते. म्हणून १९९४ सालच्या अखेरीस दाऊदने आपल्या टोळीचा गाशा गुंडाळून तो पाकिस्तानात कराचीमध्ये हलवला. कराची शहर हे मुंबईचे जुळे शहर पूर्वीपासून मानले जाते. दोन्ही शहरात समान लक्षणे, सारख्या रचनेच्या इमारती दिसून येतात. मुंबईचेच रूप कराचीमध्ये नजर टाकल्यास दिसते. तीच रचना, तशाच इमारती व तसेच बंदर तिथे आहे. काही भागात तर मुंबईमधल्यासारखा वासही नाकाला जाणवतो.

कराचीमधील क्लिफ्टन बीचवरील एका बंगल्यात जाऊन दाऊद राहू लागला. त्याने 'खयाबाने शमशेर' या भागात काही वास्तूही खरेदी केल्या. हा भाग मुंबईच्या मलबार हिलसारखा आहे. 'शाह राहे फैजल' हा एक महत्त्वाचा कराचीच्या मध्यभागातील हमरस्ता आहे. त्या वायव्य मुंबईतील कॅंडेल रोडसारखा बराचसा तो रस्ता दिसतो. त्या रस्त्यावरील काही वास्तू दाऊदने विकत घेतल्या.

एकदा कराचीत नीट बस्तान बसल्यावरती दाऊदने आपली नजर लाहोरकडे वळवली. त्याने तेथील मदिना मार्केटमधील काही वास्तू खरेदी केल्या. हा भाग मुंबईच्या मनीष मार्केटसारखा दिसतो. तसेच त्याने इस्लामाबाद या राजधानीमधील अगदी महत्त्वाच्या समजल्या जाणाऱ्या 'ब्ल्यू एरिया'तही काही वास्तू खरेदी केल्या. अशा रितीने त्याने आल्या-आल्या पाकिस्तानमधला आपला खुंटा बळकट केला.

आयएसआय दाऊदला सर्व प्रकारचे साहाय्य देत होती. पुन्हा भारतात आपण कधी जाऊ ते पुढचे पुढे; पण तोपर्यंत पाकिस्तान हा या काळात त्याचा एक उत्तम साथीदार ठरला होता. दरम्यान तो कराचीशी जुळवून घेऊ पहात होता. अन् ते तसे त्याला फारसे जड जात नव्हते. कराची शहर हे अनेक रितीने मुंबईशी मिळतेजुळते होते. दुबईपेक्षा हे शहर त्याला अधिक जवळचे वाटू लागले. जरी त्याला सक्तीने येथे येणे भाग पडले; तरीही त्याला आपण येथे भारतीय अधिकाऱ्यांपासून सुरक्षित राहू शकतो, या कल्पनेने दिलासा मिळत होता. तथापि, त्याच्याविषयी स्थानिक टोळ्यांमध्ये अविश्वास व द्वेष होता, याची त्याला जाणीव होती. या टोळ्यांमध्ये जास्तीकरून जाट व मोहाजीर (भारतातून पाकिस्तानात गेलेले मुस्लीम) मंडळी होती.

क्लिफ्टन बीचवरील दाऊदचा व्हिला किंवा बंगला याच्या जवळ सूफी संत शाह अब्दुल्ला गाझी यांचा दर्गा होता. हा दर्गा व माहीमचा मखदूम शाह दर्गा यात कमालीचे साम्य होते. दोघांचे बाह्य स्वरूप एकसारखे होते. दोन्ही ठिकाणी पुष्कळ खांब असलेला द्वारमंडप सारखाच होता. त्यामुळे दाऊदला अगदी घरी मुंबईला आल्यासारखे वाटत होते. दाऊदचे वडील इब्राहिम हे एक अत्यंत धार्मिक मुस्लीम गृहस्थ होते. ते नेहमी सूफी पंथातील संतांच्या दर्ग्यांना भेटी देत. त्यांची ही सवय

दाऊदमध्ये उतरली होती. जाता-जाता हे सांगितले पाहिजे की, गुन्हेगारी जगातील अनेक टोळ्यांच्या दादा मंडळींना माहीमच्या मखदूम शाह दर्ग्याबद्दल खास भक्तिभाव वाटत आलेला आहे. हा दर्गा नुसताच टोळीवाल्यांना पूज्य नव्हता, तर तो मुंबई पोलिसातील अनेकांमध्ये लोकप्रिय होता. माहीमचे पोलीस स्टेशन तर दरवर्षी या दर्ग्याच्या उरुसात भाग घेते. दरवर्षी एखाद्या सीनिअर पोलीस इन्स्पेक्टरला उरुसाच्या मिरवणुकीत डोक्यावर 'थाळा' घेऊन चालत जाण्याची प्रथा पडली आहे. म्हणून तर दाऊदला अब्दुल्ला गाझी याच्या दर्ग्यामुळे घरच्यासारखे वाटू लागले.

दक्षिण मुंबईतील बाबा बहाउद्दीन याचा बॉम्बे हॉस्पिटलजवळचा दर्गा हाही टोळीवाल्यांमध्ये फार मानला जातो. या बाबा बहाउद्दीनचा उल्लेख अनेकदा गमतीने 'मुस्लीम टोळीवाल्यांचा अर्थमंत्री' असा केला जातो. मेमन ही गुजरातमधील मुस्लीम व्यापारी मंडळी. हेही या बाबाला अत्यंत भक्तिभावाने भजतात आणि अनेक जण आपल्या संपत्तीमधील काही भाग या दर्ग्याला देणगी स्वरूपात देतात. मुंबईतील मेट्रो सिनेमाजवळच्या या बहाउद्दीन शाह दर्ग्यासमोर मुंबईतील बहुतेक मुस्लीम मंडळी गुडघे टेकतात व संपत्ती मिळावी म्हणून त्याची प्रार्थना करतात. ते लोक अजूनही एके काळचा मुंबईतील टोळीचा दादा मुस्तफा डोसा उर्फ मजमून याची एक आठवण सांगतात. या दादाचे वडील दर शुक्रवारी नेमाने या दर्ग्यासमोर बाबाची स्तुतीपर भजने गात असत. मुस्तफा मजमूनचा भाऊ हसन हा होता. हाही एक सूफी पंथातील माणूस होता. तो रोज या दर्ग्याचे दर्शन घ्यायचा. असे सांगतात की, जर तुम्ही बहाउद्दीन शाह बाबा यांच्यापाशी पैशासाठी प्रार्थना केलीत, तर ते तुमच्यावर पैशांचा पाऊस पाडतात. "सब लोग यहाँ पैसे के लिये मन्नत मांगते है, आणि बाबा त्यांना कधीही निराश करीत नाही. म्हणून तर त्यांना 'अर्थमंत्री' असे संबोधले जाते," असे हसन म्हणतो.

दाऊदने दुबईमधील आपली बरीचशी स्थावर मालमत्ता फुंकून टाकली आणि अमिरातीमधील आपले आर्थिक लागेबांधे त्याने गुंडाळले. आता भारत सरकार त्याचा मागोवा घेऊ शकणार नव्हते.

१९९४ सालच्या अखेर छोटा राजन याने ठामपणे आपले बस्तान क्वालालंपूर येथे बसवले. इकडे दाऊद आणि कंपनीने कराचीत आपले आश्रयस्थान केले. आता नकाशा पुन्हा बदलून मांडला गेला. परंतु टोळीतील मंडळी तशीच मोकाट राहिली होती. छोटा राजन निघून गेल्यावर छोटा शकील हा अधिकृतपणे दाऊदच्या कॅम्पचा प्रमुख बनला व तो टोळीचा व्यवसाय बघू लागला. जरी टोळीचे मुख्यालय दुबईहून कराचीला आले होते, तरी शकील व त्याची माणसे ही असे भासवत राहिली की, त्यांचे मुख्य ठाणे अजूनही दुबईलाच आहे. अन् हे भासवण्यासाठी शकील तर मोबाइलमधील सिमकार्डही दुबईचेच वापरत राहिला. ते सर्व जण जरी पाकिस्तानात

सुरक्षित असले तरीही ते असा देखावा करीत.

आता सत्तेच्या खुर्चीसाठी शकील आपले दंड थोपटू लागला, आपली ताकद अजमावू लागला. राजन हा मध्यवर्ती ठाण्यातून हुकूम देऊन पार टोळीच्या रचनेतील मुंबईतील शेवटच्या पायरीवर असलेल्यांकडून कामे करवून घ्यायचा. पण आता शकील तसे करेना. त्याचा विश्वास केंद्रगामी नसलेल्या रचनेवरती होता. त्याने शरद शेट्टीला घोड्यांच्या शर्यतीच्या व्यवसायाकडे बघावयास सांगितले. तसेच क्रिकेटवरील सट्टे आणि मुंबईतील हॉटेलवाले व बिल्डर्स यांच्या बरोबरीचे व्यवहार बघण्यास सांगितले. सौत्याला त्याने शस्त्रास्त्रे हाताळण्याचे, वादविवादात मध्यस्थी करण्याचे आणि तुरुंगात डांबल्या गेलेल्या आपल्या माणसांकडे लक्ष देण्यास सांगितले. शकील हा चित्रपट उद्योगांना होणारा भांडवलपुरवठा आणि हवाला मार्गाने होणारी पैशांची उलाढाल पाहू लागला. याखेरीज शकीलने आपले नाक स्थावर इस्टेट, रिअल इस्टेटच्या व्यवसायातही खुपसले. यावरती ताबा ठेवून तो प्रत्येकाला समाधानी ठेवण्याचे पाहू लागला. तो आता दाऊदच्या आणि त्याच्या जुन्या मित्रांच्या मर्जीत राहण्यासाठी धडपडू लागला. राजन तसे करत नव्हता. तो स्पष्टवक्ता व कामाच्या बाबतीत कठोर होता. त्यामुळे त्याला सर्वांची मर्जी राखता आली नाही.

तुर्कस्तानातील माफियांच्या टोळ्यांमध्ये दाऊदचे काही मित्र होते. त्यांच्याकडून शकील एक गोष्ट शिकला. ते सायप्रसमध्ये जे काही करीत त्यातून तो शिकला. पण आता ही माझी स्वत:ची कल्पना आहे, असे तो म्हणू लागला. त्यानुसार त्याने तरुण मुस्लीम पोरांना घडवण्यास (खरे म्हणजे बिघडवण्यास) सुरुवात केली. त्या कोवळ्या पोरांना बंदुका, पिस्तुले इत्यादी शस्त्रे कशी चालवायची आणि नेम धरून दुसऱ्यांना कसे ठार करायचे, याचे शिक्षण देऊ लागला. शाळेत नापास झालेली व शाळा सोडून दिलेली ही मुंबईतील मुस्लीम पोरे मुख्यत्वेकरून डोंगरी, पायधुनी, भेंडी बाजार व ॲन्टॉप हिल या भागातील होती. या टीन एजर मुलांचा समाजाबद्दल भ्रमनिरास झालेला असे. त्यांच्या खांद्यावरती आपले घर चालवण्याचा भार पडलेला असे. कोवळ्या वयात त्यांना घरच्या कुटुंबीयांना पोसण्याची जबाबदारी उचलावी लागत होती. अन् नोकरी मिळवताना त्यांच्या समाजाबद्दल संशयाने व पूर्वग्रहदूषित वृत्तीने पाहिल्याबद्दल त्यांना राग येई. अशी मुले चटकन अधिक पैसा सहजरीत्या मिळण्याच्या लोभाने आकर्षित होत.

ठरवून दिलेल्या लक्ष्यावरती बरोबर नेम धरून पिस्तुलाचा चाप ओढला की, ५००० रुपये दिले जातील, याचे त्यांना आकर्षण वाटे. अर्थात यात जोखीम होती. पण दिवसभर दारोदार भटकणाऱ्या व घरात सतत नीट जगता येत नाही म्हणून शिव्या ऐकून घेणाऱ्या या पोरांना अशी आपल्यापुढे आलेल्या संधीची भुरळ पडणे स्वाभाविक होते. कारण पैसे हातात पडल्यावर त्यांची स्वत:ची किंमत घरादारात

वाढणार होती.

शकीलभाईसाठी गोळी झाडल्यामुळे या मुलांना नुसतेच चटकन पैसे मिळत नव्हते, तर त्यांचे शकीलभाईकडून कौतुक व्हायचे व त्याचा विश्वास कमावला जायचा. अन् असा हा शकीलभाई गाजलेल्या दाऊदचा उजवा हात आहे हे कळल्यामुळे तर त्यांना आपल्या नवीन सामर्थ्याची जाणीव होत असे.

शकीलने अशा मुलांमधून अरीफखान, असिफ खान आणि फेरोज सरगुरोह यांची सेवा भाड्याने घेण्यास सुरुवात केली. ही सारी मुले कशीबशी १७-१८ वर्षे वयाची होती. त्या वयात शकीलने त्यांना घेऊन त्यांच्या हातात पिस्तुलासारखी शस्त्रे दिली. नंतर फेरोज सरगुरोह तर भयानक नेमबाज बनला. लवकरच त्याला सारे जण गुन्हेगारीच्या जगात 'फेरोज कोकणी' म्हणू लागले.

सनातनी मुस्लीम कुटुंबातून आलेली, ही बरी दिसणारी कोकणी मुले त्यांची करिअर आता वयाच्या सोळाव्या वर्षी सुरू करू लागली. फेरोज कोकणीने तर पहिला गुन्हा करून खुद्द शकीलचे लक्ष वेधून घेतले. त्याने जानेवारी १९९३मध्ये मस्जिद बंदरपाशी दोन माथाडी हमालांचे गळे कापले. या दोन हिंदू मजुरांचे भीषण खून पाडल्याने मुंबईत परत दुसऱ्यांदा हिंदू-मुस्लीम दंगे सुरू झाले. बाबरी मशीद पाडल्यानंतर १९९२मध्ये जे जातीय दंगे झाले होते त्यापेक्षा यावेळचे दंगे अधिक हिंसक होते. फेरोज हा शकीलच्या टोळीत सामील झाला. तो अत्यंत बेडर व खतरनाक नेमबाज म्हणून ओळखला जाऊ लागला. दुसरी मुस्लीम पोरे शकीर दरबार व इब्राहिम शेख ही होती. त्यांनीही शकीलच्या टोळीत प्रवेश केला. पण फेरोजची सर त्यांना येत नव्हती. फेरोजने जे करून दाखवले तसे त्यांना करून दाखवता आले नाही. शकीलने मुंबईच्या व्यापारी वर्गात दहशत व भीती निर्माण केली.

रामदास नायक हा एक भारतीय जनात पक्षाचा नेता होता. त्याच्या दोन्ही बाजूला दोन शरीररक्षक असायचे. पण दिवसाढवळ्या बांद्रा जंक्शनपाशी त्याचा खून करण्यात आला. मुंबई पोलिसांनी त्याची एक भीषण खून म्हणून नोंद केली.

२५ ऑगस्ट १९९४ रोजी बांद्र्यातील हिल रोडवर एक प्रसन्न सकाळ नेहमीप्रमाणे अवतरली होती. आमदार नायक यांनी आपले घर सकाळी १० वाजता सोडले. ते ॲम्बॅसिडर गाडीतून निघाले होते. त्यांच्याबरोबर बी.एम. तडवी हे सरकारने संरक्षणासाठी पुरवलेले कॉन्स्टेबल होते. त्यांची गाडी मुख्य रस्त्याला लागून एस.व्ही. रोडकडे वळली. तेव्हा दोन माणसे त्यांच्या गाडीकडे चालत जात होती. कोणाचेही त्यांच्याकडे लक्ष गेले नाही. निदान गोळीबार सुरू होईपर्यंत तरी त्यांच्याकडे कोणाचे लक्ष गेले नाही. रामदास नायक यांची गाडी जेव्हा एस.व्ही. रोडकडे वळू लागली होती, त्या वेळी एकदम त्यांच्यावर गोळीबार सुरू झाला.

फेरोज कोकणी व जावेद सय्यद उर्फ सोनी यांच्याजवळ एके-४७ रायफली होत्या व त्या त्यांनी एकदम नायक यांच्या गाडीवर झाडण्यास सुरुवात केली. गाडीच्या ड्रायव्हरच्या पुढच्या काचा फुटल्या आणि लोक भयाने किंचाळू लागले. तरीही तडवी मोटारीतून बाहेर वाकत-वाकत आला. त्याच्या जवळ एक स्टेनगन होती. तो मारेकऱ्यांना प्रत्युत्तर देण्यासाठी त्यांच्यावर गोळ्या झाडू लागला. परंतु एके-४७ला उत्तर देण्यासाठी ती स्टेनगन उपयोगाची नव्हती. जगभरातील दहशतवादी असल्या बंदुका आता वापरत नाहीत. मग त्यालाही गोळ्या लागल्या व तो खाली पडला.

"गुरनाम, जॉन भागो!" फेरोझने आपल्या साथीदाराला इशारा केला. तो साथीदार रस्त्यापलीकडे नायक यांच्या घराजवळ उभा होता. त्यांच्यापैकी एक जण वाट पहात असलेल्या फियाटमध्ये बसून पळाला, तर दुसरा मोटरसायकलवरून निघाला. मग फेरोज व सोनी यांनी एक जवळची ऑटोरिक्षा जबरदस्तीने ताब्यात घेतली व तेही तेथून निसटून गेले.

नंतर तपासात असे आढळून आले की, छोटा शकील याने नायक यांना ठार मारण्याचे कंत्राट साजिद बाटलीवाला याला दिलेले होते. त्याने ते कंत्राट फेरोजला दिले. बाटलीवालाकडून कोकणी याला व त्याच्या बरोबरच्या मारेकऱ्यांना शस्त्रास्त्रे पुरवली गेली होती. मुंबई म्युनिसिपालिटीवरती नायक हे निवडून आलेले होते आणि शकीलला असे वाटले होते की, त्यांच्यामुळेच मुस्लीम समाजाची हानी होत आहे.

फेरोझने पोलिसांना आत्तापर्यंत बराच त्रास दिला होता. आता आपली प्रतिष्ठा पुन्हा मिळवण्यासाठी त्यांना फेरोझला पकडणे भागच होते. त्याच्या नावावर अनेक खून जमा झाल्याने पोलिसांनी त्याचा मागोवा घेत शेवटी त्याला बंगलोरच्या ब्ल्यू डायमंड हॉटेलात ऑक्टोबर १९९५मध्ये पकडले. पण १९९८मध्ये तो धाडसीपणे दिवसाढवळ्या बाहेर पळाला. त्या वेळी फेरोझला जे.जे. हॉस्पिटलमध्ये सी.टी. स्कॅन करायला नेले होते. नंतर तेथून त्याला ठाण्याच्या सेन्ट्रल जेलमध्ये नेण्यात येत होते. अशा वेळी फेरोझच्या सुटकेसाठी आलेल्या माणसांनी पोलिसांवर गोळ्या झाडावयास सुरुवात केली. पोलीस कॉन्स्टेबल कर्डिले हा त्या गोळीबारात ठार झाला. फेरोझला ताब्यात घेईपर्यंत तो १८ खुनांमध्ये सहभागी झालेला होता. त्यातले १६ खून हे शकीलच्या सांगण्यावरून त्याने केले होते.

एव्हाना तरुण पोरांना हाताशी धरले, तर कसे यश मिळते हे कळून चुकले. कारण या पोरांचे पोलिसांकडे आधीचे रेकॉर्ड नसते. त्यांना फक्त ठार करण्याचे प्रशिक्षण दिले की, पुरेसे असते. कोकणीशी स्पर्धा करून भरती होण्यासाठी अनेक मुस्लीम पोरे सहज उपलब्ध असतात. रक्तपात घडवण्याचा धंदा यामुळेच सतत चालू रहातो आणि शकीलला याचाच फायदा मिळत होता.

शकीलने टोळीमध्ये आपले बस्तान बसवण्याचा स्वत: होऊन प्रयत्न केला

होता व टोळीतील आपले स्थान पक्के केले होते. राजन टोळीतून बाहेर पडल्यावर शकीलने काही महिन्यांत दाऊदच्या टोळीत आपले व्यापक स्थान निर्माण करून पक्के केले. दाऊदला शकीलच्या क्षमतेबद्दल सुरुवातीला शंका होती. शकील हा टोळीतील नंबर दोनची भूमिका कशी काय निभावू शकेल, याबद्दलही तो साशंक होता. पण शेवटी त्याची खात्री पटली की, शकीलमुळे आपला धंदा मार खाणार नाही.

पण एक माणूस असा होता की, त्याला शकीलचे यश आवडत नव्हते. दाऊद त्याच्या नादी लागला हेही त्याला आवडत नव्हते. तो होता दाऊदचा भाऊ अनीस. अनीसने अनेकदा शकीलवरती तुच्छतादर्शक शेरे मारले होते. पण शकीलने त्याला कधीही प्रत्युत्तर दिले नव्हते. शकील अनीसची जिरवू शकत नव्हता; कारण तसे करणे हे दाऊदला आवडले नसते.

अनीसला दाऊदच्या कामाची पद्धत आवडत होती. ती पद्धत अशी होती : आपण स्वत: मागच्या आसनावर बसून कामामध्ये कोणाला पुढे करायचे ते ठरवायचे, अधिकार वाटप करायचे आणि कोणालातरी प्रमुख म्हणून नेमायचे. मग तुम्हाला जे हवे आहे ते सुरळीतपणे घडत जाते. त्यामुळे आपल्यावर कधी आरोप होत नाही की आपल्याला दोष दिला जात नाही. आपले हात घाण न होता आपले काम अशा रितीने आपोआप सुरळीतरीत्या पार पाडले जाते. जर एखाद्या कामात अपयश आले, तर त्या अपयशाचे धनी प्रत्यक्ष कामे करणारे असतात; आपण नामानिराळे रहातो. ते अपयश आपले स्वत:चे नाही म्हणून आपण नाकारू शकतो. एखाद्या विशिष्ट कामात अपयश आले तर 'ते अपयश आपले नाही' असे म्हणून सुटका करून घेता येते व ते अपयश नाकारता येते. अशा रितीने आपली कामे सुरळीत होत रहातात व आपले हातही स्वच्छ रहातात. आपण फक्त दोष द्यायचा तो कोणावरतरी 'अकार्यक्षम' असा ठपका ठेवूनच! मग ज्यांचे नुकसान झाले आहे अशा तक्रार करणाऱ्या व्यक्तींना ते सारे पटते. त्यांना टोळ्या व त्यातील उपटोळ्या हे ठाऊक असते.

दाऊदच्या टोळीत शकीलला अनेक विरोधक होते. शकील आपल्या स्पर्धकांइतकाच कार्यक्षम होता; पण तरीही तो दाऊदच्या नातेवाइकांविरुद्ध काहीही करू शकत नव्हता. तसेच दाऊदची जी पुढची पिढी पुढे दाऊदची गादी चालवू शकत होती, त्यांच्याविरुद्धही शकील काहीही करू शकत नव्हता. उलट 'दाऊदनंतर तुम्हीच' अशा शब्दाने शकीलने त्यांच्या महत्त्वाकांक्षेला कुरवाळले होते. दाऊदनेच आपल्या वारसदारांची महत्त्वाकांक्षा फुलवीत नेल्याचे आणि पुढे ही टोळी चालविण्याची जबाबदारी टाकल्याचे शकीलने पाहिले होते. आपण आरामात मागे बसून, दुसऱ्यावर कामाची जबाबदारी टाकून वाईट काम पहात रहायचे, असे दाऊदचे धोरण होते.

शकील हाच फक्त त्यांच्या मार्गात येऊ शकत होता. तरीही अनीसला शकील कधीच आवडला नव्हता. पूर्वी त्याचे व राजनचे चांगले जमत होते. एवढेच काय; पण राजन दुबई सोडून गेल्यावर एक-दोन वर्षे त्याने राजनशी संपर्क ठेवला होता. असे करणारा अनीस ही दाऊदच्या टोळीपैकी एकमेव व्यक्ती होती.

तरीही अनीसला आपल्या कामासाठी एका एकनिष्ठ मॅनेजरची गरज होती. त्या मॅनेजरने अनीसचा गल्ला सतत भरलेला राहील, असे पहायचे आणि आपले नाव भारतात दुमदुमत राहील, असे पहायचे होते. अनीसने आपल्या टोळीच्या माणसांकडे नजर टाकली; पण त्याला एक जणही त्या लायकीचा दिसला नाही.

दरम्यान, अबू सालेम अन्सारी हा मुंबईतील स्फोटमालिकेनंतर पोलिसांचा सिसेमिरा चुकवीत दुबईला आला होता. फिल्म स्टार संजय दत्त याला बांद्रा येथील त्यांच्या 'अजंठा' या पाली हिलवरच्या घरी एके-४७ व हॅन्डग्रेनेड्स पुरवल्याचा आरोप अबू सालेम अन्सारी याच्यावरती होता. यामुळे संजय दत्त या बॉलिवूडच्या नटाची नाचक्की झाली होती.

जेव्हा मुंबई पोलिसांनी दाऊदच्या माणसांवर सर्व बाजूने जोरदार मोहीम उघडली, तेव्हा सालेम हाही पोलिसांच्या रडारवरती आला. मग तो मुंबईतून पळाला व आपल्या आझमगड येथील सराई मीर या गावात जाऊन लपला. नंतर तो लखनऊला गेला व तिथून त्याने अनीसभाईला दुबईमध्ये फोन केला होता. एकदा दुबईला गेलो की, सुटलो. मग आपण आपल्या पायावर उभे राहू. फक्त कोणातरी सामर्थ्यवान माणसाने तिथे आपल्या पाठीशी उभे राहिले पाहिजे, असा त्याने विचार केला. मग त्याने अनीसला सारखे फोन लावले. अनीसने त्याला दुबईला बोलावून घेतले. एकदा दुबईत आल्यावर आपण आता सुटलो, स्वंतत्र झालो, असे त्याला वाटले. खरोखर त्याचे नशीब चांगलेच म्हटले पाहिजे. कारण अनीस हा कोणातरी विश्वासू माणसाच्या शोधात होता. सालेमच्या पाठीशी मुंबईत किंवा दुबईत कोणीही गॉडफादर नसल्याने त्याने अनीसशी चिकटून राहण्याचे ठरवले, त्याला आपला गॉडफादर मानले. तो आता माफिया टोळीमधील साखळीत जाऊ इच्छित होता. तो अनीसला आपल्या गतकाळातील कर्तृत्व, विशेषत: मुंबईतील कामगिऱ्या त्याच्यावर छाप पाडण्यासाठी त्याला ऐकवू लागला.

अनीसलाही दुसरा कोणीच माणूस न सापडल्याने त्याला सालेम हा कष्टाळू व निष्ठावान वाटला. मग त्याने त्याला एक संधी देण्याचे ठरवले. यातूनच पुढे अनेक युत्यांचा जन्म झाला.

१२
बगलबच्च्यांचा उदय

संपूर्ण शरीराचे प्रतिबिंब दाखविणाऱ्या आरशासमोर सालेम उभा होता. जणूकाही आपलेच प्रतिबिंब पाहताना तो खिळून उभा राहिला होता. त्याला आपल्या प्रतिबिंबावरची नजर दुसरीकडे वळवता येईना.

नुकत्याच त्याने आपल्या दाढीमिशा काढून टाकल्या होत्या. मुंबईत असताना त्याने आपल्या केसांच्या बटा वाढवल्या होत्या आणि मुस्लीम पद्धतीची दाढी व मिशी ठेवली होती. त्याच्या आझमगढ भागात तशी पद्धत चालत आलेली होती. त्याने फेज कॅप घातली, तर तो पक्का सनातन मुसलमान दिसे.

तो मुंबईहून पळाला तेव्हा हैदराबाद, लखनऊ, दिल्ली व शेवटी दुबई येथे पोहोचताना त्याने सतत आपला चेहरा बदलत ठेवला होता. दाढी काढून टाकल्यावर त्याचा चेहरा एकदम बदलत असे. मग त्याला आपला नवीन चेहरा अधिक आवडू लागे. खरोखरच आपल्या या रुबाबदार चेहऱ्यापुढे हिंदी चित्रपटसृष्टीतील हीरोसुद्धा फिके पडतील, असे त्याला वाटत राही. अशा रितीने मुंबईतला एक स्वत:च्या रूपावरच भाळणारा सालेम निर्माण झाला. त्या टोळ्यांच्या जगात 'सर्वांत हॅन्डसम गँगलॉर्ड' अशी ख्याती त्याला मिळवायची होती.

सालेमने अनेक टोळ्यांच्या दादांना पडलेली टकले पाहिली होती. उदाहरणार्थ, छोटा शकील, अनीसभाई, नूरा, टायगर मेमन. पण त्यांची आठवण होताच ही माणसे किती वाईट होती ते आठवून तो शहारे. त्यांना पाहिल्यावर नेहमी त्यांच्यापासून दूर रहावे असेच त्याला वाटे. त्याला स्वत:ला असे होऊ द्यायचे नव्हते. सालेम आता आपल्या कपड्यांकडे लक्ष देऊ लागला. तो अंगाला यूडीकोलोन फासू लागला. फॅशनेबल व ब्रॅन्डेड असे कातडी पट्टे कमरेला बांधू लागला. अशा रितीने त्याचे रूप परिपूर्ण झाले. त्याच्याबरोबर वर्षानुवर्षे राहिलेले असे सांगत की,

सालेमला आपल्या रूपाची अतिकाळजी होती. स्वत:च्याच रूपावर त्याचे प्रेम होते. इतके की, तो दर तासाला आपला भांग विंचरे. तसेच आपल्या हातापायांच्या नखांकडे तो सतत लक्ष देई व ती नखे वेळच्या वेळी कापे. केसही वेळच्या वेळी कापून नीटनीटके ठेवी. कोणताही टोळीचा दादा एवढी स्वत:च्या रूपाची काळजी घेत नव्हता.

अबू सालेम अब्दुल कय्यूम अन्सारी हा एक सनातनी मुस्लीम कुटुंबात जन्माला आला. उत्तर प्रदेशातील आझमगढपासून ३० कि.मी.वर असलेल्या सराई मीर या छोट्या गावात त्याचा जन्म झाला. त्याचे वडील अब्दुल कय्यूम अब्दुल हिफाझ अन्सारी हे त्या खेड्यातील एक प्रतिष्ठित वकील होते. त्यांना आपल्या मुलांनी शिकावे अशी खूप इच्छा होती. त्यांना खेड्यातले सर्व जण 'कय्यूम वकील' म्हणून संबोधायचे. पण वकिलीच्या व्यवसायात त्यांना फार कर्तृत्व करून दाखवणे जमले नाही. त्यांच्या मृत्यूनंतर सालेमच्या आईने, म्हणजे जन्नुतिन निसा बेगम हिने कुटुंबाच्या चरितार्थासाठी बिड्या वळणे सुरू केले.

सालेम हा दोन क्रमांकाचा तिचा मुलगा. तो शाळेत नववीपर्यंत शिकला. पण जेव्हा त्याचे वडील रस्त्यावरच्या एका अपघातात मृत्युमुखी पडले, तेव्हा त्याला शाळा सोडून काम शोधावे लागले. सालेम व त्याचा थोरला भाऊ अबू हकीम या दोघांनी सायकल दुरुस्तीची कामे करायला सुरुवात केली. त्यांच्या खालचे दोन भाऊ अबू जैश व अबू लैस अजून लहान होते. सुरुवातीला अबू सालेमने काही महिने दिल्लीत काम केले; पण शेवटी तो मुंबईला गेला.

मुंबईमध्ये कामासाठी गेल्यावर त्याच्या काकाने त्याला 'आरसा शॉपिंग सेंटर'मध्ये एक छोटा स्टॉल मिळवून दिला. तिथे कमरेचे कातडी पट्टे व नाइट लॅम्प्स विकायची परवानगी त्याला काकाकडून मिळाली. तसेच रिअल इस्टेट ब्रोकर म्हणूनही त्याला काम करू दिले. स्थावर जंगम इस्टेटीचा दलाल म्हणून काम करताना सालेम हा अनीसभाईच्या संपर्कात आला. अनीसभाईची एक टोळी होती. त्या टोळीचे संस्कार सालेमच्या मनावर झाल्याने तो शेवटी त्यांच्या विचारांच्या आहारी गेला. तो अनीसभाईचे हुकूम एखाद्या गुलामासारखा पाळू लागला. थोडीफार कामे केल्यावर अनीस त्याला आपला सर्वांत विश्वासू हस्तक मानू लागला. मग १९९३च्या जातीय दंगलीनंतर त्याने सालेमला एक मोठे काम दिले. ते काम म्हणजे रायफली व हॅन्डग्रेनेड संजय दत्तला नेऊन पुरवायचे.

जेव्हा सालेमला संजय दत्तच्या पाली हिलवरच्या बंगल्यावर जायला सांगितले तेव्हा तर त्याला हर्षाने चक्कर येणेच बाकी राहिले होते. खेड्यातून आलेल्या सर्व मुलांप्रमाणे त्याला 'फिल्मी सितारों'चे अत्यंत वेड होते. त्याने ती स्फोटके व शस्त्रास्त्रे यांची पॅकेजेस संजय दत्तला नेऊन दिलीच; पण त्याचबरोबर त्याने त्याच्या

गळामिठी पडण्याची संधी अजिबात सोडली नाही. संजय दत्त हा एक चित्रपटसृष्टीतील एक आघाडीचा नट होता आणि खासदार असलेल्या सुनील दत्तचा मुलगा होता. खेड्यात रहात असताना पुढे आपल्याला अशी संधी मिळेल हे सालेमला स्वप्नातही कधी वाटले नव्हते. संजय दत्तच्या नुसत्या सहवासाने सालेमचा आत्मविश्वास शतगुणित झाला. संजय दत्तनेही त्याचे आपल्या भावासारखे व मित्रासारखे स्वागत केले होते.

नंतर बऱ्याच काळानंतर सालेम जेव्हा दुबईला पोहोचला तेव्हा त्याला कळून चुकले की, आपल्यावर संजय दत्त खूष झाला नव्हता, तर त्याने आपले संबंध भाईशी किंवा एखाद्या टोळीच्या दादाशी असल्याने आपल्यावर मर्जी दाखवली होती. त्याने आता मनाशी खूणगाठ बांधली की, ज्याच्याजवळ बंदुका असतात तोच जगावर आपली मालकी ठेवू शकतो.

अनीसने त्याला एकदा सांगितले होते, "हमारा धंदा, डर का धंदा है. और दाऊदभाई ने सबके दिल में डर बिठा दिया है." सालेमने मग त्याच्याकडे पहात म्हटले, "भाई, मै समझ गया, दाऊदके डरसे ये धंदा चलता है."

येथून पुढे सालेम गंभीरपणे कामे करू लागला. मुंबईमध्ये बिल्डर व बॉलिवूडमधील लोक या दोघांकडे अफाट पैसा खेळत असतो. जर आपण त्यांना भीती घालू शकलो, तर आपण तीन पिढ्या पुरून उरेल एवढी संपत्ती कमवू शकतो, असे त्याला वाटले.

अनीस-सालेम या जोडगोळीला १९९५ हे वर्ष चांगलेच लाभदायी गेले. तीन वर्षांपूर्वी पंतप्रधान नरसिंह राव यांनी अर्थमंत्री मनमोहन सिंग यांच्या साहाय्याने भारताची अर्थव्यवस्था 'परमिट राज'नंतर खुली केली होती. अनेक वर्षांच्या संरक्षित धोरणानंतर व नियमांनंतर अशा रितीने भारताने आपली मुक्त अर्थव्यवस्था सुरू केली होती. याचे पडसाद दूरवर उमटत गेले. मग खासगी गुंतवणूकदार हे अनेक नवीन क्षेत्रात शिरले. नोकरशहांच्या अतिहस्तक्षेपामुळे धंदा, व्यवसाय यांत स्पर्धा होत नव्हती. नवीन कल्पना, कार्यक्षमता आणि आर्थिक विकास यांचे आता सर्वत्र स्वागत होऊ लागले होते. परिणामी भांडवलाचा ओघ वाढल्यामुळे व्यवसायाच्या तुफान संधी उपलब्ध होऊ लागल्या होत्या. पहिल्या टप्प्यात इमारत व बांधकाम उद्योगात खूप वाढ होऊ लागली.

ही बांधकाम क्षेत्रातील वाढ मुंबईत तर जास्तच दिसून आली. मुंबई ही भारताची एक व्यापारी राजधानी होती. मुक्त अर्थव्यवस्थेचे परिणाम प्रथम हे शहर दाखवू लागले होते. सर्वत्र बांधकाम उद्योग चालू झालेले दिसू लागले. सालेमला एवढेच कळून चुकले की, ही बिल्डर मंडळी आता अक्षरश: खोऱ्याने पैसा ओढू लागली आहेत. ती नुसत्या मुंबईत नव्हे, तर मुंबईच्या आसपासच्या उपनगरांतही मीरा रोड,

नालासोपारा, वसई व विरारपर्यंत पसरली होती. तर मध्य मुंबईच्या बाहेर ठाणे, मुंब्रा, डोंबिवली व कल्याणपर्यंत उपनगरे विस्तारत गेली होती.

सालेमने आपल्या हाताखालच्या पोरगेलेशा तरुणांना शहरात पाठवून काही बिल्डर मंडळींचे फोन नंबर काढून आणायला पिटाळले. ते मिळाल्यावर सालेम त्यांना लागोपाठ फोन करू लागला. तो त्यांना आपल्या रांगड्या भाषेत, मुंबईच्या स्टइलमध्ये अर्धवट उर्दू शब्द पेरीत, उत्तर प्रदेशच्या ढंगात धमक्या देऊ लागला.

मुंबईच्या व्यापारी मंडळीत सालेमने भय निर्माण करण्यात यश मिळवले. मग अनेक बिल्डरांच्या थैल्यांची तोंडे सुटली. हा सुरुवातीचा रोख पैशांचा येणारा ओघ पाहून सालेमचा आत्मविश्वास दुणावला व तो अत्यंत हर्षभरीत होत गेला. सर्वांत कळस म्हणजे सालेमचे यश पाहून खुद्द अनीसला आनंदाचा व आश्चर्याचा धक्का बसला. आपल्या मागून आझमगडहून आलेला हा एक पोरगेलसा तरुण मुंबईच्या श्रीमंत वर्गाला हादरवून त्यांच्याकडून काही पैसे हिसकावून घेतो, याचे त्याला खूप नवल वाटत होते.

हिंसाचार व रक्तपात हे भीतीच्या भावनेला खतपाणी घालीत असतात. अन् सालेमने तर अद्याप रक्ताचा एक थेंबही सांडला नव्हता. तो फक्त दाऊदच्या दहशतीचा कित्ता गिरवून पैसे उकळीत होता. जर एखाद्या बिल्डरने आपली मागणी धुडकावली, तर प्रत्यक्षात त्याच्याकडून जबरदस्तीने वसुली करण्यासाठी आपल्याकडे माणसेही नाहीत हे त्याला ठाऊक होते. त्याचे हे सारे काम फोनवरून चालले होते. आझमगढमधील आपल्या गावी असलेली भीषण बेकारी व दारिद्र्य या विषयांवर मग सालेमचे विचार धावू लागत.

उत्तर प्रदेश आणि बिहार ही राज्ये तेथील गुंडगिरीसाठी व अवैध उद्योगांसाठी कुप्रसिद्ध आहेत. तिथे कधी फारसा विकास झाला नाही, भ्रष्टाचार भरपूर बोकाळलेला आहे आणि अनेक ठिकाणी तर शासनव्यवस्थेचा पत्ताच लागत नाही. भीषण दारिद्र्यामुळे तिथल्या तरुणांना नाइलाजाने गुन्ह्याच्या मार्गाकडे वळावे लागते.

'मागणी तसा पुरवठा' या तत्त्वानुसार मग आपल्या गावाकडून काही नेमबाज तरुणांना बोलावण्याची कल्पना सालेमला सुचली. ही कल्पना तशी अफलातून वगैरे नव्हती; पण अगदी निराळी होती. तिथल्या बहुतेक खेड्यांतील तरुणांना एक गावठी बनावटीचे पिस्तूल चालवता येत असे. त्या पिस्तुलाला कधीकधी 'कट्टा' म्हटले जाई. केवळ वेल्डिंगच्या साहाय्याने ते पिस्तूल बनवले जाई. त्यातून फक्त एकच गोळी उडवता येत असे. ती गोळी उडाली की, ते पिस्तूल निकामी होई. त्यात पुन्हा गोळी भरता येत नसे. बिहार व उत्तर प्रदेश येथल्या अनेक गावात कट्टा बनवण्याची इंडस्ट्री जोरात चालते. गावातील मवाल्यांच्या हातात हे शस्त्र आले की, दुबळ्या लोकांना भीती दाखवण्यास ते उपयोगी पडे.

सालेम हा रस्त्यावरील गुंडांच्या समवेत वाढलेला असल्याने त्याला ठाऊक होते की, गावाकडच्या बहुतेक तरुणांना पिस्तुलाचा चाप ओढून वेळ पडली तर तिथून पळून जाणे एवढेच ठाऊक असते. अशा तरुणांची सेवा तो रु. ३००० ते ५००० एवढ्या रकमेवर भाड्याने घेई. जर तो नेमबाज स्वत:ला पोलिसांपासून बचावू शकत असेल, लपू शकत असेल तरच तो त्याला ती रक्कम देई. पण जर तो पकडला गेला, तर मात्र सालेम त्याची कसलीही जबाबदारी घेत नसे.

उत्तर प्रदेशामधील नेमबाजांना अशा कामासाठी इकडे आयात करण्यामधला सालेम हा पहिला टोळीवाला होता. तो त्या तरुण पोरांना बिल्डरच्या ऑफिसच्या दारावर किंवा खिडकीच्या काचेवर गोळी झाडण्यास सांगे. काच फोडून पळून जायचे किंवा सरळ आत घुसून पिस्तूल दाखवून मॅनेजरला धमकवायला सांगे. नंतर काही दिवसांनी याच तरुण पोरांना सालेम सरळ माणसांना गोळी घालून संपवण्याची कामे सोपवू लागला. फिल्म निर्मिते सुभाष घई आणि राजीव राय यांना अशाच पद्धतीने धमकावले गेले होते. या बाहेरून आलेल्या तरुणांचे मागचे कोणतेच रेकॉर्ड पोलीस खात्याकडे नसल्याने मुंबईतील पोलिसांना आश्चर्य वाटत असे. मुंबईतील गुन्हेगारी जगात अशी नवीन तरुणांची भरती झाली होती.

शहरभर अशा गोळीबाराचे प्रसंग होऊ लागल्यावर पोलीस त्याकडे दिङ्मूढ होऊन नुसते बघत राहिले. अशा रितीने झालेल्या हत्या व गोळीबार यांचा मागोव्याचा दुवा खुद्द सालेम जेव्हा फुशारकी मारीत असे तेव्हाच होई.

बिल्डर प्रदीप जैन हा एक सालेमकडून मारला गेलेला माणूस होता. जैन हा एक इमारत बांधून तिचा विकास करीत होता. सालेमला त्यामध्ये हिस्सा हवा होता; पण जैनने सालेमच्या धमकावण्यांना बिलकूल दाद दिली नाही. ७ मार्च १९९५ रोजी प्रदीप जैनला सालेमच्या माणसाने गोळी घालून त्याची हत्या त्याच्या जुहूतील बंगल्याबाहेर केली. प्रदीप जैन हा शहरातला एक टॉप बिल्डर समजला जात होता. या हत्येमुळे सालेम हा एक निर्दयी टोळीवाला आहे हे कळून चुकले. अशा रितीने मुंबईच्या गुन्हेगारी जगात सालेमचे आगमन जाहीर झाले.

धंदे-व्यवसाय करणाऱ्या मंडळींवरती या हत्येचा परिणाम झाला. प्रत्येक जण मुकाट्याने धमकावणाऱ्यांना हप्ते देऊ लागला. त्यामुळे सालेमच्या टोळीकडे बरेच जण आकर्षित होत गेले. त्यात दोन खतरनाक नेमबाज सलीम शेख उर्फ सलीम हड्डी (हड्डी म्हणजे हाड. तो हडकुळा असल्याने त्याचे असे नाव पडले होते.) आणखी एक जण टोळीत सामील झाला. तो होता एक निलंबित केलेला पोलीस कॉन्स्टेबल राजेश इग्वे. स्थानिक हत्यारी पोलिसांच्या डिव्हिजन दोनमध्ये तो कामास होता. त्याला भ्रष्टाचाराच्या आरोपावरून निलंबित केले होते. इग्वेला सर्व तऱ्हेची हत्यारे छान चालवता यायची. आपण एक चैनीचे व आरामशीर जीवन जगावे अशी

त्याची मनीषा होती. त्याने सालेमच्या टोळीत प्रवेश केला. अशा एखाद्या माफिया टोळीत पोलिसाने प्रवेश करणे आणि त्याने टोळीच्या दादाच्या इशाऱ्यानुसार माणसांच्या हत्या करणे हे मुंबई पोलिसांच्या इतिहासात यापूर्वी कधी घडले नव्हते; पण सालेमकडे असा एक सभासद टोळीत आला होता खरा.

सालेम आता आपल्या कामाची व्याप्ती वाढवत अनेकांचे बळी घेऊ लागला. त्याचा पुढचा बळी होता तो ओमप्रकाश कुकरेजा. त्याची 'कुकरेजा बिल्डर्स'ही कंपनी चेंबूरला होती. पोलिसांच्या फायलीतील नोंद अशी सांगते की, कुकरेजा हा राजनचा सहानुभूतीदार होता व त्याला तो भांडवल पुरवीत असे. वृत्तपत्रांमधील बातम्यांनुसार कुकरेजा राजनला दरवर्षी ५० लाख रुपये हे वार्षिक गणेशोत्सवासाठी द्यायचा. हा गणेशोत्सव टिळक नगरमध्ये 'सह्याद्री क्रीडा मंडळा'तर्फे साजरा केला जायचा. जेव्हा सालेमच्या माणसांनी ही बातमी सालेमला कळवली तेव्हा तो कुकरेजाकडे 'प्रोटेक्शन मनी' मागू लागला.

परंतु कुकरेजाने ते पैसे देण्यास त्याला साफ नकार दिला आणि आपल्या चेंबूरच्या ऑफिसाभोवतालची सुरक्षा व्यवस्था वाढवून कडक केली. मग सालेमने दोन पट्टीचे नेमबाज सलीम हड्डी व इग्वे यांना कुकरेजाला उद्धटपणासाठी शिक्षा करण्यासाठी पाठवले. १८ सप्टेंबर १९५५ रोजी ते दोघे कुकरेजाच्या ऑफिसात आत घुसले. त्यांनी नुसते कुकरेजाला गोळी घालून ठार केले नाही, तर तिथे असलेल्या इतर कर्मचाऱ्यांवरतीही गोळ्या झाडल्या. मृतांमध्ये दीपक बिल्किया आणि मोहंमद अन्सारी हे होते. पण शेवटी मुंबई पोलिसांनी या दोन्ही नेमबाजांचा तथाकथित एन्काउंटर पद्धतीने खात्मा केला. विशेषत: इग्वेचा मृत्यू हा महत्त्वाचा होता. त्यामुळे शहरातील बेकायदेशीर वागणाऱ्यांच्या जगात एक योग्य तो संदेश पाठवला गेला.

परंतु कुकरेजाच्या खुनाचा छडा पोलिसांना लावता आला नाही. वर्षभर तपास केल्यावर ११ नोव्हेंबर १९९६ रोजी त्यांनी 'ए' शेऱ्याखाली त्याची फाइल बंद करून टाकली. 'ए'चा अर्थ यातील सारे खरे आहे; पण मागोवा लागत नाही.

असे म्हटले जाते की, दाऊद व राजन दोघांच्या टोळ्यांमधील स्पर्धेत कुकरेजा याचा पहिला बळी गेला. मग कुकरेजा याला मारल्याबद्दल राजनने चिडून याचा सूड घेण्याचे ठरवले. म्हणजे सालेमच्या मागे दाऊद होता काय?

१३

चित्रपटसृष्टीला बसलेला हादरा

पाच पौंड वजन असलेला तो अवजड घण हवेत उचलला गेला आणि वेगाने खाली येऊन मोटारीच्या पुढच्या काचेवर, विंडशील्डवरती दाणकन आपटला. पांढऱ्या रंगाच्या कॉन्टेसा मोटारीच्या पुढच्या काचा खळकन फुटल्या व त्यांचे बारीक तुकडे झाले. समोरच्या फुटलेल्या काचेमुळे आणि घण आपटण्याच्या कानठळ्या बसवणाऱ्या आवाजामुळे ड्रायव्हरने करकचून ब्रेक दाबून मोटार थांबवली....

ही घटना बांद्र्यामधील नेहमी निवांत असलेल्या पेरी क्रॉस रोडवरती घडली. या भागाला 'मुंबईच्या उपनगरांची राणी' असे कौतुकाने संबोधले जाते. तर अशा निवांत रस्त्यावरची शांतता ही हातात पिस्तुले घेतलेल्या चौघांकडून भंग पावली. त्या सर्वांनी काळे कपडे घातले होते. ते चौघे जण आता थांबलेल्या मोटारीवरती चालून गेले. त्यातल्या एकाने हाताच्या कोपराने तडे गेलेल्या काचेवरती धक्का मारला. त्यामुळे दोन थर एकमेकांवर चिकवटलेली पॉलिव्हिनील ॲक्रिलिक शीटची काच सहज निखळून खाली पडली. आता त्या पिस्तुलधारींना आत बसलेली माणसे स्पष्टपणे दिसू लागली.

आत बसलेल्यांपैकी एकाने काळा सूट परिधान केला होता. मागच्या आसनावर तो आरामात बसला होता. त्याच्यावर त्यांनी एकापाठोपाठ अनेक गोळ्या झाडल्या. मग क्षणार्धात ते मारेकरी तेथून पसार झाले.

सारेकाही घडून संपण्यासाठी एका मिनिटापेक्षा थोडाच कालावधी लागला होता. रस्त्यावरील पादचाऱ्यांच्या उपस्थितीत हे सारे घडून गेले. अगदी हां हां म्हणता सारे उरकले गेले. आजूबाजूच्या घरातील माणसे भयभीत होऊन आपापल्या सज्जातून, खिडक्यातून हे दृश्य पहात होती. आजवर इतका अमानवी, अमानुष

असा प्रसंग पेरी क्रॉस रोडवरच्या रहिवाशांनी कधीही पाहिला नव्हती.

मारेकऱ्यांनी आपल्या मागे दोन गोष्टी सोडून दिल्या होत्या. पहिली गोष्ट म्हणजे तो अवजड घण आणि दुसरी गोष्ट म्हणजे तीस गोळ्या झाडलेले त्या मृत व्यक्तीचे शरीर. ती दुर्दैवी व्यक्ती ही विमानकंपनी चालवणारी एक धनाढ्य व्यक्ती होती. त्याचे नाव होते थकीउद्दीन वाहिद. अन् त्यांच्या प्रवासी विमान कंपनीचे नाव होते 'ईस्ट वेस्ट एअरलइन्स'. केरळमधल्या कोचीन शहरातील वाहिद हे एक उद्योजक होते. त्यांची पार्श्वभूमी अत्यंत नेमस्त अशी होती. सुरुवातीला त्यांनी दादर येथे आपली एक ट्रॅव्हल कंपनी यशस्वीपणे चालवली होती. पंतप्रधान नरसिंह राव यांनी भारताची अर्थव्यवस्था खुली केल्यावर खासगी विमानकंपनी काढणारा वाहिद हा पहिला बिझनेसमन होता. 'इंडियन एअरलाइन्स' व 'वायूदूत' या प्रगती करणाऱ्या सरकारी कंपन्यांशी त्याची कंपनी स्पर्धा करू लागली.

परंतु दैवाचा एक घातकी फटका बसून त्या उद्योगामागची व्यक्तीच नुसती ठार झाली नाही, तर त्याच्या प्रयत्नांमागच्या जोष, उत्साह हेच मारले गेले. वाहिदच्या खुनामुळे त्याची ईस्ट वेस्ट एअरलाइन्स आणि त्याचे अन्य उद्योग हे आपोआपच समाप्त झाले.

एवढ्या उच्च पातळीवरच्या खुनाकडे पोलीस कमिशनर आर.डी. त्यागी, तसेच जॉइन्ट कमिशनर ऑफ पोलीस (क्राइम) आर.एस. शर्मा आणि अन्य वरिष्ठ राजकरणी लोक यांचे लक्ष ताबडतोब वेधले. मोटारीच्या बॉनेटवरती तो घण पडलेला होता. मारेकऱ्यांनी तो नेला नव्हता. जणूकाही जाता-जाता त्यांनी त्या घणाच्या रूपाने आपली एक प्रकारे सही तिथे करून ठेवली होती. अन् ती सही होती रोहित वर्माची, राजनच्या पदरी असलेल्या मारेकऱ्याची!

कुकरेजा याच्या हत्येचा सूड घेऊन प्रत्युत्तर देण्याचे राजनने ठरवले व ते कृत्य दोन महिन्यांनी पार पाडले. तुम्ही जसे मला केलेत तसेच मी तुम्हाला केले आहे, असे त्याला आपल्या विरोधकाला दाखवून द्यायचे होते. इतरांप्रमाणे त्याने हाही अंदाज केला की, प्रत्येक मोठ्या व प्रतिष्ठित माणसाच्या खुनानंतर पोलीस नेहमी सुरक्षितता अधिक कडक करतात आणि अन्य टोळ्यांतील संभाव्य माणसांना पकडून ठेवतात. अशा रितीने ते शहरातील पुढचे घाईघाईने होत जाणारे सूडसत्र थांबवतात. असल्या धोरणामुळे भाड्याने घेतलेल्या मारेकऱ्यांच्या मनसुब्यावर पाणी पडते आणि ती मंडळी मग जेव्हा पोलीस थोडेसे शिथिल होतात तेव्हा बाहेर पडतात. म्हणून राजनला कुकरेजा याचा खून झाल्यावर दोन महिने हवे होते. मग दाऊदबरोबरचा हिशेब चुकवता येणे शक्य होते.

कुकरेजा आणि वाहिद यांच्या हत्येमुळे मुंबईतील श्रीमंत वर्ग नुसताच हादरून गेला नव्हता, तर पोलीस खात्यातील अधिकारी वर्गातही खळबळ माजली होती. त्यांच्यात बरीच चर्चा व वादविवाद झडले होते. जेव्हा गुंडांच्या टोळ्या रस्त्यावर

उतरून गुन्हे करतात, तेव्हा मुंबई पोलिसांवर जनता व भेदरलेले राजकरणी अशा दोघांकडून टीकेचा नुसता भडिमार होतो. मग पोलीस असे म्हणू पहातात की, जे मारले गेले त्यांचे टोळ्यांच्या दादांशी काहीतरी संबंध होते. पण या आंतरटोळ्यांतील अंतर्गत तणावांमुळे सामान्य निष्पाप जनता मात्र सापडली नाही. राज्याचे प्रशासन आणि राजकरणी मंडळी हे नेहमी 'कायदा व सुव्यवस्था राखण्यात पोलीस अपयशी ठरल्याने राज्याच्या व्यवस्थेला एक जबरदस्त तडाखा बसला आहे,' असे सांगू पहात असतात.

पण यानंतर कोणती घटना घडणार आहे हे पोलीस, प्रशासन किंवा राजकरणी लोक यांना कधीही सांगता येत नाही. त्यासाठी त्यांच्याकडे कसलाही सूचक धागा हाताशी आलेला नसतो. त्यांनी जे काही पाहिलेले असते ते केवळ पुढे घडणाऱ्या घटनांची एक नांदी असते; पण त्यांना हे उमगत नाही.

✠

कुकरेजा व वाहिद यांच्या खुनांमुळे काहीतरी गडबड गोंधळ उडून काही टोळ्यांचे दादा खूष झाले व त्यातूनच पुढे अंदाधुंद रक्तपात घडले. राजन, शकील, गवळी आणि आता नवीन टोळीवाला दादा सालेम हे सर्व जण स्पर्धक टोळ्यांच्या निष्ठावान लोकांना व छुपी आर्थिक मदत करणाऱ्यांना ठार करण्याचे हुकूम आपल्या माणसांना सोडू लागले. अनेकदा त्यांनी वेळोवेळी आपल्याला पैसे देणाऱ्यांना गोळ्या घातल्या होत्या. मनीष शहा, दिलीप वालेचा आणि नटवरलाल देसाई या बिल्डरांचा तर दिवसाढवळ्या खून झाला होता. तर करीम मरेडिया, वल्लभ ठक्कर आणि सुनीत खटाव या मातब्बर व्यापाऱ्यांनाही संपवले होते.

दंड थोपटून युद्ध खेळण्यास सज्ज झालेल्या टोळीवाल्यांच्या डोक्यात वरील खुनांचे शिरपेच असले, तरी ज्यांना अशा धमक्यामुळे पैसे द्यावेत की न द्यावे याचा संभ्रम पडला असेल त्यांच्यासाठी मात्र त्या धोक्याच्या घंटा होत्या.

दरम्यान रोज खुनांची संख्या वाढत चालली होती. असेच महिने उलटत-उलटत वर्षे होऊन गेली; पण या परिस्थितीत फारसा फरक पडत नव्हता. चार वर्षांत टोळीयुद्ध हे अधिकाधिक रक्तपात घडवणारे व हिंसक होत गेले होते. टोळ्यांचे दादा मात्र सुरक्षित होते. त्यांचे हस्तक व निष्ठावान माणसे हे मात्र या संघर्षात आपले जीव गमावीत होते.

सालेमने आता आपले लक्ष मुंबईतील चित्रपट उद्योगाकडे केंद्रित केले. सुभाष घई व राजीव राय यांच्यावरचे प्राणघातक हल्ले अर्धवट सोडून दिल्यावरती त्याने रियाझ सिद्दीकी यांची हत्या केली. शकीलही आता या हत्याकांडात मागे राहू इच्छित नव्हता. त्याने चित्रपट निर्माता मुकेश दुग्गल याची हत्या केली. यामागचे कारण त्याने असे दिले की, राजनशी असलेल्या दोस्तीमुळे आपल्याला लक्ष्य बनवले जात

होते. सालेमने मात्र आपली नजर मोठमोठ्या लक्ष्यांकडे वळवली होती. दुबईमध्ये तीन वर्षे काढल्यावरती सालेम शेवटी पैशाच्या सर्वांत मोठ्या खाणीकडे, चित्रपट उद्योगांकडे वळला होता.

✠

गुलशन कुमार ह्याने एकट्याने प्रयत्न करून धंद्यात स्वत:ला घडवले होते. नवी दिल्लीतील दर्यागंज भागातील रस्त्यावर हातगाडीवरती त्याचे वडील फळांचे रस काढून गिऱ्हाइकांना विकीत. त्यांच्या या मुलाने नेहमीच आपण खूप मोठे बनायचे, ही महत्त्वाकांक्षा बाळगली होती. वयाच्या २३व्या वर्षी त्याने नॉयडा भागात आपली 'सुपर कॅसेट्स' ही कंपनी स्थापन केली. कंपनीकडून स्वस्तात ऑडिओ कॅसेट्स विकल्या जाऊ लागल्या. त्यानंतर गुलशन कुमार हा हिंदूंसाठी धार्मिक गीतांच्या कॅसेट्स् काढू लागला. मग त्याने व्हिडीओ कॅसेट्सची निर्मिती सुरू केली. त्या कॅसेट्स या हिंदू पुराणातील विषयांवर आधारीत होत्या. त्याच्या कंपनीने हिंदुत्वाच्या प्रसारासाठी जमेल तितका प्रयत्न केला.

१९८०नंतर चित्रपट उद्योग हा सामर्थ्यवान निर्मात्यांच्या हातात होता. त्यांचे या उद्योगावरती नियंत्रण होते. अन् त्यांच्याकडून ठराविक नट-नट्या, कलाकार यांचाच पाठपुरावा केला जाई. गुलशन कुमारने संगीताच्या उद्योगात हळूहळू आपले पाय रोवले होते. त्या वेळी त्याने नवीन कलाकारांना श्रोत्यांसमोर सादर केले होते. त्यात सोनू निगम, अनुराधा पौडवाल व कुमार सानू हे होते. मग चित्रपट उद्योगात शिरल्यावर नवीन दिग्दर्शक व कलाकार यांना त्याने आपल्या चित्रपटात स्थान दिले. गुलशन कुमारने 'टी-सीरीज' म्हणून कॅसेटची कंपनी काढली होती. नवीन लोकांना आपल्या कॅसेटमधून त्याने श्रोत्यांपुढे ठेवले. मनोरंजनाच्या क्षेत्रात त्यांची ही टी-सीरीज कंपनी खूपच लोकप्रिय झाली. एवढेच नव्हे, तर भारताबाहेरही त्यांच्या कंपनीने आपले बस्तान बसवले. तो जे-जे काही करून दाखवे त्यात त्याला हमखास यश येत होते. लवकरच तो संगीत उद्योग क्षेत्रातील एक मातब्बर उद्योजक समजला जाऊ लागला. गुलशन कुमार हा कमालीचा धार्मिक हिंदू माणूस होता. तो वैष्णव देवीचा भक्त होता. तिथल्या देवस्थानच्या हद्दीत त्याने भक्तांसाठी एक अन्नछत्र उघडले होते. भक्तांना तिथे 'देवी का भंडारा'मध्ये मोफत अन्न मिळे. लवकरच त्याची लोकप्रियता व संपत्ती कैक पटीने वाढत गेली. एवढे की, १९९२-९३मध्ये तो देशातील सर्वांत जास्त कर देणारा करदाता होता, असे बोलले जायचे.

सालेम हा चित्रपटसृष्टीतील आर्थिक सम्राटाचा शोध १९९४ व १९९७मध्ये घेत होता. त्याने दोघा जणांना हेरले होते सुभाष घई व राजन राय. पण या दोघांच्या बाबतीत त्याच्या योजना फिसकटल्या. त्यांचे मारेकरी दोन्ही वेळेस पकडले गेले.

मग त्याने आपले लक्ष गुलशन कुमारकडे वळवले. सालेम गुलशन कुमारला बराच काळ पैशांसाठी धमकावीत होता. त्याच्या मागण्या गुलशन कुमार बेधडक उडवून लावीत होता. यामुळे सालेम चिडला, संतापला. त्याने या संगीत सौदागराला कायमचे संपवण्याची योजना आखली.

५ ऑगस्ट १९९७ रोजी, म्हणजे राजीव रायवर झालेल्या हल्ल्यानंतर, 'इंडियन एक्स्प्रेस'च्या एका बातमीदाराने सालेमला दुबई येथे फोन केला आणि त्याच्याकडून चित्रपट उद्योगातील व्यक्तींवर होणाऱ्या हल्ल्यांबाबत काही माहिती मिळवण्याचा प्रयत्न केला.

त्या वेळी सालेम त्या बातमीदाराला म्हणाला होता, "मला सुभाष घई किंवा राजीव राय यांना कधीच ठार करायचे नव्हते. मला त्यांना फक्त भीती दाखवायची होती; पण आता पुढच्याच आठवड्यात बघा माझी माणसे चित्रपट उद्योगातील एकाला कसे संपवणार आहेत ते! या वेळी कोणालाही भीती दाखवण्याची कल्पना नाही; पण संपूर्ण चित्रपट उद्योगाला जरब बसवायची आहे."

हे ऐकल्यावर त्या बातमीदाराने ताबडतोब रस्त्यावर धाव घेऊन एक टॅक्सी पकडून पोलिसांच्या क्राइम ब्रँचचे हेडक्वार्टर गाठले. ते क्रॉफट मार्केटजवळच होते. क्राइम ब्रँचचे प्रमुख रणजीत सिंग शर्मा हे होते. त्यांना त्याने सालेमशी झालेले सर्व संवाद जसेच्या तसे ऐकवले. शर्मा यांनी या माहितीची गंभीरपणे दखल घेतली आणि स्वत: आपल्या हाताखालच्या एकेका युनिटच्या मुख्याला फोन करू लागले. ताबडतोब बॉलिवूडमधील एकेका दिग्गजाला पोलीस संरक्षण पुरवू लागले. त्यामध्ये पहलाज निहलानी होता. 'इंडियन मोशन पिक्चर्स प्रोड्यूसर्स असोसिएशन' (इम्पा) या चित्रपट निर्मात्यांच्या संघटनेचा निहलानी हा प्रमुख होता.

परंतु शर्मा यांनी एक मोठी चूक केली. त्यांच्या संभाव्य यादीत गुलशन कुमार यांचे नाव घालायला ते विसरले किंवा त्यांच्या ते लक्षात आले नसावे. परंतु ही शर्मा यांची चूक म्हणता येणार नाही. त्यांच्या जागी दुसरा कोणीही असता, तरी गुलशन कुमार यांच्यावर हल्ला होईल अशी कल्पना केली नसती.

त्यानंतर काही दिवसांनी, पोलिसांचा तपास चालू असताना त्यांना आढळून आले की, सालेम हा दर महिन्याला ५ लाख रुपयांची मागणी गुलशन कुमारकडे करीत होता. परंतु गुलशन कुमारने त्या मागणीला निक्षून नकार देत सालेमला म्हटले, "एवढे पैसे मी दाऊदच्या टोळीला देण्याऐवजी वैष्णोदेवीच्या अन्नछत्रावरती खर्च करेन." मग चिडलेल्या सालेमने गुलशन कुमारला एका देवळासमोरच ठार करायचे ठरवले.

दररोज सकाळी उठल्यावर गुलशन कुमार आपली सर्व कामे आटपून अंधेरीमधील जीतेश्वर महादेव मंदिरात दर्शनासाठी जात असे. खबरदारी म्हणून त्याने एक खासगी सुरक्षारक्षक नेमला होता. पण तो आजारी असल्याने आपण एक-दोन दिवस येणार नाही, असे त्याने कळवले होते. १२ ऑगस्ट १९९७ रोजी सालेमच्या माणसांनी

सालेमला कळवले की, गुलशन कुमारबरोबर आता त्यांचा रक्षक नसतो. मग सालेमने त्यांना ताबडतोब सूचना दिल्या की, त्यांनी आता गुलशन कुमारला देवळासमोर ठार करावे. पुढे असेही सांगितले की, जेव्हा त्याच्यावर गोळ्या झाडल्या जातील तेव्हा ताबडतोब मोबाइल फोन चालू करावेत. गुलशन कुमारच्या किंकाळ्या आपल्याला ऐकायच्या आहेत. जेव्हा देवदर्शन करून गुलशन कुमार देवळातून बाहेर पडला, तेव्हा सालेमचा मारेकरी राजा हा त्याच्यावर गोळ्या झाडू लागला. गुलशन कुमारच्या दंडात व कंबरेत गोळ्या घुसल्या होत्या व तेथून जोरदार रक्तस्राव सुरू झाला होता.

गुलशन कुमार आश्रयासाठी तिथल्या सार्वजनिक मुतारीत गेला; पण त्याचे मारेकरी त्याच्या मागोमाग तिथेही गेले आणि त्यांनी त्याच्यावर आणखी गोळ्या झाडल्या. गुलशन कुमार वेदनेने गडबडा लोळू लागला. तो कसाबसा रांगत बाहेर आला व मुतारीजवळच एक खोपटे होते त्यात तो आश्रयासाठी शिरला. त्याला धाप लागली होती. वाटेल ते करून त्याला आपला जीव वाचवायचा होता. खोपटात शिरल्यानंतर त्याने आतल्या वृद्ध बाईला म्हटले, "ते आत शिरण्याचे दार लावून घ्या. माझ्यामागे मारेकरी लागले आहेत."

बाहेरच्या गोळीबारांचे आवाज आणि गुलशन कुमार यांचे रक्तबंबाळ शरीर पाहून ती स्त्री सुन्न झाली होती. खोपटाचे दार लावण्याचे धैर्य तिला झाले नाही. मारेकऱ्यांनी आपापले मोबाइल फोन केव्हाच सुरू करून ठेवले होते. पलीकडे असलेल्या सालेमला हे सारे ऐकू जाईल याची ते खबरदारी घेत होते. मग आपली मोहीम पूर्ण करण्याचे त्यांनी ठरवले.

ते आत खोपटात शिरले व त्यांनी गुलशन कुमारवर सटासटा पंधरा गोळ्या झाडल्या. तो मेला आहे याची खात्री करून ते तिथून वेगाने निघून गेले. अंधेरीच्या एका आडगल्लीतले हे थरारनाट्य १५ ते २० मिनिटे चालू होते, दिवसाढवळ्या चालू होते; पण तिथे पहात असलेल्या कोणीही गुलशन कुमार वाचवायला आले नाही की कोणीही पोलिसांना फोन करून बोलावले नाही. अनेकांना मदत करणारा हा माणूस शेवटी एकटाच मरण पावला. त्याला कसलीही मदत मिळाली नाही.

गुलशन कुमारला ज्या क्रूर पद्धतीने ठार केले गेले ते पाहून संपूर्ण देशाला प्रचंड धक्का बसला. मुंबईमध्ये टोळीवाल्यांनी आत्तापर्यंत बरेच खून पाडले होते. पण क्रौर्यामध्ये या खुनाने सर्व खुनांना मागे सारले. हा खून हिडीसपणापेक्षाही पलीकडचा होता. सालेमच्या राक्षसी वृत्तीबद्दल लोकसभेपासून चावडीपर्यंत लोक चर्चा करीत राहिले.

त्या वेळी आघाडीचे केंद्र सरकार होते. त्याचे पंतप्रधान इंदर कुमार गुजराल होते. त्यांनी या खुनाबद्दल तत्काळ आपली प्रतिक्रिया व्यक्त केली. ते म्हणाले, "एका सभ्य समाजात व विशेषत: जे शहर शिस्त व सार्वजनिक भान असलेले

म्हणून प्रसिद्ध आहे, अशा शहरात असले हे गुन्हेगारीचे कृत्य घडणे हे अशोभनीय आहे.'' गुजराल यांची प्रतिक्रया 'इंडियन एक्स्प्रेस'मध्ये छापून आली होती. त्यांनी पुढे सांगितले की, ''चित्रपट संगीताच्या क्षेत्रात गुलशन कुमार यांनी आपली जागा आपल्या कर्तृत्वाने कोरून निर्माण केली होती... त्यांच्या निधनाने सर्व संगीतप्रेमींना निश्चितच दु:ख होईल.''

चित्रपटसृष्टीत असलेला बंधुभाव, एकमेकाला धरून रहाण्याची प्रवृत्ती या क्रूर खुनामुळे गोठून गेली. आपल्या चित्रपटांमध्ये त्यांनी जी स्वप्ने पाहिली होती त्याहीपेक्षा गुलशन कुमार यांचा खून हे चित्रपटसृष्टीला पडलेले एक भयाण स्वप्न ठरले. महेश भट या दिग्दर्शकाचा चित्रपट 'आशिकी' हा अत्यंत गाजला होता, यशस्वी झाला होता आणि गुलशन कुमारसाठी ही बाब फार अनुकूल व चांगली होती. महेश भट या संदर्भात अगदी चपखल बोलले. ते म्हणाले, ''जेव्हा तुम्ही गुलशन कुमार यांना ठार करता, तेव्हा तुम्ही मनोरंजनाच्या उद्योगक्षेत्रातील एक सर्वांत मोठा माणूस ठार करता. गुलशन कुमार यांना मारताना मारेकरी फोनवर असे म्हणत होते, 'आम्ही आता गोळ्या झाडीत आहोत.' अन् त्यांनी खरोखरच तसे करून दाखवले.... संपूर्ण चित्रपटसृष्टी यामुळे भीतीच्या दडपणाखाली गेली आहे.''

'इंडियन एक्स्प्रेस'च्या बातमीदाराने अबू सालेम याला पुन्हा फोन करून विचारले, ''तुम्ही याच खुनाबद्दल पूर्वी बोलला होतात ना?'' पण या वेळी सालेमच्या बोलण्यातील जोष, बढाया निघून गेल्या होत्या. त्याच्या स्वत:च्याच टोळीतील लोकांनी अबू सालेमला कोंडीत आणले होते. मुंबई ते नवी दिल्ली आणि दिल्ली ते दुबई जाताना हा टोळीचा दादा आतल्या आत चिडून उसळत होता. काळाच्या दृष्टीने क्षुल्लक असलेल्या अशा या माणसाने एक भीषण घटना घडवून आणली, तरी त्याला जमिनीवर पाय ठेवण्यासाठी कुठेही जागा मिळत नव्हती. दाऊदची संपूर्ण टोळीच आता भेदरून गेली होती, शेळपट होऊन हतबुद्ध झाली होती.

त्या बातमीदाराच्या लक्षात आले की, सालेमच्या बोलण्यात जी अधिकारवाणी वाटायची, जो रुबाब भासायचा, तो आता नव्हता. गेल्या आठवड्यातले बोलणे आठवून त्याला ते जाणवले होते. आताचे सालेमचे बोलणे पूर्णपणे भिन्न स्वरूपाचे होते. बोलण्यापूर्वी तो क्षणभर कचरला होता. बोलू लागला तेव्हा तो काहीतरी अत्यंत अविश्वसनीय असे बोलत होता. तो म्हणत होता, ''ये मर्डर लालकृष्ण अडवाणीने करवाया है. तुम्ही त्यांनाच का नाही याबद्दल विचारीत.'' (लालकृष्ण अडवाणी हे भारतीय जनता पक्षाचे एक ज्येष्ठ नेते असून त्या वेळी त्यांचा पक्ष सत्तेवर होता.)

त्याचे ते उत्तर ऐकून त्या बातमीदाराला एवढा धक्का बसला की, पुढे काय बोलावे हे त्याला सुचेना!

१४

भुईमुगाच्या शेंगा महागात पडल्या

जॉइन्ट कमिशनर ऑफ पोलीस रणजीत सिंग शर्मा यांना सैन्यातला अनुभव होता व आंतरराष्ट्रीय पोलिसांच्या संघटनेबरोबर त्यांनी अनेक प्रश्न यशस्वीपणे हाताळले होते. पण आता गुलशन कुमार यांची हत्या झाल्यावरती त्यांच्यावर प्रसिद्धीचा झोत पडल्याने प्रसारमाध्यमांना तोंड देणे जड जात होते. तसेच त्यांच्यावर जे राजकीय दडपण येत होते त्यालाही तोंड देणे कठीण जात होते.

आत्ताचा त्यांचा ऑफिसातील दिवस एवढा धांदलीचा जात होता की, ते पाहून त्यांचे निंदकही खूष झाले असते. आपल्या नोकरीच्या एकूण कालखंडातील सर्वांत वाईट काळ ते अनुभवीत होते.

गुलशन कुमार यांची हत्या झाल्यावर त्यांना रोज पोलीस कमिशनर सुभाष मल्होत्रा आणि मंत्रालयातील अनेक मंत्री मंडळी यांच्याकडून फोन येत असत. त्यात मुख्यमंत्री मनोहर जोशी व गृहमंत्री गोपीनाथ मुंडे यांचेही फोन असायचे. शर्मा यांनी राज्यातील अनेक बड्या धेंडांच्या चौकशीला आणि भाजपच्या नेत्यांना उत्तरे दिली होती. खुनी गुन्हेगार अद्याप हाती न लागण्याची कारणे, प्रत्येक वेळी वेगवेगळे खुलासे हा मातब्बर पोलीस अधिकारी शर्मा करीत होता.

'म्युझिक मॅग्नेट' गुलशन कुमारचा खून झाल्यावरती बरेच दिवस क्राइम ब्रँचकडून तपासात कसलीही भरीव प्रगती झाली नाही. एरवी हीच क्राइम ब्रँच आपण किती फार मोठे काम केले, याचा गाजावाजा करीत असते. शर्मा आणि त्यांचे डेप्युटी के.एल. प्रसाद हे सतत सतर्क राहून चोवीस तास तपास करीत होते. परंतु त्यांच्या प्रयत्नांना यश येत नव्हते.

एरवी कोणतीही गुन्ह्याची घटना घडल्यानंतर पोलीस वाटेल त्या खबऱ्याला उचलतात. ह्या खबऱ्यांना काही दुवे पुरवता आले नाहीत; तरीही त्यांच्या बोलण्यातून

पोलिसांना किमान एक तपासाची दिशा ठरवता येते. मग त्या दिशेने पुढे गेल्यास गुन्ह्याची उकल होते.

क्राइम ब्रँचची सर्व युनिट्स त्यांच्या खबऱ्यांना चाचपून पहात होते व महत्त्वाची माहिती गोळा करण्याची धडपड करीत होते. अबू सालेमच्या टोळीशी निझामुद्दीन खूप जवळचा होता. पोलिसांनी त्याला उचलला. क्राइम ब्रँचच्या लॉक-अपमध्ये त्याला काही दिवस डांबून ठेवला. त्याच्यावर प्रश्नांचा भडिमार करूनही काहीही हाताशी लागेना म्हणून शेवटी त्याला सोडून देण्यात आले.

शहरामधली कायदा व सुव्यवस्था दिवसेंदिवस ढासळत होती व पोलिसांना ते कह्यात आणता येत नव्हते. यामुळे राज्य सरकारवरती प्रचंड दडपण येत होते. उजव्या विचारसरणीचा राजकीय पक्ष असलेल्या शिवसेनेचे प्रमुख बाळ ठाकरे हे आपल्या पक्षाच्या 'सामना' या मुखपत्रातील अग्रलेखात झोंबणारी टीका पोलिसांवर सतत करीत होते. तशा अर्थाची व्यंगचित्रेही ते छापीत होते. एका व्यंगचित्रात तर त्यांनी पोलीस कमिशनर मल्होत्रा यांना एका बुजगावण्याच्या रूपात दाखवले होते. अन् ह्या बुजगावण्याला कोणताही पक्षी घाबरत नाही, असेही सूचित केले होते.

गुलशन कुमार यांच्या हत्येपासून जरी पोलीस अधिक सावध व सतर्क बनले होते, तरी पुन्हा एकदा टोळीवाल्यांनी बिल्डर नटवरलाल देसाई यांच्यावर घाला घालून त्याची हत्या केली. मुंबईच्या व्यावसायिकांचा जिथे सतत वावर असतो अशा नरीमन पॉइन्ट भागात तुलसियानी चेंबर्सच्या खालीच ती हत्या करण्यात आली. ह्या उंच इमारतीपाशीच सचिवालयातून येणारा रस्ता मिळत असल्याने दुसऱ्या दिवशीच्या वृत्तपत्रांत 'मंत्रालयाच्या नाकाखाली खून झाला!' अशा मथळ्याखाली ही बातमी छापून आली.

त्या वेळचे मुख्यमंत्री मनोहर जोशी व गृहमंत्री गोपीनाथ मुंडे यांना सतत जनक्षोभाला धीटपणे तोंड देणे कठीण जाऊ लागले होते. पोलिसांची यंत्रणा ही गंभीरपणे खालावत चालली आहे, असा निष्कर्ष त्यांनी काढला. मग आता त्यासाठी कोणाचीतरी हकालपट्टी करून त्याच्यावर अप्रत्यक्षपणे खापर फोडल्याचे दाखवणे आवश्यक होते. मुंडे यांनी ठरवले की, मल्होत्रा हे पोलिसांना मार्गदर्शन करण्यास कार्यक्षम नाहीत. अन् म्हणून खून झाल्यानंतर दोन आठवड्यांत त्यांनी मल्होत्रांची त्यांच्या पदावरून कोणताही निरोप समारंभ न करता हकालपट्टी केली व त्यांना 'पोलीस हाउसिंग व पोलीस कल्याण' या विभागावरती नेमले. मल्होत्रा यांचे नाव मुंबई पोलिसांच्या इतिहासात 'एका प्रतिष्ठित व समाजातील उच्च स्थानावरील व्यक्तीच्या खुनामुळे अप्रतिष्ठा झालेल्या पोलीस प्रमुखाची अशी पहिलीच बदली आहे,' अशी नोंद होईल.

देशातील सर्व पोलीस कमिशनरांमध्ये मुंबईच्या पोलीस कमिशनरचे काम हे

अत्यंत अवघड, नाजूक व असुरक्षिततेचे असते. शहरातील पोलीस प्रमुखाला अनेक प्रकारचे अप्रत्यक्ष साहेब असतात. त्या सर्वांना खूष ठेवणे त्याला भाग असते. तसेच अनेक सत्ताकेंद्रांच्या दबावातून त्याला आपली नोकरी टिकवायची असते. ज्याला हे आपले पद टिकवण्याचे तंत्र समजते तोच जास्त काळ या पदावर कार्यरत रहातो. ज्याला सर्वांच्या तथाकथित फुगलेल्या अहंकाराला कुरवाळता येत नाही, त्याची येथून खाडकन उचलबांगडी होते. मल्होत्रा आणि त्यांच्या आधीचे रामदेव त्यागी हे दोघेही अशा रितीने मुंबई पोलिसांमधून बाहेर टाकले गेले होते. याचे कारण त्यांना भाजपचे नेते मुंडे यांचा विश्वास संपादन करता आला नाही.

२८ ऑगस्टला रोनाल्ड ह्यासिंथ मेंडोन्सा यांची मल्होत्रांच्या जागी पोलीस कमिशनर म्हणून नेमणूक झाली.

✠

गुलशन कुमार यांच्या हत्येनंतर दोन आठवड्यांनीही पोलिसांना या गुन्ह्याच्या तपासात प्रगती करता आली नाही. परंतु त्यांनी मोठ्या चुका न केल्याने त्यांना अप्रत्यक्षपणे काही काळ विश्रांती मिळाल्यासारखे झाले होते. यानंतर एक वादग्रस्त घटना घडली. जावेद फावडा याला २८ ऑगस्ट रोजी बॅलार्ड पीयर येथे पोलिसांनी गोळ्या घालून ठार केले. याच दिवशी नवीन पोलीस प्रमुखाची नियुक्ती झालेली होती. असिस्टंट पोलीस इन्स्पेक्टर वसंत ढोबळे यांनी त्या चकमकीत पुढाकार घेतला होता. लवकरच ढोबळेंच्या माणसांनी शिताफीने या चकमकीची बातमी वृत्तपत्रातील त्यांच्या मित्रांना सांगितली. मग लगेच 'गुलशन कुमार यांचा मारेकरी चकमकीत ठार' अशी बातमी छापून आली. 'क्राइम ब्रँचने आपल्या खास शैलीत गुलशन कुमार यांच्या मारेकऱ्याला गोळ्या घालून प्रत्युत्तर दिले.' असाही एक मथळा या बातमीला दिला गेला होता. मग वृत्तपत्रे, विशेषतः मराठी वृत्तपत्रे, ही ढोबळे यांनी दाखविलेल्या शौर्यावर तुटून पडली.

ही घटना जर डेप्युटी पोलीस कमिशनर के.एल. प्रसाद आणि त्यांचे साहेब आर.एस. शर्मा यांच्या कारकिर्दीत घडली असती; तर त्यांनी याबद्दल आनंद व्यक्त केला असता; पण आता या बातमीच्या प्रतिक्रियांमुळे क्राइम ब्रँचवर उद्विग्नतेची कृष्णछाया पसरली. क्राइम ब्रँचमधील पोलीस अधिकारी बातमीदारांच्या प्रश्नांना उत्तरे देईनासे झाले. "जावेद फावडा हा मुख्य मारेकरी होता का? का तो साइड शूटर होता?" या प्रश्नाला पोलीस त्यांचे नेहमीचे ठराविक उत्तर देऊ लागले, "आमचा तपास अजूनही चालूच आहे."

गुन्हेगारांच्या जगात जो ठरवलेल्या बळीला गोळ्या घालतो तो मुख्य शूटर असतो; तर या कामाच्या वेळी समोरून जर विरोध होऊ लागला, तर आपल्या

गोळीबाराने तो मोडून काढून मुख्य मारेकऱ्याला संरक्षण देणारे जे शूटर असतात त्यांना 'साइड शूटर' म्हटले जाते. परंतु या चकमकीत जावेद फावडाची काय भूमिका होती हे पोलीस सांगत नसल्याने 'येथे काहीतरी पाणी मुरते आहे' असे समजण्यात आले. नंतर असे उघड झाले की, जावेद फावडा हा क्राइम ब्रँचची 'सूडव्यक्ती' होती. अनेक कारणांमुळे त्याच्यावर क्राइम ब्रँचचा राग होता. ती कारणे खूप खोलवरची होती. जावेद फावडा याचे खरे नाव अबू सायमा अबू तालिब खान असे होते. तो जावेद नावानेही ओळखला जात होता. त्याचा एक दात मागे वळलेला असल्याने त्याला 'फावडा' हे टोपण नाव पडले होते. दुर्दैवाने जो चकमकीत ठार झाला, तो जावेद फावडा नव्हता. तो तिथे एक भुईमुगाच्या शेंगा विकणारा होता व त्याचेही नाव जावेद होते. कर्मधर्म संयोगाने तो तिथे हजर होता एवढेच.

जावेदची बहीण रुबिना ही बांद्र्याच्या एका झोपडपट्टीत रहात होती. तिने आता एक वादळ उठवून दिले. ती असा दावा करू लागली की, तिचा भाऊ हा बांद्रा रेल्वे स्टेशनच्या जवळ असलेल्या मशिदीपाशी शेंगा विकतो आणि २६ ऑगस्टपासून बेपत्ता आहे. बांद्रा पोलीस स्टेशनमध्ये तिने तशी तक्रारही दाखल केली होती.

२९ ऑगस्टला पोलिसांनी तिला आपल्या भावाचे प्रेत ओळखण्यासाठी बोलावले. घटनेनंतरच्या शवतपासणीत असे उघड झाले की, जावेदला जवळून गोळ्या घालण्यात आल्या होत्या. अन् नुसते एवढेच नाही, तर नंतर त्या प्रेतावरून एक वाहन गेल्याने त्याच्या छातीच्या फासळ्या मोडल्या होत्या. या नवीन शोधामुळे पुन्हा एकदा पोलीस अडचणीत सापडले.

शर्मा व प्रसाद यांनी यावर माध्यमांना आणि मानवी हक्क निरीक्षकांना खूप कळकळीने खुलासा करण्याचा प्रयत्न केला की, त्यांनी खरोखरीच एका गुन्हेगाराला गोळ्या घातल्या, कोणत्याही निष्पाप शेंगा विकणाऱ्याला घातल्या नाहीत; पण यातून अधिक काही वाईट पुढे येणार होते.

✠

आर.एस. शर्मा यांनी ज्या-ज्या फोनवरील विचारणाऱ्यांना उत्तरे दिली, ज्या कोण्या भेटीला आलेल्या लोकांपाशी ते जे काही बोलले, त्यामुळे उलट क्राइम ब्रँचच्या प्रमुखाची परिस्थिती अधिकाधिक अवघड होत गेली. पोलिसांच्या इंटेलिजन्स खात्याच्या अयशस्वीपणाबद्दल जेव्हा प्रसारमाध्यमांनी खुलासा विचारला, तेव्हा क्राइम ब्रँचला आपला बचाव करता आला नाही. 'फावडा चकमक' प्रकरणात पोलीस खाते चांगलेच फसले होते. हा एक फार मोठा घोटाळा झालेला होता. शर्मा यांनी मग आक्रमकरीत्या या प्रकरणासाठी तोंड देण्याचे ठरवले. या एन्काउंटरनंतर

तीन दिवसांनी जेव्हा प्रसारमाध्यमे पोलीस खात्यावर हल्ल्याची तयारी करीत होते, तेव्हा शर्मा यांनी हिंदी चित्रपट जगाचा बुरखा फाडून एक कुरूप चेहरा सर्वांसमोर आणला. त्यामुळेच तो हिंसाचार उसळला होता, असे दाखवले गेले.

टोळीवाल्यांचे सूड व हत्याकांड यांच्यामागची अनेक कटकारस्थाने, त्यांचे धागे, माहितीचे तुकडे हे सारे त्यांनी एकत्र जुळवले होते. त्या विखुरलेल्या तुकड्यांच्या जुळणीतून एक अत्यंत गुंतागुंतीचा तपास सुरू झाला. अबू सालेमने एक संगीत उत्सव किंवा 'संगीत धमाल रजनी' दुबईमध्ये आयोजित केली होती. त्याला हिंदी चित्रपटसृष्टीतील मातब्बर कलाकार शाहरूख खान, सलमान खान, जॅकी श्रॉफ, आदित्य पांचोली इत्यादी हजर राहिले होते. सालेमने त्या वेळी त्या सर्वांना पार्टी दिली होती आणि त्या वेळी तो गुलशन कुमारच्या धंद्यातल्या प्रतिस्पर्धी व्यक्तींबरोबर अत्यंत सलगीने बोलत होता. त्यामुळे असा संशय येतो की, त्या पार्टीत गुलशन कुमार याच्या हत्येचा कट रचला गेला असावा.

चित्रपट उद्योगातील बड्या व्यक्तींचा सालेमशी संबंध आहे, हे कळल्यावर मुंबईच्या पोलिसांची झोप उडाली. अशा व्यक्तींविरुद्ध पोलिसांनी कारवाई सुरू करावी काय? अन् त्यांचे गुन्हेगारी जगताशी असलेले परस्परसंबंध यावरून त्यांच्यावर आरोप ठेवावेत काय? किंवा आपली अबू सालेमविरुद्धची केस भक्कम करण्यासाठी त्यांच्या साक्षी काढाव्यात काय? भारतातील पोलीस नेहमी एका घटकाचा शोध घेत असतात. तो म्हणजे, संशयित गुन्हेगाराचा वरिष्ठ पातळीवरील राजकारणी व्यक्ती, चित्रपट कलाकार किंवा एखादा बडा व्यापारी याच्याशी काही संबंध आहेत काय?

जोपर्यंत आपली केस अगदी भक्कम होत नाही, तोपर्यंत एखादा चित्रपट नटाला यात गोवणे म्हणजे धोकादायक गोष्ट होती. कारण त्यानंतर एवढी टीका होईल की, पोलीस खात्याला दोन पावले माघार घ्यावी लागेल. अशा वेळी हे चित्रपट कलाकार दिल्लीतील आपले खास व्यक्तींशी असलेले संबंध वापरून मंत्रालयातील अधिकाऱ्यांवरती दबाव आणतील. तसेच या वेळी मुख्यमंत्री व गृहमंत्री हे एकमेकांच्या डोळ्याला डोळा भिडवीत नव्हते. त्यांची क्वचितच गाठ पडायची यामुळे वरिष्ठ पोलीस अधिकाऱ्यांच्या डोक्यावरती नेहमीच एक टांगती तलवार असे.

याबाबतचे एक उदाहरण नुकतेच घडले होते. डेप्युटी कमिशनर राकेश मारिया यांनी १९९३मधील स्फोट मालिकांच्या संदर्भात खूपच यशस्वीपणे तपास केला होता. क्राइम ब्रँचला यश मिळवून दिले होते. त्यांची माणसे शिवसेनाप्रमुख बाळ ठाकरे यांचे पुत्र जयदेव यांच्या घरी गेले होते. जयदेव, बाळ ठाकरे यांच्या घरातून बाहेर पडलेला होता. पोलिसांना अशी माहिती कळली होती की, जयदेव यांच्या कलिना येथील घरातील एका खासगी प्राणिसंग्रहालयात काही नामशेष होण्याचा

संभव असलेल्या प्रजातींची जनावरे ठेवली आहेत. पण त्या छाप्यानंतर काही दिवसांतच मारिया यांची बदली झाली. त्यांना क्राइम ब्रँचमधून तडकाफडकी हलवले गेले.

शर्मा हे चाणाक्ष व राजकीयदृष्ट्याही हुशार असल्याने त्यांनी आपल्या सुप्त विरोधकांच्या पुढे एक पाऊल आणखी टाकण्याचे ठरवले. त्यासाठी प्रथम त्यांनी मंत्रालयातील व दिल्लीतील आपल्या राजकीय साहेबांच्याकडून प्रथम परवानगी मिळवण्याचे ठरवले. त्यांना त्या नटांची चौकशी करायची होती, प्रश्न विचारायचे होते, वाटल्यास इतर गुन्हेगारांना जसा धाकदपटशा दाखवून माहिती काढली जाते तसेही वेळप्रसंगी करायचे होते. अन् इतकेही करून जर ती नट मंडळी निर्दोष आढळली, तर नंतर ते उगाच आपले वशिले वापरून बिचाऱ्या पोलीस अधिकाऱ्यांना अडचणीत आणू शकणार नाहीत, यासाठी शर्मा यांना राजकारण्यांकडून एक प्रकारचे संरक्षण हवे होते.

शर्मा आपल्या योजनेप्रमाणे कामाला लागले. ते अगदी बारीकसारीक तपशिलांची दखल घेत पुढे जाऊ लागले. त्यांच्या हेतूनुसार यातून माहितीचे तुकडे सावकाश बाहेर पडणार होते व त्यामुळे दिल्लीतील राजकारण्यांचे आणि मुंबईतील राजकीय साहेबांचे कुतूहल शमणार होते. त्यामुळे त्यांच्या तपासातील प्रत्येक डावपेच व धाडसाचे नंतर कौतुक होणार होते.

परंतु ह्यात एक फार मोठी जोखीम होती, हे शर्मा यांना ठाऊक होते. त्यांचे दिल्लीतील वरच्या पातळीवरील लागेबांधे आणि राष्ट्रीय पातळीवरील राजकारण्यांशी संबंध असल्याने त्यांची या संदर्भातील कौशल्ये तावून-सुलाखून निघाली होती. म्हणून त्यांनी तोलून-मापून जोखीम पत्कारायचे ठरवले होते. मंत्रालयातील राजकीय बॉस मंडळींकडून शर्मा यांनी मान्यता मिळवली आणि एक मोठी पत्रकार परिषद भरवली. प्रसारमाध्यमसृष्टीतील झाडून साऱ्यांना त्यांनी आमंत्रणे दिली. अगदी एखाद्या लंगोटीपत्राच्या माणसालाही त्यांनी वगळले नाही.

या संदर्भात त्यांना हाताखालच्या सर्व माणसांना संबंधितांना फोन करण्याची, व्यक्तिश: किंवा पेजरवरून निरोप देण्याची मुभा दिली. निरोप मिळालेल्या सर्वांनी मुख्य पोलीस कंट्रोल रूम येथे हजर रहावे, असे सांगितले. अखेर कमिशनर ऑफ पोलीस रोनाल्ड मेंडोन्सा एक मोठी पत्रकार परिषद घेणार होते.

पोलीस कमिशनरांच्या चेम्बरमध्ये त्या दिवशी, कधी नव्हे एवढी वृत्तव्यवसायातील लोकांची गर्दी झाली होती. खुद्द तिथे कामे करण्याऱ्या खात्यातील माणसांनाही सरकायला जागा उरली नाही. एरवी पत्रकार परिषद म्हटली की, ती अत्यंत कर्णकटू आवाजात चाललेली एक घटना असते. त्या वेळी बातमीदार मंडळी अस्वस्थ असतात व ते अडचणीत आणणारे प्रश्न विचारीत असतात. त्यामुळे पोलीस

अधिकाऱ्यांच्या चेहऱ्यावरती चिंतेचे भाव असतात. पण या वेळी शर्मा हे हसऱ्या मुद्रेने वावरत होते. त्यांनी आदल्या रात्री भरपूर झोप घेतल्याचेही त्यांच्या चेहऱ्यावरून जाणवत होते. शर्मा काही निवेदन करण्यासाठी तयार झाले, तेव्हा त्यांनी एक हात वर करून चेम्बरमधला गलका शांत केला. सर्वत्र शांतता पसरली. फक्त एअर कंडिशनरचा घर्र-घर्र आवाज ऐकू येत होता.

शर्मा सांगू लागले, "आमच्या तपासामध्ये गुलशन कुमार यांच्या खुनाच्या पार्श्वभूमीवर काही अनपेक्षित, हादरवून टाकणारी माहिती आमच्या हाती आली आहे. प्रसिद्ध संगीत दिग्दर्शक नदीम सैफी याने गुलशन कुमार यांची हत्या करण्यासाठी सुपारी दिली होती. हा कट एम्पायर हॉटेलमध्ये रचला गेला होता, दुबईतील हे हॉटेल अमली पदार्थांची तस्करी करणाऱ्या विकी गोस्वामी याचे आहे. ही गोष्ट या वर्षीच्या जून महिन्यात घडली. त्या वेळी हिंदी चित्रपटसृष्टीतील अनेक कलाकार तिथे हजर होते."

सांगता-सांगता शर्मा थोडेसे थांबले. खोलीत पूर्णपणे ३० सेकंदांची शांतता पसरली. काही बातमीदार टिपणे लिहीत होते, तर बाकीचे आपली तोंडे वासून शर्मा यांचेकडे पहात होते.

नदीम-श्रावण ही जोडगोळी चित्रपटातील गाण्यांना चाली लावायची. नदीम हा एक भडक संगीत दिग्दर्शक होता. तो बॉलिवूडच्या एका महत्त्वाच्या व्यक्तीच्या निर्घृण खुनात गुंतला होता, हे अविश्वसनीय वाटत होते. जमलेल्यांमधून अविश्वासाचे उद्‌गार उमटले. मग प्रत्येक जण एकाच वेळी प्रश्नांच्या फैरी झाडू लागले.

शर्मांनी प्रत्येक प्रश्नाचे उत्तर अत्यंत शांतपणे दिले. मग नदीमला अजून अटक का केली नाही, या प्रश्नावर त्यांनी खुलासा केला की, नदीम अजून परदेशात आहे. कारण त्याच्या पत्नीचा तिथे गर्भपात झाला आहे. परंतु आम्ही त्याच्या संपर्कात असून त्याने पुढच्या आठवड्यात भारतात परत येण्याचे आश्वासन दिले आहे.

जेव्हा गुलशन कुमार यांच्या हत्येचा कट रचला जात होता, तेव्हा तिथे चित्रपटसृष्टीतील कोण-कोण माणसे हजर होती, असा प्रश्न विचारल्यावर शर्मांनी स्पष्टपणे सांगितले की, त्या सर्व चित्रपट कलावंताना लवकरच चौकशीसाठी बोलावून घेतले जाईल. अशा या पत्रकार परिषदेच्या बातम्यांनी जगभरात मोठमोठ्या मथळ्यांसह खूप गाजावाजा केला. सर्वत्र हाच एक ज्वलंत विषय आता चर्चिला जात होता. सर्व सत्ताकेंद्रे, कोर्टरूम यांमध्ये यावर जोरजोरात चर्चा होऊ लागली. त्या हत्येने व त्या मागच्या कारस्थानामुळे भारतातील चित्रपट उद्योगक्षेत्रातील काळे जग पुढे आले. दादांची कृत्ये काही प्रमाणात उघडी पडली. प्रत्येकाला त्या कारस्थानाच्या मुळाशी जायचे होते. कोणाचीही बाजू पूर्वग्रहदूषितपणे घ्यायची नव्हती. त्यामध्ये देशातील नामवंत नट अडकले असतील; तरीही त्याची पर्वा

नव्हती. शर्मा यांनी पूर्ण अधिकार दिलेले होते. फक्त नेमके तेवढेच बोला. कोणाच्याही शौकीन माणसांना दुखवू नका, अशी सूचना त्यांना दिलेली होती.

अशा रितीने चित्रपटातील बड्या-बड्या कलावंताची मुंबई पोलीस हेडक्वार्टरला हजेरी लागू लागली. कोणत्याही अन्य पोलीस हेडक्वार्टर्समध्ये अशी घटना घडल्याची इतिहासात अद्याप नोंद नाही.

प्रथम शाहरूख खान याला बोलावण्यात आले. तो काळे जाकीट व डेनिममध्ये आला. आपल्या चेहऱ्यावरती घाबरल्याची व तणावाची भावना दिसू नये म्हणून तो आटोकाट प्रयत्न करीत होता. त्याला असिस्टंट कमिशनर ऑफ पोलीस एल.आर. राव यांच्या केबिनमध्ये नेण्यात आले. राव हे चांगलेच जाडजूड होते. त्यांच्यासमोर एवढी प्रसिद्ध व्यक्तिरेखा बसलेली दिसणे, ही त्यांच्या दृष्टीने एक गौरवाची गोष्ट होती. ते 'किंग खान'ला त्या गैरपार्टीला का हजर राहिला होता, म्हणून प्रश्नांच्या फैरी झाडत होते.

राव यांना शाहरूख खानची उत्तरे पटत नव्हती. म्हणून त्यांचे हे सवाल-जवाब सत्र एक तासापेक्षा जास्त काळ चाललेले होते. शेवटी किंग खानचा जवाब हा दोन पानांत उतरवून घेण्यात आला. त्यात शाहरूख खानने आपण दुबईला त्या पार्टीला गेलो होतो, एका बॉलिवूड शोसाठी गेलो होतो हे कबूल केले. तो शो स्थानिक लोकांनी आयोजित केला होता. ते लोक कोण होते हे आपल्याला व्यक्तिश: ठाऊक नाही, असे त्याने सांगितले. तसेच आपले व सालेम याचे आणि अनीस इब्राहिम याच्याशीही पुसटसेही संबंध नाहीत, असेही तो म्हणाला. सालेम व अनीस इब्राहिम हे दोघे पडद्याआडून तो शो चालवीत होते. जेव्हा या दोघांच्या कटकारस्थानाबद्दल ऐकले तेव्हा तो म्हणाला, "त्या वेळी आपला पाय घसरून दुखावला होता व आपण नदीम-श्रावण यांनी दिलेल्या त्या पार्टीला हजर राहू शकलो नाही."

शाहरूखला जाऊ देण्यात आले; पण बाहेर प्रसारमाध्यमांचे बातमीदार, कॅमेरामन वगैरांची गर्दी हटत नाही तोपर्यंत तो बाहेर गेला नाही. प्रश्नोत्तरे चालली असताना शाहरूख सारखा सिगारेटी ओढीत होता. एसीपी राव यांच्या केबिनमधून बाहेर पडताना तो नखशिखान्त घामाने डबडबला होता. जेव्हा काही बातमीदारांनी त्याला प्रथम हटकले आणि त्याला प्रश्न विचारले तेव्हा तो रागाने काळा-निळा झाला व अद्वातद्वा बोलू लागला. त्याने एक अकल्पित असा तमाशा करीत म्हटले, "तुम्ही तुमचे प्रश्न माझ्यावर भुंकण्याआधी मला माझी सिगारेट तरी पेटवू द्याल काय?" मी जेव्हा त्याला काही विचारू लागलो, तेव्हा त्याने माझा प्रश्न तोडून टाकला. हा सुपरस्टार अक्षरश: थरथरत असल्याचे डोळ्यांना दिसत होते. तो रागाने थरथरत होता की भीतीने थरथरत होता हे सजमणे अवघड होते. तो कसाबसा आपल्या मोटारीत जाऊन बसला आणि तिथून वेगाने निघून गेला.

यानंतर जॅकी श्रॉफ व आदित्य पांचोली यांना क्राइम ब्रँचने बोलावले. त्यांनाही त्या प्रश्नांच्या फैरीतून अशाच तऱ्हेने जावे लागले. परंतु शाहरूख खानप्रमाणे जॅकी श्रॉफचे झाले नाही. अत्यंत गोड बोलून व सभ्यपणे तो प्रसारमाध्यमांच्या प्रतिनिधींशी बोलला. त्यांच्याशी त्याने कसलाही वादविवाद केला नाही की बाचाबाची केली नाही.

सलमान खान याला प्रसारमाध्यम प्रतिनिधींची सर्कस कशी असते; ते ठाऊक होते. त्याने त्यांना अत्यंत कौशल्याने बोलून त्यांच्यावरती मात केली. नंतर त्याने पोलिसांना विनंती केली की, आपल्याला एखाद्या छोट्या खोलीत नेऊन आपली चौकशी करावी, म्हणजे आपल्यामागचा बातमीदारांचा ससेमिरा चुकेल व ते आत येऊ शकणार नाहीत. मग त्याला पोलिसांच्या बांद्रा युनिटच्या ऑफिसात बोलावण्यात आले. तिथे त्याची दोन तास चौकशी करण्यात आली. त्याचा जबाब नोंदवल्यानंतर त्याला जाऊ देण्यात आले. त्यातून फारसे काही निष्पन्न झाले नाही.

शर्मा यांनी पोलीस खात्यावरील वादळ हे यशस्वीपणे परतवले; पण ही गोष्ट तात्पुरतीच होती. शर्मा हे फावडा याला विसरले नव्हते की त्यांच्या विरोधकांना विसरले नव्हते.

१५

गुप्तपणे आखलेले कट

कायद्याची अंमलबजावणी करण्यात मुंबईचे पोलीस खाते हे जगातील एकमेव असे वैशिष्ट्यपूर्ण खाते आहे. गुन्हे पसरत जाण्याला आळा घालण्यात त्यांची एक झकास पद्धत आहे, ती म्हणजे गुन्हेगारांशी चकमकी घडवणे. प्रसारमाध्यमे मात्र याचा अर्थ 'पोलिसांनी न्यायपालिकेबाहेर घडवलेल्या हत्या' उर्फ 'एन्काउंटर' असा काढतात. अशा प्रकारात त्यांच्या मते गुन्हेगारांना ठरवून ठार केले जाते व नंतर ते 'चकमकीत मारले गेले' असा दावा केला जातो.

१९८२पासून मुंबई पोलिसांनी अशा शेकडो चकमकी केल्याच्या नोंदी आहेत, विशेषत: जेव्हा जुलियो रिबेरो हे पोलिसात सर्वोच्च पदावर होते, तेव्हा एखाद्या पोलीस चकमकीचे वर्णन हे नेहमीसारखेच असते, त्या वर्णनात क्वचितच फेरबदल असतो. पोलिसांच्या वार्तापत्रामध्ये प्रसारमाध्यमांसाठी सर्वसाधारणपणे असे लिहिलेले असते, ''पोलिसांची एक तुकडी 'क्ष' गुन्हेगाराला शरण येण्यासाठी बजावू लागली. तेव्हा तो पोलिसांवर गोळीबार करू लागला. पोलिसांनी स्वसंरक्षणार्थ त्यांच्यावर गोळ्या झाडल्यावर तो 'क्ष' गुन्हेगार जबरदस्त घायाळ झाला. मग त्याला हॉस्पिटलमध्ये नेले असता आपल्या जखमांमुळे त्याने तिथेच आपला प्राण सोडला.''

इंडियन पीनल कोडच्या सेक्शन १००मध्ये स्पष्टपणे म्हटले आहे की, *'जर एखाद्या हिंसक हल्ल्यात हल्ला करणारा ठार मारला जात असेल, तर ती हत्या हा खुनाच्या जवळपास पोहोचत नाही'* कायद्यातील ह्या भागाचा वापर करून पोलीस नेहमी असे म्हणत असतात की, ''ह्या गुन्हेगाराने आपल्यावर आधी गोळ्या झाडण्यात सुरुवात केली होती.'' आपल्या जिवाला धोका पोहोचत असल्याचा दावा करून पोलिसांची तुकडी असे सुचवते की, ''मग स्वसंरक्षणासाठी आपल्याला उलट गोळीबार करण्यावाचून गत्यंतर उरले नाही.'' मग भले जरी पोलिसांनीच प्रथम

गोळ्या झाडण्यास सुरुवात केली असली तरी. जर या दोन्ही बाजूंच्या गोळीबारात हल्लेखोर ठार झाला, तर पोलीस नेहमी "आपण गुन्हेगाराला केवळ अटक करण्याच्या हेतूने गेलो होतो," असा दावा करतात व "त्यामुळे घडलेल्या प्रकाराला आपण जबाबदार नाही," असे म्हणतात.

'चकमकी' उर्फ 'न्यायपालिकेबाहेरच्या हत्या' ही कल्पना प्रत्यक्षात कधी आली ते कोणालाच ठाऊक नाही; पण काही पोलीस इतिहासतज्ज्ञ यांनी अशा चकमकींची उत्क्रांती कशी होत गेली, याचा मागोवा घेण्याचा प्रयत्न केला आहे.

मुंबई पोलीस खात्याच्या इतिहासानुसार अशी पहिली चकमक उर्फ एन्काउंटर हा त्यांच्याकडून मनोहर उर्फ मन्या सुर्वे याच्या बाबतीत झाला. या संदर्भात इशाक बागवान हा पोलीस हीरो ठरला आणि पोलिसांच्या दप्तरी तो पहिला 'एन्काउंटर पोलीस' ठरला. या संबंधात वृत्तपत्रांनी अशा चकमकी ह्या पोलीस प्रमुख ज्युलिओ रिबेरो यांच्या डोक्यातून प्रथम निघाल्या, असे लिहिण्यावर आपले कागद भरमसाठ खर्च केले. रिबेरो हे पंजाबात असताना जे अनागोंदी माजवणारे होते, त्यांचा बीमोड करण्यासाठी ही पद्धत उपयोगाची आहे, असे त्यांच्या लक्षात आले. त्यानंतर खलिस्तानी अलगतावादी अतिरेकी यांनी मुंबईला आपला तळ बनवला. त्या वेळी ॲडिशनल कमिशनर ऑफ पोलीस आफ्ताब अहमद खान हे होते. ते दहशतवादविरोधी पथकाचे प्रमुख होते. त्यांनी शीख दहशतवाद्यांना संपवण्यासाठी बाह्यत: चकमकी दाखवल्या.

तथापि, एन्काउंटर वापरून त्यांना एक दर्जा देण्याचे काम पोलीस कमिशनर रामदेव त्यागी यांनी केले. दर आठवड्याच्या गुन्ह्यासंबंधात ज्या बैठका होतात त्या वेळी त्यागी स्पष्टपणे आपल्या माणसांना सांगत की, गुन्हेगारांचा मागोवा घेत त्यांना शोधा व वेळ पडल्यास त्यांचा एन्काउंटर करा.

त्यांच्यानंतर सुभाष मल्होत्रा आले. त्यांनी हीच परंपरा पुढे चालू ठेवली. परंतु पुढे त्यांना वाटेतच थांबावे लागले. कारण त्यांनी जावेद फावडा याला ठार केले होते.

मग जावेद फावडाच्या हत्येसंदर्भात उच्च न्यायालयात याचिकेवर याचिका दाखल केल्या गेल्या. त्या सर्व याचिकांमध्ये दावा केला होता की, 'तो एक थंडपणे केलेला खून होता. जणूकाही त्या गुन्हेगारावर खटला न भरता त्याला भर रस्त्यात मृत्यूची शिक्षा दिली होती.' मग उच्च न्यायालय पोलीस खात्यावर चांगलेच घसरले. पोलिसांना आपापली पिस्तुले म्यानात ठेवायला भाग पाडले.

ही पिस्तूलबंदी अनेक दिवस चाललेली होती. फावडा केससंबंधीच्या व नंतर सदा पावलेच्या चकमकीसंबंधीच्या याचिका यांमुळे मुंबई पोलिसांच्या गुन्हेगारांचे जग उद्ध्वस्त करण्याच्या महत्त्वाकांक्षेला लगाम बसला. १९९७-९८मध्ये या केसेसवरती मुंबई उच्च न्यायालयाने झाल्या प्रकरणातील तथ्य शोधण्यासाठी एक 'डिव्हिजन

बेंच' नेमले. आता पोलीस खात्याखालची जमीन निसरडी बनली.

सेशन्स कोर्टाचे न्यायाधीश आलीयसियस ऑग्विर हे त्या शोधसमितीचे प्रमुख होते. न्या. ऑग्विर हे एक स्वतंत्र बुद्धीने विचार करणारे न्यायाधीश होते. त्यांना आपल्यावर कुणाचेही वर्चस्व, हुकूमत आवडत नसे. तसेच त्यांची निष्ठा व सचोटी ही वादातीत होती.

ऑग्विर हे मुंबईतील कॅथॉलिक मंडळींपैकी होते. ते आपल्या हुशारीने वर चढत-चढत या उच्च न्यायालयातील पदापर्यंत पोहोचले होते. त्यांनी ही जबाबदारी स्वीकारताना आपल्या भाषणात म्हटले होते की, "कायद्याच्या व्यवस्थेवर टीका करणाऱ्यांनी अन् ती टीकाही न पटवता त्याला 'कायदा हा गाढव आहे' असे म्हणताना आपण हे विसरून चालणार नाही की, अशाच एका गाढवावरती जीझस ख्राइस्ट बसून तो अंतिम न्यायनिवाडा करीत जेरूसलेममध्ये विजयी मुद्रेने हिंडत होता." (संदर्भ http:// spotlight.net.in)

अनेक महिने शोध व अभ्यास केल्यावर न्या. ऑग्विर यांनी एक २२३ पानांचा अहवाल त्या चकमकींवरती लिहिला अन् त्यांनी जाहीर केले की, जावेद फावडा व सदा पावले यांच्या संदर्भातील पोलिसांच्या त्या चकमकी बनावट होत्या. कामकाजात पोलिसांनी जी माहिती दिली व जो खुलासा दिला त्याच्याशी चकमकीचा वृत्तान्त जुळत नाही.

हा अहवाल एवढा जिव्हारी लागणारा व अत्यंत कडक होता की, त्यामुळे संबंधित पोलीस मंडळी बसल्या जागी चुळबूळ करीत बसली.

दरम्यान रोनी मेंडोन्सा यांनी पोलीस कमिशनर पदाची सूत्रे हातात घेतली होती. मेंडोन्सा हे त्यांच्या इमानाबद्दल प्रसिद्ध होते; पण त्यांचे वागणे एखाद्या कॉलेजातील प्राध्यापकासारखे सज्जनपणाचे होते. त्यांची कारकिर्द ही एका विवादास्पद गोष्टीतून सुरू झाली होती. त्यांनी गुलशन कुमार हत्येमध्ये नदीम हा मुख्य आरोपी असल्याचे म्हणून खळबळ माजवली होती. म्हणजे हा माणूस तसा एखादा प्राध्यापक नव्हता तर!

परंतु मेंडोन्सा यांचा चकमकीसारख्या अपारंपारिक गोष्टींवरती विश्वास नव्हता. अनेक महिने त्यांनी 'महाराष्ट्र प्रिव्हेन्शन ऑफ डेंजरस पीपल्स ॲक्ट' या कायद्याचा अभ्यास केला होता. या कायद्याचा उल्लेख संक्षेपाने 'एमपीडीए' असा केला जातो. हा एक 'टाडा'सारखा कडक कायदा असून तो १९९५मध्ये रद्दबातल ठरवण्यात आला होता. परिणामी गुन्हेगार मंडळी अधिक धीट बनली होती.

१९९८ हे वर्ष जास्तीत जास्त संख्येच्या शूट आउटचे म्हणून गाजले. सुमारे १०० माणसे ही अशा गोळीबारात ठार झाली किंवा घायाळ झाली असतील. हे सर्व गोळीबार गुन्हेगार मंडळींकडून झालेले होते. त्यांच्यावरील कारवाईत त्यांनी हे

गोळीबार केले होते. 'शूट आउट' या शब्दाचा पोलिसांच्या भाषेत 'एक गोळीबाराची घटना' असा होतो. अशा घटनेत एक पिस्तूलधारी किंवा बंदूकधारी आपल्या बळीवर नेम धरून त्याला ठार करण्याच्या हेतूनेच गोळी झाडतो. पण काही काही वेळा तो सुदैवी असेल, तर न मरता त्यातून वाचतो.

पोलिसांचे रजिस्टर पाहिले, तर त्यात असे आढळून येईल की, साधारणपणे दर तीन दिवसांनी एकदा असा 'शूट आउट' झालेला आहे. म्हणून क्राइम ब्रँच ही सतत त्यासाठी सतर्क असते आणि पोलिसांचे नीतिधैर्य प्रत्येक वेळी पणाला लागलेले असते. मानवी हक्क चळवळीचे कार्यकर्ते, न्यायालये आणि प्रसारमाध्यमे या सर्वांनी पोलिसांना या संदर्भात आपापल्या पद्धतीने खूप झोडपले आहे. चकमकींच्या खरेपणाबद्दलचे दावे आणि न्या. ऑग्विर समितीचा अहवाल यांमुळे मुंबई उच्च न्यायालयात खूपच कल्लोळ माजवला होता.

पोलिसांना हे कळून चुकले होते की, आपण गुन्हेगारांना उलट उत्तर दिले पाहिजे. टोळीवाल्यांना, गँगस्टर्सना ते मोकाट सोडून द्यायला तयार नव्हते. आपल्या कार्यावर आणि क्षमतेवरती ते निंदानालस्ती होऊ द्यायला तयार नव्हते. गुन्हेगारांच्या प्रत्येक गोळीबार अथवा शूट आउट हा मेंडोन्सा यांच्या तीस वर्षांच्या कारकिर्दीला वेडावून दाखवीत होता. प्रसारमाध्यमातील तज्ज्ञ व स्तंभलेखक हे प्रत्येक वेळी मंत्रालयातील मंत्र्यांसारखे काहीतरी खुसपटे काढून कायदा व सुव्यवस्था यांची खिल्ली उडवू लागले होते.

मग त्यानंतर एक अनपेक्षित गोष्ट घडली. उच्च न्यायालयाच्या डिव्हिजन बेंचने न्या. ऑग्विर यांचा अहवाल सरळ-सरळ फेटाळून लावला आणि जाहीर केले की, त्या दोन्ही चकमकी, ते दोन्ही एन्काउंटर बनावट नव्हते.

वृत्तपत्रातील खालील बातमी वाचा –

फावडा चकमक ही खरीखुरी होती – उच्च न्यायालय

(एक्स्प्रेस न्यूज सेवा)

मुंबई, फेब्रुवारी २४ : *मुंबई पोलिसांना मोठी उमेद वाटेल अशी एक गोष्ट घडली आहे. त्यानुसार मुंबई उच्च न्यायालयाने न्या. ऑग्विर समितीच्या अहवालातील निष्कर्ष हे फेटाळून लावले असून अहवालातील चकमकी या खऱ्याखुऱ्या होत्या, असे मानले आहे. एका चकमकीमध्ये जावेद फावडा उर्फ अबू सायमा हा २८ ऑगस्ट १९९७ रोजी मध्यरात्री बॅलार्ड पीयर येथे मारला गेला होता. न्या. ऑग्विर यांना जावेद फावडा, सदा पावले व विजय तांडेल ठार*

करण्याच्या या चकमकींबाबत लक्ष घालून शोध घेण्यास सांगितले होते. त्यांनी अहवालात असे सुचविले होते की, मुंबई पोलिसांनी ह्या बनावट चकमकी घडवल्या आणि त्यात निष्पाप भुईमुगाच्या शेंगा विकणाऱ्या अबू सयामा याला जावेद फावडा समजून ठार केले.

न्या. आरुमुघम व न्या. रंजना सामंत-देसाई या डिव्हिजन बेंचने आपला निकाल दिला आहे. 'समाजवादी पक्ष', 'लोकशाही हक्क संरक्षण समिती' आणि 'नागरी स्वातंत्र्य संघटना' यांनी यासंबंधात जनहितार्थ याचिका दाखल केल्या होत्या. त्यासंबंधी दिलेल्या निकालात असे म्हटले आहे की, पोलिसांनी स्वसंरक्षणार्थ फावडा याच्यावर गोळीबार केला. बेंचने असे म्हटले की, या संदर्भात पोलिसांकडून कसलीही चूक झाली नसून जी व्यक्ती ठार झाली ती गँगस्टर जावेद फावडा हीच होती.

मुंबई उच्च न्यायालयाचा निकाल हा मुंबई पोलिसांच्या दृष्टीने त्यांना एक सुखद धक्का होता. त्यांचा उत्साह व आत्मविश्वास पुन्हा जोमाने उसळून आला. आता ते सर्वोच्च वरिष्ठ पदावर असलेल्या आपल्या कमिशनरला मदत करण्यासाठी गुन्हेगारी जगाला काबूत आणण्याचे नवीन धोरण व डावपेच सादर करणार होते.

मेंडोन्सा यांनी आपले मऊ स्वभावाचे धोरण कायमचे सोडून देण्याचे शेवटी ठरविले. त्यांनी सेवानिवृत्त कर्नल महेंद्रप्रताप चौधरी यांना बोलावून घेतले व त्यांच्याकडून आपल्या पोलिसांना गुन्हेगारांशी सामना करण्यासाठी गोळीबाराच्या तंत्राचा कसा वापर करावा हे शिकविण्यास सुरुवात केली. कोणतीही वेळ आली, तरी तिला कसे तोंड द्यावे, याचेही प्रशिक्षण पोलिसांना देण्यास सुरुवात झाली. एके दिवशी त्यांनी एक पत्रकार परिषद बोलावली आणि 'गुन्हेगारांच्या गोळीला गोळीनेच उत्तर दिले जाईल.' असे आपले धोरण जाहीर केले. या योजनेला दोन बाजू होत्या. पहिली बाजू ही मानसिक दबावतंत्राची होती, तर दुसरी सरळसरळ चकमकींची होती.

दुसऱ्या दिवशी वृत्तपत्रांनी मेंडोन्सा याच्या या योजनेला प्रसिद्धी दिली. 'इंडियन एक्स्प्रेस' या वृत्तपत्राने या आधी एन्काउंटरविरोधी भूमिका घेतली होती; पण आता या वृत्तपत्राने गुन्हेगारी जगाला दिलेल्या या धाडसी आव्हानाचे कौतुक केले. इंडियन एक्स्प्रेसच्या पहिल्या पानावरती खालील बातमी झळकली.

मेंडोन्सा यांची युद्धघोषणा : टोळीवाल्यांना जशास तसे उत्तर

(एस. हुसेन झैदी यांच्याकडून)

मुंबई, १२ मे : *सहा महिन्यानंतरच्या सुस्त वातावरणानंतर मुंबई पोलिसांनी गुन्हेगारी जगाशी लढा देण्यासाठी आपली कंबर नव्याने कसली आहे. अन् त्यांच्याविरुद्ध पुकारलेले हे युद्ध रक्तरंजित असणार हे नक्की. कारण, पोलीस कमिशनर रॉनी मेंडोन्सा यांनी या वेळी असे वचन दिले आहे की, ''आम्ही टोळीवाल्यांना त्यांच्याच भाषेत जशास तसे उत्तर देणार आहोत.''*

त्यांचे हे जाहीर आव्हान हे गुन्हेगारांसाठी एका प्रकारे सिग्नल आहे. याचा अर्थ मानवी हक्क संघटनांनी चकमकींविरोधात केलेल्या गदारोळाने शस्त्रे वापरण्यावर घालण्यात आलेली अनधिकृत व अप्रत्यक्ष बंदी पोलिसांनी आता धुडकावली आहे.

मेंडोन्सा यांचे 'गोळीला गोळीने उत्तर' हे धोरण त्यांच्या अनुभवातून व विश्वासातून जन्माला आले आहे. आपल्या ढिलेपणामुळे जर पोलिसांचे मनोधैर्य हे खचत असेल, तर त्यामुळे गुन्हेगारांचे मनोधैर्य वाढत जाते. आपण आता याबाबतीत अत्यंत गंभीर झालेलो असून कडक पावले उचलणार असल्याचे संकेत त्यांनी दिलेले आहेत.... त्यासाठी सध्या १०० पोलिसांच्या एका गटाला आधुनिक पद्धतीच्या युद्धतंत्राचे घाटकोपर येथे प्रशिक्षण दिले जात आहे. कर्नल एम.पी. चौधरी हे ते प्रशिक्षण देत आहेत. या प्रशिक्षणात अत्याधुनिक शस्त्रास्त्रांचा वापर शिकविला जातोच, शिवाय गनिमी काव्याचेही युद्धतंत्र शिकविले जाते. पुढच्या आठवड्यात पहिल्या २५ पोलिसांची तुकडी हे प्रशिक्षण घेऊन बाहेर पडेल. अन् त्याच वेळी ही नवीन युद्धघोषणा उच्चारली जाईल.

यातली कमांडोंची तुकडी ही वरिष्ठ पातळीवरच्या 'अँटि एक्स्टॉर्शन सेल्स'(एईसीज) यांच्या सहकार्याने काम करेल. प्रत्येक विभागीय ॲडिशनल कमिशनर ऑफ पोलीस यांच्या अखत्यारित अशा एकूण चार तुकड्या असतील. या एईसीजमधील अधिकाऱ्यांना मात्र स्वयंचलित शस्त्रे वापरण्याचे, गुन्हेगारांना कोंडीत पकडण्याचे, त्यांचा पाठलाग करण्याचे प्रशिक्षण अद्याप दिले गेले नसल्याने कमांडो टीम तेही शिक्षण देऊन शारीरिक बळ व गोळ्या उडवणे यांचा परिणामकारक वापर कसा करावा ते शिकवील. कमांडोंची

पहिली तुकडी ही क्राइम ब्रँचला जोडली जाईल, तर पुढच्या तुकड्या ह्या विभागीय एईसीजमध्ये सामावल्या जातील.

अन् अजून जरी एकही गोळी झाडली गेली नसली तरी संपूर्ण पोलीस दल हे आत्ताच उत्साहाने नुसते सळसळू लागले आहे. पुन्हा पुन्हा डोके वर काढणारे गुन्हेगारांचे जग कसे हाताळायचे यावर गेल्या शनिवारी एक बैठक झाली. त्यामध्ये सर्व सीनिअर अधिकाऱ्यांनी एकमताने मेंडोन्सा यांच्या आक्रमक भूमिकेला आपला पाठिंबा जाहीर केला. या बैठकीत असलेले एक ॲडिशनल कमिनशनर ऑफ पोलीस म्हणाले, "थोडक्यात आमचे धोरण सांगायचे झाल्यास आम्हीच आता हल्ला चढवणार आहोत." एक डेप्युटी कमिशनर म्हणाले, "आम्ही आमच्या बंदुका केव्हाच साफसूफ करायला सुरुवात केली आहे." पण त्यांच्यापुढची कामगिरी ही तशी खरोखरीच दमछाक करणारी आहे.

गुन्हेगारांच्या आश्रयस्थानांवर छापे घालण्याची योजना ही खरोखरीच एक आक्रमक खेळी होती. ॲडिशनल कमिशनर ऑफ पोलीस डॉ. सत्यपाल सिंग आणि परमवीर सिंग यांच्यावर आता शहरातील गुन्हेगारांचे जग पूर्णपणे निपटून काढण्याच्या कामाची जबाबदारी टाकण्यात आली. दोन्ही सिंग मंडळींमध्ये सुसंवाद असून त्यांनी आपले शहर हे गुंडांच्या टोळीच्या धाकापासून पूर्णपणे मुक्त करायचे ठरवले होते. या दोघांनी चकमक पार पाडू शकणाऱ्या तीन खास तुकड्या तयार केल्या. त्या तुकड्यांचे प्रमुख इन्स्पेक्टर प्रदीप शर्मा, प्रफुल्ल भोसले व विजय साळस्कर हे धाडसी अधिकारी होते. हे तिघेही १९८३च्या बॅचमधले होते आणि त्यांच्यात 'शत्रूला ठार करण्याची सुप्त उमेद' होती.

तसेच त्यांचे अप्रतिम हेरखाते, खबऱ्यांचे जाळे शहरभर पसरलेले होते. प्रदीप शर्मा हे सत्यपाल यांच्या अधिपत्याखाली होते, तर भोसले व साळस्कर हे परमवीर यांच्या विभागाला संलग्न होते. छोटा शकील व अरुण गवळी हे मुंबई पोलिसांच्या अग्रक्रमावर होते. त्या तीन चकमक करणाऱ्या तुकड्या ह्या एकाच ध्येयवाक्याने भारलेल्या होत्या. ते ध्येयवाक्य असे होते : 'शकीलला आणि गवळी टोळीला नामशेष करून टाकायचे.'

साळस्कर व भोसले हे गवळीच्या मागावर राहिले, तर शर्मा यांनी शकीलची टोळी घेतली. या तीनही तुकड्यांनी सुमारे ३००पेक्षा जास्त टोळीवाले संपवले. त्यात शर्मा यांनी सर्वाधिक टोळीवाले संपवले होते. त्यांनी ११०पेक्षा जास्त जणांना संपवले होते. त्यामध्ये 'लष्कर-ए-तोयबा'मधील तीन दहशतवादी होते. तर भोसले

यांनी गवळी व छोटा राजन यांच्यातील ९०पेक्षा जास्त टोळीवाले ठार केले.

साळस्करला फक्त ६० गँगस्टरांचा खात्मा करता आला. पण त्याने एकट्याने स्वत:च्या शारीरिक बळावर गवळी टोळीतील पहिलवानांना संपवले. गवळी टोळीतील अत्यंत नेमबाज असलेली बहुतेक सर्व माणसे साळस्करच्या हातून संपवली गेली.

वरिष्ठ पोलीस अधिकाऱ्यांचा असा विश्वास होता की, असल्या चकमकींमुळे गुन्हेगारी जगाला एक प्रकारचा मोठा धाक बसतो. यातून निर्ढावलेल्या गुन्हेगारांच्या मनात आपोआप देवाबद्दलची जरब निर्माण होते. जसजशी बेकारी वाढत जाते तसतसे मुंबईच्या टोळ्यांत अनेक तरुणांचे तांडे सामील होत जातात. मग ते ५००० रुपयांपासून २५,००० रुपयांपर्यंत कमावू लागतात. अचूक नेमबाजांचे अशा टोळ्यांत सामील होणे हे पोलिसांना अजूनही जडच जाते आहे. पण अशा चकमक-नीतीमुळे एक गोष्ट सिद्ध झाली. ती म्हणजे, ज्या तरुण पोरांच्या मनावर गुन्ह्याच्या आयुष्याची भुरळ पडते त्यांना आता समजून चुकले आहे की, त्या जगात जाण्याचा मार्ग वन-वे आहे, एकदिशात्मक आहे. त्यातून बाहेर पडता येणे कठीण आहे. गुन्हेगारांच्या विश्वात केलेल्या प्रवेशाचा शेवट हा अखेरीस मृत्यूमध्ये होते.

ह्या भावनेमुळे व आकलनामुळे गुन्हेगारी जगातील तरुणांची भरती ही खूप कमी होत गेली. गोळीला गोळीचे उत्तर, माणसे मारण्याला माणसे मारण्याचे उत्तर अशा धोरणामुळे मुंबई पोलिसांना कळाले की, टोळीचे दादा आता पुन्हा कोणाचे रक्त सांडणार नाही. टोळीच्या विश्वातील उतरंड आता उद्ध्वस्त झाली.

शेवटी पोलिसांना स्मितहास्य करण्यासाठी काही ना काही कारण मिळाले तर!

१६

तंत्रज्ञानाचा वापर

१८९६मध्ये ब्रिटीशांनी मुंबई पोलीस कमिशनरचे ऑफिस अँग्लो-गॉथिक इमारतीमध्ये हलवले. त्यामागे नक्की काहीतरी कारण असणार. त्या अँग्लो-गॉथिक इमारतीमधून वाहनांना आरपार जाऊन पलीकडच्या रस्त्यावर पोहोचता येई. या इमारतीसमोरच फळे व भाजीपाला यांचा बाजार आहे. ती आर्थर क्रॉफर्ड मार्केटची इमारतही सुंदर होती व ते एक वास्तुरचनाशास्त्रातील आश्चर्य होते. आजूबाजूच्या सर्व इमारतींच्या वास्तुरचना त्यापुढे निष्प्रभ ठरतात. त्यात मुंबई पोलीस कमिशनरची इमारतही आलीच. हेच ते शहरातील पोलीस खात्याचे मुख्यालय आहे. आजूबाजूच्या इमारतींसारखीच ही मुख्यालयाची इमारतही तेवढीच जुनी आहे. ती ऐतिहासिक वारशात जमा झाली आहे.

गेल्या शंभर वर्षांपेक्षा अधिक वर्षे ही इमारत विस्तारलेल्या क्रॉफर्ड मार्केटच्या व जवळच्या दुकाने, शॉपिंग प्लाझा, छोटे-छोटे बाजार यांच्या गजबजाटात विसावली आहे. भूछत्रांसारखी येथे अनेक छोट्या-छोट्या बाजारांची गर्दी उसळली आहे. तुम्हाला जर घासाघीस करून खरेदी करायची असेल, तर मोहटा मार्केट व लोहार चाळ येथील बाजार सज्ज आहेत, तर दुसऱ्या बाजूला मनीष मार्केट आहे, प्रिन्सेस स्ट्रीटवरचे दवा बाजार आहे. अन् जरा पुढे मेट्रो सिनेमाच्या दिशेने गेलात, तर फॅशन स्ट्रीट आहे. तिथेही बाजारांची रेलचेल आहे. मुंबई पोलिसांच्या मुख्यालयाभोवती असा खरेदी करणाऱ्यांसाठी स्वर्ग अवतरला आहे. येथे वाहतूक, पादचाऱ्यांची वर्दळ आणि पोलीस या सर्वांचा एक त्रिवेणी संगम झाला आहे. शिवाय रस्त्याच्या कडेला बसून विक्री करणारे फेरीवाले तर अनंत आहेत. त्या गर्दीतूनच माथाडी कामगार आपल्या हातगाड्या ढकलत नेत असतात. या भागात सर्वत्र असा खरेदीदारांचा, गिऱ्हाइकांचा समुद्र उसळलेला असतो. समोरून येणाऱ्या वाहतुकीला तोंड देत,

त्यातून ते वाट काढीत चाललेले असतात.

१९९०नंतर जेव्हा पंतप्रधान पी.व्ही. नरसिंह राव यांनी व त्या वेळचे अर्थमंत्री डॉ. मनमोहन सिंग यांनी भारतीय अर्थव्यवस्था मुक्त केली, तेव्हा मुंबईतील बहुतेक सर्व व्यापारी व बिझनेसमन यांनी वेळ न घालवता ती संधी साधली व ते माल आयात करू लागले. एके काळी हा माल फक्त तस्करीवाटे देशात उगवायचा. भारतात आता सर्वत्र बदलाचे वारे वाहू लागले होते; पण ते मुंबईतील पोलीस मुख्यालयाच्या परिसरातील अनधिकृत बाजारात वेगाने वाहू लागले. तिथली जुनी दुकाने नष्ट केली जाऊन त्या जागी भव्य डिपार्टमेंटल स्टोअर्स उभी राहिली. त्यांचे दर्शनी भाग आकर्षक असे केले गेले आणि भव्य काचेच्या खिडक्यांत तऱ्हेतऱ्हेचा माल शोभिवंत पद्धतीने मांडून ठेवला. घाऊक व्यापार हा मात्र जुन्या, छोट्या व कोंदट दुकानांमधून चालत होता. नवीन दुकाने उभी रहात होती. त्यात 'रूपम', 'रूपमिलन' व 'मेट्रो' ही दुकाने मुख्यालयासमोरच होती. या दुकानात जर गिऱ्हाईक गेले तर त्याला वेड लागेल असा माल भरलेला होता. येथले व्यापारी रोज खरोखरीच टांकसाळीतल्यासारखा अफाट पैसा निर्माण करीत होते.

ज्या व्यापाऱ्यांनी आपली दुकाने येथे उघडली त्यांचा व्यवसाय; अगदी पहिल्या दिवसापासून जोरात चालला होता. त्यांना पोलीस मुख्यालय जवळ असणे हा एक व्यवसायाला संरक्षण देणारा बोनस मिळाला होता. अस्सल व्यापाऱ्यांनी आपली दुकाने येथे थाटली होती, तशीच शंकास्पद धंदे करणाऱ्यांनीही आपली दुकाने येथे उघडली होती. अमली पदार्थांचा कुख्यात तस्कर इक्बाल मेमन उर्फ इक्बाल मिर्ची याने येथील फुटपाथवरील अनेक दुकाने ताब्यात घेतली होती. मुंबईतील हा टोळीचा दादा समोरच्या पोलीस मुख्यालयाकडे पाहून नाकाला अंगठा लावून व आपले बोटे पसरून तुच्छता व्यक्त करे. तसेच दाऊद इब्राहिमच्या टोळीनेही येथे एक बेकायदेशीर शॉपिंग कॉम्प्लेक्स सरकारी जमिनीवर उभा केला होता. पोलीस मुख्यालय येथून अगदी जवळ होते. त्या शॉपिंग कॉम्प्लेक्सला त्याने 'सारा-सहारा शॉपिंग सेंटर' असे नाव दिले होते. दीर्घकाळ पोलिसांना या प्रकाराचा पत्ता लागला नव्हता.

पण याहीपेक्षा सर्वांत वाईट गोष्ट येथे घडायची होती. येथे दिवसाढवळ्या एक हिंसक गुन्हा घडणार होता. अगदी मुंबई पोलिसांच्या मुख्यालयाच्या अत्यंत सुरक्षित अशा अंगणातील जागेसमोर! त्यामुळे मुंबई पोलिसांवरती एक न धुतला जाणारा कलंक लागणार होता. 'स्कॉटलंड यार्डनंतर आम्हीच दुसऱ्या नंबरवरती' असा गर्व बाळगणाऱ्या मुंबईच्या पोलीस खात्याची मान त्यामुळे शरमेने खाली झुकली. त्या अवघड स्थितीतून त्यांना डोके वर काढणे हे अशक्य होऊन बसले.

पहिल्या शूटरने आपला बळी हेरला. तो बळी निळा शर्ट व काळी विजार घालून रूपम दुकानातून बाहेर पडत होता आणि एका सार्वजनिक टेलिफोन बूथकडे चालत जात होता. मग त्या शूटरने आपल्या मोबाइल फोनवरून कराचीमधील एक नंबर फिरवला आणि छोटा शकीलला फोन लावला. छोटा शकीलने त्याला पुढच्या सूचना घेण्यासाठी तयारीत रहाण्यास सांगितले. मग त्या पहिल्या शूटरने दुसऱ्या शूटरकडे पाहून आपली मान होकारार्थी हलवली. मग तो दुसरा शूटर त्या फोन बूथच्या दिशेने ठामपणे जाऊ लागला.

भरत शहा शहरातील अत्यंत बडा बिझनेसमन होता. त्याची स्वत:ची अनेक डिपार्टमेंटल स्टोअर्स होती. त्याचे नाव व छायाचित्र हे अनेकदा वृत्तपत्रातील 'पेज थ्री' पानावरती या ना त्या निमित्ताने छापून येई. त्याला खालच्या थरातील लोकांबरोबर सौदेबाजी करायला आवडत नसे. अशा लोकांना तो आपल्या दुकानासमोर उभेही राहू देत नसे. पण आता त्यांच्याबरोबरच त्याला सौदेबाजी करणे भाग पडले होते. कारण एका टोळीची माणसे त्याला त्रास देऊ लागली होती. आज ८ ऑक्टोबर १९९८ रोजी त्याला एका कराचीमधल्या नंबरवरती फोन करण्यास सांगितले होते. आपले दुकानातील काम सोडून रस्त्यावरील पब्लिक बूथमधून त्याला फोन करण्यास सांगितले होते.

नाखुषीने तो आत्ता तिकडे गेला आणि त्याने सांगितल्याप्रमाणे फोन लावला. त्याने जेमतेम काही शब्द फोनमध्ये बोलले असतील; पण तो एकदम चिडलेला दिसू लागला व फोनवर पलीकडून बोलणाऱ्याला प्रतिसाद देईनासा झाला, असे नंतर एका साक्षीदाराने सांगितले. संभाषण चालू असता तो मध्येच खूप चिडला व आपले बोलणे घाईघाईने आटपू लागला. फोन लावल्यापासून काही मिनिटांतच तो बूथमधून बाहेर पडून जाऊ लागला होता. जेव्हा भरत शहा त्या आंतरराष्ट्रीय फोनचे पैसे देत होता, तेव्हा बाहेर थांबलेल्या एका शूटरला कराचीहून फोन आला.

"डाल दो भेंचोद को!" (भेंचोदला गोळ्या घाल.) हे शब्द त्या शूटरने आपल्या मोबाइलवरती ऐकले. कराचीहून ते शब्द त्याला ऐकवण्यात आले होते.

मग पहिल्या शूटरने दुसऱ्या शूटरकडे पाहून आपली दोन बोटे उंचावरून आपल्या गळ्यावरून फिरवून गळा कापण्याची खूण केली.

दुसरा शूटर याच खुणेची वाट पहात होता. तो आता कमालीच्या वेगाने चालत भरत शहाजवळ गेला, आपल्या पाठीवरच्या छोट्या पिशवीतून एक ऑटोमॅटिक पिस्तूल बाहेर काढले आणि भरत शहाला हटकले. तो टेलिफोन बूथमधून बाहेर पडून फुटपाथवर आपले पाऊल टाकीत होता. भरत शहा अजूनही चिडलेल्या मन:स्थितीत होता. आपल्याला हटकणाऱ्या माणसाकडे तुच्छतेने पहात तो त्याच्याकडे वळला. त्याच वेळी त्या शूटरने त्याच्यावर सरळ नेम धरून गोळ्या झाडण्यास सुरुवात केली. भीती व अविश्वास अशा दोन्ही भावनांमुळे शहाचे डोळे विस्फारले

गेले. पण तोपर्यंत त्याच्या रक्तात पिस्तुलाच्या गोळ्यांतील कॉर्डाइट बरेचसे मिसळले गेले होते. त्यामुळे त्याला बोलता येईना व त्याच्या प्रतिक्षिप्त क्रिया बंद पडल्या. मग धाडकन भरत शहाचे निर्जीव शरीर जमिनीवर कोसळून पडले.

पहिल्या शूटरने आणलेल्या मोटारबाइकच्या मागच्या सीटवर तो दुसरा शूटर लगेच जाऊन बसला आणि ते दोघे त्या ठिकाणाहून त्वरेने दूर निघून गेले. कॉफर्ड मार्केटच्या जंक्शनमधील गर्दीच्या लोंढ्यात त्यांची मोटारबाइक ही पार मिसळून गेली व अदृश्य झाली.

दोन आणखी माणसे एका सुताराच्या दुकानातून बाहेर पडली आणि त्यांनीही तोच कराचीमधला नंबर आपल्या मोबाइलवरून लावला आणि त्यांनी हत्येची बातमी दिली.

"भाई, शहा का काम तमाम हो गया." (भाई, आम्ही शहाला मारून टाकले आहे.)

भरत शहा एक अब्जाधीश होता. आता तो मुंबईच्या फुटपाथवरती मरून पडला होता, तेही पोलीस मुख्यालयाच्या मागच्या अंगणाजवळ! या हत्येमुळे शहर हादरून निघाले आणि मुंबई पोलिसांच्या अब्रूची पार लक्तरे झाली. आता 'मुंबई पोलीस मुख्यालय' असे म्हटल्यावर जो धाक पूर्वी वाटायचा तो आता गुंडांना वाटेनासा झाला.

✠

रोनाल्ड मेंडोन्सा हे मुंबई पोलिसातील २७वे पोलीस कमिशनर होते. त्यांच्यावर आता चोहोबाजूंनी टीकेचा भडिमार होऊ लागला. त्यांच्या जागी जर दुसरा कोणी पोलीस कमिशनर असता तर त्याला असल्या गलथानपणाबद्दल शिक्षा म्हणून पोलीस खात्यातून बाहेर काढले असते. एवढ्या खळबळजनक व पोलीस मुख्यालयाबाहेर घडलेला गुन्हा थोपवता आला नाही म्हणून त्यांनाच अप्रत्यक्षरीत्या जबाबदार धरले असते. गुलशन कुमार यांच्या खुनानंतर सुभाष मल्होत्रा यांना त्यांच्या पदावरून असेच घालवून दिले होते. मेंडोन्सा यांच्या बाबतीत तसे काही घडले नाही, याचे कारण महाराष्ट्रात त्या वेळी शिवसेना-भाजप युतीचे राज्य होते व शिवसेनाप्रमुख बाळ ठाकरे हेच अप्रत्यक्षरीत्या राज्याचे सर्वेसर्वा होते. अन् मेंडोन्सा हे बाळ ठाकरे यांचे लाडके होते.

पण एका पोलीस अधिकाऱ्याने ही गोष्ट आपल्या मनाला वैयक्तिकरीत्या लावून घेतली. तो होता असिस्टंट कमिशनर ऑफ पोलीस प्रदीप सावंत. आपल्या मुख्यालयाबाहेर एखाद्याचा खून दिवसाढवळ्या व्हावा, हे त्याला पटत नव्हते. प्रदीप सावंत हा एक तरुण उमदा पोलीस अधिकारी होती. त्याला अनेक गोष्टींची माहिती होती. अत्यंत कष्टाळू असा मुंबईतील तो एक सर्वांत स्मार्ट पोलीस अधिकारी होता. तो 'इंडियन पोलीस सर्व्हिस'मधून भरती झालेला अधिकारी नव्हता. 'महाराष्ट्र पब्लिक

सर्व्हिस कमिशन'ची परीक्षा देऊन तो उत्तीर्ण होऊन, मग पोलिसांत भरती झाला होता. इंडियन पोलीस सर्व्हिस ही 'आयएएस'च्या दर्जाची परीक्षा असल्याने ती देशभरातील पातळीवर होते. तर 'एमपीएससी'ची परीक्षा राज्य पातळीवर होते. त्यामुळे एमपीएससीला अनेकदा आयएएस, आपीएस, आयएफएस पास झालेले लोक कनिष्ठ समजतात. थोडक्यात, आयपीएसवाले अधिकारी हे 'खानदानी' किंवा उच्चभ्रू पातळीवरचे आहेत असे उगाचच समजले जाते. परंतु या समजुतींकडे सावंत दुर्लक्ष करीत असे. भायखळा डिव्हिजन ही तशी एक शांत डिव्हिजन होती. सावंतने असिस्टंट कमिशनर ऑफ पोलीस म्हणून तेथून आपली कारकिर्द चालू केली होती. या डिव्हिजनमधील अनेक गुन्हे त्याने शोधून तडीस नेले होते. गुन्हे तपासातील वार्षिक सर्वोत्तम बक्षीस त्याने मिळविले होते आणि त्याबद्दल सावंतने आपल्या मित्रांची प्रशंसा मिळविली होती. तसेच जे अधिकारी त्याला राज्य पातळीवरून आल्यामुळे कमी दर्जाचा असे समजत होते, त्यांचाही भ्रमनिरास त्याने करून दाखवला. शेवटी तेही त्याची स्तुती करू लागले. सावंत हा पूर्णपणे आपल्या गुणांनी वर चढत-चढत गेला होता. 'पत्थरवाली' बिल्डिंगमधला तो एक गुणी पोलीस अधिकारी ठरला होता. मुंबई पोलीस मुख्यालयातील क्राइम ब्रँचची इमारत ही दगडांची असल्याने तिला लोक 'पत्थरवाली बिल्डिंग' म्हणत.

क्राइम ब्रँचमध्ये सावंत सुदैवी ठरला होता. त्याचे सुदैव त्याला मदत करीत होते. हळूहळू गुंडांच्या टोळीचे दादा त्याला ओळखू लागले व भिऊ लागले. त्यांना आता कळून चुकले होते की, आपण जर सावंतकडून पकडलो गेलो, तर आपला मृत्यू होईल किंवा आपण अपंग बनू. गुंडांच्या भयामध्ये सावंत सामावला होता. जर कोणी टोळीवाला घाबरला, तर समजावे की, तिथे आता सावंत उगवला आहे.

परंतु भरत शहाचा आपल्या ऑफिसबाहेर खून व्हावा ही गोष्ट सावंतला आपल्या तोंडावर कोणीतरी सरळसरळ ठोसा मारावा इतकी अपमानास्पद वाटली. सावंत रागाने व निराशेने धुसफुसत होता. त्याला याचे प्रत्युत्तर त्या माफिया टोळीला द्यायची इच्छा होती. कायमचे ध्यानात राहील असे, सणसणीत उत्तर द्यायची त्याची इच्छा होती.

परंतु सावंतला ठाऊक होते की, टोळीवाल्यांच्या हातात पैसा, मनुष्यबळ व सारेकाही होते. उलट क्राइम बँचच्या पायात मात्र नियम व कायदे यांच्या बेड्या पडल्या होत्या.

सावंत आपण होऊन या केसचा तपास करू लागला. त्याला कळले की, भरत शहाला शकीलकडून एक फोन आला होता व शकील उलट उत्तराची अपेक्षा शहाच्या फोनमार्फत करीत होता. जेव्हा शहाने शकीलला फोन केला तेव्हा आधी व नंतर शकील व त्याची शूटर मंडळी यांच्यात फोनवरून संभाषण झाले होते. असे दिसते की, तो फोन संपताक्षणी शहाला गोळी घालण्याचा निर्णय झाला होता.

शहाला आलेल्या पहिल्या फोनपासून ते त्याला गोळी घालण्यापर्यंत अवघा

अर्धा तास उलटला होता. तो अर्धा तास शहाच्या आयुष्याच्या दृष्टीने निर्णायक ठरला होता. जर ते सर्व फोन क्राइम बँचचे लोक चोरून ऐकत असते, तर कदाचित ती दुर्घटना टळली असती.

सावंत हा काही तंत्रविशारद माणूस नव्हता. फोन टॅपिंग कसे करायचे, वायर टॅपिंग कसे करायचे, एखाद्या फोनवर कसे लक्ष ठेवायचे हे त्याला बिलकूल ठाऊक नव्हते. पण या बाबतीत सावंतच काय; पण सारे मुंबईचे पोलीसच अनभिज्ञ आहेत. पोलीस खाते तंत्रज्ञानात अगदीच लंगडे पडत असते. कोणत्याही पोलीस अधिकाऱ्याने आजवर आपल्यासाठी तंत्रज्ञानाचा वापर आपण होऊन केला नव्हता. भारतीय दूरसंचार खाते आणि पोलिसांची टेहळणी ही विसाव्या शतकाच्या शेवटीही अत्यंत बाल्यावस्थेतही होती!

फक्त एकच उदाहरण असे होते की, ज्या वेळी पोलीसांनी तंत्रज्ञानाच्या साहाय्याने गुन्हेगारांवरती मात केली होती. १९९५मध्ये अरुण गवळी याने बाळ ठाकरे यांचा मानसपुत्र जयंत जाधव याला ठार केले होते. प्रभादेवी भागात त्याचा खून झाला होता. शहरातील पोलिसांना खुनाचे धागेदोरे अजिबात मिळाले नव्हते. कोणी जाधवचा खून केला, का केला हे समजत नव्हते. फक्त एका मुलाने त्या वेळी शूटर मोबाइल फोनवरून कोणालातरी सांगताना पाहिले होते. त्याने शूटरनी जाधवला संपवल्याची माहिती कोणालातरी दिल्याचे ऐकलेही होते.

त्या वेळी मुंबईतील 'सेंट्रल रिजन'चे ॲडिशनल कमिशनर ऑफ पोलीस श्रीधर वगळ हे होते. त्यांना इंजिनिअरींग विषयाची पार्श्वभूमी होती. त्यांनी त्या लहान मुलाने सांगितलेले लक्षात ठेवले. मग तो धागा पकडून ते मोबाइल सर्व्हिस पुरवणाऱ्यांकडे गेले. 'मॅक्सटच सर्व्हिसेस' या कंपनीने त्या फोनचा सिग्नल ओळखून काढला आणि खुनाच्या आसपासच्या भागात कोणकोणते फोन कार्यरत होते हेही शोधून काढले. मग त्या नंबरांचे मालक ते शोधू लागले. एक नंबर हा दगडी चाळीतील एका रहिवाशाच्या नावाने रजिस्टर केला होता. दगडी चाळीत अरुण गवळी रहात होता. मग झटपट खुन्यापर्यंत पोलीस पोहोचले व केसचा गुंता सुटला. वगळ यांनी वेगाने विचार करून हालचाली केल्या म्हणून हे सारे जमले.

परंतु सावंतला इंजिनिअरींग विषयाची पार्श्वभूमी नव्हती. त्याने पुस्तकांचे वाचन करून काही माहिती मिळवली आणि सर्व सर्व्हिस प्रोव्हाइडर्सना क्राइम बँचच्या ऑफिसात बोलावून घेतले.

वायर टॅपिंग हे अजूनही जुन्या पद्धतीने केले जाते. म्हणजे फोनच्या वायर्स शेजारून समांतर अशा टॅपिंगच्या वायर्स टाकायच्या. त्याला 'डमी लाइन्स' म्हणतात. या डमी वायर्समध्ये शेजारच्या लाइनमधले सर्व संभाषण विजेच्या प्रवाहाच्या रूपात उतरते. मग टेपवरती ते संभाषण ध्वनिमुद्रित करायचे व कोर्टात तो एक पुरावा

म्हणून खटल्यामध्ये सादर करायचे.

पोलिसांना वायर टॅपिंगसाठी किंवा फोनवरील खासगी संभाषण चोरून ऐकण्यासाठी इंडियन पीनल कोडमध्ये फारशा तरतुदी केलेल्या नाही. फक्त एकच काय तो जुनाट कायदा शंभर वर्षापूर्वीचा, म्हणजे १८८५ सालचा 'टेलिग्राफ अ‍ॅक्ट' अस्तित्वात आहे. नंतर १९७५ साली त्यामध्ये सुधारणा करण्यात आली. त्यालाच आता 'इंडियन टेलिग्राफ अ‍ॅक्ट ऑफ, १९७५' असे म्हटले जाते. त्यानुसार कार्यवाही करायची असेल, तर पुढीलप्रमाणे कृती करावी लागते. एखाद्या विशिष्ट टेलिफोन नंबरावर लक्ष ठेवायचे असेल, तर त्यावरचे चोरून ऐकण्यासाठी संबंधित अधिकाऱ्याने आपल्या वरिष्ठांना तसा अर्ज करावा. मग तो वरिष्ठ अधिकारी आपल्या वरच्या अ‍ॅडिशनल कमिशनर ऑफ पोलीस अथवा जॉइन्ट कमिशनर ऑफ पोलीस यांना तशी विनंती करेल. मग तो कमिशनर आपल्यावरच्या पोलीस प्रमुखाकडून तशी परवानगी मागेल. मग तो पोलीस प्रमुख किंवा कमिशनर ऑफ पोलीस गृहखात्याकडून त्याला मंजुरी मागेल. एवढे सर्व होईपर्यंत मोलाचा वेळ वाया जाऊन आरोपी हातून निसटून जातो. बहुतेक वेळा असेच होते.

पहिल्या महायुद्धात अशीच एक अनामिक तार आली म्हणून ते महायुद्ध सुरू झाले. जेव्हा आर्च ड्यूक फर्डिनांड हा ऑस्ट्रियात मारला गेला तेव्हा कोणीतरी मोर्स कोडमध्ये (म्हणजे कट्टकडकट्ट स्वरूपात) संबंधित लोकांना सावध करणारी एक तार पाठवली. परिणामी जर्मनीने ताबडतोब वेगाने हालचाली करून ऑस्ट्रियावर आक्रमण करून तो देश आपल्या देशात विलीन करून टाकला. एका अ‍ॅडिशनल कमिशनर ऑफ पोलीसने ही माहिती क्राइम बँचमध्ये सर्वांना सांगितली होती. म्हणून यातले धोके लक्षात घेतले, तर एखादे युद्ध त्यातून उद्‌भवू शकत असल्याने यावर नियंत्रण घालण्यासाठी करावा लागणारा कायदा फार काळजीपूर्वक करावा लागतो.

सावंतला हे ठाऊक होते की, कायदेशीर अथवा बेकायदेशीर रितीने दुसऱ्याचे फोन चोरून ऐकण्यासाठी तुमच्याजवळ तांत्रिक ज्ञान व माहिती असावी लागते. त्यासाठी वेगळे कागदी घोडे नाचवण्याची गरज नसते की जादा वेळ घालवण्यात अर्थ नसतो. अन् ही गोष्ट कोणीही एकटा-दुकटा माणूस करू शकतो. त्यासाठी त्याच्याजवळ एका ब्रीफकेसएवढी खास पेटी तुमच्या मोटारगाडीत असली की पुरे. अशा रितीने जरी कोणाचे संभाषण ध्वनिमुद्रित केले, तरी ते सर्व ऐकण्याची गरज नसते. फक्त तुम्हाला हवे ते कळीचे शब्द एका सॉफ्टवेअरमध्ये टाकले व त्या सॉफ्टवेअरच्या साहाय्याने सर्व संभाषणे किंवा कॉल्स तपासले तर त्यातले तुम्हाला हवे असलेले नेमके संभाषण सावकाश तपासत बसा. उदा. दाऊद भाई, शकील भाई, पैसा, वसुली, घोडा (पिस्तूल) किंवा तत्सम खास शब्द सॉफ्टवेअरला दिले की, ते नेमके संभाषण निवडून तुमच्यापुढे ठेवते.

जुन्या पद्धतीने समांतर वायर्स टाकून सर्वच रेकॉर्ड करून नंतर ते सावकाश ऐकत बसण्याची मुंबई पोलिसांची पद्धत अजूनही तीच ती जुनीच होती. मग ऐकून ते हाताने लिहून काढावे लागायचे. यात फार मोठा कालावधी खर्च होतो. पोलिसांनी वर दिलेली नवीन तंत्रज्ञानाची पद्धत अद्यापही स्वीकारली नव्हती. परंतु मुंबई पोलिसातील एका गटाने म्हणजे चकमकफेम तज्ज्ञांनी यावरही एक उपाय काढला. त्यांनी एक मोबाइल टॉवर गाठला व तेथून ते हव्या त्या नंबरवरचे फोन कॉल्स चोरून ऐकू लागले.

सावंत आणि मुख्य मोबाइल सर्व्हिस पुरवणारे त्या वेळचे 'मॅक्सटच' व 'बीपीएल' यांच्या साहाय्याने जे प्रयत्न केले त्याला कमालीचे यश लाभले. आता पोलिसांना कोणाचाही फोन त्यांना हव्या त्या पद्धतीने टॅप करता येऊ लागला.

त्या वेळी क्राइम ब्रँचचे खबऱ्यांचे जाळे हे चांगलेच मजबूत होते. पोलिसांनी भरत शहाच्या खुनामागे कोण आहे ते शोधून काढले. ती व्यक्ती दुसरी कोणीही नसून छोटा शकील ही होती आणि त्याचे दोन शूटर्स हे मोहंमद अली कंजारी आणि युसूफ शेख हे होते. एवढी माहिती हाती आल्यावर पोलिसांनी आवश्यक ती परवानगी मिळवली आणि ते त्या दोन शूटर्समधील संभाषण ऐकू लागले. लवकरच त्यांनी भरत शहाच्या खुनाबद्दल कंजारी व शेख यांना पकडले. अशा रितीने मुंबई पोलिसांनी आपली गेलेली पत परत मिळवली. या तपासात त्यांनी खरोखरीच कमाल केली होती. त्यांनी कराचीत असलेल्या छोटा शकीलच्या सिम कार्डाचाही तपशील मिळवला. त्यांना आता कळून चुकले की, आपण पाकिस्तानातील त्याचा फोनही येथून सहज टॅप करू शकतो. त्यावरचे संभाषण ऐकू शकतो.

तेव्हापासून मुंबई पोलीस आजमितीपर्यंत माहिती मिळवण्यासाठी फोन टॅपिंगचा वापर जास्त करीत आलेले आहेत. हे सारे भरत शहाच्या खुनाचा शोध लावण्यासाठी केलेल्या प्रयत्नांचे फळ आहे. त्या प्रयत्नांतून त्यांचा आत्मविश्वास वाढला व मग कोणाचेही फोन टॅप करण्यापर्यंत, अगदी शहराबाहेरचे किंवा देशाबाहेरचेही फोन टॅप करण्यापर्यंत पोलिसांनी मजल मारली. मुंबई पोलिसांच्या हातात एक भरवशाचे साधन आले आहे.

शकीलचे फोन जेव्हा पोलीस ऐकू लागले, तेव्हा त्यांना अक्षरश: माहितीच्या सोन्याची खाणच सापडली! शकीलचे संबंध, लागेबांधे कोणाकोणाशी आहेत, त्यात राजकारणी व्यक्ती कोण-कोण आहेत, वरिष्ठ पोलीस अधिकारी कोण आहेत, पत्रकार कोण आहेत, अन् या सर्वांवर कडी करणारे म्हणजे कोणकोणती फिल्म स्टार मंडळी आहेत व त्यांच्यात काही मातब्बर अशी खान मंडळीही आहेत, हे सर्व तपशीलवार समजले आहे.

१७

निसटता वार

सहा वर्षे तो सतत जागा बदलत पळत राहिला होता. तो कायद्यापासून दूर पळत होता, आंतरराष्ट्रीय पोलीस संघटना, इंटरपोल यांच्यापासून दूर जात होता. अन् सर्वांत कडी म्हणजे तो सैतान छोटा शकील, दाऊद इब्राहिम आणि त्यांचे हस्तक यांच्यापासून पळत राहिलेला होता; पण इ.स. २०००मध्ये सतत पळून तो थकून गेला, त्याला कंटाळा आला.

छोटा राजनचे हे उदाहरण अगदी नमुनेदार आहे. दाऊदच्या टोळीतील ह्या गँगस्टरला टोळी सोडल्यावर कुठेच आसरा मिळेना, कुठेही लपून रहाण्यासाठी सुरक्षित जागा मिळेना, त्याला सुखाने कुठे रहाता येत नव्हते. अन् तरीही सहा वर्षे त्याने तशी काढली हे विशेष. त्याच्याकडे पैशांची कमतरता कधीच नव्हती. इन्टेलिजन्स ब्युरोकडून त्याला हवी ती आर्थिक मदत व हालचालींसाठीही मदत दिली जात होती. परंतु तरीही राजन हा त्याच्या शत्रूंच्या ससाण्याच्या नजरेतून निसटू शकत नव्हता.

मलेशियातील क्वालालंपूर येथील किनाऱ्यावरील एका आलिशान नौकेवरती राजनने कित्येक वर्षे काढली. इमारतींपेक्षा तिथले पाणी हे त्याला अधिक सुरक्षित वाटत होते. त्या यॉटकडे म्हणजे नौकेकडे कोठूनही जरी कोणी समुद्रातून येऊ लागले, तरी सहज आधी कळू शकत असे. मग आपल्यापाशी येणाऱ्या नौकेचा वेध घेऊन तिला निष्प्रभ करून टाकता येणे, सहज शक्य होई.

आग्नेय आशियाई देशात राजनला सुरक्षित वाटत होते. त्याच्या हातात विविध नावांनी असलेले अनेक भारतीय पासपोर्ट होते. मलेशिया, कंबोडिया आणि इंडोनेशिया या देशांतील अनेक शहरांत तो जाऊन येत असे. शेवटी राजनला वाटले की, थायलंड हा देश आपल्यासाठी एक सुरक्षित आश्रयस्थळ आहे. अन् इतर देशांपेक्षा

थायलंड हा भारताचा अधिक जवळचा मित्र देश आहे. राजनने विजय दामन या नावाने भारतीय पासपोर्ट धारण केला होता. चेन्नईमधून तो पासपोर्ट त्याला दिला होता. आता तो बँकॉक शहरातील एका 'सुखुमव्हित सोई' या आलिशान वस्तीत २६व्या स्ट्रीटवर राहू लागला होता. 'चरणकोर्ट' नावाची ती इमारत होती.

त्याला फार सुंदर घर नको होते; पण अधिक सुरक्षित अशी जागा रहाण्यासाठी हवी होती. त्याच्या इमारतीला फक्त एकच वरचा मजला होता. आवाराला पुढे एक भले जाडजूड असे मोठे बिडाचे गेट होते. तिथे २४ तास पहारा ठेवलेला होता. आणि दोन जाडजूड व धिप्पाड पहारेकरी नेहमी तिथे असत. राजनचा हा पत्ता अगदी त्याच्या जवळच्या मूठभर रक्षक मंडळींना ठाऊक होता. त्यामध्ये त्याचा उजवा हात रोहित वर्मा हा होता. तोही आपले नाव बदलून मायकेल डिसूझा या नावाने रहात होता.

बँकॉकच्या वास्तव्यात राजनला हळूहळू सुरक्षित वाटू लागले होते. मग तो थायलंडमध्ये हिंडून काही धंद्याच्या संधी शोधू लागला. त्यामुळे त्याचे तेथले वास्तव्य हे कायदेशीर बनणार होते. परंतु भारतातील इंटेलिजन्स ब्युरोच्या सल्ल्यानुसार राजनने अजूनही थाई टेलिफोन नंबर आपल्या मोबाइलमध्ये बसवून घेतला नव्हता. अजूनही तो मलेशियातील आपले सिम कार्ड वापरीत होता. परंतु त्याने हालचाली करण्यासाठी व आपल्याला हवा तो पुरवठा होण्यासाठी काही अन्य तरतुदी केल्या होत्या. पैशांसाठी तो हवाला चॅनेल वापरू लागला. त्याने आपले स्थानिक संपर्क हे ब्युरोच्या सूचनेनुसार केले. मग तो ब्युरोकडून 'काय करावे व काय टाळावे' याबद्दलच्या सूचना घेऊ लागला. जिथे अनेक भारतीय जमतात अशी काही लोकप्रिय ठिकाणे त्याने टाळावीत, असा सल्ला त्याला सीबीआयकडून देण्यात आला. भारतातील अनेक टोळ्यांच्या दादांना आपण जगातील अन्य कुप्रसिद्ध टोळ्यांचे मार्ग चोखाळतो आहोत, हे कधी समजले नाही. राजनला बँकॉकमधील 'ट्रायडस' या माफिया टोळीची काही दादा मंडळी ठाऊक झाली होती. ही टोळी जगातील सर्वांत खतरनाक टोळ्यांपैकी एक समजली जाते. पण त्याने त्यांच्याशी सहयोग करून काही कामे चालू केली नाहीत किंवा तसा विचारही त्याने केला नाही. किंवा तसे काही करून त्यांना डिवचल्यासारखे होईल असेही त्याने केले नाही. थोडक्यात, सारेकाही सुरळीत व छान चालले होते.

पण राजनची सुरक्षितता व शांतता थोडा काळच टिकली. एके दिवशी सकाळी त्याला ब्युरोकडून सूचना देण्यात आली की, त्याने आपल्या घरातील सुरक्षितता सोडून बाहेर हिंडू नये. अन् बाहेर पडलाच तर फक्त देशातल्या देशात हिंडावे. शकीलची माणसे शेवटी आपल्याला शोधत येथवर पोहोचली आहेत, हे कळल्यावर राजन सुन्न झाला.

आपली पत्नी सुजाता व आपले काही विश्वासू साथीदार यांच्याखेरीज राजनने कोणालाही आपण बँकॉकमध्ये जाऊन रहाणार असल्याचे सांगितले नव्हते. त्याने आपला पूर्वीचा मलेशियातील मोबाइल फोन नंबरही बदलला नव्हता. परंतु राजनला सावध करणारा एजन्सीचा माणूस हा त्याला गंभीरपणे व स्पष्टपणे सांगत होता की, सुमारे ८ ते १० माणसे ही त्याला शोधत असून त्यांची ही शोधमोहीम गेले दोन-तीन महिने चालू आहे. आता त्याच्या आयुष्याला धोका निर्माण झाला आहे, असे त्याला सांगण्यात आले.

राजन आणि वर्मा हे सावध झाले. सुखुमव्हित सोई या भागात हिंडणाऱ्या माणसांबद्दल दक्ष झाले. परंतु जेव्हा एखादी धमकी ताजी असते तेव्हाच माणूस त्याबद्दल गंभीरपणे विचार करून दखल घेतो. जसजसे दिवस उलटत जातात व काहीही संशयास्पद हालचाली घडत नाहीत, तेव्हा लोक त्या धमकीसंबंधी ढिले होऊ लागतात. राजन कित्येक आठवडे व दिवस वाट पहात होता; पण कुठे काहीच घडले नाही किंवा त्याच्या घराच्या आसपास कोणतीही संशयास्पद घटना घडल्याचे त्याच्या कानावर आले नाही. त्याला वाटले की, सेंट्रल ब्युरो ऑफ इंटेलिजन्सला चुकीची माहिती मिळाली असावी व त्याआधारे एजन्सीकडून एखादी खोटी सावधगिरी जाहीर केली गेली असावी.

✠

परंतु राजनने अशा दीर्घकाळ चालणाऱ्या मोहिमांमध्ये पूर्वी भाग घेतला असल्याने त्याला आत्ता आत्मसंतुष्ट होण्याचे काही कारण नव्हते. खून पाडण्याच्या अत्यंत जोखमीच्या खेळात कधीकधी आपले सावज बाहेर कधी पडेल, याची महिनोन्‌महिने वाट पहावी लागते, कधीकधी तर वर्षानुवर्षे वाट पहाणे भाग असते. फ्रेंच राष्ट्राध्यक्ष चार्ल्स द गोल आणि आता मृत असलेला लिबियाचा सर्वेसर्वा मुअम्मर गडाफी यांच्यावर तीसपेक्षा अधिक वेळा खुनी हल्ले झाले होते. क्युबाचा हुकूमशहा फिडेल कॅस्ट्रो याच्यावर त्याच्याच नातेवाइकांनी हत्येसाठी हल्ले केले होते. कित्येकांच्या हत्येसाठी खुनी माणसे हल्ला करण्याची संधी शोधीत वर्षभर वाट पहात होते; पण तशी संधी मिळताच त्यांना ते साध्य झाले नव्हते.

राजनच्या बाबतीत शकील हा सहा महिने काम करीत होता. राजनची लपण्याची सर्व संभाव्य ठिकाणे शकीलची माणसे धुंडाळीत होती. ऑस्ट्रेलियापासून ते मलेशियापर्यंत आणि हाँगकाँगपासून बँकॉकपर्यंतची सर्व ठिकाणे त्यांनी पालथी घातली होती; पण त्यांना राजनचा पत्ता लागला नव्हता. फक्त त्यांच्या हाती एकमेव असा माहितीचा तुकडा लागला होता. तो म्हणजे राजन आणि वर्मा हे दोघे एकत्र रहात होते.

ज्या बँकॉकच्या पत्त्यावर राजन रहात होता त्याची अचूक व तपशीलवार माहिती शकीलला कशी मिळाली, हे कधीच कळू शकले नाही. मारेकऱ्यांची तुकडी अनेक महिने शोध घेत हिंडल्यावर त्यांचे नशीब उघडले आणि त्यांना राजन व रोहित वर्मा यांचा पत्ता मिळाला. नंतर शकील एका मुलाखतीत म्हणाला होता की, खुद्द वर्माला राजनच्या टोळीचा दादा व्हायचे होते, म्हणून त्याने शकीलच्या बाजूला येऊन त्याच्या माणसांना पत्ता पुरवला होता. हे कितपत खरे किंवा खोटे आहे ते सांगता येत नाही. परंतु एकदा पत्ता हातात पडल्यानंतर मुंबईहून सहा नेमबाज मंडळी मुन्ना झिंगाडा याच्या हाताखाली देऊन त्यांना राजनच्या हत्येसाठी पाठवण्यात आले.

झिंगाडा हा मुंबईतील एक अत्यंत नेमबाज माणूस होता. तो काठमांडूमार्गे कराचीला पोहोचला, शकीलला भेटला आणि त्याने राजनच्या बाबतीतील आपली योजना सांगितली. मग त्याला सर्व शस्त्रास्त्रे, सुटून परत येण्याच्या योजना आणि लागेल तितका रोख पैसा पुरविण्याची सोय करून देण्यात आली. झिंगाडाला आपल्या आयुष्यात आत्तापर्यंत इतके महत्त्व कधी मिळाले नव्हते म्हणून तो भारावून गेला होता. पैसा व आपल्या बॉसशी एवढी जवळीक या दोन गोष्टी मिळाल्याने त्याच्या डोक्यात हवा गेली. त्याने ''आपला स्वत:चा जीव यात गेला तरी बेहेत्तर; पण राजनची हत्या करूनच दाखवू!'' अशी शपथ घेतली.

शकीलने आपल्या ओळखीमार्फत झिंगाडा याला पाकिस्तानचे नागरिकत्व मिळवून दिले. त्याचे नाव महंमद सलीम असे ठेवले गेले आणि मग तो 'पाकिस्तान इंटरनॅशनल एअरलाइन्स'च्या विमानाने बँकॉकला गेला. ३१ ऑगस्ट २००० रोजी झिंगाडाने आणखी माहिती काढली. वर्मा हा राजनसमवेत आपली पत्नी संगीता व आपली दोन वर्षांची कन्या यांच्याबरोबर 'चरण कोर्ट' या बंगल्यात रहात आहे. तो बंगला सुखुमव्हित सोई या वस्तीमध्ये आहे. मग झिंगाडाला सूचना दिली की, त्याने 'चरणकोर्ट'च्या समोरच असलेला एखादा फ्लॅट भाड्याने घेऊन तेथे रहावे. सुदैवाने त्याला या संदर्भात तशी जागा मिळवून देण्यात एका स्थानिक व्यापारी सिरॅक याने मदत केली. (असे पोलिसांच्या फायलीवरून समजते.) तिथे 'आम्री कोर्ट' इमारतीमध्ये भाड्याने जागा घेऊन झिंगाडा राहू लागला. त्या जागेवरून झिंगाडा अगदी सहजपणे राजनच्या रहाण्याच्या ठिकाणावरती लक्ष ठेवू शकत होता.

आता राजनवर हल्ला करण्याची योजना आकार घेऊ लागून पक्की बनली. शकीलने त्यासाठी कराचीहून आणखी माणसे पाठवली. ती आम्री कोर्टमध्ये झिंगाडा याला ११ सप्टेंबर रोजी भेटली. सर्वकाही तयारी झाली व सर्व जण कराचीहून येणाऱ्या अखेरच्या हुकूमाची वाट पाहू लागले.

तसा फोन १४ सप्टेंबर रोजी सकाळी आला आणि झिंगाडा याला सर्व सूचना नीट देण्यात आल्या. त्याच दिवशी संध्याकाळी न चुकता हल्ला चढवावा असे

झिंगाडा याला बजावण्यात आले. झिंगाडा याने याआधी जी पहाणी केली होती त्यावरून त्याला कळून चुकले की, चरण कोर्टमध्ये आत जाण्यासाठी एक अजस्त्र फाटक अडथळा ठरू शकते. ते फाटक आतून बंद असते आणि चोवीस तास त्यावरती दोन पहिलवान पहारेकरी पहारा देत असतात.

त्या पहारेकऱ्यांवरती मात करणे अगदी सोपे होते; पण फाटकापाशी कोणताही हिंसाचार झाला, तर आतमध्ये राजनला कळून तो सावध होणार होता. मग त्याला पळ काढण्यास पुरेसा अवधी मिळणार होता. आतमध्ये शिरकाव करण्यासाठी कोणतातरी अहिंसक उपाय करायला हवा होता.

शेवटी एक उपाय सापडला. चार थाई माणसे काळे कपडे घालून फाटकापाशी गेली. ते आपल्याबरोबर एक भला मोठा वाढदिवसासाठी असलेला केक घेऊन गेले होते. त्यांनी फाटकावरच्या पहारेकऱ्याला सांगितले की, मायकेल डिसूझा (रोहित वर्मा) यांच्या मुलीचा वाढदिवस असल्याने त्यांच्या भारतीय मित्रांनी मायकेल कुटुंबाला आश्चर्यचकित करण्यासाठी न कळवता हा केक पाठवला आहे. त्या पहारेकऱ्याने त्यांच्याकडे संशयाने पाहिले. परंतु ती माणसे व केक पाहून त्यात काही धोका असेल असे त्याला वाटले नाही. तो विचारात पडला असतानाच त्याच्या हातात एक २०० डॉलरची नोट हळूच सरकवण्यात आली. मग त्याला निर्णय घेणे सोपे झाले! ते फाटक त्याने उघडले आणि त्या चार माणसांनी आपली मोटरगाडी सावकाश आत नेली. आता पहारेकरी परत ते फाटक बंद करीत असताना आणखी चार भारतीय माणसे कुठूनतरी आली, आत घुसली व पहाता-पहाता त्यांनी दोन्ही पहारेकऱ्यांवरती मात करून त्यांना बांधून टाकले. मग ती चारही माणसे फाटकापाशीच थांबली.

झिंगाडा व त्याची थाई माणसे इमारतीमध्ये वेगाने घुसली आणि आत जाऊन त्यांनी वरच्या पहिल्या मजल्यावरील राजनच्या व वर्माच्या फ्लॅट्सचे दरवाजे ठोठावले. वर्माने आपले दार उघडले आणि बाहेर चार माणसे पाहून तो दचकला. त्याने आपले पिस्तूल बाहेर काढण्याआधी किंवा राजनला सावध करण्याआधी त्याच्यावर गोळ्यांचा पाऊस पाडण्यात आला. वर्मा खाली कोसळला. या हल्ल्यात वर्माची पत्नीही जखमी झाली, तर त्यांची घरातील मोलकरीण व लहान मुलगी यांना एका वेगळ्या खोलीत कोंडून टाकण्यात आले. आता राजनचा शोध सुरू झाला. तो शेजारच्या खोलीत होता. त्याला गोळीबाराचा आवाज ऐकू आला. अशा अचानक हल्ल्यासाठी त्याची तयारी झाली नव्हती.

आता प्रतिहल्ला करावा की पळून जावे, असा प्रश्न राजनपुढे उभा राहिला. त्याने दुसरा पर्याय निवडला. खोलीचे दार आतून बंद केले आणि तो तळमजल्यावर जाण्यासाठी मार्ग शोधू लागला. त्या पिस्तुलधाऱ्यांनी राजनचा संपूर्ण फ्लॅट पालथा

घातला. टॉयलेट, बाथरूमसकट सर्व जागा शोधल्यावर एक बेडरूम आतून बंद असलेली आढळली. शेवटी राजन तिथेच आत असणार हे त्यांनी ओळखले. त्यांनी दार ढकलून उघडण्याचा प्रयत्न केला. परंतु ते उघडले जाईना. मग उगाच वेळ वाया न घालवता त्यांनी त्या लाकडी दारावर वाटेल तशा गोळ्या झाडण्यास सुरुवात केली.

त्यातली एक गोळी लाकडातून घुसून आत गेली व राजनच्या पोटाला लागली. तळमजल्यावर उतरण्यासाठी राजन दोरी शोधू लागला; पण शेवटी ती सापडेना म्हणून घाईघाईत त्याने सरळ खाली खिडकीतून उडी मारली. तो खालच्या दाट झुडपांवरती कोसळला. मग रक्तस्राव होत असलेला व भीतीने अर्धमेला झालेला राजन रांगत-रांगत एका दाट झुडपांच्या गर्दीत जाऊन लपला. शेवटी खुनी माणसांना राजनच्या बेडरूमचे दार उघडण्यात यश मिळाले. आत गेल्यावर त्यांना बेडरूम रिकामी दिसली. सर्वत्र रक्ताचे डाग पसरले होते. खिडकीवरतीही रक्त सांडलेले होते. शेवटी पळून जाण्यात राजन यशस्वी झाला, असे त्यांना वाटले. त्यांना क्षणभरही असे वाटले नाही की, राजन हा काही फुटांवरील झुडपांखाली लपला आहे. संपूर्ण हल्ला हा पाच मिनिटांत उरकला गेला.

परंतु सतत येणाऱ्या गोळीबाराच्या आवाजाने त्या वस्तीतल्या सगळ्या लोकांचे लक्ष वेधले गेले व त्यांनी पोलिसांना बोलावले. पोलीस धावतच त्या स्थळी पोहोचले; पण त्यांना सर्वत्र रक्त सांडलेले दिसले व मृत वर्माचा देह पडलेला दिसला. शूटर मंडळींनी जी शस्त्रे मागे सोडली होती तीही त्यांना सापडली.

दरम्यान राजनने आपल्या ओळखीच्या व संपर्कातील लोकांना सांगून थाई पोलिसांना झाला प्रसंग कळवला होता. त्यांनी राजनला 'स्मितीवेज हॉस्पिटल'मध्ये अतिदक्षता विभागात पोहोचवले.

त्या वेळची परिस्थिती प्रत्यक्ष पहाणारी साक्षीदार मंडळी सांगतात की, राजन या हल्ल्यानंतर अत्यंत भेदरलेल्या अवस्थेत होता व तो आपल्याला तातडीने संरक्षण मिळावे म्हणून मागणी करीत होता. तो अर्धवट शुद्धीत होता व रात्रभर "ते या हॉस्पिटलवर बॉम्ब टाकतील," असे ओरडून सांगत होता.

एके काळचा आत्मविश्वासपूर्ण असलेला व ठाम निश्चयी असलेला टोळीचा दादा हा एक भित्रा, उद्ध्वस्त मन:स्थिती झालेला होता व आपल्या शेवटाची स्वप्ने दिवसाढवळ्या पहात होता!

१८

जीव वाचवण्याची कला

१५ सप्टेंबर २००० रोजी छोटा राजनवर हल्ला झाल्याची बातमी मुंबईत दुपारी झिरपली. टेलिव्हिजनचे चॅनेल्स व न्यूज वेबसाइट्स यांनी बातमी दिली की, बँकॉकमध्ये एका भारतीय गँगस्टरची हत्या करण्यात आली असून तो बहुधा छोटा राजन असावा. मग सर्वत्र असा अंदाज करण्यात आला की, या हत्येमागे थायलंडमधील 'ट्रायडस' ही गुंडांची टोळी असावी. कारण त्यांना आपल्या भूमीवर अन्य देशांतील टोळीचा दादा असणे, ही कल्पना आवडत नव्हती. भारतीय प्रसारमाध्यमे व भारतीय पोलीस यांना या हत्येमागे कराचीमध्ये असणारा छोटा शकील असेल, असा तर्कही करता आला नाही. rediff.comतर्फे शीला भट्ट आणि eindia.comतर्फे मी असे आम्ही दोघे त्याच दिवशी शकीलशी बोललो व त्याची एक मुलाखत घेतली. जरी ती मुलाखत तपशीलवार घेतली असली, तरी बँकॉकमध्ये नेमके काम घडले याचे केवळ एक धूसर चित्र त्यातून उमटले. शीलाला शकीलने दिलेल्या मुलाखतीत त्याने फुशारकी मारीत सांगितले की, रोहित वर्मा याला राजनच्या टोळीवर पूर्ण ताबा मिळवायचा होता. म्हणून त्यानेच राजनच्या ठावठिकाणाची बातमी मारेकऱ्यांना दिली.

संध्याकाळपर्यंत राजनच्या मृत्यूची बातमी नवी दिल्लीतील सर्व सत्तास्थानांमध्ये पसरली, तशीच ती मुंबईतही पसरली. 'सेंट्रल इंटेलिजन्स एजन्सी'च्या वरिष्ठ अधिकाऱ्यांना सत्ताबदलाची व दाऊदच्या टोळीच्या वरचष्म्याची जास्त काळजी होती. यातूनच राजनला संपवण्यात आले असावे. काहीही असले तरी पोलिसांनी एक सुटकेचा सुस्कारा टाकला.

यानंतर मग अधिकृत चॅनेल्स व भारत सरकारचे परराष्ट्र मंत्रालय हे थायलंडच्या सरकारशी संपर्क साधू लागले. त्या सरकारने कळवले की, विजय दामन उर्फ छोटा राजन हा जिवंत आहे आणि त्याची प्रकृती आता धोक्यातून बाहेर आली आहे.

राजनवर बँकॉकमध्ये हल्ला झाल्याची बातमी आल्यावर बहुतेक सर्व भारतीयांना नक्की काय झाले ते नीट समजेना. ते संभ्रमात पडले. फक्त मुंबईतील काही मोजक्या वरिष्ठ पोलीस अधिकाऱ्यांनी राजनपर्यंत पोहोचण्याची व त्याला भारतात चौकशीसाठी आणण्याची धडपड सुरू केली.

परंतु थायलंडमधील राजनवरील हल्ल्याच्या नाट्यापुढे कसलेले बातमीदार व बातम्यांचे विश्लेषण करणारे मुरब्बी तज्ज्ञ यांना अखेर एका शांततापूर्ण भिंतीवरतीच डोकी आपटावी लागली! राजनवरील हल्ल्यानंतर जे-जे काही घडले ते सारे डोके चक्रावून टाकणारे होते. असे दिसते की, तो सारा प्रकार अधिक घोटाळ्यात टाकणारा होता व अगदी आजपर्यंत तशीच स्थिती आहे. नक्की काय घडले त्याचे खरेखुरे दर्शन अजूनही झालेले नाही. मुंबईतील बातमीदारांना शकीलने जे फोनवर मुलाखतीत सांगितले ते असे की, त्याच्या माणसांनी बँकॉकमध्ये किनाऱ्यावरती एक स्पीडबोट हत्येनंतर पटकन पळून जाण्यासाठी सज्ज ठेवली होती.

परंतु हल्ला केल्यानंतर जेमतेम दोन दिवसांत मुन्ना झिंगाडा हा आपला साथीदार शेरखान याच्यासह बांग भागातील रॉबिन्सन डिपार्टमेंटल स्टोअर्समध्ये पकडला गेला. दुसरा शूटर मोहंमद युसूफ याला सुखुमव्हित सोई भागात पोलिसांनी पकडले. अन् स्थानिक थाई शूटर चाव्हालित याला 'इन्तरनारा सोई' भागातील एका फ्लॅटमध्ये पकडले. याच चौघांनी राजनवर हेतूपूर्वक हल्ला केला होता.

याच शूटर्सना पोलिसांनी का अटक केली, याचा खुलासा मात्र त्यांच्याकडून होत नव्हता. परंतु मुंबई पोलिसांच्या एक गोपनीय फायलीत त्याचा खुलासा असा झाला आहे की, छोटा शकीलच्या डावपेचातील ती एक खेळी होती. त्याने आपल्या माणसांना आपण होऊन शरण जाऊ दिले आणि थाई पोलिसांना आपण किती सहकार्य करीत आहोत हे त्याला दाखवून द्यायचे होते. म्हणजे मग त्या पोलिसांकडून शकीलला काही महत्त्वाचे मुद्दे साध्य करता आले असते.

मुंबईहून असिस्टंट पोलीस कमिशनर शंकर कांबळे यांच्या नेतृत्वाखाली काही पोलीस अधिकाऱ्यांची एक तुकडी बँकॉकला पाठवण्यात आली. त्या तुकडीला राजनकडे काही चौकशी करायची होती व त्याला आपल्या ताब्यात घेऊन पुन्हा भारतात आणायचे होते. ती तुकडी बँकॉकला पोहोचली व पोलीस कर्नल क्रीकपाँग याला भेटली. या साऱ्या प्रकाराचा तो मुख्य होता. मुंबई पोलिसांनी त्याला पटवून देण्याचा प्रयत्न केला की, जखमी झालेला विजय दामन हा दुसरातिसरा कोणीही नसून भारतीय गँगस्टर 'छोट राजन' हाच आहे, तो खोट्या नावाने रहात होता.

राजनच्या माणसांनी एक खासगी जेट विमान भाड्याने घेऊन ते बँकॉकच्या विमानतळावरती उडण्याच्या तयारीत ठेवले होते. राजनला थायलंडमधून झटपट बाहेर काढून न्यायचे होते. परंतु आता ही योजना क्रीकपाँग याच्या हस्तक्षेपामुळे

बारगळली आणि राजनला थायलंडमध्ये मुळात बेकायदेशीर प्रवेश केल्याबद्दल अडकवून ठेवले गेले. क्रीकपाँग एव्हाना प्रथमपासून सहकार्य करीत होता; पण आता त्याने पलटी मारून आपली पाठ फिरवली होती.

मुंबई पोलिसांच्या फायलीतील नोंद अशी आहे की, क्रीकपाँगने मुंबई पोलिसांच्या तुकडीला असे सांगितले की, थाई पोलिसांनी मुंबई पोलिसांकडून कधीही मदत मागितली नव्हती, त्यामुळे या प्रकरणाच्या तपासात ते कसे काय ते भाग घेऊ शकतात? तसेच, अद्यापपर्यंत इंटरपोलने व भारताच्या सीबीआयने मुंबई पोलिसांच्या तुकडीच्या भेटीबद्दल काहीच कळवलेले नसल्याने त्यांच्याशी अधिकृतपणे बोलणी करता येणार नाहीत, असेही क्रीकपाँगने मुंबई पोलिसांना सांगितले.

राजनला ताब्यात घेण्यासाठी मुंबई पोलीस अक्षरश: घायकुतीला येऊन प्रयत्न करीत होते. तर रॉयल थाई पोलीस हा संपर्क दूतावासामार्फत व्हावा म्हणून आग्रह धरीत होते; अन् हे त्या क्षणी शक्य नव्हते. थाई सरकारच्या फर्स्ट सेक्रेटरीला अधिकृत विनंतीपत्रे एका मागोमाग एकेक दिली होती; तरीही तसे पत्र खुद्द भारत सरकारकडून तोपर्यंत दिले गेले नव्हते, हेही तितकेच खरे होते. लवकरच मुंबई पोलिसांना कळून चुकले की, कर्नल क्रीकपाँग पूर्णपणे फिरला असून तो आपल्याशी सहकार्य करू इच्छित नाही. त्याने राजनशी भेट होऊ दिली नाही की राजनच्या मारेकऱ्यांशीही बोलणी करू दिली नाही.

शेवटी मुंबई पोलिसांनी एक शेवटचा प्रयत्न करून पहाण्याचे ठरवले. त्यांनी कैद्यांच्या देवाणघेवाणीसंबंधाचा जो कायदा व वायदा दोन्ही देशांत मिळून झालेला होता त्या आधारे राजनची मागणी केली. मग तशी कागदपत्रे सीबीआयकडून आणि दिल्लीतील इंटरपोल ऑफिसकडून थाई सरकारला पाठवून देण्यात आली. पण ती कागदपत्रे बँकॉकला कधीच पोहोचली नाहीत.

भारतीय नोकरशाही ती कागदपत्रे पाठवून देण्याचा प्रयत्न करीत असताना, तसेच थाई सरकारला कैदी ताब्यात देण्याची एक विनंती करण्याचा महत्त्वाचा संपर्क साधीत असताना राजनची जखम फार वेगाने भरून येऊ लागली होती.

हल्ला होऊन आता सत्तर दिवस उलटून गेले होते व मुंबई पोलिसांच्या अधिकृत एक-दोन भेटीखेरीज या प्रकरणात कसलीही प्रगती झाली नव्हती. राजनला भारतीय भूमीवर आणण्याच्या दिशेने इंचभरही प्रगती झाली नव्हती.

मग २४ नोव्हेंबरला राजन हा स्मितीवेज हॉस्पिटलमधून गूढ रितीने अदृश्य झाला. त्याचे पलायन हे जवळजवळ अशक्य होते. कारण तो हॉस्पिटलच्या चौथ्या मजल्यावरील खोलीत होता आणि तिथे फार कडक पहारा होता. राजनला शारीरिकदृष्ट्या पलायन करणे हे अशक्य होते. एकतर तो जाडजूड व वजनदार माणूस होता आणि त्याला झालेल्या जखमांमुळे तो अशक्त झालेला होता. त्यामुळे त्याचे गायब होणे हे अनपेक्षित होते.

त्याच्या निसटण्यामागे अनेक प्रकारचे तर्क लढवले गेले. थाई पोलिसांनी असा दावा केला की, राजनने व्यावसायिक गिर्यारोहकांची मदत घेऊन चौथ्या मजल्यावरून उतरून पोबारा केला. थायलंडच्या 'सायंटिफिक क्राइम डिटेक्शन टीम'ला राजनच्या खोलीत पर्वतांचे कडे चढण्यासाठी वापरतात तसले दोर आणि उतरण्याची साधने हॉस्पिटलच्या भिंतीवरती सापडली. तसेच भिंतीच्या पृष्ठभागावरच्या सिमेंटवरचे ओरखाडे हेही त्या पद्धतीने झालेल्या राजनच्या पलायनाला पुष्टी देतात, असे 'बँकॉक पोस्ट' या वृत्तपत्राने आपल्या बातमीत म्हटले होते.

बातमीतल्या माहितीनुसार गिर्यारोहक व्यावसायिकांनी राजनला ४० मी. लांबीच्या दोरावरून खाली घसरत जाण्यास मदत केली होती. चौथ्या मजल्यावरून तो खाली तळमजल्यावर काही मिनिटांत आला. ती १३ मिलिमीटर जाडीची दोरी ही जास्तीत जास्त २०० किलो वजन पेलू शकते. त्यापेक्षा जास्त वजन असेल, तर ती तुटते. 'सोई हंगनाम' या भागातील एका दुकानात दोरी व संबंधित साहित्य विकत घेत असताना एक माणूस दिसला होता, असेही त्या बातमीत म्हटले होते. डेप्युटी कमांडर ऑफ द डिव्हिजन चुआन व्होराव्हनिच याने ही सर्व माहिती थाँग्लोर पोलीस स्टेशनकडे पुढच्या तपासासाठी पाठवली.

अन्य काही बातम्यांनुसार राजनचा थायलंडमधील वकील सिर्चाई पियाफिचेत्कूल ह्याने एक साधा खुलासा केला. राजनने अडीच कोटी बाट या थाई चलनात म्हणजे ५,८०,००० डॉलर्स थाई पोलीस मेजर जनरल क्रीकपाँग फुक प्रायून याला दिले. त्याने ते नंतर नाकबूल केले. अशा रितीने राजनने आपली सुटका विकत घेतली. तो सरळ हॉस्पिटलमधून चालत-चालत बाहेर आला व त्यासाठी आलेल्या एका मोटारीतून तो सुरक्षित स्थळी निघून गेला.

राजनचे पळून जाणे आणि पोलिसांनी २४ सप्टेंबर रोजी त्याचे केलेले रंगतदार वर्णन यामुळे थायलंडमध्ये मोठी अवघड परिस्थिती निर्माण झाली. नऊ नॉन कमिशन्ड ऑफिसर्सना पोलिसातून 'गंभीर निष्काळजीपणा' दाखविल्याबद्दल काढून टाकण्यात आले.

त्याच वृत्तपत्राने बातमीत असा दावा केला होता की, क्रिस्डा पंकोंगचुएन येथील मेट्रोपॉलिटन पोलीस डिव्हिजनच्या कमांडरने एक हुकूम देऊन राजनकडे कोण-कोण पोलीस अधिकारी पैसे घेण्यासाठी हॉस्पिटलमध्ये गेले होते याचा तपास करण्यास सांगितले.

थायलंडचे पंतप्रधान चुआन लीकपै यांनी सांगितले की, गँगस्टर राजन कोणाचीतरी मदत मिळाल्याखेरीज पळून जाणे शक्य नव्हते. अन् त्या मदत करणाऱ्यांचा त्यामध्ये काही लाभ होत असेल तरच ते मदत करतील हे उघड आहे.

राजनच्या एकाएकी अदृश्य होण्यामुळे महाराष्ट्र सरकारची मति आश्चर्याने गुंग झाली होती. एका सुरक्षित हॉस्पिटलमधून पोलिसांच्या पहाऱ्यातून निसटून जाणे हे केवळ अवघड होते. त्या वेळी महाराष्ट्र सरकारचे गृहमंत्री आणि उपमुख्यमंत्री छगन

भुजबळ होते. त्यांनी अक्षरश: उच्च स्वरात सांगितले की, केंद्र सरकारच्या मदतीमुळेच राजनने पलायन केले. त्यांनी प्रत्येक वेळी मुंबई पोलिसांना आलेल्या अडचणी व त्या सोडविण्यासाठी केलेल्या प्रयत्नांमध्ये केंद्र सरकारच्या असहकारामुळे कसे कोलदांडे घालण्यात आले, ते सांगितले.

एवढ्या मोठ्या पदावरील व्यक्तीने इतक्या ठामपणे केलेले आरोप पाहून केंद्र सरकार चरकले. आता जर आपण काहीच प्रतिक्रिया दिली नाही, गप्प बसलो, तर त्यामुळे आपले नुकसान होईल, हे केंद्र सरकारला कळून चुकले.

मग परराष्ट्र घडामोडी खात्याचे राज्यमंत्री अजित पांजा हे केंद्र सरकारची अब्रू वाचवण्यासाठी पुढे सरसावले. राजनला थाई सरकारच्या ताब्यात घेण्यासाठी केंद्र सरकारने शक्य ते सर्व उपाय केले. "पण ते (महाराष्ट्र सरकार) जे म्हणत आहे ते निखालसपणे चूक आहे. प्रत्येक मुद्द्यावर कृती केलेली आहे आणि आमच्याकडून कधीही उशीर झालेला नाही," असेही पांजा म्हणाले. केंद्रातील गृहराज्यमंत्री विद्यासागर राव म्हणाले की, "याबाबतीत सर्व अहवाल जोपर्यंत तपशीलवार येत नाही तोपर्यंत कोणालाही यावर भाष्य करता येणार नाही."

सरकारच्या अशा निवेदनांमुळे राजनच्या पलायनाचे गूढ आणखीनच गडद झाले. यापेक्षा जास्त काही केंद्र सरकार बोलत नाही, त्याअर्थी मौन पाळण्याचा हा एक कट आहे, असे काही पत्रकारांचे मत पडले.

राजनचा थायलंडमधील वकील मात्र सतत पुढे येऊन आपल्याकडचा तपशील प्रसारमाध्यमांना पुरवीत होता. सिर्चाई याने असा दावा केला की, राजन जेव्हा परदेशी पोहोचला तेव्हा त्याने आपल्याला फोन करून सांगितले की, त्याने थाई पोलिसांना लाच देऊन आपली सुटका करून घेतली. तसेच राजन आता कंबोडियात असून तो तिसऱ्या एका देशाला जाण्याच्या तयारीत आहे. बहुतेक तो युरोपात जाईल. सिर्चाई यांच्या दुसऱ्या एका सांगण्यानुसार राजन हा सध्या एका ईशान्य आशियाई देशात असून तो आपला प्रवास आता पुढे चालू ठेवून मध्यपूर्वेत 'कुठेतरी' जाईल.

तर्कवितर्क बाजूला सोडले, तर हे उघड आहे की, राजनला बँकॉकमध्ये रहाणे हे जिवावर बेतू शकते, याची जाणीव झाली होती व त्यामुळे त्याला तशी भीती वाटू लागली होती. त्याचे निसटून जाणे हे अत्यंत काळजीपूर्वक रचलेले असावे. जे मारेकरी राजनला ठार करण्यासाठी पाठवले होते ते दाऊदच्या टोळीतलेच आहेत, याची ओळख पोलिसांनी पटवली. "आपण येथून सुटल्यावरही राजनला ठार करण्याची शपथ घेतलेली आहे," असेही त्यांनी बोलून दाखवले होते. राजनवर हल्ला चढवून जे तीन शूटर्स बाहेर पडले ते नंतर पकडले गेले. पण दाऊदच्या टोळीतील अन्य मारेकरी हे बँकॉकमध्ये येऊन राजनला ठार करण्याची संधी शोधत वाट पहात असावेत, असाही संशय आला होता.

मग शेवटी राजन गेला तरी कुठे? थायलंडच्या विमानतळावरून तो पळून जाण्याचा मूर्खपणा कधीच करणार नव्हता. कारण तेथील इमिग्रेशन अधिकाऱ्यांनी संगणकाच्या साहाय्याने येणाऱ्या-जाणाऱ्यांच्या अद्ययावत नोंदी ठेवलेल्या होत्या. त्यामुळे थायलंडमध्ये येणाऱ्यांचे व बाहेर जाणाऱ्यांचे रेकॉर्डही नीट ठेवले जात होते. थायलंडमधून वेगाने बाहेर पडण्याचा मार्ग हा मोटारीने कंबोडियाच्या सरहद्दीपर्यंत पाच तासांत पोचणारा होता. कंबोडियन अधिकारी तिथे व्हिसा नसलेल्या कोणालाही अमेरिकी २० डॉलर्स घेऊन व्हिसा देत असत. राजन असा बाहेर पडला असणार. मग कंबोडियात गेल्यावर तो मोटारीने 'नोम पेन्ह' शहरापर्यंत आला असणार. मग तिथून तो विमानाने आशिया, मध्यपूर्व, युरोप किंवा ऑस्ट्रेलिया इत्यादी ठिकाणी कुठेही गेला असणार.

दुसरी एक शक्यता अशी होती की, २४ तास मोटार चालवत मलेशियन सरहद्दीपर्यंत पोहोचायचे. तिथे बेकायदेशीरपणे सरहद्द ओलांडणाऱ्यांची झुंबड उठलेली असते. त्यांच्यात काही स्मगलरही सामील झालेले असतात. तेव्हा त्यांच्यात मिसळून कोणालाही सरहद्द ओलांडणे सोपे असते. राजन आधी मलेशियात होता व तिथल्या भारतीय समाजात त्याने अनेकांशी संबंध प्रस्थापित केलेले होते. त्यांच्यापैकी कोणाकडेतरी आश्रय घेऊन त्याच्या पलायनाबद्दलचा धुरळा खाली बसेपर्यंत राजन लपून राहू शकत होता. नंतर तो नवीन पासपोर्ट काढून सुरक्षित स्थळी देशाबाहेर जाऊ शकत होता. थायलंडच्या बाकीच्या सरहद्दी ह्या म्यानमार व लाओस या राष्ट्रांना लागून होत्या. परंतु तिकडे तो पळून जाईल असे वाटत नव्हते.

राजन कशाही रितीने थायलंडबाहेर पळून गेला असला तरी त्याच्या गुन्हेगारीच्या कारकिर्दीत त्याचे हे पलायन करणे म्हणजे त्याच्या आयुष्यातील एक प्रकरण संपत आले होते. राजन उर्फ विजय दामन याने सुरुवातीला एक पर्यटकाचा व्हिसा मिळवला होता. पण मे २००१मध्ये त्याने थायलंड सरकारकडे अर्ज करून आपला पर्यटकाचा व्हिसा रद्द करून 'बिझनेस व्हिजिटर'चा व्हिसा आपल्याला द्यावा अशी मागणी केली होती. तसे झाल्यावर त्याने आपली 'दामन इंपोर्ट-एक्सपोर्ट' कंपनी थायलंडमध्ये चालवण्यासाठी परवानगी मागितली असण्याची शक्यता होती. मग त्याची कंपनी थायलंडहून सुकी मासळी हाँगकाँगला निर्यात करू लागली, अर्थातच हा एक देखावा होता. परंतु त्याच्या बेकायदेशीर ध्येयासाठी हे असले बाह्य स्वरूप गरजेचे होते. एकदा त्याला बिझनेस व्हिसा मिळाल्यावर त्याला थायलंडमध्ये रहाणे शक्य झाले होते.

राजनने आपल्यासाठी अशी एक रचना देखाव्यासाठी व्यवस्थितपणे निर्माण केली होती. पण त्याच्यावर गोळीबार झाल्यावरती त्याचा हा देखावा उद्ध्वस्त झाला. अन् आता दाऊदची माणसे मागावर आली असताना असाच आणखी एखादा देखावा निर्माण करणे त्याला नक्कीच सोपे नव्हते.

१९
९/११ नंतर

"तो एक नवीन कोराकरकरीत देश आहे. तिथे अल्लाच्या नंदनवनातील हिरव्या डोळ्यांच्या पऱ्या आहेत. त्या देशात मधाचे प्रवाह व विपुल दुधाच्या नद्या वाहत आहेत..." प्राचीन काळापासून अशा गोष्टींची आवड असणाऱ्यांना हे आमिष भुरळ घालीत होते. अशी भूमी मिळेल असे त्यांना वचन मिळाले होते. पण अशा देशात घुसण्याची संधी ही फक्त काही बेभान झालेल्या वैमानिकांना ११ सप्टेंबर २००१ रोजी मिळाली होती! त्यांचा एक गट होता. ते सर्व जिहादी होते व त्या ऐतिहासिक दिवशी आधुनिक काळातील एक अत्यंत हिडीस हल्ला ते चढवीत होते.

११ सप्टेंबरच्या त्या सकाळी एकोणीस अपहरणकर्त्यांनी अमेरिकेतील चार विमानांचा ताबा घेतला होता. ती विमाने सॅन फ्रान्सिस्को व लॉस एंजेलिस येथे बोस्टन, न्यू यॉर्क व वॉशिंग्टन येथून निघाली होती. सकाळी ८ वाजून ४६ मिनिटांनी अमेरिकन एअरलाइन्सचे विमान न्यू यॉर्कमधील वर्ल्ड ट्रेड सेंटरच्या उत्तरेकडच्या मनोऱ्याला जाऊन भिडले. त्या पाठोपाठ युनायटेड एअरलाइन्सचे विमान वर्ल्ड ट्रेंड सेंटरच्या दक्षिणेकडच्या मनोऱ्याला ९ वाजून ३ मिनिटांनी जाऊन धडकले.

अपहरणकर्त्यांचा दुसऱ्या गटाने अमेरिकन एअरलाइन्सच्या फ्लाइट नं. ७७मधून उड्डाण केले आणि ते ९:३७ वाजता वाशिंग्टनच्या पेन्टॅगॉनच्या इमारतीवरती त्यांनी कोसळवले. चौथे विमान हे युनायटेड एअरलाइन्सचे होते. त्या कंपनीची फ्लाइट नं. ९३ हे पेन्सिल्व्हानियातील शॅन्वसव्हिल येथे ९:५७ वा. कोसळवले. कोसळण्याआधी विमानातील प्रवासी व अपहरणकर्ते यांच्यात चकमक झडत होती. विमान कोसळवण्याचे त्यांचे लक्ष्य होते ते वॉशिंग्टनमधील 'कॅपिटोल' इमारत होती (येथेच

अमेरिकन काँग्रेस भरते) किंवा राष्ट्राध्यक्षांचे निवासस्थान 'व्हाइट हाउस' हे होते. (संदर्भ : http://news.bbc.co.uk)

त्या आत्मघातकी हल्ल्यानंतर २,९७३ माणसांचा मृत्यू झाला. अपहरणकर्त्यांखेरीज त्यात प्रामुख्याने सर्व जण नागरी व्यक्ती होत्या. त्यामध्ये सुमारे ७०पेक्षा जास्त देशातील माणसे होती.

अपहरणकर्त्यांना असे वाटले होते की, आपल्याला या हल्ल्यात तत्काळ मृत्यू येईल आणि ताबडतोब स्वर्गात त्यांचे पऱ्यांकडून स्वागत होईल. 'स्वर्गात झटपट पोहोचण्याचा मार्ग हा जिहादमधून जातो,' अशी त्यांची समजूत होती. मग त्यासाठी त्यांनी कोणताही भलाबुरा मार्ग स्वीकारला तरी.

सर्व जगभरातील मुस्लिमांनी या प्रसंगांवरती भिन्न-भिन्न प्रकारे आपल्या प्रतिक्रिया व्यक्त केल्या होत्या. त्यातल्या काही जणांना झाल्या प्रकाराबद्दल खूप आनंद झाला होता. शेवटी ही बलाढ्य अमेरिका गुडघे टेकून खाली बसली. तर बाकीच्या मुस्लिमांनी शरमेने आपले डोके हलवले. हा हल्ला इस्लामच्या नावाने केलेला असून स्वत:ला इस्लामचे पालक म्हणणाऱ्या मूठभरांनी तो केलेला आहे, असे ते समजले. या हल्ल्यामुळे धार्मिक सलोखा व शांतता बिघडून गेली. यामुळे जगातील समाजांना एकमेकांपासून विलग करणारी एक घटना घडली होती. त्यामुळे हे जग कायमचे बदलून गेले होते.

दाऊद इब्राहिमसाठी ही घटना फार दूरवर परिणाम करणारी होती. आपल्या शत्रूंना ठार करण्यासाठी दाऊद जेव्हा आपल्या माणसांना सूचना द्यायचा तेव्हा तो नेहमी एक प्रसिद्ध वाक्य उच्चारे, "दुनिया उसके लिये छोटी करलो" (त्याच्यासाठी जग लहान करून टाका.) सौम्य वाक्यामागचा खरा अर्थ असा की, त्याला या जगात स्वतंत्रपणे, मुक्तपणे कुठे हिंडता येता कामा नये. आपल्याला ठार मारले जाईल या भीतीपोटी तो एकतर कोशात जाऊन बसेल किंवा ठार तरी केला जाईल.

परंतु उपरोधाची गोष्ट अशी की, ९/११च्या हल्ल्यामुळे दाऊदचेच जग लहान होऊन बसले. खरे सांगायचे तर त्याच्याकडे अमेरिकेचे लक्ष बराच काळ आधीच गेले होते; पण मुळात अमेरिकी पोलिसांना त्याची फारशी दहशत न वाटल्याने त्यांनी दाऊदबद्दल फार गंभीरतेने विचार केला नाही.

१९९५मध्ये, अमेरिकी राष्ट्राध्यक्ष बिल क्लिन्टन यांनी आपल्या प्रशासनाला ४२ नंबरचा डायरेक्टिव्ह दिला. त्या डायरेक्टिव्हनुसार काही संघटित गुन्हेगारांचे गट हे अमेरिकेच्या राष्ट्रीय सुरक्षिततेला धोका देणारे आहेत, त्यामुळे अमेरिकन इन्टेलिजन्स एजन्सींना अशा गटांना पकडण्याच्या कामासाठी अग्रक्रम दिले गेले. इंग्लंडमध्ये असाच निर्णय जॉन मेजर यांच्या सरकारने स्टेला रिमिनग्टन हिच्या सल्ल्यानुसार घेतला होता. ती त्या वेळी इंग्लंडच्या MI-5 या सरकारी हेर

यंत्रणेची डायरेक्टर जनरल होती व तसाच निर्णय युरोपियन युनियन सरकारांनीही घेतला होता.

तेव्हापासून दाऊदची टोळी ही संघटित गुन्हेगारांमध्ये मोडली जाऊ लागून त्यावर पाश्चिमात्य राष्ट्रांच्या हेरांच्या संघटनांनी लक्ष ठेवले होते. अन् त्यामुळेच दाऊदला कराचीतच स्थानबद्ध व्हावे लागले होते. तो तिथे पाकिस्तानच्या आयएसआय संघटनेचा पाहुणचार घेत खितपत पडला होता.

गेली बरीच वर्षे पाकिस्तानचे पंतप्रधान व नंतरचा लष्कराचा डायरेक्टर जनरल परवेझ मुशर्रफ आणि आयएसआय ही गुप्तहेर संघटना हे दोघे मिळून आंतरराष्ट्रीय समुदायाची, विशेषत: अमेरिकेच्या प्रशासनाची दिशाभूल करीत आलेले होते. ती कला त्यांना चांगलीच साध्य झाली होती. त्यामुळे पाकिस्तानने मोठ्या प्रमाणात जनसंहार करणारी अस्त्रे कोरिया आणि इराण यांना दिली, किंवा भारत व अफगाणिस्तान येथे दहशतवादी पाठवले, किंवा देशातील दहशतवाद्यांविरूद्ध चालढकल केली. तरी अमेरिका त्यांची गंभीर दखल घेऊ शकत नव्हती.

फ्रान्समधील ल्योन्स शहरी आंतरराष्ट्रीय पोलिसांचे कार्यालय आहे. भारत सरकारच्या विनंतीवरून इंटरपोलने दाऊद सापडल्यास त्याच्या अटकेची व त्याची भारतात पाठवणी करण्याच्या अनेक नोटिसा आपल्या सर्व सभासद राष्ट्रांना पाठवल्या होत्या. त्याचा शोध घेण्याच्या नोटिसा दाऊदच्या कराचीमधल्या पत्त्यावरही पाठवल्या होत्या.

अशा नोटिसा मिळाल्यावर पाकिस्तानी अधिकारी दाऊद आपल्या देशात आहे हेच मुळी नाकारीत आले होते. त्या आधी पंतप्रधान अटलबिहारी वाजपेयी यांनी हा दाऊदचा प्रश्न जुलै २००१मध्ये अध्यक्ष परवेझ मुशर्रफ यांच्या पुढे आग्रा येथे एका बैठकीत काढला होता. पण त्याचा काही उपयोग झाला नाही. मग जानेवारी २००४मध्ये इस्लामाबाद येथे झालेल्या बैठकीत भारताने हा प्रश्न पुन्हा उकरून काढला. त्यांच्यावरती भारतात खटले चालवून त्यांना शिक्षा करण्यासाठी भारताला एकूण २० दहशतवादी हवे होते. त्या यादीत दाऊदचेही नाव होते. परंतु यावर मुशर्रफ यांनी तेच नेहमीच ठराविक उत्तर दिले, "दाऊद इब्राहिम हा पाकिस्तानात नाही."

आग्रा येतील शिखर परिषदेत मुशर्रफ हा खोटे बोलत नव्हता. कारण, जर रॉ या भारतीय हेर संस्थेने मुशर्रफचा खोटेपणा दाखवण्यासाठी दाऊदचे अस्तित्व पाकिस्तानातच आहे हे सिद्ध केले, तर मुशर्रफची आंतरराष्ट्रीय पातळीवरती चांगलीच पंचाईत झाली असती. म्हणून आग्रा परिषद चालू असताना दाऊदला त्यांनी तात्पुरते पाकिस्तानातून हलवले होते. असाच प्रकार त्यांनी १९९३मध्ये टायगर मेमन याच्या कुटुंबीयांना बँकॉकमध्ये हलवून केला होता. कारण त्या वेळी भारत सरकारने

पाकिस्तानवरती मुंबईतील घातपाती कृत्यांबद्दल चांगलीच आगपाखड चालू केली होती.

म्हणून आग्रा शिखर परिषदेच्या काळात दाऊदला कराचीतून हलवून वायव्य पाकिस्तानातील व अफगाणिस्तानच्या सरहद्दीजवळील वझिरिस्तान प्रांतात ठेवले होते. हा प्रांत स्थानिक आदिवासी टोळ्या पाकिस्तानच्या सहकार्याने चालवतात. म्हणून त्याला Federally Administered Tribal Areas (FATA) असेही संबोधले जाते. पाकिस्तानने असे केले असावे, असा तर्क त्या वेळी सर्वत्र करण्यात आला होता.

तथापि, मुशर्रफ आग्रा परिषदेला येण्याआधी सीबीआयला अशी माहिती मिळाली होती की, आयएसआयने दाऊदला हलवून सिंगापूरमार्गे मलेशियात नेऊन ठेवले होते. त्यासाठी राकेश तुलशियन व शहीद सोहेल यांनी त्याला मदत केली होती. मलेशियातील अब्जाधीश मोहमंद ताहीर यांच्या कुटुंबात दाऊद पाहुणा म्हणून राहिला होता. नंतर तो परत कराचीला आला. दाऊदला मलेशियातील खाण उद्योगात खूप रस होता. तिथून दाऊदची टोळी भारतात नेपाळमार्गे तस्करी करून चांदी पाठवणार होती.

कॅरिबियन सुद्रातील देश व दक्षिण पॅसिफिक देश हे फरारी होऊन पळून आलेल्या गुन्हेगारांना 'आर्थिक नागरिकत्व' देऊन आपल्या देशात ठेवतात. मात्र कोणालाही कायदेशीररीत्या फरारी गुन्हेगारांची मागणी करता येत नाही. ते देश गरीब असल्याने त्या बदल्यात ते त्या फरार गुन्हेगारांकडून परदेशी चलनात एक किमान रक्कम आपल्या देशातील स्थानिक बँकेत डिपॉझिट म्हणून ठेवण्यास सांगतात.

पाकिस्तानात असे आर्थिक नागरिकत्व देण्यासाठी अद्याप कायदा झालेला नाही. परंतु आयएसआयच्या सल्ल्याने पाकिस्तान सरकारने दाऊदला तसे नागरिकत्व अनाधिकृतपणे दिलेले आहे आणि त्याला एक पाकिस्तानी पासपोर्टही वेगळ्या नावाने दिला आहे. तसेच दाऊदचा भाऊ अनीस इब्राहिम व त्याचे रक्षक, छोटा शकील यांनाही खोट्या नावाने पाकिस्तानी पासपोर्ट पुरविण्यात आलेले आहेत.

असे मानले जाते की, १९९०नंतर पाकिस्तानला आण्विक क्षेपणास्त्रे यांचे तंत्रज्ञान मिळवून देण्यासाठी लागणारे सुटे भाग आणण्यासाठी दाऊदने आर्थिक मदत देऊ केली होती. अन् या घटकामुळेच इस्लामाबादमध्ये दाऊदला 'आर्थिक नागरिकत्व' देण्याचा निर्णय घेण्यात आला असावा.

यामुळे दाऊदचे बस्तान पाकिस्तानात चांगलेच बसले. त्याचे दहशतवादी टोळ्यांशी दाट संबंध प्रस्थापित झालेले आहेत. लष्कर-ए-तैयबा, अल कायदा आणि राम्झी बिनालशिभ सारखे काही दहशतवादी यांच्याशी घनिष्ठ संबंध झाले. (या राम्झी दहशतवाद्याला नंतर पाकिस्तानी अधिकाऱ्यांनी अटक करून अमेरिकेच्या स्वाधीन केले होते. त्या आधी लष्कर-ए-तैयबाने त्याला कराचीत आपल्या

आश्रयाखाली घेतले होते.)

काही वर्षांतच मुशर्रफ व दाऊद हे एकमेकांचे पक्के संबंध असलेले दोस्त बनले होते. दाऊदने मुशर्रफच्या अनेक निष्ठावान व पाकिस्तानी हेरखात्यातील सेवानिवृत्त अधिकाऱ्यांना आपल्याकडे सिक्युरिटी ऑफिसर्स म्हणून कामाला ठेवून घेतले होते.

इन्फर्मेशन ब्युरोच्या एका फायलीतील कागदपत्रांनुसार दाऊद इब्राहिम याने मुशर्रफच्या बाजूने मतदान करण्यासाठी अनेक मतदारांना मतदान केंद्रांवर ट्रकमधून आणले होते. हे मतदान पाकिस्तानात घेतल्या जाणाऱ्या सार्वमतासाठी होते.

परंतु ते सार्वमत आपल्या विरुद्ध गेले तरी मुशर्रफ हा आपल्या पदावरती हटून बसला होता. मग पाकिस्तानी प्रसारमाध्यमे पुढे होऊन मुशर्रफच्या भानगडी, लफडी, कुलंगडी बाहेर काढू लागली. मग त्या वेळी दोन गोष्टी एकाच वेळी घडल्या. त्यामुळे मुशर्रफच्या थापा तर उघड्या झाल्याच; परंतु दाऊदचे जग मात्र संकोचत लहान होत गेले.

'न्यूजलाइन' हे एक प्रतिष्ठित पाकिस्तानी मासिक होते. त्या मासिकाच्या सप्टेंबर २००१च्या अंकात दाऊदचे आणि त्याच्या माणसांचे कराचीमधील अस्तित्व व त्यांचे तिथले उद्योग यांविषयी तपशीलवार माहिती प्रकाशित केली होती. पाकिस्तानी प्रसारमाध्यमांनी असेही वृत्त नंतर दिले की, ज्या पत्रकाराने तो लेख लिहिला होता त्याला, म्हणजे गुलाम हसनाईन याला, पाकिस्तानी अधिकाऱ्यांनी अडकवून ठेवले व त्याचा छळ केला.

> त्या प्रसिद्ध झालेल्या लेखात असे म्हटले होते, *"मुंबईतील गुन्हेगारी जगातील कुख्यात टोळीचा प्रमुख दाऊद इब्राहिम व त्याची टोळी, त्याचा उजवा हात छोटा शकील व जमाल मेमन (उर्फ टायगर मेमन) हे भारताच्या 'मोस्ट वॉन्टेड' यादीवरती आहेत. मुंबईत झालेल्या बॉम्बस्फोट मालिकेत व अन्य गुन्हे या संदर्भात ते पोलिसांना हवे आहेत. ते बॉम्बस्फोट हे १९९३मध्ये घडले होते. त्यानंतर दाऊदने कराचीत आपले नवे घर केले असून तेथूनच त्याचा कारभार चालतो. दाऊदने वेगवेगळी नावे धारण केली असून त्याला सरकारने संरक्षण पुरवले आहे. त्याने आपले गुन्हेगारांचे जग कराचीत निर्माण केले असून शोएब व भोलू यांसारख्या गुन्हेगारांना आपल्या टोळीत सामील करून घेतले आहे.*
>
> *"पाकिस्तानात दाऊदने आपले एक अफाट मोठे साम्राज्य निर्माण केले असून त्यात त्याचे कायदेशीर व बेकायदेशीर असे सर्व*

व्यवसाय चालतात. गेल्या काही वर्षांत दाऊद हा कराचीमधील टोळीचा दादा म्हणून उदयास आला आहे. कराची व इस्लामाबाद येथील अनेक महत्त्वाच्या व मोक्याच्या स्थावर जंगम मिळकतीत दाऊद व त्याच्या माणसांनी प्रचंड गुंतवणुका केल्या आहेत. कराचीमधील परदेशी चलनाच्या बाजारपेठेतही तो मोठ्या प्रमाणात उलाढाली करीत असतो. तसेच, त्याने 'हुंडी' नावाची आपली समांतर क्रेडिट कार्ड पद्धत चालवलेली आहे. पाकिस्तानची सेंट्रल बँक जेव्हा खूप अडचणीत आली होती तेव्हा दाऊदने तिला कर्जाचा डॉलरमध्ये पुरवठा करून अडचणीतून बाहेर काढले होते, असेही सांगितले जाते. त्याच्या व्यवसायामध्ये सोने व अमली पदार्थांची तस्करीही चालते. क्रिकेटच्या मॅच फिक्सिंग प्रकारातही तो मोठ्या प्रमाणात व्यवहार करतो, असेही त्याच्यावर आरोप केले जातात.

"नुसत्या पाकिस्तानी अधिकाऱ्यांनी दाऊदच्या अशा पाकिस्तानातील कृत्यांकडे डोळेझाक केलेली नाही, तर सत्तास्थानांवरील अनेकांनी दाऊदच्या पाहुणचाराचा स्वीकार केला आहे... असे म्हणतात की, त्याला निवडक हेरसंस्थानी संरक्षण पुरवले आहे. दाऊद व त्याची माणसे शहरामध्ये सशस्त्र माणसांच्या कडक संरक्षणात हिंडतात. ही सशस्त्र माणसे एका टॉप पाकिस्तानी सिक्युरिटी एजन्सीचे कर्मचारी आहेत. अनेक सरकारी गुप्त एजंट्स जेव्हा आपल्या अधिकृत कामासाठी दाऊदला भेटतात, तेव्हा ते नंतर त्याच्यासाठीच कामे करू लागतात. त्याच्या भोवती संरक्षणासाठी जमा झालेली सर्वच माणसे ही एक तर सेवानिवृत्त किंवा सरकारी नोकरीत असलेले अधिकारी असतात. असे 'मुत्ताहिदा कौमी मूव्हमेंट' चळवळीचा एक कार्यकर्ता म्हणतो.

"माहीतगार सूत्रांकडून असे कळते की, दाऊद हा पाकिस्तानसाठी हेरगिरी करण्यात क्रमांक एकवरती आहे. पाकिस्तानला जी-जी काही माहिती हवी आहे ती सर्व माहिती दाऊदची मुंबईतील माणसे त्याला पुरवतात. एक अफवा अशी आहे की, विमानतळावरती येणाऱ्या प्रवाशांना ओळखण्यासाठी, ती भारतीय रॉ संघटनेची माणसे आहेत का नाहीत याची खातरजमा करून घेण्यासाठी पाकिस्तानी इंटलेजिन्स अधिकाऱ्यांबरोबर दाऊदची कराचीमधील माणसे असतात."

गुलाम हसनाईने हा वरील लेख लिहिल्याबद्दल त्याचा सरकारकडून छळ करण्यात आला. शेवटी त्याने पाकिस्तानातून पळ काढून अमेरिकेत आश्रय घेतला.

९/११च्या हल्ल्यानंतर जे काही घडत गेले त्यानुसार अमेरिकेला हळूहळू उमगत गेले की, जगात सर्वत्र जेवढा बेकायदेशीर व काळा पैसा पसरेल त्या प्रमाणात राष्ट्राची सुरक्षितता धोक्यात येत जाते. त्या पैशातूनच दहशतवादी कृत्ये घडतात आणि तिरस्करणीय अशा दहशतवाद्यांबद्दल जगात आकर्षण व सहानुभूती वाढत जाते. असल्या या काळ्या पैशाच्या विविध कृत्यांची नाडी व मुस्लीम दहशतवाद्यांची नाळ कापली गेली पाहिजे हे त्यांचा आता उमगले आहे.

९/११च्या अमेरिकेवरील हल्ल्यानंतर अमेरिकेचे राष्ट्राध्यक्ष जॉर्ज बुश यांनी एका एक्झिक्युटिव्ह ऑर्डरवर २३ सप्टेंबर २००१मध्ये सही केली. त्या हुकूमनाम्याच्या नंबर होता (Eo) No.93224. अमेरिकेला मिळत असलेल्या दहशतवादाच्या धमकीमुळे एक राष्ट्रीय आणीबाणी जाहीर केली जात आहे, असा मजकूर त्यात होता. जॉर्ज बुश यांनी त्यात असे म्हटले आहे की, परदेशातील दहशतवाद्यांचा आर्थिक पाया हा विस्तारत चालला असल्याने अशा दहशतवाद्यांना ज्या परकीय व्यक्ती पाठिंबा देतात किंवा त्यांना सहकार्य करतात त्या व्यक्तींवरती आर्थिक निर्बंध लादणे योग्य ठरेल असे मला दिसून आले आहे. मला असेही कळून चुकले आहे की, अमेरिकेशी परदेशी अर्थसंस्थांनी सहकार्य केल्यास, सल्लामसलत व माहिती देवाणघेवाण केल्यास दहशतवाद्यांच्या अर्थकारणावर अमेरिकेला लक्ष देता येईल आणि ते आवश्यक आहे.

मे २००२मध्ये 'द पॅटर्न्स ऑफ ग्लोबल टेररिझम ड्युरिंग २००१' (इ.स.२००१मधील जागतिक दहशतवादाचा आकृतिबंध) हा वार्षिक अहवाल अमेरिकी काँग्रेसपुढे जनरल कॉलिन पॉवेल, अमेरिकेचा परराष्ट्र सेक्रेटरी याने ठेवला. त्याने वर दिलेल्या एक्झिक्युटिव्ह ऑर्डरचे महत्त्व काँग्रेसला असे सांगितले की, "Eo 13224 यामुळे अमेरिकी सरकारला कोणत्याही अर्थसंस्थेतील रचनाकर्त्याची वैयक्तिक संपत्ती, मालमत्ता गोठवण्याचा अधिकार दिलेला आहे. मग ती व्यक्ती अमेरिकेतील असो वा अमेरिकेतील कोणाही व्यक्तीशी ती संलग्न असो. अमेरिकी सरकारचे अधिकार या हुकूमनाम्यामुळे व्यापक होऊन, त्यामुळे व्यक्तींची पदे व व्यक्तींच्या संघटना या जर दहशतवाद्यांना पाठिंबा देत असतील, मदत करत असतील किंवा अन्य सेवा पुरवत असतील तर हा हुकूमनामा अमेरिकी सरकारला व अमेरिकेच्या सहयोगी भागीदारांना त्यानुसार कृती करण्याची मुभा देत असून दहशतवाद्यांच्या एक कोटी डॉलर्सपर्यंतच्या रकमा बँकेत अडकवून ठेवण्याचे अधिकार देत आहेत. यामुळे अल कायदा व अन्य दहशतवादी गटांच्या हिंसक कारवायांना आर्थिक प्रतिबंध बसेल."

भारत सरकारप्रमाणे कितीही गंभीर गोष्ट घडली, तरी ढिले बसते तसे न करता अमेरिकेने झटपट या हुकूमनाम्यानुसार कृती करण्यास सुरुवात केली. आत्तापर्यंत विविध देशातील ३२२ व्यक्ती आणि दहशतवादी व दहशतवाद्यांना पाठिंबा देणारे या सर्वांचे १३ कोटी ६८ लाख डॉलर्स अमेरिकेने गोठवून ठेवले. त्यासाठी अमेरिकेने युनोतील सभासद राष्ट्रांचीही मदत घेतली. अल-कायदा, जामिया इस्लामिया, हरकत-उल-मुजाहिदीन, लष्कर-ए-तैयबा, जैश-ए-महंमद इत्यादी दहशतवादी संघटनाव्यतिरिक्त त्या हुकूमनाम्यानुसार अनेक देशातील दहशतवादी व्यक्ती यांना दहशतवादी कृत्यांबद्दल जबाबदार धरून 'वॉन्टेड'च्या यादीत अमेरिकेने घातले आहे. त्यातील सर्वांत महत्त्वाची व्यक्ती ही आयमान अल-जवाहिरी असून अल-कायदाचे अन्य नेते आहेत.

हरकत-उल-मुजाहिदीन, लष्कर-ए-तैयबा, जैश-ए-महमंद या परकीय दहशतवाद्यांच्या संघटनांचे नेते यांना आत्तापर्यंत अमेरिकेन जागतिक दहशतवादी म्हणून कधी संबोधले नव्हते. फक्त काही व्यक्ती अशी होत्या की, ज्या पाकिस्तानात उघड वावरत होत्या व त्या या हुकूमनाम्यात बसू शकत होत्या. १५ ऑक्टोबर २००३पर्यंत लक्ष गेले नव्हते, त्या व्यक्ती म्हणजे सुलतान बशीर-उद-दीन मोहमंद, अब्दुल मजीद आणि मोहंमद तुफैल. या व्यक्ती बिन लादेन याला मोठ्या प्रमाणात नरसंहार घडवणारी आक्षेपार्ह अस्त्रे मिळवून देण्यात मदत करीत होत्या. २० डिसेंबर २००१ रोजी त्यांचीही दखल घेण्यात येऊन त्यांची जी सापडली ती बँकेतील सर्व खाती गोठवून टाकण्यात आली. राष्ट्राध्यक्षांच्या त्या हुकूमनाम्यासोबत अमेरिकी खात्याने वृत्तपत्रांना एक निवेदन दिले. (वेबसाइटवरती ते उपलब्ध आहे.) त्यात असे म्हटले आहे की, "दाऊद इब्राहिम या भारतीय गुंडाच्या टोळीचा दादा याला अल-कायदासारखेच एक सामाईक कारण सापडले असून तो आपल्या दहशतवादी सहयोग्यांना आपली तस्करी मार्गांची माहिती देत आहे व इस्लामी दहशतवाद्यांना हल्ल्यासाठी पैसा पुरवीत आहे. त्याचे उद्दीष्ट भारतीय सरकार खिळखिळे करणे हे आहे. १९९३मध्ये बॉम्बे स्टॉक एक्स्चेंजवर बॉम्बहल्ले केल्यापासून भारतीय पोलिसांना तो हवा आहे. त्यानेच लष्कर-ए-तैयबाच्या कृत्यासाठी आर्थिक मदत पुरवली होती. त्यांनी तैयबावर अमेरिकेत ऑक्टोबर २००१मध्ये व पाकिस्ताननेही बंदी घातली होती व त्यांची बँकेतील खाती जानेवारी २००२मध्ये गोठवली होती."

वृत्तपत्रांना दिलेल्या त्या निवेदनात सर्व घडलेल्या घटनांची एक जंत्री दिली असून पुढे म्हटले आहे की, "इब्राहिमची सिंडिकेट ही इंग्लंडला व पाश्चिमात्य युरोपामध्ये मोठ्या प्रमाणात अमली पदार्थ पाठवत असते. सिंडिकेटचा तस्करी मार्ग हा दक्षिण आशिया, मध्यपूर्व व आफ्रिका येथून निघतो. त्या तस्करीत ओसामा बिन लादेन हा साथीदार आहे. तो त्यासाठी आपले दहशतवाद्यांचे जाळे वापरतो. त्यांनी

लादेनचे मार्ग आत्तापर्यंत यशस्वीपणे वापरले होते. अन् त्यासाठी दाऊद इब्राहिम त्याला काही दलालीही देऊ करतो असे समजले आहे. १९९०च्या अखेरीस दाऊद इब्राहिम हा तालिबान्यांच्या संरक्षणात प्रवास करीत अफगाणिस्तानला गेला होता.''

> निवेदनात पुढे असे म्हटले आहे की, ''इब्राहिमचे सिंडिकेट हे सतत भारत सरकार खिळखिळे करण्याचे प्रयत्न करीत आले आहे. त्यासाठी ते दंगे भडकावतात, दहशतवादी कृत्ये करतात आणि नागरी चळवळी चालवतात. १२ मार्च १९९३पासून तो भारत सरकारच्या 'वॉन्टेड' यादीत आहे. त्याच्यावर बॉम्बे स्टॉक एक्स्चेंजवर बॉम्बहल्ला केल्याचे आरोप आहेत. त्यामुळे शेकडो भारतीयांचे मृत्यू झाले व हजारो जण जखमी झाले.
>
> ''२००२च्या हिवाळ्यातली ताजी खबर असे सुचवते की, लष्क-ए-तैयबासारखे जे इस्लामी दहशतवादी गट भारताविरुद्ध कारवाया करीत आहेत, त्यांना आर्थिक पाठिंबा दाऊद इब्राहिम अखेर देऊ लागला आहे. ह्या माहितीवरून असे दर्शविले जाते की, गुजरातमध्ये लष्कर-ए-तैयबाकडून हल्ले चढवण्यासाठी त्यांना तो वित्तपुरवठा करीत असतो.''

वरील निवेदन आणि घटनांची जंत्री यावरून हे समजत नाही की, अमेरिकी सरकारला दाऊदचा दुवा हा अल-कायदा, बिन लादेन व लष्कर-ए-तैयबा यांच्याशी आहे, हे कसे कळले? दाऊद इब्राहिम आणि त्याचे साथीदार यांना स्पष्टपणे याबाबतीत बजावण्यात आले असणार की, त्यांनी या संदर्भात आपले तोंड अजिबात उघडू नये. तसे झाले तर भारतीय पोलीस, हेरसंस्था या 'दाऊद पाकिस्तानात आहे' हे सिद्ध करण्यास टपलेल्या असतील, हे उघडच समजते.

२०

हे असे 'चोरी चोरी चुपके चुपके' नको

छोटा शकीलला मुंबईच्या चित्रपट उद्योगावर – बॉलिवूडवर आपली पकड असावी अशी महत्त्वाकांक्षा होती. भारतातील या बेगडी सृष्टीच्या झगमगाटाने व भपकेबाजपणाने तो अत्यंत भारावून त्याकडे आकर्षित झाला होता. परंतु जेव्हा-जेव्हा टोळीत त्याचे वरिष्ठ त्याला एखादे काम सांगायचे तेव्हा त्याने कुरकुर केल्यास, "त्याने फक्त नेमून दिलेले आपले काम शांतपणे करावे," असे त्याला सांगितले जायचे. हे ऐकल्यावर त्याच्या तोंडात एक कडवट चव तरळत राही. बास! याखेरीज त्याला दुसरी किंमत मिळत नव्हती. त्यामुळे त्याला आपली पिळवणूक होते आहे असे वाटे. जेव्हा-जेव्हा त्याला बॉलिवूडमधील गोष्टी हाताळण्याचे काम करण्यास अबू सालेम व अनीस इब्राहिम हे समर्थ आहेत, असे सांगितले जायचे तेव्हा तो दातओठ खात तिथून निघून जायचा.

अबू सालेम हाही अति महत्त्वाकांक्षी होता आणि त्याला चित्रपटांचे जागतिक वितरणाचे हक्क हवे असत. तसेच तो अनेक अशा योजना मांडे की, ज्यामुळे त्याचेच बॉलिवूडवरती भारतात व परदेशातही नियंत्रण राहील; पण या साऱ्या गोष्टींचा शकीलला काय उपयोग होता? शकील उद्विग्न होऊन एक अंधाऱ्या कोशात जाऊन बसला होता. मग अचानक एक अनपेक्षित गोष्ट घडली. १९९९च्या आसपास अनीसने सालेमशी फारकत घेतली. असे काही होईल, हे शकीलने कधी कल्पनेतसुद्धा आणले नव्हते. असे घडण्यामागे अनेक कारणे होती. त्यातील एक कारण असे होते की, सालेम हा पैशाचे व्यवहार नीट करीत नाही, काही पैशांचा मधल्यामध्ये अपहार करतो, खरे हिशेब देत नाही, असा संशय अनीसला आला होता; पण एवढेच एक कारण नव्हते. अनीस आपल्याला केव्हाही ठार करून संपवेल, या भीतीपोटी सालेमला दुबई सोडावी लागली. आपले नशीब असे उजाडेल

हे शकीलला कधी वाटले नव्हते.

शकीलला आता कोणाचाच विरोध राहिला नाही. ज्या कामाची तो आशाळभूतपणे इतकी वर्षे वाट पहात होता ते काम त्याला असे अचानक मिळाले होते. शकीलला आता ताबडतोब एक काम करायचे होते. बॉलिवूडमधली कामे करण्यासाठी एखादी योग्य व्यक्ती शोधून तिच्यामार्फत ही कामे करवून घ्यायची. आपण फक्त पडद्याआड राहून सूत्रे हलवत रहायचे; म्हणजे तसल्या कामात आपला हात गुप्त राहील व भलत्याच व्यक्तीला श्रेय दिले जाईल अथवा तिच्यावर खापर फोडले जाईल, असा त्याने विचार केला. नझीम रिझवी अत्यंत आदबशीर, रुबाबात रहाणारा आणि चलाख होता. असली कामे तो व्यवस्थित करेल अशी शकीलची खात्री होती. (रिझवीचा उल्लेख 'राजासाब' असाही केला जायचा.) चित्रपटसृष्टीतील मोठमोठ्या व मातब्बर लोकांशी संपर्क साधायचे, त्यांच्याशी चित्रपटाबाबत करार करायचे, सह्या करवून घ्यायच्या अशी कामे शकीलने त्याच्यावर सोपवली. खरा सूत्रधार व योजनाकार शकीलच राहणार होता. थोडक्यात, शकीलची योजना प्रत्यक्षात रिझवीने अमलात आणायची होती. रिझवीने चित्रपटसृष्टीतील त्या बड्या व्यक्तींकडून वर्षांतील काही दिवस कामे करवून घ्यायची. बॉलिवूडमध्ये या पद्धतीला एक चुकीचा इंग्रजी शब्दप्रयोग वापरला जायचा. तो म्हणजे 'Getting dates.'

रिझवी ताबडतोब आपल्या कामाला लागला व आपली टीम तयार करू लागला. त्याच्या टीममध्ये अब्बास बर्मनवाला आणि मस्तान बर्मनवाला असे 'अब्बास-मस्तान' नावाने प्रसिद्ध असलेली एक जोडीगोळी दिग्दर्शनाचे काम करण्यासाठी आली. शकीलला आपल्या या पाहिल्या चित्रपटात काय हवे ते त्याने स्वच्छ सांगितले होते. त्याला एक गाजलेला मोठा स्टार नट हवा होता. अन् याला कोणताही पर्याय त्याने ठेवला नाही. या बाबतीत तडजोड चालणार नव्हती. कारण शकीलला ठाऊक होते की, बॉलिवूडचे चित्रपट चालतात ते मोठ्या नटाच्या नावावर, बाकीच्या घटकांचे त्यापुढे फारसे महत्त्व नसते. मग भले त्या चित्रपटाची कथा प्रभावी असो, उत्कृष्ट दिग्दर्शन असो किंवा परदेशातील रमणीय स्थळी शूटिंग केलेले असो वा नसो. बाकी या अन्य गोष्टींपेक्षा चित्रपटाची स्टार कास्ट महत्त्वाची असते. चित्रपट 'बॉक्स-ऑफिस हिट' होण्यासाठी ते जरुरीचे असते.

शकीलची सर्वांत पहिली पसंती ही शाहरूख खान किंवा सलमान खान यांना होती. मग त्याप्रमाणे रिझवी या दोन्ही नटांना भेटण्यासाठी निरनिराळ्या स्टुडिओत चकरा मारू लागला. त्याला त्यांच्याशी विचारविनिमय करून जागेवरतीच करार करायचा होता. योगायोगाने त्याच वेळी, म्हणजे १४ ऑक्टोबर ते १४ नोव्हेंबर २००० या कालावधीत पोलीस छोटा शकीलच्या फोनवरती गुपचूप लक्ष ठेवून होते. यातूनच पोलिसांना बॉलिवूड आणि गुन्हेगारांचे जग यांतील दुवे; अगदी

भयानक तपशिलासकट मिळत गेले. छोटा शकील हा बॉलिवूडमध्ये घुसण्यासाठी आटोकाट प्रयत्न करीत असल्याचे त्यातून पोलिसांना उघड झाले.

अब्बास-मस्तान ज्या चित्रपटाचे दिग्दर्शन करणार होते त्या चित्रपटाचे नाव नंतर कळले. ते होते 'चोरी चोरी चुपके चुपके'. रिझवीने त्या चित्रपटात सलमान खान, राणी मुखर्जी आणि प्रिती झिंटा यांना घेतले होते. टेलिफोनवरच्या संभाषणातून क्राइम ब्रँचच्या लोकांना कळून चुकले की, या सर्व उलाढालीत रिझवी म्हणजे फक्त साधे प्यादे आहे. त्याला या खेळात वापरले जात होते. रिझवीसारख्या माणसांना पुढे करून शकील स्वत: सुरक्षित राहून मागून सूत्रे हलवत होता. विशेषत: बॉलिवूडमध्ये घबाड साधण्यासाठी तो त्याचा पहिला प्रयत्न असल्याने ही खबरदारी तो घेत होता. जर चित्रपट बॉक्स-ऑफिस हिट झाला, तर त्याच्याकडे पैशांचा ओघ येणार होता. मग चित्रपट तारे व तारका त्याच्याकडे, म्हणजे रिझवीकडे पुढच्या चित्रपटासाठी आपण होऊन खेटे घालायला लागणार होते. पण जर चित्रपट पडला तर मग शकीलला ते नुकसान सोसावे लागणार होते आणि रिझवीच्या जागी दुसरे कोणीतरी प्यादे म्हणून शोधावा लागणार होता. पण शकील पडद्याआड असल्याने त्याची चित्रपट उद्योगातील पत मात्र तशीच शाबूत राहणार होती. त्याची प्रतिमा भंग पावणार नव्हती.

रिझवीची कामे करण्याची पद्धत तशी फारशी गुंतागुतांची नव्हती. त्याचे काम हे असे होते : सलमान खान व शाहरूख खान ज्या-ज्या सेटवरती कामे करीत होते तिथे जाऊन त्यांची गाठ घेऊन त्यांच्याशी बोलणी करायची. या आधी अबू सालेमकडून काही धमक्या आल्यामुळे शाहरूख खान हा कोणाही संशयास्पद वाटणाऱ्या नवीन माणसाला भेटायचे टाळू लागला होता. परिणामी, जेव्हा-जेव्हा रिझवी त्याला भेटायला सेटवर गेला होता तेव्हा शाहरूख खानने प्लेगच्या भीतीने उंदीर टाळावा तसे त्याला टाळले होते. मग निराश झालेला रिझवी हा शकीलकडे फोनवर तक्रार करीत त्याबद्दल सांगायचा. क्राइम ब्रँचच्या पोलिसांना हे सारे फोनवर ऐकताना समजून यायचे. टेलिफोनवरील संभाषण चोरून ऐकताना पोलिसांना चित्रपट उद्योगातील व्यक्तींना उद्देशून ठेवलेली सर्व टोपण नावे कळून चुकली, त्या संदर्भातील भाषाही समजली. अशीच खास भाषा गुन्हेगारी जगात वापरली जात असते. मोटारकार किंवा पैसे यासाठी वेगवेगळे सांकेतिक शब्द वापरले जातात. तसेच पोलिसांचा ससेमिरा मागे लागू नये, म्हणून बड्या व्यक्तींची नावेही सांकेतिक शब्दांद्वारे उच्चारली जातात. अब्बास-मस्तान यांच्यासाठी 'जोडी' व चित्रपटांसाठी भांडवल पुरवणारा भरत शहा याला उद्देशून 'बीएस'हा शब्द, पीळदार स्नायूंचा सलमान खान याला 'पहिलवान' हा शब्द, हृतिक रोशन याच्यासाठी 'चिकना', त्याचे वडील राकेश रोशन याच्यासाठी 'टकला' आणि शाहरूख खान याच्यासाठी

‘हकला’ (तोतरा) असे हे सांकेतिक शब्द होते.

छोटा शकील व रिझवी यांच्यात झालेल्या अनेक संभाषणांच्या लिखित प्रती यानंतर या संदर्भात खटल्यात पुरावा म्हणून दाखल केल्या गेल्या. हा खटला नझीम रिझवी, भरत शहा, छोटा शकील व अन्य मदतनीस यांच्याविरुद्ध दाखल केलेला होता. या लिखित प्रती म्हणजे मुंबई पोलिसांच्या हाती लागलेली एक सोन्याची खाण होती. खाली असा एक नमुना दिला आहे :

रिझवी : चिकणा का शो है. ये हकला है अपना उसमे जा रहा है. (हृतिक एक शो करणार आहे व शाहरूख तो पहायला जाणार आहे.)
शकील : अच्छा! (ठीक आहे.)
रिझवी : क्योंकी क्या हुआ था, आज मुझे पता लगा है की अपने यहाँ जो है ना रानी? (कारण आज मला कळले की ती जी राणी मुखर्जी आहे ना?)
शकील : हां, हां. (बरं, बरं)
रिझवी : आज ये हकला आया और उसकी व्हॅनमें घुसा रहा. डेढ घंटे तक. तो मैने उसको बोला की जाते टाईम जरा मुझको मिलके जाना, मेरी व्हॅन मे. (आज शाहरूख खान आला आणि तो तिच्या व्हॅनमध्ये जाऊन बसला. तिथे दीड तास आत होता. मी त्याला सांगितले की, सेट सोडण्याआधी जाताना मला माझ्या व्हॅनमध्ये भेटून जा.)
शकील : हंऽ! (बरं)
रिझवी : बोला आता हूँ, लेकिन ये चुपकेसे निकल गया वहाँसे, मैने मालूम किया. (मग त्याने तसे येऊन भेटण्याचे मान्य केले. नंतर मला समजले की, तो गुपचूप निघून गेला होता.)

आपण याची दखल घेऊ, असे शकीलने रिझवीला आश्वासन दिले. कारण रिझवी आता कंटाळून चिडायला लागला होता. त्याच्या जवळ जो काही थोडाफार संयम होता ते सुटत चालला होता.

रिझवीला कितीही त्रास होत असला, तरी तो सलमान खानला जाऊन भेटत असे व अदबीने म्हणत असे, “एक्स्क्यूज मी सलमान खान, आपण कृपा करून शकील भाईशी जरा बोलता का?” पण हा पीळदार शरीराचा चित्रपट तारा रिझवीचे बोलणे फारसे मनावर घेत नव्हता आणि नेहमी त्याला टाळत आला होता. रिझवीला

अनेकदा सुरक्षा पहारेकऱ्यांनी ओढत, फरफटत सेटवरून बाहेर काढून पार फाटकाच्या बाहेर नेऊन सोडले होते.

रिझवीकडून आपले काम होत नाही म्हणून कंटाळून शकीलने आपला मारेकरी अंजुम फझलानी याला एके दिवशी सेटवर धाडले. तो जवळ कसलेही शस्त्र न बाळगता फक्त मोबाइल फोन घेऊन गेला. त्याच्या जवळ जबरदस्त आत्मविश्वास होता. फझलानी सरळ चालत-चालत सेटवर जात सलमान खानपाशी पोहोचला व त्याच्या पुढे आपला मोबाइल फोन पुढे करीत म्हणाला, "शकीलभाई फोनवर आले आहेत. त्यांना तुमच्याशी बोलायचे आहे." सलमान खानने फोन घेतला व एका कोपऱ्यात जाऊन तो फोनवर बोलू लागला. त्याला आता शकीलच्या मागण्या नाकारणे जड जाऊ लागले होते. शेवटी सलमान खान दबावाखाली आला व त्याने रिझवीच्या, म्हणजे शकीलच्या चित्रपटात काम करण्याचे मान्य केले. शकीलने आपल्या पहिल्या सिनेमासाठी १५ कोटी रुपयांचे भांडवल घातले आणि मोरानी बंधूसारखी माणसे आणखी पैसे लागले तर तेही त्या चित्रपटात आपला पैसा घालणार होते.

चित्रपटाची सुरुवात अशी झाल्यावर रिझवी आणि शकील हे आता चित्रपटाच्या वितरणाबद्दल चर्चा करू लागले. मग कोणत्या टीव्ही चॅनेल्सवर चित्रपटाचा काही भाग हा जाहिरातीसाठी दाखवायचा याची ते चर्चा करू लागले. तसेच कोणत्या पद्धतीने साउंड ट्रॅक बाजारात सोडायचा, यावरही ते विचार करू लागले. रिझवीने शकीलला सांगितले की, त्याच्या अंदाजानुसार या चित्रपटातून किमान ६ कोटी रुपयांचा नफा नक्की होईल. आणि त्यानंतर कोणीही आपल्या पुढच्या चित्रपटात काम करायला नकार देणार नाही. थोडासा दणका देऊन आपण बार उडवून दिला, तर शकीलभाई या फिल्म इंडस्ट्रीत असे काही करून दाखवतील की नंतर त्यांना नकार देण्याचे कोणाच्याही स्वप्नात येणार नाही.

मग आपल्या बोलण्याला जरासे गंभीरपणाचे व खासगी स्वरूप देण्यासाठी ते आपल्या पत्नीपैकी कोणाचे नाव निर्माती म्हणून लावायचे यावर चर्चा करू लागले. यामुळे कोणालाही त्यांच्या चर्चेबद्दल शंका येणार नव्हती.

शकील : अपनी कॅसेट कब रिलीज होगी? (आपली कॅसेट बाजारात कधी येणार?)

रिझवी : एक नोव्हेंबर. सातमे मार्केटमे आयेगी और नौ को हमारी पार्टी हो जायेगी. (एक नोव्हेंबरला प्रकाशित होईल. दुकानांमध्ये ७ नोव्हेंबरला पोहोचेल, मग आपण ९ तारखेला पार्टी करू या.)

शकील : ओपनिंग वो कॅसेटके गानोंकी किससे कर रहे? (गाण्याच्या

कॅसेटचे प्रकाशन कोणाच्या हातून करणार?)

रिझवी : इस... इस... इस पहिलवान से. इससे मैने फोन किया था. मुनासिब रहेगा और इसमें भी अच्छा व्हॅल्यू है. (हे काम आपण सलमान खानकडून करून घेऊ. मी त्याच्याशी फोनवर बोललो आहे. त्याने जर केले तर ते योग्य ठरेल व त्याला किंमत राहील.)

मग चित्रपटाच्या जाहिरात इत्यादी विषयावर बोलणे सुरू झाले.

शकील : सब टीव्ही चॅनेल है, स्टार टीव्ही है. ये ना पब्लीक आजकाल बहुद देखते है ना. (त्यासाठी सब टीव्ही आहे, स्टार टीव्ही आहे. सध्या पब्लिक हेच चॅनेल जास्त करून पहात असते.)

रिझवी : 'सब' मे शुरू हुआ है ना. (जाहीरातबाजी 'सब'वरती तर आत्तापासून सुरू झाली आहे.)

शकील : सब मे कहाँ शुरू हुआ (सबवरती केव्हा सुरू झाले?)

रिझवी : हां, हो गया. सबवालोने बोला की प्रोग्रॅममें डाला गया. तो मंडेसे या आजसे हो गया शायद. (होय, ते सुरू झाले. सबच्या लोकांनी मला सांगितले होते की, ते आपले प्रोमोज त्यांच्या प्रोग्रॅममध्ये घालतील म्हणून. मंडेपासून पुढे किंवा आजपासून त्यांनी तसे सुरूही केले असेल.)

शकील : नही. नही. डाला नही है. सबमें ब्लॉकबस्टर मे आता है ना? (नाही. नाही. त्यांनी तसे काहीही केलेले नाही. सबवरच्या ब्लॉकबस्टरवरती ते यायला हवे ना?)

रिझवी : हां, डालेंगे. अभी कमिंग वीकमे आपका सब में भी शुरू हो जायेगा. स्टार मे भी शुरू हो जायेगा. (होय, ते घालतील आपला कार्यक्रम त्यांच्या कार्यक्रमात. आता येत्या आठवड्यात सबवर आणि स्टारवरही सुरू झालेले असेल.)

शकील : नही. नही. असल क्या है ना, पब्लिसिटी भी सबसे अहमियात रख्ती है ना. पब्लिसिटी तो बहुत जरुरी है. क्यूंकी आदमियोंको समझमे आता है. अभी देखो, दूसरे पिक्चर सबमे आते है. सब चॅनेल मे आते है. खाली आपना जो है ना झी मे और ईटीएस में स्लोली बजता है. किसको दिया म्युझिक?

(नाही. नाही. जाहिरातबाजी ही सर्वांत महत्त्वाची गोष्ट आहे हेच खरे आहे, बरोबर? असे पहा, सबवरती बाकीच्या फिल्म्स आहेत आणि त्यांनी सर्व चॅनेलवर त्या फिल्म्स दाखवण्याची एक व्यवस्था केली आहे. फक्त आपलीच फिल्म हळूहळू झीवर व ईटीएसवर

पुढे सरकत आहे. तू संगीत कोणाकडे सोपवले आहे?)

रिझवी : युनिव्हर्सल. वो लंडन की कंपनी है. (युनिव्हर्सल. ती एक लंडनची कंपनी आहे.)

शकील : बेवकूफ वो सब में नही डाला? दो-तीन चॅनेल में डाल. (अरे मूर्खा तू तेही सबवर का नाही टाकलेस? आणखी दोन-तीन चॅनेलवर टाक.)

रिझवी : नही. उसका चक्कर और है, भाई. अपने जो ये डालते है ना. पब्लिसिटी जब स्टार्ट करते है तो पहले ए क्लास चॅनेल्समे डालते है, फिर बी, फिर सी, तो ये जो सोनी और ये झी है ना, वो 'ए' मे आते है. पुराने है. (नाही. त्यात आणखी एक अडचण असते. जेव्हा आपण पब्लिसिटी मोहीम सुरू करतो, तेव्हा आपण ए क्लास चॅनेलकडे जातो, मग बीकडे मग सीकडे. हे सोनी व झी चॅनेल्स आहेत ते ए वर्गातील आहेत. जुने आहेत व त्यांचा जम चांगला बसला आहे.)

शकील : अच्छा! (ठीक आहे!)

रिझवी : ये इसके बाद सेकंड आता है स्टार और सब के नंबर थर्ड आता है ईटीएस वगैरे और जितने चॅनेल्स है. (यानंतरच्या दुसऱ्या यादीत स्टार व सब आहेत. शेवटी ईटीएस आणि तसले बाकी सर्व चॅनेल्स येतात.)

स्पर्धक चित्रपटांच्याबाबतीमधील विषय –

शकील : मैने सुना है की वो 'मोहब्बते' अच्छी रही. (मी असे ऐकले की 'मोहब्बते' फिल्म चांगली चालली.)

रिझवी : नही. नही, अच्छा है. मतलब पौने चार घंटेकी. आप समज लिजिये. वो क्या अच्छी होगी? (नाही. तो चित्रपट चांगला चालत नाही. तो एक पावणेचार तासांचा लांबलचक चित्रपट आहे. तेव्हा तो कसा असेल याची तुम्ही कल्पना करू शकता. तो मग कसा काय चांगला असेल?)

शकील : और उसकी? 'मिशन काश्मीर' की? (आणि त्या 'मिशन काश्मीर'चे काय झाले?)

रिझवी : नही. वो भी कोई खास नही है. मिशनसे थोडी बेहतर है मोहब्बते. (मिशनपेक्षा मोहब्बते ही फिल्म जराशी अधिक बरी आहे.)

शकील : मैने सुना संजू की तारीफ की है लोगोंने. (मी असे ऐकले आहे की, संजय दत्तचे मिशन काश्मीरमधले काम लोकांना आवडले आहे.)

रिझवी : उसकी तारीफ है. बाकी पिच्चरमे दम नहीं है. (त्याचे काम चांगले आहे. पण बाकी फिल्म ही तशी सुमारच आहे.)

शकील : और चिकना? वो गांडू जाना चाहिये. वो भडवा (आणि तो हृतिक रोशन? तो गांडू जायला पाहिजे. तो एक भडवा आहे.)

रिझवी : वो चिकने की तो अपने दोस्तनेही उसकी बुराई लिख दी है टाइम्सने. हाऽ हाऽ हाऽ फिझावालेने. लिखा कुछ खास नही कर पाया.

(हृतिकच्या बाबतीत त्याच्या दोस्तानेच टाइम्समध्ये वाईट लिहिलेले आहे. हाऽ हाऽ हाऽ. तोच तो 'फिझा' सिनेमावाला माणूस. म्हणजे खलीद मोहंमद हा फिल्मनिर्माता. त्याने असे लिहिले की, हृतिकला काम काही नीट जमले नाही.)

मग महाराष्ट्रातील सर्वांत कडक कायदा 'महाराष्ट्र कंट्रोल ऑफ ऑर्गनाइज्ड क्राइम ॲक्ट' या कायद्याखाली रिझवीवर खटला भरला गेला. जेव्हा तो खटला मोक्का न्यायालयात उभा राहिला तेव्हा पोलिसांनी ३१ साक्षीदार उभे केले आणि रिझवी हा शकीलकडून कशा सूचना घेत होता आणि जी माणसे सहकार्य देत नव्हती त्यांच्यावर तो कसा डाफरत होता, हे दाखवून दिले. म्हणजे मग शाहरूख जर रिझवीशी बातचीत करण्यास नाराज असेल, तर रिझवी त्याच्याविरुद्ध शकीलकडे तक्रार करायचा. हृतिकने 'चोरी चोरी चुपके चुपके' या चित्रपटाचा प्रकाशनपूर्व खेळ पाहिल्यावर रिझवीच्या पुढच्या चित्रपटात काम करण्यास होकार दिला होता; पण त्याच्या वडिलांनी, म्हणजे राकेश रोशनने अशा गुन्हेगारांच्या चित्रपटातून काम करू नये म्हणून हृतिकला सुनावले. रिझवीने तशी तक्रार शकीलकडे केली. मग शकीलने आपल्या माणसाला सांगितले की, त्याने राकेशला असे धमकावे की, तो परत कधी गुन्हेगारांच्या जगातील इच्छेविरुद्ध जाणार नाही किंवा त्यांना नकार देणार नाही.

रिझवी : ये टकला अपना. जोडीके पास कहानी भी कंप्लीट है और हीरोने तो फायनल किया है, उसके बेटेने. और उसने मार्केटमे बोलना शुरू किया है की मै रिझवी साहबके लिये काम कर रहा हूं, जोडीकी नेक्स्ट फिल्म कर रहा हूँ। (हा राकेश... अब्बास-मस्तान

यांनी एक कथा आता पूर्ण केली असून हीरोही ठरवला आहे. तोच तो राकेशचा मुलगा. तो तर आता सगळीकडे सांगत सुटला आहे की, आपण अब्बास-मस्तान यांच्या पुढच्या फिल्ममध्ये काम करणार आहोत.)

शकील : तो एक काम करो ना. मंडे या च्युसडे साइटपे उसके चले जाना, चिकने को बोलना, अपने बापको समझा चुतिया, बोलना तेरी लाईफ खराब हो जायेगी. (मग आता मी सांगतो तसे कर. मंडे किंवा ट्यूसडेला त्याच्या साइटवर जा, जिथे हृतिक सध्या काम करतो आहे तिथे आणि त्याला सांग की, तुझ्या चुत्या बापाला समजावून सांग की, भानगडीत पडलात तर त्याचे स्वत:चे आयुष्य खराब होईल.)

रिझवी : बिलकूल, बिलकूल. (बरोबर, अगदी बरोबर.)

शकील : बोलना भाईने बोला तेरा बाप तेरी लाईफ खराब कर देगा. (त्याला सांग की, मी म्हणालो आहे की, त्याच्या बापाचे आयुष्य शेवटी खराब होऊन जाईल.)

हा संवाद थोडासा काळजी करायला लावणारा होता आणि पोलीस शकीलच्या कारवाईवर काहीतरी उपाय करण्यासाठी उतावीळ होत चालले होते.

जानेवारी २००१मध्ये, शकीलने ठरवले की, राकेश रोशनचे एक उदाहरण घालून दिले की चित्रपट उद्योगाला एक धडा बसेल. त्यासाठी आपली माणसे त्याच्यावर सोडून त्यांच्याकरवी गोळीबार करायचा. त्याला नुसती भीती दाखवण्यासाठी. नंतरच्या पोलिसांच्या तपासात असे उघड झाले की, शूटरना राकेशच्या गाडीवर गोळ्या झाडायच्या होत्या. पण दुर्दैवाने एक गोळी राकेशच्या दंडाला खरचटून गेली. हा टक्कल पडलेला फिल्म निर्माता आधीच बऱ्याच तणावाखाली होता. त्याने चिडून मुंबईच्या गुन्हेगारांच्या दबावाला धाडसीपणे तोंड द्यायचे ठरवले. त्याने शकीलला प्रतिकार केला!

जेव्हा राकेश आपल्या ऑफिसातून बाहेर पडून आपल्या गाडीत बसत होता, तेव्हा त्याच्यावर अचानक गोळ्या झाडण्यात आल्या. त्याला जखम झाली; तरीही रोशन स्वत: गाडी चालवत कूपर हॉस्पिटलमध्ये सुरक्षित पोहोचला. एवढे झाले तरी त्याच्या चेहऱ्यावरती शांत भाव होते. अन् हे अनपेक्षित होते. त्याने आपल्या कुटुंबीयांना बोलावून घेतले आणि काय घटना घडली ते सांगितले.

मुंबईच्या चित्रपट उद्योगात गोळीबारामुळे खळबळ माजली. अस्वस्थतेची एक लाट पसरत गेली. भीती व दहशत यांचे फिल्मी जगावर एक पांघरूण घातले गेले.

फिल्मी जगात सर्वत्र भीतीची लाट पसरून लोक बेभान होऊ लागले. बहुतेकांना आपल्या सुरक्षिततेची काळजी वाटू लागली. शकीलचे संभाषण चोरून ऐकताना पोलिसांना आणखी एक गोष्ट कळली. ती म्हणजे शकीलला अजय देवगण याच्या शूटिंगच्या तारखा बदलून हव्या होत्या. त्या वेळी अजय देवगण हा 'राजू चाचा' या चित्रपटात काम करीत होता. त्या तारखा बदलल्या गेल्या तर मग त्याला 'चोरी चोरी चुपके चुपके'मध्येही काम करता आले असते. तसे घडण्यासाठी मग अजय देवगण याचा सेक्रेटरी कुमार मंगल याला धमकी देण्यात आली.

तसेच, शकील एकदा आपल्या फोनवरच्या संभाषणात बोलून गेला होता की, "जर शाहरूख असाच असहकार करत राहिला तर त्याच्या गाडीवर गोळ्या झाडण्यात येतील," शकीलने मग फुशारकी मारत पुढे म्हटले की, "मग बघा अर्ध्या तासात त्याचा फोन मला येतो की नाही. मग तो आपल्यासाठी काम करायला तयार आहे हे नम्रपणे सांगेल." परंतु शकीलची ही योजना त्याने काही कारणास्तव राबवली गेली नाही. कदाचित केवळ फुशारकी मारण्यासाठी तो हे बोलला असावा. प्रत्यक्षात त्याला तसे करायचे नसावे.

याच संभाषणामुळे शेवटी पोलिसांना कळून चुकले की, परिस्थिती हाताबाहेर जाण्याच्या आत आपल्याला आता कारवाई करायला हवी, फार वाट पहाण्यात अर्थ नाही. त्यांनी आपली लक्ष्ये हेरून त्या दिशेने ते जाऊ लागले. मोक्का कायद्याखाली रिझवीला १३ नोव्हेंबर रोजी पोलिसांनी अटक केली. त्यानंतर गुन्हेगारी विश्वातला 'बीएस' नावाचा माणूस भरत शहालाही अटक करण्यात आली. रिझवीवरचे आरोप सिद्ध करण्यासाठी ८४ साक्षीदारांना खटल्यात बोलावणे भाग आहे, हे पोलिसांना कळल्यावर ते अक्षरश: युद्धपातळीवरती काम करू लागले. किमान ६६ पोलीस अधिकारी या खटल्याच्या कामासाठी जुंपण्यात आले. ते गुन्हेगारी जगावर लक्ष ठेवू लागले आणि रिझवीच्या विरुद्ध असलेली केस परिपूर्ण कशी करता येईल हे पाहू लागले. त्याला शकीलचा मारेकरी माणूस ठरवण्यात आले.

रिझवीचा मदतनीस व शकीलसाठीचा मारेकरी म्हणून काम करणारा अब्दुल रहीम अल्ला बक्ष आणि नंतर अंजुम फझलानी यांनाही शकीलला मदत करण्याच्या गुन्ह्यात धरण्यात आले. चित्रपटसृष्टीची शांतता भंग करण्याविरुद्ध प्रथमच इतक्या मोठ्या प्रमाणावरती पोलिसांनी कडक मोहीम उघडली होती. पोलीस कमिशनर महेश नारायण सिंग हे जातीनिशी या मोहिमेत भाग घेऊन काम करीत होते. चित्रपटसृष्टीशी ज्या-ज्या लोकांचा संबंध आला त्या सर्वांना पकडून त्यांच्याकडे तपशीलवार चौकशी करून, त्यांच्या तोंडून माहिती काढून घेतली पाहिजे, असे ते म्हणत होते. मग भले तो सलमान खान याच्यासारखा मोठा माणूस असो वा एखादा सेटवरचा साधा स्पॉट बॉय असो, त्यांची पर्वा बिलकूल करायची नाही असे ते

म्हणाले. नंतर असे समजले की, सलमान खान, राणी मुखर्जी, अब्बास-मस्तान आणि अन्य काही जण हे शकीलच्या फिल्ममध्ये जिवाच्या भीतीने कामे करण्यास तयार झाले होते. म्हणून मग त्यांना पोलिसांनी पोलीस स्टेशनवर फार काळ डांबून ठेवले नाही किंवा त्यांच्यावर कसलेही आरोप ठेवले नाहीत.

दुर्दैवाने शहा याला असे काहीही कारण देता आले नाही, म्हणून त्याला मोक्का कायद्याखाली आरोप ठेवून त्याच्यावर खटला भरण्यात आला. (पूर्वीच्या एका प्रकरणात खून झालेला व्यापारी भरत शहा हा नव्हे. या दोघांची नावे केवळ योगायोगाने सारखी आहेत.) ह्या शहाचा काही शिवसेना नेत्यांशी संबंध होता. इतकेच काय, ज्येष्ठ नेते लालकृष्ण अडवाणी यांच्यासह दिल्लीतील अनेकांशी त्याचा संबंध आलेला होता. तो आता या प्रकरणात एवढा अडकला की, त्याला या गुंत्यातून बाहेर पडणे कठीण झाले. त्याला शिक्षा झाल्यावर त्याने सुप्रीम कोर्टात अपील केले. तरीही त्याला एक वर्ष तुरुंगात काढावेच लागले. मगच त्याची सुटका झाली. रिझवी मात्र एवढा नशीबवान ठरला नाही. त्याला पाच वर्षांच्या तुरुंगवासाची सजा झाली. तेवढी वर्षे तुरुंगात काढल्यावरच तो सुटून बाहेर आला. शकील अर्थातच भारतात नसल्याने मोकळाच राहिला.

'चोरी चोरी चुपके चुपके' या चित्रपटाचे हक्क शेवटी सरकारजमा झाले. गुन्हेगारांमुळे निर्माण झालेल्या या चित्रपटाकडे प्रेक्षकांनी पाठ फिरवली. मार्केटमध्ये हा चित्रपट आपटला, सपशेल आपटला. जिथे या चित्रपटामधून ६ कोटी रुपये मिळतील असा रिझवीचा अंदाज होता, तिथे या चित्रपटाने अवघा २५ लाख रुपयांचा धंदा केला. परिस्थिती अशी घसरत चाललेली पाहून शकीलने एक शेवटचा डाव खेळला. त्याने अनेक इंग्रजी दैनिकात 'चोरी चोरी चुपके चुपके' हा चित्रपट आपला नसून शहाचा आहे अशी माहिती प्रसिद्ध करण्यास सुरुवात केली. त्याने तत्संबंधीच्या काही बातम्याही दिल्या. त्याने एका बातमीत म्हटले की, लोक हे आपल्याविरुद्ध अफवा पसरवीत असून आपल्याला बॉलिवूडचा खलनायक बनवीत आहेत.

परंतु एव्हाना शकीलचा घोडा स्थानबद्ध करण्यात पोलिसांना यश आलेले होते. आता यातून सुटका होणे शक्य नव्हते. शिवाय पोलिसांकडे अजूनही कित्येक संभाषणे रेकॉर्ड केली गेलेली होती की, त्यानुसार शकीलचा या चित्रपटाशी असलेला संबंध सहज दाखवता येत होता. 'चोरी चोरी चुपके चुपके' चित्रपट सणसणीत आपटला. त्यामुळे शकीलची चित्रपट सृष्टीत काहीतरी करून दाखवायची खाज थोडक्यात आटोपली.

२१

न्यायाधीश दाऊद

पाकिस्तानातील जनता ही भारतीय चित्रपट व अभिनेते यांच्या बाबतीत नुसतीच उत्साही नाही, तर ते भारतीय खाद्यसंस्कृतीही आपलीशी करू पहात असतात. तशा खाद्य संस्कृतीमधील वाईट गोष्टीही ते आंधळेपणे उचलतात. बदके जशी पाण्यात पोहू पहातात तसेच हेही आहे. माणसाला चटक लावून व्यसनात रूपांतर करणारा व कर्करोगाला आमंत्रण देणारा गुटखा हा भारतातल्या प्रमाणेच पाकिस्तानातही लोकप्रिय आहे. साध्या शब्दांत सांगायचे झाल्यास गुटखा म्हणजे एक मिश्रण असून त्यात विड्याची चुरमडलेली पाने, तंबाखू, कात, चुना आणि काही सुगंधी पदार्थ यांचे मिश्रण असते. हे मिश्रण एका पुडीत बंदिस्त करून विकले जाते. ते खाल्ले की, खाणाऱ्याला एक प्रकारची मेंदूला झिणझिणी येते. नुसता तंबाखू खाल्ल्यापेक्षा याची झिणझिणी ही अधिक असते. गुटख्यात काय-काय घातलेले असते हे व त्याचे धोकेही जरी त्या पुडीवर छापलेले असले, तरीही तोंडाच्या कर्करोगाला गुटखाच खरा जबाबदार असतो. अन् तरीही खाणाऱ्याला त्या सूचनेचे फारसे काही वाटत नाही. गुटख्याच्या खाण्याची ही वैशिष्ट्ये लक्षात घेता (म्हणजे गुटखा तोंडात पूर्णपणे लपवता येतो. तो सिगारेटसारखा दुसऱ्या माणसांना दिसत नाही.) लहान व थोरांत त्याचा खूप प्रसार झाला आहे. त्याची एक प्रकारची झिंग लोकात निर्माण झाली आहे. १९९०च्या मध्यापासून ते इ.स. २०००पर्यंत गुटखा भारतातून पाकिस्तानात अवैधरीत्या जात होता. तो दुबईमार्गे पाकिस्तानात प्रवेश करीत असे. तसेच भारतीय सरहद्द ओलांडून त्याची तस्करी केली जायची. गुटख्याच्या ब्रँडमध्ये *गोवा, १०००, आरएमडी* इ. जास्त लोकप्रिय आहेत. अशा ह्या गुटख्याची किंमत तस्करीच्या खर्चामुळे आणि आयातीच्या खर्चामुळे वाढत-वाढत एवढी गेली की, पाकिस्तानात सामान्यांना परवडेनाशी झाली. सामान्यत:

गुटख्याचा भरमसाठ प्रसार होण्यामागे गुटख्याची किंमत अगदीच क्षुल्लक होती व तो सहजासहजी मिळत असे, ही कारणे होती.

पाकिस्तानात इ.स. २०००मध्ये एक व्यापारी पहाणी केली गेली होती. त्यामध्ये या अमली गुटख्याचा व्यापार हा सुमारे ३०० कोटी रुपयांचा आहे, असे आढळले. जरी महागाईमुळे सर्वच पदार्थांच्या किमती वाढत गेल्या होत्या, तरी गुटख्याची मागणी मात्र कमी होत नव्हती. पाकिस्तानातील जे टोळ्यांचे दादा दुबईला जाऊन राहिले होते त्यांनी या वाढत्या व्यवसायाची दखल न घेतली तरच नवल होते. त्यांनी या धंद्यात घुसून पैसा करायचे ठरवले. पण त्यांच्यापुढे एक मोठी अडचण उभी होती. ती म्हणजे वैध मार्गाने गुटखा भारतातून पाकिस्तानात आयात करता येत नव्हता. कारण भारत-पाकिस्तानातील व्यापारी संबंध हे फारच थोडे उरले होते आणि स्थानिक पातळीवरती गुटख्याचे उत्पादन करता येणे अशक्य होते.

अशा या काळात अनीस इब्राहिम हा दाऊदचा धाकटा भाऊ भारतीय ब्रँडच्या मालांची सवंग नक्कल करून पाकिस्तानात विकीत होता. त्याचे या गुटख्याच्या व्यापाराकडे लक्ष गेले. त्याने गुटख्याच्या व्यापारावर लक्ष ठेवले, अन् आपण स्वतःच गुटख्याचे उत्पादन सुरू करावे, असे त्याला वाटू लागले. मग तो याबाबतीत थोडेसे संशोधन करून अधिक माहिती घेऊ लागला. गुटखा बनवण्याच्या पद्धती आणि या व्यवसायातील बडी मंडळी कोण आहेत, या माहितीचा तो शोध घेऊ लागला.

त्याच वेळी इकडे भारतात जगातील गुटख्याचे दोन सर्वांत बडे उत्पादक बराच काळ आपसात संघर्ष करीत बसले होते. गोवा ब्रँडच्या गुटख्याचा उत्पादक जगदीश जोशी आणि आरएमडी ब्रँड गुटख्याचा उत्पादक रसिकलाल माणिकचंद धारिवाल हे दोघे एकमेकांशी व्यावसायिक संघर्ष करीत अनेक वर्षे गुटखा विकीत होते. परंतु उपरोधाची बाब अशी की, काही काळापूर्वीच गुटख्याचे हे दोघे खंदे उत्पादक व एकमेकांचे शत्रू; चक्क दोघे मिळून गुटखा बनवीत होते. १९९०मध्ये रसिकलाल माणिकचंद धारिवालच्या नोकरीत जोशी शिरला आणि मॅनेजर बनला. गुटख्याच्या फॉर्म्युल्याबाबत तो निष्णात बनला. धारिवाल कंपनीची भरभराट करून ती अगदी कळसाला पोहोचवण्यात जोशीचा सिंहाचा वाटा होता.

परंतु तो जे काही काम व कष्ट करीत होता त्या मानाने आपल्याला मिळणारा मोबदला कमी आहे, या भावनेमुळे तो नाराज होता. शेवटी १९९७मध्ये तो आरएमडी कंपनीपासून वेगळा झाला आणि स्वतःची गुटखा उत्पादन कंपनी त्याने चालू केली. या दोन मातब्बर गुटखा उत्पादकांमध्ये चार वर्षे झगडा चालू होता. जोशीच्या दाव्यानुसार धारिवाल त्याचे ७० कोटी रुपयांचे देणे लागतो, तर धारिवालने त्याची ही मागणी स्पष्टपणे फेटाळून लावली.

जेव्हा अनीस इब्राहिमच्या कानावर जोशी-धारिवाल झगड्याची बातमी गेली, तेव्हा या परिस्थितीतून आपल्याला खूप लाभ घेता येईल हे त्याच्या लक्षात आले. त्याच्या चेहऱ्यावरती स्मितहास्य उमटले. जोशीने अनीसला दुबईमध्ये गाठले आणि आपल्याला आपले पैसे धारिवालकडून मिळवून देण्यासाठी भांडणात मध्यस्थी करून मदत करावी अशी विनंती केली. अनीसनेही तसे आश्वासन त्याला दिले असावे. तुमच्यातील भांडण मी कायमचे संपवतो, असे सांगितले असावे.

जोशी आणि धारिवाल हे दोघेही नॉन-रेसिडेंट इंडियन आहेत. आपले एनआरआयचे हक्क टिकवण्यासाठी ते वर्षातून किमान १८१ दिवस भारताबाहेर काढीत. ते दिवस भरून काढण्यासाठी धारिवाल अधूनमधून दुबईला जाऊन यायचा. तिथे असताना अनीस त्याला भेटला असावा व त्याने दोघांच्या भांडणात मध्यस्थी करायची आपली तयारी दर्शवली. ते ऐकल्यावर आरएमडीच्या मालकाला अशा मध्यस्थीमुळे बरे वाटले. फक्त त्या योजनेत एक बदल केला होता.

धारिवाल याची ही तिघांची बोलणी दाऊदच्या उपस्थितीत व्हावी अशी इच्छा होती. अन् म्हणून अनीसने ही बैठक कराचीत ठेवली. काही दिवसांनी जोशी व धारिवाल हे दोघेही कराचीला गेले व दाऊदच्या राजवाड्यासारख्या आलिशान बंगल्यात हजर झाले. मग बराच वेळ आपसात चर्चा झाल्यावर दाऊदने जाहीर केले की, आपल्याजवळ एक मार्ग असून तो मार्ग दोघांनीही स्वीकारण्याजोगा आहे. त्याने धारिवालला असे सांगितले असावे की, धारिवालने एकूण ११ कोटी रुपये द्यावेत. त्यातले फक्त ७ कोटी रुपये हे जोशीला द्यावेत आणि उरलेले ४ कोटी रुपये हे मध्यस्थीबद्दल आपल्याला द्यावेत.

हा प्रस्ताव जोशी व धारिवाल स्वीकारण्याच्या तयारीत असताना अनीसला एकदम एक संधी नजरेसमोर आली. मग त्याने बैठकीत हस्तक्षेप करीत म्हटले, एक दीर्घ काळ चालणारे भांडण मिटवण्यासाठी जोशीने आपल्याला, म्हणजे अनीसला, गुटख्याच्या उत्पादनाचे तंत्र द्यावे, तसेच त्यासाठी लागणारी यंत्रसामग्रीही द्यावी. पाकिस्तानच्या एकूण गुटखा उलाढालीत आपलाही हिस्सा असावा, अशी अनीसची इच्छा होती; पण इतके दिवस तो पाकिस्तानात हे करू शकत नव्हता व त्यासाठी लागणारे तंत्रज्ञान त्याच्याजवळ नव्हते. अन् जोशीकडे या दोन्ही गोष्टी होत्या.

अनीसने मध्येच आपली मागणी पुढे सरकवली याबद्दल जोशी नाराज न होता उलट खूष झाला. त्याने ताबडतोब अनीसची ही मागणी मान्य केली. लवकरच गुटखा उत्पादन करणारी १५ यंत्रे आणि गुटखा पुड्यात बंद करणारी चार यंत्रे ही दुबईला त्याने पाठवली व तेथून ती पाकिस्तानात कराचीला २००१-०२मध्ये पोहोचली. ती यंत्रे मुंबईच्या न्हावाशेवा बंदरातून 'अली असगर कंपनी' या नावाने

निघाली. जोशीचा मदतनीस राजू पचोरिया हा निर्यातीचे काम पाही. त्याने तो व्यवहार पुरा केला. जोशीला आता पूर्ण समाधान लाभले होते. त्याने आपले एक ज्येष्ठ कर्मचारी बिजू जॉर्ज (उर्फ अकाबाबू) याला कराचीला पाठवून अनीसच्या कामगारांना प्रशिक्षण देण्यास सुरुवात केली.

मग काही महिन्यांतच अनीसने आपले गुटख्याचे उत्पादन 'फायर' या ब्रँडखाली जोरदाररीत्या पाकिस्तानात विक्रीसाठी उपलब्ध केले. अनीस व त्याचा मदतनीस आफ्ताब बटकी यांनी तो सारा उद्योग संभाळत योजनेप्रमाणे प्रत्येक गोष्ट चालत आहे, याकडे जातीनिशी लक्ष दिले होते. तसेच त्यांचे जे बाजारातील बडे स्पर्धक होते ते हे सारे घडेपर्यंत बेसावध होते. त्यांना बिलकूल कळू दिले नव्हते. सर्वकाही गुपचूप व शांतपणे पार पडल्यामुळे कोणालाच त्रास झाला नाही. कोण्याही स्पर्धकाने अडथळे निर्माण केले नाहीत.

२००४मध्ये पोलीस दाऊद व त्याचा मदतनीस सलीम चिपळूण व अनीस यांच्यातील फोनवरचे संभाषण गुप्तपणे ऐकत होते. त्या वेळी संभाषणात मध्येच एकदा गुटखा उत्पादन करणाऱ्या यंत्राचे सुटे भाग विकत घेण्याचा विषय झाला. मग ते भाग मुंबईतील चोर बाजारातून विकत घेण्याचे फोनवर ठरले. कारण गुपचूप खरेदी करण्यासाठी चोर बाजार ही एक उत्तम जागा होती. मग हे सुटे भाग दुबईला पाठवून तिकडून कराचीला जाणार होते. हा सारा व्यवहार संशयास्पद वाटल्याने पोलिसांनी तपास सुरू केला. त्या संबंधातील चौकशीचा एक भाग म्हणून पोलिसांनी सलीम इब्राहिम काश्मिरी (दाऊदचा सासरा) याला बोलावून त्याला प्रश्न विचारले. त्याच्या चौकशीतून सारे सत्य समोर आले व गुटख्याच्या निर्मितीमागची कहाणी पोलिसांना कळली. ती माहिती कळल्यावर पोलीस चकित झाले. आता पुढे काय होईल?

त्या वेळचे पोलीस कमिशनर ए.एन. रॉय यांनी ताबडतोब ॲक्शन घेऊन क्राइम ब्रँचला आणखी खोल चौकशी करण्यास सांगितले. मग सारेकाही पुढे आल्यावर जोशी व धारिवाल यांच्यावरती 'मोका' कायद्याखाली गुन्हेगारी जगाशी संबंध ठेवण्यासंदर्भात एक छोटे जाळे निर्माण केल्याचे आरोप ठेवण्यात आले. त्या वेळी ते दोघे भारताबाहेर होते. एवढे गंभीर आरोप ठेवल्यावर जोशी व धारिवाल हे भारतात परतण्यास नाखूष होते. दाऊद व अनीस यांच्याबरोबर कामे केल्याचे आरोप ठेवले गेल्यावर होणारी अप्रतिष्ठा एवढेच नुकसान होणार नव्हते, तर अत्यंत कडक अशा मोका कायद्यामुळे त्यांची अब्रू व कंपन्या फार धुळीस मिळणार होत्या. त्यांनी उभी केलेली औद्योगिक साम्राज्ये पहाता-पहाता कोसळणार होती, उद्ध्वस्त होणार होती. अन् हे सारे समजल्यावर सबंध देशाला एक धक्का बसणार होता. दोन वरच्या दर्जाच्या व्यावसायिकांनी गुन्हेगारी जगाची मदत घेतली हे कळल्यावर सर्व जण

हादरून जाणार होते.

लवकरच ही केस सीबीआयकडे सोपविण्यात आली. मग त्यांनी जोशी व धारिवाल यांच्यावर दबाव टाकून त्यांनी भारतात परत येऊन जे काही घडेल त्याला सामोरे जावे असे त्यांना सुचवले. पण जेव्हा ते तसे न करता परदेशात फरारी झाले, तेव्हा इंटरपोलने त्यांना पकडण्यासाठी जगभरात एक 'रेड कॉर्नर नोटीस' जारी केली. असेच काही महिने गेले. शेवटी भारतात परतण्याखेरीज जोशी व धारिवाल यांना कसलाही पर्याय उरला नाही. प्रथम जोशी परतला व त्यानंतर लवकरच धारिवालही परतला. त्या दोघांना ताबडतोब पोलिसांनी ताब्यात घेतले हे सांगायला नकोच. परंतु या गुटखा सरदारांनी उच्च न्यायालयात धाव घेऊन आपल्यावरचे आरोप पोलिसांनी मागे घ्यावे म्हणून प्रयत्न केले; पण ते प्रयत्न निष्फळ ठरले.

ते सुरुवातीला म्हणत होते की, आपण कधीही कराचीला गेलो नव्हतो आणि अनीस व दाऊदला आपण कोणतीही यंत्रसामग्री पुरवली नव्हती. परंतु क्राइम बँचतर्फे पचौरिया यांनी केलेले विधान व सीबीआयचे आरोप यांमुळे दोन्ही आरोपींचे दावे खोडून काढले गेले. गुन्ह्याशी संबंध आहे, असे दाखवणाऱ्या अन्य विधानांमध्ये पचौरिया यांनी ह्या दोन्ही व्यक्ती कशा दाऊदला भेटायला गेल्या होत्या आणि तिथे त्यांनी एक करार कसा केला, हे तपशीलवार सांगितले. तो खटला अजूनही कोर्टात रेंगाळत पडलेला आहे.

तसेच पोलिसांना या गुटखा उत्पादकांचे गुन्हेगारी जगाशी असलेले दुवे मिळत असतानाच जमिरुद्दीन अन्सारी उर्फ जंबो याची जबानी पुढे आली. हा गुन्हेगार अनीससाठी हवालामार्फत होणाऱ्या पैशांच्या देवाणघेवाणीकडे पहात होता. त्याची जबानी ही फार मोठी पुरावा देणारी व दचकवून टाकणारी होती.

जंबोने आपल्या जबानीत असे म्हटले होते की, तो अभिनेत्री नग्मा हिच्या कार्टर रोडवरील घरी तिला अनीसतर्फे १० लाख रुपये देण्यासाठी गेला होता. जंबो ठासून सांगत होता की, अनीस व नग्मा हे दोघे एकमेकांचे मित्र आहेत, अगदी जवळचे मित्र आहेत.

नग्मा हिने बॉलिवूडच्या चित्रपटसृष्टीत सलमान खान बरोबर 'बागी' चित्रपटात काम करून पहिले पाऊले टाकले होते. त्या चित्रपटात तिने जबरदस्तीने वेश्याव्यवसायाला लावलेल्या एका तरुणीची भूमिका केली होती. त्यानंतर तिने संजय दत्तबरोबर आणि नंतर बॉलिवूडच्या अन्य नटांबरोबर कामे केली होती. अनीसबरोबरचे तिचे जवळचे संबंध उघड झाल्याने त्यावर प्रमुख वृत्तपत्रांत मोठमोठ्या मथळ्यांसह ती बातमी छापून आली. त्यामुळे ती अस्वस्थ झाली व कधी नव्हे एवढी चिडली होती.

तिचे हे संबंध लोकसभेच्या निवडणुकीच्या काळात उघड झाले होते. त्या वेळी ती काँग्रेसपक्षातर्फे तिकीट मिळवण्याच्या प्रयत्नात होती. मग तिने याचा फायदा घेत

म्हटले की, ''हे सारे विरोधी पक्षाने माझ्याविरुद्ध केलेले कारस्थान असून आपल्याला निवडणुकीतून घालवण्यासाठी ते रचलेले आहे.'' पण जशा अन्य बातम्या खऱ्या-खोट्या आहेत की नाहीत हे कळण्याआधीच त्या शांतपणे अंतर्धान पावतात तसेच या बातमीचे झाले. प्रसारमाध्यमांचे परत या बातमीकडे लक्ष गेले नाही.

यातून एक मुद्दा लक्षात यावा, तो असा की, दाऊद हा अजूनही गुन्हेगारी जगावर राज्य करीत होता आणि बड्या बिझनेसमन मंडळींच्या वादात मध्यस्थीचे काम करीत होता. हीच बिझनेसमेन मंडळी आपले गाऱ्हाणे न्यायालयात नेण्याऐवजी आपण होऊन दाऊदकडे घेऊन जात होती.

२२

हेरांचे संमेलन

भारतात पाकिस्तानातील सर्वांत नावडती व्यक्ती कोण असेल, तर माजी क्रिकेट खेळाडू जावेद मियाँदाद.

'इंडिया टुडे'च्या डेप्युटी एडिटर शारदा उग्र यांच्या शब्दांत सांगायचे झाल्यास, "जर भारतातील जनतेला सचिन तेंडुलकर हा सुपरमॅन वाटत असेल, तर मियाँदाद हा काळे गणवेश धारण केलेला, सुपरमॅनचा विरोधी असलेला खलनायक वाटतो. हाच एक माणूस असा होता की, ज्याने आपले करिअर भारतीयांना सतावण्यात उभे केले होते." १९८६च्या ऑस्ट्रेलिया कप मॅचमध्ये अखेरच्या ओव्हरमधला चेंडू चेतन शर्मा याने टाकल्यावर मियाँदादने एकदम षटकार मारून थोडक्यात सामना जिंकला. त्यामुळे भारताचा विजय हुकला. ही गोष्ट सर्व क्रिकेटप्रेमींना व आणखीही अनेकांना चांगलीच लागून राहिली होती. पाकिस्तानी प्रेक्षक मात्र खूष झाले होते. याबद्दल दाऊदने मियाँदादला बक्षीस दिले होते.

यामुळे मियाँदादबद्दलची चीड ही एवढी पसरली होती की, अगदी बॉलिवूडच्या विश्वातसुद्धा खलनायक मंडळींना तिथले लोक 'मियाँदाद' म्हणू लागले. उदाहरणादाखल, धर्मेंद्र व रती अग्निहोत्री यांनी काम केलेल्या १९८७च्या 'हुकूमत' या चित्रपटात एक भ्रष्टाचारी पोलीस दाखवला होता. त्या पात्राचे नाव जावेद मियाँदाद असे ठेवले होते. जेव्हा-जेव्हा धर्मेंद्र त्याचे नाव पडद्यावर खास ढंगात घ्यायचा तेव्हा थिएटरमधले प्रेक्षक त्या प्रकाराला मोठमोठ्याने दाद द्यायचे.

१९९६मध्ये बंगलोरच्या चिन्नास्वामी स्टेडियमवरती वर्ल्ड कपच्या क्वार्टर फायनल्समध्ये जेव्हा तो एकही धाव न काढता रन आउट झाला, तेव्हा जी प्रेक्षकांची अफाट प्रतिक्रिया झाली ती पहाता भारत त्याला कधीही क्षमा करणार नाही हे समजून येते. ती त्याची शेवटची आंतरराष्ट्रीय मॅच ठरली असेल; पण मियाँदादने

नंतर वीस वर्षांनी जे काही केले त्यावरून त्याने भारतीयांची अत्यंत चीड व तिरस्कार ओढवून घेतला.

मियाँदादचा मुलगा जुनैद हा ऑक्स्फर्ड विद्यापीठात बिझनेस ॲडमिनिस्ट्रेशन विषयाचा विद्यार्थी होता. त्याने आपल्या या मुलाचा विवाह दाऊद इब्राहिम याची कन्या महरूख हिच्याशी ठरवला. ती त्या वेळी लंडनमध्ये शिकत होती. त्यांचा विवाह निश्चित झाल्याची बातमी दाबून टाकण्यात आलेली गोष्ट होती; पण जानेवारी २००५मध्ये ही बातमी बाहेर फुटलीच. या बातमीबद्दल मियाँदादला विचारले असता त्याने रागाने आपली प्रतिक्रिया व्यक्त करीत, उलट विचारणाऱ्यांनाच दुसऱ्याच्या खासगीपणाचा आदर करावा, असे म्हटले. तथापि, जून २००५मध्ये या बातमीची खातरजमा झाली. मियाँदादनेच ही बातमी जाहीर करीत म्हटले की, मुस्लिमांचे विवाह हे स्वर्गात ठरत असल्याने आपण या विवाहाला आव्हान देऊ शकत नाही.

नंतर एका भारतीय स्पोर्ट्स मासिकाला मुलाखत देताना मियाँदादने सांगितले की, हा विवाह त्याची पत्नी झुबिन झरीन व दाऊदची पत्नी मेहजबीन या दोघींनी मिळून डिसेंबर २००४मध्येच ठरवला होता. मग लवकरच एक भलीमोठी निमंत्रणपत्रिका दुबईमधील दैनिकांत झळकली.

"मिस्टर ॲन्ड मिसेस दाऊद हसन शेख इब्राहिम यांची कन्या महरूख हिचा विवाह मिस्टर व मिसेस जावेद मियाँदाद इन्शाल्ला यांचे पुत्र जुनैद यांच्याशी ठरला असून, हा विवाह समारंभ २३ जुलै २००५ रोजी होण्याचे जाहीर करीत आहेत."

✠

विवाह समारंभ जाहीर केल्यावर लवकरच इन्टेलिजन्स ब्युरोच्या –आयबीच्या अधिकाऱ्यांनी आपली हेरयंत्रणा सज्ज करण्याचे ठरवले. कदाचित दाऊदच्या घरच्या या विवाहाला बरेच महत्त्वाचे लोक येणार असल्याने अनेक प्रकारच्या माहितीचे खाद्य गोळा करता येणार होते. या समारंभातील सहभागामुळे दाऊदचे कोण-कोण साथीदार, हितचिंतक आहेत तेही समजून येणार होते. कदाचित यातून मिळणारी माहिती ही भारत सरकारच्या दृष्टीने काही पुरावे म्हणूनही ठरू शकणार होती. मग "पहा, आम्ही सांगितले होते ना!" या चालीवर भारत सरकार पाकिस्तानला खडसावू शकणार होते. मग भारतातील 'इंटेलिजन्स थिंक टँक' हे दिवसरात्र याच गोष्टीवर काम करू लागले. अशी सोन्याची खाण पुन्हा उपलब्ध होऊ शकणार नव्हती. परंतु प्रत्येक दिवशी दाऊद नेमका केव्हा व कुठे असेल हे आधी समजू शकत नव्हते. परंतु इंटेलिजन्स ब्युरोला फालतू माहितीच्या मागे लागून उगाच आपले श्रम व वेळ वाया घालवायचे नव्हते. या वेळी त्यांच्या कौशल्याचा कस लागणार

होता. ९ जुलै रोजी मक्का येथे त्या जोडप्याचा निकाह झाला होता. मग मेहंदी व अन्य धार्मिक विधी हे कराचीत होणार होते. आता रंगमंच तयार झाला होता.

✠

मुस्लीम धर्मातील प्रथेनुसार वधूपिता विवाह झाल्यावर सर्वांना एक 'वालिमा' नावाची मेजवानी देतो. दाऊदने तशी मेजवानी २३ जुलै रोजी दुबई मधील 'ग्रॅन्ड हयात' हॉटेलात आयोजित केली होती. वालिमा सुरू होण्यापूर्वी काही विशेष घटना घडू लागून त्यांनी एक वेगळेच वळण घेतले. जे-जे निरीक्षक तिथे होते व भारतीय हेरखात्याची माणसे तिथे होती, ते सर्व जण डोळ्यात तेल घालून सर्व गोष्टींवरती नजर ठेवीत होते. सर्व जगातील हेरसंस्थांची माणसे 'ग्रॅन्ड हयात' हॉटेलच्या दिशेने एकवटली होती.

असे वाटत होते की, जगातील महत्त्वाच्या सर्व हेरसंस्थांचे तिथे एक संमेलन भरलेले होते! अमेरिकी 'सीआयए'चे एजंट्स हे आपापल्या जागेवरून परिस्थितीवरती बारकाईने नजर ठेवीत होते. ब्रिटनच्या 'एमआयसिक्स' या हेरसंस्थेची माणसे सर्वत्र पसरली होती. त्या सर्वांमध्ये इस्राईलची 'मोसाद', भारताची रॉ व आयबी यांची माणसे कामे करीत होती. शिवाय कितीतरी ठाऊक नसलेल्या हेरसंस्थांच्या माणसांनी विविध देशांतून येऊन आपली हजेरी लावली होती. अपेक्षेप्रमाणे पाकिस्ताची आयएसआय ही हेरसंघटनाही सुरक्षिततेसाठी तिथे सतर्क झाली होती. थोडक्यात, त्या हॉटेलात हेरमंडळींची मांदियाळी झाली होती. जणूकाही सर्व हेर जगातून येऊन एका कॉन्फरन्सला हजर झाले होते.

परंतु यातली गमतीची बाब म्हणजे हे सर्व हेर लौकिकदृष्ट्या तिथे अदृश्य स्वरूपात होते. म्हणजे त्यांनी तिथे शोफर, ड्रायव्हर, हॉटेलातील बेलबॉय कर्मचारी, प्रसारमाध्यमांची माणसे आणि वेटर या रूपांमध्ये आपली हजेरी लावली होती. साधारणपणे दुबईमधील कोणत्याही विवाह समारंभाकडे इतक्या जणांचे लक्ष जात नाही. पण हा एक नेहमीसारखा विवाह समारंभ नव्हता. लग्नविधी संदर्भात जे काही चालले होते त्यात सीआयएच्या हेरांना अधिक रस होता. कारण २००४मध्ये अमेरिकेने 'दाऊद हा एक जागतिक दहशतवादी माणूस आहे' असे जाहीर केले होते. लंडनमध्ये ७ जुलै २००५मध्ये जे बॉम्बस्फोट झाले, त्यातले संभाव्य गुन्हेगार कोण असतील त्या संबंधातील माहिती काढून घेण्यात इंग्लंडच्या एमआयसिक्स हेरसंस्थेला रस होता. या 'वालिमा' मेजवानीला कोणी ना कोणी अशी मंडळी नक्की हजर रहाणार असतील की, त्याचा पुढे तपासात उपयोग होऊ शकतो. तर भारतीय रॉ व आयबी अधिकाऱ्यांना भारताचा क्र. एकचा शत्रू दाऊद हा पुढे काय योजना आखणार आहे यासंबंधीची माहिती काढून घेण्यात रस होता.

✠

भारत सरकारला हे कळून चुकले होते की, दाऊदची मागणी करून त्याला भारतात आणणे हे आता शक्य राहिले नव्हते. कारण दाऊद इब्राहिम हा दाऊद इब्राहिम म्हणून राहिला नव्हता. पाकिस्तानने त्याला पूर्णपणे एक नवी ओळख दिली होती. तेव्हा आता फक्त एकच पर्याय उरला होता. तो म्हणजे कोणालाही संशय न येता दाऊदला संपवून टाकणे. आयबीला त्यासाठी आपली माणसे पाठवण्यात रस नव्हता. कारण जर यातून काही नवी आंतरराष्ट्रीय घटना निर्माण झाली, तर त्याचे खापर आपल्यावर फुटू नये किंवा आपल्याला ती सहज नाकारता यावी. तेव्हा त्या कामासाठी भाडोत्री सेवा घेणे हेच अधिक श्रेयस्कर होते. आंतरराष्ट्रीय अडचणीत न सापडता हे महत्त्वाचे काम कोणाकडे सोपवता येणे शक्य होते?

"लकी ल्युसिआनो," एका ज्येष्ठ अधिकाऱ्याने याचे उत्तर दिले.

जेव्हा बाकीचे सर्व जण त्याच्याकडे कुतूहलाने पाहू लागले तेव्हा त्याने खुलासा करीत म्हटले, "लकी ल्युसियानो म्हणजे छोटा राजन! जिथे आपल्याला अधिकार नव्हते अशा बऱ्याच योजनांत आपण त्याच्याकडून त्या योजना यशस्वी करून घेतल्या होत्या. तेव्हा आता त्याला हे काम दिले तर? अन् हे काम त्याला नक्कीच आवडेल. आपला एक हातही तो या कामासाठी गमवायला तयार होईल."

मग तो जुना व ज्येष्ठ अधिकारी खिडकीपाशी चालत गेला आणि सिगारेटचा एक खोलवर झुरका घेत त्याने म्हटले, "शेवटी 'शोले' सिनेमाच परत लागू पडणार!"

शोले चित्रपटात गब्बरसिंग या डाकूविरुद्ध अखेर तसलेच गुन्हेगार त्याच्यावर सोडण्यात आले होते. त्याचा येथे तो संदर्भ देत होता.

त्याच्या विनोदावर सारे जण हसले.

एका तरुण अधिकाऱ्याने विचारले, "पण सिनेमातील बलदेवसिंग ठाकूरची भूमिका संजीव कुमारने केली होती. येथे ती भूमिका कोण करणार?"

"येथे तसाच कोणी खराखुरा बलदेवसिंग असायला हवा." आपल्या सिगारेटचे थोटूक दाबून विझवत तो म्हणाला.

मग खोलीतील दोन्ही अधिकाऱ्यांनी त्या ज्येष्ठ अधिकाऱ्याकडे बराच वेळ पाहिले. जेव्हा त्यांची एकमेकांशी नजरानजर झाली तेव्हा नक्की ती व्यक्ती कोण असेल हे त्यांना उमगले. याचा अर्थ त्या योजनेचा सूत्रधार हा खरोखरीच इंटेलिजन्स ब्युरोमधील एखादा सेवानिवृत्त अधिकारी असणार होता. त्याची पार्श्वभूमीही तशीच जबरदस्त असायला हवी होती. शिवाय अशा प्रकारचा अनुभवही त्याच्या गाठीशी असायला होता.

दाऊदला संपवायचे काम राजन व त्याच्या नेमबाजांवरती सोपवायचे ठरले. अन् दूरवरून त्यांच्यावर एक ज्येष्ठ आयबीचा अधिकारी नियंत्रण ठेवणार होता. हा

अधिकारी त्या वेळी खात्यातून निवृत्त झालेला असेल.

मग तसा संदेश राजनला पोहोचवण्यात आला. त्यांना असे वाटले होते की, राजनलाही दाऊदचे उट्टे काढायचे होते आणि २०००मध्ये त्याच्यावर बँकॉकमध्ये झालेल्या हल्ल्यानंतर तोही दाऊदचा सूड त्याला ठार मारून घेण्यासाठी धडपडत असावा. त्यासाठी राजनकडे काही पैसा वगैरे कमी पडत असेल, तर तशी तयारी सर्वांनी मिळून आतापासून सुरू करायला हवी होती.

✠

मुंबई पोलिसातील डिटेक्शन, क्राइम ब्रँचमधील डेप्युटी कमिशनर ऑफ पोलीस धनंजय कमलाकर हे एक तरुण व उत्साही अधिकारी होते. अनेक संघटित गुन्हेगारांच्या एकत्रित योजना त्यांनी नुकत्याच यशस्वीपणे हाणून पाडल्या होत्या. त्यांना अजूनही असेच काही करून दाखवायचे होते. कमलाकर हे नेहमी आपल्या माणसांना सांगत असत की, "हे टोळ्यांमधील गुंड कधीही मोकाट सुटता कामा नयेत. एकतर ते तुरुंगाच्या गजाआड असायला हवेत किंवा थडग्यात तरी असायला हवेत."

जेव्हा क्राइम ब्रँचच्या अधिकाऱ्यांना एक खबर अशी मिळाली की, छोटा राजन टोळीचे दोन उत्कृष्ट नेमबाज शूटर्स फरीद तनाशा व विकी मल्होत्रा यांनी पश्चिम बंगालच्या चोवीस परगण्यामधून भारतात प्रवेश केला आहे व ते कुठेतरी जाण्याच्या तयारीत आहेत. हे दोघेही म्हणजे, तनाशा व मल्होत्रा बराच काळ फरार झाले होते. ते आग्नेय आशियातील कोणत्यातरी देशात लपून बसले असावेत, असा अंदाज होता. जर ह्या दोघांनी आपण होऊन भारतात प्रवेश केला असेल तर या वेळी मात्र ते हातात सापडले पाहिजेत. ते निसटता कामा नयेत.

क्राइम ब्रँचचे अधिकारी ताबडतोब त्यांचा माग वाढू लागले. तनाशा व मल्होत्रा यांना आपल्यावर लांबून कोणी लक्ष ठेवीत आहे याचा पत्ताच नव्हता. ते फक्त आपल्याला जो कोणी हाताळत आहे त्याच्याकडून सूचना घेत होते. ती हाताळणारी व्यक्ती आपल्या मालकाचा मित्र असेल किंवा खुद्द मालकही असेल, असेच त्यांना वाटत होते. येथे तो मालक स्वत: छोटा राजन होता.

उत्तर भारतातील काही स्थळांना भेटी दिल्यावर नताशा व मल्होत्रा यांना हाताळणाऱ्या व्यक्तीला दिल्लीत भेटायला सांगितले होते. तनाशाचे फोन कॉल्स हे क्राइम ब्रँचचा एक अधिकारी चोरून ऐकत होता. तनाशाचे नुकतेच कोणाशीतरी फोनवर बोलणे झाले होते. त्यातून त्याला स्वच्छ सूचना देण्यात आल्या होत्या. त्या अत्यंत संशयास्पद वाटत होत्या. कोणीतरी त्यांच्या मागे सावलीसारखे उभे असावे असे त्यावरून वाटत होते. अन् हे सारे चालू असताना तनाशा व मल्होत्रा यांना व

आणखी काही शूटर्सना नवीन योजनेच्या कार्यवाहीसाठी आयबीकडून प्रशिक्षण दिले जात होते.

डीसीपी कमलाकर यांना वाटले की, ही जोडगोळी आता दिल्लीला कोणातरी वरिष्ठ बिझनेसमनला किंवा राजकारणी व्यक्तीला संपवणार आहे. मग आपल्या वरिष्ठ साहेबाकडून कमलाकर यांनी परवानगी घेतली व ते आपल्या सहकाऱ्यांसह दिल्लीला जाण्यासाठी निघाले.

✠

दुबईमधील 'ग्रॅन्ड हयात' हे हॉटेल अत्यंत आलिशान असे होते. ते 'बर दुबई' येथे उभे होते. सुमारे ३७ एकर जागेत ते विस्तारलेले होते. दाऊदच्या मुलीच्या विवाहानंतरच्या मेजवानीसाठी ही जागा अगदी यथायोग्य अशी होती. दुबई इंटरनॅशनल विमानतळापासून ती अवघी सात किलोमीटर अंतरावरती होती. ती जागा विमानतळाच्या एवढी जवळ असल्याने दाऊद नक्की हॉटेलातील मेजवानीला स्वत: हजर रहाणार, असे सर्व जण मानीत होते. केव्हाही तिथे येणे आणि केव्हाही तिथून झटपट निघून जाणे हे दाऊदला सोयीचे ठरणार होते. अर्थात काहीतरी अनपेक्षित अशी घटना घडली तरच ती वेळ येणार होती.

शेवटी तो मेजवानीचा खास दिवस जवळ येत गेला. अनेक अनुभवी व विविध हेरसंस्थेतील एजंट्स हळूहळू दुबईत उगवू लागले. काही जणांनी हॉटेलच्या बाहेर; पण जवळपास कुठेतरी रहाणे पसंत केले. भारत व पाकिस्तान येथील काही उत्साही पत्रकारांनी त्याच हॉटेलात आधीपासून काही दिवस आपल्या खोल्या राखून ठेवल्या होत्या. म्हणजे मग नंतर हॉटेलातून फिरताना उगाच कोणाला संशय येऊ शकत नव्हता.

वालिमाच्या मेजवानीच्या वेळी विविध वृत्तवाहिन्यांची माणसे 'ग्रॅन्ड हयात'मध्ये अक्षरश: थव्याने जमली होती. परंतु बहुतेक भारतीय पत्रकारांना हॉटेलच्या बाहेरच थांबायला भाग पाडलेले होते. हॉटेलच्या व्यवस्थापनाकडे एवढी मोठी सुरक्षा यंत्रणा नाही, असे एखाद्या नवख्या माणसाला ते पाहून वाटले असेल. पण ते हॉटेल म्हणजे खरोखरीच एक अदृश्य बालेकिल्ला होता. सुरक्षा रक्षकांची फळी ही तशी चटकन दिसून येणारी नव्हती. अन् सीसीटीव्ही कॅमेरे व धातुशोधक यंत्रेही कुठे दिसत नव्हती. अन् तरीही गुप्तपणे सुरक्षा मंडळींची नजर चौफेर फिरत होती.

✠

नवी दिल्लीतील अधिकाऱ्यांच्या दृष्टीने वेळ फार भराभर चालला होता. इंडियन इंटेलिजन्स एजन्सीने एक फार मोठी धाडसी योजना आखली होती. ती योजना यशस्वी व्हायलाच हवी होती. गेली वीस वर्षे दाऊदने त्यांना सुखाने झोप घेऊ दिली

नव्हती. आता ही योजना त्याच्या कन्येचा विवाहाच्या वेळी जर यशस्वी झाली, तरच काहीतरी शेवट होणार होता.

आयबीच्या अधिकाऱ्यांनी आपल्या योजनेवरून एक शेवटचा हात फिरवला. प्रवासाची तयारी पूर्ण झाली आणि तनाशा व मल्होत्रा यांच्यासाठी बनावट कागदपत्रे तयार करण्यात आली. आता त्यांना शेवटच्या सूचना देऊन दुबईला पाठवून देणे एवढेच बाकी राहिले होते. शूटर मंडळी व पूर्वीचा आयबीचा संचालक यांच्यात एक बैठक ठरवण्यात आली. सर्व तपशील पुन्हा एकदा नीट ठरवला गेला. अगदी बारीकसारीक गोष्टीही पक्क्या केल्या गेल्या. ते तिघेही त्या योजनेवरती विचार करीत होते. ग्रॅन्ड हयात नकाशावर वाकून पहात होते. शूटर्ससाठी कोणकोणत्या जागा योग्य ठरतील ते अजमावत होते. प्रत्येक दृष्टिकोनातून त्यांनी ही योजना पाहिली व महत्त्वाचे तपशील विसरले गेले नाहीत, याची खात्री त्या तिघांनी करून घेतली.

त्यांची बैठक संपत आली असताना कमलाकर व त्यांचे अधिकारी दारापाशी आले. अशा या क्षणी तो आयबी अधिकारी चिडला व तो कमलाकर यांच्या अंगावरती ओरडू लागला; पण अशा गोष्टींना कमलाकर नवीन नव्हता. तो एक मुरलेला अधिकारी होता. त्याने माघार घेणे नाकारले.

जेव्हा शेवटी काही फोनाफोनी झाली आणि कमलाकर याला त्याच्या वरिष्ठांनी मुंबईतून खुलासा केला, तेव्हा त्याने माघार घेतली. पण तो तरीही तनाशा व मल्होत्रा या 'वॉन्टेड' माणसांवर नजर ठेवून तिथेच उभा होता. तो त्यांना सोडायला तयार नव्हता. त्याच्यापुढे दुसरा काहीच मार्ग न राहिल्याने त्याने त्या दोघांना घेऊन मुंबईला प्रयाण केले. पण शेवटी या उत्साही अधिकाऱ्याला माघार घ्यावीच लागली. अंतर्गत सुसूत्रता नसल्याने एक मोठी योजना बारगळली. दोन्ही सरकारी खाती एकमेकांपासून अंधारात राहिल्याने दुसऱ्या खात्यात काय चालले आहे याची एकमेकांना बिलकूल कल्पना येत नव्हती. जर आयबी अधिकाऱ्यांनी मुंबई पोलिसांना आगाऊ कल्पना देऊन सावध केले असते, तर ही अवघड परिस्थिती उद्भवली नसती आणि सर्वांचे श्रम पाण्यात गेले नसते.

दुसऱ्या दिवशीच्या 'टाइम्स ऑफ इंडिया' या वृत्तपत्रात त्या रचलेल्या व फसलेल्या योजनेचा सारा फजितवडा छापून आला. त्याची भाषांतरे दुसऱ्या दिवशी विविध वृत्तपत्रांत छापून आली. तनाशा व मल्होत्रा यांना हाताळणारा आयबी अधिकारी हा अजित डोव्हल आहे हे नंतर कळले. तो नुकताच खात्यातून प्रमुखपदावरून सेवानिवृत्त झाला होता. 'ब्ल्यू स्टार' घडले त्यातील तो एक हीरो म्हणून समजला गेला होता. तो एक अत्यंत कावेबाज माणूस होता व त्यामुळेच तो दुसऱ्यांशी बोलणी करण्यात तयार होता. त्यानेच आयसी८१४ हे इंडियन एअरलाइन्सचे विमान पळवणाऱ्यांना नीट हाताळले होते. कदाचित तोच एकमेव असा आयपीएस

झालेला अधिकारी होता की, त्याला 'कीर्तीचक्र' प्रदान केले गेलेले होते. एरवी हा सन्मान फक्त लष्करी कारणांसाठी राखून ठेवला जातो.

टाइम्स ऑफ इंडियामधील वृत्तान्त वाचून पोलीस व प्रसारमाध्यमे यांना जबरदस्त धक्का बसला. हा एक असा पहिला प्रसंग होता की, इंटेलिजन्स अधिकाऱ्यांनी टोळीतल्या गँगस्टर्सची मदत घेतली होती व ती शेवटी जगजाहीर झाली होती. 'मुंबई मिरर' नावाच्या दैनिकाने या बातमीचा मागोवा घेत शेवटी डोव्हल यांना फोन लावला. पण डोव्हल यांनी सारेकाही निक्षून नाकारले व म्हटले, ''मी त्या वेळी घरी टीव्हीवर एक फुटबॉल मॅच पहात होतो.''

परंतु शेवटी जे उघड व्हायला नको ते उघड झालेच. भारत सरकारने दाऊदला मारण्यासाठी बाहेरच्या माणसांना सुपारी दिली होती व सारी योजना बाहेर प्रकट झाली.

✠

शेवटी तो महत्त्वाचा दिवस ग्रॅन्ड हयात हॉटेलमध्ये उगवला. मेजवानीसाठी ५०० पाहुण्यांना आमंत्रण दिलेले होते. मेजवानी हॉटेलमधल्या रीगल बनियास ग्रॅन्ड बॉलरूममध्ये ठेवलेली होती. तिथे १२ कोर्सचे रात्रीचे जेवण आयोजित केलेले होते. आयबीचा एक अधिकारी तिथे शोफरच्या वेशात हजर होता. संपूर्ण बॉलरूम ही लाल गुलाबाच्या फुलांनी आणि पांढऱ्या ट्युलिप फुलांनी मढवलेली होती.

वधूवरांसाठी असलेला मंच मध्यभागी पांढऱ्या कापडाने मढवलेला होता आणि त्यावर पांढरी ऑर्किड फुले सजवून लावलेली होती. मध्यभागी एक आरामशीर हिरव्या रंगाचा सोफा ठेवलेला होता. त्या मेजवानीचे एक खास वैशिष्ट्य असे होते की, गरमागरम ताजी जिलबी तिथे पाहुण्यांना पुरवली जात होती. हा पदार्थ भारत व पाकिस्तान खेरीज अन्य कोणत्याही देशात मिळत नसतो. त्यामुळे हा भारतीय पदार्थ दुबईतील हॉटेलात एरवी कधीच उपलब्ध नसे.

दाऊदच्या मुंबईतील बऱ्याच नातेवाइकांना त्या विवाहाला, समारंभाला हजर राहायचे होते; पण ते तेथे जाऊ शकले नाहीत. कारण त्यांना व्हिसा नाकारला गेला होता. इतकेच काय; पण दाऊदची बहीण हसीना परकार हिलाही व्हिसा नाकारला गेला होता.

परंतु दाऊदच्या आयुष्यातील ह्या सर्वांत सुखी दिवसाचा आनंद तो घेऊ शकला नाही. जसजसा हा वालिमचा दिवस जवळ येत गेला तसतसा दाऊद त्या समारंभाला हजर रहायचे की नाही यावरती सर्व बाजूने विचार करीत होता. त्याच्या माणसांनी त्याला या मेजवानीपासून दूर रहायला सांगितले होते; पण ते त्याला पटत नव्हते. आपल्या मुलीच्या विवाहानिमित्त तिच्या बापाने हजर रहायचे नाही हे कसे काय?

भारताच्या इंटेलिजन्स ब्युरोच्या योजनेचा दाऊदला वास कसा व केव्हा लागला हे समजणे कठीण आहे. पण त्या मेजवानीला हजर रहाणे हे अत्यंत जोखमीचे ठरेल, हे त्याने मानले असावे.

मुलीच्या निकाहाच्या वेळी आणि अन्य धार्मिक समारंभाच्या वेळी दाऊद हजर होता. तरीही त्याने शेवटी वालिमा मेजवानीला व्यक्तिश: हजर न रहाण्याचे ठरवले. आपल्या अनुपस्थितीमुळेच सर्वांना त्याची आठवण होत राहिली. परंतु त्याने हा संपूर्ण समारंभ हॉटेलच्या अंत:स्थ टीव्हीवरून पाहिला. कॅमेऱ्यांच्या रांगेसमोरून सर्व पाहुणे जात होते. त्यांना दाऊद एका खोलीत सुरक्षित राहून टीव्हीवर न्याहाळीत होता. तसले कॅमेरे संपूर्ण हॉटेलभर लावले होते आणि त्यांच्या साहाय्याने दाऊद आपल्या पाहुण्यांना ओळखून काढत होता. ते सर्व पाहुणे नवदाम्पत्याला शुभेच्छा देण्यासाठीच आलेले होते हे सहज समजून येत होते.

मियाँदाद हा प्रत्येक पाहुण्याचे स्वागत करीत होता. सर्वच्या सर्व ५०० पाहुण्यांचे त्याने व्यक्तिश: स्वागत केले. जेव्हा त्याला पाहुणे मंडळी ''दाऊदभाई आले नाहीत?'' असे स्पष्ट विचारीत तेव्हा तो फक्त हसून एवढेच म्हणे, ''सब आये है.''

२३

लिस्बनमध्ये स्थानबद्ध

दुबई सोडल्यावर अबू सालेमचा माग काढणे सुरू झाले होते. तो आता कोणत्याही परिस्थितीत पाकिस्तानातही आश्रय घेऊ शकणार नाही, हे लक्षात आले होते. फक्त दाऊदनेच पाकिस्तानात आश्रय घेण्यात यश मिळवले होते. सालेमने तीन वर्षांपूर्वी जेव्हा दुबईमधून पळ काढण्याचा निर्णय घेतला तेव्हापासून तो सतत पळतच राहिला होता. गेले तीन वर्षे त्याने एका देशातून दुसऱ्या देशात पळ काढीत एकूण सहा खंडे पालथी घातली होती. तो अमेरिकेत होता. नंतर तो युरोपमध्ये प्रवास करीत असल्याची बातमी आली होती. शेवटी तो आग्नेय आशियात जाऊन पोहोचला.

या तीन वर्षांत त्याने ठेवलेली मोनिका बेदी हिच्यासह सर्व जग पाहिले. त्याने बराच वेळ तिच्याबरोबर व्यतीत केला. त्याआधी मोनिका ही बॉलिवूडमधील एक दुय्यम तारका होती. पंजाबमधील होशियारपूरमधून ती फिल्मी जगात प्रवेश करण्यासाठी मुंबईला आली होती. सालेमने अमेरिकेतला आपला बाकीचा वेळ त्याची पहिली पत्नी समिरा जुनानी हिच्याबरोबर काढला होता. जिथे-जिथे सुरक्षितपणे स्थायिक होता येईल, अशी विविध शहरे सालेम धुंडाळत होता. त्याला मोनिकासह त्या-त्या शहरांमध्ये अनेकांनी पाहिले होते. पण दुर्दैवाने त्यांना असे आढळून आले की, या जगात अशी एकही जागा नाही की, तिथे जाऊन ते दाऊदपासून, त्याच्या माणसांपासून आणि पोलिसांपासून आपली सुटका करून घेऊ शकतील.

सालेम व मोनिका यांनी लाओस हा देश आपल्या कामासाठी एक तळ म्हणून विचारात घेतला. परंतु लवकरच त्यांना जेव्हा कळले की, छोटा राजन याने कंबोडिया येथे वास्तव्य केले आहे, तेव्हा त्यांनी आपला विचार बदलला. कारण लाओसपासून कंबोडिया फार दूर नव्हता. नवीन योग्य देश शोधण्याची त्या दोघातली

चर्चा तशीच पुढे चालू राहिली. युरोप हा खंड त्यांना अनुकूल वाटला; परंतु स्वित्झर्लंडला मात्र त्यांना सुरक्षिततेच्या दृष्टीने व पर्याय म्हणून लपून रहाता आले नसते. ओळखीच्या कोण्या ना कोण्या माणसांना त्यांना तिथे पाहिले असतेच. कारण बॉलिवूडच्या अनेक चित्रपटांचे शूटिंग तिथे होत असते.

मोनिकाला युरोप नवीन नव्हते. कारण तिचा जन्म तिथला होता व ती तेथेच लहानाची मोठी झाली होती. युरोपला ती आपले दुसरे घर मानीत होती. तिने शेवटी असे ठरवले की, आपण युरोपातील अशा देशात जाऊन रहायचे जिथे इंग्लिश भाषा फारशी बोलली जात नाही. तसेच तिथल्या स्थानिक संस्कृतीत ती व सालेम हे दोघेही सहज खपून जातील; पण प्रश्न होता, कुठे?

शेवटी ती दुक्कल पोर्तुगालमध्ये गेली. तिथल्या मोठ्या राजधानीच्या शहरात लिस्बन येथे स्थायिक होण्याचे त्यांनी ठरवले. कोणीही त्या शहराच्या मोहात पडावे, एवढे ते रमणीय होते. भूमध्य समुद्रापासचे हे एक सर्वांत सुंदर शहर आहे व आपल्याला स्थायिक होण्यासाठी ते परिपूर्ण आहे, असे ते दोघे समजले. कारण येथे ते कोणाचेही लक्ष वेधून घेणार नव्हते आणि येथली हवा भलतीच झकास होती. या दोन कारणांमुळे तिथेच स्थायिक होण्याचा त्यांचा विचार पक्का झाला.

त्यांनी एक घर खरेदी केले. तीन वर्षांनी प्रथमच ते स्वत:च्या घरात आता प्रवेश करीत होते. त्या घरात सर्व तऱ्हेच्या सुखसोयी असल्याने आता ते दोघे तिथे आरामात नांदू शकत होते. शेवटी त्यांचा घराचा शोध संपला. तो शोध कधीच संपणार नाही, असे त्यांना वाटत आलेले होते; पण अखेर त्यांना हवे तसे एक आदर्श घर मिळाले. काही आठवडे ते सुखात लोळत होते. अन् अचानक सालेमला कराचीहून एक फोन आला. त्या फोनमुळे त्याचे रक्त गोठून गेले. फोनवर कोणीतरी निर्विकार व तटस्थ आवाजात त्याला म्हणाले, "अनीसभाईने अभी तक तेरा पिछा नही छोडा है." ते शब्द ऐकताच त्याचे ते सुखी जग पार उलटेपालटे झाले. पुन्हा एकदा त्याचे क्रूर व नंबर एकचे शत्रू हे त्याचे जग उद्ध्वस्त करायला सज्ज झाले होते.

आता या क्षणी त्याच्यासमोर फक्त दोन पर्याय उभे होते. पुन्हा एकदा सामानाची बांधाबांध करून पळ काढणे व प्रवास करीत आपल्या शत्रूला चुकवत रहाणे किंवा सरळ अनीसला फोन करून समोरासमोर संवाद करून एक तह करणे. पहिल्या पर्यायानुसार त्याला अमेरिकेत जाऊन आश्रय घेणे ही एक चांगली कल्पना वाटत होती. परंतु ११ सप्टेंबरला वर्ल्ड ट्रेड सेंटरचे मनोरे पडल्याने, पेंटॅगॉनवर विमान कोसळल्याने खोटे पासपोर्ट धारण करणाऱ्या भारतीय माणसांना तो देश आता सुरक्षित राहिला नव्हता.

दुसरी एक कल्पना त्याला सुचली. सरळ दाऊदला फोन लावायचा व त्याला

विनंती करायची की, अनीसने आता ते पूर्वीचे झाले-गेले विसरून जावे. पण त्या योजनेत अर्थ नाही, हेही त्याला कळून चुकले. कारण आपल्या विनंतीमुळे उलट अधिकच चेव येऊन दाऊद व अनीस हे दोघेही आपल्याला शोधत रहातील, अन् अनीसने आपल्याविरुद्ध एवढे शत्रुत्व का धारण केले, याचे सालेमला आश्चर्य वाटत होते. एकेकाळी सालेम व अनीस हे एकमेकांशी सख्ख्या भावाप्रमाणे वागत होते; पण आता अनीस सूडाने पेटल्यासारखा सालेमच्या मागे लागला होता.

असेच काही दिवस गेले. एके दिवशी दिवसभर काहीही घडले नाही. पण अचानक सालेमच्या दारावरती कोणीतरी ठोठावू लागले. त्यानंतर जे काही घडले, त्यामुळे त्या दोघांचे पुढचे आयुष्य पार बदलून गेले. सालेमने दार उघडले. दारात पोर्तुगीज पोलीस उभे होते. त्यांनी सालेम व मोनिका ह्यांना सांगितले "तुम्हा दोघांना अटक झालेली आहे. ताबडतोब आमच्याबरोबर चला."

तो सप्टेंबर २००२चा काळ होता. सालेम व मोनिका यांना एका तुरुंगात टाकण्यात आले. सुदैवाने त्या दोघांना एकाच तुरुंगात टाकले होते व काही आठवडे तेथे डांबून ठेवले होते. अधूनमधून कधीतरी त्या दोघांना एकमेकांना भेटू दिले जात होते. जेव्हा सालेम एकटा असे तेव्हा पोलिसांना आपला पत्ता कसा कळला असावा, याबद्दल तो मनात आश्चर्य व्यक्त करीत असे. अनीसने पोर्तुगीज पोलिसांना आपल्याबद्दलची बातमी दिली असेल काय? सालेमला हीच एक दाट शक्यता वाटत होती. लवकरच त्यांच्याबद्दल एक अफवा उठली व काही दिवसांनी ती सालेमच्या कानावरती आली. त्या अफवेनुसार सालेम व मोनिका यांना दुसऱ्या देशात कोठेतरी पाठवून दिले जाणार होते. इतके दिवस सालेम निराशेच्या गर्तेत होता; पण आता या बातमीने त्याला काहीतरी आशा वाटू लागली. आपला तुरुंगवास बहुतेक संपणार असे तो धरून चालू लागला. बऱ्याच दिवसांनी त्याच्या चेहऱ्यावरती प्रथमच स्मितहास्य उमटले.

आपल्याला पोर्तुगालमधून काढून पाकिस्तानला किंवा दुबईला पाठवतील अशी आशा त्याला होती. कारण त्याच्याजवळ या दोन्ही देशांचे नागरिकत्व होते. अन् एकदा तिकडच्या तुरुंगात गेलो की, तिथे दिवस कंठणे त्याला सुलभ जाणार होते. पण त्याच्या नशिबात काही वेगळेच लिहिले होते. या दोन्ही देशात त्याला पाठवले गेले नाही. भारताच्या सीबीआयने सालेमच्या नशिबाची चक्रे चालू करून त्याला भारतात आणले. अन् येथेच त्याच्याविरुद्ध अनेक खटले त्याची वाट पहात होते.

सालेमने शेवटी ओळखले की, आपला या जगातला प्रवास आता संपत चाललेला आहे. मग बेभान होऊन तो भारताकडे जाण्यास विरोध करू लागला.

२४

बदकांमधील राजहंस

कासकर घराण्यात दाऊद इब्राहिम आणि थोड्या फार प्रमाणात अनीस हे दोघे वंशज हे गुन्हेगारी जगात कमालीचे कर्तृत्ववान निघाले, याबद्दल कोणीही वाद घालणार नाही. त्यांची बहीण सईदा ही १९८०मध्ये त्यांच्या गावी एका अपघातात वारली. त्याचा थोरला भाऊ साबीर हा १९८१मध्ये एका टोळीयुद्धात गोळ्या लागून मेला. नुसल हक उर्फ नूरा हा २०१०मध्ये कर्करोग झाल्याने मृत्यू पावला. नूरा हा दाऊदच्या टोळीचा काही प्रमाणात एक भाग होता. त्याला बॉलिवूडच्या चित्रपटांसाठी लेखन करण्याची महत्त्वाकांक्षा होती. त्याने टोपण नावाने अनेक गाणी हिंदी चित्रपटांसाठी लिहिली होती, असे बोलले जाते.

चार भाऊ व तीन बहिणी ही दाऊदची सात भावंडे होती. त्याच्या सर्व बहिणी मुंबईत रहात होत्या, तर भाऊ हे दुबई व पाकिस्तान येथे राहू लागले होते. अनीस हा एक खोडकर समजला जाणारा एकमेव भाऊ होता. बाकीची हुमायून, मुस्तकीम व इक्बाल ही कासकर भावंडे स्वत:चा काहीही उद्योग करीत नव्हते. ते घरी बसून दाऊदच्या पैशावर जगत होते; पण त्यांच्यावर आत्तापर्यंत कोणतेही गुन्हे दाखल न झाल्याने त्यांची पाटी कोरी होती, स्वच्छ होती. पोलिसांत त्यांच्याविषयी कसल्याही नोंदी नव्हत्या. इक्बाल हा एकमेव असा दाऊदचा भाऊ होता की, त्याने जाणीवपूर्वक गुन्हेगारी जगातील कृत्यांपासून स्वत:ला दूर ठेवले होते. त्याला आपले रेकॉर्ड स्वच्छ ठेवायचे होते. तथापि अनेक वर्षे मुंबई पोलीस त्याच्याशी शत्रुत्वाने वागल्याने व क्राइम ब्रँचच्या लोकांनी त्याला सतावल्याने, अनेकदा कोर्टात बोलावल्याने तो एवढा बिथरला होता की, त्याच्या तिन्ही भावांना त्याला आवरणे अवघड जात होते.

अशा वेळी, कधीतरी १९८८-८९च्या काळात, म्हणजे दाऊदने आपले साम्राज्य उभे केल्यावर तिन्ही भाऊ दुबईला जाऊन दाऊदला मिळाले. असे काही

करण्याचे त्यांच्या मनातही आले नसते; पण मुंबईच्या पोलिसांनी त्यांचे आयुष्य पार विस्कटून त्यांना छळले होते. त्या वेळी दुबईत स्थलांतर करणे ही एक अधिक चांगली कल्पना वाटत होती. अन् जेव्हा दाऊदने पाकिस्तानात आपला तळ हलवला, तेव्हा हुमायून व मुस्तकीम हे खूष झाले. त्यांना ही कल्पना खूप आवडली. इक्बाल हा वेगळ्या प्रवृत्तीचा असला तरीही त्याला ही कल्पना पसंत पडली.

सतत कशालातरी घाबरून पळ काढणे, एका जागेवरून दुसऱ्या जागेवर जाऊन रहाणे याचा इक्बाल याला कंटाळा आला होता. त्याने सर्व परिस्थितीचा नीट विचार केला आणि या वेळी त्याने ठरवले की, आपण आपल्या भावांबरोबर रहायचे नाही. आपले रेकॉर्ड स्वच्छ आहे व पोलीस त्याच्याकडे चुकूनही बोट दाखवणार नाहीत, हे त्याला ठाऊक होते. अशी ही परिस्थिती आपल्याला हात देईल, आपल्या बाजूने उभी राहील, न्याय देईल म्हणून त्याने भारतात परतायचे ठरवले.

पण एका गोष्टीची त्याला भीती वाटत होती. मुंबई पोलिसांची ख्याती अशी होती की, ते नको असलेल्या माणसाला चकमकीत संपवून नाहीसे करतात. यामुळे तो जरासा कचरत होता. आपण भारतात परतताक्षणीच; अगदी विमानातून उतरून विमानतळावर पाय ठेवताक्षणी मुंबईचे पोलीस आपल्याला गोळ्या घालण्यास कचरणार नाहीत, याची त्याला खात्री होती. या अशा काळज्या व भीती मनात असल्याने तो आधी मुंबईतील काही ओळखीच्या प्रतिष्ठित व्यक्तींना फोन करू लागला. पूर्वी एकदा त्याने पोलिसांसाठी खबऱ्या म्हणून काम केले होते. त्यामुळे त्याला पोलिसातील काही चांगले आयपीएस अधिकारी ठाऊक होते. या व्यतिरिक्त त्याने भारतातील आपल्या काही मित्रांशी संपर्क साधावयास सुरुवात केली. ही माणसे राजकारणातील मुस्लीम नेते होती.

क्राइम ब्रँचमधील ज्युनिअर अधिकाऱ्यांपैकी एकाशी त्याची पूर्वी ओळख झाली होती. अखेर त्याच्याशी संपर्क साधण्यात तो यशस्वी झाला. तो एक पोलीस इन्स्पेक्टर होता व त्याचे नाव अस्लम मोमीन होते. अस्लम व इक्बाल यांचे अनेक बाबतीत एकमेकांशी साधर्म्य होते. अन् तरीही ते दोघे एकमेकांपासून कायद्याच्या विरुद्ध बाजूला ठाकले गेले होते. इक्बाल हा रत्नागिरीमधला होता, तर अस्लम हा कोल्हापूरमधला होता. मराठी भाषा बोलणारे दोन मुस्लीम माणसांचे एकमेकांशी चांगलेच जमते. यांचेही तसेच झाले होते. अन् यामुळेच अस्लमने इक्बालला खबऱ्या म्हणून पोलिसांच्या बाजूला खेचले होते.

इक्बालने मुंबईतील सर्व समस्या मागे टाकून दुबईला स्थलांतर केले. तरी तो नेहमी अस्लमच्या संपर्कात राही. साहजिकच, ज्या देशात आपण जन्मलो त्या देशात परतण्यासाठी इक्बालने अस्लमशी लॅन्डलाइनवरून संपर्क साधला. इक्बालच्या

फोनचे अस्लमला आश्चर्य वाटले नाही. त्याने रीतीरिवाजाप्रमाणे फोनवर इक्बालला सलाम केले. पण त्यांची ही सुरुवातीची आदबशीर भाषा एकदम मुद्द्यावर येताच संपुष्टात आली. इक्बाल म्हणाला, "साहेब, परत मुंबईला येऊ इच्छितो. मुंबईत माझ्याविरुद्ध काही केसेस केल्या आहेत काय?"

यावर अस्लमने शांतपणे व आश्वासक स्वरात सांगितले, "इक्बाल, काही काळजी करू नकोस." मग त्याला मुंबईत येण्यास उत्तेजन देण्यासाठी तो पुढे म्हणाला, "तुझ्याविरुद्ध कसल्याही केसेस नाहीत, कसलेही खोटे आरोप केले जाणार नाहीत. आणि तुझा कधीही 'एन्काउंटर' केला जाणार नाही. तू कसलीही काळजी करू नकोस." यावर इक्बाल काही महिने मनात विचार करीत राहिला. आपल्या परतण्याची बरी-वाईट बाजू काय असेल, याचा अंदाज घेऊ लागला. शेवटी त्याचा परतण्याचा निर्णय ठरला व तो सरळ आपल्या मायदेशामध्ये मे २००३मध्ये परतला. अपेक्षेप्रमाणे त्याच्या स्वागतासाठी अर्थातच कोणीही लाल गालिचा विमानतळावर घातला नव्हता. त्याचे स्वागत झाले नव्हते. पण आल्या-आल्या त्याला मुंबई पोलिसांनी ताब्यात घेऊन सरळ कस्टडीत टाकले, अगदी अधिकृतपणे. कारण त्याने दुबई सोडताना भारतात प्रवेश करण्याची परवानगी घेतली नव्हती. तो स्वत: होऊन परागंदा होऊन इकडे आला होता. म्हणून नियमाप्रमाणे त्याला कस्टडीत टाकणे अपरिहार्य होते.

सर्वसाधारणपणे कोणालाही कस्टडीत टाकल्यावर आपले आता काय होणार याबद्दल जाणून घेण्यास तो माणूस उत्सुक असतो. परंतु इक्बाल किंचितही विचलित झाला नाही. या तुरुंगातून एक-दोन आठवड्यात आपण बाहेर पडून स्वतंत्र होऊ व मोकळ्या हवेत श्वास घेऊ याबद्दल त्याला खात्री वाटत होती. शेवटी तो आपण होऊन, स्वेच्छेने परतला होता. फरार होऊन पळून जाताना त्याला कोणी पकडून आणले नव्हते. परंतु दुर्दैवाने मुंबईचे पोलीस खाते असा विचार करीत नव्हते. त्यांनी हा एक पोलीस खात्याच्या प्रतिष्ठेचा प्रश्न केला. दाऊदचा भाऊ आपल्या ताब्यात आहे याचे श्रेय त्यांना जाहीरपणे मिळवायचे होते. त्याच्याविरुद्ध कोणतेही खटले प्रलंबित नाहीत, त्याच्यावर कसलेही आरोप नाही की केसेस नाहीत, ही वस्तुस्थिती तात्पुरती बाजूला सारली गेली. कारण 'तो दाऊदचा भाऊ आहे' या वस्तुस्थितीमुळे तो स्वच्छ चारित्र्याचा असणे शक्य नाही, असाच विचार मुंबई पोलिसांनी केला.

पोलीस खाते मग रात्रंदिवस जुने रेकॉर्ड शोधू लागले. इक्बालविरुद्ध पूर्वी कुठे काही नोंदी, आरोप केले गेले होते का, याचा शोध ते कागदपत्रे धुंडाळून घेत होते. अखेर खूप परिश्रम केल्यावर त्यांच्या प्रयत्नांना थोडेसे यश प्राप्त झाले. इक्बालविरुद्ध एका खुनाच्या प्रयत्नावरून केस केलेली होती. त्या केसचे रेकॉर्ड पोलिसांना

सापडले. मग विजयी भावनेने पोलीस ती केस पुन्हा उघडू लागले. त्याला त्या आरोपावरून खटला भरण्याची धमकी देऊ लागले. अन् तरीही इक्बाल शांतच राहिला होता. अत्यंत तकलादू पार्श्वभूमीवर आपल्यावर ती केस घातली होती हे त्याला ठाऊक होते. त्याच केसमधल्या दुसऱ्या एका आरोपीने ''खून झालेल्याची व इक्बालची दुश्मनी होती,'' असा जबाब दिला होता. फक्त यावर आधारित इक्बालवर आरोप लादले गेले होते. त्यामुळे कोर्टात ही केस आपल्याविरुद्ध टिकणार नाही, याची इक्बालला खात्री होती. तेव्हा आपण लवकरच या कस्टडीतून मुक्त होऊ असे तो धरून चालत होता.

परंतु इक्बाल व्यावहारिकदृष्ट्या फार आदर्श विचार करीत होता. त्याच्या विचारांत परिपक्वता नव्हती. मुंबईच्या पोलिसांनी त्याला मोठ्या आर्जवाने कस्टडीत बंद करून टाकले होते. त्या मागची त्यांची खरी भावना काय होती हे त्याने ओळखले नव्हते. उत्साहाने एखाद्यावर अगदीच दुबळी अशी खुनाची केस घालताना जर पोलिसांना केवळ नशिबाने काही पूरक गोष्टी सापडल्यावर जसा आनंद होईल, तसेच नेमके येथे झाले.

त्याचे असे झाले, एक २०,००० चौरस मीटरचा भूखंड क्रॉफर्ड मार्केट शेजारी होता. तो भूखंड सरकारच्या पब्लिक वर्क्स डिपार्टमेंटचा होता; पण तो दाऊदच्या माणसांनी बळकावला होता. तिथे आता दोन शॉपिंग सेंटर्स त्यांनी उभी केली होती. सारा शॉपिंग कॉम्प्लेक्स व सहारा शॉपिंग कॉम्प्लेक्स अशी त्यांची नावे होती. (त्यांचा उल्लेख फक्त 'सारा-सहारा शॉपिंग कॉम्प्लेक्स' या नावाने करीत.)

प्रत्येक कॉम्प्लेक्समध्ये १५ किरकोळ विक्रीची दुकाने होती आणि प्रत्येक दुकान चांगले चालत होते, भरभराटीस आलेले होते. प्रत्यक्षात ही दुकाने दाऊदमुळे कुख्यात झाली होती. कारण जनता त्या दुकानांना उद्देशून 'दाऊद मॉल' असे म्हणायची.

मुंबई पोलिसांनी आणखी एक जुनी गोष्ट अथवा पुरावा उकरून काढला. त्यांच्या दृष्टीने खटल्याला बळकटी आणणारा तो पुरावा होता. दाऊद किंवा त्याच्या माणसांनी मुंबई महानगरपालिकेतील अधिकाऱ्यांशी जी फोनवरून बातचीत केली, त्याच्या ५६ टेप्स मिळवल्या. मग पोलिसांना वाटले की, आता आपण इक्बालवर आरोप ठेवायला हरकत नाही. त्यांनी त्यांच्यावर मोक्काच्या कडक कायद्याखाली कटकारस्थान करण्याचा आणि संघटित गुन्हेगारी करून सरकारी स्थावर मालमत्ता बळकावण्याचा आरोप ठेवला.

आता इक्बालला कोणाकडेच फारशी मदत मागता येईना. तो फक्त आपल्याविरुद्धच्या आरोपांना कोर्टात आव्हान देऊन सामना करू शकत होता. स्पेशल जज्ज ए.पी. भंगाळे यांच्या कोर्टात ती केस वर्षानुवर्षे प्रलंबित होऊन पडली. केस चालू असताना

पोलिसांना वाटले की, टेपमध्ये इक्बालचा आवाजही ध्वनिमुद्रित झालेला आहे; पण त्या टेप्समध्ये तसा कोणताही ठोस पुरावा इक्बालविरुद्ध नव्हता; पण त्याची नीट शहानिशा न करताच मुंबई पोलिसांनी मुळातच ठरवले होते की, काही ना काही आरोप इक्बालवरती ठेवायचेच.

त्या वेळच्या पोलीस प्रमुखाला असलेले अधिकार वापरून इंडियन पीनल कोडच्या सेक्शन ३११ खाली अस्लम मोमीन याला नोकरीतून काढून टाकले. त्याच्यावर 'गुन्हेगारी जगाशी ठेवलेले संबंध' हा आरोप लादला. इक्बालने अस्लमला दुबईहून केलेल्या पहिल्या फोन कॉलनंतर तीन वर्षांनी ही घटना घडली. साहजिकच अस्लम चिडला व त्याने ट्रायब्यूनल कोर्टाकडे धाव घेतली व आपल्या नावाला लावलेली काळोखी पुसण्याचा त्याने प्रयत्न केला. मुंबई पोलिसांनी या संदर्भात काही शपथेवरची विधानपत्रे कोर्टात सादर केली; पण त्यासाठी त्यांनी खूप वेळ लावला. सर्व प्रकार १५ महिने चालून शेवटी कोर्टाने अस्लमला निर्दोष सोडले.

परंतु अस्लमचे दुर्दैव तरीही त्याचा पाठलाग करीत राहिले. मुंबई पोलिसांनी कोर्टाच्या निर्णयाविरुद्ध उच्च न्यायालयात अपील केले आणि अस्लमला ते न्यायालयात दीर्घ काळ युद्ध खेळत राहावे लागले.

२००४मध्ये इक्बालने अरुण गवळीच्या उदाहरणावरून स्फूर्ती घेतली. आर्थर रोड जेलमध्ये अरुण गवळीवर काही निर्बंध घातलेले असतानाही तो विधानसभेची निवडणूक जिंकून आमदार झाला होता. इक्बालने तसेच करायचे ठरवले. उमरखाडी मतदारसंघातून तो स्वतंत्र उमेदवार म्हणून उभा राहिला. त्याच्या विरुद्ध राष्ट्रवादी काँग्रेसचा उमेदवार बशीर पटेल उभा होता. इक्बालने आपला उमेदवारी अर्ज भरला खरा, पण काहीतरी कुठेतरी घडले आणि त्याला आपली उमेदवारी मागे घेणे भाग पडले.

या संदर्भात २८ सप्टेंबर २००४च्या 'टाइम्स ऑफ इंडिया'मध्ये एक बातमी आली. काय घडले असावे याचा जो तर्क जनतेने केला होता तशीच ती बातमी होती. राष्ट्रवादी काँग्रेसच्या एका नेत्याशी एका उच्चपदस्थ व आयपीएस झालेल्या पोलीस अधिकाऱ्याची अत्यंत जवळीक होती. त्याने इक्बालवर दडपण आणून त्याला आपला अर्ज मागे घ्यायला लावला होता. असे सांगितले जाते की, जरी इक्बालने निवडणूक लढवली तरीही पोलीस त्याला तसा सोडणार नव्हते. अन् तशी धमकी इक्बालला त्यांनी दिल्याने इक्बालला आपला अर्ज मागे घेणे भाग पडले.

नंतर तीन वर्षे इक्बाल मोक्का कायद्याच्या कोर्टात आपली केस अजून लढवत होता. आधीचे न्यायाधीश भंगाळे हे बदलून गेले होते व त्यांच्या जागी नवीन न्यायाधीश मृदुला भाटकर आल्या होत्या. इक्बालच्या विरुद्ध पुरेसा पुरावा नाही असे त्यांना दिसले; तसेच टेपच्या आवाजाशी इक्बालचा आवाज जुळत नाही, आणि

सारा-सहारा कॉम्प्लेक्सशी इक्बालचे कोणतेही धागेदोरे बिलकूल नाहीत. शेवटी, इक्बालने भारतात प्रवेश केल्यापासून चार वर्षांनी त्याला न्याय मिळाला व तो निर्दोष सुटला. अखेर तो एक स्वतंत्र माणूस म्हणून हिंडू लागला.

परंतु सारा-सहारा कॉम्प्लेक्सच्या बाबतीत पोलिसांच्या बाजूनेही काही घडले. मुंबई महापालिकेतील तीन माणसे व इतर सरकारी खात्यातील अन्य काही जणांवर या प्रकरणात ठपका बसला व त्यांना नोकरीतून निलंबित व्हावे लागले. तो संपूर्ण 'दाऊद मॉल' जमीनदोस्त करण्याचा हुकूम न्यायालयाने दिला. तिथल्या दुकानदारांच्या लक्षात आले की, आपल्या हातातील ही दुभती गाय आता निसटून जात आहे. मग ते सर्व जण मिळून उच्च न्यायालयात गेले व त्यांनी मॉल पाडण्याविरुद्ध तात्पुरता मनाई हुकूम मिळवला; पण या प्रकरणात राज्य सरकारने निर्धारपूर्वक पावले उचलली व ते सर्वोच्च न्यायालयात गेले. शेवटी दाऊदचा मॉल जमीनदोस्त करण्याचा हुकूम न्यायालयाने दिलाच.

सारा-सहारा कॉम्प्लेक्सच्या आज अस्तित्वात असलेल्या स्मृती आता फक्त त्या दुकानदारांच्या आठवणीत आहेत. पण अस्लमच्या मागचे नष्टचर्य मात्र संपले नाही. तो अजूनही आपल्यावरच्या आरोपांसाठी कोर्टात झगडत आहे. नोकरीत परत घेतले जावे म्हणून प्रयत्न करतो आहे. त्याला कुठेही आशेचा किरण सापडत नाही; पण तरीही तो जिद्दीने सेवानिवृत्त होण्याची वेळ येईपर्यंत आपली केस लढवणार आहे.

इक्बालला यातून एका फार कठीण प्रसंगातून जावे लागून धडा मिळाला. आपल्या कासकर या आडनावामुळे आपण नेहमी गोत्यात येऊ हे ओळखून त्याने आपले नाव बदलण्याचे ठरवले. मुंबई उच्च न्यायालयाला अर्ज करून त्याने आपले इक्बाल हसन कासकर हे नाव बदलून त्याऐवजी शेख इक्बाल हसन हे नवीन नाव धारण करण्याची विचारणा केली.

२५

जागतिक दहशतवादी

भारत सरकारने दहा वर्षे धडपड केल्यावर शेवटी सामर्थ्यशाली अमेरिकेला पटवून देण्यात यश आले. दाऊद इब्राहिम हा आंतरराष्ट्रीय दहशतवादी कृत्यामध्ये असलेला एक महत्त्वाचा दुवा आहे, हे भारताचे म्हणणे अखेर अमेरिकेला पटले.

दाऊदनेच १९९३मधील बॉम्बस्फोट मालिका मुंबईत घडवून आणली असून जगात जिथे-जिथे अमेरिकेचे हितसंबंध गुंतलेले आहेत तिथे तो ओसामा बिन लादेनची मदत घेऊन हल्ला करू शकतो, हे भारत सरकारने शेवटी अमेरिकेच्या गृहखात्याला पटवून दिले. पण यासाठी भारताला दहाएक वर्षे खर्ची करावी लागली होती.

अमेरिकेच्या ट्रेझरी खात्याने १६ ऑक्टोबर २००३ रोजी जाहीर केले की, एक्झिक्युटिव्ह ऑर्डर १३२२४ नुसार दाऊद इब्राहिम हा एक खास जागतिक दहशतवादी मानला गेला असून तशी नोंद 'युनायटेड नेशन्स'ने घ्यावी म्हणून त्यांना अमेरिका विनंती करणार आहे. एकदा का 'जागतिक दहशतवादी' असा एखाद्यावर शिक्का बसला की, त्याची अमेरिकेतील सर्व मालमत्ता व संपत्ती ही गोठवली जाऊन त्याला कोणाही अमेरिकी नागरिकाशी व्यवहार करता येत नाही. युनायटेड नेशन्सने दहशतवादी मानलेल्या लोकांची एक अधिकृत यादी तयार केली असून सर्व सभासद राष्ट्रांनी त्यांच्याबाबतीत वर उल्लेखलेले धोरण ठेवावे, असेही म्हटलेले आहे.

दाऊदला जागतिक दहशतवादी म्हणून जाहीर करताना अमेरिकी सरकार म्हणते, "अशा प्रकारे संबोधण्यामुळे गुन्हेगारांचे जग व दहशतवाद यांच्या एकमेकांचे आर्थिक लागेबांधे ओळखणे व त्यावर हल्ला चढवणे हे आमचे कर्तव्य आहे, असे आम्ही समजतो," 'डेप्युटी असिस्टंट सेक्रेटरी फॉर टेररिस्ट फायनान्सिंग अॅन्ड

फायनान्शिअल क्राइम्स' ज्युआन झराटे यांनी पुढे म्हटले, "आम्ही आंतरराष्ट्रीय समाजाला आवाहन करतो की, काळ्या-अनैतिक पैशांचा प्रवाह माणसे ठार करण्यासाठी केला जातो. त्यामुळे त्यांनी तो थांबवावा. दहशतवाद हा दाऊद इब्राहिम सिंडिकेटसाठी गुन्हेगारीच्या त्यांच्या मोठ्या व्यवसायाचा एक भाग झाला आहे; अन् हे संबंध विस्कळीत करून तोडलेच पाहिजेत."

अमेरिकेच्या त्या एक्झिक्युटिव्ह ऑर्डरमध्ये – हुकूमनाम्यात स्पष्टपणे असा उल्लेख केला आहे की, दाऊद इब्राहिम हा एक भारतातील गुन्हेगारी जगताचा दादा असून त्याने अल कायदा संघटनेशी आपले सामाईक हितसंबंध जोडलेले आहेत. तसेच तो आपल्या संघटनेचे तस्करीचे मार्ग त्यांच्याशी दहशतवादी साहाय्य करून देण्यासाठी वापरतो आणि तो इस्लामी अतिरेक्यांच्या भारत सरकार खिळखिळे करण्याच्या प्रयत्नाला आर्थिक साहाय्य करतो. मुंबईच्या स्टॉक एक्स्चेंजवर १९९३साली झालेल्या बॉम्बस्फोटापासून दाऊद भारताला हवा आहे. तसेच, त्याने लष्कर-ए-तैयबा या दहशतवादी संघटनेला आर्थिक साहाय्य दिल्याचे समजते. अमेरिकेने ऑक्टोबर २००१मध्ये हा लष्कर-ए-तैयबाचा गट दहशतवादी मानला होता. त्या गटावर पाकिस्तानी सरकारने बंदी घातली होती. त्यामुळे तिथे जानेवारी २००२मध्ये त्यांची संपत्ती व मालमत्ता गोठवली गेली होती.

आणखी एका अमेरिकी काँग्रेसच्या अहवालात त्याच वेळी दाऊद टोळीबद्दल सांगण्यात आले की, "या टोळीचे सुमारे ५००० गुन्हेगार सभासद असून ही टोळी पाकिस्तान, भारत आणि युनायटेड अरब अमिरात या देशात कामे करीत असते. या टोळीचा डावपेचांचा व धोरणांचा एक भाग म्हणून पाकिस्तानच्या आयएसआय या हेरसंस्थेशी समझोता झाला आहे. तसेच या टोळीने सर्व इस्लामवादी, त्यात लष्कर-ए-तैयबा व अल कायदा हे आलेच, यांच्याशी हातमिळवणी केली आहे."

हा अहवाल 'काँग्रेशनल रिसर्च सर्व्हिस' या अमेरिकी काँग्रेसच्या संशोधन संस्थेने तयार केला. त्याचा हेतू विविध समस्यांवरती कायदे करण्यासाठी या अहवालाचा उपयोग व्हावा हा आहे. पण कोणत्याही धोरणावर ताबडतोब परिणाम करण्याचा त्यामागे उद्देश नव्हता. अमेरिकेच्या ट्रेझरी खात्याने या आधीच "दाऊद हा एक खास उल्लेख करण्याजोगा जागतिक दहशतवादी आहे," असे म्हटले होते. परिणामी राष्ट्राध्यक्ष जॉर्ज बुश यांनी दाऊदला व त्याच्या टोळीला एक वैशिष्ट्यपूर्ण असा परदेशातील अमली पदार्थांची वाहतूक करणारा असे 'फॉरिन नार्कोटिक्स किंगपिन डेसिग्नेशन ॲक्ट' याखाली गुन्हेगार ठरवले होते.

त्या अहवालानुसार "दाऊद हा दहशतवादी हल्ले करण्यात एक स्पेशालिस्ट गुन्हेगार आहे," असे म्हटले होते. तो प्रथम मुंबईत १९७०नंतर खालच्या पातळीवरती तस्करी करीत होता आणि नंतर तो विविध प्रकारचे गुन्हे अनेक टोळ्यांशी सहकार्य

करून करू लागला. त्याने आपला वाढत जाणारा गुन्हेगारीचा व्यवसाय हा १९८०नंतर निर्माण केला, अन् मग १९९०नंतर तो खास गुन्ह्यांवरती आपले लक्ष केंद्रित करू लागला. म्हणजे लष्कर-ए-तैयबा, अल कायदा अशा अतिरेकी संघटनांशी आपले संबंध व मैत्री वाढवू लागला. दाऊदच्या टोळीची उत्क्रांती ही एका गुन्हेगारी स्वरूपाच्या दहशतवादी टोळीमध्ये झाली. बाबरी मशीद पाडल्यानंतर आणि त्यानंतर झालेल्या दंग्यात हजारो मुस्लीम मारले गेल्याने तो असे करू लागल्याचे अहवालात म्हटले आहे. हा अहवाल स्पष्टपणे असे दाखवतो की, अमेरिकेचे या संदर्भातील संशोधन हे किती उथळ निरीक्षणांवरती आधारलेले आहे.

अहवालात पुढे असेही म्हटले आहे की, ''आपल्या मुस्लीम बांधवांवरती हल्ले झाल्याने आणि त्यांच्या बाबतीत भारत सरकारने त्यांना वेगळी वागणूक दिल्याने दाऊदने याचा बदला घेण्याचे ठरवले. त्याने आयएसआयची मदत घेऊन १२ मार्च १९९३ रोजी मुंबईत एक स्फोटमालिका घडवून आणली. त्यात २५७ लोक मृत्यूमुखी पडले. या हल्ल्यानंतर दाऊदने आपल्या टोळीचे मुख्यालय हे पाकिस्तानमधील कराची येथे हलवले.'' पण त्या अहवालात कुठेही त्याच्या वास्तव्याचा ठावठिकाणा सांगितला नाही आणि त्याचे आश्रयदाते यांचे उल्लेख केले नाहीत.

यूएस ट्रेझरी डिपार्टमेंटच्या वेबसाइटवरती दाऊदचे कराचीमधील स्थान किंवा अचूक पत्ता दिलेला नाही. फक्त 'कराची' एवढेच म्हटले आहे. तसेच त्याच्या पाकिस्तानी पासपोर्टचा क्रमांक G869537 आणि त्याचा टेलिफोन नंबर (०२१) ५८९२०३८ असा दिला आहे.

काही दिवस दाऊद हा दुबई व कराची येथे दिसत नव्हता; पण तो या दोन्ही शहरांच्या दरम्यान नक्कीच प्रवास करीत होता. त्याच्या या हालचाली सीआयएच्या गरुडासारख्या नजरेने नक्कीच टिपल्या असणार; पण तरीही त्यांनी त्या वेळी दाऊदला एक जागतिक दहशतवादी म्हणून संबोधले नाही. शेवटी जेव्हा अमेरिकेच्यात दारात संकट उगवले तेव्हा त्यांचे डोळे उघडले.

त्या काळात दाऊद फार लपूनछपून कृत्ये करीत होता किंवा कोणाच्या नजरेत भरेल, असे काही करीत नव्हता असाही प्रकार नव्हता. त्या काळात दक्षिण आशियातील क्रिकेटमधले टॉप खेळाडू हे दाऊदची हांजी-हांजी करीत होते. क्रिकेटमध्ये मॅचवरती जुगार खेळण्यासाठी, मॅच फिक्सिंगसाठी दाऊदशी संपर्क वाढवत होते. तसेच त्या काळात बॉलिवूडची चित्रपटसृष्टीही दाऊदवर अवलंबून होती. त्या वेळीची एखाददुसरीच फिल्म ही दाऊदच्या भांडवलावाचून निर्माण झालेली असेल. बहुतेक चित्रपट निर्मात्यांनी दाऊदकडून भांडवल घेतले होते. दाऊद आपल्या पाहुण्यांची बडदास्त मात्र लाजवाब ठेवायचा. दारूबंदी असलेल्या देशातही

त्याच्या पार्ट्यांमध्ये उत्कृष्ट स्कॉच मद्य वहात असायचे.

गुन्हेगारी जगामध्ये दाऊदचे संबंध अफाट पसरलेले होते. अमली पदार्थांची वाहतूक आणि जुगाराचे अड्डे या क्षेत्रात तो फ्रँचायजी द्यायचा. तसेच, आपले नावही तो इतरांना भाडे घेऊन वापरू द्यायचा. पाकिस्तान, थायलंड, दक्षिण आफ्रिका, इंडोनेशिया, मलेशिया आणि युनायटेड अरब अमिराती येथेही तो आपल्यातर्फे त्याचे व्यवसाय चालवत असे.

लाल कृष्ण अडवाणी हे भारताचे उपपंतप्रधान झाल्याचे जाहीर झाल्यावर व तेव्हा ते गृहमंत्री असताना, असे म्हणाले होते की, अमेरिकेने दाऊदला एक जागतिक दहशतवादी म्हणून घोषित केल्याने भारताची त्याच्या संबंधातील भूमिका कशी बरोबर आहे हेच सिद्ध झाले. भारतीय जनता पक्ष (भाजप) सत्तेवर आल्यापासून, म्हणजे त्यांचे समपक्षीय सरकार स्थापन झाल्यापासून सतत मोठ्याने ''दाऊदची पाठवणी भारतात करावी'', अशी मागणी पाकिस्तानकडे करीत होते आणि त्यासाठी अमेरिकेने पाकिस्तानच्या नीच कृत्यावर प्रतिबंधात्मक दबाव आणावा, अशी मागणी अमेरिकेकडे करीत होते.

भारत सरकारने पाकिस्तानकडे दाऊदची आणि अशा एकूण २० गुन्हेगारांची मागणी केली होती. पाकिस्तानने जर दाऊदला भारताच्या हातात सोपवले तर नवी दिल्लीकडून दोन्ही देशातील संबंध वाढवण्यावरती भर दिला जाईल, असे सांगितले होते; पण यावर पाकिस्तान सरकारच्या प्रवक्त्याने प्रत्युत्तर देत म्हटले, ''भारताने हे एक खोटे अनुमान काढले आहे आणि अशा खोट्या अनुमानांवरती संबंध वाढत नसतात.''

भाजपने दाऊदची जगभरातील कृष्णकृत्ये त्याचे तपशील गोळा करण्यास सुरुवात केली. त्या संबंधीची जी फाइल उच्च स्तरावरती होती तिला 'डी-डोसियर' असे संबंधित वर्तुळात उल्लेखले जायचे. त्यामध्ये तर स्पष्टपणे असे म्हटले आहे की, दाऊदने १९९०नंतर तालिबानच्या संरक्षणाखाली अफगाणिस्तानचा दौरा केला होता. त्या बातमीला नंतर अमेरिकेच्या ट्रेझरी डिपार्टमेंटने आपल्या विधानात दुजोरा दिला होता. आणि आता तर अशी खात्री पटली आहे की, त्याचे सर्व तस्करीचे मार्ग व जाळे हे शेवटी अनेक ठिकाणांहून ओसामा बिन लादेनपाशी येऊन मिळत होते. डी-डोसियरमधली ही अशी माहिती आहे. लादेनशी दाऊदचे संबंध आहेत, असे कळले म्हणून तर अमेरिका एकदम दाऊदला महत्त्व देऊ लागली. तथापि, काही विश्लेषक असा अंदाज करतात की, दाऊदचे जाळे व त्याचे सर्व तस्करीचे मार्ग हे पाकिस्तानी हेरसंस्था आयएसआय हिने अल कायदाकडे सुपूर्द करण्यास जबरदस्तीने भाग पाडले असावे.

भारतीय हेरखात्याने जमवलेल्या माहितीच्या आधारे अमेरिकेने दाऊदविरुद्ध

कडक भूमिका घेतली. अडवाणी यांनी अमेरिकेला या संदर्भात 'टॉप सीक्रेट' असलेल्या रीमेच्या रीमे कागदपत्रातील माहिती ही बुश प्रशासनाच्या अधिकाऱ्यांना पुरवली. अडवाणी यांनी जेव्हा अमेरिकेला भेट दिली तेव्हा त्यांच्या हातात एक हुकुमाचे पान होते. ते म्हणजे, दाऊदचे लष्कर-ए-तैयबा व अल कायदा यांच्याशी असलेले संबंध. पण हे सारे ठाऊक असूनही अमेरिकेला दाऊदच्या भारताविरुद्धच्या कृत्यात बिलकूल रस नव्हता. भारताने अनेक पुरावे अमेरिकेला देऊन दाखवून दिले होते की, दाऊद हा नुसता गुन्हेगारी जगातला एक दादा नसून तो एक शिपिंग व्यवसायातील मातब्बर व्यक्ती आहे. त्याची अनेक प्रसारमाध्यमे आहेत, अमली पदार्थांची तस्करी करून त्याची वाहतूक करतो आणि त्याच्या अफाट मोठ्या डी-कंपनीचा तो कसा मुख्य व्यवस्थापक आहे, हे सारे अमेरिकेला कळवले होते.

अडवाणी यांनी अमेरिकेला सर्वांत मोठा दणका एका माहितीने दिला होता. दाऊदच्या कारवाया आता इस्राईलच्या हिताच्या मुळावर, म्हणजेच पर्यायाने अमेरिकेच्या हिताच्या विरुद्ध होत चालल्या आहेत, हे त्यांनी सादर केलेल्या सर्व माहितींमध्ये व पुराव्यात दाखवून दिले होते. नोव्हेंबर २००२मध्ये अल कायदाच्या संशयित व्यक्तींनी केनियातील मोंबासा शहरात एका हॉटेलवर हल्ला केला. त्याच वेळी दहशतवाद्यांनी इस्राईली प्रवाशांनी भरलेले एक विमान उडवून देण्याचा निष्फळ प्रयत्न केला होता. हे दोन हल्ले जर झाले नसते तर दाऊदविरुद्ध अमेरिकेने आपली पावले नक्की उचलली नसती. मोंबासा येथील हल्ल्यानंतर दाऊदचा मुख्य माणूस अनीस इब्राहिम याला दुबईत उचलला. भारताचे इंटेलिजन्स ब्यूरो आणि रॉ एजन्सी यांनी ठासून सिद्ध करण्याचा प्रयत्न केला की, मोंबासाच्या घटनेत दाऊदचा हात कसा आहे. दाऊदच्या डी-कंपनीचे एक मोठे गोदाम मोंबासात आहे आणि ते अनीस इब्राहिम चालवतो. असे समजते की, अडवाणी यांनी या दोन्ही गोष्टींचा कसा परस्परसंबंध येतो ते अमेरिकेला पटवून दिले. अनीससारखाच दाऊदचा दुसरा एक माणूस मदद चतुर हाही अशा घातपाती कारवाया करतो. त्यालाही अटक झाली. त्याच्या संदर्भातील भरपूर माहिती भारताकडे आहे. चतुरला केनियात उचलले गेले व गेली चार वर्षे तो तुरुंगात आपली सजा भोगतो आहे.

पाकिस्तान सतत दावा करीत आलेले होते की, "आमच्या भूमीवर दाऊद नाही." जेव्हा अमेरिकेच्या ट्रेझरी डिपार्टमेंटच्या ऑफिस ऑफ फॉरीन ॲसेट्स कंट्रोलने दाखवून दिले होते की, दाऊदकडे एक पाकिस्तानी पासपोर्ट आहे व कराचीत त्याच्या नावावर एक टेलिफोन आहे. तसेच पेशावरमध्येही दाऊदचे एक घर असून त्याला आयएसआयने संरक्षण दिलेले आहे, हेही भारतीय हेरखात्याने दाखवून दिले होते. पाकिस्तान सरकारने मात्र साळसूदपणे अगदी अधिकारवाणीने

ही माहिती नाकारली व निषेध केला. राष्ट्राध्यक्ष मुशर्रफ याने तर जुलै २००१मध्ये आग्रा येथील शिखर परिषदेत आपण त्या गावचेच नाही, असा बहाणा केला होता.

जेव्हा पाकिस्तानी प्रसारमाध्यमांनीच दाऊद हा देशात असून त्याला सरकारी आश्रय दिला गेला आहे हे उघड केले, तरीही परिस्थितीत फारसा बदल झाला नाही. सिंध प्रांताचा गृहमंत्री आफ्ताब शेख याने जेव्हा जाहीर केले की, आपल्या प्रांताच्या राजधानीतून दाऊद आपले स्वत:चे संपर्क जाळे चालवतो तेव्हा सर्व जण आश्चर्यचकित झाले. परंतु पाकिस्तानी सरकारच्या एका प्रवक्त्याने या शेखला व अमेरिकेला खोडून काढीत म्हटले की, देशातील काही प्रभावी घटक हे दाऊदला संरक्षण देत आहेत, सरकार नव्हे.

मुंबईचा दाऊद हा पाकिस्तानच्या हेरखात्याला उपयोगी पडत होता. तसेच त्याला आयएसआयबद्दलही उलट एवढी माहिती समजली होती व समजत होती की, त्यामुळे आपल्याला अमेरिकेच्याच काय; पण भारताच्याही हाती कधीच सोपवले जाणार नाही, हेही त्याच्या लक्षात आले होते. त्यामुळे १९९३मधील मुंबईतील बॉम्बस्फोट मालिका व त्याच्यावर दाखल झालेल्या अन्य गुन्ह्यांच्या संदर्भात तो कायद्याच्या कचाट्यात अडकू शकणार नव्हता. भारताने दाऊदसकट आणखी वीस गुन्हेगारांना आपल्या हवाली करावे, अशी मागणी पाकिस्तानकडे केली होती. पण प्रत्येक वेळी पाकिस्तान तेच ते ठराविक उत्तर देई, "दाऊद पाकिस्तानात नाही." अमेरिकेला भारताचे म्हणणे पटल्यावरही पाकिस्तान तेच ते सांगू लागले.

पण आता दाऊद कराचीत असल्याचे पितळ उघडे पडल्यावरती दाऊदचे ठाणे पेशावरला हलले. जुलै २००९मध्ये जेव्हा जनरल मुशर्रफ याने भारताला भेट दिली, तेव्हा परत आपल्याकडे दाऊदची मागणी केली जाणार याची पाकिस्तानला कल्पना आली होती. म्हणून दाऊदला सिंगापूरला पाठवून देण्यात आले. आता मुशर्रफ "दाऊद पाकिस्तानच्या भूमीवर नाही" असे ठामपणे म्हणू शकत होता.

दाऊद, शकील आणि इब्राहिम उर्फ टायगर मेमन हे तिघेही भारताने मागणी केलेल्या वीस जणांमध्ये होते. त्या सर्वांना जून २००३मध्ये पाकिस्तानी नागरिकत्व बहाल करण्यात आले. दाऊदने आपले नाव बदलून ते इक्बाल सेठ उर्फ अमरसाहेब असे ठेवले. तर छोटा शकीलचे नाव आता हाजी मोहंमद झाले आणि टायगर मेमनचे नाव अहमद जमील झाले. १२ ऑगस्ट १९९१ रोजी रावळपिंडीला गुन्हेगारी जगातील टोळीच्या दादाचा पासपोर्ट नंबर G866537 असा झाला होता.

अमेरिकी ट्रेझरी डिपार्टमेंटने दाऊद हा एक जागतिक दहशतवादी आहे, असे घोषित केल्यावर नंतर लगेच पाकिस्तानच्या नवी दिल्लीतील डेप्युटी हाय कमिशनरला भारताच्या विदेश मंत्रालयाने बोलावून दाऊदची मागणी केली. त्याच्यावर प्रलंबित असलेले आरोप ठेवून त्याला कोर्टात खेचायचे आहे आणि ते आरोप हे १९९३मध्ये मोठ्या प्रमाणात बॉम्बस्फोट मालिका मुंबईत घडवून आणल्या संदर्भात आहेत, असे

पाकिस्तानी हाय कमिशनरला बजावले. पण यावर पाकिस्तानने साफ नकार दिला. आता अशा वेळी अमेरिका पाकिस्तान सरकारच्या भूमिकेवरती काय भूमिका घेणार, हा एक मोठा प्रश्न उभा रहात होता.

तथापि, भारताने आपली मागणी लावून धरल्याने एक प्रकारे दाऊदला दीर्घ कालावधीसाठी तडाखा बसला होता. दाऊद इब्राहिमच्याच भाषेत त्याचे स्वतःचे जग भारताने छोटे करून टाकले होते!

२६

अबू सालेमची स्वाधीनता

अनीस इब्राहिमच्या सूडामुळे सालेमला लिस्बनमध्ये एके दिवशी मोनिका बेदीसह २००२मध्ये राहत्या घरी अटक झाली. लिस्बनच्या बाहेर असलेल्या तुरुंगात त्याला ठेवलेले होते. सालेमला कळून चुकले की, भारतीय सीबीआय ही सर्व राजनैतिक व कायदेशीर मार्गाने त्याला भारताच्या स्वाधीन करावे म्हणून मागणी करणार. सालेमच्या सुदैवाने पोर्तुगाल व भारत यांच्यातला हा कायदेशीर तंटा हा बराच काळ चालला. कारण दोन्ही देशांमध्ये आपापसात कैद्यांच्या अदलाबदलीचा करार झालेला नव्हता. शिवाय, भारत सरकारची या दृष्टिकोनातील आजवरची कृती पहाता ती फारशी चांगली नव्हती असेच म्हणावे लागेल.

१९९५मध्ये भारत सरकारने अमली पदार्थांची तस्करी करणारा इक्बाल मेमन (उर्फ इक्बाल मिर्ची) याला लंडनहून स्वाधीन करून घेण्याचा प्रयत्न केला. त्यानंतर काही वर्षांनी संगीत दिग्दर्शक नदीम सैफी याला गुलशन कुमार याच्या खुनाच्या संदर्भात सुपारी दिल्याबद्दल इंग्लंडकडून स्वाधीन करून घेण्याचा प्रयत्न केला होता. पण वरील दोन्ही केसेसमध्ये भारत सरकारला सपशेल अपयश आले होते.

आता सीबीआयचे कायदेपंडित पोर्तुगालला गेले. कारण पोर्तुगालने सालेमला भारताच्या स्वाधीन करण्याचे नाकारले होते. मग भारत सरकारने पोर्तुगालबरोबर केलेला एक खास जुना करार उकरून काढला व त्या आधारे सालेमची मागणी केली. मग मात्र सालेमला भारताच्या स्वाधीन केले गेले. सालेमच्या विरुद्ध सीबीआयने सुरुवातीला चोवीस आरोप ठेवले होते. ते आरोप एकत्र करून त्यांच्या जोड्या बनवल्या गेल्या त्यानुसार 'गुलशन कुमारची हत्या करून पळून जाणे' असा संयुक्त आरोप त्याच्यावरती ठेवला गेला.

दरम्यान, सालेमचे मोनिका बेदीशी असलेले स्वप्निल संबंध हे हळूहळू विरत

जाऊ लागले. भूतकाळात ती सालेमला हर्षभरीत प्रेमाने ओथंबलेली व आशावादी पत्रे पाठवत असे; पण आता तिच्या पत्रातील सूर हा निराशावादी, गोंधळलेला, घाबरलेला आणि कोड्यात टाकणारा होऊ लागला. तिच्या पत्रातील एक ओळ पहा, ''बाबू, तुम्हे खुदा बुला रहे है.'' या ओळीने सालेम फार गोंधळून गेला. याचा अर्थ काय, ते त्याला समजेना. तो मोनिकाबरोबर फार काळ राहिला नव्हता. जो काही थोडा काळ त्याने व्यतीत केला होता, त्याच्या आठवणींवर तो गजाआडचा आपला काळ घालवीत होता.

सालेमला पाठवलेल्या एका पत्रात मोनिका लिहिते की, तिची नवीन श्रद्धा ही तिला आपली समस्या सोडवण्यासाठी नवीन मार्ग दाखवते आहे. सर्वोच्च न्यायालयाने सालेम व आपल्याबाबत दिलेल्या निकालामुळे आपण व्यथित झालो असून आपण गरजेपोटी जीझस ख्राइस्टकडे वळत असून ख्रिश्चन धर्म स्वीकारणार आहोत. शेवटी जानेवारी २००५मध्ये सीबीआय सालेमला परत आणण्याच्या दृष्टीने तयारी करू लागले. पण ही नोव्हेंबर महिन्यातली गोष्ट होती. त्याच वर्षी सालेमला एका खास विमानाने कैरोमार्गे भारताला पाठवून दिलेले होते. त्याला आणण्यासाठी सीबीआयची एक तुकडी आधी पोर्तुगालला गेली होती. सीबीआयचे डेप्युटी इन्स्पेक्टर जनरल ओमप्रकाश चटवाल, डेप्युटी सुपरिटेंडंट ऑफ पोलीस देवेंद्र परदेशी, दोन इन्स्पेक्टर्स (त्यातली एक महिला इन्स्पेक्टर होती) एवढ्या जणांची ती तुकडी पोर्तुगालला मुंबईहून सालेम व मोनिका यांचा ताबा घेण्यासाठी गेली होती.

सालेमने पोर्तुगालमध्ये तीन वर्षांची शिक्षा भोगली होती आणि त्याला भारताच्या स्वाधीन करताना अशी अट घातली होती की, नंतर त्याला मृत्युदंड दिला जाऊ नये, तसेच त्याला वाईट वागणूक दिली जाता कामा नये आणि त्याला पंचवीस वर्षांपेक्षा अधिक काळाची शिक्षा ठोठावली जाऊ नये. जेव्हा सीबीआयच्या तुकडीने सालेम व मोनिकाला परत मुंबईला आणले तेव्हा त्या दोघातील संपर्क तुटला होता. त्यांचे ताणले गेलेले संबंध जवळजवळ संपुष्टात आलेले होते. लिस्बनहून कैरोला येण्याच्या प्रवासाच्या टप्प्यात आणि नंतर कैरो ते मुंबई या टप्प्यात मोनिका सालेमकडे दृष्टिक्षेपही करावयाचे टाळीत होती. त्याऐवजी शांतपणे बसून तिने हातात एक बायबल पकडून धरले होते. पोर्तुगालमध्ये ते दोघे एक माणूस व त्याची पत्नी अशा स्वरूपात अवतरले होते. आता तेथून परत येताना ते एकमेकांना अनोळखी असलेली दोन माणसे म्हणून येत होते.

अखेर सालेम आर्थर रोड जेलमधील अंडा सेलमधला १० बाय १० फुटांच्या लंबवर्तुळाकृती खोलीतील एक रहिवासी झाला. या तुरुंगात अत्यंत कडक सुरक्षा व्यवस्था असते. येथे एकांतवास दिला जातो आणि बाहेरच्या जगाशी कोणताही संपर्क येऊ दिला जात नाही. सालेमवरती हल्ला होऊ नये, तो तुरुंगात मारला जाऊ

नये म्हणून सरकार कोणतीही जोखीम घ्यायला तयार नव्हते. त्याला येथे महिनाभर ठेवण्यात आले. जेव्हा वरिष्ठ अधिकाऱ्यांना सालेमच्या आयुष्याला आता ताबडतोब कसलाही धोका नाही, अशी जेव्हा खात्री पटली तेव्हा त्यांनी त्याला १० नंबरच्या बॅरॅकमध्ये हलवले.

ही १० नंबरची बॅरॅक बऱ्याच मोठ्या गँगस्टर्ससाठी आणि बड्या गुन्हेगारांसाठी एक घर बनलेले होते. कारण अन्य बराकीपेक्षा येथे अधिक सुखसोयी होत्या. त्यांना ज्या सोयी पुरवल्या जात त्या इतर बराकीत चैनीच्या समजल्या जात. १० नंबरच्या बॅरॅकमध्ये गेल्यावर तिथे ठेवलेल्या गुन्हेगारी जगातील त्याच्या जुन्या मित्रांशी त्याची गाठ पडली. अन् त्याचे आयुष्य पुन्हा सुरळीत व सुखाने सुरू झाले.

सालेमचा भाचा त्याला अधिकृतपणे सामान व रेस्टॉरंटमधील अन्न पाठवू लागला. सालेमला आता रोज बाहेर काढून कोर्टात नेऊन उभे केले जाई. त्याच्यावर अनेक आरोपांखाली खटले भरले गेले होते. १९९३साली झालेल्या बॉम्बस्फोटांसंदर्भात जेव्हा त्याच्यावर आरोप ठेवून त्याला शिक्षा सुनावली गेली, तोपर्यंत त्याचे आयुष्य सुखाने चालले होते. शिक्षा झालेल्या बहुतेक सर्व आरोपींना ठाण्याच्या तुरुंगात किंवा येरवड्याच्या तुरुंगात पाठवले जाई. अशा वेळी अनीसचा एके काळी उजवा हात असलेला सालेम आता आपल्या भोवतालचे एकेक मित्र पांगून दूर जात असलेले पाहू लागला. त्याच्याबरोबर असलेल्यांपैकी आर्थर रोड जेलमध्ये फक्त एक जणच राहिला होता. त्याचे नाव मुस्ताफा दोसा असे होते.

नंतर लवकरच दोन सनसनाटी खुनाच्या घटना घडल्या. आरमारातील मनीष ठाकूर याने आपल्या मैत्रिणीचा खून केला होता आणि एमिल जेरोम मॅथ्यू याने प्रसारमाध्यमातील एक्झिक्युटिव्ह बीरज ग्रोव्हर यांचा खून केला होता. सालेमभोवती हे दोघे होते; पण सालेमवरती घासून धारदार केलेल्या चमच्याने मुस्ताफा दोसा हल्ला करताना या दोघांनाही सालेमला वाचवता आले नाही. हा हल्ला २०१०मध्ये झाला. सालेमच्या चेहऱ्यावर आता एक कायमचा व्रण उमटला.

२७

बूशर यांचा बिघडवून टाकणारा प्रयत्न

अमेरिकेच्या ट्रेझरी डिपार्टमेंटने दाऊद इब्राहिम हा जागतिक दहशतवादी आहे, असे जाहीर केल्याला आता तीन वर्षे उलटून गेली होती. या कालावधीत भारताने सतत टाहो फोडून दाऊदची मागणी केली होती. "दाऊदवर खटले भरण्यासाठी आम्ही पाकिस्तानकडून दाऊदला भारताला देण्यासाठी भाग पाडीत आहोत" असे काही अमेरिका म्हणत नव्हती. जणूकाही अमेरिकेच्या दृष्टीने त्यांच्या योजनेत दाऊद नावाची कोणी व्यक्ती नव्हती.

त्या अमेरिकी एक्झिक्युटिव्ह ऑर्डरमध्ये म्हटले होते की, *त्याची मालमत्ता जप्त करून, त्याचे बँकेतील खाते गोठवून टाकावे;* पण तरीही दाऊद हा पाकिस्तानात सुखनैव रहात होता. त्याला कोणी हातही लावत नव्हते. त्या एक्झिक्युटिव्ह ऑर्डरचा येथे कसलाही परिणाम होत नव्हता.

मला नेहमी असे वाटत आलेले आहे की, अमेरिकेला दाऊदचा ठावठिकाणा माहीत होता, भारतातील घातपाती कृत्यांत असलेला त्याचा सहभाग ठाऊक होता; पण तरीही अमेरिकेला पाकिस्तानातून दाऊदला पकडून आणून भारताच्या स्वाधीन करण्याचे मनात नव्हते. अमेरिका असे जाणूनबुजून वागत होती. जरी दाऊद हा ओसामा बिन लादेनचा एक सहकारी झालेला आहे, असे अमेरिका मानीत होती; तरीही दाऊद हा पाकिस्तानात एक चैनी जीवन जगत होता.

पाकिस्तान हे अमेरिकेचे मित्रराष्ट्र असल्याने जरी भारतातून पळून आलेले अनेक दहशतवादी पाकिस्तानात अभय मिळाल्यासारखे वावरत असले तरी, अमेरिका त्यांना पकडण्याऐवजी उगाच आजूबाजूची झुडपे झोडपावीत तसे करीत होती.

अमेरिकेचा तो जाहीरनामा ही एक प्रकारची धूळफेक आहे हे अमेरिकी अधिकाऱ्यांबरोबर आलेल्या वैयक्तिक अनुभवावरून मला समजले. या बाबतीत

अमेरिका कुंपणावर बसल्यासारखा खेळ खेळीत होती. त्यांना भारताची कागदपत्रांच्या आधारे नुसती समजूत काढायची होती आणि शक्य तितका पाकिस्तानला पाठिंबा द्यायचा होता.

मे २००७मधील तो एक दिवस होत. हवाई बेटावरील होनोलूलू शहरामधील 'ईस्ट-वेस्ट सेंटर' हे स्थळ होते. त्या सेंटरच्या रिवाजाप्रमाणे दरवर्षी त्यांनी आशियाई पत्रकारांना सांस्कृतिक देवाणघेवाणीच्या कार्यक्रमासाठी निमंत्रण दिले होते. पाकिस्तान, अफगाणिस्तान, इंडोनेशिया, बांगला देश, फिलिपाईन्स, मलेशिया व भारत अशा देशातील एकूण आठ पत्रकारांना भाग घेण्यासाठी बोलावले होते.

भारतातून दोन पत्रकार आले होते. 'ब्युरोचीफ ऑफ प्रेस ट्रस्ट ऑफ इंडिया'चा शहीदखान आणि मी असे आम्ही दोघे भारततर्फे तिथे हजर होते. 'इंडियन एक्स्प्रेस'मधील ज्येष्ठ संपादक म्हणून मी भाग घेतला होता.

हा कार्यक्रम घडण्यामागे ईस्ट-वेस्ट सेंटरचा असा हेतू होता की, आशियाई पत्रकारांना बोलावून आशियाई मुस्लिमांच्या बाबतीत अमेरिकेची जी धोरणे आहेत त्याबद्दलची एक ओळख करून द्यायची होती. त्यासाठी होणाऱ्या चर्चेत, वादविवादात, परिसंवादात भाग घेण्यासाठी त्यांनी प्रसिद्ध अमेरिकी वृत्तपत्रातील ज्येष्ठ पत्रकारांनाही बोलावले होते.

त्या सार्वजनिक संपर्काच्या सरावाचा आवाका एवढा ठेवला होता की, त्यामध्ये अमेरिकेतल्या विविध शहरातील महत्त्वाची ऑफिसेस, उदा. पेंटॅगॉन, कॅपिटोल हिल आणि वॉशिंग्टनमधील अनेक सरकारी खाती हे सर्व आम्हाला दाखवले जाणार होते.

पत्रकारांबरोबर जी राउंड टेबल कॉन्फरन्स झाली, त्यामध्ये ईस्ट-वेस्ट सेंटरची मिस सुसान क्रेफील्स हिने आम्हा सर्वांची ओळख 'असिस्टंट सेक्रेटरी फॉर साउथ अ‍ॅन्ड सेंट्रल एशियन अफेअर्स' रिचर्ड बूशर यांच्याशी करून दिली. ते एक ज्येष्ठ राजनैतिक अधिकारी होते.

बूशर यांच्याकडे पूर्वी भारत व पाकिस्तान यांच्यात दीर्घकाळ ज्या समस्या चालल्या होत्या त्यांचे निराकरण करण्याचे काम सोपवले होते. परंतु हेन्री किंसिजर यांच्यासारखा ग्रह त्यांनी करून घेतला होता. म्हणजे भारताविरुद्ध व पाकिस्तानच्या बाजूला झुकणारा कल त्यांचा होता. येथे किसिंजर यांची एक आठवण मुद्दाम करून देण्याजोगी आहे. किसिंजर हे फक्त अमेरिकेचे राजनीतीतज्ज्ञ होते. त्यांनी इंदिरा गांधी यांना सरळ चेटकीण (witch) असे म्हटले होते व एकदा भारतीयांना उद्देशून Indians are basterds असे उद्गार अनुदारपणे काढले होते.

तसेच रिचर्ड बूशर हे पाकिस्तानने आपल्या धोरणानुसार वागावे म्हणून त्या देशाला चुचकारणारे आणि पाकिस्तानच्या चुकांकडे, प्रमादांकडे काणाडोळा करणारे

म्हणून प्रसिद्ध होते.

बूशर यांच्याबरोबर जी तोंडी चर्चा झाली त्याचा वृत्तान्त खाली दिला आहे

ईस्ट-वेस्ट सेंटरच्या पत्रकार दौऱ्यातील गोलमेज चर्चा

१४ मे २००७

वॉशिंग्टन डी.सी.

असिस्टंट सेक्रेटरी बूशर : सर्वांना पाहून आनंद होतो आहे. आपले स्वागत आहे. आपण येथे कधी आलात? गेल्या शनिवार-रविवारी?

शहीद खान : शुक्रवारी

बूशर : म्हणजे मला आता जसे वाटते आहे तसेच तुम्हाला वाटत असणार. मीही शुक्रवारीच येथे आलो. पण सकाळी फार उशिरा आलो नाही. श्रीलंका व मालदीव या देशांच्या दौऱ्यावरून मी आलो. म्हणजे पहा किती लांबून आलो. तुम्हालाही ते ठाऊकच आहे म्हणा. मी भारत व त्याच्या आसपासच्या भागाबद्दल काम पहातो. सर्वांत दक्षिणेकडचे मालदीव आणि वरती उत्तरेला कझागिस्तान. भारत ते कझागिस्तान हा एक स्थैर्याचा कणा आहे असे समजा.

शहीद खान : पाकिस्तान सरकार तुमच्या देशाबरोबर जे काही वागत आहे ते तुम्हाला ठीक वाटते?

बूशर : अर्थात मला ते सारे ठीक वाटते. पाकिस्तानी सरकारने परदेशी लढाऊ संघटनांवरती, तालिबानींवरती आणि इतर जे कोणी असतील त्यांच्यावरती दबाव आणून त्यांना काबूत ठेवले आहे.

बांगला देशाचा बातमीदार : सर, तुम्हाला ठाऊक असेल; तसे ते सर्वांनाच ठाऊक आहे की, बांगला देशावर आता अर्धलष्करी सरकार राज्य करीत आहे. म्हणजे असे की, ती एक लोकप्रिय समजूत अशी आहे की, ते सारे जण अमेरिकी कृपा भोगत आहेत. कारण अमेरिकेला रस आहे तो, म्हणजे असे बघा, आमच्या कोळशांच्या खाणीत व गॅस लायनीत, आणि ती बंदरे... आणि...

बूशर : दॅट्स सिली. हा सगळा वेडेपणा आहे. जर तुम्ही लोक असा विचार करीत असाल तर मी म्हणेन की, तो विचार अगदी चुकीचा आहे.

बांगला देशाचा बातमीदार : लोकांचे असे एक म्हणणे....

बूशर : आम्हाला बांगला देशाला स्थैर्य प्राप्त व्हावे असे वाटते.

बांगला देश आमचा एक चांगला भागीदार असावा असे आम्हास वाटते. आम्हाला ज्या दोन गोष्टींत रस आहे त्यावरच आम्ही बांगला देशात काम केले आहे. पहिली गोष्ट म्हणजे बांगला देशात लोकशाही प्रस्थापित व्हावी आणि दुसरी गोष्ट म्हणजे बांगला देशाला दहशतवादी मुकाबला करण्यास साहाय्य करणे. अन् तिसरी गोष्ट म्हणजे तुमच्या देशाचा विकास घडवणे. गेल्या काही वर्षांत बांगला देशाने आर्थिक बाबतीत लक्षणीय प्रगती केली आहे; पण या देशाला अनेक राजकीय समस्या आहेत व तिथे राजकीय उलथापालथी होत रहातात. हे आत्ताचे सरकार काळजीवाहू सरकार आहे. एक गोष्ट येथे ध्यानात घेण्याजोगी महत्त्वाची आहे. ती म्हणजे, काळजीवाहू सरकारची भूमिका ही निवडणुका घेण्याची असते. तेव्हा तशी एक मुक्त वातावरणातील निवडणूक घेऊन बांगला देशातील लोकांना एक संधी मिळवून दिली पाहिजे.

(मी यावर आता माझा हात वर करतो.)

हुसैन झैदी : सर? तुम्हाला याची जाणीव आहे का, की पाकिस्तानी भूमीचा वापर हा नुसत्या भारतात व काश्मीरमध्ये दहशतवाद माजवण्यासाठी केला जात नसून तो मुंबईसारख्या शहरातही दहशतवाद माजवण्यासाठी होत आहे? मुंबईत १९९३मध्ये जी स्फोटमालिका घडवली गेली त्यातील ३० दहशतवादी हे भारत सरकारला हवे आहेत. ते सारे पाकिस्तानच्या कराची शहरात सुखाने नांदत आहेत.

बूशर : ठीक, म्हणजे तुम्ही प्रत्येक देशावर आरोप करीत आहात तर. भारतातही दहशतवादी पसरलेले आहेत. मुंबईत झालेले बॉम्बस्फोट पहा. रेल्वेत झालेले बॉम्बस्फोट पहा.

हुसेन झैदी : होय, पण....

बूशर : ते दहशतवादी तिथली स्थानिक माणसेच होती आणि काही लोकांचे पाकिस्तानसकट अन्य देशांशी संबंध होते.

प्रश्न : होय, पण नेहमी प्रामुख्याने पाकिस्तानच यात गुंतलेला असतो.

बूशर : नाही... नाही... मला... मला ते पूर्णपणे खरे आहे असे म्हणायचे नाही, असे माझे स्पष्ट मत आहे.

हुसेन झैदी : दहशतवादी कृत्यांना प्रत्येक वेळी भारतच बळी पडत आलेला आहे. अन् या दहशतवाद्यांना पाकिस्तान रिमोट कंट्रोलने नाचवून त्याला हवे ते करवून घेतो आहे. या संबंधातील असंख्य

पुरावे वेळोवेळी अमेरिकेला दिलेले आहेत. अन् तरीही तुम्ही नेहमीचेच मत सांगता –

(बूशर यांनी मग पुन्हा एकदा बचावाचा पवित्रा घेतला.)

बूशर : मी येथे काही वादविवाद किंवा युक्तिवाद करायला आलो नाही. तुम्हाला जर एखादा प्रश्न विचारायचा असेल तर विचारा, मी त्याचे उत्तर देईन, ठीक आहे? दहशतवाद्यांचे काही गट हे पाकिस्तानात उगम पावलेले आहेत आणि ते सर्वत्र आपली कृत्ये घडवीत आहेत. यातल्या काही गटांवरती पाकिस्तानात बंदी घातलेली आहे. तर काही गटांनी अध्यक्ष परवेझ मुशर्रफ यांचा खून करण्याचा प्रयत्न केला. असे पहा, यातील वस्तुस्थिती अशी आहे की, ही काही एका देशातील दहशतवाद्यांची टोळी दुसऱ्या देशावर हल्ले करते असे नाही. हा काही एका देशाने दुसऱ्या देशावर करण्याजोगा आरोप नाही. ते दहशतवादी त्या विभागातील सर्वच देशांच्या सरकारांवरती हल्ले चढवतात, विशेषत: भारत व पाकिस्तान यांच्या सरकारांवरती. भारत व पाकिस्तान यांना आपल्यामध्ये काही सामाईक समस्या आहेत हे कळून चुकले आहे. त्यावर त्या दोघांनी उपाय शोधणे गरजेचे आहे. म्हणून तर त्यांनी मिळून अशी एक यंत्रणा उभी केली आहे की, ज्यामुळे त्यांना दहशतवाद्यांना तोंड देता येईल. अन् ही एक चांगली प्रगती आहे असे आम्हाला वाटते. आम्ही दहशतवाद्यांविरुद्ध आहोत. दहशतवाद्यांविरुद्ध आम्ही भारताबरोबर राहू. तसेच आम्ही पाकिस्तानबरोबरही दहशतवाद्यांविरुद्ध राहू. जर दहशतवाद थांबवायचा असेल, तर आपण सर्वांनीच बरोबर राहून एकत्र काम करायला हवे. आत्ताच्या परिस्थितीबाबतचा असा आमचा दृष्टिकोन आहे.

(बूशर यांनी अमेरिकेचे असले कट्टर दृष्टिकोन मांडल्यामुळे मला धक्काच बसला. मग आता मला थेट दाऊद इब्राहिमचा मुद्दा काढायलाच हवा होता. त्याच्याकडे मुद्दाम काणाडोळा करण्याचे ढोंग अमेरिका का करते आहे, हे विचारायला हवे होते.)

प्रश्न : एक शेवटचा मुद्दा. अमेरिकेने दाऊद इब्राहिम हा एक जागतिक दहशतवादी आहे असे जाहीर केले होते. मला वाटते की, अमेरिकेने हेही जाहीर केले होते की, दाऊदचा साथीदार अल कायदा ही संघटना आहे. म्हणून मला असे म्हणायचे आहे की, दाऊद हा पाकिस्तानात आहे याचे पुरावे अमेरिकेकडे असणारच.

बूशर : हे खरे असले, तर मला ते ठाऊक नाही. म्हणजे मला असे

म्हणायचे आहे की, दाऊद इब्राहिम हा एक गुंड आहे आणि आम्ही त्याला पकडणे हे योग्यच आहे. पण त्यासाठी आपण सगळ्यांनी मिळून काम करायला हवे, हो ना? (एव्हाना माझ्याकडून सतत फेकल्या जाणाऱ्या प्रश्नांमुळे बूशर हे व्यथित झाले होते. त्यांना अन्य पत्रकारांना उद्देशून काही बोलायचे होते.)

शहीद खान : भारत-अमेरिका यांच्यात होणारा अणुकरार हा कितपत होईल असा तुमचा विश्वास आहे?

बूशर : मला तसा अत्यंत विश्वास आहे. काही आठवड्यापूर्वीच जेव्हा भारताचे फॉरिन सेक्रेटरी मेनन हे येथे आले होते. मला वाटते की, आम्ही दोघांनीही या विषयाची पूर्णपणे ओळख करून घेतली असून या संदर्भात काही लक्षणीय प्रगती केलेली आहे. आम्ही दोघेही पुन्हा एकदा एकत्र जमण्याचा प्रयत्न करीत असून नंतरच्या त्या बैठकीमुळे आमच्यापुढे एक चांगला पाया निर्माण झालेला आहे, हे आम्हाला ठाऊक आहे. मग त्या पायावर आधारित आम्ही पुढची पावले टाकू. तेव्हा आम्ही आता भारताकडून काही सांगितले जात आहे का, याची वाट पहात आहोत. पण माझी खात्री आहे की, आम्ही या संदर्भात नक्की प्रगतीच्या वाटेवर आहोत आणि आम्हा दोघांना जसा हवा तसा तो अणुकरार पूर्ण होईल.

प्रश्न : भारत सरकारचा – मनमोहन सिंग सरकारची आणि (शब्द नीट ऐकू आला नाही) अल्पसंख्य व त्याबद्दलचे दृष्टिकोन (ऐकू आले नाही) हे मुद्दाम लोकसभेत...

बूशर : तुम्हाला ठाऊकच असेल की, याबाबतीत आम्ही पंतप्रधानांपासून सुरुवात केली आहे. फार पूर्वीच आमचे राष्ट्राध्यक्ष व तुमचे पंतप्रधान यांचे या संदर्भात केव्हाच एकमत झालेले होते. त्यांची राजकीय स्थिती अजून तरी बदललेली नाही. त्यांच्यात जे एकमत झाले तेच आम्ही पुढे चालवत प्रगती करीत आहोत. ही प्रक्रिया तुमच्या पंतप्रधानांकडून पुढे नेली जात आहे. ती शेवटपर्यंत ते नेतील. तेव्हा आतापर्यंतचे रेकॉर्ड पहाता ते नक्कीच तसे करून दाखवतील, अन् तेही आत्तापर्यंत यशस्वीपणे करीत आलेले आहेत. शेवटी अंतिम ध्येय गाठण्यासाठी आम्ही त्यांच्याबरोबर काम करीत राहू.

(यानंतर ही चर्चा पुढे ४० मिनिटे चालू राहिली. बूशर यांनी अफगाणिस्तान, बांगला देश, अन् अर्थातच पाकिस्तान यांच्याविषयी विचारलेल्या प्रश्नांना उत्तरे दिली.

तसेच त्यांनी मुशर्रफ यांना पाकिस्तानात लवकर निवडणुका घ्याव्यात हा निर्णय कसा पटवून दिला याबद्दलही सांगितले.)

वरील गोलमेज चर्चेचा वृत्तान्त हा अमेरिकेच्या परराष्ट्र खात्यातील अधिकारी मिस जेनीफर एल.व्हाय. यांनी ९ जून २००७ रोजी आम्हाला दिला.

२८

दाऊदने पटकावले फोर्ब्सच्या यादीत स्थान

२६ डिसेंबर २०१० रोजी दाऊदचा ५५वा वाढदिवस होता. त्या दिवशी तो कोणालाही अधिक भेटवस्तू मागीत नव्हता. त्याच्या विविधढंगी जीवनात एका टोळीचा दादा म्हणून त्याने आपल्या पट्ट्यात आणखी एक गोळी ठेवली. त्या वेळी 'फोर्ब्स' मासिकाने २००९मधील पृथ्वीवरील पहिल्या ५० अशा सामर्थ्यवान माणसांमध्ये त्याची गणना केली होती. त्या यादीत सर्वोच्च स्थानी, म्हणजे पहिल्या क्रमांकावरती अमेरिकेचा राष्ट्राध्यक्ष ओबामा हे होते, तर मेक्सिकोमधील अमली पदार्थांचा तस्कर जोआकिन गझमान लोएरा हा दाऊदपेक्षा ५५व्या वयातही पुढेच होता. नवलाची गोष्ट अशी की, आयएसआय या गुप्तचर संस्थेचा प्रमुख अहमद शुजा पाशा हा या दोन्ही जगातील 'मोस्ट वॉन्टेड' गुन्हेगारांमध्ये बसला होता.

जाता-जाता, हा भारताचा फरारी झालेला टोळीचा दादा पंतप्रधान मनमोहन सिंग यांच्या खाली १९व्या क्रमांकावर होता. तसेच २००९मध्ये अल कायदाचा नेता ओसामा बिन लादेन हा मनमोहन सिंग यांच्या खालच्याच पायरीवर यादीत होता. त्या वेळी तो ३६ वर्षांचा होता. फोर्ब्स मासिकाच्या यादीत ६७ राजकीय नेते, बिझनेसमन, धार्मिक व्यक्ती, प्रसारमाध्यमांतील प्रमुख व्यक्ती आणि एक अमली पदार्थांचा तस्कर अशी एवढी सामर्थ्यवान माणसे होती. ओसामा लादेन हा मरण पावल्याने नंतर त्याला यादीतून वगळण्यात आले.

फोर्ब्स मासिकाचे संपादक मंडळी म्हणतात की, त्यांनी निवड करताना चार विस्तृत निकष लावले. ते असे : त्या व्यक्तीचा प्रभाव अनेकांवरती आहे का? त्या व्यक्तीला आर्थिक उत्पन्नावरती नियंत्रण ठेवता येते का? जर ती व्यक्ती विविध क्षेत्रात मातब्बर असेल, तर ती व्यक्ती आपली सत्ता प्रत्यक्षात वापरते का?

त्या लेखातील काही मजकूर उल्लेख करायचा झाल्यास असा आहे; मायकेल

नोएर व निकेल पर्लरॉथ यांनी फोर्ब्सच्या (११ नोव्हेंबर २००९, www.forbes.com) अंकात जगातील सर्वांत सामर्थ्यशाली व्यक्ती हा लेख तयार करून प्रसिद्ध केला. त्यात ते म्हणतात, ''सामर्थ्य हे अनेक अंगाने मोजता येते. त्यातले अंतिम सार काय आहे? एक पूर्ण भ्रष्ट व्यक्ती! एक शहजादी! एक व्हायोलिन! वगैरे वगैरे उत्तरे दिली जातात. पण त्याचे खरे स्वरूप आहे तसेच रहाते. शेवटी एका राज्याचा प्रमुख हा आपले सामर्थ्य धार्मिक माणसापेक्षा वेगळ्या रितीने वापरतो. आपण एखाद्या पत्रकाराच्या प्रभावाची तुलना एखाद्या अतिरेकी किंवा दहशतवाद्याच्या प्रभावाशी करू शकतो काय? अन् जर हाती असलेले सामर्थ्य वापरलेच नाही, तर ते सामर्थ्य काय उपयोगाचे? म्हणजे असून नसल्यासारखेच?''

या अशा निकषांवरती ओबामाच्या मागोमाग रशियाई पंतप्रधान व्लादिमिर पुतीन व चिनी राष्ट्राध्यक्ष हू जिंताओ हे येतात.

अमेरिकेचा पूर्वीचा राष्ट्राध्यक्ष जॉर्ज डब्ल्यू बुश हा या यादीत स्थान मिळवू शकला नाही; पण त्याच्या आधीचा राष्ट्राध्यक्ष बिल क्लिंटन हा मात्र यादीत ५०व्या क्रमांकावरचे स्थान मिळवू शकला. अनेक सरकारांच्या प्रमुखांपेक्षा तो खूपच वरच्या क्रमांकावर पोहोचला. तर सोळावा पोप हा यादीत सातव्या क्रमांकावर गेला. काही अब्ज आत्म्यांना किंवा जगातील एक षष्ठांश लोकसंख्येला मार्गदर्शन करणारा तो एक आध्यात्मिक नेता आहे, असे मानले गेले.

यादीतील दुसरा कुख्यात गुन्हेगार हा अमली पदार्थांची तस्करी व व्यापार करणारा अब्जाधीश मेक्सिकन जोआकिन गझमान हा होता. त्याचे कुटुंब आणि गुन्हेगारी जगातला त्याचा विकास याचे दाऊद इब्राहिमशी कमालीचे साम्य सापडते. गझमानला सहापेक्षा अधिक भावंडे होती आणि लहानपणी त्यांच्या कुटुंबात खायची भ्रांत होती. त्याचा बाप दाऊदच्या बापासारखा पोलिसात साधा कॉन्स्टेबल नव्हता; तरी चांगली नोकरी करणारा होता. दाऊदच्या वडिलांचा दक्षिण मुंबईतील मुस्लीम लोकात थोडासाच प्रभाव पडलेला होता.

दाऊदसारखेच गझमानने वयाच्या विसाव्या वर्षी आपले कर्तृत्व दाखविण्यास सुरुवात केली होती. तेथून तो सारखा पुढे-पुढे येत गेला. मेक्सिकोमधील तो एक अत्यंत कुख्यात व दहशत बसवणारा व अमली पदार्थांची तस्करी करणारा दादा आहे. त्याच्या संपत्तीचा अंदाज हा काही अब्ज अमेरिकी डॉलर्सपर्यंत करता येतो. दाऊदच्या वैध व अवैध संपत्तीचा अंदाज करता येत नाही.

ते अमेरिकन मासिक म्हणते की, दाऊद हाही एक आंतरराष्ट्रीय पातळीवरचा अमली पदार्थांची तस्करी करणारा आहे. शिवाय तो शस्त्रास्त्रांचा चोरटा व्यापार करतो व बनावट नोटांची छपाईही करतो. शस्त्रास्त्रांच्या व्यापारामुळे त्याचे अल कायदाशी संबंध आल्याचा संशय आहे. त्यामुळे गझमानपेक्षा सत्तेच्या खेळात दाऊद

विविध रंग भरू शकतो. परंतु तरीही गझमान हा दाऊदेपक्षा यादीत वरचढ ठरतो. गझमाननेही आपला ५५वा वाढदिवस नुकताच साजरा केला होता.

'रिलायन्स इन्डस्ट्रीज लिमिटेड'चा प्रमुख मुकेश अंबानी हा यादीत ३५व्या क्रमांकावरती आहे. तर लक्ष्मी मित्तल हा उद्योगपती ४७व्या क्रमांकावर आहे. ज्यांना कोणाला दाऊदची ताकद, सत्ता आणि आवाका ठाऊक आहे त्यांना त्या यादीत अनेक राष्ट्रप्रमुख व श्रीमंत व्यक्ती यांना बाजूला सारून दाऊद एवढा वरच्या क्रमांकावर कसा गेला, याचे आश्चर्य वाटणार नाही. दाऊद इब्राहिम हा राष्ट्रप्रमुख व बिझनेसमन यांच्यापेक्षा अधिक चलाख व हुषार आहे. अनेक धीरूभाई अंबानी जरी एकत्र केले, तरी त्या सर्वांपेक्षा दाऊदची धंदेवाईक दृष्टी खूप वरची ठरते. उदा. जर तुम्हाला एखाद्या धंद्याचे गुणवैशिष्ट्य ठाऊक असेल व तो धंदा टिकवून धरण्याचे कौशल्यही तुमच्याजवळ असेल तरीही दाऊद जेवढा विजेसारखा वेगाने विचार करतो तेवढे तुम्हाला जमणार नाही. मुंबईचे 'अँन्टि टेररिस्ट स्क्वॉड' (एटीएस)चे प्रमुख राकेश मारिया यांनी एकदा खास मुलाखतीत दाऊदच्या साम्राज्याचे पाच सूक्ष्म भेद व बारकावे मला सांगितले.

ते म्हणाले, "जेव्हा तुम्हाला जागतिक दहशतवादी म्हणून घोषित केले जाते तेव्हा तग धरून रहाणे कठीण होऊ लागते. सात वर्षांपूर्वी अमेरिकेने जेव्हा दाऊदला 'जागतिक दहशतवादी' असे लेबल लावले, तेव्हा पाकिस्तान त्याच्यावर आणखी बंधने घालून त्याला दडपू लागले. अर्थातच याचा परिणाम आपल्या मृत्यूत शेवटी होईल आणि आपली पार विल्हेवाट लावली जाईल याची दाऊदला कल्पना होती; पण येथेच त्याचा कावेबाजपणा पणास लागला. कित्येक वर्षांपूर्वी दाऊदने ओळखले पाकिस्तानात कोणालाही कल्पना येण्याआधी हा देश शेवटी मूलतत्त्ववाद्यांच्या हातात पडणार आहे. त्या वेळी लष्कर-ए-तैयबा व तालिबान या संघटना पाकिस्तानच्या राजकारणात घुसण्याचा प्रयत्न करू लागल्या होत्या. त्यांना पाकिस्तानची चौकट ताब्यात घ्यायची होती. दहशतवादी मौलाना मसूद अझहर याला इंडियन एअरलाइन्सचे IC 814 हे पळवलेले विमान सोडवून घेण्याच्या बदल्यात सोडून देण्यात आले होते. त्याला पाकिस्तानने ताब्यात घेऊन भारताला परत पाठवण्याऐवजी अगदी हळुवार वागणूक दिली होती. त्यालाही कळून चुकले होते की, आपण पाकिस्तानच्या राजकारणात आता आपण वगळण्याजोगे राहिलेलो नसून तसे करणे फार कठीण जाणार आहे. केवळ एवढ्यामुळेच तो सहज टिकाव धरू शकला.

"अन् अशी आपली व्यवस्था आणण्यासाठी पाकिस्तानातील सत्तेच्या मोठमोठ्या दलालांना निधी पुरवण्याची आवश्यकता होती. ते दलाल आयएसआय गुप्तचर संस्था, जैश-ए-मोहंमद आणि लष्कर-ए-तैयबा किंवा त्यांची मूळ संस्था 'मर्कझूद दवा' हे होते. दाऊदने नेमके तसेच केले. त्याने या सत्तेच्या दलालांना पैसा

पुरवण्यास सुरुवात केली. पाकिस्तानात तो टिकून रहाण्याचे हे खरे रहस्य आहे.

"दाऊदने या लबाडांच्या संघटनांना मोठमोठ्या देणग्या देण्यास सुरुवात केली. मग या संघटनांची ताकद वेगाने वाढत गेली. मिळालेला पैसा हा जिहादी कृत्ये करण्यासाठी ते धाडसाने वापरू लागले. मग पाकिस्तानच्या राजकारणाची समीकरणे, उलाढाली, आयएसआय व जिहादी संघटना यांच्यातील संबंध, इत्यादी सारेकाही बदलून गेले.

"'मर्कझूद दवा' ही संघटना आपल्याला कायदेशीर मान्यता मिळावी म्हणून धडपडत होती. ती संघटना आता दाऊदच्या सेवेमार्फत आंतरराष्ट्रीय बाजारपेठेत पैशांच्या उलाढाली करू लागली. मर्कझूदचा निधी दाऊदला आपले युरोपातील व आग्नेय आशियातील तळ यांच्या साहाय्याने उपयोगात आणणे हा दाऊदचा डाव्या हातचा मळ होता."

मारिया पुढे सांगतात, "दाऊद हे सारे करण्यासाठी व्हिडीओ पायरसीमधून पैसा निर्माण करायचा. जगातील व्हिडीओ सीडी आणून लाहोरच्या मदिना मार्केटच्या गल्ल्याबोळांच्या गुंतागुंतीच्या जाळ्यातील छुप्या जागेत तो त्या सीडींच्या नकला करून बनावट सीडींचे उत्पादन करायचा. या बनावट सीडी बनवणाऱ्या केंद्रातून बॉलिवूडचे चित्रपट हे पाकिस्तानातील शौकीन माणसांना पुरवले जायचे. ते प्रेक्षक भारतीय हिंदी सिनेमांचे एवढे शौकीन असतात की, त्यांना कोणत्याही स्वरूपातील सीडी चालतात.

"ही एक 'जशास तसे' अशी परिस्थिती होती. दाऊद आपले बस्तान पाकिस्तानात भक्कम करू पहात असताना त्याने आपल्याभोवती एक अदृश्य व अभेद्य अशी भिंत बांधून घेतली. लष्कर-ए-तैयबा आणि अन्य तसले गट हे दाऊदच्या देणग्यांमुळे मिंधे होऊन त्याच्याशी उदारपणे वागू लागले."

रॅन्ड कॉर्पोरेशनने मार्च २००९मध्ये शेवटी जाहीर केले की, चित्रपटांच्या बनावट सीडींमधला पैसा हा इस्लामी दहशतवादासाठी जगात वापरला जातो. अन् त्यामध्ये दाऊद इब्राहिमची सिंडिकेट ही दक्षिण आशियामध्ये अत्यंत प्रबळ आहे. दहशतवादी संघटनांचे खजिने हे शस्त्रास्त्रांची तस्करी व अमली पदार्थांचा व्यापार यातील पैशातूनच भरले जातात, अशी भारतीय सरकारी संघटनांची आजवरची समजूत होती.

"भारतातील बनावट सीडी करण्याच्या उद्योगात सुमारे १५०० कोटी रुपये गुंतले असून त्यातील बहुतेक पैसा हा दशहतवादी कृत्ये पार पाडण्यासाठी वापरला जातो," असे 'मोसेर बाएर इंडिया' या कंपनीचे चीफ एक्झिक्युटिव्ह हरीश दयानी यांनी 'कॉन्फेडरेशन ऑफ इंडियन इंडस्ट्रीज'च्या पणजी येथे २०१०मध्ये भरलेल्या अधिवेशनात जाहीर केले. दरम्यान महाराष्ट्रातील एका मंत्र्याने हाच आकडा ४०००

कोटी रुपयांचा असलेला सांगितले.''

दाऊदच्या कामांचे जाळे त्याने फार नीट बांधले होते. दुबई, पाकिस्तान येथे केवळ या बनावट सीडींच्या उद्योगात दाऊद अफाट पैशांची निर्मिती करू लागला. सीबीआयच्या टास्क फोर्सकडील एका फायलीत असा उल्लेख आहे की, ''दाऊदची डी-कंपनी ही आपल्या छुप्या केंद्रामधून तत्काळ नकला करून बाजारात आणतात व त्याचा परिणाम बॉलिवूडच्या चित्रपट उद्योगावर होतो.'' 'किंग्ज व्हिडीओ' नावाच्या आपल्या कंपनीमार्फत दाऊदने आपला हा धंदा एवढा वाढवला की, आता त्याचे एका अत्यंत फायद्यात चालणाऱ्या साम्राज्यात रूपांतर झाले आहे. दाऊदच्या सिंडिकेटच्या 'अल मन्सूर' व 'सडाफ' या चित्रपटांच्या बनावट सीडींच्या ब्रँडनी दक्षिण आशियातील सारी बाजारपेठ मारून टाकली आहे. आता दाऊदच्या बनावट सीडी ह्या युरोप व अमेरिका येथील बाजारपेठात पसरत आहेत. सडाफची सर्वांत मोठी निर्यात भारतात होते. ॲन्टि-पायरसी विभागातील भारतीय अधिकाऱ्यांच्या ढिल्या व ढिसाळ कारभारामुळे ह्या बनावट सीडींचा व्यापार उघड-उघड चालतो.

सडाफच्या कारखान्यात बॉलिवूड व हॉलिवूड येथील चित्रपटांच्या बनावट सीडींचे उत्पादन झाल्यावर त्या भारतात नेपाळमार्गे पाठवल्या जातात. 'सडाफ ट्रेडिंग कंपनी' ही कराचीत असून त्यांचा माल हा दाऊदच्या लोकांना पाकिस्तानात संघटितपणे वितरण करणे सोपे जाते. पाकिस्तानातील सर्व बनावट सीडींच्या उत्पादनाची यंत्रणा आता व्यापून टाकणे, हेही त्यांना सोपे गेले आहे, अन् हे अधिक महत्त्वाचे आहे. १९९०पासून चाललेला दाऊदचा हा पाकिस्तानातील उद्योग भारतीय अधिकाऱ्यांना ठाऊक होता; पण त्याविरुद्ध त्यांना काहीही करता येत नव्हते. ते नुसते हात चोळीत बसले होते. फक्त २००५नंतर जेव्हा अमेरिकी कस्टम्सने सडाफ ब्रँडची बनावट सीडींची एक मोठी शिपमेंट व्हर्जिनियात पकडली तेव्हा पाकिस्तानी अधिकाऱ्यांनी त्याची थोडीशी दखल घेतली. कारण अमेरिकेने पाकिस्तानवर या संदर्भात निर्बंध लादू अशी धमकी दिली होती. मग दाऊदच्या बनावट सीडींच्या कारखान्यावरती दुबई व कराची येथे छापे घातले जाऊ लागले.

बनावट सीडी निर्मितीसाठी अवाढव्य प्रमाणात उद्योग होत गेले व तसाच अवाढव्य प्रमाणात पैसा निर्माण होत गेला. तो पैसा मग जिहादी कृत्यांकडे वळवला गेला. मूलतत्त्ववाद्यांच्या खिशात अशा रितीने लक्षावधी डॉलर्स ओतले गेले. दाऊदची हीच एक आर्थिक नाडी बनली. कोणतेही सरकार अथवा राजकारणी माणूस ही सोन्याची कोंबडी कापून आपल्याला आर्थिकदृष्ट्या पंगू करणार नाही.

उपरोधाने असे सांगावेसे वाटते की, दाऊद हा एक कोकणी मुसलमान आहे. त्याचा सुन्नी इस्लामवर विश्वास आहे अन् तो 'बहाबी' धर्ममतांना चिकटून रहात नाही. ज्या टायगर मेमनने मुंबईत १९९३मध्ये बॉम्बस्फोट मालिका घडवली तो आता

पाकिस्तानातील मुझफ्फराबाद व जलालाबाद असल्या विविध शहरात जा-ये करत असतो, आणि जिहादवर भाषणे देऊन पाकिस्तानव्याप्त काश्मीरमधील तरुणांना भडकावत असतो. त्यांना काश्मीरसाठी लढण्यास प्रवृत्त करीत असतो. दाऊद मात्र असले काहीही करीत नाही. दाऊद हा तसा इस्लाम धर्मही नीट पाळत नाही.

"असल्या अतिरेकी संघटनांना देणग्या देऊन त्याला त्यांच्यापासून सुरक्षितता मिळवणे सहज सोपे आहे. आपला जीव त्यांच्यापासून वाचवणे हेही सोपे आहे. दाऊद आपल्याजवळची संपत्ती त्या मूलतत्त्ववाद्यांना धार्मिक कारणांसाठी किंवा जिहादी उन्मादासाठी देणगी म्हणून देत नाही, तर तो फक्त आपले हितसंबंध टिकावेत आणि आपला व्यवसाय अनंत काळपर्यंत चालावा यासाठी देतो," असा खुलासा मारिया यांनी केला.

दाऊदने भारतात मुंबई पोलीस आणि प्रभावी राजकीय पुरुष यांचा वापर करून घेतला. पाकिस्तानात आता तो जिहादी मंडळींचा तसाच वापर करीत आहे. त्याच्या स्वत:च्या हितासाठी तो ते करतो आहे.

असे दिसते की, आपला व्यवसाय सतत अविरत चालत रहावा, थांबू नये, मग भले या खेळातील खेळाडू बदलले तरी, असे दाऊदचे धोरण यातून समजते.

उपसंहार

त्या भव्य व विस्तारलेल्या वास्तूचे आवार शांत होते. तिथली शांतता फक्त गस्त घालणाऱ्यांच्या पावलांच्या आवाजाने भंग पावायची. पहारेकऱ्यांच्या बुटांचे पाय खालच्या दगडगोट्यांवर आपटल्याने आवाज होई. त्या आवाराभोवती एक उंचच उंच अशी भिंत घातलेली होती. भिंत कसली, तिला तटबंदी म्हणणेच योग्य ठरेल. पहारेकऱ्यांचे हात अधूनमधून आपल्या खांद्यांना अडकवलेल्या रायफलींकडे जात. अशी ती नेहमीसारखीच एक रात्र होती.

ओसामा बिन लादेनची ही एक लपण्याची जागा होती. त्या वास्तूचे नाव होते 'वजिरीस्तान हवेली'. पाकिस्तानातील वजिरीस्तानातील अबोटाबाद गावातील एक घाणेरडा रस्ता जिथे संपत होता तिथे ती हवेली उभी राहिलेली होती. हायवेपासून अर्थातच बाजूला होती. तेथूनच एक मैल अंतरावरती बिलाल गावात पाकिस्तानी सैन्याची मिलिटरी ॲकॅडेमी होती. या बिलाल गावाच्या उपनगरात पाकिस्तानी सैन्यातील निवृत्त अधिकारी आपापली घरे बांधून रहात होते.

वजिरीस्तान हवेली भोवतालची भिंत ही १२ बाय १२ फूट उंचीची होती. तिथे टेलिफोन लाइन गेली नव्हती. त्यामुळे कोणालाही चोरून फोनवरची संभाषणे ऐकता येणे शक्य नव्हते. पहारेकऱ्यांची गस्त तर चोवीस तास व आठवड्यातील सातही दिवस चाले.

बिन लादेन हा अफगाणिस्तानातील एखाद्या गुप्त गुहेत रहात नव्हता. तर तो येथे पाकिस्तानात अगदी पाकिस्तानी सैन्याच्या नाकाखाली रहात होता. मग भले त्याचे पाकिस्तानातील अस्तित्व पाकिस्तानने कितीही जोरदारपणे नाकारले तरीही. लादेनच्या एका विश्वासू निरोप्याच्या हालचाली जेव्हा अमेरिकी गुप्तचर संस्था सीआयएने टिपल्या तेव्हा लादेनचे हे ठिकाण समजून आले. यावर नंतर खूप खल

झाला. राष्ट्राध्यक्ष बराक ओबामा यांनी त्या हवेलीवर हल्ला करून लादेनला वेळ पडल्यास ठार करण्याच्या योजनेला शेवटी मंजुरी दिली. परंतु तोपर्यंत लादेन तिथे आवारात वावरताना प्रत्यक्षात कधीही दिसला नव्हता. मग २ मे २०११ रोजी रात्री एक वाजता अमेरिकी आरमारातील 'सील' तुकडीच्या कमांडोंनी दोन हेलिकॉप्टर्समधून तिथे उतरून 'ऑपरेशन नेपच्यून स्पीअर' ही योजना राबण्यास सुरुवात केली.

त्या योजनेचा उद्देश हा अगदी साधा होता आणि नि:संदिग्ध होता. त्या हवेलीवर हल्ला चढवून ती व्यापून टाका. आतील सर्व धोके व धमकीवजा गोष्टी दूर करा, समाजशत्रू क्रमांक एक असलेल्या ओसामा बिन लादेनला संपवा आणि सर्व आवार व वास्तू धुंडाळून जे-जे महत्त्वाचे सापडेल, महत्त्वाची कागदपत्रे, कॅसेट्स, सीडी, संगणक इत्यादी उचलून घेऊन या.

अशा या योजनेचा सराव कमांडोंनी शक्य तितका केला होता. सरावासाठी सीआयएने तशीच एक हवेली हुबेहूब बांधून तिथे कमांडोंना सराव करू दिला. त्या तीन मजली इमारतीच्या खोल्यांच्या जाळ्यांमधून हालचालींचा सराव हा काही दिवस चालला होता. सराव परिपूर्ण झाल्यावर सर्व कमांडो अगदी घायकुतीला आले. त्यांना कधी या महत्त्वाच्या कार्यावरती जाऊन कारवाई करतो आहोत असे झाले. त्यांच्या आयुष्यातील ही महत्त्वाची योजना होती. तिला जागतिक पातळीवरती महत्त्व होते. त्यात अनेक धोके होते. एका लष्करी तळाजवळ जाऊन हा हल्ला चढवणे तसे खूप जोखमीचे होते आणि लक्ष्य होते ते जगातला एक 'मोस्ट वॉन्टेड माणूस' पकडण्याचे अथवा त्याला संपवण्याचे. या संपूर्ण योजनेची माहिती पाकिस्तान सरकारला बिलकूल कळवली गेली नाही. त्यांना अंधारात ठेवले गेले होते. जर थोडी जरी काही चूक झाली, तर यामध्ये जिवावर बेतण्याचा संभव होता.

आता सराव पूर्ण झाला. तयारी झाली. नेव्ही सीलच्या दोनशे सैनिकांनी आवाराच्या भिंतीला बाहेरून स्फोटके लावून ठेवली आणि ते वाट पाहू लागले. ती वेळ फार दूर नव्हती.

बरोबर रात्री एक वाजता स्फोट होऊन ती भिंत फुटली, तटबंदी कोसळली. आवाराच्या भिंतीला भगदाड पडले. त्या भिंतीजवळ आतमध्ये काही पहारेकरी होते. स्फोटाच्या कानठळ्या बसवणाऱ्या आवाजाने ते सुन्न होऊन खाली पडले. बाकीच्यांच्या लक्षात आले की, काहीतरी अघटित, कल्पना येणार नाही, असे घडले आहे. त्या सुरक्षित हवेलीची सुरक्षाच धोक्यात आली होती. ते पहारेकरी कमांडोंच्या दिशेने ताबडतोब गोळ्या झाडू लागले; पण कमांडोच्या जवळच्या रायफली या अत्याधुनिक होत्या. त्यांची मारा करण्याची शक्ती खूप मोठी होती. सर्व पहारेकऱ्यांवरती ताबडतोब मात केली गेली आणि हा संघर्ष आता इमारतीमध्ये शिरला. नेव्ही सील्सची तुकडी श्वास घ्यायलासुद्धा बाहेर थांबली नव्हती. कारण या योजनेत 'वेग'

हा फार महत्त्वाचा घटक होता.

कमांडोंना आता इमारतीमध्ये गोळीबार करायचा होता. धाडीमधील हा भाग फार महत्त्वाचा होता. आतली रचना नेमकी काय असेल, कशी असेल, किती माणसे आत असतील, त्यातली सशस्त्र किती असतील याचा काहीच अंदाज नव्हता. दुसरी चकमक आता आतमधील तळमजल्यावर होणार होती. ते सर्व जण निधड्या छातीने आत घुसले. समोरून काही माणसे आल्यावर कमांडोंनी गोळ्या झाडत त्यांना धमकावले. त्यातल्या एकाने आपला जीव वाचवण्यासाठी तिथल्याच एका बाईची ढाल करून ऐन वेळी तिला आपल्यापुढे धरले. परिणामी तिला गोळ्या लागून तिचा जीव गेला.

अशाच गोळ्या झाडत-झाडत ते कमांडो दुसऱ्या व तिसऱ्या मजल्यावर गेले. त्या मजल्यांवरती लादेनचे कुटुंब होते. एकेक करीत सर्व जणांना पकडून त्यांच्यावर कब्जा केला गेला. धांदलीत पुढे आलेल्या लादेनवर गोळी झाडली गेली. ती त्याच्या डाव्या डोळ्यात घुसून तो जागच्या जागी ठार झाला. तसेच लादेनचा एक मोठा मुलगाही या धुमश्चक्रीत मारला गेला. अन् निरोप्याची कामे करणारी दोन माणसेही मारली गेली. अशी पाच माणसे व तळमजल्यावरील ती दुर्दैवी स्त्री एकूण सहा जण ठार झाले.

कमांडोंनी त्या घराच्या प्रतिकृतीमध्ये आधी केलेला सराव त्यांना तेथे उपयोगी पडला. अवघ्या काही मिनिटांत हे गोळीबार युद्ध संपले. पुढची काही मिनिटे त्या घराची झडती सुरू झाली. काही संगणक, कागदपत्रे वगैरे महत्त्वाचे सामान जप्त करण्यात आले. पुढे नंतर त्याची नीट तपासणी केली असता त्यातून लादेनचा कोणाकोणाशी संपर्क होता, भावी योजना काय होत्या इत्यादी गोष्टींवरती प्रकाश पडणार होता.

या संपूर्ण परिपूर्ण योजनेत दोन हेलिकॉप्टर्स वापरली गेली होती. त्यातले एक हेलिकॉप्टर जमिनीवर उतरल्यावर बिघडले. म्हणून कमांडोंनी दुसऱ्या हेलिकॉप्टरमध्ये लादेनचे शव घातले. जप्त केलेले सर्व सामान भरले आणि त्या हेलिकॉप्टरने तत्काळ तेथून उड्डाण केले. मागे त्या आवारात सर्वत्र धूर भरला होता व इमारतींना आग लागली होती. शेवटी लादेनने शोधलेल्या एका सुरक्षित घराची अशी अखेर झाली होती. त्या घरात दहशतवादी सुरक्षित राहिले नाहीत.

याआधी पूर्वी सीआयएने एक दुसरी योजना तयार केली होती. त्या योजनेनुसार लादेनच्या घरावर २००० पौंडी दोन बॉम्ब आकाशातून बी-२ या स्टील्थ बॉम्बर विमानातून सोडून द्यायचे होते. पण या योजनेतील त्रुटी अशी होती की, त्या बॉम्बमुळे संपूर्ण घराचा पुरता विध्वंस एवढा होणार होता की, आतल्या मृत्यू पावलेल्या लोकांची प्रेतेही ओळखता येणार नव्हती. लादेन खरोखरीच मेला हे

समजणे मग कठीण होऊन बसले असते. अन् आत लादेन नसता व तो तात्पुरता दुसरीकडे कुठे गेला असता तर एवढी योजना राबवूनही तो निसटला असा त्याचा अर्थ झाला असता. पुन्हा त्याला शोधत बसणे हे कठीण काम सुरू करावे लागले असते. पण त्याआधी तो आत खरोखरीच नव्हता हे कळले तर मग पुढचे. प्रेतेच ओळखू आली नाहीत तर काय करणार? शेवटी ही योजना बारगळली आणि 'ऑपरेशन नेपच्यून स्वीअर' हेच मंजूर करण्यात आले.

ओसामा बिन लादेनचे जे प्रेत कमांडोंनी उचलून आणलेले होते ते खरोखरीच लादेनचे होते याची खात्री पटली. त्यासाठी ओसामाच्या शरीराची डीएनए चाचणी घेण्यात आली. ओसामाचा डीएनए हा त्याच्या बहिणीच्या डीएनएशी मिळताजुळता आहे, असे दिसून आल्याने ते प्रेत लादेनचेच आहे याची खात्री पटली. याआधी लादेनची बहीण अमेरिकेतील बोस्टनमध्ये कर्करोगाने मृत्यू पावली होती. नंतर तिचा मेंदू काढून तो हॉस्पिटलमध्ये सुरक्षित ठेवला होता. अन् अशाच कारणासाठी तो रासायनिकदृष्ट्या जपून ठेवला होता. जेव्हा लादेनच्या मृत्यूची खात्री पटवावी लागेल तेव्हा हा मेंदू कामी येईल असा त्यामागचा हेतू होता. तो बहिणीचा मेंदू व लादेनचे शरीर या दोन्हींचे डीएनए जुळताच सीआयएच्या अधिकाऱ्यांनी एक सुस्कारा सोडला.

रेमंड ॲलन डेव्हिस या अमेरिकी पत्रकाराला पाकिस्तानात दहशतवाद्यांनी ठार केल्यावर अमेरिकेचे पाकिस्तानशी असलेले संबंध ताणले गेले होते. सीआयएकडून लादेनला ठार करण्यासाठी अमेरिकेने नंतर लगेच परवानगी दिली. त्यामुळे पाकिस्तानी भूमीवरती लादेनला मारण्याच्या कारवाईची परवानगी अमेरिकेने मागितली नाही नि त्या बाबतीत पाकिस्तानला अंधारात ठेवले. या घटनेमुळे दोन्ही देशात आणखी दुरावा आला. पाकिस्तान इतके दिवस दावा करीत होते की, लादेन आमच्या भूमीवर नाही, तो असलाच तर अफगाणिस्तानात लपला असावा. आता सारे जग पाकिस्तान व आयएसआय यांच्याकडे बोटे दाखवून त्यांचा खोटारडेपणा उघडा करू लागले. ऑपरेशन नेपच्यून स्पीअरमुळे असाही एक फायदा झाला. यामुळे दोन गोष्टी जगापुढे आल्या. एक तर अमेरिकेच्या या कारवाईची पाकिस्तानी अधिकाऱ्यांना अजिबात कल्पना नसावी किंवा ती कल्पना असलीच तर पाकिस्तानी सरकारला ते फार अडचणीत आणल्यासारखे व अवघडले वाटण्याजोगे असावे. किंवा लादेन पाकिस्तानात रहात आहे हे आयएसआयला ठाऊक असावे व त्यांनी मुद्दाम त्याच्याकडे काणाडोळा केला असावा किंवा त्याला आपल्या भूमीवरती पाहुणा म्हणून राहू दिले असावे. ज्या देशाला अमेरिकेकडून अब्जावधी डॉलर्स मदत म्हणून मिळतात त्या देशाची अशी कोंडी व्हावी, ही एक मोठी विचित्र परिस्थिती होती.

ते काहीही असले तरी २ मे रोजी आयएसआयचा डायरेक्टर जनरल अहमद

शुजा पाशा हा आता त्या अवघडलेल्या व कोंडी झालेल्या परिस्थितीत सापडला होता खरा. त्याला त्या लादेनविरोधी मोहिमेबद्दल सीआयएचे धाडसाने कौतुक करणे भाग पडले; पण आता त्याच्यावरती एक नवीन जबाबदारी पडली. ती जबाबदारी दाऊद इब्राहिमची होती. लादेनला जणूकाही पाशासमोर ठार केल्याचे सिद्ध झाल्यावर अमेरिका आता दुसरा दहशतवादी दाऊद याच्याकडे आपले लक्ष वळवून त्याला लादेनइतक्याच सहजतेने निपटून टाकणार असे वाटत होते.

इकडे दाऊदच्या मनात वेगळीच चिंता होती. त्याला पाकिस्तानात आयएसआयनेच स्वागत करून आणले होते आणि कराचीत त्याचे बस्तान बसवून दिले होते. परंतु स्थानिक गुन्हेगारांच्या टोळ्या दाऊदच्या विरुद्ध होत्या. जर लादेनचा काटा सीआयएने इतक्या सहजासहजी काढला, तर मग आता स्थानिक टोळ्यांमध्ये दाऊदला ठार करण्याचे धैर्य आपोआप स्फुरू शकते. दाऊदला हीच भीती वाटत होती. परंतु ही काळजी दाऊदने करण्याची गरज नव्हती. दुबईनंतर कराची हे दाऊदचे दुसरे घर झाले होते. त्यासाठी आयएसआय आणि पाकिस्तानी प्रशासनाने खूप मेहनत घेऊन दाऊदला अगदी आरामात रहाता येईल, अशी त्याची व्यवस्था ठेवली होती. त्याला ते असा पकडला जाऊ देणार नव्हते. त्याची किंमत त्यांच्या दृष्टीने अफाट होती. अशा आपल्या अमोल ठेव्याकडे दुर्लक्ष करणारे त्यांना परवडणारे नव्हते.

अमेरिकेच्या हातात पडण्यापूर्वी आधीच दाऊदला पाकिस्तानातून हलवले तरच तो वाचणार होता. यासाठी आयएसआय आता डावपेच लढवू लागली. दाऊदच्या जागी दुसरा कोण असता तर आयएसआयने त्या व्यक्तीला नुसते बाहेर पाठवून दिले असते, कुठेतरी लपवून ठेवले असते, विशेषत: केंद्र सरकारतर्फे नियंत्रणात असलेल्या आदिवासी टोळ्यांच्या प्रदेशात किंवा पाकिस्तानव्याप्त काश्मीर येथे त्याची रवानगी केली असती. त्या प्रदेशात लपण्यासाठी अनेक गुहा होत्या. पण येथे दाऊदसारखा पूर्णपणे नागरी संस्कृतीत वाढलेला माणूस, जो माणूस अत्याधुनिक तंत्रज्ञान वापरणारा होता आणि अत्यंत सुखसोयींचा उपभोग घेणारा होता, अशा माणसाला ते दूरवरच्या गुहांमध्ये कसे काय लपवून ठेवणार होते; पण काहीतरी करायला हवे होते हे नक्की.

काहीतरी करण्यामुळे या टोळीच्या दादाला संरक्षण मिळायला हवे होते. ती म्हणजे जागा सौदी अरेबियातील जेद्दा किंवा रियाध ही शहरे ठीक आहेत असे आयएसआयने ठरवले. जर नीट कार्यवाही केली, तर ही योजना तशी निर्दोष व परिपूर्ण होती. दाऊदला देशाबाहेर काढले की, तो अमेरिकेच्या हातात पडू शकणार नव्हता. तसेच कैद्यांच्या किंवा गुन्हेगारांच्या अदलाबदलीचा कायदेशीर करार हा भारत व सौदी अरेबिया यांच्यात झालेला नव्हता. त्यामुळे दाऊदपर्यंत भारतीय अधिकारी पोहोचू शकत नव्हते.

दाऊदचे पाकिस्तानातील रहाण्याचे स्थान हे खुद्द आयएसआयमधील काही वरिष्ठ अधिकाऱ्यांनाही ठाऊक नव्हते. ती एक गुप्त बाब म्हणून ठेवली होती. फक्त नाइलाजाने काही वरिष्ठ अधिकाऱ्यांनाच ते सांगितले होते. दाऊदचा उजवा हात छोटा शकील याने सौदी अरेबियातील जेद्दा येथे आपला एक तळ निर्माण करून ठेवला होता. मुंबई क्राइम ब्रँचला तो तळ केव्हाच ठाऊक झाला होता; पण ते आयएसआयला माहीत नसल्याने त्यांच्या दृष्टीने जेद्दा शहर ही दाऊदला लपण्यासाठी सुरक्षित जागा होती.

ऑपरेशन नेपच्यून स्पीअर झाल्यानंतर काही तासांतच आयएसआयने सर्व तयारी पूर्ण केली. दाऊदसाठी एक पासपोर्ट तयार केला गेला आणि त्याला पाकिस्तानी रेंजर्सचे संपूर्ण संरक्षण पुरवले गेले. त्यांना हुकूम दिले गेले होते की, दाऊदला तुम्ही तुमची जिवाची बाजी लावून संरक्षण द्यावे. हवाई मार्गाने दाऊदला पाकिस्तान बाहेर काढणे अशक्य होते. कारण सीआयएने प्रत्येक विमानतळावरती लक्ष ठेवले असणार. त्यांच्या निरीक्षणातून काहीही निसटू शकत नव्हते. आयएसआयने कितीही तयारी केली असली, तरी कराचीबाहेर जाणाऱ्या कोणत्याही विमानात पाऊल ठेवणे म्हणजे दाऊदला व आयएसआयला आत्महत्या करण्यासारखे होते, विशेषत: एवढ्या थोड्या कालावधीत.

मग असे ठरले की, दाऊदला पाकिस्तानातून रस्त्यावाटे बाहेर काढायचे. २ मेच्या रात्री पाकिस्तानी रेंजर्स सैन्याची सुमारे ५०० जणांची एक तुकडी दाऊदच्या घराकडे चिलखती गाड्यांमधून आली. दाऊदला संरक्षण देऊन त्याला देशाबाहेर पोहोचवण्याचे काम त्यांच्यावर सोपवण्यात आले होते. ही योजना अत्यंत गुप्त ठेवण्यात आली होती.

दिवसभर दाऊदला आयएसआयच्या वरिष्ठ अधिकाऱ्यांकडून फोन येत होते. तसेच, प्रशासनातील वरिष्ठ अधिकारीही त्याला फोन करीत होते. ते सर्व जण शुद्ध उर्दू भाषेत बोलत होते. परंतु त्यांना आपली उच्चारांची लकब लपवता येत नव्हती. लाहोरी पंजाबी ढंगापासून ते कराची सिंधी ढंगापर्यंत आणि अत्यंत उच्च दर्जाच्या उर्दूपर्यंत त्यांचे उच्चार होत होते. सर्व जणांच्या बोलण्यात एकच विषय होता, तो म्हणजे दाऊदने ताबडतोब येथून निघून एखाद्या सुरक्षित ठिकाणी आश्रय घ्यावा, अन् तोही अजिबात वेळ न गमवता.

दाऊद आरशासमोर उभा राहिला होता व तो आपले आरशातील प्रतिबिंब न्याहाळीत होता. त्याच्यासमोर एक रापलेला माणूस उभा होता. त्या माणसाचे डोक्यावरील केसांची ओळ ही कपाळापासून मागे हटत-हटत गेली होती. त्याच्या काळ्या भुवया आता करड्या रंगाच्या झाल्या होत्या. एक कठोर व निगरगट्ट चेहरा आरशातून त्याच्याकडे रोखून पहात होता. ज्या माणसाला त्याच्या शत्रूंनी 'मुच्छ्छड'

म्हणून हेटाळणी केली होती. त्या माणसाला आता सारे जण 'अमीरसाब' म्हणून संबोधत होते. त्याच्या चेहऱ्याची सारी वैशिष्ट्ये बदलली होती. फक्त त्याचे विचारमग्न असणारे डोळे मात्र तसेच राहिलेले होते. त्यात कोणताही बदल झालेला नव्हता.

त्याच्या मनात आत्ता बरीच वादळे उठली होती; पण त्याच्या चेहऱ्यावरती कुठेही ताणतणाव अथवा दबाव याचे चिन्ह उमटले नव्हते. उलट त्या जागी शांत भाव प्रकट झाले होते. त्याच्या भोवतालच्या मदतनिसांच्या चेहऱ्यावर मात्र चिंतेच्या रेषा उमटलेल्या होत्या.

त्याने आपल्या आरशातील प्रतिबिंबाकडे एक शेवटची नजर टाकली व तो तेथून निघाला. त्याने आपल्या अंगावरती एक उंची सूट परिधान केला होता. मग तो आपल्या अलिशान व्हिलामधून आपल्या मोटरगाडीकडे निघाला. ती त्याची गाडी त्याने नुकतीच घेतली होती. ती होती सोनेरी बीएमडब्ल्यूएक्स३ ही गाडी. ही त्याने नुकतीच जर्मनीहून आयात केली होती. त्यासाठी दाऊदच्या मॅनेजरला पाकिस्तानी चलनात एक कोटी रुपयांपेक्षा अधिक रक्कम मोजावी लागली होती, त्याला अजूनही उत्कृष्ट मोटरगाड्या व झटपट कृती करणाऱ्या फास्ट बायका आवडत होत्या.

तो आपल्या गाडीकडे जात असताना त्याला हे सारे पूर्वी एकदा अनुभवल्याची भावना स्पर्शून गेली. जुन्या स्मृती आता उफाळून आल्या. जुने प्रसंग त्याला आठवू लागले. त्याने त्याकडे दुर्लक्ष करण्याचे ठरवले. आजपासून बरोबर २७ वर्षांपूर्वी त्याने अशीच मुंबई सोडली होती. तिथून तो निसटला होता. आता तो कराचीतून बाहेर पडत होता. पाकिस्तानची आर्थिक राजधानी व एक बंदर असलेल्या शहरातून तो बाहेर जात होता. मुंबई अशीच होती ना? त्या वेळी त्याला मुंबईच्या मंत्रालयातून एक फोन आला होता. मंत्रालय म्हणजे महाराष्ट्र शासनाचे केंद्रस्थान तेथून फोन येणे म्हणजे नक्कीच काहीतरी गंभीर बाब होती. कुणीतरी त्याला फोनवर सांगितले, वेळेत सांगितले की, "जा, मुंबई सोडून कुठेही जा; पण येथून ताबडतोब पळ काढा." या वेळी तो फोन आला होता तो आयएसआयचे डायरेक्टर जनरल शुजा पाशा यांच्याकडून म्हणजे पाकिस्तानच्या सत्तेच्या गाभ्यामधून. फोनवर तेच पूर्वीचे शब्द उच्चारले गेले. "जा, कराची सोडून कुठेही जा; पण ताबडतोब पळ काढा." जेव्हा त्याने मुंबई सोडली तेव्हा त्याला आपला भाऊ साबीर याला गमावल्याचे दुःख झाले होते. या वेळी त्याला नुरूल हक उर्फ नूरा याला गमावल्याचे दुःख होत होते. ते दुःख अगदी ताजे असल्यासारखे त्याला वाटत होते.

त्या अलिशान गाडीचे दार एका चपळ अंगयष्टीच्या रेंजर सैनिकाने त्याच्यासाठी उघडून धरले. त्याच्या गळ्यात एक रायफल लटकलेली होती. दाऊदने मागे वळून

आपल्या बंगल्यावर एक शेवटचा दृष्टिक्षेप टाकला. मग आत जाऊन त्याने मागच्या आसनावरती आपले अंग लोटून दिले. गाडीची दारे लागल्यावर संपूर्ण ताफा त्याच्या बुलेटप्रूफ बीएमडब्ल्यूसकट चालू लागला.

परंतु या वेळी जरा वेगळेपण होते. जेव्हा त्याने पूर्वी मुंबई सोडली होती त्या वेळी त्याला ठाऊक होते की, आपण आता परत येथे कधीही येणार नाही; पण कराचीची गोष्टच निराळी होती. आता येथे परिस्थिती जराशी बिघडली होती. ती हाताळायला थोडी कठीण झाली होती. जेव्हा सारा धुरळा खाली बसेल तेव्हा तो परत येथे येणार होता.

त्याच्या गाडीच्या दोन्ही बाजूंना लष्करी गाड्या होत्या. पुढे-मागे पाकिस्तानी रेंजर्सच्या गाड्या होत्या. लवकरच ते पश्चिमेला नेणाऱ्या नॅशनल हायवेवरती गेले. अमली पदार्थांचा व्यापार करणारा दादा मेक्सिकोमधील ड्रगलॉर्ड जोआकिन उर्फ 'एल चापो' गझमन हा 'वॉन्डेड नं. १' होता. त्या खालोखाल असलेला नं. २चा 'वॉन्टेड' माणूस आता पाकिस्तान सोडून जेद्दाला चालला होता.

परंतु दाऊदला कसलीही काळजी वाटत नव्हती. आपण लवकरच परतणार याची त्याला खात्री होती.

त्याने अपेक्षा केल्याप्रमाणे खरोखरच तो काही महिन्यांत परतला. अमेरिकेने लादेनला ठार केल्याची हवा विरून जायला तीन महिने लागले होते. जगाने लादेनची हत्या मान्य केली होती. पाकिस्तानने त्या संबंधात व्यक्त केलेला जळफळाट आता इतिहासजमा झाला होता. सप्टेंबरमध्ये दाऊद पुन्हा कराचीत परतला. त्याचा थोरला मुलगा मोईन याचा लंडनमध्ये शिकणाऱ्या एका मुलीशी विवाह ठरला होता. २८ सप्टेंबरला त्याच्या मुलाचा आलिशान बंगला, 'मोइन्स व्हिला' येथे पुन्हा दाऊदशी जोडलेल्या सत्तेतील सर्व सामर्थ्यवान माणसांनी त्यानिमित्त गर्दी केली. त्यात राजकारण्यांपासून ते बिझनेसमन आणि आयएसआयमधील उच्चपदस्थ येथपर्यंत सारे जण आले होते. जो विवाहसोहळा संपन्न झाला त्यात डामडौल होता. रोषणाई, आरास, झगमगाट हे सारे नेत्रदीपक होते, त्यांची उधळण होती. त्यातून दाऊदचे सामर्थ्य व त्याच्या दत्तक भूमीतील त्याचे ठाम व स्थिर अस्तित्व अधोरेखित होत होते.

आधारस्त्रोत

मुंबईतील गुन्हेगारीचा इतिहास जर कोणास पाहायचा असेल किंवा तत्संबंधी काही माहिती हवी असल्यास ती 'द ग्रोथ ऑफ गँगस्टेरिझम इन द सिटी' या पुस्तकातून मिळेल. हे पुस्तक मुंबई पोलिसातील माजी पोलीस कमिशनर महेश नारायण सिंग यांनी लिहिलेले आहे. १९९३ ते १९९५ या कालावधीमध्ये ते जॉइन्ट कमिशनर ऑफ पोलीस, क्राइम या पदावर असताना त्यांनी सर्व संबंधित माहिती व संदर्भ गोळा करून ते आपल्या पुस्तकात संपादित केले आहेत. पोलीस खात्यासाठी लिहिलेले हे पुस्तक त्यांनी अशासाठी लिहिले की, शहरात संघटित गुन्हेगारी कशी सुरू होते हे पोलिसांना नीट समजावे.

शराफत खान हे एक अनुभवी क्राइम रिपोर्टर होते. त्यांनी 'गुन्हेगारी जगातील दादा दाऊद इब्राहिम आणि टोळी युद्ध' अशा अर्थाचे एक पुस्तक उर्दूत लिहून स्वत:च प्रकाशित केले आहे. हेही एक चांगले माहितीपूर्ण व महत्त्वाचे पुस्तक आहे. टोळी युद्धातील हत्या आणि शूट आउट यांबद्दलची बरीचशी माहिती ही मुंबई पोलिसांच्या गुन्हे शाखांच्या फायलीमधून घेतली आहे.

'मन्या शॉट डेड' हा लेख २३ जानेवारी १९८२ रोजी 'करंट' या वृत्तपत्रात छापून आला होता. आणि असिस्टंट पोलीस कमिशनर इशाक बागवान यांची मी जी मुलाखत घेतली त्यावरून मन्या सुर्वेला कसे ठार केले गेले, या संबंधीची माहिती मला मिळाली होती. त्या दोन्हीचा उपयोग मला संबंधित वर्णने करताना झाला.

पठाण यांची टोळी व दाऊदची टोळी यांच्यात जो संघर्ष झाला आणि हाजी मस्तान व करीम लाला यांचे आयुष्य यातून मला बराच तपशील कळला. त्यांचे ते आयुष्य 'द इलस्ट्रेटेड विकली ऑफ इंडिया' (१४-२० एप्रिल १९८०) यातील कव्हर स्टोरीतून कळले. तो लेख अमृता शाह हिने लिहिलेला होता.

१९८० ते १९९५ या काळातील, आता बंद पडलेल्या उर्दू साप्ताहिक 'अखबारे आलम' याच्या बऱ्याच अंकातून मला उपयुक्त माहिती मिळाली. त्यासाठी मी त्या साप्ताहिकाचे संपादक व प्रकाशक खलील झहीद यांच्याशी विचारविनिमय करून परवानगी घेतली.

दाऊद इब्राहिमचे दुबई व पाकिस्तानातील साम्राज्य या संबंधीची माहिती सेंट्रल ब्युरो ऑफ इन्व्हेस्टिगेशन यांच्या व इंटरपोलच्या अनेक फायलींमधून मिळाली.

तसेच 'मुंबई पोलीस' या दीपक राव यांच्या पुस्तकातूनही मला मोलाची माहिती मिळाली.

❑

Please contact us at **Mehta Publishing House Pvt. Ltd.,** Pune 411030.
✆ +91 020-24476924 / 24460313 / Mob. No. 954500513
Email : production@mehtapublishinghouse.com
Website : www.mehtapublishinghouse.com

- *या पुस्तकातील लेखकाची मते, घटना, वर्णने ही त्या लेखकाची असून त्याच्याशी प्रकाशक सहमत असतीलच असे नाही.*